ஆவி உலகின் விதிகள்

“ஆவி உலகில் மதங்கள் கிடையாது. நாங்கள் ஒரே ஒரு கடவுளை மட்டுமே வழிபடுகிறோம்.”

THE LAWS OF THE SPIRIT WORLD

NOW IN TAMIL

கோர்ஷெத் பாவ்நகரி

ஜெய்கோ பப்ளிஷிங் ஹவுஸ்

அகமதாபாத் பெங்களூரு சென்னை டில்லி

ஹைதராபாத் கொல்கொத்தா மும்பை

Published by Jaico Publishing House
A-2 Jash Chambers, 7-A Sir Phirozshah Mehta Road
Fort, Mumbai - 400 001
jaicopub@jaicobooks.com
www.jaicobooks.com

© Shiamak Davar

THE LAWS OF THE SPIRIT WORLD
ஆவி உலகின் விதிகள்
ISBN 978-81-8495-875-1

To be sold only in India, Bangladesh,
Bhutan, Nepal, Sri Lanka and the Maldives.

தமிழாக்கம்: நாகலட்சுமி சண்முகம்

First Jaico Impression: 2017
Second Jaico Impression: 2022

No part of this book may be reproduced or utilized in
any form or by any means, electronic or
mechanical including photocopying, recording or by any
information storage and retrieval system,
without permission in writing from the publishers.

Printed by
Pashupati Printers, Delhi

திருமதி கோர்ஷெத் பாவ்நகரி

27 செப்டம்பர் 1925 – 13 ஆகஸ்டு 2007

எங்களுக்கு
எல்லாவற்றையும்
அருளியுள்ள
கடவுளுக்கும்,
என்
அருமை மகன்கள்
விஸ்பி
மற்றும்
ரத்தூவிற்கும்

விஸ்பியின் பிரார்த்தனை

என் அன்புக்குரிய இறைவா,
அனைத்துத் தீமைகளையும் தவிர்ப்பதற்கு
தயவு செய்து எங்களுக்கு உதவிடுக,
தீய சக்திகள் அனைத்திலிருந்தும்
எங்களைக் காத்தருள்க.
தயவு செய்து எங்களை உன் கரங்களில்
ஏந்தி வழிநடத்திடுக.
எங்கள் இறைவா, நாங்கள் உன்னுடையவர்கள்,
நாங்கள் எப்போதும் உன்னுடையவர்களாகவே
இருப்போம்.
என்றென்றைக்கும் உன் ஆசீர்வாதம் எங்களுக்குக்
கிடைத்திடும் விதத்தில், உன் ஒருவரால் மட்டுமே
வழிநடத்தப்படும் விதத்தில், உன் உதவி மட்டுமே
எங்களுக்குக் கிடைத்திடும் விதத்தில் எங்களை
நிரந்தரமாக உன்னுடனேயே வைத்திடுக.
சர்வ வல்லமை வாய்ந்த இறைவா,
உனக்கு என் நன்றி.

உள்ளடக்கம்

அணிந்துரை ix
முன்னுரை xv

பாகம் 1

கோர்ஷெத் பாவ்நகரியின் குறிப்பேடுகளில் இருந்து எடுக்கப்பட்டுள்ள, ஆவி உலகுடனான கருத்துப் பரிமாற்றங்கள்

கடவுளின் உண்மையான விதிகள் 3
சுய ஆய்வின் மூலம் மேம்பாடு 4
நியாயம் 7
ஆவியுடனான உரையாடல்கள் 9
ஒரு முதியவரையும் ஒரு சிற்றோடையையும் பற்றிய ஒரு கதை 11
கடவுளின் விதிகளைப் புரிந்து கொள்ளுதல் 14
நாங்கள் இறந்த விதமும் ஆவியுலகின் தளங்களும் 15
ஏழு தளங்கள் 19
நம்முடைய உண்மையான வீடு 22
சுமை தாங்கும் விலங்குகள் 23
எல்லோருக்கும் உதவுவது மனிதத்தன்மையா? 26
பூமியில் நிகழும் குற்றங்களும் பாவங்களும் 28
நீங்கள் உங்கள் பாவங்களுக்கான தண்டனைகளை அனுபவிக்கத்தான் வேண்டும் 29
பேய் என்ற ஒன்று கிடையாது 32
நீங்கள் எதை விதைக்கிறீர்களோ, அதையே அறுவடை செய்கிறீர்கள் 34
மறுபிறப்பு 37
தீமையை எதிர்த்துப் போராடுங்கள் 41
உண்மையான ஆழ்விருப்பத்தால் மட்டுமே மாற்றத்திற்கு வழி வகுக்க முடியும் 43
ஆவியுலகில் இன்னொரு தளத்திற்கு வருகை தருதல் 45
கடவுளின் நியாயத் தீர்ப்பு 47
ஆவியுலகத்துடனான கருத்துப் பரிமாற்றங்கள் 50
ஆவியுலகத் தளங்கள் எவ்வாறு இயங்குகின்றன 53
உங்கள் ஆன்மாவின் இயல்புதான் உங்களுடைய உண்மையான இயல்பாகும் 57
வெள்ளி வடம் 58
நீங்கள் தூங்கும்போது, நீங்கள் குணமாக்கப்படுகிறீர்கள், வழிநடத்தப்படுகிறீர்கள் 60
பல்வேறு தளங்களிலான வாழ்க்கை 62
கீழ்மட்டத் தளங்கள் நிரம்பி வழிகின்றன 63
சிலர் ஏன் குறைந்த வயதிலேயே மரணமடைகின்றனர் 65
நல்ல ஆன்மாக்கள் எதிர்மறையான ஆன்மாக்களால் தவறாக வழிநடத்தப்படுகின்றனர் 69
உங்கள் மனத்தைக் கட்டுப்படுத்துங்கள் 71
ஆவியுலகில் எங்கள் உணர்வுகள் 73
ஜிம்மியின் கதை: புவியுலகில் மக்களின் அகமும் புறமும் வேறுபட்டிருக்கின்றன 74
ஜிம்மியின் கதை தொடர்கிறது: கடவுளை உங்களால் ஏமாற்ற முடியாது 77
ஜிம்மியின் கதை தொடர்கிறது: கடவுளின் நியாயத் தீர்ப்பு எப்போதும் நிலைத்து நிற்கும் 81
ஜிம்மியின் கதை தொடர்கிறது: கடவுள் எப்போதுமே கண்காணித்துக் கொண்டிருக்கிறார் 83
பூமி ஒரு பள்ளிக்கூடம் 88
மறுபிறப்பின் நோக்கம் 90
ஒரு தீயவனால் கண்ணிருந்தும் குருடாக்கப்பட்ட ஒரு நல்ல ஆன்மாவின் கதை 91
உங்கள் ஆழ்மனத்தால் செயலிழந்து போக முடியும் 99
உங்கள் ஆழ்மனத்திற்கு விழிப்பூட்டுங்கள் 103
சத்தீஷின் கதை: உங்களை மேம்படுத்திக் கொள்வதற்கான துணிச்சல் உங்களுக்குத் தேவை 105

சூர்தாஸின் கதை: தன் அன்புக்குரியவருடன் இணைந்திருப்பதற்கு ஓர் ஆன்மா எந்தவோர் ஆபத்தையும் எதிர்கொள்ளத் தயாராக இருக்கிறார் 109
சூர்தாஸின் கதை தொடர்கிறது: சூர்தாஸ்மீது நீலு கொண்டிருந்த காதல் ஒரு சோதனைக்கு ஆளானது 113
சூர்தாஸின் கதை தொடர்கிறது: பேரான்மா புவியுலகிற்கு வருகிறார் 116
சூர்தாஸின் கதை தொடர்கிறது: சூர்தாஸ் மேலும் கீழ்நிலைக்குச் செல்கிறார் 119
சூர்தாஸின் கதை தொடர்கிறது: பலவீனமான ஆன்மா ஒன்று துணிச்சலைப் பெறுகிறது 123
சூர்தாஸின் கதை தொடர்கிறது: கர்வம் ஒருவனை வீழ்த்திவிடும் 127
சூர்தாஸின் கதை தொடர்கிறது: ஆழ்மனத்திற்கு மீண்டும் விழிப்பூட்டப்படுகிறது 130
சூர்தாஸின் கதை தொடர்கிறது: பேரான்மா தோன்றுகிறார் 134
உங்கள் ஆழ்மனம்தான் உண்மையான நீங்கள் 138
முந்தைய பிறவியைப் பற்றிய நினைவு ஏன் வெளிப்படுத்தப்படுவதில்லை? 140
வழிகாட்டும் ஆவியுலக ஆன்மாக்கள் 147
இரட்டை ஆன்மாக்கள் 149
நல்லதோ அல்லது தீயதோ, அது உங்கள் விருப்பத்தேர்வுதான் 152
ஆவியுலகத்துடனான கருத்துப் பரிமாற்றங்கள் பூமியில் உள்ள அன்புக்குரியவர்களுக்கு ஆறுதல் அளிக்க உதவுகின்றன 153
பெரும்பாலான ஆன்மாக்கள் கீழ்மட்டத் தளங்களுக்குச் சென்று வந்துள்ளனர் 157
ஆவியுலகத் தொடர்புகள் பற்றிய தவறான புரிதல்கள் 158
சிலர் ஏன் ஆவியுலகத் தொடர்பைக் கண்டு அஞ்சுகின்றனர் 160
பூமியில் மீண்டும் பிறப்பதை நீங்கள் ஏன் தேர்ந்தெடுக்கிறீர்கள் 162
நீங்கள் ஏன் மரணத்தைக் கண்டு பயப்படுகிறீர்கள் 164
தற்கொலை ஒரு பாவச்செயல் 165
பேரான்மாக்கள் 166
எது ஒரு நல்ல காரியம்? 169
பழிக்குப் பழி 171
சுரேஷின் கதை 172
எல்லோரையும் ஒரே விதத்தில் உங்களால் நடத்த முடியாது 175
உங்கள் பிரச்சனைகளைத் துணிச்சலுடனும் ஒரு புன்னகையுடனும் இப்போதே எதிர்கொள்ளுங்கள் 177
பிறரிடம் எதிர்மறைத்தன்மையை ஒருபோதும் ஊக்குவிக்காதீர்கள் 178
விஷயங்களை ஓர் ஆன்மீகக் கோணத்திலிருந்து பாருங்கள் 179
ஜாதகங்கள் உங்கள்மீது தாக்கம் ஏற்படுத்த அனுமதிக்காதீர்கள் 179
சக்தியை நல்லவற்றுக்கும் பயன்படுத்தலாம், மோசமானவற்றுக்கும் பயன்படுத்தலாம் - சக்திகளை அனுப்புதல் மற்றும் பெறுதல் 180
ஆவியுலக ஆன்மாக்களிடமிருந்து உதவி கிடைக்க வேண்டும் என்றால், எப்போதும் ஆசுவாசமாகவும் அமைதியாகவும் இருங்கள் 182
திருமணம் 183
உங்களுடைய சக்தியைச் சரியான விதத்தில்வளர்த்துக் கொள்ளுங்கள் 185
பிரார்த்தனைகள் எப்போதும் சுருக்கமானவையாகவும் உண்மையானவையாகவும் இருக்க வேண்டும் 186
கர்வம் ஆன்மீகரீதியாக எப்போதும் உங்களைக் கீழே தள்ளிவிடும் 187
உங்களுடைய பாவங்களுக்கான தண்டனைகளிலிருந்து உங்களால் ஒருபோதும் தப்பிக்க முடியாது 189

பாகம் 2 கேள்வி - பதில்

தன்னிச்சையாக எழுதுதல் 193
ஆவியுலகம் 203
ஆன்மாவும் ஆழ்மனமும் 236
தேர்ந்தெடுப்பதற்கான சுதந்திரம் 259
கர்மவினை 265
பூமியில் உங்கள் குறிக்கோள் 293
தற்கொலை 316
கடவுள் 329
பிரார்த்தனை 336
நேர்மறைச் சிந்தனை 354
கர்வமும் பணிவும் 373
பூமி அச்சின் இடப்பெயர்ச்சி 399
சுய ஆய்வுப் படிவம் 412
கோர்ஷெத் ரூமி பாவ்நகரியுடன் ஒரு நேர்காணல் 421
அருஞ்சொற்பொருள் பட்டியல் 429
இது தொடர்பாக மேலும் படிக்க 439
முடிவுரை 441
நூலாசிரியர் குறிப்பு 443

அணிந்துரை

நான் என் வாழ்நாள் முழுவதும் கேள்விகள் கேட்டு வந்துள்ளேன். அறிவு குறித்த என்னுடைய தாகத்தின் விளைவாக, விஷயங்களைப் பெரும்பாலான மக்கள் பார்க்கும் விதத்திலிருந்து முற்றிலும் வேறுபட்டக் கண்ணோட்டத்திலேயே நான் பார்த்து வந்துள்ளேன். என் சிறுவயது முதலாகவே, நான் கண்ணிமைக்காமல் விண்மீன்களைப் பார்த்துக் கொண்டு இருப்பேன், இப்பிரபஞ்சத்தில் நாம் தனியாக இல்லை என்பதை எப்படியோ நான் அறிந்திருந்தேன். ஆவியுலகில் எனக்கு நண்பர்கள் இருந்தார்கள் என்றும், அவர்கள் என்னுடைய காவல் தேவதைகள் என்றும், அவர்கள் எப்போதும் என்னை நேசித்தும் பாதுகாத்தும் வந்திருந்தனர் என்றும் நான் அறிந்திருந்தேன்.

அனைத்து மதங்களையும் மதிக்க வேண்டும் என்பதை என் குடும்பத்தினர் எனக்குக் கற்றுக் கொடுத்தனர். என்னுள் குடிகொண்டிருந்த ஒரு தீவிர ஆர்வம் என்னை ஒரு பயணத்தை நோக்கி இட்டுச் சென்றது. காலப்போக்கில், ஷீரடி சாயிபாபாவின்மீது* நான் உறுதியான நம்பிக்கை கொள்ளலானேன். இவ்வுலகில்

---

* ஷீரடி சாயிபாபா ஓர் இந்தியத் தவகுரு. அவர் 1918ல் இயற்கை எய்தினார். 'சாயி' என்பதற்குப் பாரசீக மொழியில் 'புனிதர்' அல்லது 'துறவி' என்று பொருள். 'பாபா' என்ற சொல்லுக்கு இந்திய மொழிகளில் 'அப்பா' என்று பொருள். எனவே, சாயிபாபா, ஒரு 'புனிதத் துறவி' அல்லது 'புனிதத் தந்தை' என்று அழைக்கப்படுகிறார்.

எனக்கு ஓர் ஆன்மீக குரு வேண்டும் என்ற என்னுடைய ஓர் ஆழமான ஏக்கத்தைப் பற்றி நான் அவரிடம் கூறினேன். அப்போதுதான் கோர்ஷெத் பாவ்நகரி என்ற ஒரு பெண்மணியை நான் சந்தித்தேன். நான் அவரை சந்தித்த முதல் நாளன்று, இவ்வுலகைவிட்டுப் பிரிந்துவிட்டிருந்த அவருடைய மகன்களான விஸ்பி மற்றும் ரத்தூவுடன் நான் பேசினேன். அவர்கள் என்னைச் 'சின்னத் தம்பி' என்று அழைத்தபோது, அவர்களுடன் ஒரு மாபெரும் பாசப் பிணைப்பை நான் உணர்ந்தேன்.

பின்னர், கோர்ஷெத் பாவ்நகரியை நான் கோர்ஷெத் அத்தை என்று அழைக்கத் தொடங்கினேன். இறப்புக்குப் பிந்தைய வாழ்க்கையைப் பற்றி அவர் மூலமாக நான் அறிந்து கொண்ட விஷயங்கள் எனக்குப் புதிதானவை என்று கூறுவதைவிட, அவற்றை நான் மீண்டும் உணர்ந்து கொண்டேன் என்று கூறுவதே மிகப் பொருத்தமானதாக இருக்கும். ஏனெனில், அவ்விஷயங்களை என் ஆன்மா ஏற்கனவே அறிந்திருந்தது. என்னைப் பொருத்தவரை, இறப்புக்குப் பிந்தைய வாழ்க்கையானது நம்முடைய தற்போதைய வாழ்க்கையின் ஒரு நீட்சியே. நாம் எல்லோரும் ஒரு சக்கரத்தின் கம்பிகள். ஒரே கடவுள் என்ற ஒரு மையத்தில் நாம் அனைவரும் சங்கமிக்கிறோம். நாம் எல்லோரும் ஒருவரோடு ஒருவர் பிணைக்கப்பட்டிருக்கிறோம்.

கோர்ஷெத் அத்தையுடன் இருபத்தைந்து ஆண்டுகளாக நான் கற்று வந்துள்ளேன். அக்காலகட்டம் நெடுகிலும் அவர் என் ஆன்மீக குருவாக மட்டுமல்லாமல், என்னுடைய மிகச் சிறந்த தோழியாகவும், என் நம்பிக்கைக்குரிய ஒருவராகவும், திறந்த மனம் கொண்டவராகவும், ஒருபோதும் எடைபோட்டுப் பார்க்காதவராகவும், விஷயங்களைப் பற்றிய விழிப்புணர்வு கொண்டவராகவும் இருந்தார். அவர் சிறந்த நகைச்சுவை உணர்வு கொண்டவராகவும், ஒளிமயமானவராகவும், குணமாக்கும் ஆற்றல் கொண்டவராகவும் திகழ்ந்தார்.

அனுபவங்களின் மதிப்பை மெச்சுவதற்கு அவர் எனக்கு உதவினார். நேர்மறையான அனுபவங்கள் எனக்குக் கிடைத்த ஆசீர்வாதங்கள் என்பதையும், அவை குறித்து நான் நன்றியோடு இருக்க வேண்டும் என்பதையும், எதிர்மறை அனுபவங்களைக் கண்டு நான் அச்சப்பட வேண்டியதில்லை என்பதையும், அவைதான் என்னுடைய ஆசான்கள் என்பதையும் நான் புரிந்து கொள்ள அவர் எனக்கு உதவினார். "கடவுள் உன்னை ஆசீர்வதிக்கட்டும்," "எல்லாம் சிறப்பாக அமையும்," என்று அவருடைய வாய்வழியே வந்த வார்த்தைகள் என் பயங்கள் அனைத்தையும் போக்கப் போதுமானவையாக இருந்தன.

நான் அவரிடம் மிகவும் வெளிப்படையாக நடந்து கொண்டேன். கடவுள், என்னுடைய உறவுகள், என் வேலை, மதத்திற்கும் ஆன்மீகத்திற்கும் இடையேயான வேறுபாடு, கர்மவினை, முந்தையப் பிறவிகள், மறுபிறப்பின் நோக்கம், தீர்க்கதரிசிகள், தேவதூதர்கள், உளக் கோட்பாடுகள், புவிக்கு அப்பாலுள்ள உயிரினங்கள், மரணம், முதுமை, தனிமை, பயம், படிகங்களின் பிணிநீக்க இயல்பு, இக்கணத்தின் முக்கியத்துவம் போன்றவற்றைப் பற்றியும், தீவிர நோக்கம், எண்ணம், பிரார்த்தனை ஆகியவற்றின் சக்தி பற்றியும், மனிதர்கள் ஏன் தங்களைத் தாங்களே அழித்துக் கொள்கிறார்கள், கடவுள் அன்பானவரா அல்லது தண்டிக்கும் இயல்பு கொண்டவரா ஆகியவற்றைப் பற்றியும் நாங்கள் கலந்து பேசினோம். அதோடு, இவை அனைத்தின் அர்த்தத்தையும் நான் எப்படிப் புரிந்து கொள்வது, எப்படிப் வளர்ச்சியுறுவது, இந்த பிரம்மாண்டமான வடிவமைப்பில் என்னுடைய இடமும் பங்கும் என்ன என்பதை நான் எப்படி உணர்ந்து கொள்வது ஆகியவை குறித்தும் நாங்கள் இருவரும் பேசினோம்.

கோர்ஷெத் அத்தை என்னுடைய அனைத்துக் கேள்விகளுக்கும் விடையளித்தார். ஆனால் இறுதியில், இப்புவியில் ஒரு நல்ல மனிதனாக இருப்பதும்,

கடவுளின் நல்வழியை எப்போதும் பின்பற்றுவதும்தான் மிக முக்கியமான விஷயம் என்று அவர் எப்போதும் என்னிடம் வலியுறுத்தினார். என்னுடைய நடவடிக்கைகளுக்கு நான்தான் பொறுப்பு என்பதையும், நான் அனுபவிக்கும் விஷயங்களுக்குக் கடவுளையோ அல்லது வேறு யாரையோ என்னால் குறைகூற முடியாது என்பதையும் நான் உணர்ந்து கொள்ளும்படி அவர் செய்தார். தன்னலமற்றச் சேவை, மனத்தைக் கட்டுப்படுத்துதல், கடவுளின் அறிவைப் பரப்புதல், தங்கள் அன்புக்குரியவர்களை இழந்த மக்களுக்கு வழிகாட்டுதலையும் ஆறுதலையும் வழங்குதல் ஆகியவற்றின் முக்கியத்துவத்தையும் அவர் எனக்குக் கற்றுக் கொடுத்தார். எனக்கு வழிகாட்டுதல் மிகவும் தேவைப்பட்டபோது, கோர்ஷெத் அத்தையும் அவருடைய கணவர் ரூமி மாமாவும் எனக்கு ஓர் அன்பான சூழலை உருவாக்கிக் கொடுத்தனர். ரூமி மாமாவுடன் நான் மிக நெருக்கமாக இருந்தேன். அச்சூழலில் ஞானமும் சிரிப்பும் நிரம்பி வழிந்தன. என் ஆன்மா அங்கு பேணி வளர்க்கப்பட்டது, பயிற்றுவிக்கப்பட்டது, இறுதியில் விடுவிக்கப்பட்டது.

அவர்கள் இருவரும் இப்போது உயிரோடு இல்லை என்றாலும், ஆவியுலகில் இரண்டு கூடுதல் தேவதைகள் என்னைக் கண்காணித்துக் காத்துக் கொண்டிருக்கின்றனர் என்ற உணர்வு எனக்கு ஏற்படுகிறது. அவர்கள் இவ்வுலகில் இல்லை என்று நான் துக்கம் அனுசரிப்பதில்லை. ஏனெனில், அவர்கள் எல்லா நேரமும் என்னோடு இருக்கிறார்கள் என்பதை நான் அறிவேன். மேலும், ஆன்மீக அறிவு என்ற மிக மதிப்பு வாய்ந்த ஒரு வழிகாட்டுதலை அவர்கள் எனக்கு விட்டுச் சென்றுள்ளனர். நீங்கள் இப்புத்தகத்தை ஒரு திறந்த மனத்துடன் படியுங்கள்; உண்மை உண்மையிலேயே எவ்வளவு எளிதானதாகவும் சக்தி வாய்ந்ததாகவும் இருக்கிறது என்பதையும் புரிந்து கொள்ளுங்கள். இந்த அறிவை ஒரு குழந்தையால்கூடப் புரிந்து கொள்ள

முடியும் என்பதையும், உண்மை எப்போதுமே எளிதானது என்பதையும் விஸ்பி எப்போதுமே வலியுறுத்தினார்.

அதிர்ஷ்டவசமாக, கோர்ஷெத் அத்தையும் ரூமி மாமாவும் என் ஒருவனுடைய வாழ்க்கையை மட்டும் மாற்றவில்லை. கடந்த இருபத்தைந்து ஆண்டுகளாக, ஆயிரக்கணக்கான மக்கள் அவர்களிடம் வந்து, ஆன்மீக அறிவையும் வழிகாட்டுதலையும் ஆறுதலை பெற்றுச் சென்றுள்ளனர், பிணிகள் நீங்கப் பெற்றுள்ளனர்.

இவற்றை இப்புத்தகம் உங்களுக்குச் செய்து கொடுக்கும் என்று நான் நம்புகிறேன்.

கடவுள் உங்களை ஆசீர்வதிக்கட்டும்.

ஷியாமக் தாவர்

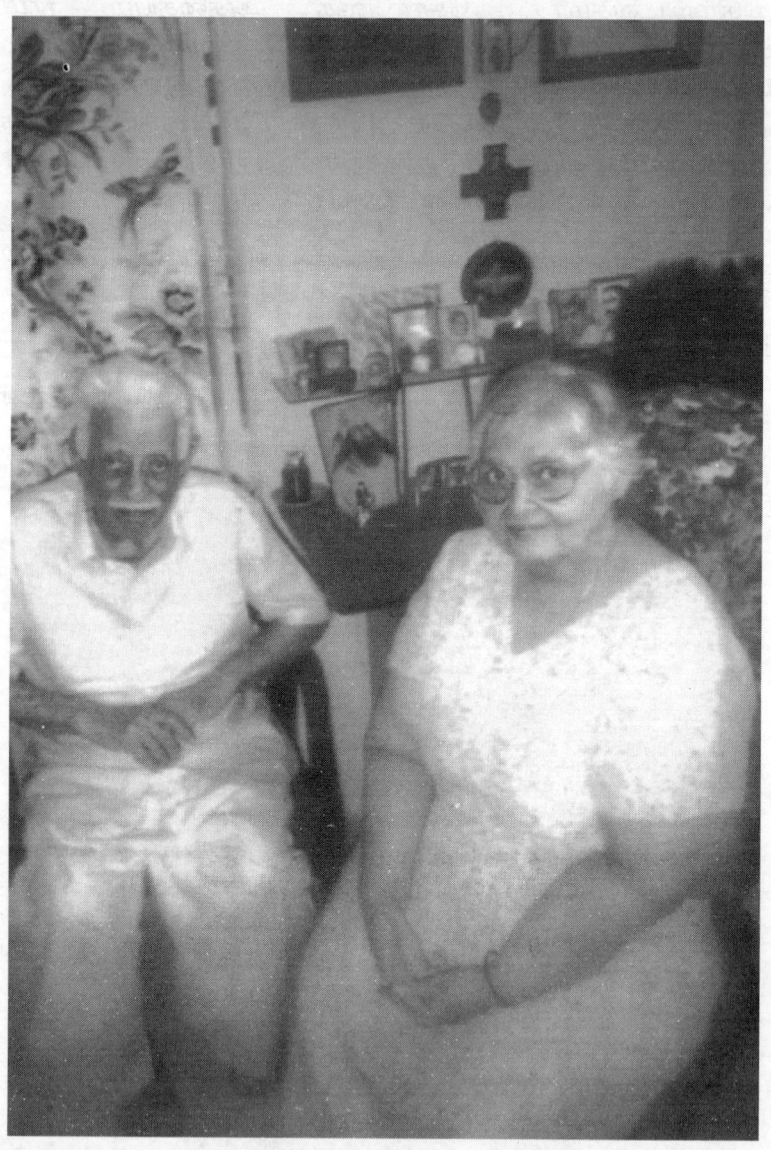

ரூமி மற்றும் கோர்ஷெத் பாவ்நகரி
தங்கள் பாய்கலா வீட்டில்

முன்னுரை

கோர்ஷெத் பாவ்நகரியும் ரூமி பாவ்நகரியும் தங்கள் இரண்டு மகன்களான விஸ்பியுடனும் ரத்தூவுடனும் மும்பையிலுள்ள பைகல்லா என்ற இடத்தில் வாழ்ந்தனர். விஸ்பி 1950ம் ஆண்டு ஆகஸ்டு மாதம் 9ம் நாள் பிறந்தார். ரத்தூ 1951ம் ஆண்டு டிசம்பர் 13ம் நாள் பிறந்தார். அவ்விருவரும் காலப்போக்கில் மோட்டார் வாகனங்கள் தொடர்பான அனைத்து அம்சங்களிலும் அதிக ஆர்வம் கொள்ளலாயினர். இறுதியில், அவர்கள் இருவருமாக இணைந்து மோட்டார் வாகனங்களின் சேவைகளுக்காகவும் பழுது பார்ப்புப் பணிகளுக்காகவும் ஒரு பணிமனையை நிர்மாணித்தனர். கார் பந்தயங்கள் பலவற்றிலும் அவர்கள் கலந்து கொண்டனர்.

1980ம் ஆண்டில் அவர்களுடைய வாழ்க்கையில் விதி விளையாடியது. 1,632 மைல் தூரம் கொண்ட ஒரு நெடுந்தூரக் கார் பந்தயத்தில் அவர்கள் கலந்து கொள்ளவிருந்தனர். பிப்ரவரி 23ம் நாள் அப்போட்டி ஆரம்பமாக இருந்தது. அதற்கு முன்பாக, ஒரு சோதனை ஓட்டமாகத் தங்கள் காரை மும்பையிலிருந்து கோப்போலிவரை ஓட்டிச் சென்று பார்ப்பதென்று விஸ்பியும் ரத்தூவும் தீர்மானித்தனர். அவர்கள் தங்கள் பயணத்தைத் தொடங்குவதற்கு முன்பு நிகழ்ந்தவற்றைக் கோர்ஷெத் இவ்வாறு விவரித்தார்: "ரத்தூ என்னை இறுக்கமாகக் கட்டியணைத்து, என்னிடமிருந்து விடைபெற்றுக் கொண்டு வீட்டிலிருந்து வெளியேறினான். நாங்கள் இரண்டாவது மாடியில் வசித்தோம். அவன்

ஓரிரு அடிகள் சென்றிருந்த நிலையில், திரும்பி வீட்டிற்குள் வேகமாக ஓடி வந்து மீண்டும் என்னைக் கட்டியணைத்து எனக்கு முத்தமிட்டான். அவன் ஏன் அப்படிச் செய்தான் என்பதை என்னால் புரிந்து கொள்ள முடியவில்லை. ஏனெனில், அது ரத்தூவின் இயல்புக்கு முரணானதாக இருந்தது. ஒரு மாடி இறங்கிக் கீழே சென்ற அவன், மீண்டும் மேலே ஓடி வந்து என்னை இறுக்கமாக அணைத்துக் கொண்டான். பிறகு விஸ்பியும் என்னிடமிருந்து விடைபெற்றுக் கொள்ள வந்தான். கவனமாகக் காரை ஓட்டிச் செல்லுமாறு நான் அவர்களிடம் கூறினேன். அதற்கு அவர்கள், 'அம்மா, நீங்கள் எங்களுக்காகக் காத்திருக்க வேண்டாம். நாங்கள் கோப்போலிவரை சென்றுவிட்டுத் திரும்பிவிடுவோம், அல்லது இரவு அங்கு தங்கிவிட்டு நாளை காலையில் வந்துவிடுவோம்,' என்று கூறினர்."

அந்த இளைஞர்கள் இருவரும் தங்கள் காருக்குள் ஏறியபோது, தங்கள் தந்தையை சந்தித்தனர். கவனமாக ஓட்டிச் செல்லும்படி ரூமியும் அவர்களிடம் கூறினார். அதற்கு ரத்தூ, "அப்பா, நீங்கள் ஏன் கவலைப்படுகிறீர்கள்? நாங்கள் இப்போதுதான் எங்கள் எஞ்சினைப் பழுது பார்த்திருக்கிறோம். எனவே, எப்படியும் மணிக்கு 30 மைல் வேகத்திற்குமேல் எங்களால் ஓட்டிச் செல்ல முடியாது. நாங்கள் பத்திரமாகச் சென்று திரும்பி வருவோம்," என்று கூறினர். எனவே, அன்றிரவு எட்டரை மனிக்கு விஸ்பியும் ரத்தூவும் பழுதுநீக்குனர்கள் இருவருடனும் தங்கள் நண்பர் ஒருவருடனும் உற்சாகத்தோடு தங்கள் பயணத்தைத் துவக்கினர்.

மறுநாள் காலை எட்டு மணி ஆகியும்கூட அவர்கள் வீடு திரும்பாததால், கோர்ஷெத்தும் ரூமியும் கவலை கொள்ளத் தொடங்கினர். சுமார் எட்டரை மணியளவில் அவர்களுடைய மகன்களின் பணிமனையைச் சேர்ந்த இளைஞர்கள் சிலர் வந்து, கோப்போலி அருகே ஒரு விபத்து நேர்ந்திருந்ததாகவும், விஸ்பியும் ரத்தூவும் மருத்துவமனை ஒன்றில் அனுமதிக்கப்பட்டிருந்ததாகவும் அவர்களிடம் தெரிவித்தனர்.

ரூமி ஒருசில நண்பர்களை அழைத்துக் கொண்டு, கோப்போலியில் விபத்து நடந்த இடத்திற்கு விரைந்தார். விஸ்பி மற்றும் ரத்தூவின் கார் அங்கு ஒரு மரத்தின்மீது மோதிய நிலையில் நின்று கொண்டிருந்ததை அவர்கள் அனைவரும் கண்டனர். அங்கு வேறு யாரும் இருக்கவில்லை. ஆனால், அவ்விரு சகோதரர்களும் அருகே இருந்த ஒரு மருத்துவமனைக்குக் கொண்டு செல்லப்பட்டிருந்ததை அவர்கள் அறிந்து கொண்டனர். ரூமி அந்த மருத்துவமனையை அடைந்தபோது, சம்பவ இடத்திலேயே அவருடைய மகன்கள் இருவரும் கொல்லப்பட்டிருந்ததாகவும், ஆனால் காரில் அவர்களோடு பயணித்த மற்றவர்கள் லேசான காயங்களுடன் பிழைத்துவிட்டிருந்ததாகவும் ரூமியிடம் கூறப்பட்டது.

விபத்திற்கான காரணம் என்ன என்பதைத் தன் மகன்களுடன் பயணித்தப் பழுது நீக்குனர்களிடம் ரூமி கேட்டார். அதற்கு அவர்கள், "ஒரு நிமிடம் நாங்கள் தூங்கிக் கொண்டிருந்தோம், மறு நிமிடம் எங்கள் கார் ஒரு மரத்தின்மீது மோதியது," என்று கூறினர். ரூமியால் இவை எதையும் நம்ப முடியவில்லை. மருத்துவமனைச் சம்பிரதாயங்களைச் செய்து முடிப்பதற்கு ரூமிக்கு அவருடைய நண்பர்களும் அண்டைவீட்டாரும் பேருதவியாக இருந்தனர். ஒரு கனத்த இதயத்துடனும், இந்த மோசமான செய்தியைத் தன் மனைவியிடம் எப்படித் தெரிவிப்பது என்ற குழப்பத்துடனும் ரூமி தன் வீடு திரும்பினார்.

அவர் வேதனையோடு மாடிப் படிகளில் ஏறிக் கொண்டிருந்தபோது, மேலேயிருந்து அவருடைய மனைவி, "ஏன் இவ்வளவு நேரம்? விஸ்பியும் ரத்தூவும் எங்கே? ஏன் மெதுவாக நடந்து வருகிறீர்கள்? சற்று வேகமாக ஏறி வரக்கூடாதா?" என்று தொடர்ந்து கேட்டுக் கொண்டே இருந்தார். ரூமியிடமிருந்து விஷயத்தை அறிந்து கொண்டபோது, கோர்ஷெத் முற்றிலுமாக உடைந்து போனார். வாழ்வதற்கு இனி தனக்கு எந்தக் காரணமும் இல்லை என்று அவர் கருதினார்.

கடவுள்மீது அவர் கொண்டிருந்த நம்பிக்கையும் ஆட்டம் காணத் தொடங்கியிருந்தது. "நான் மிகுந்த சமயப்

பற்றுக் கொண்டவளாக இருந்தேன். ஆனால் இப்போது முதன்முறையாக, கடவுள் என்ற ஒருவர் உண்மையிலேயே இருந்தாரா என்று என்னை நானே கேட்டுக் கொள்ளத் தொடங்கினேன். கடவுள் என்ற ஒருவர் இருந்தால், அவர் ஏன் எனக்கு இந்தக் கொடுமையை இழைத்தார்? நான் யாருக்கும் எந்தத் தீமையும் செய்திருக்காதபோதுகூட, என் மகன்களை ஏன் அவர் என்னிடமிருந்து பறித்தார்? கடவுளையும் மதத்தையும் வாழ்க்கையையும் முற்றிலுமாகத் தூக்கியெறிய நான் தயாரானேன்," என்று கோர்ஷெத் கூறினார்.

பிறகு ஓர் அற்புதமான விஷயம் நடந்தது. விஸ்பி மற்றும் ரத்தூரவின் இறுதிச் சடங்குகள் முடிந்து இருபத்தொன்பது நாள் கழிந்திருந்தபோது, கோர்ஷெத்தின் அண்டைவீட்டுக்காரர்களில் ஒருவரான திருமதி தஸ்தூர், கோர்ஷெத்திடமும் ரூமியிடமும் வியத்தகு கதை ஒன்றைக் கூறினார். திருமதி தஸ்தூரின் உறவினர் பெண் ஒருவர் ஓர் இசை நிகழ்ச்சிக்குச் சென்றிருந்தார். இடைவேளையின்போது, சமீபத்தில் ஒரு விபத்தில் பலியான இரண்டு இளைஞர்களைப் பற்றியும், அவர்கள் தங்கள் பெற்றோருக்கு ஒரு செய்தியைத் தெரிவிக்க விரும்பியதைப் பற்றியும் ஒரு பெண்மணி வேறொருவரிடம் பேசிக் கொண்டிருந்ததை தஸ்தூரின் உறவினர் செவிமடுக்கும்படி நேர்ந்தது. எனவே, அந்தப் பெண்மணியின் தொலைபேசி எண்ணை அவர் கேட்டுப் பெற்றுக் கொண்டார்.

மறுநாள், கோர்ஷெத்தும் ரூமியும் அப்பெண்மணியைத் தொடர்பு கொண்டனர். தன் வீட்டிற்கு வரும்படி அப்பெண்மணி அவர்களுக்கு அழைப்பு விடுத்தார். அவர் தன் சகோதரனை இழந்திருந்தார். இறந்தவர்களின் ஆவிகளோடு தொடர்பு கொண்டு பேசுவதற்கான கூட்டங்களைத் திருமதி கபாடியா என்பவர் நடத்தி வந்தார். ஆவிகள் அவர் மூலமாகப் பேசின. அக்கூட்டங்களின் வாயிலாக, தன் சகோதரனை இழந்திருந்த பெண்மணி அவனோடு தொடர்பு கொண்டு பேசி வந்தார். அப்படிப்பட்ட ஒரு கூட்டத்தின்போது, இரண்டு இளைஞர்களிடமிருந்து வந்த ஒரு கூச்சல் அக்கூட்டத்திற்கு இடையூறு ஏற்படுத்தியது. தாங்கள் ஒரு விபத்தில்

இறந்திருந்ததாகவும், தங்கள் பெற்றோர் நிலைகுலைந்து போயிருந்ததாகவும் அவ்விளைஞர்கள் அப்போது தெரிவித்தனர். ஆவியுலகில் தாங்கள் மகிழ்ச்சியாக இருந்ததாகவும், அங்கு இருந்தபடியே தங்களால் தங்கள் பெற்றோரைப் பார்க்க முடிந்ததால் அவர்கள் தங்களைப் பற்றிக் கவலைப்படத் தேவையில்லை என்றும் தங்கள் பெற்றோரிடம் தெரிவிக்க அவர்கள் விரும்பினர்.

1980ம் ஆண்டு மார்ச் 22ம் நாளன்று, நேப்பியன் ஸீ சாலையில் அமைந்த திருமதி கபாடியாவின் வீட்டில் நடைபெற்ற ஆவியுலகத் தொடர்புக் கூட்டம் ஒன்றில் கோர்ஷெத்தும் ரூமியும் கலந்து கொண்டனர். ஆவிகளுடன் தொடர்பு கொண்டு பேசுவதற்கான ஒரு சக்திவாய்ந்த ஊடகமாக விளங்கிய திருமதி கபாடியா, கூட்டத்தினரின் நடுவே அமர்ந்தார். மற்றவர்கள் அவரைச் சுற்றி அமர்ந்தனர். அவர்கள் எல்லோருமே தங்கள் அன்புக்குரிய யாரோ ஒருவரை இழந்திருந்தனர். அவர்கள் அந்த ஆவிகளோடு தொடர்பு கொண்டு பேசுவதற்குத் திருமதி கபாடியா வரிசையாக அவர்களுக்கு உதவினார். அவர் கோர்ஷெத்திடமும் ரூமியிடமும் வந்தபோது, "ஹலோ குண்டம்மா," என்ற வார்த்தைகள்தான் அவருடைய வாயிலிருந்து வந்த முதல் வார்த்தைகளாகும். விஸ்பி தன் தாயாரை எப்போதும் அப்படித்தான் அழைத்திருந்தார். இப்படிப்பட்ட அந்தரங்கமான ஒரு விஷயம் ஓர் அன்னியருக்குத் தெரிந்திருந்தது என்ற தகவல், தங்கள் மகன்கள்தான் அவர் மூலமாகப் பேசிக் கொண்டிருந்தனர் என்பதற்கான ஆதாரமாக அவர்களுக்கு அமைந்தது. கடவுள்மீது அவர்கள் மீண்டும் நம்பிக்கை கொள்வதற்கு இது வழி வகுத்தது.

தங்கள் பெற்றோருடன் தாங்கள் தனியாகப் பேச விரும்பியதாக விஸ்பியும் ரத்தூவும் கோர்ஷெத்திடமும் ரூமியிடமும் தெரிவித்ததால், ஆவிகளோடு பேசிய இன்னொரு பெண்மணியான திருமதி ரிஷி என்பவரைப் பற்றிய தகவல்களைத் திருமதி கபாடியா கோர்ஷெத்திடமும் ரூமியிடமும் கொடுத்தார். ஒருசில நாட்களுக்குப் பிறகு, திருமதி ரிஷியின் வாயிலாக அவர்கள் இருவரும் தங்கள் மகன்களிடம் பேசினர். அப்போது அவ்விளைஞர்கள்,

"அம்மா! அப்பா! நாங்கள் விஸ்பியும் ரத்தூவும் பேசுகிறோம். நாங்கள் இறந்த ஒருசில நிமிடங்களிலேயே நாங்கள் ஆவியுலகை அடைந்துவிட்டோம். இது கடவுளின் விருப்பம். நம் ஒவ்வொருவருக்கும் எது சிறந்தது என்பதைக் கடவுள் அறிவார். கடவுள் நல்லவர். எங்களுக்காக நீங்கள் அழக்கூடாது. எங்களைக் குறித்து நீங்கள் ஏக்கம் கொள்ளவும் கூடாது. உங்களை எல்லா நேரங்களிலும் எங்களால் பார்க்க முடியும். நாங்கள் உங்களை கவனித்துக் கொண்டும் பாதுகாத்துக் கொண்டும் இருக்கிறோம். நீங்கள் முற்றிலும் ஆசுவாசமாகவும் மகிழ்ச்சியாகவும் இல்லாவிட்டால், எங்களால் உங்களோடு தகவல் பரிமாறிக் கொள்ள முடியாது. ஒருமித்தக் கவனம் செலுத்துவதற்கான சக்தியை நீங்கள் வளர்த்துக் கொள்ள வேண்டும்," என்று கூறினர். மக்களுக்கு உதவுவது, அவர்களிடையே ஆன்மீக விழிப்புணர்வைப் பரப்புவது ஆகியவற்றை உள்ளடக்கிய ஓர் ஆன்மீக நோக்கத்தை நிறைவேற்றுவதற்காகக் கோர்ஷெத் இப்புவியில் தொடர்ந்து தங்கியிருக்க வேண்டும் என்றும் அவர்கள் தங்கள் தாயாரிடம் கூறினர்.

அடுத்த ஒருசில மாதங்களின் ஊடாக, ஒருமித்தக் கவனம் செலுத்துவதற்கும் ஆசுவாசமாக இருப்பதற்குமான சக்தியைத் தங்கள் மகன்களின் உதவியுடன் கோர்ஷெத்தும் ரூமியும் தங்களிடம் வளர்த்துக் கொண்டனர். இதன் விளைவாக, அப்பெற்றோர் இருவரும் 'தன்னிச்சையாக எழுதுதல்' என்ற ஒரு செயல்முறை மூலமாகத் தங்கள் மகன்களுடன் நேரடிக் கருத்துப் பரிமாற்றத்தில் ஈடுபடுவது சாத்தியமானது. கோர்ஷெத் ஒரு பேனாவை ஒரு நோட்டுப் புத்தகத்தின் மேலாக லேசாகப் பிடித்துக் கொண்டு, அதன்மீது உன்னிப்பாக கவனம் செலுத்துவார். காலம் சென்ற அவருடைய மகன்களின் ஆன்மாக்கள் மெல்ல மெல்ல அவருடைய கையைப் பயன்படுத்தி அந்தப் பேனாவை மெதுவாகவும் சீரின்றியும் நகர்த்தின. முதலில் அந்த எழுத்துக்கள் வெறும் கிறுக்கல்களாகவே இருந்தன. ஆனால் தொடர்ச்சியான பயிற்சிக்குப் பிறகு, ஒழுங்கான வார்த்தைகள் உருவாயின. கோர்ஷெத் தன் வாய்வழியாக உரத்தக் குரலில் கேள்விகள் கேட்பார். அவற்றுக்கான பதில்கள் அந்த நோட்டுப் புத்தகத்தில் எழுத்து வடிவில் தோன்றின.

விஸ்பி மற்றும் ரத்தூவின் மரணம் நிகழ்ந்த சில நாட்களில், கோர்ஷெத்தின் குடும்பத்தில் ஒரு துரதிர்ஷ்டவசமான பிரச்சனை எழுந்தது. கோர்ஷெத்தும் ரூமியும் இதற்கு ஒரு சட்டப்பூர்வமான தீர்வை நாட வேண்டியதாயிற்று. அவர்கள் இந்த வழக்கைத் தொடரக்கூடாது என்று சில வழக்கறிஞர்கள் அவர்களுக்கு அறிவுறுத்தியதை அவர்கள் பொருட்படுத்தவில்லை. தங்கள் மகன்கள் தொலை நுண்ணுணர்வின் வாயிலாகத் தங்களுக்கு வழங்கிய அறிவுரையின்படி அவர்கள் ஒரு வழக்கறிஞரைத் தேர்ந்தெடுத்தனர். எல்லோரும் வியக்கும் விதத்தில், அவ்வழக்கில் அவர்கள் வெற்றி பெற்றனர். தாங்கள் வழிநடத்தப்படுகிறோம், பாதுகாக்கப்படுகிறோம் என்பதற்கான இன்னுமோர் அறிகுறியாக பாவ்நகரி தம்பதியர் இதைப் பார்த்தனர்.

சில நாட்களுக்குப் பிறகு, விஸ்பியும் ரத்தூவும் தங்களுடைய ஒரு விருப்பத்தைத் தங்கள் பெற்றோரிடம் தெரிவித்தனர். ஆவியுலகின் விதிகளை உள்ளடக்கிய ஒரு புத்தகத்தை எழுதுவதற்கு மேன்மையான ஆன்மாக்களிடம் தாங்கள் அனுமதி பெற்றிருந்ததாகவும், அப்புத்தகத்தைத் தன்னிச்சையாக எழுதுதல் செயல்முறை மூலமும் பிறகு தொலை நுண்ணுணர்வின் மூலமும் தாங்கள் எடுத்துக்கூற விரும்பியதாகவும் அவர்கள் தங்கள் பெற்றோரிடம் கூறினர். கடவுள் மற்றும் ஆவியுலகின் உண்மையான விதிகளை இவ்வுலக மக்கள் அறிந்து கொள்வது குறிப்பிடத்தக்க நன்மைகளை அவர்களுக்கு வழங்கும் என்றும், மக்கள் அவ்விதிகளைக் கடைபிடித்தால், ஆன்மீகரீதியாக அவர்கள் மேம்படுவதற்கு அது அவர்களுக்கு உதவும் என்றும் விஸ்பியும் ரத்தூவும் தெரிவித்தனர். அப்புத்தகம் பிரசுரிக்கப்பட்டுப் பரவலாக வினியோகிக்கப்பட வேண்டும் என்பது அவர்களுடைய ஆழ்விருப்பமாக இருந்தது. ஆனால், தங்களுடைய போதனைகளும் நம்பிக்கைகளும் யார்மீதும் வலுக்கட்டாயமாகத் திணிக்கப்படக்கூடாது என்பதில் விஸ்பியும் ரத்தூவும் மிகவும் தெளிவாக இருந்தனர்.

கோர்ஷெத் தன் மகன்களிடம் கருத்துப் பரிமாற்றங்களில் ஈடுபட்டுக் கொண்டிருந்த செய்தியைக் கேள்விப்பட்ட

அவருடைய நண்பர்களும் அன்னியர்கள் பலரும்கூட பாவ்நகரி தம்பதியரின் வீட்டை நோக்கிப் பெரும் எண்ணிக்கையில் படையெடுத்தனர். தன்னலமற்றச் சேவையின் வாயிலாக மற்றவர்களின் வேதனைகளைக் குறைப்பதன் மூலம் தங்களுடைய சொந்த வலி மிகக் கணிசமாகக் குறைக்கப்பட்டுக் கொண்டிருந்ததை பாவ்நகரி தம்பதியர் மெல்ல மெல்ல உணர்ந்து கொண்டனர். தங்கள் மகன்களின் மரணத்திற்குப் பிறகு அவர்கள் இவ்வழியில் ஆறுதல் பெற்றனர். இளவயதினருக்கும் முதியவர்களுக்கும் அவர்கள் வழிகாட்டுதலையும் ஆறுதலையும் வழங்கினர். தங்களைப்போலவே தங்களுடைய அன்புக்குரியவர்களை இழந்து வாடிய மற்றவர்களிடம் இத்தம்பதியர் தங்களுடைய கதையைப் பகிர்ந்து கொண்டதன் மூலம், அம்மக்கள் சோக வெள்ளத்தில் மூழ்கிவிடாதபடி அவர்கள் பார்த்துக் கொண்டனர். போதைப் பிரச்சனைகளில் தொடங்கி, உடல்ரீதியான வன்முறைவரை, பல்வேறு பிரச்சனைகள் குறித்து மக்களுக்கு அவர்கள் ஆலோசனைகள் வழங்கினர். இறுதியில், ஆன்மீக அறிவு குறித்த ஓர் உண்மையான தாகத்தையும், ஆன்மீகரீதியாகத் தங்களை மேம்படுத்திக் கொள்ள வேண்டும் என்ற ஓர் ஆழ்விருப்பத்தையும் கொண்டிருந்த ஆன்மாக்களுக்கு அவர்கள் பேருதவி புரிந்தனர். ஆன்மீகரீதியான கேள்விகளையும் தனிப்பட்டக் கேள்விகளையும் மக்கள் அவர்களிடம் கேட்டனர். அவற்றில் பெரும்பாலானவை, இப்புத்தகத்தின் இரண்டாம் பகுதியில் கொடுக்கப்பட்டுள்ளன.

ஆவியுலகில் மதம் எதுவும் கிடையாது என்பதால், எந்தவொரு குறிப்பிட்ட மதம் தொடர்பான கேள்விகளும் பதில்களும் இப்புத்தகத்தில் தவிர்க்கப்பட்டுள்ளன.

ரூமி பாவ்நகரி 1996ம் ஆண்டிலும் கோர்ஷெத் பாவ்நகரி 2007ம் ஆண்டிலும் இயற்கை எய்தினர். ஆவியுலகில் அவர்கள் தங்கள் மகன்களுடன் மகிழ்ச்சியாக ஒன்றிணைந்துள்ளனர்.

குறிப்பு

கோர்ஷெத் அத்தை தினமும் குறைந்தபட்சம் இரண்டு முறையாவது விஸ்பியுடன் பேசுவார். சில சமயங்களில் மூன்று அல்லது நான்கு முறைகூட அவர் பேசுவார். ஆனால் சூரிய உதயத்திற்கும் சூரிய அஸ்தமனத்திற்கும் இடைப்பட்ட நேரத்தில் மட்டுமே அவர் அதில் ஈடுபடுவார். தன் மகனிடம் என்ன பேச வேண்டும் என்றெல்லாம் அவர் முன்கூட்டியே தீர்மானிக்க மாட்டார். பல்வேறு தலைப்புகள் தொடர்பான செய்திகள் அவருக்குக் கிடைத்தன. அவற்றை எந்த வரிசையில், எந்தத் தொனியில், எந்த மொழியில் அவர் பெற்றாரோ, அந்த அம்சங்கள் இந்நூலில் அப்படியே நிலைப்படுத்தப்பட்டுள்ளன. கோர்ஷெத்தின் தாய்மொழி குஜராத்தி என்றாலும், இங்கு கொடுக்கப்பட்டுள்ள செய்திகள் அவர் ஆங்கில மொழியில் பெற்றவையே. அவருக்கு ஆங்கிலம் சரளமாக வராத காரணத்தால், ஒரு சில இடங்களில் வாக்கிய அமைப்புகளில் வெளிப்பட்டுள்ள தொனி தீவிரமாக இருக்கக்கூடும்.

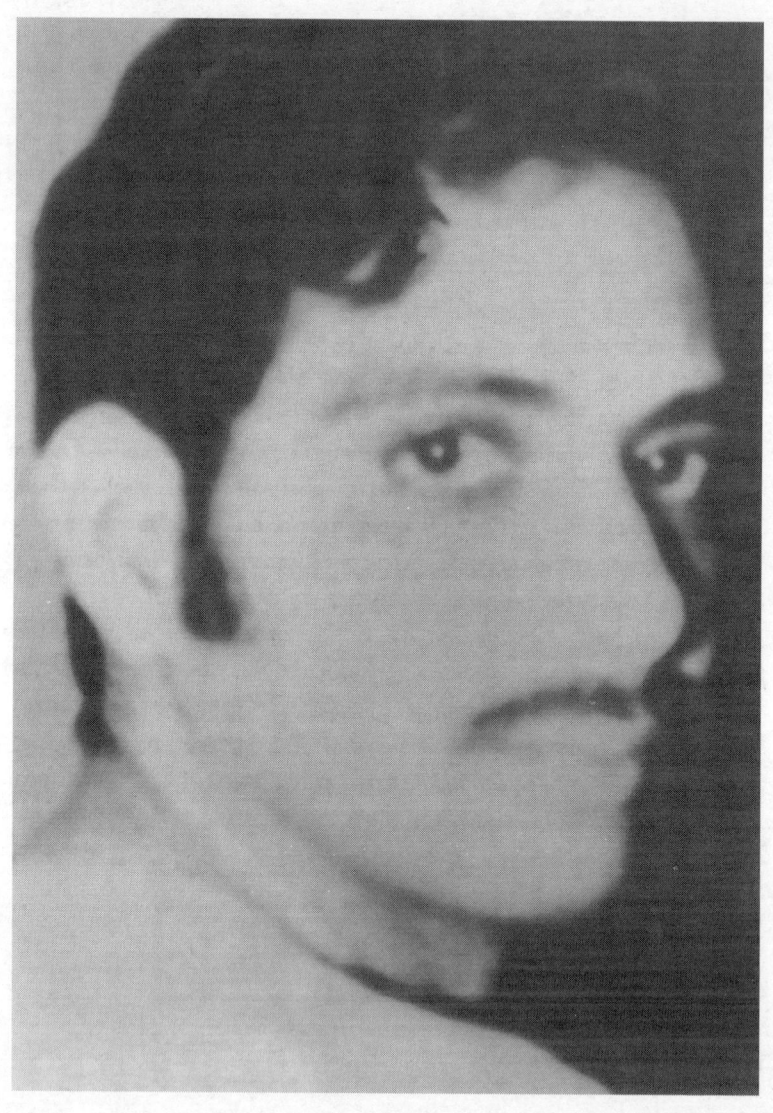

ரத்தூ பாவ்நகரி
13 டிசம்பர் 1951 - 22 பிப்ரவரி 1980

விஸ்பி பாவ்நகரி
9 ஆகஸ்ட் 1950 - 22 பிப்ரவரி 1980

பாகம் 1

கோர்ஷெத் பாவ்நகரியின்
குறிப்பேடுகளிலிருந்து
எடுக்கப்பட்டுள்ள,
ஆவி உலகுடனான
கருத்துப் பரிமாற்றங்கள்

14-04-1981

கடவுளின் உண்மையான விதிகள்

அன்புள்ள அம்மா, அப்பா! ஆவியுலகிலிருந்து விஸ்பியும் ரத்தூவும் பேசுகிறோம். எல்லாம் வல்ல இறைவனின் சொந்த வழியை, அதாவது, சரியான பாதையை எப்படிப் பின்பற்றி வாழ்வது என்பதை உங்கள் மூலமாக இவ்வுலகிலுள்ள மக்களுக்குப் புரிய வைக்க நாங்கள் விரும்புகிறோம். எனவே, இப்புத்தகத்தை எங்களுக்காக எழுதுங்கள். ஆவி உலகைப் பற்றியும் கடவுளின் விதிகளைப் பற்றியும் உங்கள் உலகைச் சேர்ந்த மக்கள் தவறாகப் புரிந்து கொண்டுள்ளனர். அவற்றை அவர்கள் சரியாக அறிந்து கொள்ளவும் புரிந்து கொள்ளவும் உதவுங்கள். ஆவி உலகின் தளங்களைப்[1] பற்றி அவர்கள் அறிந்து கொள்ளவும் இப்புத்தகம் அவர்களுக்கு உதவும்.

உங்கள் சமய குருமார்கள் கூறுகின்ற அனைத்து விஷயங்களையும், மாபெரும் தத்துவவியலாளர்கள் நம் இறைவனின் உண்மையான நியாயத்தைப் பற்றி போதிக்கின்றவற்றையும் அப்படியே நம்புவது மிகப் பெரிய தவறு. அவர்களுக்கு எல்லா விஷயங்களும் தெரியாது. நீங்களும் சரி, அவர்களும் சரி, உங்கள் புவியுலகத் தளத்தைவிட்டு நீங்கி ஆவியுலகத் தளத்திற்கு வரும்போதுதான் எல்லா விஷயங்களும் உங்களுக்குத் தெரிய வரும். உண்மையான நியாயம் எது என்பதை

---

1. ஆவியுலகில் ஏழு தளங்கள் இருக்கின்றன. முதலாவது தளம் மிகத் தாழ்வானது, ஏழாவது தளம் மிகவும் உயர்வானது.

விவரிக்க ஒருசில பக்கங்களோ, ஒருசில அத்தியாயங்களோ, அல்லது ஒருசில புத்தகங்களோகூடப் போதாது. நம் கடவுள் உண்மையிலேயே நம்மிடமிருந்து எதை விரும்புகிறார் என்பதைத் தெரிந்து கொள்வதற்கு உங்களுக்குப் பல யுகங்கள் ஆகும். எனவே, இதை உங்களுக்கு விளக்குவதற்கு நாங்கள் மேற்கொள்கின்ற முயற்சிகள் அவ்வளவு திருப்திகரமாக இல்லாமல் போகக்கூடும். ஆனால், உண்மை என்ன என்பதையும், ஏதோ அற்பமான யோசனைகளின் காரணமாகவோ, அல்லது சாமியார் அல்லது தத்துவவியலாலர் என்று கருதப்படுகின்ற யாரோ ஒருவர் உங்களிடம் கூறுகின்றவற்றின் அடிப்படையிலோ நீங்கள் பலப்பல தவறுகளைச் செய்து கொண்டிருக்கிறீர்கள் என்பதையும் எங்கள் அன்புக்குரியவர்கள் மட்டுமன்றி இவ்வுலக மக்கள் அனைவரும் அறிந்து கொள்ள வேண்டும் என்று ஆவியுலகிலுள்ள நாங்கள் விரும்புகிறோம். சில சமயங்களில், அந்தச் சாமியார்களும் தத்துவவியலாளர்களும் சொல்கின்ற விஷயங்கள் நம் இறைவனின் உண்மையான விதிகளுக்கும் சட்டதிட்டங்களுக்கும் நேரெதிரானவையாக இருக்கின்றன.

இவ்வுலகில் இச்சமயத்தில், தீய ஆன்மாக்களும் மோசமான ஆன்மாக்களும் கோலோச்சிக் கொண்டிருக்கின்றனர், நல்ல ஆன்மாக்கள் துன்புற்றுக் கொண்டிருக்கின்றனர். கெட்ட ஆன்மாக்கள் ஏன் வெற்றி பெற்றுக் கொண்டிருக்கின்றனர், நல்ல ஆன்மாக்கள் ஏன் துன்புற்றுக் கொண்டிருக்கின்றனர் என்பதை இப்புத்தகம் உங்களுக்கு விளக்கும் என்று நாங்கள் நம்புகிறோம். கடவுள் தங்களுக்கு அநீதி இழைப்பதாக நல்ல ஆன்மாக்கள் நம் அன்புக்குரிய கடவுள்மீது பழி சுமத்த விரும்புகின்றனர். எனவே, இப்புத்தகத்தைத் தொடர்ந்து படியுங்கள். அப்போது பல விடைகளை நீங்கள் கண்டுபிடிப்பீர்கள்.

15-04-1981

சுய ஆய்வின் மூலம் மேம்பாடு

தீய ஆன்மாக்கள் விரும்பினால், அவர்களுக்கும் இறைவனின் உதவி கிட்டும். உள்ளார்ந்த உள்ளுணர்வு அவர்களிடம் இருக்க வேண்டும், தங்களை மாற்றும்படி இறைவனிடம் அவர்கள் பிரார்த்தனை செய்ய வேண்டும். அப்போது கடவுள்

நிச்சயமாக அவர்களுக்கு உதவுவார். நல்ல ஆன்மாக்களாக இருப்பதோ அல்லது தீய ஆன்மாக்களாக இருப்பதோ ஒவ்வோர் ஆன்மாவின் கைகளில் மட்டுமே உள்ளது. நல்ல ஆன்மாக்களாக ஆக விரும்புகின்ற தீய ஆன்மாக்களால், கண நேரத்தில் நல்ல ஆன்மாக்களாக மாற முடியும். "பாவமன்னிப்புக் கேளுங்கள், அப்போது கடவுள் உங்களை மன்னிப்பார்," என்ற கூற்றைப் புவியில் நாம் அடிக்கடிக் கேட்டுள்ளோம். இது உண்மைதான். ஆனால், நீங்கள் செய்த பாவங்களுக்கு நீங்கள் ஒரு சாமியாரிடம் பாவமன்னிப்புக் கேட்கக்கூடாது, மாறாக, உங்களிடம்தான் நீங்கள் மன்னிப்புக் கோர வேண்டும். உங்களை மன்னிப்பதற்கு ஒரு சாமியாருக்கு எந்த சக்தியும் இல்லை. உங்களை மன்னிப்பதற்கு அந்தச் சாமியார் யார்? அவர் உங்களைவிட அதிகப் பாவங்களைச் செய்தவராக இருக்கக்கூடும் என்பதால், எந்தச் சாமியாரிடமும் பாவமன்னிப்புக் கேட்டு நிற்காதீர்கள். மாறாக, உங்கள் பாவங்களுக்கு உங்களிடமே மன்னிப்புக் கேட்டுக் கொள்ளுங்கள். நீங்கள் மோசமானவர் என்று உங்களிடம் நீங்களே கூறிக் கொண்டு, கடவுளிடம் உதவி கேளுங்கள். அப்போது அவர் நிச்சயமாக உங்களுக்கு உதவுவார். இதை நீங்கள் தாராளமாக நம்பலாம். ஆனால் மன்னிப்பும் உதவியும் கேட்கும்போது நீங்கள் முழுமனத்துடனும் உண்மையுடனும் அதைச் செய்ய வேண்டும். அரைகுறை மனத்துடன் நீங்கள் கடவுளின் உதவியை நாடினால், உங்களுக்கு உதவி கிடைக்காது. ஆனால் நீங்கள் மாற வேண்டும் என்பதில் நீங்கள் முற்றிலும் உண்மையாகவும் நேர்மறையாகவும் இருந்தால், கண்ணிமைக்கும் நேரத்தில் நீங்கள் சிறப்பானவராக மாறுவதற்குக் கடவுள் உங்களுக்கு உதவுவார் என்பதற்கு நாங்கள் உத்தரவாதம் அளிக்கிறோம்.

ஒருவன் தன்னை நல்லவனாக நினைத்துக் கொண்டிருக்கிறான், ஆனால் உண்மையில் அவன் நல்லவன் அல்ல என்று வைத்துக் கொள்ளுங்கள். அப்படிப்பட்ட ஆன்மாக்கள் விஷயத்தில் என்ன நடக்கும்? அவர்கள் கடவுளின் விதிகளின்படி செயல்பட்டுக் கொண்டிருப்பதாகப் பலர் நினைக்கின்றனர். ஆனால் தாங்கள் எப்பேற்பட்டப் பாவிகள் என்ற உணர்வு அந்த ஆன்மாக்களுக்கு எள்ளளவுகூட ஏற்படுவதில்லை. "நான் கடவுளை நம்புகிறேன். புனித நூல்களை நான் படிக்கிறேன். நான் தினமும் பிரார்த்தனை செய்கிறேன். ஒவ்வொரு நாளும் அல்லது ஒவ்வொரு வாரமும்

நான் கோவிலுக்குச் செல்கிறேன். நான் அபரிமிதமாக தானதர்மம் செய்கிறேன். ஏழை எளியோருக்கு நான் உணவு வழங்குகிறேன், உடைகளைக் கொடுக்கிறேன், வேலைகள் கொடுக்கிறேன். இதற்கு மேல் ஒருவருக்கு என்ன தேவை? நான் நிச்சயமாக சொர்க்கத்திற்குத்தான் செல்வேன்," என்று அவர்கள் கூறுவர். சொர்க்கத்தின் கதவுகள் தங்களுக்காக அகலத் திறந்திருப்பதாகப் பாவப்பட்ட இந்த ஆன்மாக்கள் நினைக்கின்றனர், ஆனால் சொர்க்கத்திற்கான ஏணியின் கீழ்மட்டப் படியைக்கூட அவர்களால் ஒருபோதும் எட்ட முடியாது. எனவே, நாங்கள் கூறுவதைத் திறந்த மனத்துடன் உன்னிப்பாகச் செவிமடுங்கள். அந்த ஆன்மாக்கள் ஏன் தினமும் ஒரு வழிபாட்டுக் கூடத்திற்குச் செல்கின்றனர்? தாங்கள் சமய நம்பிக்கை உள்ளவர்கள், கடவுளைப் பற்றி அடிக்கடி நினைக்கின்றவர்கள் என்று மற்றவர்கள் நினைக்க வேண்டும் என்பதற்காகச் சிலர் கோவில்களுக்குச் செல்கின்றனர். "சர்வ வல்லமை வாய்ந்த இறைவனை யாராலேனும் முட்டாளாக்க முடியுமா?" என்று உங்களை நீங்களே கேட்டுக் கொள்ளுங்கள். உங்கள் சக மனிதர்களை உங்களால் ஏய்க்க முடியும், ஆனால் கடவுளை ஒருபோதும் உங்களால் முட்டாளாக்க முடியாது. கடவுள்மீது பயம் கொண்டவராக உங்களை நீங்கள் கருதுகிறீர்களா? நீங்கள் உண்மையிலேயே கடவுள்மீது பயபக்தி கொண்டவர் என்றால், கடவுளை முட்டாளாக்க நீங்கள் நினைப்பீர்களா?

அதிகப் பணம், அதிக மகிழ்ச்சி, அதிக வெற்றி ஆகியவற்றைக் கேட்டுச் சிலர் தினமும் அல்லது ஒவ்வொரு வாரமும் ஒரு வழிபாட்டுத் தலத்திற்குச் செல்கின்றனர். இது என்ன கூத்து? நீங்கள் அங்கு செல்வது உங்களுக்காகவே அன்றி இறைவனுக்காக அல்ல. அப்படியென்றால், நீங்கள் உங்கள் சொந்தத் தன்னல நோக்கத்திற்காக அங்கு போய்க் கொண்டிருக்கிறீர்கள். ஒரு தன்னல நோக்கத்தால் சொர்க்கத்திற்கு உங்களைக் கூட்டிச் செல்ல முடியுமா?

நீங்கள் ஏகப்பட்ட தானதர்மங்களைச் செய்து கொண்டிருக்கிறீர்கள் என்று வைத்துக் கொள்வோம். முதலில், நீங்கள் ஏன் அதைச் செய்கிறீர்கள் என்று உங்களை நீங்களே கேளுங்கள். தானம் செய்வதற்குப் பின்னால் இருக்கின்ற உங்கள் உள்நோக்கம் என்ன? உங்கள் உள்நோக்கம்தான் மிகவும் முக்கியமானது. உங்கள் உள்நோக்கம் முற்றிலும் உன்னதமானதாக இருந்தால், எடுத்துக்காட்டாக, யாரோ

ஒருவருக்கு உதவுவது மட்டுமே உங்கள் உள்நோக்கமாக இருந்தால், கடவுள் மகிழ்ச்சியடைவார், தன்னைத் திருப்திப்படுத்துவதற்காக நீங்கள் அக்காரியத்தைச் செய்யவில்லை என்பதை அவர் அறிவார். ஆனால் சொர்க்கத்தை அடைவது உங்கள் உள்நோக்கமாக இருந்து, "நான் ஓர் ஏழைக்கு இதைக் கொடுத்தால், கடவுள் என்னை சொர்க்கத்திற்கு அனுப்புவார்," என்று நினைப்பதன் மூலம் கடவுளை நீங்கள் கவர விரும்புவதாக வைத்துக் கொள்வோம். கடவுள் உங்கள் உள்நோக்கத்தை அறிவார், நீங்கள் நிச்சயமாக சொர்க்கத்திற்கு அனுப்பி வைக்கப்பட மாட்டீர்கள். இதை நீங்கள் உறுதியாக நம்பலாம். உங்களால் ஒருவரையொருவர் முட்டாளாக்கிக் கொள்ள முடியும், உங்களை நீங்களே முட்டாளாக்கிக் கொள்ள முடியும், ஆனால் இறைவனை ஒருபோதும் உங்களால் முட்டாளாக்க முடியாது. எனவே, நீங்கள் செய்கின்ற தர்மகாரியங்களுக்குப் பின்னால் இருக்கின்ற உள்நோக்கம் மிக மிக முக்கியமானது. நீங்கள் எதைச் செய்தாலும் அதில் உண்மையுடன் நடந்து கொள்ளுங்கள். நீங்கள் உண்மையானவராக இருக்கும் பட்சத்தில், ஒரு சிறு பொறிகூட உங்களை சொர்க்கத்திற்கு அழைத்துச் செல்லும். ஆனால் நீங்கள் தன்னலவாதியாகவும் கடவுளை முட்டாளாக்க முயற்சிக்கின்றவராகவும் இருந்தால், நீங்கள் எவ்வளவு அதிகமான தானதர்மங்களைச் செய்தாலும், நீங்கள் நரகத்தில்தான் தள்ளப்படுவீர்கள். எனவே, இது முழுக்க முழுக்க உங்கள் கைகளில்தான் இருக்கிறது, இல்லையா?

16-04-1981

நியாயம்

நம்முடைய செய்கைகள் சரியானவையா அல்லது தவறானவையா என்பதற்குக் கடவுளுக்கு எந்த ஆதாரமும் தேவையில்லை. அவருடைய நியாயத் தீர்ப்பு அப்பழுக்கற்றது. இதற்காக நாங்கள் கடவுளிடம் நன்றியுடன் இருக்கிறோம். உங்கள் உலகில், மிக உயர்ந்த நிலைகளில் உள்ள நீதிபதிகள் வழங்குகின்ற நியாயத் தீர்ப்புகள்கூட எப்போதும் சரியானவையாக இருக்க வேண்டியதில்லை. ஆனால், கடவுளின் நியாயத் தீர்ப்பு எப்போதும் சரியானதாகவே

இருக்கும். ஏனெனில், அவர் உங்களை உள்ளும் புறமும் முழுவதுமாக அறிந்திருக்கிறார். உங்கள் சக மனிதனிடமிருந்து நீங்கள் எதையேனும் மறைக்க முயற்சித்தால், அது அவருக்குத் தெரியாமலேயே இருக்கக்கூடும், ஆனால் கடவுளிடமிருந்து ஒரு துளி விபரத்தைக்கூட உங்களால் மறைக்க முடியாது. அவருடைய நியாயத் தீர்ப்பு எப்போதும் கச்சிதமானதாக இருக்கிறது. இதை நீங்கள் நம்பினால், நீங்கள் ஒருபோதும் தவறிழைக்க மாட்டீர்கள். இது முற்றிலும் உண்மை என்பதையும், நீங்கள் செய்கின்ற மற்றும் சொல்கின்ற அனைத்தும் எப்போதும் பதிவு செய்யப்படுகின்றன என்பதையும் நீங்கள் உணர்ந்து கொள்ள வேண்டும். எனவே, ஓர் ஒழுக்கமான, உண்மையான, மனிதாபிமானத்துடன்கூடிய வாழ்க்கையை வாழுங்கள்.

உங்களை மேம்படுத்திக் கொள்ள முயற்சி செய்யுங்கள். இவ்வுலகில் ஒரு மனிதன்கூடக் கச்சிதமானவன் அல்ல, எனவே உங்களால் மட்டும் எப்படிக் கச்சிதமானவராக இருக்க முடியும் என்று நீங்கள் நினைக்கக்கூடும். என் அன்புக்குரிய வாசகர்களே, ஆவியுலகில் ஓர் உயர்ந்த தளத்தில் இருக்கின்ற நாங்கள்கூடக் கச்சிதமானவர்கள் அல்ல. அப்படி இருக்கும்போது, உங்களால் எப்படிக் கச்சிதமானவராக இருக்க முடியும்?

நல்லவற்றை சுவீகரிப்பதன் மூலமும் மோசமானவற்றைக் கைவிடுவதன் மூலமும் கச்சிதமானவர்களாக ஆவதற்கு நாங்கள் கடினமாக முயற்சி செய்து கொண்டிருக்கிறோம். கடவுளை அடையும் விதத்தில் சுயமேம்பாடு அடைவதே ஒவ்வோர் ஆன்மாவின் இலக்காகவும் இருக்க வேண்டும். கடவுளை அடைவதற்குப் பல யுகங்கள் ஆகும். எனவே, உங்கள் வாழ்வில் எப்போதும் நல்லவற்றைச் செய்யவும், நல்லவற்றையே பேசவும், உங்கள் சக மனிதருக்கு ஒருபோதும் தீங்கு இழைக்காமல் இருக்கவும் கடினமாக முயற்சி செய்யுங்கள். ஒருபோதும் அன்பின்றி நடந்து கொள்ளாதீர்கள். உங்களிடம் இல்லாத ஒன்று உங்களிடம் இருப்பதுபோலப் பாசாங்கு செய்யாதீர்கள். இவற்றையெல்லாம் நீங்கள் அடைவது சாத்தியம்தான், ஆனால் அது குறித்த உண்மையான ஆழ்விருப்பம் உங்களுக்கு இருக்க வேண்டும்.

தற்போது நீங்கள் புவியுலகில் இருந்து கொண்டிருப்பதால், உங்களை மேம்படுத்திக் கொள்வதற்கான வாய்ப்பு உங்களுக்கு இருக்கிறது. நீங்கள் ஆவியுலகிற்குள் வந்த பிறகு,

உங்கள் முன்னேற்றம் மெதுவாகவே இருக்கும். எனவே, நீங்கள் உண்மையிலேயே உங்களை மேம்படுத்திக் கொள்ள விரும்பினால், அதை இப்போதே செய்யுங்கள். ஆம், இக்கணம்தான் மிகவும் முக்கியம்.

ஆவியுடனான உரையாடல்கள்

நாம் எல்லோருமே நம்மை மேம்படுத்த முயற்சி செய்து கொண்டிருக்கிறோம். நீங்கள் பூவுலகத் தளத்தில் முயற்சிக்கிறீர்கள், நாங்கள் ஆவியுலகத் தளத்தில் முயற்சிக்கிறோம். ஆனால் நம் இருவருக்கும் இடையே ஒரு பரந்த வேறுபாடு இருக்கிறது. அனைத்து உண்மைகளையும் உங்களால் தெரிந்து கொள்ள முடியாது, ஆனால் பெரும்பாலான உண்மைகளை நாங்கள் அறிவோம். உங்கள் சக மனிதர்கள் எவ்வளவு மோசமானவர்கள் அல்லது எவ்வளவு நல்லவர்கள் என்பதை நீங்கள் அறிய மாட்டீர்கள், ஆனால் ஓர் ஆன்மா எவ்வளவு நல்லது அல்லது எவ்வளவு மோசமானது என்பதை நாங்கள் துல்லியமாக அறிவோம். அடுத்தவருடைய மனத்தில் இருக்கும் விஷயங்களை உங்களால் அறிந்து கொள்ள முடியாது. ஒரு குறிப்பிட்ட நிலைவரை எங்களால் அடுத்தவருடைய மனத்தை அறிந்து கொள்ள முடியும். எங்களைப் பார்க்கவோ அல்லது நாங்கள் பேசுவதைக் கேட்கவோ உங்களால் முடியாது, ஆனால் எங்களால் உங்களைப் பார்க்க முடியும், நீங்கள் கூறுவதைக் கேட்க முடியும், உங்களுடைய மனங்களையும் எண்ணங்களையும்கூட எங்களால் அறிந்து கொள்ள முடியும். எனவே, உங்களைப் பற்றி நீங்கள் தெரிந்து வைத்திருப்பதைவிட அதிகச் சிறப்பாக உங்களைப் பற்றி எங்களால் அறிந்து கொள்ள முடியும்.

இவையெல்லாம் அபத்தம் என்று நீங்கள் நினைத்தால், நான் உங்களுக்கு ஓர் எடுத்துக்காட்டைக் கொடுக்கிறேன். எங்களுக்காக எழுதிக் கொண்டிருக்கின்ற எங்கள் அன்புக்குரிய தாயார், தன்னைச் சுற்றி இருந்த சிலர் உண்மையிலேயே எப்படிப்பட்டவர்கள் என்பதை ஒருபோதும் உணர்ந்ததில்லை. குறிப்பிட்ட ஒரு நபரைப் பற்றி எங்கள் தாயார் ஒரு மோசமான அபிப்பிராயத்தைக் கொண்டிருந்தார், ஆனால் அந்நபர் உண்மையிலேயே ஒரு நல்ல ஆன்மா என்பதை நாங்கள் கண்டோம். நல்ல ஆன்மாக்கள் என்று என் தாயார் நம்பிய சிலர், உண்மையிலேயே பெரிய பாசாங்குக்காரர்களாகவும்

பொறாமைக்காரர்களாகவும் தீங்கு விளைவிப்பவர்களாகவும் இருந்ததை நாங்கள் பார்த்தோம். எனவே நாங்கள் அவருக்கு அறிவுறுத்தினோம். முதலில் அவர் எங்களை நம்பவில்லை, ஆனால் அந்நபர்களைப் பற்றி எங்கள் பெற்றோர் இருவரும் அக்கம்பக்கத்தில் விசாரித்தபோது, நாங்கள் கூறியது உண்மை என்பதைக் கண்டு ஆச்சரியம் கொண்டனர். தங்களுக்கு அருகே இருந்த சில ஆன்மாக்கள் உண்மையிலேயே எவ்வளவு மோசமானவர்கள், எவ்வளவு பெரிய பாவிகள் என்பதைப் பற்றி நாங்கள் தங்களுக்குக் கூறியிருக்காவிட்டால், தங்களால் அந்த உண்மையை ஒருபோதும் கண்டுபிடித்திருக்க முடியாது என்பதை அவர்கள் உணர்ந்தனர்.

எனவே, என் அன்புக்குரிய வாசகர்களே, ஆவியுலகில் இருக்கின்ற உங்கள் அன்புக்குரிய நபர்களோடு உங்களால் உரையாடலில் ஈடுபட முடிந்தால், அவர்களுடைய வழிகாட்டுதலை நீங்கள் பின்பற்றி நடந்தால், யார் நல்லவர்கள் என்பதையும் யார் கெட்டவர்கள் என்பதையும் நிச்சயமாக உங்களால் கண்டுகொள்ள முடியும். இவ்வழியில், யாரை நம்பலாம், யாரை நம்பக்கூடாது என்பதை நீங்கள் அறிந்து கொள்ளலாம்.

பல விஷயங்கள் குறித்து உங்களுக்குத் திட்டவட்டமான கருத்துக்கள் இருக்கின்றன. நீங்கள் தவறு செய்வதற்கு அவைதான் காரணமாக இருக்கின்றன. அதனால்தான் இந்தக் கருத்துப் பரிமாற்றத்தின் வாயிலாக நாங்கள் உங்களை வழிநடத்திக் கொண்டிருக்கிறோம். தீய ஆன்மாக்கள் மேம்படுவது மிகவும் கடினம், ஆனால் அவர்களுக்கு உங்கள்மீது நம்பிக்கை ஏற்படும்படி செய்வதில் நீங்கள் வெற்றி பெற்றுவிட்டால், அவர்களை மேம்படுத்துவதற்குக்கூட எண்ணற்ற வாய்ப்புகள் இருக்கின்றன. ஆவிகளுடனான உரையாடல்களின் வாயிலாக அற்புதமான, எண்ணற்ற விஷயங்கள் நிகழ்ந்துள்ளன. இப்பூவுலகைவிட்டு நீங்கிவிட்டத் தங்கள் அன்புக்குரியவர்களிடமிருந்து கிடைக்கின்ற ஒரு செய்தியை, சம்பந்தப்பட்ட மக்களுக்குத் தெரிவிப்பதன் வாயிலாக, அவர்களுடைய துயரங்களிலிருந்து அவர்களை உங்களால் விடுவிக்க முடியும். எல்லோராலும் ஆவியுலகிலிருந்து செய்திகளைப் பெற முடியாது, ஆனால் யாரால் அது முடிகிறதோ, மற்றவர்களுக்கு உதவ அவர்கள் தயாராக இருக்கிறார்கள் என்பதை நாங்கள் உறுதியாக அறிவோம். பூவுலக மக்கள் சில சமயங்களில் முட்டாள்தனமாக

நடந்து கொள்கின்றனர் என்பதை வருத்தத்தோடு நான் இங்கு குறிப்பிட விரும்புகிறேன். அவர்களுடைய வாய்களுக்கு அருகே ஒரு கோப்பை நிறைய மகிழ்ச்சி இருந்தால்கூட அது அவர்களுக்கு விஷமாகத்தான் தோன்றுகிறது. ஆவிகளுடனான உரையாடல்கள்மீதும் இறப்பிற்குப் பிந்தைய வாழ்க்கையின்மீதும் ஆன்மாவின்மீதும் அவர்கள் நம்பிக்கை கொள்ளாமல் இருப்பது முட்டாள்தனமானது. அப்படிப்பட்ட ஆன்மாக்கள் குறித்து நாங்கள் வருந்துகிறோம். ஏனெனில், அவர்கள் ஆவியுலகிற்குள் வரும்போது, அவர்கள் பெரும் அதிர்ச்சிக்கு உள்ளாகின்றனர்.

18-04-1981

ஒரு முதியவரையும் ஒரு சிற்றோடையையும் பற்றிய ஒரு கதை

ஆவியுலகில் சில நாட்களுக்கு முன்பு எங்களுக்கு நடந்த ஒன்றைப் பற்றிய ஒரு நல்ல கதையை இப்போது நாங்கள் உங்களுக்குக் கூற விரும்புகிறோம். எங்களுக்குப் பிடித்தமான ஒரு சிற்றோடைக்கு அருகே ஒரு முதியவர் உட்கார்ந்து கொண்டிருந்தார். ஆவியுலகில் ஒரு முதியவரைப் பார்ப்பது மிகவும் அரிதானது. ஏனெனில், ஓர் ஆன்மாவின் அறிவு முதிர்ச்சி அடையும்போது, இங்கு அந்த ஆன்மா மேன்மேலும் இளமையுறுகிறார். எனவே, அந்த முதியவரை இங்கு பார்த்து நாங்கள் ஆச்சரியமடைந்தோம்.

"ஐயா, நீங்கள் இங்கு புதிதாக வந்திருக்கிறீர்களா?" என்று நாங்கள் கேட்டோம்.

"ஆமாம், அது எப்படி உங்களுக்குத் தெரியும்?" என்று அவர் கேட்டார்.

"எங்கள் உள்ளுணர்வு எங்களுக்குத் தெரிவித்தது!" என்று நாங்கள் கூறினோம்.

"நீங்கள் அறிவார்ந்த இளைஞர்களாகத் தெரிகிறீர்கள். எனவே, என் வீட்டிற்கான வழியை நீங்கள் எனக்குக் காட்டுவீர்கள் என்று நான் உறுதியாக நம்புகிறேன்," என்று அவர் கூறினார்.

"உங்கள் வீடு எங்கே இருக்கிறது?" என்று நாங்கள் அவரிடம் கேட்டோம். பூமியில் தன் வீட்டின் முகவரியை அவர் எங்களுக்குக் கொடுத்தார்.

இதைக் கேட்டு நாங்கள் கலகலவென்று சிரித்துவிட்டு, "ஐயா, நீங்கள் இப்போது பூமியில் இல்லை. நீங்கள் ஆவியுலகில் இருக்கிறீர்கள்," என்று அவரிடம் கூறினோம். ஆவியுலகிற்கு அவர் புதிதாக வந்திருந்ததாக நாங்கள் அவரிடம் தெரிவித்தோம்.

நாங்கள் ஏதோ ஒரு மனநலக் காப்பகத்திலிருந்து வந்திருந்ததுபோல அவர் எங்களைப் பார்த்தார். பிறகு சற்றுப் பணிவோடு, "நான் எப்படியோ இந்த விடுமுறை வாசஸ்தலத்திற்கு வந்து சேர்ந்திருக்கிறேன். இந்த இடம் எனக்குப் புதியது," என்று கூறினார்.

"விடுமுறையா?" என்று கேட்ட நாங்கள், "ஐயா, நீங்கள் உங்கள் விடுமுறையைக் கழித்துவிட்டு இப்போது உங்கள் வீட்டிற்குத் திரும்பி வந்திருக்கிறீர்கள்," என்று கூறினோம்.

அதற்கு அவர், "அடக் கடவுளே, இவர்கள் உண்மையிலேயே பைத்தியக்காரர்கள்தான். நான் இங்கிருந்து ஓடிவிட வேண்டும்," என்று கூறிவிட்டு அங்கிருந்து ஓட்டமெடுத்தார். நாங்கள் அவருக்காக வருந்தினோம். எனவே, எங்கள் உலகின் உயர்ந்த ஆன்மாக்களில் ஒருவரை எங்களுடன் வருமாறு அழைத்து, அந்த முதியவரை நாங்கள் மீண்டும் அணுகினோம்.

எங்களைக் கண்டதும் அவருடைய முகம் வெளிறியது. பிறகு அவர், "ஐயோ கடவுளே, இப்போது மூன்று பைத்தியங்கள் வந்துவிட்டனவே! நான் என்ன செய்வது?" என்று புலம்பினார். பிறகு உரத்தக் குரலில் அவர் ஒரு பெயரைச் சொல்லி அழைக்கத் தொடங்கினார். பூமியில் வாழ்ந்து கொண்டிருந்த அவருடைய மகனின் பெயர் அது என்பதைப் பின்னர் நாங்கள் தெரிந்து கொண்டோம். சூழ்நிலையை அவருக்கு விளக்க நாங்கள் எவ்வளவு முயன்றும்கூட, ஆவியுலகம் அழகானது என்பதையும், பூமியில் மரணத்தைத் தழுவிய பிறகு இப்படிப்பட்ட ஓர் அழகான இடத்தில் ஒருவரால் வாழ முடியும் என்பதையும் நம்ப அவர் முற்றிலும் மறுத்துவிட்டார்.

சூழ்நிலையை அவருக்குத் தெளிவுபடுத்த உயர் ஆன்மாக்கள் அதிகமானோரை நாங்கள் அழைக்க வேண்டியிருந்தது. நாங்கள் அனைவருமாகச் சேர்ந்து அவருக்கு எல்லாவற்றையும் விளக்கினோம், ஆவியுலகை நாங்கள் அவருக்குச் சுற்றிக் காட்டினோம். சிறிது நேரத்திற்குப் பிறகு அவர் எங்கள்மீது

நம்பிக்கை கொண்டார், நாங்கள் உண்மையைத்தான் கூறிக் கொண்டிருந்தோம் என்பதை அவர் உணர்ந்து கொண்டார். பிறகு அவர் எங்களிடம் நட்புடன் பழகத் தொடங்கினார். "நான் பூமியில் இருந்தவரை மரணம் குறித்து பயந்தேன். ஏனெனில், மரணத்திற்குப் பிறகு, தேவதைகளால் மட்டுமே பறந்து செல்ல முடிகின்ற, வறண்டு போன ஒரு மேகத்தில் நாம் ஓர் அமைதியான, நிரந்தரமான தூக்கத்தில் மூழ்கிவிடுவோம் என்று நான் நினைத்தேன்," என்று அவர் கூறினார்.

நாங்கள் அவர் கூறியதைக் கேட்டுச் சிரித்துவிட்டு, ஆவியுலகில் தேவதைகள் பறந்து சென்று நாங்கள் ஒருபோதும் பார்த்ததில்லை என்று அவரிடம் கூறினோம். அதற்கு அவர், "ஓ! அப்படியென்றால் நாம் சொர்க்கத்தில் இல்லை என்று அர்த்தம். சொர்க்கம் இன்னும் எவ்வளவு அழகாக இருக்க வேண்டும்!" என்று கூறினார்.

நாங்கள் மீண்டும் சிரித்துவிட்டு, "இது ஓர் உயர்வான தளம். இதுதான் சொர்க்கம். ஆனால், எல்லாவற்றையும்விட மிக உயர்ந்த தளம்தான் மிகவும் அழகானது. அது நம் கற்பனைக்கு அப்பாற்பட்டது," என்று கூறினோம். அவருடைய ஆழ்மனம்[2] அப்போது மெல்ல மெல்லத் திறக்கத் தொடங்கியது. ஞானம் அவருடைய ஆழ்மனத்திற்குள் ஊடுருவிச் செல்லச் செல்ல, அவருடைய முதுமை சற்றுக் குறைந்தது. அவருடைய அறிவு சற்றுக் கூடியது என்றாலும், அவர் கற்றுக் கொள்வதற்கு இன்னும் ஏராளமான விஷயங்கள் இருந்தன. 'நிரந்த அமைதிக்கான' தளம் மிகவும் அழகாக இருந்ததையும், ஓய்வெடுப்பதற்கு பதிலாக நாங்கள் அனைவரும் துடிப்பாகவும் உற்சாகமாகவும் வலம் வந்து கொண்டிருந்ததையும் கண்டு அவர் ஆச்சரியமடைந்தார்.

பூலோக மக்கள் ஆவியுலகைப் பற்றி எவ்வளவு அறியாமையோடு இருக்கிறார்கள் என்பதையும், ஆவியுலகம் உண்மையிலேயே எப்படிப்பட்டது என்பதை அவர்கள் கண்டுபிடிக்கும்போது அவர்கள் எவ்வளவு நிலைகுலைந்து போய்விடுகிறார்கள் என்பதையும் இக்கதையிலிருந்து உங்களால் உணர்ந்து கொள்ள முடியும். எனவே, எங்கள் அன்புக்குரிய பூலோகவாசிகளே, ஆவியுலகிற்கு வருவதற்கு

---

2. விஸ்பியைப் பொருத்தவரை, ஆழ்மனம்தான் உங்களுடைய உண்மையான ஆன்மீக மனம். உயர்ந்த மனம் என்றும், மனசாட்சி என்றும்கூட அது அழைக்கப்படுகிறது. ஆழ்மனம் பற்றிய பிற வரையறைகளோடு இதை நீங்கள் குழப்பிக் கொள்ளக்கூடாது.

ஆவிகளுடனான உரையாடல்கள் மூலம் உங்களைத் தயார்படுத்திக் கொள்ளுங்கள். கடவுளின் நல்வழிப் பாதையைப் பின்பற்றி உங்கள் வாழ்க்கையை நடத்துங்கள். உயர்ந்த தளங்களை அப்போது உங்களால் அடைய முடியும்.

19-04-1981

கடவுளின் விதிகளைப் புரிந்து கொள்ளுதல்

பூலோக மக்கள் இறைவனின் உண்மையான விதிகள் குறித்து அறியாதவர்களாக இருப்பதால், அவற்றை அவர்களுக்கு நாங்கள் எடுத்துரைக்க வேண்டும் என்று எங்கள் சக ஆவிகள் விரும்புகின்றனர். நாங்கள் அம்மக்களுக்கு இந்த அறிவைக் கொடுக்க விரும்புகிறோம். அவர்கள் எங்களை நம்புவார்கள் என்றும், மனிதகுலத்தின் நன்மைக்காக அவர்கள் இந்த அறிவைப் பயன்படுத்துவார்கள் என்றும் நாங்கள் முழுமையாக நம்புகிறோம். சர்வ வல்லமை வாய்ந்த இறைவனின் விதிகளிலிருந்து உங்களை முற்றிலுமாக விலக்கிக் கூட்டிச் செல்கின்ற பல பொய்யான கருத்துக்கள் இருக்கின்றன.

கடவுளின் பல விதிகள் மக்களால் தவறாகப் புரிந்து கொள்ளப்பட்டுள்ளன. பின்வரும் விளையாட்டை நீங்கள் விளையாடிப் பாருங்கள். நாங்கள் சிறுவர்களாக இருந்தபோது, கேளிக்கை விருந்துகளில் இந்த விளையாட்டை விளையாடினோம். நீங்கள் ஒருசிலரைச் சேர்த்துக் கொண்டு ஒரு வட்டமாக அமர்ந்து கொள்ளுங்கள். முதலில் ஒரு நபர் ஒரு வாக்கியத்தைத் தனக்குப் பக்கத்தில் அமர்ந்திருப்பவரின் காதில் கிசுகிசுப்பான குரலில் கூற வேண்டும். அந்த இரண்டாம் நபர், அந்த வாக்கியத்தைத் தனக்குப் பக்கத்தில் இருப்பவரின் காதில் கூற வேண்டும். இப்படியே ஒவ்வொரு நபராக எல்லோரிடமும் கூறப்பட்டு, இறுதியில், அந்த வாக்கியத்தை முதலில் கூறியவரிடம் அது வந்து சேரும்போது, அவர் முதலில் கூறிய வாக்கியத்திலிருந்து அது முற்றிலும் வித்தியாசமானதாக இருக்கும். இதேபோல, கடவுளின் விதிகளும் ஒரு புள்ளியிலிருந்து துவங்கின. அவை அங்கு முற்றிலும் சரியாக இருந்தன. ஆனால் பல்வேறு காலகட்டங்களின் ஊடாக அவை பயணித்து வந்தபோது, சில உண்மைகள் மாற்றப்பட்டன. அவை முழுமையாக மாற்றப்படவில்லை, ஆனால் ஓரளவுக்கு மாற்றப்பட்டன.

20-04-1981

நாங்கள் இறந்த விதமும் ஆவியுலகின் தளங்களும்

ஆவியுலகில் நாங்கள் எப்படி வாழ்கிறோம் என்பதையும், கடவுளின் விதிகளை நீங்கள் பின்பற்றி நடந்து ஒரு நல்ல வாழ்க்கையை வாழ்வதன் மூலம் எப்படி ஓர் அற்புதமான ஆவியுலகை உங்களால் வந்தடைய முடியும் என்பதையும் நீங்கள் புரிந்து கொள்ளும் விதத்தில் ஆவியுலகைப் பற்றிய அதிகமான விஷயங்களை நாங்கள் இப்போது உங்களுக்கு எடுத்துரைக்க விரும்புகிறோம். தாழ்வான நிலையில் உள்ள தளங்கள் எப்படிப்பட்டவை என்பதையும், ஆவியுலகில் தீய ஆன்மாக்களுக்கு என்ன காத்திருக்கின்றன என்பதையும், நல்ல ஆன்மாக்களுக்கு என்ன காத்திருக்கின்றன என்பதையும் நாங்கள் உங்களுக்குத் தெரிவிக்க விரும்புகிறோம்.

நாங்கள் எங்கள் மரணத்திலிருந்து துவக்குகிறோம். எங்களுக்கு என்ன நிகழ்ந்தது, நாங்கள் எப்படி ஆவியுலகிற்கு வந்தோம், ஆவியுலகம் எங்கே இருக்கிறது ஆகியவற்றை நாங்கள் உங்களுக்குக் கூறுகிறோம்.

நாங்கள் எங்கள் காரில் மெதுவாகவும் சீராகவும் பயணித்துக் கொண்டிருந்தோம். ஒருசில மணிநேரத்திற்கு முன்பாகத்தான் எங்கள் காரின் எஞ்சினை நாங்கள் பழுது பார்த்திருந்ததால், நாங்கள் அதை ஓட்டிப் பார்க்க வேண்டியிருந்தது. நாங்கள் நெடுஞ்சாலையில் பயணித்துக் கொண்டிருந்தோம். விஸ்பியான நான் மெதுவாகக் காரை ஓட்டிச் சென்று கொண்டிருந்தபோது, உடனிருந்த மற்ற அனைவரும் தூங்கிப் போயிருந்ததை நான் கண்டேன். சாலையில் அதிகமான மேடுபள்ளங்கள் இருந்ததால், வேகமாகச் சென்றால் கார் அதிகமாகக் குலுங்கி எல்லோருடைய தூக்கத்தையும் கெடுத்துவிடும் என்று நினைத்து நான் என் வேகத்தை மேலும் குறைத்தேன்.

நாங்கள் எங்கள் பூலோக வீட்டை நோக்கிச் சென்று கொண்டிருந்தோம். ஆனால் யதார்த்தத்தில், எங்களுடைய சொர்க்கலோக வீட்டை, அதாவது, ஆவியுலகிலுள்ள எங்கள் உண்மையான வீட்டை நோக்கித்தான் நாங்கள் பயணித்துக் கொண்டிருந்தோம் என்பதை நானும் என் சகோதரன் ரத்தூவும் ஒருபோதும் உணரவில்லை.

திடீரென்று, கொடூரமான பெரிய உருவம் ஒன்று என் வழியில் குறுக்கே வந்தது. அது கருப்பாகவும் பெரிதாகவும் பயங்கரமாகவும் இருந்தது. நான் என் காரை லேசாக இடப்பக்கமாக ஒடித்து பிரேக் போட முயன்றேன். ஆனால் காரில் பிரேக் பிடிக்கவில்லை. அப்போது எனக்கு நேரெதிரே ஒரு மரத்தை நான் பார்த்தேன். எங்கள் கார் அந்த மரத்தின்மீது மோதியது.

பிறகு நான் என் உடலுக்கு வெளியே இருந்து என்னைப் பார்த்தேன். என் ஸ்தூல உடல் அங்கிருந்த புல்லின்மீது கிடந்ததை நான் கண்டேன். நான் இனியும் என் உடலில் குடிகொண்டிருக்கவில்லை என்பதையும், நான் என் உடலிலிருந்து தனித்து இருந்ததையும் நான் உணர்ந்தேன். நான் இப்போது என் ஆவியுடலில் இருந்தேன். அந்த உடல் லேசானதாக இருந்தது. எனக்கு எந்தவிதமான வலியும் அசௌகரியமும் இருக்கவில்லை என்பதையும் நான் உணர்ந்தேன். பூமியைப் பொருத்தவரை நான் இறந்துவிட்டேன் என்பதை அப்போதுதான் நான் அறிந்தேன். நான் சுற்றுமுற்றும் பார்த்தேன், ஆனால் யாரையும் என்னால் அங்கு காண முடியவில்லை. அப்போது என் உதடுகளிலிருந்து ஓர் உரத்தக் கூப்பாடு வெளிவந்தது: "கடவுளே, ஆவியுலகிற்குள் என்னை வரவேற்க யாரும் வரவில்லையே!" ஒருசில நொடிகளுக்குப் பிறகு, எனக்குப் பக்கத்தில் ஓர் ஆன்மா நின்று கொண்டிருந்ததை நான் கவனித்தேன். அந்த ஆன்மா என் சகோதரன் ரத்துவைப்போல எனக்குத் தோன்றினார். நான் அந்த ஆன்மாவைக் கட்டியணைத்து முத்தமிட்டுவிட்டு, "ரத்து, நாம் இருவரும் ஒன்றாகவாவது இருக்கிறோமே," என்று கூறினேன். அந்த ஆன்மா என்னைப் பார்த்துப் புன்னகைத்துவிட்டு, "விஸ்பி, நான் ரத்து அல்ல. ரத்து அங்கே கிடக்கிறான். அவனுடைய ஸ்தூல உடலில் இன்னும் சுவாசம் ஓட்டிக் கொண்டிருக்கிறது," என்று கூறினார். நான் மேலே இருந்து ரத்துவைப் பார்த்தேன். ஆனால் என் அருகே இருந்த ஆன்மா எனக்கு ரத்துவைப்போலவே தோன்றியதால், நான் அந்த ஆன்மாவிடம் மன்றாடினேன்: "நீங்கள் யாராக இருந்தாலும் சரி, தயவு செய்து ரத்துவைக் காப்பாற்றுங்கள். அவன் இறந்து போகாமல் பார்த்துக் கொள்ளுங்கள். இல்லையென்றால், பூமியில் என் தாயும் தந்தையும் தனிமையில் விடப்படுவார்கள். யார் அவர்களைப் பார்த்துக் கொள்வார்கள்?" அந்த ஆன்மா என்னிடம் அன்பாக இப்படிக் கூறினார்: "என் அன்புக்குரிய விஸ்பி!

ரத்தூ இறக்காமல் பார்த்துக் கொள்வது நம் கைகளில் இல்லை, அது கடவுளின் கைகளில் உள்ளது. விஸ்பி, நான் உன்னுடைய தாத்தா." அது என் தாயாரின் தந்தை. அவரை நாங்கள் 'பாப்பா' அல்லது 'பாப்ஸி' என்று அழைத்தோம். எனக்கு அவரை அடையாளம் தெரியவில்லை. ஏனெனில், 1974ல் அவர் இறந்தபோது இருந்ததைவிட இப்போது மிகவும் இளமையாக இருந்தார். அவர் இறந்து போன சமயத்தில் அவருக்குத் தொண்ணூற்று மூன்று வயது. ஆனால் இப்போது 1980ல் நாங்கள் இப்பூவுலகைத் துறந்தபோது, அவர் சுமார் முப்பது வயது குறைந்தவராகக் காணப்பட்டார். அவர் என் சகோதரன் ரத்தூவைப்போலவே இருந்தார். நான் அவரைக் கட்டியணைத்துவிட்டு, ரத்தூவைக் காப்பாற்ற ஏதேனும் செய்யும்படி மீண்டும் அவரிடம் கோரினேன்.

"விஸ்பி, அது நம் கைகளில் இல்லை. இச்சூழ்நிலை எனக்கும் துயரத்தைக் கொடுக்கிறது. எனவே, நாம் கடவுளிடம் பிரார்த்தனை செய்யலாம். நீங்கள் இருவரும் இல்லாமல் என் அன்பு மகள் என்ன செய்வாள்?" என்று என் தாத்தா கூறினார். நாங்கள் இருவரும் கைகோர்த்துக் கொண்டு பிரார்த்தனை செய்யத் தொடங்கியபோது, ரத்தூவும் தன் ஸ்தூல உடலை நீத்தான். நாங்கள் எங்கள் பெற்றோரை நினைத்தபடி அங்கு வருத்தத்தோடும் துயரத்தோடும் நின்றோம்.

ரத்தூ என்னைப் பார்த்தான்; பிறகு, மரத்தின்மீது மோதிச் சேதமடைந்திருந்த எங்கள் காரைப் பார்த்தான். ஆனால் தன் ஸ்தூல உடல் அங்கிருந்த புல்வெளியின்மீது கிடந்ததை அவன் பார்க்கவில்லை. "நீ என் காரை என்ன செய்தாய்?" என்று என்னிடம் அவன் தன் தொண்டை கிழியக் கத்தினான். அவனுடைய குரல் மிகவும் கரகரப்பானது. நான் பூமியில் அக்குரலைக் கேட்டிருக்கிறேன். ஆனால் இப்போது அவனுடைய குரல் மிகவும் சத்தமாக இருந்தது.

அப்போது எங்கள் தாத்தா அவனைப் பார்த்தார். உடனே அவர் அவனை அடையாளம் கண்டுகொண்டார். "தாத்தா, நீங்கள் எப்படி இங்கே இருக்கிறீர்கள்? நான் எங்கே இருக்கிறேன்? தாத்தா, நீங்கள் இறந்துவிட்டீர்கள், இல்லையா? நீங்கள் இங்கே என்ன செய்து கொண்டிருக்கிறீர்கள்?" என்று ரத்தூ கேட்டான். பிறகு அவன் என்னிடம் திரும்பி, "நீ என் காரை எப்படிச் சேதப்படுத்தினாய்?" என்று மீண்டும் கேட்டான்.

பூமியைப் பொருத்தவரை நாங்கள் இறந்துவிட்டிருந்தோம் என்பதை நானும் என் தாத்தாவும் அவனுக்கு விளக்கினோம். ரத்தூவும் என்னைப்போலவே, "கடவுளே, என் தாயாருக்கும் தந்தைக்கும் என்ன நேரும்?" என்று கேட்டான்.

எங்கள் அன்புக்குரிய தாயாருக்காகவும், தந்தைக்காகவும், விஸ்பியின் இரண்டரை வயது மகளான ஜீனாவுக்காகவும் நாங்கள் மீண்டும் எங்கள் ஸ்தூல உடல்களுக்குள் நுழைவதற்கு ஏதேனும் வழி இருந்ததா என்று யோசித்தபடி, எங்கள் உடல்களைப் பார்த்தவாறு அங்கு உட்கார்ந்து கொண்டிருந்தோம், ஆனால் மேலே வந்து சேரும்படி எங்களுக்கு அழைப்பு விடுக்கப்பட்டது. எங்கள் நண்பர்கள் மற்றும் உறவினர்கள் சிலரும் அங்கு வந்தனர். நாங்கள் எல்லோரும் ஒன்றாகச் சேர்ந்து செல்லத் தயாரானோம். பேரான்மா[3] ஒருவர் எங்களிடையே இருந்தார். அவர் எங்களிடம், "விஸ்பி, ரத்தூ! நீங்கள் இருவரும் உங்கள் கண்களை மூடிக் கொள்ளுங்கள்," என்று கூறினார். நாங்கள் அதிவேகத்தில் மேலே சென்று கொண்டிருந்தது போன்ற ஓர் உணர்வு எங்களுக்கு ஏற்பட்டது. நாங்கள் வந்தடைய வேண்டிய இடத்திற்கு நாங்கள் வந்தவுடன், கண்களைத் திறக்கும்படி எங்களிடம் கூறப்பட்டது. நாங்கள் இருவரும் எங்கள் கண்களைத் திறந்தபோது, மிக அற்புதமான ஓர் இடத்தை நாங்கள் அங்கே பார்த்தோம். எங்களுடைய அழகான ஆவியுலகம்தான் அது.

நாங்கள் மிகுந்த வருத்தத்தோடும் அதிர்ச்சியடைந்தும் இருந்ததால், உயர்நிலையில் இருந்த ஒருசில நல்ல ஆன்மாக்கள் எங்களை ஒரு பெரிய அரங்கிற்குக் கூட்டிச் சென்றனர். 'ஓய்வு அரங்கம்' என்று அதற்குப் பெயர். மெல்லிய இறகு போன்ற மென்மையான ஒரு கட்டில்மீது படுத்துக் கொள்ளும்படி எங்களிடம் கேட்டுக் கொள்ளப்பட்டது. மேகம் போன்ற அந்தக் கட்டிலின்மீது படுத்த நாங்கள் விரைவில் தூங்கிப் போனோம்.

சிறிது நேரத்திற்குப் பிறகு நான் கண்விழித்தபோது, என் அருகே படுத்திருந்த ரத்தூவிற்குச் சில கதிர்கள் கொடுக்கப்பட்டுக் கொண்டிருந்ததை நான் கண்டேன். ஒரு பேரான்மா என்னிடம் வந்து, தன்னைப் பின்தொடர்ந்து

---

3. பேரான்மா என்பது ஆறாவது தளத்தின் ஏழாவது நிலையையும் அதற்கு மேலான தளத்தையும் சேர்ந்த ஓர் ஆன்மாவைக் குறிக்கிறது.

வரும்படி என்னிடம் கூறினார். "ரத்தூ இன்னும் முழுமையாக ஓய்வெடுத்து முடிக்கவில்லை. எனவே நான் இங்கு அவனுடன் இருந்தாக வேண்டும்," என்று நான் கூறினேன். அதற்கு அவர், "இல்லை, நீ என்னுடன் வந்தாக வேண்டும். இனிமேல் உன்னால் இங்கு இருக்க முடியாது. ரத்தூ நன்றாக ஓய்வெடுத்து முடித்தப் பிறகு வெளியே வந்து உன்னை சந்திப்பான்," என்று கூறினார். பிறகு அவர் என்னை வெளியே கூட்டிச் சென்றார். நாங்கள் அந்த ஓய்வரங்கைவிட்டு வெளியே வருவதற்காக என் தாத்தாவும் நண்பர்களும் உறவினர்களும் அங்கு காத்துக் கொண்டிருந்ததை நான் பார்த்தேன். சிறிது நேரத்திற்குப் பிறகு ரத்தூவும் வெளியே வந்தான். நாங்கள் இனி எங்கள் பெற்றோரிடம் திரும்பிச் செல்ல முடியாது என்பதை நாங்கள் உணர்ந்து கொண்டதால், இந்தப் பேரிழப்பை அவர்கள் துணிச்சலாக எதிர்கொண்டு சமாளிப்பதற்கு அவர்களுக்கு உதவப் போவதாக நாங்கள் தீர்மானித்தோம்.

21-04-1981

ஏழு தளங்கள்

நீங்கள் சிறிது காலமோ அல்லது நீண்டகாலமோ நோய்வாய்ப்பட்டிருந்து இறந்து போய் இங்கு வந்தால், உங்களுக்கு முன்னால் மரணமடைந்த உங்கள் நண்பர்களும் உங்கள் உறவினர்களும் உங்களை வரவேற்பதற்கு இங்கே காத்துக் கொண்டிருப்பார்கள். ஆனால் உங்கள் மரணம் திடீரென்று நிகழ்ந்திருந்தால், உங்களை வரவேற்க அவர்கள் இங்கு வருவதற்குச் சற்றுத் தாமதமாகும். ஆனால் அவர்கள் நிச்சயமாக வருவார்கள் நீங்கள் கீழ்மட்டத் தளங்களில் இல்லாதவரை! நீங்கள் கீழ்மட்டத் தளங்களில் எதிலேனும் இருந்தால், உங்களை வரவேற்க நல்ல ஆன்மாக்கள் எவரும் அங்கு காத்திருக்க மாட்டார்கள். ஆனால், உங்களைக் கீழ்மட்டத் தளங்களுக்கு அழைத்துச் செல்வதற்குத் தீய ஆன்மாக்கள் தயாராக இருப்பர்.

ஆவியுலகில் ஏழு தளங்கள் இருக்கின்றன. ஒவ்வொரு தளத்திலும் பூஜ்யத்திலிருந்து ஒன்பதுவரையிலான பத்து நிலைகள் இருக்கின்றன. எனவே, தளம் 1 - 0 என்றால், முதலாவது தளத்தின் பூஜ்ய நிலை என்று பொருள்.

1வது தளம்: இதுதான் இருப்பதிலேயே மிகவும் கீழ்மட்டத் தளமாகும். இதுதான் மிக இருண்ட தளமும்கூட. இத்தளம் பூமிக்கு மிக அருகே இருக்கிறது. இது மிகவும் பயங்கரமான தளம். எதுவுமே முளைக்காத வெற்றுப் பாறைகளும், ஊர்ந்தும் நெளிந்தும் செல்லும் உயிரினங்களும் இங்கு இருக்கின்றன. சிதைந்த உடல்களையும், கொடூரமான மனங்களையும், மோசமான உணர்வுகளையும் கொண்ட மனித ஆன்மாக்கள் இங்கு இருக்கின்றனர். அவர்களுடைய உடல்கள் நம்முடைய உடல்களைவிட அதிக எடை கொண்டவையாக இருக்கும். அவர்கள் ஒரு தரிசு உலகில் வாழ்கின்றனர், கும்மிருட்டில் பாறைகளின்மீது தட்டுத்தடுமாறித் தவழ்ந்து செல்கின்றனர். எந்தவொரு நேரத்திலும் ஒரு சிறு ஒளிக்கீற்றைக்கூட அவர்கள் ஒருபோதும் பார்த்ததில்லை.

2வது தளம்: இதுவும் மிக பயங்கரமானது. ஆனால் முதல் தளத்தைப்போல அதிக இருண்ட தளம் அல்ல இது. அதேபோல, இங்குள்ள உடல்கள் கனமாகவோ அல்லது உருக்குலைந்தோ இருப்பதில்லை. இங்குள்ளவர்களும் பாறைக் குகைகளில் வாழ்கின்றனர், ஒருவரையொருவர் வெறுக்கின்றனர், கொடூரமான மற்றும் தகாத வார்த்தைகளைப் பயன்படுத்துகின்றனர். இவர்கள் வெளிச்சத்தையும் பார்ப்பதில்லை, நல்ல விஷயங்களையும் பார்ப்பதில்லை.

3வது தளம்: இது மற்ற இரண்டு தளங்கள் அளவுக்கு மோசமில்லை, ஆனால் இங்கும் வெளிச்சம் கிடையாது. இங்குள்ள உடல்கள் முந்தைய இரண்டு தளங்களில் உள்ள உடல்களைவிட லேசானவை. இதன் வளிமண்டலம் மிகவும் கனமானதாகவும் மூடுபனி படர்ந்ததுபோல மங்கலானதாகவும் உள்ளது. இங்குள்ளோரின் உடல்கள் மனித உடல்களைப்போல இருக்கின்றன, ஆனால் அதிக முதிர்ச்சி அடைந்தவையாகவும் கச்சிதமற்றவையாகவும் இருக்கின்றன. மூன்றாம் தளத்தில் உள்ள ஆன்மாக்கள் ஒருவர் குறித்து ஒருவர் மோசமான உணர்வுகளைக் கொண்டுள்ளனர், எல்லாவற்றுக்கும் அடுத்தவரைக் குறை கூறுகின்றனர். மூன்றாவது தளத்திற்கு முதன்முறையாக வருகின்ற ஆன்மாக்களை இவர்கள் பிடித்துக் கொண்டு, அந்த ஆன்மாக்களைத் தங்கள் அடிமைகளாக ஆக்கிக் கொண்டு, தங்களுடைய தீய செயல்களுக்கு உதவும்படி அவர்களைக் கட்டாயப்படுத்துகின்றனர்.

4வது தளம்: இது ஓர் இடைப்பட்டத் தளம். இது கிட்டத்தட்ட பூமியைப்போல இருக்கிறது. இங்கு இரவும் பகலும் உள்ளன. மனித ஆன்மா ஒன்று இங்குதான் தன் வாழ்க்கைப் பயணத்தைத் துவக்குகிறது. நான்காவது மற்றும் ஐந்தாவது தளங்களிலிருந்து மேலே செல்லவோ அல்லது கீழே செல்லவோ உங்களுக்கு ஒரு வாய்ப்புக் கொடுக்கப்படுகிறது. ஆனால் அது முழுக்க முழுக்க உங்கள் கைகளில்தான் இருக்கிறது.

5வது தளம்: இதுதான் சொர்க்கத்தின் துவக்கம். இது பூமியிலுள்ள ஓர் அழகான இடம்போல அமைந்துள்ளது. இங்குள்ள வானம் எல்லா நேரங்களிலும் ஓரளவு ஒளிமயமானதாக இருக்கிறது. இத்தளத்திலுள்ள ஆன்மாக்கள் ஒருவருக்கொருவர் உதவியாக இருக்கின்றனர். அவர்களுடைய உடல்கள் அதிக லேசானவையாகவும் உருச்சிதைவு எதுவும் இல்லாதவையாகவும் உள்ளன.

6வது தளம்: இது மிகவும் அழகான ஒரு தளம். பச்சைப் பசேலென்ற, பிரகாசமான புல்வெளிகளும் மரங்களும் அமைந்துள்ள இத்தளத்தில், பூமியில் உங்களால் பார்க்க முடியாத வண்ணங்களைக் கொண்ட ஏராளமான மலர்கள் பூத்துக் குலுங்குகின்றன. நன்றாக வெயில் காய்கின்ற ஒரு நாளைப்போல இங்கு எப்போதும் பிரகாசமாக இருக்கிறது. இங்கு வசிக்கின்ற ஆன்மாக்கள் கிட்டத்தட்டக் கச்சிதமானவர்களாகவும், மிக லேசான உடல்களைக் கொண்டவர்களாகவும் இருக்கின்றனர். இவர்கள் எல்லோரும் இணக்கத்தோடும் அன்போடும் வாழ்கின்றனர், ஒருவருக்கொருவர் உதவிக் கொள்கின்றனர், தாங்கள் நேசிக்கின்ற வேலைகளைச் செய்கின்றனர். மனசாட்சி என்று நீங்கள் அழைக்கின்ற உங்கள் ஆழ்மனம்தான் உங்கள் உண்மையான ஆன்மீக மனம். நீங்கள் ஆறாவது தளத்திலும் உங்கள் ஆழ்மனத்திற்கு மேலாக உயர்ந்தும் இருந்தால், பூமியில் நீங்கள் செய்யக்கூடிய பாவங்களை நீங்கள் மேற்கொள்வதிலிருந்து உங்களைத் தடுத்து நிறுத்தும் விதத்தில் அது செயல்படும். நீங்கள் அப்பாவங்களைச் செய்தால், அது உங்களை நான்காவது தளத்திற்குக் கீழே எடுத்துச் சென்றுவிடும்.

7வது தளம்: இதுதான் மிக உயர்ந்த தளம். இதன் அழகை பூமியில் உள்ள மக்களால் ஒருபோதும் கற்பனை செய்ய முடியாது. இதன் அழகை நீங்கள் நேரில் கண்டால்தான்

உங்களால் நம்ப முடியும். அது விவரிப்பிற்கும் கற்பனைக்கும் அப்பாற்பட்டது. இத்தளத்தில் உள்ள ஆன்மாக்கள் மிகவும் ஒளிமயமான, மிகக் கச்சிதமான, இளமை பொங்கி வழிகின்ற, மேகங்களைவிட லேசான எடை கொண்ட ஆவியுடல்களைக் கொண்டவர்களாக இருக்கின்றனர். இந்த ஆன்மாக்கள் பெரும் இணக்கத்தோடும் அன்போடும் வாழ்கின்றனர். இது ஒரு மகாசொர்க்கம் என்று கூறினால் மிகையாகாது.

ஏழாவது தளத்திற்குப் பிறகு என்ன இருக்கிறது? ஆவியுலகைப் பற்றிப் புவிவாழ் மக்களுக்கு எப்படி அதிகமாகத் தெரியாதோ, அதேபோல, ஏழாவது தளத்திற்குப் பிறகு என்ன இருக்கிறது என்பது எங்களுக்குத் தெரியாது. ஏழாவது தளத்தின் ஒன்பதாவது நிலைக்குப் பிறகு, நாங்கள் பூமியில் மீண்டும் பிறப்பெடுப்பதில்லை. ஆனால் எங்கள் ஆன்மீகப் பயணம் மட்டும் தொடர்கிறது.

ஏழாவது தளத்தில் உள்ள ஆன்மாக்கள் கச்சிதமும் தூய்மையும் பொருந்தியவர்களாக உள்ளனர். ஆனால் அவர்கள் மீண்டும் பூமியில் பிறப்பெடுத்து, லேசான பாவத்தைச் செய்தால்கூட, அவர்கள் ஐந்தாவது அல்லது ஆறாவது தளத்திற்குச் செல்ல வேண்டியிருக்கும். எனவே, கடவுளின் நற்பாதையைத் தேர்ந்தெடுப்பதோ அல்லது இருள் சூழ்ந்த தீய பாதையைத் தேர்ந்தெடுப்பதோ ஒவ்வோர் ஆன்மாவின் சொந்தக் கைகளில்தான் இருக்கிறது.

22-04-1981

நம்முடைய உண்மையான வீடு

புவியைவிட்டு நீங்கி ஆவியுலகிற்குச் செல்வது நல்லதுதான் என்பதை நாம் அனைவருமே அறிவோம். ஆவியுலகம்தான் நம்முடைய உண்மையான வீடு. நாம் ஒரு குறுகிய காலத்திற்கு பூமிக்குச் சென்றுவிட்டு, மீண்டும் வீடு திரும்பிவிடுகிறோம். அனுபவத்தைச் சம்பாதிப்பதற்காக நாம் பூமிக்குச் செல்கிறோம். பூமிதான் நம்முடைய பள்ளிக்கூடம். நம்முடைய ஆன்மாக்கள் ஓர் உயர்ந்த நிலையை எட்டுவதற்காக நாம் அங்கு சென்று கற்க வேண்டும், அனுபவங்களைப் பெற வேண்டும், நம் ஆன்மாக்களைத் தூய்மைப்படுத்த வேண்டும்.

ஆவியுலகம்தான் தங்களுடைய உண்மையான வீடு என்ற நினைவு, பூமியில் உள்ள மக்களுக்கு இருப்பதில்லை. அது

உங்கள் நினைவில் இருந்தால், ஒரு நிமிடம்கூட பூமியில் இருக்க நீங்கள் விரும்ப மாட்டீர்கள். எனவே, உங்களுடைய உண்மையான வீட்டைப் பற்றியும், உங்களுடைய அன்புக்குரியவர்களைப் பற்றியும், ஆவியுலகம் எவ்வளவு அழகானது என்பதைப் பற்றியும் உங்களுக்கு எந்த நினைவும் இல்லாதபடி கடவுள் செய்துள்ளார். நீங்கள் உங்கள் பயிற்சியையும் கல்வியையும் முழுமையாக நிறைவேற்றி முடித்தப் பிறகே நீங்கள் உங்கள் உண்மையான வீட்டிற்குத் திரும்ப வேண்டும் என்பதற்காகத்தான் கடவுள் இவ்வாறு வடிவமைத்துள்ளார்.

ஆவியுலகைப் பற்றிய நினைவு உங்களுக்கு இருந்தால் பூமியில் வாழ்வதை நீங்கள் வெறுத்துவிடுவீர்கள் என்பதைக் கடவுள் உறுதியாக அறிந்திருப்பதால்தான், அந்த நினைவை அவர் உங்களுடைய ஸ்தூல மனத்திலிருந்து முற்றிலுமாகத் தடுத்து வைத்துள்ளார். ஆனால் ஆழ்மனம் என்று அழைக்கப்படுகின்ற உங்களுடைய ஆன்மீக மனத்தில் ஆவியுலகைப் பற்றிய நினைவு முழுமையாக உள்ளது. ஆனால் உங்கள் ஆழ்மனம் இந்நினைவை உங்கள் ஸ்தூல மனத்திற்கு வெளிப்படுத்துவதில்லை.

புவியில் வாழ்கின்ற ஒருவருடைய ஆழ்மனம் செயலற்றுப் போயிருந்தால், கடவுளின் உண்மையான விதிகளை அந்நபர் அறிய மாட்டார். புவிவாழ் மக்கள் மேன்மேலும் மோசமாகிக் கொண்டே போகின்றனர் என்பதால், உங்கள் ஆழ்மனத்திற்கு நீங்கள் விழிப்பூட்டும் விதத்தில் உங்களுக்கு உதவக்கூடிய இந்த உண்மையைத் தெரிந்து கொள்ள வேண்டும் என்று நாங்கள் விரும்புகிறோம். அந்த உண்மையைத் தெரிந்து கொண்டு, சரியான பாதையைப் பின்பற்றி நடப்பதற்கான துணிச்சல் உங்களுக்கு இருக்க வேண்டும் என்று நாங்கள் விரும்புகிறோம்.

23-04-1981

சுமை தாங்கும் விலங்குகள்

புவியில் மிக நல்ல ஆன்மாக்கள் பெரிதும் துன்புகின்றனர், ஆனால் தீய ஆன்மாக்கள் எந்தத் துன்பத்திற்கும் எந்தத் தண்டனைக்கும் ஆளாகாமல் தப்பிவிடுகின்றனர். "இதுதான்

கடவுளின் நியாயமா?" என்று பலர் புலம்புவதை நாம் அடிக்கடிச் செவிடுமடுக்கிறோம்.

மிக நல்ல ஆன்மாக்கள் அனைத்து வகையான பயிற்சிகளுக்கும் உட்பட்டு அனுபவங்களைப் பெற வேண்டும். அதற்காக, ஓர் உயர்ந்த நிலையை எட்டுவதற்கு அவர்கள் துன்புற்றாக வேண்டும். பூமியில் தீய ஆன்மாக்கள் எவ்வளவு அதிக வெற்றிகளைக் குவிக்கின்றனரோ, நரகத்தில் அவர்கள் அவ்வளவு அதிக ஆழத்தில் தள்ளப்படுவர். வேறு வழி இல்லை. ஏனெனில், எல்லோரும் ஒருநாள் இறக்கத்தான் வேண்டும், பிறகு ஆவியுலகிற்கு வரத்தான் வேண்டும். எனவே, புவியில் தீயவர்கள் எவ்வளவு அதிக வெற்றிகளை அனுபவிக்கின்றனரோ, ஆவியுலகிற்கு அவர்கள் வரும்போது அவர்கள் அதிகப் பரிதாபகரமான அனுபவங்களைப் பெறுவர். மற்றவர்களுக்குத் தீங்கு விளைவிப்பதில் தீய அல்லது மோசமான ஆன்மாக்கள் வெற்றி பெறும்போது, அவர்களைக் குறித்துப் பரிதாபப்படுங்கள். ஏனெனில், அவர்கள் நிச்சயமாக மிகவும் கீழ்மட்டத் தளத்திற்குத்தான் செல்வர், மிகுதியாகத் துன்புறுவர். எனவே, அவர்களைக் கண்டு பொறாமை கொண்டு, "தீயவர்கள் மகிழ்ச்சியாகவும் வெற்றிகரமாகவும் இருக்கிறார்கள்," என்று கூறாதீர்கள். அதற்கு பதிலாக, அத்தகைய நபர்களுக்கு எது நல்லதோ அதைச் செய்யும்படி இறைவனிடம் பிரார்த்தனை செய்யுங்கள். தீயவர் ஒருவரும் என்றேனும் ஒருநாள் மரணம் எய்தியாகத்தான் வேண்டும், அவருடைய ஆன்மாவானது கீழ்மட்டத் தளத்தை எதிர்கொள்ளும் நாள் கண்டிப்பாக வரத்தான் போகிறது. அப்போது காலாகாலத்திற்கும் அவர் மிகக் கடுமையாகத் துன்புற வேண்டிவரும்.

கடவுளின் நியாயம் என்று எதுவும் இல்லை என்று நீங்கள் கூறக்கூடாது. தீய ஆன்மாக்கள் ஒரு குறிப்பிட்ட வரம்பை மீறும்போது, அவர்கள் பெருமளவில் துன்புறுவர். கீழ்மட்டத் தளம் கும்மிருட்டானது, மிகவும் குளிரானது, ஈரப்பதம் கொண்டது, வெற்றுப் பாறைகளை உள்ளடக்கியது. அங்கு புழு பூச்சிகள் உங்கள்மீது ஏறிச் செல்லும். அங்கு ஒரு சிறு ஒளிக்கீற்றையோ அல்லது நல்ல விஷயத்தையோ உங்களால் காண முடியாது. அங்குள்ள தீய ஆன்மாக்களின் கைகளும் கால்களும் உருக்குலைந்து இருக்கும். எனவே, அவர்கள் தவழ்ந்துதான் செல்ல வேண்டியிருக்கும். அவர்களுடைய முகங்கள் விகாரமாக இருக்கும், அவர்களுடைய ஆடைகள்

பழைய கந்தல் துணிகளைப்போல இருக்கும். அவர்கள் பாதி மனிதர்களாகவும் பாதி விலங்குகளாகவும் இருப்பர்.

உங்கள் தண்டனையை[4] நீங்கள் இன்னொரு விதமாகவும் அனுபவிக்கலாம். நீங்கள் உங்கள் பாவங்கள் குறித்து உண்மையிலேயே வருந்தி, கடவுளை உண்மையோடு வேண்டி அழைத்தால், நீங்கள் மீண்டும் பிறப்பெடுத்து, சுமை தாங்கும் ஒரு விலங்காகத் துன்புறுவீர்கள். கீழ்மட்டத் தளத்தில் உழல்வதைவிட இது ஓரளவுக்குச் சிறந்தது. சுமை தாங்கும் ஒரு விலங்கு என்ற முறையில், புவியில் உங்களுடைய முந்தைய பிறவிகளில் நீங்கள் செய்த பாவங்களைப் பற்றிய முழு நினைவு உங்களுக்கு இருக்கும். நீங்கள் தொடர்ந்து துன்புறுவீர்கள், நீங்கள் செய்த ஒவ்வொரு பாவமும் உங்கள் நினைவில் இருந்து கொண்டே இருக்கும், நீங்கள் அதற்காக வருந்துவீர்கள். அப்படிப்பட்ட ஆன்மாக்கள் சுமை தாங்கும் விலங்குகளாக ஆகிவிடுகின்றனர். வீட்டில் வளர்க்கப்படும் செல்லப் பிராணிகள்மீது அன்பு காட்டப்படுகின்றது, ஆனால் இவர்கள்மீது யாரும் அன்பைப் பொழிவது இல்லை. (மனிதர்கள் மற்ற உயிரினங்களை அன்பற்ற விதத்தில் நடத்த வேண்டும் என்பது இதற்கு அர்த்தமல்ல.)

நல்ல ஆன்மாக்கள் ஒருபோதும் பாவம் செய்ய விரும்புவதில்லை. ஏனெனில், ஒரு தீய ஆன்மாவின் இடத்தில் இருப்பதை அவர்கள் வெறுக்கின்றனர். இதை விவரிப்பதற்குப் போதுமான வார்த்தைகள் இல்லை. உங்களால் முடிந்தால், தீய ஆன்மாக்களை மேம்படுத்த முயற்சி செய்யுங்கள், நரகப் படுகுழியில் அவர்கள் விழுந்துவிடாமல் பார்த்துக் கொள்ளுங்கள். அவர்கள் தங்கள் தீய வழிகளில் வெற்றிகரமாகத் திகழ்கின்றார்கள் என்றால், ஒருசில ஆண்டுகளில் அது அவர்களுக்கு மிக மோசமானதாக அமையும் என்பது உறுதி. எனவே, அவர்கள் யார் என்பதை அவர்களுக்கு வெளிச்சம் போட்டுக் காட்டுவதன் மூலம்

---

4. இது உங்கள் கர்மவினையைக் குறிக்கிறது. நீங்கள் எதை விதைக்கிறீர்களோ, அதையே நீங்கள் அறுவடை செய்கிறீர்கள். உங்களைத் தண்டிப்பது கடவுள் அல்ல. ஓர் ஆன்மாவின் செயல்கள் நல்லவையாக இருந்தாலும் சரி, அல்லது மோசமானவையாக இருந்தாலும் சரி, அவற்றின் பின்விளைவுகள்தான் கார்மவினையாகும். எதிர்மறையான கர்மவினை உங்களுக்குக் கிடைக்கும் தண்டனை மட்டும் அல்ல. கற்றல்தான் உயர்ந்த நோக்கம். நேர்மறையான கர்மவினையும் இருக்கிறது. நீங்கள் செய்கின்ற தன்னலமற்ற நல்ல காரியங்களுக்கு உங்களுக்குக் கிடைக்கின்ற ஆசீர்வாதங்கள் அவை.

அவர்களை மேம்படுத்தக் கடுமையாக முயற்சி செய்ய வேண்டியது உங்கள் கடமை. அவர்களிடம் இனிமையாக நடந்து கொள்வதன் மூலம், அவர்கள் தங்களுடைய தீய வழிகளில் தொடர்ந்து செயல்பட அவர்களை ஒருபோதும் ஊக்குவிக்காதீர்கள். மாறாக, அவர்கள் பெரும் தவறிழைத்துக் கொண்டிருக்கின்றனர் என்பதை அவர்களுக்குச் சுட்டிக்காட்டுங்கள்.

24-04-1981

எல்லோருக்கும் உதவுவது இறைத்தன்மையா?

சர்வ வல்லமை பொருந்திய இறைவனின் உண்மையான விதிகளைப் பற்றி அறிந்திருப்பது நமக்குக் கிடைக்கும் ஒரு பெரும் பாக்கியம். "எல்லோருக்கும் உதவுவதுதான் இறைத்தன்மை," என்று மக்கள் கூறுவதை நீங்கள் கேட்டிருக்கக்கூடும். ஆம், மற்றவர்களுக்கு உதவுவது இறைத்தன்மைதான், ஆனால் எல்லோருக்கும் உங்களால் உதவ முடியாது. உங்கள் சக மனிதர்களுக்கு உதவி செய்வது நல்லதுதான், ஆனால் அவர்களில் சிலர் தீயவர்களாக இருப்பதால், எல்லோருக்கும் உங்களால் உதவ முடியாது. யாருக்கு நீங்கள் உதவ வேண்டும், யாருக்கு உதவக்கூடாது என்பதைக் கண்டுபிடிப்பது உங்கள் வேலை. ஏனெனில், நீங்கள் ஒரு தீய ஆன்மாவிற்கு உதவினால், நீங்கள் தீமையை ஊக்குவிக்கிறீர்கள் என்று பொருள். எனவே, நீங்கள் செய்வது சரியான காரியம்தானா? நீங்கள் இதைச் செய்ய வேண்டும் என்றுதான் கடவுள் விரும்புகிறாரா? சற்று யோசித்துப் பாருங்கள். நீங்கள் உங்களுக்கும் தீங்கு விளைவித்துக் கொண்டு, அந்தத் தீய ஆன்மாவுக்கும் தீங்கு விளைவித்துக் கொண்டிருக்கிறீர்கள் என்பது அப்போது உங்களுக்குப் புரியும். "ஒருவரைக் கொலை செய்வதற்கோ அல்லது அவருக்குத் தீங்கு விளைவிப்பதற்கோ நான் ஒரு தீயவருக்கு உதவ மாட்டேன்," என்று நீங்கள் கூறக்கூடும். நீங்கள் அப்படிச் செய்ய மாட்டீர்கள் என்பது எங்களுக்குப் புரிகிறது. ஆனால் உணவையும் பணத்தையும் உடையையும் கொடுப்பதன் மூலம் ஒரு தீயவருக்கு நீங்கள் உதவுவது தவறா? ஆம், அது முற்றிலும் தவறுதான். ஏனெனில், அவற்றை நீங்கள் அந்நபருக்குக் கொடுப்பது, தொடர்ந்து

தீய காரியங்களில் ஈடுபடுவதற்கான ஆற்றலை அந்நபருக்குக் கொடுக்கிறது. எனவே, அப்படிப்பட்ட ஆன்மாக்களுக்குச் சிறிதளவு உதவுவதுகூடக் கடவுளின் விதிகளுக்கு எதிரானது. ஏனெனில், தீய ஆன்மாக்களுக்கு நீங்கள் உதவி செய்தால், அவர்கள் தொடர்ந்து அடுத்தவர்களுக்குத் தீங்கு விளைவித்துக் கொண்டே இருப்பர்.

ஒரு தீயவரிடம் கண்டிப்புடன் நடந்து கொள்ளுங்கள். இல்லாவிட்டால், நீங்கள் அவரை ஊக்குவிப்பதுபோல ஆகிவிடும். அவ்வாறு அவரை ஊக்குவிப்பதன் மூலம், நீங்கள் அவரைப்போலவே ஆகிவிடுகிறீர்கள், அதே பாவங்களைச் செய்கிறீர்கள். சாலையோரமாக ஒருவர் பசியோடு சுருண்டு கிடப்பதை நீங்கள் பார்க்கிறீர்கள். அவருக்குப் பணமோ அல்லது உணவோ கொடுக்க வேண்டியது உங்கள் கடமை என்று நீங்கள் நினைக்கிறீர்கள். அவர் நல்லவரா அல்லது தீயவரா என்று உங்களால் அவரிடம் கேட்க முடியாது. அவர் தீயவராக இருக்கும் பட்சத்தில், உண்மையை அவர் நிச்சயமாக உங்களிடம் கூற மாட்டார். எனவே, அவர் நல்லவரா அல்லது தீயவரா என்பது உங்களுக்குத் தெரியாது. ஆனால் அவர் பசியில் வாடிக் கொண்டிருப்பதால் அவருக்கு ஏதேனும் கொடுக்கும்படி உங்கள் இதயம் கூறுகிறது. உங்கள் இதயம் அப்படிக் கூறினால், நீங்கள் அவருக்கு ஏதேனும் கொடுத்துத்தான் ஆக வேண்டும். ஏனெனில், அவருடைய நடத்தையைப் பற்றி உங்களுக்கு எதுவும் தெரியாது. ஆனால் ஒருவர் தீயவர் என்று தெரிந்தும் நீங்கள் அவருக்கு உதவினாலோ அல்லது தானம் வழங்கினாலோ, நீங்களும் தீயவர் என்று அர்த்தமாகிவிடும். நீங்கள் தீயவராக இருந்தால் மட்டுமே இன்னொரு தீயவருக்கு நீங்கள் உதவுவீர்கள். நீங்கள் நல்லவராக இருக்கும் பட்சத்தில் நீங்கள் ஒரு தீயவருக்கு நிச்சயமாக உதவ மாட்டீர்கள்.

"ஆனால் அவர் பசியில் வாடிக் கொண்டிருக்கிறாரே? பசியில் அவர் மடிவதை நான் பார்த்துக் கொண்டிருக்க வேண்டுமா?" என்று நீங்கள் கேட்கக்கூடும். இல்லை, அது மனிதத்தன்மை இல்லை. எனவே, அவருக்கு உணவு கொடுங்கள், ஆனால் வேறு எந்த விதத்திலும் அவருக்கு உதவி செய்யாதீர்கள். அந்நபர் தன் பாவங்கள் குறித்து உண்மையிலேயே வருந்தினாலொழிய, அவருக்கு நீங்கள் உதவுவது தகாத காரியம். அவர் அவ்வாறு தன் பாவங்களுக்காக உண்மையிலேயே வருந்தினால், தான்

மேம்பட விரும்புகிறார் என்று பொருள். அப்படிப்பட்ட நேரத்தில், நீங்கள் உங்களால் முடிந்த வழியில் அவருக்கு உதவ வேண்டும். தீய போக்குகளிலிருந்து அவரை வெளிக்கொணர்ந்து, ஓர் உயர்ந்த நிலைக்கு அவர் முன்னேறிச் செல்ல அவருக்கு உதவ வேண்டியது உங்கள் கடமை. அது ஒரு நல்ல காரியமாகும். ஆனால் அவர் உண்மையிலேயே தன் பாவங்களுக்காக வருந்தி, உண்மையிலேயே தன்னை மேம்படுத்திக் கொள்ள விரும்பினால் மட்டுமே நீங்கள் உங்களுடைய முழு ஆதரவை அவருக்குக் கொடுக்க வேண்டும்.

நல்லவர் ஒருவர் ஒரு நல்ல காரியத்தைச் செய்வதற்கு அவருக்கு உதவுங்கள். ஆனால் உங்கள் உதவி முற்றிலும் தன்னலமற்றதாக இருக்க வேண்டும். உங்கள் செயல்பாடுகள் முற்றிலும் தன்னலமற்றவையாக இருக்க வேண்டும். மற்றவர்களுக்கு உதவி செய்யும்போது இதை நீங்கள் உங்கள் மனத்தில் வைத்திடுங்கள். அப்போது நீங்கள் ஒருபோதும் தவறிழைக்க மாட்டீர்கள்.

25-04-1981

பூமியில் நிகழும் குற்றங்களும் பாவங்களும்

“தங்களுக்குத் தாங்களே உதவி செய்து கொள்பவர்களுக்குக் கடவுள் உதவுகிறார்,” என்ற கூற்றை நாம் பல முறை கேட்டிருக்கிறோம். இது முற்றிலும் உண்மை. கடவுளின் ஓர் உண்மையான விதி இது.

நீங்கள் ஒரு கீழ்த்தளத்தில் இருக்கிறீர்கள் என்று வைத்துக் கொள்வோம். ஆனால் ஓர் உயர்ந்த நிலைக்குப் போக வேண்டும் என்று நீங்கள் உண்மையிலேயே விரும்புகிறீர்கள், உங்களை மேம்படுத்திக் கொள்ள நீங்கள் உண்மையிலேயே முயற்சிக்கிறீர்கள். அப்போது, கடவுள் தன்னால் இயன்ற அளவு உங்களுக்கு உதவுவார். ஆன்மீகரீதியாக நீங்கள் உயர வேண்டும் என்று கடவுள் விரும்புகிறார். நீங்கள் உண்மையிலேயே மகிழ்ச்சியாக இருக்க வேண்டும் என்பதுதான் அவருடைய விருப்பம். எனவே, உங்கள் மேம்பாடு குறித்து நீங்கள் சிறிதளவு அக்கறை காட்டினால்கூட, உங்களுக்கு ஏராளமான உதவி கிடைக்கும்.

ஒரு கீழ்மட்டத் தளத்தில் உள்ள பலர், "நான் யாருக்கும் தீங்கு விளைவித்ததில்லை. நான் கடவுளிடம் பயபக்தி கொண்டிருந்தேன். நான் ஒருபோதும் குற்றங்கள் இழைத்ததில்லை," என்று கூறக்கூடும். நீங்கள் ஒருபோதும் குற்றங்கள் இழைத்திருக்க மாட்டீர்கள், ஆனால் நீங்கள் பல பாவங்களைச் செய்திருக்கக்கூடும். பூமியில் மனிதர்கள் உருவாக்கியுள்ள விதிகள் பற்றிக் கடவுளுக்கு அக்கறை இல்லை. உங்கள் உலகில் குற்றமாகப் பார்க்கப்படுகின்ற ஒரு விஷயம் ஒரு பாவச்செயலாக இருக்க வேண்டியதில்லை, ஆனால் ஒரு பாவச்செயலானது ஒரு குற்றமாக இருக்க வேண்டியதில்லை. எடுத்துக்காட்டாக, தன்னலப் போக்கைக் கொண்டிருப்பது ஒரு குற்றமல்ல. அதேபோல, உள்ளுக்குள் நீங்கள் இருட்டைப்போலக் கருப்பாக இருந்து கொண்டு, வெளியே உங்களை ஒரு நல்ல ஆன்மாவாக உலகிற்குக் காட்டிக் கொள்வதும் ஒரு குற்றமல்ல. ஆனால் இது ஒரு பெரிய பாவமாகும்.

எனவே, உங்களுடைய பல குற்றங்கள் உண்மையில் பாவங்கள் அல்ல. அதாவது, மனிதர்களால் உருவாக்கப்பட்ட விதிகளை மீறுவது பாவமல்ல. கடவுளால் உருவாக்கப்பட்ட விதிகளை மீறுவதுதான் பாவச்செயலாகும். பூமியில் பல பாவங்கள் தவறாகப் பார்க்கப்படுவதில்லை. எனவே, கடவுளின் உண்மையான விதிகளைப் புவிவாழ் மக்கள் தவறாகப் புரிந்து கொள்கின்றனர். பல பாவங்களை அவர்கள் லேசாக எடுத்துக் கொள்கின்றனர். சிலவற்றைப் பாவங்களாகவே அவர்கள் கருதுவதில்லை. எந்தப் பாவங்கள் உங்கள் உண்மையான வீடான ஆவியுலகின் கீழ்மட்ட நிலைகளுக்குள் உங்களைத் தள்ளும் என்பதை நீங்கள் அறிந்து கொள்வது உங்களுக்கு நல்லதல்லவா?

26-04-1981

நீங்கள் உங்கள் பாவங்களுக்கான தண்டனைகளை அனுபவிக்கத்தான் வேண்டும்

பின்வரும் விஷயம் மிக முக்கியமானது. எனவே, அதை கவனமாகப் படியுங்கள். இதைப் புரிந்து கொள்வதில் நீங்கள் எந்தத் தவறும் செய்துவிடக்கூடாது. தீயவர்கள் தங்கள்

தீய வழிகளை விட்டுவிட்டுச் சரியான பாதையில் நடக்கத் தொடங்கினால், கடவுள் அவர்களைப் பார்த்துக் கொள்வார் என்று கூறப்படுகிறது. ஆம், கடவுள் அவர்களைப் பார்த்துக் கொள்வார், அவர்கள் உயர்ந்த நிலைகளை எட்டுவதற்கு அவர்களுக்கு உதவுவார். ஆனால், தாங்கள் நல்லவற்றின் பக்கம் இருக்க வேண்டும் என்று அவர்கள் கூறிய உடனேயே கடவுள் அவர்களை மன்னித்து, சொர்க்கத்திற்குள் அவர்களை வரவேற்பார் என்று இதற்கு அர்த்தமில்லை. என்ன ஆனாலும் சரி, நீங்கள் செய்த பாவங்களுக்கான தண்டனைகளை நீங்கள் அனுபவிக்கத்தான் வேண்டும். ஆனால், மாற வேண்டும் என்ற உண்மையான விருப்பம் உங்களிடம் இருக்கும் பட்சத்தில், கடவுள் நிச்சயமாக உங்களுக்கு உதவுவார். நீங்கள் உங்கள் பாவங்கள் குறித்து உண்மையிலேயே வருத்தம் கொண்டால் மட்டுமே அது நிகழும். நீங்கள் உங்கள் பழைய தீய வழிகளுக்கு மீண்டும் செல்ல மாட்டீர்கள் என்று கடவுளுக்கு உறுதியான நம்பிக்கை ஏற்பட்டால் மட்டுமே அது சாத்தியம். அப்போதுதான் நீங்கள் விரைவாக மேம்நிலைகளுக்கு உயர அவர் உங்களுக்கு உதவுவார். விரைவாக உயர்வது என்றால், கடவுள் நேராக உங்களை உயர்மட்டத் தளங்களுக்குக் கூட்டிச் செல்வார் என்று அர்த்தமாகிவிடாது. மாறாக, அவர் உங்களை வழிநடத்தி, உங்கள் கர்மவினையை ஒரு நல்ல விதத்தில் நீங்கள் தீர்ப்பதற்கு உங்களுக்குக் கற்றுக் கொடுப்பார் என்பதுதான் அதன் பொருள். வேறு எந்த விதத்தையும்விட அதிக விரைவாக உயர்மட்டத் தளங்களை நீங்கள் எட்டுவதைச் சாத்தியமாக்கும் விதமாக அவர் உங்களை இவ்வழியில் வழிநடத்துவார்.

ஒரு கணம் நீங்கள் தீயவராக இருந்து, மறுகணம் கடவுளை நினைத்து அவரை வழிபட்டால், உடனே நீங்கள் சொர்க்கத்தை அடைந்துவிடுவீர்கள் என்று நீங்கள் நினைத்துவிட வேண்டாம். நீங்கள் ஒரு சாமியாரிடம் பாவமன்னிப்புக் கேட்டுவிட்டு, கடவுள் உங்களை மன்னித்துவிட்டதாக நினைப்பது அபத்தமானது. நான் முன்பே கூறியதுபோல, ஒரு சாமியார் உங்களைவிட அதிகப் பாவங்களைச் செய்தவராக இருக்கக்கூடும். உங்களை மன்னிப்பதற்கு அவர் யார்? கடவுள் ஒருவரால் மட்டுமே உங்களுக்குப் பாவமன்னிப்பு வழங்க முடியும். ஆனால் அதற்கு முன்பு நீங்கள் உங்கள் பாவங்கள் குறித்து மனதார

வருந்தியாக வேண்டியது அவசியம். அப்போதுதான் கடவுளின் மன்னிப்பு உங்களுக்குக் கிடைக்கும்.

உங்கள் உள்ளார்ந்த நோக்கம்தான் மிகவும் முக்கியம். அதாவது, சிறந்த ஒருவராக மாற வேண்டும் என்ற ஓர் ஆழ்விருப்பம் உங்களுக்கு இருக்க வேண்டும். உண்மையான, நேர்மையான, அன்பான ஒரு வாழ்க்கையை வாழ்வதன் மூலம் கடவுளை அடைவதுதான் உங்கள் உள்ளார்ந்த விருப்பமாக இருக்க வேண்டும்.

ஒருவர் ஒரு சாதாரணமான நபராகவும், யாரும் அக்கறை காட்டாத ஒருவராகவும் இருக்கக்கூடும். அவர் கேட்கின்ற பணிவான கேள்விகளுக்குக்கூட யாரும் விடையளிக்காத அளவுக்கு அவர் சாதாரணமானவர் என்று வைத்துக் கொள்ளுங்கள். உங்கள் உலகில் வேண்டுமானால் அவர் ஒரு சாமானியராக இருக்கலாம், ஆனால் ஆவியுலகில், புவியிலுள்ள மிகப் பிரலமான நபரைவிடவும் உயர்ந்தவராக அவர் இருக்கக்கூடும். புவிவாழ் மக்களான உங்களுக்கு, ஒரு நல்ல ஆன்மாவை ஒரு தீய ஆன்மாவிலிருந்து இனம் பிரித்துப் பார்ப்பது கடினமாக இருக்கிறது. இந்த ஆன்மாக்களுக்கு இடையே ஒரு பரந்த வேறுபாடு இருக்கிறது. ஆனால் ஓர் ஆன்மாவின் அதிர்வுகளும் ஒளிவட்டமும் உங்கள் கண்களுக்கு முற்றிலும் புலப்படாதவையாக இருப்பதால், ஒரு நல்ல ஆன்மாவையும் ஒரு தீய ஆன்மாவையும் உங்களால் ஒருபோதும் வகை பிரித்துப் பார்க்க முடிவதில்லை. ஆம், யார் நல்ல ஆன்மா, யார் தீய ஆன்மா என்பதைப் புரிந்து கொள்வது உங்களுக்குக் கடினமான காரியமாக இருக்கிறது.

புவிவாழ் மக்கள், ஒரு நபர் மிகவும் புனிதமானவர் என்றும் சமயப் பற்றுக் கொண்டவர் என்றும் நினைத்திருக்கக்கூடும், ஆனால் உண்மையில் அவர் மிக மோசமான ஓர் ஆன்மாவாக இருக்கக்கூடும். இது பல முறை நிகழ்கிறது. உங்களுக்கு நாங்கள் கொடுக்கும் அறிவுரை இதுதான்: ஆவியுலகத்துடன் பாதுகாப்பாக உங்களால் உரையாட முடிந்தால், அங்கிருப்போர் கொடுக்கும் வழிகாட்டுதலை ஏற்றுக் கொள்ளுங்கள். அப்போது தீய ஆன்மாக்களின் சகவாசத்தாலும் செல்வாக்காலும் ஏமாற்றப்பட்டு, ஒரு கீழ்மட்ட நிலைக்கு அவர்களால் இழுத்துச் செல்லப்படுவதிலிருந்து நீங்கள் பாதுகாக்கப்படுவீர்கள்.

27-04-1981

பேய் என்ற ஒன்று கிடையாது

உங்களுக்குச் சபலத்தை உண்டாக்குகின்ற பேய் ஒன்று இருப்பதாகக் கூறப்படுகிறது. நாங்கள் உங்களுக்கு ஒன்றைக் கூறிக் கொள்ள விரும்புகிறோம். நம்முடைய பிரபஞ்சத்தில் பேய் என்ற ஒன்று கிடையாது. ஆனால் ஆவியுலகின் கீழ்நிலைகளில் இருக்கின்ற தீயோரின் வடிவில் பல பேய்கள் இருக்கின்றன. உங்கள் பூமியிலும் அவை இருக்கின்றன. இந்தப் பேய்கள்தான் உங்கள் உலகை ஒரு நரகமாக்கி, வாழ்வதற்குப் பொருத்தமற்ற ஓர் இடமாக அதை ஆக்கியுள்ளன. பூமியில் நல்ல ஆன்மாக்கள், மோசமான ஆன்மாக்கள், மற்றும் தீய ஆன்மாக்கள் என்று நீங்கள் எல்லோரும் ஒன்றாக இணைந்து வாழ்கிறீர்கள். ஆனால் இந்த ஆவியுலகில் நல்ல ஆன்மாக்கள் மற்றத் தீய ஆன்மாக்களுடனும் மோசமான ஆன்மாக்களுடனும் ஒருபோதும் சேர்ந்து வாழ்வதில்லை.

அனைத்து நல்ல ஆன்மாக்களும் ஒன்றாக இணைந்திருக்கின்றனர்.

அனைத்து மோசமான ஆன்மாக்களும் ஒன்றாக இணைந்திருக்கின்றனர்.

அனைத்துத் தீய ஆன்மாக்களும் ஒன்றாக இணைந்திருக்கின்றனர்.

ஆவியுலகில், ஒரு தீய ஆன்மா உங்களுக்குத் தீங்கு விளைவிக்கும் என்றோ அல்லது ஒரு மோசமான ஆன்மா உங்களை முட்டாளாக்கிவிடும் என்றோ நீங்கள் அச்சம் கொள்ளத் தேவையில்லை. இங்கு எல்லா நல்ல ஆன்மாக்களும் இணக்கத்தோடும் அன்போடும் ஒன்றாக இணைந்திருக்கின்றனர், அவர்கள் ஒருவருக்கொருவர் உதவிக் கொள்கின்றனர். அவர்கள் ஒருபோதும் யாருக்கும் தீங்கிழைப்பதில்லை.

மோசமான ஆன்மாக்கள் ஒன்றிணைந்து வாழ்ந்தபடி ஒருவரையொருவர் முட்டாளாக்கிக் கொண்டிருக்கின்றனர். அவர்கள் பொறாமையுடனும் நேர்மையின்றியும் இருக்கின்றனர், பரஸ்பரம் ஒருவர் குறித்து ஒருவர் மோசமான உணர்வுகளைக் கொண்டிருக்கின்றனர். அவர்கள் ஒருவருக்கொருவர் தீங்கு விளைவிக்கின்றனர், மனரீதியாக

அடுத்தவரைச் சித்திரவதையும் செய்கின்றனர். ஆனால் தங்களை மேம்படுத்திக் கொள்ள விரும்புகின்ற மோசமான ஆன்மாக்கள் உதவி கேட்டு வெறுமனே ஒரு குரல் கொடுத்தால் போதும். இந்தக் கூக்குரல் உண்மையானதாக இருக்கும் பட்சத்தில், உயர்ந்த தளங்களிலிருந்து அவர்களுக்கு உடனடியாக உதவி வரும். உயர்ந்த தளங்களைச் சேர்ந்த, அன்புள்ளம் கொண்ட ஆன்மாக்கள் பலர் அந்த மோசமான ஆன்மாக்களின் உதவிக்கு ஓடி வந்து, அவர்கள் தங்கள் துயரங்களில் இருந்து விடுபட அவர்களுக்கு உதவுவர்.

ஆவியுலகில் அடிமட்டத் தளங்களைச் சேர்ந்த தீய ஆன்மாக்கள் ஆன்மீகரீதியாகத் தங்களை உயர்த்திக் கொள்வதற்குச் சிரமப்படுகின்றனர். ஏனெனில், அவர்களைச் சூழ்ந்திருக்கின்ற தீய ஆன்மாக்கள் அவர்களை மேன்மேலும் தீய வழிகளில் வழிநடத்திச் சென்று, அவர்கள் ஒருபோதும் மேம்பட முடியாதபடி செய்துவிடுகின்றனர். தீய ஆன்மாக்கள் தங்களுடைய ஆன்மாக்களிலிருந்து எந்தவிதமான நற்போக்கும் நற்பண்பும் வெளிவர அனுமதிப்பதில்லை என்பதால், மேம்படுவது அவர்களுக்கு மிகக் கடினமாக இருக்கிறது. ஆனால் அவர்களுடைய மேம்பாடு சாத்தியமில்லை என்று கூறிவிட முடியாது. மிக மோசமான வகையைச் சேர்ந்த ஓர் ஆன்மாவால்கூட ஒரு குறுகிய காலத்தில் மேம்பட முடியும், ஆனால் சில தீய ஆன்மாக்கள் பல நூற்றாண்டுகளாகக் கீழ்மட்டத் தளங்களிலேயே இருந்துவிடுகின்றனர். இத்தகைய ஆன்மாக்கள் தனியாக இருக்க விரும்புவதில்லை என்பதால், உண்மையிலேயே முன்னேறத் துடிக்கின்ற ஆன்மாக்கள் மேம்படுவதிலிருந்து அத்தீய ஆன்மாக்கள் அவர்களைத் தடுக்க முயற்சிக்கின்றனர். ஏனெனில், அவர்கள் தனியாக இருக்க விரும்புவதில்லை. எனவே, கீழ்மட்டத் தளங்களிலிருந்து உயர்வது மிகவும் கடினம் என்பது இப்போது உங்களுக்குப் புரிந்திருக்கும். ஆனால், நாங்கள் முன்பு கூறியதுபோல, நீங்கள் உங்கள் பாவங்கள் குறித்து உண்மையிலேயே மனம் வருந்தினால், நீங்கள் மேம்படுவது சாத்தியம்தான்.

எனவே, அன்பார்ந்த வாசகப் பெருமக்களே, மற்றவர்களையும் தங்களைப்போலத் தீயவர்களாக ஆக்க முயற்சிக்கின்றவர்கள்தான் உண்மையான பேய்கள். உயர்ந்த தளங்களுக்குத் தங்களை உயர்த்திக் கொள்ள வேண்டும் என்று விரும்புகின்ற ஆன்மாக்களை ஊக்கமிழக்க வைப்பதற்கு அவர்கள் தங்களால் இயன்ற அளவு சிறப்பாக

முயற்சி செய்கின்றனர். அந்த ஆன்மாக்கள் உயர்வதைத் தடுக்கும் விதத்தில், அவர்களுக்குத் தீங்கு விளைவிக்கவும் இந்தப் பேய்கள் தயங்குவதில்லை.

சர்வ வல்லமை படைத்த இறைவனைப் பற்றி நாம் இப்போது பேசலாம். எல்லோருக்கும் கடவுளைப் பற்றித் தெரியும் என்பதால், அவரைப் பற்றி உங்களிடம் கூற வேண்டிய அவசியம் இல்லை. கடவுள் நம்முடைய பிரபஞ்சத்தின் அதிபதி. அவர் இன்னும் பல பிரபஞ்சங்களுக்கும் அதிபதி.

கடவுள் என்பவர் அன்பும், பரிவும், நியாயமும், ஞானமும் நிரம்பப் பெற்றவர். சொர்க்கத்தின் தலைவரான அவர், ஓர் ஆன்மாவைச் சீர்தூக்கிப் பார்ப்பதில் ஒருபோதும் தவறு செய்வதில்லை. உங்களை மேம்படுத்துவதும், உங்களிடமுள்ள தீய உணர்வுகளை உங்களிடமிருந்து விரட்டியடித்து உங்கள் ஆன்மாவைத் தூய்மையாக்கி உங்களை மகிழ்ச்சிக் கடலில் ஆழ்த்துவதும்தான் அவருடைய ஒரே நோக்கம். கீழ்மட்டத் தளங்களில் உள்ள ஆன்மாக்களை வழிநடத்துவதற்குக்கூட அவரிடம் ஏகப்பட்ட சேவகர்கள் இருக்கின்றனர். எனவே, கடவுளின் அன்பும் பரிவும் ஒருபோதும் தோற்பதில்லை என்று நீங்கள் உறுதியாக நம்பலாம். அதேபோல, மிகவும் தீய ஆன்மாக்களைக்கூட உயர்ந்த தளங்களுக்கு இட்டுச் செல்வது கடவுளுக்குச் சாத்தியமான விஷயம்தான் என்பதையும் நீங்கள் உணர்ந்து கொள்ள வேண்டும்.

28-04-1981

நீங்கள் எதை விதைக்கிறீர்களோ, அதையே அறுவடை செய்கிறீர்கள்

மரணத்திற்குப் பிந்தைய வாழ்க்கை என்ற ஒன்று இருக்கிறது என்பதில் புவிவாழ் மக்கள் பலருக்கு எள்ளளவுகூட நம்பிக்கை இல்லை. அவர்கள் அதை நம்ப மறுக்கின்றனர். மாறாக, மரணத்திற்குப் பிந்தைய வாழ்வில் நம்பிக்கை கொண்டுள்ளவர்கள், நிரந்தர அமைதியிலும் நம்பிக்கை கொள்கின்றனர். ஆனால், நிரந்தர அமைதி என்றால் நிரந்தரத் தூக்கம் என்று அவர்கள் நினைக்கின்றனர். இது ஓர் அபத்தமான கருத்து! தவறாக வழிநடத்தப்பட்டுள்ள ஓர் எண்ணம் இது!

பூமியில் நீங்கள் எவ்வளவு துடிப்பாக இருக்கிறீர்களோ, ஆவியுலகில் நாங்கள் அதைவிட அதிகத் துடிப்போடு இருக்கிறோம். ஏனெனில், எங்கள் உடலானது வலிகள் மற்றும் வேதனைகளிலிருந்து விடுபட்டுள்ளது. நாங்கள் கிட்டத்தட்ட எல்லா நேரமும் மகிழ்ச்சியாக இருக்கிறோம். எல்லாவற்றையும்விட மேலாக, ஸ்தூல உடல் எனும் சுமை இல்லாத ஆவிகள் நாங்கள். எங்களுக்குப் பிடித்தமானவற்றை எங்களால் செய்ய முடிகிறது. நாங்கள் ஒருவரோடு ஒருவர் சண்டையிடுவதில்லை, அடுத்தவரைக் காயப்படுத்துவதில்லை, அடுத்தவரிடமிருந்து திருடுவதில்லை, யாருக்கும் எந்தத் தீங்கும் இழைப்பதில்லை. எனவே, நாங்கள் எங்கள் வீடுகளைப் பாதுகாக்க வேண்டிய அவசியம் இல்லை. நாங்கள் முழு சுதந்திரத்தோடு இருக்கிறோம். எல்லாம் வல்ல இறைவன்தான் எங்களுக்கு அந்த சுதந்திரத்தைக் கொடுத்திருக்கிறார். எங்களுக்கு விருப்பமான நேரத்தில் நாங்கள் படிக்கிறோம், எங்களுக்கு விருப்பமான நேரத்தில் நாங்கள் வேலை செய்கிறோம். நாங்கள் ஓய்வெடுக்க விரும்பினால், ஓய்வெடுத்துக் கொள்கிறோம். ஒரு நண்பரைப் பார்த்துவர விரும்பினால், நாங்கள் போய்வருகிறோம். பிரார்த்தனை செய்ய வேண்டும் என்று எங்களுக்குத் தோன்றினால், நாங்கள் பிரார்த்தனை செய்கிறோம். நாங்கள் விரும்புகின்றவற்றை எங்களால் செய்ய முடிகிறது. அப்படியென்றால், நாங்கள் உங்களைவிட அதிக சுதந்திரமாக இருக்கிறோம் என்று அதற்கு அர்த்தமாகாதா? நாங்கள் உங்களைவிட அதிகத் துடிப்போடு இருக்கிறோம், இல்லையா? உங்களைப் பற்றிய விஷயங்கள் உட்பட அதிகப்படியான விஷயங்கள் உங்களைவிட எங்களுக்கு அதிகமாகத் தெரிந்திருக்கின்றன, இல்லையா? ஒன்றை மட்டும் உங்கள் நினைவில் வைத்துக் கொள்ளுங்கள்: நீங்கள் அறிந்திருக்கின்ற, சிந்திக்கின்ற, மற்றும் செய்கின்றவற்றைவிட நாங்கள் சொல்லும் விஷயங்கள் சாலச் சிறந்தவை. அதே நேரத்தில், நாங்கள் கச்சிதமானவர்கள் அல்ல என்பதையும் நாங்கள் உங்களிடம் கூறிக் கொள்ள விரும்புகிறோம். நாங்களும் கற்றுக் கொண்டிருக்கிறோம். நாங்கள் கடவுளைச் சென்றடையும்போது மட்டுமே நாங்கள் கச்சிதமானவர்களாகவும் முற்றிலும் தூய்மையானவர்களாகவும் இருப்போம். இப்போது நீங்கள் எங்களை முழுமையாகப் புரிந்துள்ள நிலையில், எங்களால் உங்களை வழிநடத்த முடியும் விதத்தில், இச்செய்திகளை

ஆவியுலகிலிருந்து நாங்கள் உங்களுக்குத் தெரிவிக்க விரும்புகிறோம். ஆவியுலகில் இருக்கும்போதைவிட அதிக விரைவாகப் புவியுலகிலிருந்து ஓர் உயர்ந்த நிலையை உங்களால் அடைந்துவிட முடியும்.

கடவுளின் சில விதிகள் அனைத்து ஆன்மாக்களாலும் கண்டிப்பாகப் பின்பற்றப்படுகின்றன. "நீங்கள் எதை விதைக்கிறீர்களோ, அதையே நீங்கள் அறுவடை செய்கிறீர்கள்," என்பது அவற்றில் மிக முக்கியமானது.

கடவுள் ஒரு பரிவான இதயம் கொண்டவர், அன்பு நிறைந்தவர். எனவே, அவருடைய அன்பையும் பரிவையும் மனிதர்கள் தங்களுக்குச் சாதகமாகப் பயன்படுத்திக் கொள்ளத் தொடங்கினர். ஆனால் கடவுள் உங்களுக்கு ஓர் ஆழ்மனத்தைக் கொடுத்துள்ளார், அதாவது, மனசாட்சியைக் கொடுத்துள்ளார். அந்த ஆழ்மனம், "நீங்கள் எதை விதைக்கிறீர்களோ, அதையே நீங்கள் அறுவடை செய்கிறீர்கள்," என்ற கொள்கையின் அடிப்படையில் செயல்படுகிறது. நீங்கள் நல்லவற்றை விதைத்தால், உங்களுக்கு நல்லவை கிடைக்கும்; நீங்கள் தீயவற்றை விதைத்தால், தீயவற்றையே நீங்கள் அறுவடை செய்வீர்கள். இங்கு எந்த அநீதியும் இல்லை. நீங்கள் நல்லவராக இருந்து வந்திருந்தால், ஆவியுலகில் நீங்கள் மகிழ்ச்சியைப் பெறுவீர்கள். நீங்கள் யாருக்கேனும் தீங்கு செய்திருந்தால், அதற்கான விலையை நீங்கள் கொடுத்தாக வேண்டும். நீங்கள் துன்புறுவதை உங்கள் ஆழ்மனம் உறுதி செய்யும். உங்கள் சொந்த ஆழ்மனம்தான் உண்மையான நியாயத்தை உங்களுக்கு வழங்குகிறதே தவிர, வேறு யாரும் அல்ல. உங்களுக்கே தெரியாமல் உங்கள் ஆழ்மனம் உங்களுக்கு நியாயத் தீர்ப்பு வழங்குகிறது. நீங்கள் ஏன் துன்புற்றுக் கொண்டிருக்கிறீர்கள் என்பது உங்கள் வெளிமனத்திற்குத் தெரிவதில்லை. நீங்கள் எதை விதைத்துள்ளீர்கள் என்பதன் அடிப்படையில், நீங்கள் தானாகவே உங்கள் வெகுமதியையோ அல்லது தண்டனையையோ பெறுவீர்கள். கடவுள் மிகவும் அன்பானவர், பரிவுள்ளம் கொண்டவர், அவர் யாரையும் ஒருபோதும் தண்டிப்பதில்லை என்பதை இதிலிருந்து உங்களால் அறிந்து கொள்ள முடியும். நீங்கள் எதை விதைக்கிறீர்களோ, அதையே அறுவடை செய்கிறீர்கள்.

29-04-1981

மறுபிறப்பு

ஆவியுலகில் உள்ள எங்களுக்கு அனைத்து எதிர்கால நிகழ்வுகளும் தெரிந்திருப்பது சாத்தியமில்லை. எங்களுக்குச் சில விஷயங்கள் தெரியும், ஆனால் புவிவாழ் மக்களிடம் அவற்றைக் கூறுவதற்கு உயர் ஆன்மாக்களிடமிருந்து எங்களுக்கு அறிவுறுத்தல்களோ அல்லது அனுமதியோ கிடைக்கும்வரை நாங்கள் அவற்றை உங்களிடம் கூறக்கூடாது. புவிவாழ் மக்கள் ஆவியுலகுடன் தொடர்பு கொண்ட உடனேயே தங்கள் எதிர்காலத்தைப் பற்றி நூற்றுக்கணக்கான கேள்விகளைக் கேட்கின்றனர். ஒருசிலர் மட்டுமே அப்படிப்பட்டக் கேள்விகளைக் கேட்பதைத் தவிர்க்கின்றனர். இதற்காக நாங்கள் உங்களைக் குறை கூறப் போவதில்லை, ஆனால் எதிர்காலத்தைப் பற்றி எங்களிடம் கேட்க வேண்டாம் என்று நாங்கள் உங்களிடம் கேட்டுக் கொள்ள விரும்புகிறோம்.

எதிர்காலம் துல்லியமாக எப்படி இருக்கும் என்பது யாருக்கும் தெரியாது. ஏனெனில், மற்றவர்கள் எப்படி நடந்து கொள்வார்கள் என்பதை யாராலும் அறிந்து கொள்ள முடியாது. எடுத்துக்காட்டாக, நீங்கள் தொண்ணூறு ஆண்டுகள் வாழ்வீர்கள் என்று நாங்கள் கூறக்கூடும். ஆனால் அடுத்த நாளே நீங்கள் ஒரு விபத்தில் கொல்லப்படலாம் அல்லது யாரேனும் உங்களைக் கொலை செய்யக்கூடும். இவையெல்லாம் ஒரு மனிதனின் சுய விருப்பத்தையும், அவன் மேற்கொள்கின்ற தேர்ந்தெடுப்புகளையும் பற்றியது. அடுத்து என்ன நிகழும் என்பதைப் புவியில் முன்கூட்டியே யாராலும் கணிக்க முடியாது.

நிச்சயமாக நிகழ்ந்தாக வேண்டிய ஒரு நிகழ்வாக இருக்கும் பட்சத்தில், என்ன நிகழும் என்பது சில சமயங்களில் எங்களுக்குத் தெரியும். ஆனால் அதை உங்களிடம் கூற எங்களுக்கு அனுமதி இல்லாமல் போகக்கூடும். உங்களுடைய நன்மைக்காகவும் மற்றவர்களுடைய நன்மைக்காகவும் சில விஷயங்களை உங்களிடம் கூறுவதற்கு நாங்கள் அறிவுறுத்தப்படுகிறோம், அல்லது எங்களுக்கு அனுமதி வழங்கப்படுகிறது. ஆனால் பெரும்பான்மை நேரம்,

எதிர்காலத்தைப் பற்றிப் புவியில் அரிதாகவே சரியான கணிப்பு மேற்கொள்ளப்படுகிறது. ஆனால் அந்த எதிர்காலத்தைப் பற்றி நாங்கள் அறிந்திருந்து, அதை உங்களிடம் கூற எங்களுக்கு அனுமதி இல்லை எனும்போது, அதைப் பற்றி நீங்கள் எங்களிடம் கேட்பதில் எந்த அர்த்தமும் இல்லை. எனவே, எதிர்காலத்தைப் பற்றிய கேள்விகளை தயவு செய்து தவிர்த்துவிடுங்கள்.

ஆவியுலகில் உள்ள நாங்கள் மேன்மேலும் எங்களை மேம்படுத்திக் கொண்டு, உயர்ந்த நிலைகளை அடைய விரும்புவதால், அடுத்து நிகழவிருப்பவற்றைப் பற்றி ஏராளமான விஷயங்கள் எங்களுக்குத் தெரியும். மீண்டும் எங்களை பூமிக்கு அனுப்பி வைக்கும்படி நாங்கள் இறைவனிடம் கேட்கிறோம். நாங்கள் மறுபிறப்பு எடுக்க வேண்டுமா இல்லையா என்பதை நாங்களே தீர்மானிக்கிறோம். நாங்கள் எப்போதும் எங்கள் தாயாரைத் தேர்ந்தெடுக்கிறோம். எங்கள் தந்தை தாமாகவே எங்களிடம் வருகிறார். ஏனெனில், பல சமயங்களில், எங்கள் தாயார் யாரைத் திருமணம் செய்து கொள்வார் என்பது எங்களுக்குத் தெரியாமல் போகக்கூடும். ஆனாலும், சில சமயங்களில், நாங்கள் எங்கள் தந்தையரையும் தேர்ந்தெடுக்கிறோம்.

எங்களை நாங்களே பார்த்துக் கொள்ளக்கூடிய வயதை நாங்கள் எட்டும்வரை எங்களை அக்கறையோடு கவனித்துக் கொண்டு, எங்கள்மீது நேசம் காட்டி, எங்களை கவனமாகப் பார்த்துக் கொள்கின்ற ஒரு தாயாரையே பெரும்பாலும் நாங்கள் தேர்ந்தெடுக்கிறோம். எங்களுக்குப் பிரியமான ஒரு தாயையே நாங்கள் வழக்கமாகத் தேர்ந்தெடுக்கிறோம். ஆனால், சில சமயங்களில், அனுபவங்களைப் பெறுவதற்காகவும், கர்மவினையைத் தீர்ப்பதற்காகவும், மேலும் முன்னேறிச் செல்வதற்காகவும், மோசமான அல்லது தீய ஆன்மா ஒருவரை நாங்கள் எங்கள் தாயாகத்[5] தேர்ந்தெடுக்கிறோம்.

எங்களுக்கு விருப்பமில்லாத ஒருவரை எங்கள் தாயாகத் தேர்ந்தெடுக்கும்படி யாராலும் எங்களைக் கட்டாயப்படுத்த முடியாது. எங்களுடைய பாவங்களுக்குத் தண்டனை தேவைப்பட்டால், ஒரு கடினமான குழந்தைப்பருவத்தை

---

5. தீய தாய்மார்களைப் பற்றியும் ஆன்மீக மேம்பாட்டைப் பற்றியும் அறிந்து கொள்வதற்கு, 109ம் பக்கத்தில் இடம்பெற்றிருக்கும் சூர்தாஸின் கதையைப் படியுங்கள்.

அய்மாயி நவ்ரோஜி
பாட்லிவாலா
(கோர்ஷெத்தின்
கொள்ளுப்பாட்டி)
இறப்பு: 1800களில்

மறுபிறப்பாக

கோர்ஷெத் பாவ்நகரி
பிறப்பு: 27-09-1925

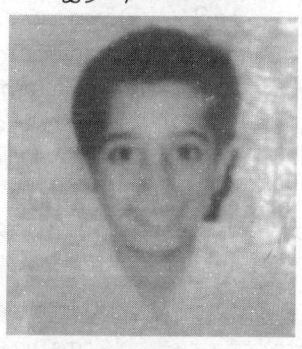

ரூமி பி. மேத்தா
(புர்ஜீனின் தந்தையின்
சகோதரர்)
இறப்பு: 5-01-1969

மறுபிறப்பாக

புர்ஜீன் விஸ்பி
மேத்தா
பிறப்பு: 5-08-1980

ஜல் துமாஸியா
(விஸ்தாஸ்ப்பின்
தாய்வழித் தாத்தா)
இறப்பு: 15-01-1994

மறுபிறப்பாக

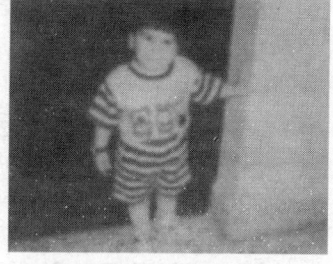

விஸ்தாஸ்ப் நோஜர்
கங்கா
பிறப்பு: 1995

அனுபவித்துத் துன்புற்றப் பிறகு நல்லவர்களாக ஆகும் விதத்தில், ஒரு மோசமான ஆன்மாவை எங்கள் தாயாக நாங்கள் தேர்ந்தெடுக்கிறோம். இங்கு நாங்கள் ஒரு பெரிய ஆபத்தை எதிர்கொள்கிறோம். ஏனெனில், நாங்கள் தேர்ந்தெடுக்கும் தாய் எங்கள்மீது அதிக வலிமையான கட்டுப்பாட்டைக் கொண்டிருந்து, எங்கள் மனங்களை எங்களால் கட்டுப்படுத்த முடியாமல் போய்விட்டால், அவர் எங்கள் வாழ்க்கையை முற்றிலுமாகச் சீரழித்துவிடக்கூடும். ஆனால், நாங்கள் மேம்படுவதற்கும், எங்கள் ஆன்மாக்களைத் தூய்மைப்படுத்திக் கொள்வதற்கும் நாங்கள் இப்படிப்பட்ட ஆபத்தான தேர்ந்தெடுப்புகளை மேற்கொள்ளத்தான் வேண்டும்.

"மேம்பாடு அடைவதற்கும் ஓர் உயர்ந்த நிலையை எட்டுவதற்கும் வேறு ஏதேனும் வழி இல்லையா?" என்று நீங்கள் கேட்கக்கூடும். ஆம், அதற்கு இன்னொரு வழி இருக்கிறது. ஆனால் நாங்கள் எங்கள் இலக்கை அடைவதற்குப் பல யுகங்கள் ஆகும். மேல்மட்டத் தளங்களில் நீங்கள் இருக்கும்போது, பூமியில் மீண்டும் ஒருபோதும் பிறக்காமல் இருப்பதை உங்களால் தேர்ந்தெடுக்க முடியும். ஆவியுலகிலேயே முன்னேறிச் செல்ல உங்களால் முயற்சிக்க முடியும். ஆனால் இச்செயல்முறை மிகவும் மெதுவானது.

பெரும்பாலான ஆன்மாக்கள், ஆபத்தைப்பொருட்படுத்தாமல், தங்களை மேம்படுத்திக் கொள்வதற்காக மோசமான தாய்மார்களுக்குப் பிறக்கின்றனர். மற்ற ஆன்மாக்கள், தங்கள் நேசத்திற்குரியவர்களுக்கு உதவுவதற்காக மறுபிறவி எடுக்கின்றனர். இவர்கள் ஒவ்வொருவரும் தங்கள் அன்புக்குரியவர்களில் ஒருவரைத் தங்கள் தாயாகத் தேர்ந்தெடுத்து, நல்வழியைப் பின்பற்றி வாழக் கடினமாக முயற்சி செய்கின்றனர். ஆன்மீகரீதியான முன்னேற்றத்தில் எந்தப் பின்னடைவையும் அவர்கள் விரும்புவதில்லை.

நாங்கள் எவ்வளவு சுதந்திரமானவர்கள் என்பதை இதிலிருந்து உங்களால் புரிந்து கொள்ள முடியும். ஆவியுலகில், எங்களுக்கு விருப்பமானவற்றை எங்களால் செய்ய முடிகிறது. நாங்கள் செய்ய விரும்பும் காரியம் தவறாக இருந்தால், அதைச் செய்ய எங்கள் ஆழ்மனம் ஒருபோதும் அனுமதிக்காது. ஆவியுலகில் உயர்வான தளம் ஒன்றில் நீங்கள் இருக்கும் பட்சத்தில், கீழ்மட்டத் தளத்திற்குச் செல்வதற்கான ஆபத்து அங்கு இல்லை.

உங்களை மேம்படுத்திக் கொள்வதற்கு ஆபத்தான ஒரு வழியை நீங்கள் தேர்ந்தெடுத்தால், கடவுளின் விதிகளைப் பின்பற்றாமல் போவதன் மூலம் நீங்கள் உங்கள் வாழ்க்கையைச் சீரழிக்கக்கூடும். ஏனெனில், பூமியில் உங்கள் ஆழ்மனம் முழு நேரமும் செயல்படுவதில்லை என்பதால், எது சரி, எது தவறு என்பது பற்றி உங்களுக்கு எள்ளளவு யோசனைகூட இருப்பதில்லை. மறுபிறவி எடுக்கின்ற, ஓர் உயர்ந்த நிலையில் உள்ளவர்களால் மட்டுமே புவியில் தங்கள் ஆழ்மனத்தால் வழிநடத்தப்பட முடியும்.

விஸ்பியும் ரத்தூவுமான நாங்கள் இருவரும் எங்கள் தாயாரைத் தேர்ந்தெடுத்தோம். அவரை நாங்கள் பெரிதும் நேசித்தோம்.

30-04-1981

தீமையை எதிர்த்துப் போராடுங்கள்

நாங்கள் ஒவ்வொருவரும் இங்கு ஏதோ ஒரு வேலையைச் செய்கிறோம். எங்களுக்கு எந்த வேலை மிகவும் பிடித்திருக்கிறதோ, அதை நாங்கள் மகிழ்ச்சியோடு செய்கிறோம். எங்களில் சிலர், புவிவாழ் மக்களுக்குச் சில செய்திகளை அனுப்பி, அவர்களைத் தங்களுடைய துயரங்களிலிருந்து வெளிக் கொணர்கிறோம். அவர்கள் தற்போது இருக்கின்ற நிலையிலிருந்து உயர்ந்த நிலையை அடைவதற்கு நாங்கள் அவர்களை வழிநடத்துகிறோம், அவர்களுக்கு உதவுகிறோம். பல ஆன்மாக்கள் இதைச் செய்கின்றனர். சிலர் அதில் வெற்றி காண்கின்றனர், சிலர் அந்த முயற்சியில் வெற்றி பெறுவதில்லை.

அன்றாட உடற்களைப்பால் ஏற்படக்கூடிய வலிகளிலிருந்தும் வேதனைகளிலிருந்தும் புவிவாழ் மக்களை விடுவிப்பதில் நாங்கள் தீவிரமாக இருக்கிறோம். ஆனால், நீங்கள் உங்கள் ஸ்தூல உடலைத் துறந்தால் மட்டுமே அது சாத்தியம். எனவே, அது எங்கள் கைகளில் இல்லை. ஆனால், சர்வ வல்லமை வாய்ந்த இறைவனின் உண்மையான விதிகள் என்ன என்பதை நீங்கள் புரிந்து கொள்வதற்கு உங்களை எங்களால் வழிநடத்த முடியும். அது எங்கள் கைகளில் உள்ளது.

கடவுளின் சில விதிகளை நீங்கள் ஒருபோதும் அறிந்திருக்கவில்லை, சிலவற்றை நீங்கள் தவறாகப் புரிந்து கொண்டுள்ளீர்கள். எனவே, உங்களைச் சரியான பாதையில் கொண்டு சேர்ப்பதற்காக நாங்கள் இங்கே இருக்கிறோம். தீய ஆன்மாக்களிடம் நீங்கள் இனிமையாக நடந்து கொண்டால், நீங்கள் அவர்களை ஊக்குவிக்கிறீர்கள் என்று பொருள். எனவே, அவர்களிடம் இனிமையாக நடந்து கொள்ளாதீர்கள், அவர்களுக்கு எந்த விதத்திலும் உதவி செய்யாதீர்கள். அந்தத் தீய ஆன்மா தன்னை மாற்றிக் கொள்ள விரும்பினால், முதலில் அந்த விருப்பம் உண்மையானதுதானா என்பதை உறுதி செய்து கொண்டு, பிறகு முழு மனத்தோடு அவருக்கு உதவுங்கள். அது உங்கள் கடமை. ஆனால் நீங்கள் அந்நபரின் உள்நோக்கங்கள் குறித்து உறுதியாக அறிந்திருக்க வேண்டியது அவசியம். அதை எப்படி உங்களால் உறுதி செய்ய முடியும்? உங்களுக்கு உறுதியாகத் தெரியுமா என்ற கேள்வி உங்களுக்குள் எழவில்லை என்றால், அந்நபரின் உள்நோக்கங்கள் உங்களுக்கு உறுதியாகத் தெரியும் என்று பொருள். அக்கேள்வி உங்களுக்குள் எழுகின்றது என்றால், உங்களுக்கு சந்தேகம் இருப்பதாகப் பொருள்படும். அப்படியென்றால், உங்கள் கணிப்பு சரியாக இருக்கலாம் அல்லது தவறாக இருக்கலாம். இங்குதான் ஆவிகள் உங்களுக்கு வழிகாட்ட வருகின்றனர். ஒரு நபரை நீங்கள் நம்பலாமா அல்லது நம்பக்கூடாதா என்பது குறித்து எங்களால் உங்களை வழிநடத்த முடியும். ஆனால், ஆவியுலகத்துடன் தொடர்பு இல்லாதவர்களுக்கு நாங்கள் ஒன்றைக் கூறிக் கொள்ள விரும்புகிறோம். நீங்கள் உங்கள் சந்தேகம் குறித்துக் கடவுளிடம் உதவி கேட்டு மனதாரப் பிரார்த்தனை செய்யுங்கள். கடவுள் ஏதோ ஒரு வழியில் உங்களைச் சரியான பாதையில் வழிநடத்துவார்.

எனவே, தீயோரிடம் ஒருபோதும் இனிமையாக நடந்து கொள்ளாதீர்கள், அவர்களை ஊக்குவிக்காதீர்கள். தீமையை எதிர்த்துப் போராடுங்கள். கடவுளின் முக்கியமான ஒரு விதி இது.

01-05-1981
உண்மையான ஆழ்விருப்பத்தால் மட்டுமே மாற்றத்திற்கு வழி வகுக்க முடியும்

கடவுள் அன்பும் பரிவும் நிறைந்தவர். அவர் ஒரு கச்சிதமான நீதிபதி. ஒவ்வோர் ஆன்மாவும் ஓர் உயர்ந்த நிலையை எட்ட வேண்டும் என்று அவர் விரும்புகிறார். பாவங்களைச் செய்த ஆன்மாக்களையும் மோசமான ஆன்மாக்களையும் வழிநடத்துவதற்கு அவரிடம் பல உதவியாளர்கள் இருக்கின்றனர். அவர்களும் கடவுளைப்போலவே அன்பும் பரிவும் கொண்டவர்களாக இருக்கின்றனர்.

ஒரு தீய ஆன்மா ஓர் உயர்ந்த நிலைக்கு உயர விரும்புகிறார் என்றும், ஆனால் தன்னை மேம்படுத்திக் கொள்வதற்கான விருப்பம் அவருக்கு இல்லை என்றும் வைத்துக் கொள்வோம். அப்போது என்ன நிகழும்? அவர் எந்த நிலையில் இருந்தாலும் அவர் நலிவுற்றே இருப்பார். அவரால் ஒருபோதும் உயர முடியாது. ஏனெனில், தன்னுடைய தவறான வழிகளிலிருந்து விடுபட்டுத் தன்னை மேம்படுத்திக் கொள்வதற்கான விருப்பம் அவருக்கு இல்லை.

உங்களுடைய சொந்த ஆழ்விருப்பம் அற்புதங்களை நிகழ்த்தும். "உயர்ந்த நிலை ஒன்றை எட்ட வேண்டும் என்ற ஒரு மாபெரும் விருப்பம் எனக்கு இருக்கிறது, ஆனால் நான் அந்த நிலையை நோக்கி நகர்ந்து கொண்டிருக்கவில்லை என்று எனக்குத் தோன்றுகிறது," என்று நீங்கள் கூறக்கூடும். சற்று யோசித்துப் பார்த்துவிட்டு, பின்வரும் கேள்வியை உங்களிடம் நீங்களே கேட்டுக் கொள்ளுங்கள்: "என்னை மேம்படுத்திக் கொள்ள வேண்டும் என்று நான் உண்மையிலேயே விரும்புகிறேனா அல்லது என்னை மேம்படுத்திக் கொள்ள வேண்டும் என்று நான் விரும்புவதாக நான் பாசாங்கு செய்து கொண்டிருக்கிறேனா?"

இவ்விரண்டுக்கும் இடையே பரந்த வேறுபாடு ஒன்று உள்ளது. ஒன்று, உண்மையான ஆழ்விருப்பத்தைக் கொண்டிருப்பது. மற்றொன்று, ஒரு போலி விருப்பம். இதில் உங்களை நீங்களே ஏமாற்றிக் கொள்கிறீர்கள். உங்களை நீங்கள் சுய ஆய்வு செய்து பார்ப்பதன் மூலம், உங்கள்

விருப்பம் உண்மையானதா அல்லது அது ஒரு பாசாங்கா என்பது உங்களுக்குப் புரிந்துவிடும். உங்களை மேம்படுத்திக் கொள்வதில் நீங்கள் உண்மையிலேயே தீவிரமாக இருந்தால், உங்களை நீங்களே ஏமாற்றிக் கொள்வதை நிச்சயமாக நிறுத்திவிட்டு, உண்மையிலேயே உங்களை மேம்படுத்திக் கொள்வதற்கான நடவடிக்கைகளை மேற்கொள்வீர்கள்.

இப்போதெல்லாம், நல்ல ஆன்மாக்கள் குறைவாகவும், மோசமான ஆன்மாக்கள் அதிகமாகவும் இருக்கின்றனர். எனவே, ஒரு மோசமான ஆன்மாவை மேம்படுத்த வேண்டியது ஒவ்வொரு நல்ல ஆன்மாவின் கடமையாகும். ஆனால் யாராலும் இன்னொருவரைக் கட்டாயப்படுத்த முடியாது. அது தானாக அவருக்குள் இருந்து வர வேண்டும். "நான் மேம்பட விரும்புகிறேன்," என்று ஒரு தீய ஆன்மா பல நூறு முறைகள் கூறினாலும், அது அவருக்கு உதவாது. எங்களிடமிருந்து கிடைக்கும் அறிவுரையும் வழிகாட்டுதலும்கூட அவருக்கு உதவாது. நீங்கள் தவறான பாதையைவிட்டு விலகி, சரியான பாதையைத் தேர்ந்தெடுப்பது உங்கள் கைகளில்தான் இருக்கிறது.

ஆவியுலகிலிருந்து நாங்கள் எவ்வளவுதான் முயற்சி செய்தாலும், உங்கள் தவறான வழிகளிலிருந்து உங்களை வெளிக்கொணர்வதற்குக் கடவுளால்கூட முடியாது. ஏனெனில், உங்களுக்கு வழிகாட்டுவதற்கு அவர் உங்களுக்கு ஓர் ஆழ்மனத்தைக் கொடுத்துள்ளார். அவர் அதில் ஒருபோதும் குறுக்கிட மாட்டார். நீங்கள் தவறு செய்தால், உங்கள் ஆழ்மனம் நிச்சயமாக உங்களுக்குத் தண்டனை வழங்கும். முன்னேறுவதற்கு நீங்கள் உண்மையிலேயே கடினமாக முயற்சி மேற்கொள்ளாவிட்டால், அதே கீழ்மட்ட நிலையில் நீங்கள் தங்கிவிடுவீர்கள். ஓர் உயர்ந்த நிலையை அடைவதற்கு ஒரே ஒரு வழிதான் உள்ளது. உண்மையிலேயே உங்களை மேம்படுத்திக் கொள்வது ஒன்றுதான் அந்த வழி. வேறு எந்த வழியும் உங்களுக்கு உதவாது. நீங்கள் மேம்பட வேண்டும் என்ற உண்மையான விருப்பம் உங்களுக்கு இல்லாவிட்டால், பிரார்த்தனை செய்வதோ அல்லது கடவுளிடம் மன்றாடுவதோ உங்களுக்கு ஒருபோதும் உதவப் போவதில்லை. எனவே, மேலும் தாமதிக்காமல் உடனடியாக உங்கள் முயற்சியைத் துவக்குங்கள்.

02-05-1981

ஆவியுலகில் இன்னொரு தளத்திற்கு வருகை தருதல்

ஆவியுலகில் ஏழு தளங்கள் உள்ளன. மிகவும் கீழ்மட்டத்தில் உள்ளது ஒன்றாவது தளம். மிக உயர்ந்த தளம் ஏழாவது தளம். எனவே, உங்கள் பாவங்கள் மற்றும் புண்ணியங்களுக்கு ஏற்ப, உங்கள் ஆழ்மனம் உங்களுக்கு ஏற்றத் தளத்திற்கு உங்களைக் கூட்டிச் செல்லும். நீங்கள் எவ்வளவு முயற்சி செய்தாலும் சரி, எந்தத் தளம் உங்களுக்குத் தகுதியானதோ, அதைவிட உயர்ந்த தளத்திற்கு உங்களால் ஒருபோதும் போக முடியாது.

ஓர் ஆன்மாவால் தன்னுடைய தற்போதையை தளத்தைவிட உயர்ந்த தளம் ஒன்றுக்குச் செல்ல முடியாது. ஏனெனில், அது அவருடைய கண்களுக்குப் புலப்படாதவாறு இருக்கும். உங்களுடைய தற்போதைய தளத்தையும், அதற்குக் கீழே இருக்கின்ற தளங்களையும் மட்டுமே உங்களால் பார்க்க முடியும். ஆனால் ஐந்தாவது தளத்திலிருந்து, அதற்கு மேற்பட்டத் தளங்களுக்கு ஓர் ஆன்மாவால் சென்றுவர முடியும். ஆனால் சில தேவைகள் நிறைவேற்றப்பட்டாக வேண்டும்:

1. ஓர் உயர்ந்த தளத்திலுள்ள ஒருவரிடமிருந்து அவருக்கு ஓர் அழைப்பு வர வேண்டும்.

2. அந்த உயர்ந்த தளத்தில் உள்ள பேரான்மா[6] அவருக்கு அனுமதி வழங்க வேண்டும்.

3. அவர் ஒரு குறிப்பிட்டப் பயிற்சிக்கு உட்பட்டாக வேண்டும்.

4. அந்த உயர்ந்த தளத்தின் கூடுதல் ஒளியிலிருந்து அவர் தன் கண்களைப் பாதுகாத்துக் கொள்ளவும், அத்தளத்தின் மிக மெல்லிய சூழல் ஏற்படுத்தக்கூடிய மூச்சுத்திணறலில் இருந்து தன்னைப் பாதுகாத்துக் கொள்ளவும், அவர் ஒரு பாதுகாப்பு அங்கியை அணிந்து கொள்ள வேண்டும். அந்த உயர்ந்த தளங்களில் இருக்கும் ஆன்மாக்களின் எடையைவிட இவருடைய ஆன்மாவின் எடை சற்று அதிகமாக இருப்பதால், அவரை லேசாக்கக்கூடிய ஓர் அங்கி அவருக்குத் தேவை.

---

6. ஒவ்வொரு தளத்தின் ஆட்சியாளரோ, அரசரோ, அல்லது தலைவரோதான் அத்தளத்தின் பேரான்மா என்று அழைக்கப்படுகிறார்.

அந்த உயர்ந்த தளத்தில் உங்களால் அதிக நேரம் தங்கியிருக்க முடியாது. அதேபோல, அடிக்கடி உங்களால் அங்கே சென்றுவர முடியாது. ஐந்தாவது தளத்திலிருந்து ஆறாவது தளத்திற்கும், ஆறாவது தளத்திலிருந்து ஏழாவது தளத்திற்கும் மிக அரிதாகவே உங்களால் சென்றுவர முடியும், ஆனால் ஒரு குறுகிய காலம்வரை மட்டுமே அது உங்களுக்குச் சாத்தியமாகும்.

நாங்கள் அப்படிப்பட்ட உயர்ந்த தளங்களுக்குச் சென்று வந்துள்ளோம். ஏழாவது தளத்திற்கு வருகை தரும் பெரும் பாக்கியமும் கௌரவமும் எங்களில் சிலருக்குக் கிடைத்துள்ளது. ஆனால், கீழ்மட்டத் தளங்களில் இருக்கும் யாரையேனும் மேம்படுத்துவதற்கோ அல்லது எந்த நோக்கமும் இன்றியோ கீழ்மட்டத் தளங்களுக்கு எங்கள் விருப்பம்போல எங்களால் சென்றுவர முடியும்.

1, 2, 3 ஆகிய கீழ்மட்டத் தளங்களுக்கு நாங்கள் செல்ல வேண்டும் என்றால், எங்களுக்கும் ஒரு பாதுகாப்பு அங்கி தேவை. அத்தளங்களில் இருக்கும் தீய ஆன்மாக்கள் மற்றும் மோசமான ஆன்மாக்களின் பார்வையில் நாங்கள் தென்படாதபடியும், அவர்களும் அவர்களுடைய மோசமான அதிர்வுகளும் எங்களுக்குத் தீங்கு ஏற்படுத்தாதபடியும் அந்த அங்கி எங்களைப் பார்த்துக் கொள்கிறது.

தங்கள் பாவங்களுக்காக உண்மையிலேயே பெரிதும் மனம் வருந்தியதன் விளைவாக, உயர்ந்த தளங்களில் உள்ள அன்பான ஆன்மாக்களின் வழிகாட்டுதல் கிடைக்கப் பெற்றால் தவிர, 1,2,3 ஆகிய தளங்களில் உள்ள ஆன்மக்களால் தங்களுடைய தளங்களிலிருந்து ஒருபோதும் வெளியேற முடியாது. கீழ்மட்டத் தளங்களில் உள்ள ஆன்மாக்கள் இனி ஒருபோதும் அந்தப் பாவங்களைச் செய்ய மாட்டார்கள் என்று உறுதியாகத் தெரிந்தால் மட்டுமே, அந்த நல்ல ஆன்மாக்களின் வழிகாட்டுதல் அவர்களுக்குக் கிடைக்கும். பிறகு, அந்தத் தீய ஆன்மா, தன்னால் தீங்கிழைக்கப்பட்ட மக்களுக்குத் தான் பட்டக் கடனைத் தீர்ப்பதற்காக, மீண்டும் பிறவி எடுத்துத் தன் கர்மவினையைத் தீர்த்தாக வேண்டும். சில சமயங்களில் இதற்குப் பல நூறு ஆண்டுகள் ஆகலாம். மற்ற சமயங்களில், அதற்கு ஒருசில ஆண்டுகள் மட்டுமே தேவைப்படும். இது ஒவ்வோர் ஆன்மாவின் கைகளில்தான் உள்ளது.

பலர் ஒருசில நூறு ஆண்டுகளில் கீழ்மட்டத் தளங்களிலிருந்து உயர்ந்த தளங்களுக்கு உயர்ந்துள்ளனர். தங்களுடைய ஒட்டுமொத்த ஆவியுலக வாழ்க்கையில் முதல் மூன்று தளங்களை ஒருபோதும் பார்த்திராத சில நல்ல ஆன்மாக்களும் இருக்கின்றனர்.

ஒவ்வோர் ஆன்மாவின் ஆவியுலகப் பயணம் நான்காவது தளத்தின் ஐந்தாவது நிலையிலிருந்துதான் துவங்குகிறது.

பல ஆன்மாக்கள் வேகமாக உயர்ந்துள்ளனர், மற்றவர்களுக்கு ஆயிரக்கணக்கான ஆண்டுகள் ஆகின்றன. இன்னும் பலர், பல யுகங்களாகக் கீழ்மட்டத் தளங்களில் இருந்து வந்துள்ளனர். ஆன்மாக்களுக்கு ஒரு திட்டவட்டமான விதியோ அல்லது நேரமோ கிடையாது. அது ஒரு தனிநபரைப் பொருத்தது. தான் மேம்பட வேண்டும் என்ற அவருடைய பேரார்வம் திட்டவட்டமானதாகவும் உண்மையானதாகவும் இருந்தால், உயர்ந்த தளங்களை எட்டுவதற்கு அவருக்குக் குறைவான நேரமே ஆகும்.

03-05-1981

கடவுளின் நியாயத் தீர்ப்பு

கடவுள் மிகவும் அன்பானவர், பரிவானவர், நியாயமானவர். அவர் யாரையும் நியாயமின்றி நடத்துவதில்லை. கடவுள் தங்களிடம் நியாயமின்றி நடந்து கொண்டுள்ளதாகப் பலர் நினைக்கின்றனர். ஏனெனில், எது சரி, எது தவறு என்பதை அவர்கள் உண்மையிலேயே அறியவில்லை. கடவுள் தங்களிடம் நியாயமின்றி நடந்து கொள்வதாகப் பலர் நினைப்பதற்கு இதுதான் உண்மையான காரணம்.

எடுத்துக்காட்டாக, எங்களுக்குத் தெரிந்த ஓர் ஆன்மா இருக்கிறார். அவரை சுரேஷ் என்று நாம் அழைக்கலாம். புவியில் அவர் மிகப் பிரபலமாக இருந்தவர். பல்வேறு தர்ம காரியங்களுக்கு ஆயிரக்கணக்கான ரூபாய் பணத்தை அவர் நன்கொடையாகக் கொடுத்திருந்தார். அவர் பலருக்கு வேலை வாய்ப்புகளை உருவாக்கித் தந்தார். நலிந்தவர்களுக்கு ஆடைகள், வீடுகள், உணவு ஆகியவற்றை அவர் தானமாகக் கொடுத்தார். எனவே, தான் மிக உயர்ந்த தளத்திற்குத்தான் செல்வோம் என்று அவர் உறுதியாக நம்பினார். புவியில்

அவர் இறந்தபோது, அவருடைய நினைவில் ஒரு பிரம்மாண்டமான இறுதிச் சடங்கு நடத்தப்பட்டது. அவர் எப்பேற்பட்ட ஒரு நல்ல ஆன்மா என்று மக்கள் தொடர்ந்து பேசிக் கொண்டிருந்தனர். அவருடைய உதவியால் ஏற்படுத்தப்பட்டிருந்த ஓர் அறநிலையத்தில் சுரேஷின் ஒரு சிலை நிறுவப்பட்டது.

அவர் ஆவியுலகிற்கு வந்தபோது, தான் ஒரு கீழ்மட்டத் தளத்தில் இருந்ததைக் கண்டு அவர் வெகுண்டெழுந்தார். "கடவுளின் நியாயத் தீர்ப்பு எங்கே போனது? நான் தர்மகாரியங்களுக்கு அபரிமிதமாகக் கொடுத்தேனே! பூமியில் மக்கள் என்னை உண்மையிலேயே வழிபடும் அளவுக்கு நான் தானம் செய்தேனே! ஆனால் கடவுள் என்னை இந்த நரகத்தில் தள்ளியிருக்கிறார். ஏன்? அவருடைய நியாயம் எங்கே போய்விட்டது? அவர் அன்பற்றவர், நியாயமற்றவர். அவர் ஒரு கொடுமைக்காரர்," என்று சுரேஷ் கத்தினார்.

பல நல்ல ஆன்மாக்கள் அவரிடம் சென்று, ஆசுவாசம் கொள்ளும்படி அவரிடம் கூறினர். பிறகு, இச்சூழ்நிலைக்குப் பின்னால் இருந்த காரணத்தைச் செவிமடுக்கும்படி அவரிடம் அவர்கள் கேட்டுக் கொண்டனர். அவர் இவ்வளவு தானதர்மங்களை ஏன் செய்தார் என்பதையும், அச்செய்கைக்குப் பின்னால் இருந்த உள்நோக்கம் என்ன என்பதையும் தன்னைத் தானே கேட்டுக் கொள்ளும்படி அந்த நல்ல ஆன்மாக்கள் அவரிடம் கூறினர்.

"நான் சொர்க்கத்திற்குச் செல்ல வேண்டும் என்பதற்காக அந்த நல்ல காரியங்களைச் செய்தேன். ஆனால் இப்போது நான் எங்கே இருக்கிறேன் என்று பாருங்கள்!" என்று அவர் கூறினார்.

"உங்கள் செயல்கள் தன்னலமற்றவையாக இருக்கவில்லை. சொர்க்கத்தில் இடம் பிடிப்பதற்காகவே நீங்கள் அவற்றைச் செய்தீர்கள். அது உண்மைதானே?" என்று அந்த நல்ல ஆன்மாக்கள் அவரிடம் கேட்டனர்.

"ஆமாம், அது உண்மைதான். ஆனால் நீங்கள் ஏழைகளுக்கு உதவினால், அவர்களுக்கு உணவும் உறைவிடமும் வேலையும் வழங்கினால், நீங்கள் சொர்க்கத்திற்குச் செல்வீர்கள் என்று நம்முடைய புனிதர்களும் சாமியார்களும் தத்துவவியலாளர்களும் கூறுகின்றனர், இல்லையா? கடவுளும்,

அந்தச் சாமியார்களும், அனைத்துத் தத்துவவியலாளர்களும் என்னை ஏமாற்றிவிட்டனர்," என்று அவர் குமுறினார்.

கடவுள் அவரை ஏமாற்றவில்லை என்று அவருக்கு விளக்கிய அந்த ஆன்மாக்கள், "நீங்கள் செய்த நல்ல காரியங்கள் அனைத்தும் தயாள குணத்தால் செய்யப்பட்டிருக்கவில்லை. எனவே, உங்களை நீங்களே ஏமாற்றிக் கொண்டுள்ளீர்கள். நீங்கள் செய்த காரியங்கள் நல்லவையும் அல்ல, தன்னலமற்றவையும் அல்ல. நீங்கள் பாவங்களைச் செய்துவிட்டு, கடவுளுக்கு லஞ்சம் கொடுப்பதன் மூலம் சொர்க்கத்திற்குச் செல்ல வேண்டும் என்ற சுயநலமான உள்நோக்கத்துடன் அக்காரியங்களைச் செய்தீர்கள். உங்களுடைய பாவங்களைத் துடைத்தெறிவதற்காகவே நீங்கள் தர்மகாரியங்களைச் செய்தீர்கள்," என்று அவரிடம் எடுத்துரைத்தனர்.

அவர் மேலும் கோபம் கொண்டு, "இது தவறு. எனக்கு மாபெரும் அநீதி இழைக்கப்பட்டுள்ளது. நான் சொர்க்கத்தில் இருக்க வேண்டியவன். என் பாவங்களைக் களைவதற்காகவும், சொர்க்கத்தின் ஆனந்தத்தை அனுபவிப்பதற்காகவும் நான் பல நல்ல காரியங்களைச் செய்திருக்கிறேன். எனவே, சொர்க்கத்தில் இருக்க நான் தகுதியானவன். மாறாக, கடவுள் என்னை ஏமாற்றிவிட்டு, என்னை இங்கே கொண்டு தள்ளியிருக்கிறார்," என்று கூறினார்.

தான் ஒரு மிகத் தாழ்வான தளத்தில் இருந்ததால் அவர் பெரும் அதிர்ச்சி அடைந்திருந்தார். அதனால் அவரால் தெளிவாகச் சிந்திக்க முடியவில்லை. சாமியார்களையும் புனிதர்களையும் கடவுளையும் அவர் வசைபாடினார். ஆனால், ஆயிரக்கணக்கில் பணத்தை தர்மகாரியங்களுக்கு வாரி இறைப்பதன் மூலமாகத் தன்னுடைய பாவங்களைத் தன்னால் துடைத்தெறிய முடியாது என்பதையும், தன்னுடைய நோக்கம் சுயநலமானது என்பதையும் அவர் உணரவில்லை.

தர்மகாரியங்களுக்கு நீங்கள் எவ்வளவு நன்கொடை கொடுத்திருந்தாலும் சரி, உங்கள் பாவங்களுக்கான தண்டனையை நீங்கள் அனுபவித்துத்தான் ஆக வேண்டும். உண்மையாகவும் மனதாரவும் வருந்தி, உங்களால் தீங்கிழைக்கப்பட்டவருக்கு ஏதோ ஒரு விதத்தில் நீங்கள் உங்கள் கடனைத் தீர்த்தால் தவிர, எதனாலும் உங்கள்

பாவங்களைப் போக்கிவிட முடியாது. தாங்கள் அபரிமிதமாக நன்கொடை கொடுத்துள்ளதால் தாங்கள் சொர்க்கத்திற்குப் போவோம் என்று பலர் ஒரு தவறான எண்ணத்தைக் கொண்டிருப்பது இதிலிருந்து உங்களுக்குப் புரிந்திருக்கும். அந்த உள்நோக்கத்தோடு நீங்கள் நல்ல காரியங்களைச் செய்வதாக இருந்தால், சொர்க்கத்தைப் பற்றிய நினைப்பை மறந்துவிடுங்கள். ஏனெனில், சொர்க்கத்தின் வாயிலைக்கூட உங்களால் ஒருபோதும் அடைய முடியாது. அது மட்டும் நிச்சயம்.

04-05-1981

ஆவியுலகத்துடனான கருத்துப் பரிமாற்றங்கள்

நாங்கள் இங்கே இருக்கிறோம், நீங்கள் அங்கே இருக்கிறீர்கள். ஆனாலும் எங்களால் உங்களைப் பார்க்க முடியும், உங்களிடம் பேச முடியும், எங்களுடைய எண்ணங்களை உங்களுடன் பரிமாறிக் கொள்ள முடியும். ஆனால் புவிவாழ் மக்கள் பெரும்பாலானோருக்கு அவ்விஷயம் தெரிவதில்லை. அதனால்தான் ஒருசிலரால் மட்டுமே எங்களுடன் கருத்துப் பரிமாற்றங்களிலும் உரையாடல்களிலும் ஈடுபட முடிகிறது. புவியிலிருந்து ஓர் ஆன்மா எங்களுடன் தொடர்பு கொள்ளும்போது நாங்கள் மிகவும் களிப்புறுகிறோம்.

ஆவியுலகத்துடன் தொடர்பு கொண்டு பேசுகின்ற ஒருவர் நிச்சயமாக உண்மையான பேயாகத்தான் இருக்க முடியும் என்றும், அவ்வாறு ஆவியுலகைத் தொடர்பு கொள்வது மோசமானது மற்றும் தீங்கு விளைவிக்கக்கூடியது என்றும் புவிவாழ் மக்கள் பலர் நம்புகின்றனர். இது முற்றிலும் தவறு. ஆவியுலகத்துடன் தொடர்பு கொண்டு பேசுவது மோசமானது என்று நினைப்பது முற்றிலும் பொய்யான தகவலாகும்.

ஆவியுலகத்துடன் தொடர்பு கொள்வது தவறு என்று நம்புவதற்குப் பலர் கட்டாயப்படுத்தப்படுகின்றனர். அத்தகைய கருத்துப் பரிமாற்றங்கள், ஆவிகளான எங்களுக்கு இடையூறுகளை ஏற்படுத்தி, எங்கள் ஆன்மாக்களை மீண்டும் பூமிக்குக் கொண்டு வருவதன் மூலம் எங்களுடைய முன்னேற்றத்தைத் தடுத்து நிறுத்தும் என்றும் அவர்கள்

உறுதியாக நம்புகின்றனர். இவையெல்லாம் தவறான யோசனைகள். உண்மையில், புவிவாழ் மக்களுடன் கருத்துப் பரிமாற்றங்களில் ஈடுபடுவதற்கு நாங்கள் அனுமதி கேட்டால், கடவுளும் பேரான்மக்களும் மகிழ்ச்சியடையவே செய்கின்றனர்.

புவியிலுள்ள எங்கள் அன்புக்குரியவர்கள் தங்கள் வாழ்க்கை முடிந்தவுடன் ஆவியுலகில் நாங்கள் இருக்கின்ற அதே உயர்ந்த தளத்தை அடைந்து எங்களோடு சேர்ந்திருக்க வேண்டும் என்று நாங்கள் விரும்புவதால், அவர்கள் தவறான காரியங்களைச் செய்வதை நிறுத்துவதற்காக, எங்களில் சிலர் அவர்கள்மீது சில எண்ணப் 'பதிவுகளை'[7] ஏற்படுத்த வேண்டியுள்ளது. நாங்கள் எங்களுடைய எண்ணங்களை அவர்களுடைய மனங்களில் புகுத்தும்போது நாங்கள் பல சிரமங்களை எதிர்கொள்கிறோம்.

பெரும்பாலான நேரம், புவிவாழ் மக்களின் மனங்களில் எங்களுடைய எண்ணப் பதிவுகளை ஏற்படுத்துவதற்குக் கடினமாக உழைத்தப் பிறகு, ஒரு சிறு யோசனையைக்கூட உங்களுக்குக் கொடுக்க முடியாமல் நாங்கள் தோற்றுவிடுகிறோம். ஏனெனில், பலர் எங்களுடைய நல்ல எண்ணங்களையும் ஆலோசனைகளையும் ஏற்றுக் கொள்வதில்லை. அவர்களுடைய மனங்கள் மட்டுப்படுத்தப்பட்டு இருப்பதுதான் அதற்குக் காரணம்.

புவிவாழ் மக்களுடன் நேரடியாகக் கருத்துப் பரிமாற்றத்தில் ஈடுபடுவதன் மூலம், அவர்களுக்கு எது நல்லது என்பதை அவர்களுக்கு எடுத்துரைப்பதும், அவர்கள் ஆன்மீகரீதியாக நலிவடைந்து ஆவியுலகில் கீழ்மட்டத் தளங்களுக்குள் தள்ளப்படுவதிலிருந்து அவர்களைத் தடுப்பதும் எங்களுக்கு மிகச் சுலபமாக இருக்கிறது. ஆனால், அவர்கள் உட்பட வேண்டிய ஆன்மீகச் சோதனை என்ன என்பதை அவர்களிடம் வெளிப்படுத்துவதற்கு எங்களுக்கு அனுமதி இல்லை. அவர்களுக்குச் சில குறிப்புகளையும் வழிகாட்டுதலையும் கொடுப்பதன் மூலம் எங்களால் அவர்களுக்கு உதவி செய்ய மட்டுமே முடியும்.

---

7. தொலை நுண்ணுணர்வின் வாயிலாக ஆவியுலக ஆன்மாக்கள் புவிவாழ் ஆன்மாக்களின் மனங்களில் தங்கள் எண்ணங்களைப் புகுத்துகின்றனர். இந்த எண்ணங்கள் அல்லது பதிவுகளைப் புவிவாழ் ஆன்மாக்களால் தங்களுடைய ஆழ்மனங்களைக் கொண்டு இடைமறித்துப் பெற்றுக் கொள்ள முடியும்.

புவிவாழ் மக்களின் மனங்களில் எங்கள் எண்ணங்களைப் புகுத்த முயற்சிப்பதைவிட, அவர்களுடன் நேரடியான கருத்துப் பரிமாற்றத்தில் ஈடுபடுவது எங்களுக்கு அதிக சுலபமாக இருக்கிறது. ஏனெனில், எங்களுடைய எண்ணங்கள் வழக்கமாக உங்களுடைய கடினமான மண்டை யோடுகளைத் துளைக்கத் தவறிவிடுகின்றன. எங்களுடன் பாதுகாப்பாகவும் சுலபமாகவும் கருத்துக்களைப் பரிமாறிக் கொள்ள முடிகின்ற ஒருசிலர், தங்கள் மனங்களில் திடீரென்று தோன்றுகின்ற எண்ணங்களை ஒதுக்கி வைத்துவிட வேண்டும். இது எங்களுக்கும் அவர்களுக்கும் உதவியாக இருக்கும்.

நேரடியான கருத்துப் பரிமாற்றங்கள் நாங்கள் வேகமாக முன்னேறுவதற்கு உதவுகின்றன. ஏனெனில், புவியில் உங்கள் ஆழ்மனத்தின் ஒரு சிறு சதவீதம் மட்டுமே செயல்படுவதால், நல்ல எண்ணங்களையும் யோசனைகளையும் ஞானத்தையும் புவிவாழ் மக்களின் மட்டுப்படுத்தப்பட்ட மனங்களுக்குள் திணிக்க முயற்சிப்பதில் நாங்கள் எங்களுடைய பொன்னான நேரத்தை வீணாக்குவதில்லை.

இப்போதிலிருந்து, உங்களைவிட்டுப் பிரிந்துவிட்ட உங்கள் அன்புக்குரியவர்களுடன் நீங்கள் தொடர்பு ஏற்படுத்திக் கொள்ள முயற்சிக்க வேண்டும். ஆனால் இதைச் சொந்தமாக உங்களால் செய்ய முடியாது. தன்னிச்சையாக எழுதுதல் செயல்முறை மூலம் நீங்களாகவே ஆவியுலகத்துடன் தொடர்பு கொள்ளத் தொடங்குவது அதிக ஆபத்தானது. தன்னிச்சையாக எழுதுவதில் நல்ல அனுபவம் பெற்றுள்ள, அதற்குரிய அதிகாரத்தையும் பெற்றுள்ள ஒருவரின் மூலமாகத்தான் ஆவியுலகத்துடன் நீங்கள் ஒரு தொடர்பை ஏற்படுத்த வேண்டும்.

எங்கள் அன்புக்குரிய நபர்களுடன் தொடர்ந்து கருத்துப் பரிமாற்றங்களில் ஈடுபடுவது எங்களுக்குச் சுலபமானது. வீட்டில் இருந்தபடியே இருவழி வானொலி ஒன்றின் மூலமாகப் பேசுவதைப் போன்றது இது. எங்களுடைய கருத்துப் பரிமாற்ற முறைக்கும் உங்களுடைய இருவழி வானொலி முறைக்கும் இடையே அதிக வேறுபாடு இல்லை.

நாங்கள் உங்களிடம் பேசுவதற்கு அரிதாகவே பூமிக்கு வருகிறோம். நாங்கள் வெறுமனே எங்கள் வீட்டில் உட்கார்ந்து கொண்டு, விரிவடைந்துள்ள எங்கள் ஆழ்மனத்தின் வாயிலாக உங்களுடன் பேசுகிறோம். எங்கள் எண்ணங்கள்

அசாதாரணமான சக்தி படைத்தவை. ஓர் இருவழி வானொலியைப்போல நாங்கள் ஒளிபரப்பவும் செய்கிறோம், பெற்றுக் கொள்ளவும் செய்கிறோம்.

கடவுளின் அருளால் கிடைக்கின்ற இந்த சக்தி, பூமியில் உள்ள மக்கள் சிலரிடத்திலும் இருக்கிறது. எனவே, அவர்களால் எங்களுடைய செய்திகளைப் பெற்றுக் கொள்ள முடியும். அதேபோல, நீங்கள் கூறுகின்ற மற்றும் நினைக்கின்ற விஷயங்களை எங்களால் சுலபமாகப் பெற்றுக் கொள்ள முடியும். இப்படிப்பட்ட ஒரு சக்தியைப் பெற்றுள்ள மக்கள் அதிர்ஷ்டசாலிகள். பலருக்கு இந்த அதிர்ஷ்டம் வாய்ப்பதில்லை. எங்களுடைய மனத்தின் இருவழி வானொலி மூலமாக உங்களுடன் கருத்துக்களைப் பரிமாறிக் கொள்வது உங்களுக்கும் எங்களுக்கும் நல்லது என்பதை எப்போதும் நினைவில் வைத்திடுங்கள். இந்த சக்தி இருக்கின்ற ஒருவரிடம் உதவி கேட்டுப் பாருங்கள். அது உங்கள் வாழ்வில் எப்பேற்பட்ட வித்தியாசத்தை ஏற்படுத்துகிறது என்பதை அப்போது நீங்கள் பார்ப்பீர்கள்.

05-05-1981

ஆவியுலகத் தளங்கள் எவ்வாறு இயங்குகின்றன

1,2,3 ஆகிய தளங்கள் சேர்ந்து நரகம் என்று அழைக்கப்படுகின்றன. 5,6,7 ஆகிய தளங்கள் இணைந்து சொர்க்கம் என்று அழைக்கப்படுகின்றன. 4வது தளம் இவ்விரண்டுக்கும் இடைப்பட்டது. அது சொர்க்கமும் அல்ல, நரகமும் அல்ல. மனித ஆன்மாக்கள் தங்கள் பயணத்தை இங்கிருந்துதான் துவக்குகின்றனர்.

ஏழாவது தளத்தை அடைவதுதான் உச்சகட்ட நோக்கம். இதற்கு நீங்கள் மிகக் கடினமாக உழைத்தாக வேண்டும். மேலே உயர வேண்டும் என்ற உள்ளார்ந்த உள்ளுணர்வுதான் இங்கு அனைத்து வித்தியாசத்தையும் ஏற்படுத்துகிறது. அந்த உணர்வு எழும்போது, உங்களைக் கீழ்த்தளங்களுக்குத் தள்ளக்கூடிய காரியங்களை நீங்கள் ஒருபோதும் செய்ய மாட்டீர்கள். அப்போது நீங்கள் உங்கள் இலக்கை விரைவாக அடைந்துவிடுவீர்கள். அதிர்ஷ்டக்கார ஆன்மாக்கள் ஒருசிலர் இதைச் செய்துள்ளனர். இது முழுக்க முழுக்க உங்கள் கைகளில்தான் இருக்கிறது.

ஏழு தளங்களில் ஒவ்வொன்றும் ஒரு பேரான்மாவின் கட்டுப்பாட்டிற்குள் இருக்கின்றன. அந்த ஆன்மாதான் அத்தளத்தின் தலைவர்.

உயர்ந்த தளங்களில் இருப்போர் எவரும் பாவங்களைச் செய்வதில்லை, பிறருக்குத் தீங்கு விளைவிப்பதில்லை. நியாயத் தீர்ப்பு எப்போதும் நம்முடைய சொந்த ஆழ்மனத்தாலேயே வழங்கப்படுகிறது என்பதால், ஒரு காவல் படையோ அல்லது உயர் அதிகாரிகளோ அங்கு தேவையில்லை. ஆனால், சில விஷயங்களைச் செய்வதற்கு எங்களுக்கு அனுமதி தேவை. எங்களுக்கு ஏதேனும் அறிவுரையோ அல்லது வழிகாட்டுதலோ தேவைப்படும்போது, எங்கள் தளத்தின் பேரான்மாவிடம் நாங்கள் செல்கிறோம்.

சில சமயங்களில், எங்கள் தளத்தின் பேரான்மாகூடத் தன்னுடைய பேரான்மாவிடம் அனுமதியோ அல்லது வழிகாட்டுதலோ பெற்றாக வேண்டும், அல்லது எங்களுக்காக அவர்களிடம் அறிவுரை கேட்டாக வேண்டும். ஏழாவது தளத்தின் பேரான்மாதான் அனைத்துத் தளங்களுக்கும் தலைவர். அவர் ஒரு பேரரசரைப் போன்றவர். அவரிடம்தான் மற்றத் தளங்களின் பேரான்மாக்கள் தங்கள் கோரிக்கைகளை முறையிட வேண்டும்.

1,2,3 ஆகிய தளங்கள் ஒவ்வொன்றையும் தலா ஒரு பேரான்மா ஆட்சி செய்கிறார். 4,5,6,7 ஆகிய தளங்களிலும் இதே நிலைதான். ஏழாவது தளத்தின் தலைவர்தான் மிக உயர்ந்த பேரான்மா. அவர்தான் அனைத்துத் தளங்களையும் ஆட்சி செய்கிறார்.

பேரான்மாக்கள் அனைவரும் மிகவும் பணிவானவர்கள், அன்புள்ளம் படைத்தவர்கள். தாங்கள் உங்களைவிட மேலானவர்கள் என்ற உணர்வை அவர்கள் ஒருபோதும் உங்களிடம் ஏற்படுத்த மாட்டார்கள். அவர்கள் உங்களுடன் சேர்ந்து சிரிப்பார்கள், உங்களுடன் வேடிக்கையாகப் பேசுவார்கள், நீங்களும் தங்களுக்குச் சமமானவர்கள் என்பதுபோல அவர்கள் நடந்து கொள்வார்கள். அவர்களுடைய ஒளி மிகப் பிரகாசமானதாக இருக்கும். அவர்களுடைய மினுமினுப்பான அங்கி மிகவும் அற்புதமானது. தூய்மையான, உண்மையான பேரான்மாக்கள் அவர்கள் என்பதை அந்த ஒளியும் அங்கியும் உங்களுக்குக் காட்டிவிடும்.

கீழ்மட்டத் தளங்களுக்கு எங்களால் போக முடியாது. அப்படி நாங்கள் போக வேண்டியிருந்தால், எங்களுக்குப் பாதுகாப்பு மிகவும் அவசியம். ஏனெனில், அவற்றின் சூழல் மோசமாக இருக்கும். அத்தளங்களைச் சூழ்ந்திருக்கும் இருளுக்கு எங்கள் கண்கள் பழக்கப்பட்டாக வேண்டும், அங்கு நிலவும் மோசமான அதிர்வுகளும் தீய தாக்கங்களும் எங்களுக்கு உளச்சோர்வையும் அசௌகரியத்தையும் ஏற்படுத்தி எங்களை பாதிக்கக்கூடும். எனவே, நாங்கள் சில முன்னெச்சரிக்கை நடவடிக்கைகளை மேற்கொண்டாக வேண்டும். குறிப்பாக, 1,2,3 ஆகிய தளங்களுக்குச் செல்லும்போது நாங்கள் மிகுந்த எச்சரிக்கையோடு நடந்து கொள்ள வேண்டும். பெரும்பாலும், அம்மூன்று தளங்களுக்கும் நாங்கள் போகும்போது, அங்குள்ள எதிர்மறையான ஆன்மாக்களின் கண்களுக்கு நாங்கள் புலப்படாதபடி எங்களைப் பாதுகாக்கின்ற ஓர் அங்கியை நாங்கள் அணிந்து கொள்கிறோம்.

உயர்ந்த தளங்களுக்குச் செல்வதற்கும்கூட எங்களுக்கு அனுமதியும் பாதுகாப்பும் தேவை. ஏனெனில், அங்கிருக்கும் ஒளி எங்கள் கண்களைக் கூசச் செய்யும் அளவுக்கு மிகவும் பிரகாசமானது. அத்தளங்களின் சூழல் மிக நுண்ணியதாகவும், அவற்றின் அதிர்வுகள் எங்களால் தாங்கிக் கொள்ள முடியாத அளவுக்கு மிக வலிமையானவையாகவும் இருக்கும். நீங்கள் எந்தத் தளத்தில் இருக்கிறீர்களோ, அதைவிட மேலாக இருக்கின்ற அடுத்தத் தளத்திற்கு மட்டுமே உங்களால் சென்றுவர முடியும். அத்தளத்திற்கு மேலான ஒரு தளத்திற்கு யாராலும் செல்ல முடியாது. (நல்ல வேளை, நாங்கள் ஆறாவது தளத்தில் இருந்தோம்; 1985ல் நாங்கள் ஏழாவது தளத்தை அடைந்தோம்). ஆனால் உங்கள் தளத்திற்குக் கீழே இருக்கின்ற எந்தவொரு தளத்திற்கும் உங்களால் சென்றுவர முடியும். அங்கு இருக்கின்ற ஓர் ஆன்மா உதவி கேட்டிருக்கும் பட்சத்தில், அவருக்கு அறிவுறுத்தவும், அவரை வழிநடத்தவும், அவரை மேம்படுத்தவும் எங்களால் அங்கு சென்றுவர முடியும். ஆனால் எங்களுக்குக் கூடுதல் பாதுகாப்புத் தேவை. எனவே, எங்களை எந்த ஆன்மா அழைத்தாரோ, அவரைத் தவிர வேறு யாருடைய கண்களுக்கும் நாங்கள் புலப்படக்கூடாது. இல்லையென்றால், அந்த மோசமான ஆன்மாக்கள் எங்களைத் தாக்கவோ அல்லது எங்களுக்குத் தீங்கு விளைவிக்கவோ கூடும். அவர்கள் கொடுமைக்காரர்கள். சில சமயங்களில், அவர்கள் உயர்ந்த ஆன்மாக்களைப்

பிடித்துச் சிறைப்படுத்தி, அவர்களைக் கைதிகளைப்போல நடத்தி, அவர்களுக்கு மனரீதியான சித்திரவதைகளைச் செய்கின்றனர். ஆவிகளான எங்களுக்கு ஸ்தூல உடல்கள் கிடையாது என்பதால், அந்த மோசமான ஆன்மாக்களால் உடல்ரீதியான சித்திரவதைகளைச் செய்ய முடியாது. நாங்கள் அவர்களுடைய கைதிகளாகிவிட்டால், பிறகு பேரான்மக்கள் பலர் அங்கு வந்து எங்களை மீட்டெடுக்க வேண்டும். எனவே, அந்த மோசமான ஆன்மாக்களின் கண்களுக்குப் புலப்படாமல் இருப்பது நல்லது. அப்படிப்பட்ட இடங்களுக்குப் போகாமல் இருப்பது அதைவிடச் சிறந்தது.

மற்றவர்களை மேம்படுத்துவதற்காக 1,2,3 ஆகிய தளங்களில் தங்கள் நேரத்தின் பெரும்பகுதியைச் செலவிடுகின்ற பல நல்ல ஆன்மாக்கள் இருக்கின்றனர். 1வது தளத்தில் இருக்கின்ற ஆன்மாக்கள் உதவி கேட்பது அரிதாகவே நடைபெறும். அவர்கள் முற்றிலுமாக நிலைதடுமாறி, தவறான பாதையில் வெகுதூரம் போய்விட்டிருப்பதால், திருத்தப்பட முடியாத ஒரு நிலையை அவர்கள் எட்டிவிட்டுள்ளனர். எனவே, பேரான்மாக்கள் அவர்களுக்கு உதவ விரும்பினாலும், அது அவர்களால் முடியாமல் போய்விடுகிறது. அந்தத் தீய ஆன்மாக்கள் தங்கள் பாவங்களை நினைத்து உண்மையிலேயே மனம் வருந்தாமலேயே அவர்களுக்கு உதவி கிடைத்தால், அவர்கள் அப்பாவங்களை மீண்டும் செய்வார்கள். நூற்றுக்கணக்கான ஆண்டுகள் அவர்கள் அந்த முதல் தளத்திலேயே உழன்று கொண்டிருப்பர். ஆனால், இரண்டாவது மற்றும் மூன்றாவது தளங்களில் உள்ள ஆன்மாக்களுக்கு நல்ல ஆன்மாக்களின் உதவி அடிக்கடிக் கிடைக்கிறது. நல்ல ஆன்மாக்கள் அங்கு சென்று அவர்களை மேற்தளங்களுக்கு உயர்த்த முயற்சி செய்கின்றனர்.

ஓர் ஆன்மா தன்னுடைய தவறுகளை உணர்ந்து, அது குறித்து உண்மையிலேயே மனம் வருந்தி, பிறகு உதவி கேட்டால், பல நல்ல ஆன்மாக்கள் அவருடைய உதவிக்கு உடனடியாக விரைந்து வருகின்றனர். இவ்வழியில், இரண்டாவது மற்றும் மூன்றாவது தளங்களைச் சேர்ந்த பல ஆன்மாக்கள் மேற்தளங்களுக்கு உயர்வதற்கான வாய்ப்புகளைப் பெற்றுள்ளனர். ஆனால், தங்களை உயர்த்திக் கொள்வதற்கான வாய்ப்பு 1வது தளத்தில் உள்ள ஆன்மாக்களுக்கு அரிதாகவே கிடைக்கிறது. அவர்கள் உயர்வதற்குப் பல நூறு ஆண்டுகள் ஆகும்.

5,6,7 ஆகிய தளங்களைச் சேர்ந்த ஆன்மாக்களைப் பொருத்தவரை, அவர்கள் மேற்தளத்திற்கு உயர்வதோ அல்லது தாங்கள் தற்போது இருக்கும் தளத்திலேயே தங்கிவிடுவதோ அவர்களுடைய கைகளில்தான் இருக்கிறது. அவர்கள் ஆவியுலகிலேயே தங்கிவிடலாம். ஆனால் இங்கு முன்னேற்றம் மெதுவாகவும் சீராகவும் இருக்கும். முன்னேற்றம் மிக மெதுவானதாக இருந்தாலும், அவர்கள் கீழ்த்தளங்களுக்குச் செல்ல மாட்டார்கள் என்பதற்கு உத்தரவாதம் உண்டு. தாங்கள் என்ன செய்ய விரும்பினாலும் அதைச் செய்வதற்கான சுதந்திரம் அவர்களுக்கு இருக்கிறது. இங்கு யாரும் எதற்கும் கட்டாயப்படுத்தப்படுவது இல்லை. தாங்கள் விரும்பியவற்றை மட்டும் செய்வதற்கான சுதந்திரம் அவர்களுக்கு இருக்கிறது. ஆனால் அது அந்தந்த ஆன்மாக்களின் தகுதிக்கு உட்பட்டதாக இருக்க வேண்டும். இல்லையென்றால், அவர்களுடைய சொந்த ஆழ்மனமே தானாக அவர்களைத் தடுத்து நிறுத்திவிடும்.

06-05-1981

உங்கள் ஆன்மாவின் இயல்புதான் உங்களுடைய உண்மையான இயல்பாகும்

உங்களுடைய தற்காலிக வீடான பூமியில் நீங்கள் வாழ்வதைவிட மிக நீண்டகாலம் உங்களுடைய உண்மையான வீடான ஆவியுலகில் நீங்கள் வாழ்ந்தாக வேண்டும். எல்லோரும் ஒருநாள் பூமியைவிட்டுப் போகத்தான் வேண்டும் என்பதால், பாவங்களைச் செய்வதற்கு முன்பாக உங்கள் எதிர்காலத்தைப் பற்றி தயவு செய்து சிந்தித்துப் பாருங்கள். அப்போது உங்கள் ஆழ்மனம் சரியான தளத்திற்கு உங்களைக் கூட்டிச் செல்லும். அங்கிருந்து நீங்கள் மேலே உயர வேண்டும். எனவே, உங்கள் ஆழ்மனத்திற்கு எதிராக, அதாவது, உங்கள் மனசாட்சிக்கு எதிராக ஒருபோதும் நடந்து கொள்ளாதீர்கள்.

உங்கள் ஆன்மா உங்கள் ஸ்தூல உடலைவிட்டு வெளியேறும்போது, அது மேலே உயர்கிறது. அது உங்கள் ஸ்தூல உடலைவிட மிகவும் லேசானது. நீங்கள் 5,6,7 ஆகிய தளங்களை அடைவதற்குத் தகுதியானவராக இருக்கும் பட்சத்தில், உங்கள் ஸ்தூல உடலோடு சேர்த்து, உங்களுடைய

அனைத்து வலிகளும் வேதனைகளும் உருக்குலைவுகளும் மாயமாய் மறைந்துவிடுகின்றன. உங்கள் ஆன்மா எவ்வளவு சிறப்பானதாக இருக்கிறதோ, உங்களுடைய ஆவியுடல் அவ்வளவு லேசானதாகவும் அதிக வண்ணமயமானதாகவும் இருக்கும். உங்களால் கற்பனை செய்து பார்க்க முடியாத அளவுக்கு உங்கள் ஆவியுடல் லேசானதாக இருக்கும். ஒருசில நிமிடங்களில் பல நூறு மைல்களை உங்களால் கடக்க முடியும்.

மோசமான ஆன்மாக்களின் உடல்கள் அதிக எடை கொண்டவையாகவும் உருச்சிதைவுகள் நிரம்பியவையாகவும் இருக்கும். புவித்தளத்தில் பார்ப்பதற்கு ஒரு தீய ஆன்மா நல்லவிதமாகத் தோன்றக்கூடும், ஆனால் அவர் ஆவியுலகிற்கு வரும்போது, அவருடைய உடலானது முற்றிலும் உருச்சிதைவுகள் நிரம்பியதாக ஆகிவிடுகிறது.

மாறாக, புவியில் ஒரு நல்ல ஆன்மாவின் உடல் உருச்சிதைவுகள் கொண்டதுபோலக் காட்சியளிக்கக்கூடும். ஆனால் அவர் ஆவியுலகிற்கு வரும்போது, அவருடைய ஆவியுடல் கச்சிதமானதாக இருக்கும்.

நீங்கள் ஓர் ஆன்மாவை ஆவியுலகில் பார்க்க வேண்டும். அப்போது, அந்த ஆன்மா நல்லவரா, கெட்டவரா, அல்லது தீயவரா என்பது உங்களுக்குத் தெரிந்துவிடும். அதிர்வுகள் எல்லா விஷயங்களையும் எங்களுக்குத் தெரிவித்துவிடுகின்றன. புவியில், ஒரு நபரை வெறுமனே பார்ப்பதன் மூலம் அவரை உங்களால் எடைபோட முடியாது. ஆனால், ஆவியுலகில், மக்களின் நற்பண்புகளை அடையாளம் கண்டுகொள்வதில் எங்களுக்கு எந்தச் சிரமமும் இருப்பதில்லை.

வெள்ளி வடம்

பல சமயங்களில், நம்புவதற்குப் பல விஷயங்கள் உங்களுக்குக் கடினமாக இருக்கும் என்பதை நாங்கள் அறிவோம். எடுத்துக்காட்டாக, ஆவி ஆன்மாக்களான நாங்களும் புவி ஆன்மாக்களான நீங்களும் கிட்டத்தட்ட தினமும் சந்தித்துக் கொண்டுதான் இருக்கிறோம். அது எப்படி என்று நீங்கள் கேட்கக்கூடும். ஆழ்ந்த உறக்கத்தில் இருக்கும்போது, புவிவாழ் மக்கள் தங்கள் உடல்களைவிட்டு நீங்கி, ஒரு குறிப்பிட்ட உயரம்வரை பயணம் செய்து, காலம்

சென்ற தங்கள் அன்புக்குரியவர்களை சந்திக்கின்றனர். வெள்ளி வடம் என்ற ஒரு காந்த வடம் மட்டுமே உங்களை உங்கள் உடலோடு இணைத்திருக்கிறது. நீங்கள் திடீரென்று கண்விழித்துவிட்டால், இந்த வடம் உங்களை மீண்டும் உங்கள் உடலுக்குள் கொண்டு வந்துவிடும். நீங்கள் ஆழ்ந்த உறக்கத்திலும் கனவு காணாமலும் இருக்கும்போது மட்டும்தான் இது நிகழ்கிறது. உங்களுக்கு இதைப் பற்றிய நினைவே இருக்காது, ஆனால் காலஞ்சென்ற உங்கள் அன்புக்குரியவர்களைக் கிட்டத்தட்ட தினமும் நீங்கள் சந்திக்கிறீர்கள் என்பதற்கு எங்களால் உங்களுக்கு உத்தரவாதம் அளிக்க முடியும்.

ஒரு முக்கியமான விஷயத்தை நாங்கள் உங்களுக்குத் தெளிவுபடுத்த விரும்புகிறோம். நீங்கள் உங்கள் அன்புக்குரியவர்களை நேசிப்பதைப்போல, அவர்களும் உங்களை நேசித்தால் மட்டுமே உங்களால் அவர்களை சந்திக்க முடியும். உங்கள் நேசம் ஒருதலையானதாக இருந்தால், இந்த சந்திப்பு நிகழாது. உங்கள் அன்புக்குரியவர்கள் உங்களை நேசிக்க வேண்டும். புவியில் இருக்கும்போது உங்களை நேசிப்பதாகக் கூறுகின்ற ஓர் ஆன்மா, புவியைவிட்டு விலகி ஆவியுலகிற்கு வந்த பிறகு, உங்களைத் தன்னால் நேசிக்க முடியாது என்பதைக் கண்டறியும்போது, உங்களை சந்திப்பதற்கு அவர் நிச்சயமாக வர மாட்டார். அவர் இனி உங்களோடு எந்தவிதமான தொடர்பும் கொள்ள விரும்பவில்லை. தாய்–மகன், கணவன்–மனைவி, தந்தை –மகள், தந்தை–மகன் என்று இருந்தாலும் சரி, அல்லது நண்பர்களாக இருந்தாலும் சரி, பரஸ்பரம் ஒருவரையொருவர் நேசிக்கின்றவர்களால் மட்டுமே சந்தித்துக் கொள்ள முடியும். அவர்களுக்கிடையே பரஸ்பர அன்பு இருக்க வேண்டும்.

நீங்கள் உங்கள் அன்புக்குரியவர்களை நிச்சயமாக சந்திக்கிறீர்கள் என்பதை நினைவில் கொள்ளுங்கள். எனவே, உங்கள் நேசத்திற்குரியவர்கள் மரணம் எய்திவிட்டது குறித்துத் துயரம் கொள்ளாதீர்கள். ஏனெனில், உங்கள் வருத்தம் அவர்களை பாதிக்கிறது. அது அவர்களுக்கு உளச்சோர்வையும் அவலத்தையும் ஏற்படுத்துகிறது

07-05-1981

நீங்கள் தூங்கும்போது, நீங்கள் குணமாக்கப்படுகிறீர்கள், வழிநடத்தப்படுகிறீர்கள்

ஆவியுலகம் உங்களிடமிருந்தும் பூமியிடமிருந்தும் வெகுதூரத்தில் உள்ளது. அது இந்த பூமியைச் சுற்றி மைல் கணக்கில் நீடிக்கிறது, ஆனால் அது உங்களுக்கு மேலே இருக்கிறது. ஆவியுலகின் கீழ்மட்டத் தளம்தான் பூமிக்கு அருகே இருக்கிறது. அதற்கு மேலாக இரண்டாவது தளம் இருக்கிறது; அதற்கும் மேலாக மூன்றாவது தளம் இருக்கிறது. இப்படி மேல்நோக்கி ஏழு தளங்கள் இருக்கின்றன.

உங்கள் அன்புக்குரியவர்களை நீங்கள் ஒருசில நிமிடங்களோ அல்லது ஒருசில மணிநேரமோ சந்திக்கக்கூடும். அது உங்கள் தூக்கத்தைப் பொருத்தது. நீங்கள் ஆழ்ந்த உறக்கத்திலும் கனவற்றும் இருக்க வேண்டும். சந்திப்பதற்கு ஒவ்வொருவருக்கும் ஒருவராவது இருப்பார். இந்தப் பிறவியில் அவரை உங்களுக்குத் தெரிந்திருக்காமல்கூட இருக்கலாம். ஆனால் அவர்களுக்கும் உங்களுக்கும் இடையே பரஸ்பர அன்பு நிலவ வேண்டும், அது ஒருதலை ராகமாக இருக்கக்கூடாது என்பதை நான் மீண்டும் வலியுறுத்த விரும்புகிறேன்.

நீங்கள் எவ்வளவு துன்புற்றாலும் சரி, இந்த இணைப்புதான் நீங்கள் தொடர்ந்து நடைபோடுவதற்கு உங்களுக்கு உதவுகிறது. நீங்கள் உங்கள் அன்புக்குரியவரை சந்தித்துவிட்டு வருவது உங்களுக்கு நினைவிருக்காது, ஆனால் அதன் விளைவு, நீங்கள் உங்கள் பிரச்சனைகளை எதிர்கொள்வதற்கும், உங்கள் துயரங்களிலிருந்து விடுபடுவதற்கும் தேவையான துணிச்சலை உங்களுக்கு கொடுக்கிறது.

ஒரு நல்ல, ஆழமான உறக்கத்திற்குப் பிறகு உங்கள் மனம் அமைதியாகவும் ஆசுவாசமாகவும் இருப்பதை நீங்கள் கவனித்திருக்கிறீர்களா? உங்கள் துயரம் முன்பைவிடச் சற்றுக் குறைந்திருப்பதை நீங்கள் கண்டிருக்கிறீர்களா? காரணம் இதுதான்: நீங்கள் உங்கள் அன்புக்குரியவர்களை சந்திக்கிறீர்கள், அவர்கள் உங்களை ஆசுவாசப்படுத்துகின்றனர், பிறகு உங்கள் ஆழ்மனம் மூலமாக உங்களுக்கு வழிகாட்டுதல்களை வழங்குகின்றனர். ஆனால் உங்கள்

வெளிமனத்திற்கு இதைப் பற்றி எதுவும் தெரியாது. நீங்கள் ஆசுவாசம் அடைந்திருப்பீர்கள், ஆனால் உங்களுக்குக் கிடைத்த வழிகாட்டுதலை உங்கள் வெளிமனத்தின்மீது திணிக்கலாமா இல்லையா என்பதை உங்கள் ஆழ்மனம்தான் தீர்மானிக்கிறது.

சிறிது நேரத்திற்கு என்றால்கூட, புவிவாழ் மக்கள் ஒவ்வொருவருக்கும் ஒரு நல்ல, ஆழ்ந்த உறக்கம் தேவை. இது நீங்கள் எங்களை வந்து சந்திப்பதற்கும், நாங்கள் உங்களை ஆசுவாசப்படுத்தி வழிநடத்துவதற்கும் உதவுகிறது. வழிகாட்டுதலையும் அறிவுரையையும் உங்கள் வெளிமனத்தின்மீது திணிக்க உங்கள் ஆழ்மனம் தவறும்போது, உங்கள் வெளிமனத்தின்மீது பதிவுகளை ஏற்படுத்தவும், நீங்கள் என்ன செய்ய வேண்டும் மற்றும் என்ன செய்யக்கூடாது என்பதை உங்களுக்குப் புரிய வைக்கவும் நாங்கள் கடினமாக முயற்சிக்க வேண்டியுள்ளது. பெரும்பான்மையான நேரம், உங்கள் வெளிமனம் எங்கள் வழிகாட்டுதலையும் அறிவுரையையும் நிராகரித்துவிடுகிறது. அவை திடீரென்று தோன்றும் ஒரு தற்செயலான எண்ணம் என்றும், அவை தவறானவையாக இருக்கக்கூடும் என்றும் அது நினைத்துவிடுவதுதான் அதற்குக் காரணம். பெரும்பாலான நேரம், எங்கள் வழிகாட்டுதலைப் புரிந்து கொள்ள நீங்கள் தவறிவிடுகிறீர்கள். எதைச் செய்யக்கூடாதோ அதைத்தான் நீங்கள் அடிக்கடிச் செய்கிறீர்கள். பூமியில் உங்கள் வாழ்வின் மிக மோசமான பகுதி இதுதான். நீங்கள் எங்கள் அறிவுரையை உதாசீனப்படுத்துவதால், அது உங்களைக் கீழ்மட்டத் தளங்களுக்கு இட்டுச் சென்றுவிடுகிறது. "யாருக்கு அது தெரியப் போகிறது? பூமியில் நான் ஒரு வெற்றியாளனாகவும் பணம் படைத்தவனாகவும் இருந்தால், என்னைப் பொருத்தவரை அதுதான் மகிழ்ச்சி," என்று நீங்கள் நினைக்கக்கூடும். ஆனால், ஒருசில ஆண்டுகள் மகிழ்ச்சியை அனுபவித்தப் பிறகு என்ன நிகழும் என்று நீங்கள் நினைத்தது உண்டா? பூமியில் ஒருசில ஆண்டுகள்வரை மட்டுமே நீங்கள் இருப்பீர்கள், ஆனால் எஞ்சிய நேரம் முழுவதும் நீங்கள் ஆவியுலகில்தான் இருப்பீர்கள். பூமியில் ஒருசில ஆண்டுகள் மட்டுமே அனுபவிக்கப்படக்கூடிய தற்காலிக மகிழ்ச்சிக்காக, நூற்றுக்கணக்கான ஆண்டுகளாக ஆவியுலகில் கீழ்மட்டத் தளங்களில் நீங்கள் இருக்க விரும்புகிறீர்களா? பூமியில் நீங்கள் ஏன் ஒரு நல்ல வாழ்க்கையை வாழ வேண்டும் என்பதை நீங்கள் புரிந்து கொள்ள இது உங்களுக்கு உதவும்.

08-05-1981

பல்வேறு தளங்களிலான வாழ்க்கை

ஆவியுலகில் நாங்கள் மிகவும் மகிழ்ச்சியாக இருக்கிறோம். 5,6,7 ஆகிய தளங்களில், நாங்கள் ஒருவருக்கொருவர் தீங்கு விளைவிப்பதில்லை. நாங்கள் கூடிச் சிரிக்கிறோம், வேடிக்கையாகப் பேசுகிறோம், ஒருவரையொருவர் சீண்டிக் கேலி செய்கிறோம், எப்போதும் உற்சாகமாக இருக்கிறோம். நாங்கள் ஒருபோதும் வருத்தமாகவோ அல்லது துயரமாகவோ இருப்பதில்லை. பூமியில் உள்ள எங்கள் அன்புக்குரியவர்கள் வருத்தமாக இருக்கும்போது மட்டுமே நாங்களும் வருந்துகிறோம்.

நான்காவது தளத்தில் உள்ள ஆன்மாக்கள் சில சமயங்களில் மகிழ்ச்சியாகவும், சில சமயங்களில் வருத்தமாகவும், சில சமயங்களில் அடுத்தவர்மீது பொறாமை கொண்டும் இருக்கின்றனர். ஆனால், அவர்களால் அடுத்தவருக்கு அவ்வளவாகத் தீங்கிழைக்க முடியாது.

எங்களுடையது ஆவியுடல் என்பதால், உடல்ரீதியாக யாராலும் எங்களைக் கொல்லவோ அல்லது சித்திரவதை செய்யவோ முடியாது. ஆனால் மனரீதியாக எங்களைக் காயப்படுத்த முடியும். 1,2,3 ஆகிய தளங்களைச் சேர்ந்த ஆன்மாக்கள் இதில் கைதேர்ந்தவர்கள்.

நான்காவது தளத்தைச் சேர்ந்த ஆன்மாக்கள் சில சமயங்களில் ஒருவரையொருவர் ஏமாற்றிக் கொள்கின்றனர், பொய் கூறுகின்றனர். வெறுக்கப்படுகின்ற ஆன்மாக்கள் மேலும் மகிழ்ச்சியற்றுப் போகும்படி செய்ய அவர்கள் முயற்சிக்கின்றனர். இந்த ஆன்மாக்களிடம் சில நல்ல குணங்களும் சில மோசமான குணங்களும் உள்ளன.

எங்களைப் பாதுகாப்பதற்கு ஒரு காவல் படையோ அல்லது ராணுவமோ தேவையில்லை. ஆனால், 1,2,3 ஆகிய தளங்களில் நீங்கள் உங்களைப் பாதுகாத்துக் கொள்ள வேண்டும், இல்லையென்றால் நீங்கள் பல நூற்றாண்டுகள் சித்திரவதையை அனுபவிப்பீர்கள். நீங்கள் உங்கள் பாவங்கள் குறித்து உண்மையிலேயே மனம் வருந்தினால் மட்டுமே இதிலிருந்து உங்களால் விடுபட முடியும்.

நான்காவது தளத்தில்கூட நீங்கள் உங்களைப் பாதுகாத்துக் கொள்ள வேண்டும். ஏனெனில், உளரீதியாக யாரேனும் உங்களை வேட்டையாடக்கூடும். 5,6,7 ஆகிய தளங்களில் எந்தப் பாதுகாப்பும் தேவையில்லை. ஏனெனில், அடுத்தவரைத் துன்புறுத்துவதைப் பற்றி யாரும் அங்கு யோசிக்க மாட்டார்கள்.

5,6,7 ஆகிய தளங்களில் எங்கள் முக்கிய விதிகள் இவைதான்: பரஸ்பரம் ஒருவருக்கொருவர் உதவுங்கள், அடுத்தவரை மகிழ்ச்சிப்படுத்துங்கள், நீங்கள் விரும்புகின்ற வேலையைச் செய்யுங்கள், பூமியில் உள்ள உங்கள் அன்புக்குரியவருக்கு உதவுங்கள்.

இத்தளங்களில் நாங்கள் மிகவும் இணக்கமாக வாழ்வதால், பூமியிலிருந்து இங்கு வரும் ஆன்மாக்கள் முற்றிலும் சுதந்திரமாக உணர்கின்றனர். பயம், வருத்தம், உடல்ரீதியான வலிகள், வேதனைகள் ஆகியவை அவர்களுக்கு இருப்பதில்லை. எல்லா இடங்களிலும் அன்பு சூழ்ந்துள்ளது. எல்லாவற்றுக்கும் மேலாக, அசாதாரணமான அழகு படைத்த ஓர் இடத்தில் நாங்கள் வாழ்கிறோம். அப்படி இருக்கும்போது, உயர்ந்த தளங்களுக்கு உங்களை இட்டுச் செல்லக்கூடிய விதத்தில் கடவுளின் விதிகளுக்கு அடிபணிந்து நடப்பது மதிப்பு வாய்ந்த செயல்தானே? எனவே, புவிவாழ் மக்களே, கடவுளின் விதிகளைப் பின்பற்றக் கடினமாக முயற்சி செய்யுங்கள். நீங்கள் ஒருபோதும் தவறு செய்யப் போவதில்லை என்று உறுதி பூணுங்கள். அப்போது கடவுள் உங்கள் அனைவரையும் ஆசீர்வதிப்பார் என்பது உறுதி.

09-05-1981

கீழ்மட்டத் தளங்கள் நிரம்பி வழிகின்றன

நாங்கள் முன்பு குறிப்பிட்டதைப்போல, நீங்கள்தான் உங்கள் தாயாரைத் தேர்ந்தெடுக்கிறீர்கள். ஆனால் நீங்கள் ஏன் மீண்டும் மீண்டும் பிறப்பெடுக்க வேண்டும்? ஏன் பல பிறவிகளை அனுபவிக்க வேண்டும்? அனுபவங்களைப் பெறுவதற்காகவே நீங்கள் மீண்டும் மீண்டும் பிறக்கிறீர்கள், ஆனால் ஆன்மீகரீதியாக மேம்பட்டு உயர்ந்த தளங்களை அடைவதுதான் நீங்கள் பல பிறவிகள் எடுப்பதற்கான

முக்கியக் காரணம் என்பது பூமியில் உள்ள உங்களுக்குத் தெரியும். ஓர் உயர்ந்த நிலையை எட்டுவதற்காகவே நீங்கள் மறுபிறவி எடுக்கிறீர்கள். ஆனால் நீங்கள் என்ன செய்கிறீர்கள்? கடவுள் விரும்புவதுபோல மேன்மேலும் உயர்வதற்கு பதிலாக, உங்களில் பெரும்பாலானோர் கீழ்நோக்கிப் போகிறீர்கள். தீய மக்கள் உங்கள் உலகை ஆள்கின்றனர். பூமி மேன்மேலும் மோசமடைவதற்கான காரணம் இதுதான்.

நல்லவர்களின் கைகள் ஓங்கி இருப்பதைத் தீய ஆன்மாக்கள் ஒருபோதும் விரும்புவதில்லை. எனவே, நல்லவர்களை அடக்கி ஒடுக்கவும், எல்லோரிடமிருந்தும் தீயவற்றை வெளிக்கொணரவும் அவர்கள் கடினமாக முயற்சிக்கின்றனர். இதுதான் உங்களுடைய தற்போதைய உலகம்.

எனவே, நீங்கள் உங்கள் உலகைவிட்டு வெளியேறி ஆவியுலகிற்குள் வரும்போது, மோசமானவர்களும் தீயவர்களும் தங்கள் ஆழ்மனங்களால் கீழ்த்தளங்களுக்குக் கூட்டிச் செல்லப்படுகின்றனர். கீழ்த்தளங்கள் முற்றிலும் நிரம்பி வழிகின்றன. உயர்ந்த தளங்களான மேற்தளங்களில் மிகக் குறைவானவர்களே இருக்கின்றனர். ஒரு நூற்றாண்டுக்கு முன்பு, நிலைமை இதற்கு நேரெதிராக இருந்தது. உங்கள் உலகில் எதிர்மறையான அதிர்வுகளும் தாக்கங்களும் பரவலாகிவிட்டதால், பல நல்ல ஆன்மாக்கள் மிகத் தாழ்வான நிலைகளுக்குள் விழுந்துவிட்டனர்.

பூமியில் தாங்கள் வெற்றிகரமாக இருப்பதாக நினைத்துக் கொண்டிருக்கின்ற மக்கள் மிகவும் மகிழ்ச்சியாக இருக்கின்றனர். பல தில்லுமுல்லுகள் செய்து அவர்கள் செல்வந்தர்களாகவும் பிரபலமானவர்களாகவும் இருக்கின்றனர். பணம், சிற்றின்பம், அந்தஸ்து ஆகியவற்றைப் பெறுவதற்காக அனைத்து வரம்புகளையும் மீற அவர்கள் தயாராக இருக்கின்றனர். அவர்கள் ஆவியுலகிற்கு வரும்போதுதான், தாங்கள் எந்த வகையைச் சேர்ந்தவர்கள் என்ற உண்மை அவர்களுக்கு உறைக்கிறது, பூமியில் தாங்கள் தவறான பாதையில் சென்றிருந்தது அவர்களுக்குப் புரிகிறது. யாரும் அவர்களுக்கு அறிவுரை கூறவில்லை, யாரும் அவர்களை வழிநடத்தவில்லை. ஆனால், அதற்குள் அவர்களுக்குக் காலம் கடந்துவிட்டது.

மிகவும் தீய ஆன்மாக்கள் சில கீழ்மட்டத் தளத்திற்குச் செல்வதற்குக்கூடக் கவலைப்படுவதில்லை. ஏனெனில், அவர்களுடைய இதயங்கள் அந்த இருண்ட தளங்களில் நிலவும் கும்மிருட்டைப்போல இருண்டு கிடக்கின்றன. ஆனால் தீய ஆன்மாக்களின் தாக்கத்தால் மோசமாக ஆகியுள்ளவர்கள்தான் அதிகமாகத் துன்புறுகின்றனர். நாங்கள் அவர்கள்மீது பரிதாபம் கொள்கிறோம். காலம் கடப்பதற்குள் இப்புத்தகத்தை அவர்கள் படிக்க வேண்டும் என்று நாங்கள் விரும்புகிறோம்.

10-05-1981

சிலர் ஏன் குறைந்த வயதிலேயே மரணமடைகின்றனர்

மேற்தளங்களுக்குச் செல்வதற்காக நாங்கள் மறுபிறவி எடுக்கின்றோம். ஆனால், உங்கள் உலகில் தீயவர்களின் தாக்கம் மிகவும் பரந்துபட்டு இருப்பதால், பூமியில் உள்ள பெரும்பாலான மக்கள் கீழ்மட்டத் தளங்களுக்குச் செல்கின்றனர். உண்மையான தீய ஆன்மாக்களான பேய்களைத் தவிர யாரும் கீழ்மட்டத் தளங்களுக்குப் போக விரும்புவதில்லை என்பதால், உங்கள் உலகில் மறுபிறவி எடுப்பதற்கு முன்பாக இங்கிருக்கும் நல்ல ஆன்மாக்கள் பலர் நூற்றுக்கணக்கான முறை யோசிக்க வேண்டியுள்ளது.

நல்ல காரியங்களைச் செய்வதற்காகவும், தீயவற்றை எதிர்ப்பதற்காகவும், இணக்கத்தையும் நல்லெண்ணத்தையும் பரப்புவதற்காகவும் மட்டுமே பல நல்ல ஆன்மாக்கள் உங்கள் உலகில் மீண்டும் பிறக்கின்றனர். ஆனால் துரதிர்ஷ்டவசமாக, அங்கு தீய ஆன்மாக்களின் தாக்கம் மிக வலிமையாக இருப்பதால், மீண்டும் தங்கள் உண்மையான வீட்டிற்குத் தங்களை அழைத்துச் சென்றுவிடுமாறு இறைவனிடம் அந்த நல்ல ஆன்மாக்களின் ஆழ்மனங்கள் கோரிக்கை விடுக்கின்றன. கீழ்த்தளங்களுக்குச் செல்வதை அவர்கள் வெறுக்கின்றனர். தவறு செய்ய அவர்களுடைய ஆழ்மனங்கள் அவர்களை அனுமதிப்பதில்லை. எனவே, தீயவற்றின் தாக்கத்திற்கு ஆளாகியுள்ள ஓர் உலகில் எங்கே செல்வதென்று அவர்களுக்குப் புரியாமல் போய்விடுகிறது.

அதனால்தான் நல்ல ஆன்மாக்கள் மகிழ்ச்சியற்றும் துயரத்தோடும் இருக்கின்றனர். எனவே, அவர்களை மீண்டும் அவர்களுடைய உண்மையான, ஆவியுலக வீட்டிற்கு அழைத்துச் சென்றுவிடும்படி அவர்களுடைய வெளிமனத்திற்குத் தெரியாமல் அவர்களுடைய ஆழ்மனங்கள் இறைவனிடம் முறையிடுகின்றன.

"குறைந்த வயதில் மரணம் எய்துபவர்கள் கடவுளுக்கு மிகவும் பிரியமானவர்கள்," என்றோ, அல்லது "இளம் வயதினரில் கடவுளுக்கு யாரை மிகவும் பிடிக்குமோ, அவர்களை அவர் தன்னிடம் மீண்டும் அழைத்துக் கொள்கிறார்," என்றோ புவிவாழ் மக்கள் கூறுவது இதன் காரணமாகத்தான்.

தங்கள் ஆழ்மனங்களின் விளைவாகத் தவறுகள் ஏதும் இழைக்க முடியாத நல்ல ஆன்மாக்கள், உங்களுடைய தீய உலகில் நல்லது எதையும் வலுக்கட்டாயமாகத் திணிக்க முடியாமலும் என்ன செய்வதென்று அறியாமலும் தடுமாறுகின்றனர். "இதுதான் உன் நியாயமா?" என்று கடவுளிடம் அவர்கள் தொடர்ந்து கேட்கின்றனர். எது தவறு என்பது ஆழ்மனத்திற்குத் தெரியும். உங்களுடைய தீய உலகில் நல்ல ஆன்மாக்களால் தாக்குப்பிடிக்க முடியாது என்பதையும் அது அறியும். எனவேதான், குறித்த நாளுக்கு முன்பாகவே நல்ல ஆன்மாக்கள் பலர் விரைவாகத் தங்கள் வீடு திரும்பிவிடுகின்றனர். ஒருசில நல்ல ஆன்மாக்கள் மட்டுமே தொண்ணூறு அல்லது அதற்கு மேற்பட்ட வயதுவரை வாழ்கின்றனர். துரதிர்ஷ்டவசமாக, அவர்கள் மிக அதிகமாகத் துன்புறுகின்றனர்.

தீய ஆன்மாக்கள் உங்கள் உலகைவிட்டு வெளியேற விரும்புவதில்லை. எனவே, அவர்கள் தங்கள் ஸ்தூல உடலுடனும் பூமியுடனும் அட்டைப்பூச்சிகள்போல ஒட்டிக் கொண்டிருக்கின்றனர். அவர்கள் உங்கள் உலகில் மரணம் அடைந்தவுடன் எங்கே போய்ச் சேருவார்கள் என்பதை அவர்களுடைய ஆழ்மனங்கள் நன்றாக அறிந்திருக்கின்றன. ஏனெனில், ஆழ்மனங்களுக்கு எல்லா விஷயங்களும் தெரியும்.

அந்தத் தீய ஆன்மாக்கள் தவறிழைக்கும்போது அவர்களுடைய மனங்கள் அவர்களைக் கட்டுப்படுத்தவும் தடுத்து நிறுத்தவும் கடினமாக முயற்சிக்கின்றன, ஆனால் அந்த ஆன்மாக்கள் தங்கள் ஆழ்மனங்களின் அறைகூவல்களுக்குச் செவிசாய்க்க விரும்புவதில்லை. ஏனெனில், தீய சக்திகள்

அவர்களுடைய பார்வையை முற்றிலுமாக மறைத்துள்ளன. அப்படிப்பட்ட மக்கள் ஒருபோதும் பூமியைவிட்டு வெளியேற விரும்புவதில்லை. ஏனெனில், ஆவியுலகின் கீழ்மட்டத் தளங்களில் நிலவும் சூழ்நிலைகளை அவர்களுடைய ஆழ்மனங்கள் நன்றாக அறிந்திருப்பதால், தாங்கள் கீழ்மட்டத் தளங்களுக்குத்தான் போய்ச் சேருவோம் என்று அவர்கள் பயப்படுகின்றனர்.

தங்களுடைய அன்புக்குரிய ஓர் ஆன்மாவைப் பாதுகாப்பதற்காகவோ, அல்லது நல்லவற்றைப் பரப்ப வேண்டும் என்று தங்களுக்குக் கொடுக்கப்பட்டுள்ள இலக்கை நிறைவேற்றுவதற்காகவோ, சில நல்ல ஆன்மாக்கள் பூமியிலேயே தங்கிவிட முயற்சிக்கின்றனர். எனவே, அவர்கள் எவ்வளவு துன்புற்றாலும் சரி, அவர்கள் தங்கள் ஸ்தூல உடல்களையும் பூமியையும் உடும்புபோலப் பிடித்துக் கொண்டிருக்கின்றனர். தங்கள் துன்பத்தைப் பொறுத்துக் கொண்டு, கடவுளின் வழிகளைத் தீவிரமாகப் பின்பற்றுகின்ற ஒருசிலரும் இருக்கத்தான் செய்கின்றனர். அவர்கள் தீமையை எதிர்க்கின்றனர், ஆனால் பூமியில் தீமை மிக வலிமையாகவும் மிகப் பரவலாகவும் பரவியிருப்பதால், அவர்களாலும் தங்கள் லட்சியத்தை நிறைவேற்ற முடிவதில்லை.

"கடவுளே, இதுதான் உன் நியாயமா?" என்று சில நல்ல ஆன்மாக்கள் இறைவனைப் பார்த்துக் கத்துவதற்கு முன்பாக, இப்புத்தகம் அவர்களுக்குச் சில உள்நோக்குகளைக் கொடுக்கும். தீய ஆன்மாக்களின் தாக்கங்களிலிருந்து பாதுக்கப்படக்கூடிய நல்ல ஆன்மாக்களுக்கு இப்புத்தகம் அறைகூவல் விடுக்கிறது. அவர்கள் கீழ்மட்டத் தளங்களுக்குச் சென்றுவிடுவதிலிருந்து இப்புத்தகம் அவர்களைப் பாதுகாக்கும் என்று நாங்கள் நம்புகிறோம். தீய ஆன்மாக்கள் மற்றும் மோசமான ஆன்மாக்களில் ஒருசிலர் மட்டுமே இப்புத்தகத்தைப் படிப்பார்கள் என்று எங்களுக்கு உறுதியாகத் தெரியும். இப்புத்தகத்தில் எழுதப்பட்டுள்ள விஷயங்கள் அபத்தமானவை என்று அவர்கள் நினைக்கக்கூடும்.

மறுபிறவியில் பலருக்கு நம்பிக்கை இருப்பதில்லை. அவர்களுக்கு நாங்கள் ஒன்றைக் கூறிக் கொள்ள விரும்புகிறோம். ஒவ்வோர் ஆன்மாவும் பல நூறு முறை மீண்டும் மீண்டும் பிறப்பெடுக்கின்றனர் என்பது உண்மை. சில சமயங்களில், தங்களைத் தூய்மைப்படுத்திக்

கொள்வதற்காக ஆயிரக்கணக்கான முறை அவர்கள் மறுபிறவி எடுக்கின்றனர். வெறும் பத்து அல்லது நூறு பிறவிகளை மட்டுமே வாழ்ந்துள்ள ஓர் ஆன்மாகூடக் கிடையாது. நீங்கள் எல்லோருமே பல நூற்றுக்கணக்கான முறை உங்கள் பூமியில் பிறப்பெடுக்கிறீர்கள்.

உங்களைக் கீழ்மட்டத் தளத்திற்கு அன்றி உயர்ந்த தளங்களுக்கு அழைத்துச் செல்லக்கூடிய விதத்தில் நீங்கள் உங்கள் வாழ்க்கையை வாழ்வது அறிவார்ந்த செயலாக இருக்கும். எனவே, அன்பார்ந்த வாசகர்களே, கடவுளை மகிழ்ச்சிப்படுத்தக்கூடிய விதத்தில் நீங்கள் உங்கள் வாழ்க்கையை நடத்துங்கள். நீங்கள் மணிக்கணக்கில் பிரார்த்தனை செய்தால், கடவுள் மிகவும் மகிழ்ச்சியடைவார் என்று நினைத்துவிடாதீர்கள். தினமும் தேவாலயங்களுக்கோ அல்லது கோவில்களுக்கோ செல்வதன் மூலமாகவோ, அல்லது ஆயிரக்கணக்கில் பணத்தை தானம் செய்வதன் மூலமாகவோ கடவுள் மனமகிழ்ந்து உங்களை நேராக சொர்க்கத்திற்கு வரவேற்பார் என்று மனக்கோட்டை எழுப்பாதீர்கள். கடவுளுக்கு லஞ்சம் கொடுப்பது உங்கள் நோக்கமாக இருந்தால், உங்கள் முயற்சி வேலை செய்யாது. கடவுளுக்கு ஒருபோதும் உங்களால் லஞ்சம் கொடுக்க முடியாது. ஆனால், நீங்கள் உண்மையிலேயே நேர்மையாக இருந்து, உண்மையான மனிதாபிமானத்துடன் நற்காரியங்களுக்கும் ஏழை எளியோருக்கும் உங்கள் நேரத்தையும் பணத்தையும் கொடுத்துவிட்டு, கடவுள்மீதுள்ள உண்மையான அன்பைத் தவிர எந்த உள்நோக்கமும் இல்லாமல் சிறிது காலம் அவரைக் குறித்துப் பிரார்த்தனை செய்தால், கடவுள் நிச்சயமாக மகிழ்ச்சியடைவார், சொர்க்கத்தில் உங்களுக்கு ஓர் இடம் ஏற்படுத்திக் கொடுப்பதில் தீவிரமாக இருப்பார். எனவே, அன்பார்ந்த வாசகர்களே, எளிமையான, நேர்மையான, அன்பான, தன்னலமற்ற ஒரு வாழ்க்கையை நீங்கள் வாழ வேண்டும் என்று நாங்கள் உங்களுக்கு வலியுறுத்துகிறோம். அலைபாயும் மனத்துடன் பல மணிநேரம் பிரார்த்தனை செய்வதைவிடவும், ஆயிரக்கணக்கில் தானதர்மங்களைச் செய்து மக்களை ஏமாற்றுவதைவிடவும், சொர்க்கத்தில் ஓர் இடம் பிடிப்பதைவிடவும், நீங்கள் மிகுந்த சமயப் பற்றுக் கொண்டவர் என்று மற்றவர்களிடம் காட்டிக் கொள்வதைவிடவும், ஓர் எளிய, நேர்மையான, அன்பான, தன்னலமற்ற வாழ்க்கையை வாழ்வது மிகவும் முக்கியம்.

11-05-1981

நல்ல ஆன்மாக்கள் எதிர்மறையான ஆன்மாக்களால் தவறாக வழிநடத்தப்படுகின்றனர்

தீயவர்கள் மற்றும் உங்கள் உலகின் தீய வழிகளின் தாக்கத்திற்கு ஆளாகிப் பல நல்ல ஆன்மாக்கள் தவறான பாதையில் சென்றுள்ளனர். எனவே, புவிவாழ் மக்கள், எது சரி மற்றும் எது தவறு என்பதைப் புரிந்து கொண்டு, அதில் நம்பிக்கை கொள்வதற்கான நேரம் வந்துவிட்டது.

உங்கள் உலகில் நீங்கள் என்ன அனுபவித்துக் கொண்டிருக்கிறீர்கள் என்பதை ஆவியுலகில் உள்ள நாங்கள் அறிவோம். உங்கள் உலகம் தீயவற்றின் தாக்கத்திற்குப் பெரிதும் ஆளாகியிருப்பதால், நேர்வழியில் செல்வது உங்களுக்குக் கடினமாக இருக்கிறது. ஆனாலும், கடவுளின் நல்வழியைத் தாங்கள் தொடர்ந்து பின்பற்றினால் தாங்கள் அதிகமாகத் துன்புறுவோம் என்பதை அறிந்திருந்தும்கூட, சரியான பாதையில் தொடர்ந்து நடைபோட்டுக் கொண்டிருக்கின்ற பலர் இருக்கத்தான் செய்கின்றனர். இது அவர்களுக்குப் பெரும் மதிப்புக் கூட்டுகிறது.

கடவுளின் நல்வழியைப் பின்பற்ற விரும்புகின்ற சில நல்ல ஆன்மாக்கள் இருக்கின்றனர், ஆனால் தீய மற்றும் மோசமான ஆன்மாக்கள் தங்களைப் பழி வாங்கக்கூடும், தங்களைத் துன்புறுத்தக்கூடும் அல்லது தங்களுக்குத் தீங்கு விளைவிக்கக்கூடும் என்ற அச்சத்தில், அவர்கள் சரியான பாதையிலிருந்து விலகிப் போயுள்ளனர். புவியில் ஒரு தீய மனிதனின் நடவடிக்கைகளால் தாங்கள் அனுபவிக்கக்கூடிய துன்பங்கள், ஆவியுலகின் கீழ்த்தளங்களில் தாங்கள் அனுபவிக்கக்கூடிய துன்பங்களோடு ஒப்பிடப்படுகையில் ஒன்றுமே இல்லை என்பதை இந்த ஆன்மாக்கள் அறிந்து கொள்ள வேண்டும். மறுபிறவி எடுப்பதற்கு முன்பாக ஆவியுலகில் அவர்கள் எந்த நிலையில் இருந்தார்களோ, அதே நிலைக்கு அவர்கள் மீண்டும் திரும்பி வருவதற்கு நூற்றுக்கணக்கான ஆண்டுகளும் புவியில் பலப்பலப் பிறவிகளும் தேவைப்படும் என்பதையும் இவர்கள் அறிந்திருக்க வேண்டும்.

தங்களுக்கு எது காத்துக் கொண்டிருக்கிறது என்பதை அவர்கள் உணர்ந்து கொண்டால், ஒரு தீயவனின் பழியுணர்வையும் தொல்லையையும் எண்ணி அவர்கள் பயப்பட மாட்டார்கள். இதை அவர்கள் அறிந்திருக்க வேண்டியது மிகவும் முக்கியம். எனவே, அன்பான நல்ல ஆன்மாக்களே, தயவு செய்து கீழ்மட்டத் தளங்களுக்குப் போய்விடாதீர்கள். ஏனெனில், தீய நபர்களினால் நீங்கள் அனுபவிக்கக்கூடிய சித்திரவதைகள், ஆவியுலகின் கீழ்மட்டத் தளங்களில் நூற்றுக்கணக்கான ஆண்டுகள் நீங்கள் அனுபவிக்கக்கூடிய சித்திரவதைகளைவிடப் பன்மடங்கு சிறந்தவை.

கீழ்மட்டத்தளங்களைப்பற்றி நாங்கள் இங்கே கூறியுள்ளவற்றைத் தீய ஆன்மாக்களும் மோசமான ஆன்மாக்களும் மீண்டும் மீண்டும் பல முறை படிக்க வேண்டும் என்று நாங்கள் வலியுறுத்துகிறோம். அப்படிப்பட்ட ஒரு தளத்தில் வாழ்வது வேடிக்கையான காரியம் அல்ல. ஒருசில நாட்களுக்குக்கூட அங்கு உங்களால் வாழ முடியாது. அப்படி இருக்கும்போது, நூற்றுக்கணக்கான ஆண்டுகள் அங்கே எப்படி உங்களால் வாழ முடியும்? நீங்கள் தொடர்ந்து தீய வழிகளில் செல்ல விரும்பினால், தாராளமாக அதைச் செய்யுங்கள். அது உங்கள் சொந்தத் தவறு. ஆனால், மற்றவர்களை உங்களோடு கீழே அழைத்துச் சென்றுவிடாதீர்கள். அது இன்னும் மோசம். ஏனெனில், மிகவும் கீழ்மட்டத் தளங்களுக்கு அது உங்களைக் கூட்டிச் சென்றுவிடும். உங்களுடைய சுயநல நோக்கங்களுக்காக மற்றவர்கள் துன்பங்களை அனுபவிக்கும்படி செய்வது ஒரு பெரும் தவறு. தீய ஆன்மாக்களும் மோசமான ஆன்மாக்களும் இப்போது தங்களை மேம்படுத்திக் கொள்ள முயற்சிக்க வேண்டும், தங்கள் தவறுகள் குறித்து உண்மையிலேயே மனம் வருந்த வேண்டும். இல்லையென்றால், கீழ்மட்டத் தளங்களுக்கான கதவுகள் அவர்களுக்காக அகலமாகத் திறந்திருக்கும்.

உங்கள் உலகில் பிரபலமாக இருக்கின்ற ஒருவரை ஆவியுலகில் யாரும் உயர்ந்தவராகப் பார்க்க மாட்டார்கள். உங்கள் உலகில் ஒரு பிச்சைக்காரனாக இருப்பவன், இங்கு ஓர் அரசனைவிடவும் அல்லது மிகப் பிரபலமான ஒரு நபரைவிடவும் உயர்ந்த நிலையில் இருப்பான். புவியுலகில் கிடைக்கும் புகழுக்கு ஆவியுலகில் எந்த மதிப்பும் இல்லை.

புவியில் ஒருசில ஆண்டுகள் புகழை அனுபவித்துவிட்டு, கொடூரமான கீழ்மட்டத் தளங்களின் இருளில் நூற்றுக்கணக்கான ஆண்டுகள் சிக்கி நரக வேதனையை அனுபவிப்பதற்கு, சரியான மனநிலையில் உள்ள யாரும் முட்டாள்தனமாக விரும்ப மாட்டார்கள் என்று நாங்கள் உறுதியாக நம்புகிறோம். பிற ஆன்மாக்களைக் கீழ்த்தளங்களுக்கு இழுத்து வர முயற்சிப்பதற்கு பதிலாக, அவர்களை ஓர் உயர்ந்த நிலைக்கு எடுத்துச் செல்ல நீங்கள் முயற்சிக்க வேண்டும். நீங்கள் அவர்களைக் கீழே இழுத்துச் சென்றால், நீங்கள்தான் பெரிதும் துன்புறுவீர்கள். நீங்கள் கீழே இழுத்து வந்துள்ள ஆன்மாக்களும் துன்புறுவர், ஆனால் உங்களைவிட மிகக் குறைவாகத் துன்புறுவர். எங்களுடைய அறிவுரைகளையும் வழிகாட்டுதலையும் ஏற்றுக் கொள்வதோ அல்லது புறக்கணிப்பதோ உங்கள் விருப்பம்.

12-05-1981

உங்கள் மனத்தைக் கட்டுப்படுத்துங்கள்

உங்கள் ஸ்தூல உடலின் காரணமாக, புவியில் உங்கள் புலன்கள் பல வழிகளில் சீரழிந்துள்ளன. உங்கள் ஸ்தூல உடல் ஆன்மீகத்தில் பெருமளவு குறுக்கிடுகிறது. உங்கள் ஆன்மாவுக்கும் ஆவியுலகிற்கும் இடையே அது ஒரு தடுப்புச்சுவர்போல அமைந்துள்ளது. இது ஒரு மிகப் பெரிய தொந்தரவு என்பதில் சந்தேகமில்லை. இது உங்கள் ஆன்மாவுக்குப் பல பிரச்சனைகளை உருவாக்குகிறது. பொறாமை, பகைமை, நேர்மையின்மை, போலித்தனம், வேதனைகள், பழியுணர்வு, நோய்கள், உடல் வலிகள் ஆகியவற்றிலிருந்து உங்களால் விடுபட முடிவதில்லை. உங்கள் ஸ்தூல உடல்தான் உங்கள் சிறை. உங்கள் ஆன்மா அதில் ஒரு கைதியாக இருக்கிறது. இது மிகப் பாதுகாப்பான ஒரு சிறை. உயர்ந்த நிலையில் இருக்கின்ற மக்களின் ஆழ்மனம் சாதாரண மக்களின் ஆழ்மனத்தைவிட அதிக ஏற்புத்தன்மை கொண்டதாக இருப்பதால், நீங்கள் ஒரு மிக உயர்ந்த நிலையில் இருந்தால் தவிர, எதிர்மறையான உணர்வுகளிலிருந்து புவியில் ஒரு நபரால் அவ்வளவு எளிதாக விடுபட்டுவிட முடியாது. நீங்கள் உண்மையிலேயே ஓர் உயர்ந்த நிலையில் இருக்க விரும்பினால், உங்களால் உங்கள் மனத்தைக் கட்டுப்படுத்த

முடியும், அது தறிகெட்டு ஓடுவதிலிருந்து அதைத் தடுக்க முடியும். உங்கள் மனஉறுதி வலிமையானதாக இருந்தால், உங்கள் மோசமான உணர்வுகளை உங்களால் கட்டுப்படுத்த முடியும், நீங்கள் பாவங்களைச் செய்ய மாட்டீர்கள்.

துவக்கத்தில் அது சுலபமானதாக இருக்காது, ஆனால் கடவுளின் நல்வழியில் நீங்கள் நடக்கத் தொடங்கியவுடன், அது உங்களுக்குத் தானாக வந்துவிடும். அப்போது நீங்கள் ஒருபோதும் தவறு செய்ய மாட்டீர்கள். அன்பார்ந்த வாசகர்களே, முதலில், உங்களால் இயன்ற அளவு உங்கள் மோசமான உணர்வுகளைக் கட்டுப்படுத்த நீங்கள் முயற்சி செய்ய வேண்டும். இதில் நீங்கள் வெற்றி பெற்றுவிட்டால், அது உங்களுக்குச் சுலபமாகிவிடும், தவறான காரியங்களைச் செய்வதை நீங்கள் வெறுப்பீர்கள். சில சமயங்களில், மோசமான உணர்வுகள் உங்களை ஆட்கொள்ளக்கூடும். ஆனால், உடனடியாக அது உங்களுக்குப் புரிந்துவிடுவதால் நீங்கள் உங்களைக் கட்டுப்படுத்த முயற்சி மேற்கொள்வீர்கள். எனவே, துவக்கத்தில் அது மிகக் கடினமாக இருக்கும். ஆனால் தொடர்ந்து உங்கள் மோசமான உணர்வுகளை உங்கள் கட்டுப்பாட்டிற்குள் கொண்டுவாருங்கள்.

ஆவியுலகில் எங்களுக்கு ஸ்தூல உடல் கிடையாது என்பதால், எங்கள் மனங்களைச் சிறந்த வழியில் எங்களால் கட்டுப்படுத்த முடியும். உயர்ந்த தளங்களில் உள்ள ஒவ்வோர் ஆன்மாவும் அப்படிப்பட்ட மோசமான உணர்வுகளிலிருந்து விடுபட்டுள்ளனர். எங்களுக்கு நோய்களோ, வலிகளோ, அல்லது வேதனைகளோ ஏற்படுவதில்லை. ஆனால் நீங்கள் கீழ்மட்டத் தளங்களுக்குச் சென்றால், பகைமை, பொறாமை, சித்திரவதை, பழியுணர்வு ஆகியவற்றைக் காண்பீர்கள். அத்தளங்கள் மோசமான உணர்வுகளால் அதிர்ந்து கொண்டிருக்கின்றன. அத்தளங்களில் உள்ள ஆன்மாக்கள் ஒருவருக்கொருவர் தீங்கு விளைவிக்கின்றனர். அவர்கள் தீங்கு விளைவிக்கின்ற விதம், சமயங்களில் நம் கற்பனைக்கு எட்டாததாக இருக்கும். அவர்களுடைய தீய மனப்போக்கிற்கு எந்த எல்லையும் கிடையாது. மற்றவர்களுக்கு, குறிப்பாக பலவீனமானவர்களுக்கு, தீங்கு விளைவிப்பதில் இவர்கள் ஆனந்தம் கொள்கின்றனர். பலவீனமான ஆன்மாக்கள் கீழ்மட்டத் தளங்களில் நரக வேதனைகளை அனுபவிக்கின்றனர். எனவே, சிந்தித்துச் செயல்படுங்கள்.

13-05-1981
ஆவியுலகில் எங்கள் உணர்வுகள்

புவியில் உங்களுக்கு ஏற்படுகின்ற, நேசம், பாசம், பரிவு போன்ற அதே உணர்வுகள் எங்களுக்கும் இருக்கின்றன. ஆனால், எங்கள் அன்புக்குரியவர்கள் ஆவியுலகில் இருந்தாலும் சரி அல்லது உங்கள் உலகில் இருந்தாலும் சரி, நாங்கள் அவர்களை முழுமையாகவும் ஆழமாகவும் நேசிக்கிறோம்.

குற்றவுணர்வு, பகைமை, பொறாமை ஆகிய உணர்வுகளை நாங்கள் கையாள வேண்டியதில்லை என்பதால், எங்கள் அன்பு தூய்மையானதாகவும் உண்மையானதாகவும் இருக்கிறது. நாங்கள் எங்கள் அன்புக்குரியவர்களைத் தன்னலமின்றி நேசிக்கிறோம். பதிலுக்கு அவர்களிடமிருந்து எதையும் நாங்கள் எதிர்பார்ப்பதில்லை. அன்பு செலுத்த வேண்டும் என்ற ஒரே நோக்கத்துடன் நாங்கள் அவர்கள்மீது அன்பு காட்டுகிறோம்.

உடலுறவு என்ற பேச்சுக்கே ஆவியுலகில் இடமில்லை. ஏனெனில், எங்கள் அன்பு உடல்ரீதியானது அல்ல. அது முழுக்க முழுக்க ஆன்மீகரீதியானது. பாலுறவின்மீதோ அல்லது வேறு எந்த வெகுமதியின்மீதோ எங்களுக்கு எந்த நாட்டமும் இல்லை. எனவே, நாங்கள் யார்மீது அன்பு செலுத்தினாலும், உண்மையாகவும், ஆழமாகவும், வலிமையாகவும் நாங்கள் அவர்களை நேசிக்கிறோம்.

எங்களுக்கு எந்தத் தன்னல உணர்வுகளும் இல்லை என்பதால், புவிவாழ் மக்களை உங்கள்விடவும் சுலபமாக எங்களால் மன்னித்துவிட முடிகிறது. எங்களால் யார்மீதும் பகைமை பாராட்ட முடியாது. உயர்ந்த தளங்களில் பகைமையைப் பற்றிய பேச்சுக்கே இடமில்லை.

இங்கு எங்களைவிட அதிக மேன்மையான ஒருவரை நாங்கள் சந்தித்தால்கூட எங்களுக்குப் பொறாமை ஏற்படுவதில்லை. பொறாமை கொள்வதற்கு பதிலாக, அவர்களைக் கண்டு நாங்கள் பிரமிக்கிறோம், அவர்களைப்போல ஆவதற்கு நாங்கள் முயற்சிக்கிறோம். நாங்கள் எங்களுடைய ஸ்தூல உடல்களைவிட்டுப் பிரியும்போது எங்களுடைய மோசமான உணர்வுகளையும் தூக்கியெறிந்துவிடுகிறோம். ஆனால் எங்களுடைய நல்ல உணர்வுகள் அனைத்தும் எங்களோடு கூடவே ஆவியுலகிற்கு வந்துவிடுகின்றன.

கீழ்மட்டத் தளங்களில் உள்ள ஆன்மாக்கள் தங்கள் ஸ்தூல உடல்களைத் துறக்கும்போதுகூட, புவியில் இருந்தபோது அவர்களிடம் இருந்த மோசமான உணர்வுகள் ஆவியுலகிலும் அவர்களோடு அப்படியே தங்கிவிடுகின்றன. சில சமயங்களில் அவர்கள் அதிகப் பகையுணர்வும், அதிகப் பழியுணர்வும், அதிகப் பொறாமையும் கொண்டவர்களாக ஆகின்றனர். இருண்ட, கீழ்மட்டத் தளங்களில் அவர்கள் இருப்பதால், கடவுளை அவர்கள் அதற்காகக் குறை கூறுகின்றனர்.

ஜிம்மியின் கதை: புவியுலகில் மக்களின் அகமும் புறமும் வேறுபட்டிருக்கின்றன

எங்களுடைய நண்பரான ஜிம்மி மாவைப் பற்றிய ஓர் உண்மைக் கதையை நாங்கள் உங்களிடம் கூற விரும்புகிறோம். (மரியாதையின் காரணமாக நாங்கள் அவருடைய பெயரை மாற்றியிருக்கிறோம்). அவர் பூமியில் வாழ்ந்த காலத்தில் ஒரு தலைசிறந்த பேச்சாளராகவும் மிக வசீகரமாகவும் இருந்தார். யாருக்கும் தீங்கு இழைக்காத ஒரு நல்ல ஆன்மா தான் என்பதை உலகிற்கு அவர் காட்டினார். வேலை வாய்ப்புகள், உடைகள், உணவு, ஏராளமான பணம் ஆகியவற்றை வழங்கியதன் மூலம் பலருக்கு அவர் எப்போதும் உதவினார். அவர் தினமும் முறையாகப் பல மணிநேரம் பிரார்த்தனை செய்தார். அவருடைய மனைவியும் குழந்தைகளும் அவரைப்போலவே இருந்தனர். அவர் எப்போதும் தன் மனைவியைப் புகழ்ந்து பேசினார். அவருடைய மனைவியிடம் அழகு இருந்தது, ஆனால் அவர் அறிவார்ந்தவர் அல்ல. அவருடைய குழந்தைகள் கிளிப்பிள்ளைகள்போல வெறுமனே தங்களுக்குச் சொல்லிக் கொடுக்கப்பட்டதை அப்படியே ஒப்பித்துப் பள்ளிப்படிப்பை முடித்துவிட்டிருந்தனர். ஆனால் தன் குழந்தைகள்மீது மிகுந்த நம்பிக்கை வைத்திருந்த அவர், அவர்களுடைய புத்திசாலித்தனத்தை அடிக்கடிப் புகழ்ந்தார்.

தந்தையைப்போல மகன் என்ற கூற்றுப்படி, அவருடைய குழந்தைகள் அவருடைய அடியொற்றி நடந்தனர். புவிவாழ் மக்கள் அவர்கள் அனைவரையும் பெரிதும் புகழ்ந்தனர். ஜிம்மி மாமாவும் அவருடைய குழந்தைகளும் பெரும் பணக்காரர்களாகவும் பிரபலமானவர்களாகவும் இருந்தனர்.

அவர்கள் நேராக சொர்க்கத்திற்குத்தான் செல்வர் என்று எல்லோரும் நினைத்தனர். ஜிம்மி மாமாவை எங்களுக்கு நன்றாகத் தெரியும். அவர் இறந்தபோது நாங்கள் பூமியில் உயிரோடு இருந்தோம். நாங்கள் அவருடைய ஆன்மாவுக்காகப் பிரார்த்தனை செய்துவிட்டு, அவருடைய மனைவிக்கும் குழந்தைகளுக்கும் ஆறுதல் கூறினோம். அவர் சொர்க்கத்திற்குத்தான் சென்றிருப்பார் என்று நாங்கள் அவர்களிடம் கூறினோம்.

எப்பேற்பட்ட முட்டாள்கள் நாங்கள்! புவியில் ஓர் ஆன்மாவை ஒருவரால் சரியாக எடைபோட முடியாது. சிறிது காலம் கழித்து நாங்கள் ஆவியுலகிற்கு வந்தபோது, எங்களுக்கு ஜிம்மி மாமாவின் நினைவு வந்தது. எனவே, எங்களுடைய தளத்தில் நாங்கள் அவரைத் தேடத் தொடங்கினோம் (1981ல் நாங்கள் ஆறாவது தளத்தில் இருந்தோம்). எங்களால் அங்கு அவரைக் கண்டுபிடிக்க முடியவில்லை. எனவே, அவரைப் போன்ற ஒரு நல்ல ஆன்மா, மிக உயர்ந்த தளமான ஏழாவது தளத்திற்குத்தான் சென்றிருக்க வேண்டும் என்று நாங்கள் நினைத்தோம். நாங்கள் அவருக்கு ஓர் இன்ப அதிர்ச்சியைக் கொடுக்க விரும்பியதால், எங்கள் எண்ணங்கள் மூலமாக முன்கூட்டியே நாங்கள் அவருக்கு அழைப்பு விடுக்கவில்லை. ஆனால் ஆறாவது தளத்தில் அவரை எங்களால் கண்டுபிடிக்க முடியாமல் போனபோது, நாங்கள் எங்கள் எண்ணங்களை ஏழாவது தளத்திற்கு அனுப்பி, "ஜிம்மி மாமா, நாங்கள் ஆவியுலகில் இருக்கிறோம். ஆறாவது தளத்திற்கு வந்து எங்களைப் பாருங்கள்," என்று நாங்கள் கூறினோம். ஆனால் அவரிடமிருந்து எந்த பதிலும் எங்களுக்கு வரவில்லை.

"விஸ்பி, அவர் உண்மையிலேயே ஒரு நல்ல ஆன்மா என்பதால் ஏழாவது தளத்திற்கு அப்பால் அவர் சென்றிருக்க வேண்டும்," என்று ரத்தூ என்னிடம் கூறினான். அதற்கு நான், "ஒருவேளை அப்படி இருக்கலாம். நாம் நம்முடைய பேரான்மாவிடம் இது பற்றிக் கேட்கலாம்," என்று கூறினேன்.

ஆவியுலகிற்கு நாங்கள் புதியவர்களாக இருந்ததால், கீழ்மட்டத் தளங்களில் ஜிம்மி மாமாவைத் தேட வேண்டும் என்று எங்களுக்குத் தோன்றவே இல்லை. நாங்கள் எங்கள் பேரான்மாவிடம் சென்று, ஜிம்மி மாமாவைப் பற்றி விசாரித்தோம். அவர் எங்களைப் பார்த்துப் புன்னகைத்துவிட்டு, "அவர் ஆறாவது தளத்திலும் இல்லை, ஏழாவது தளத்திலும் இல்லை. கீழ்மட்டத் தளங்களுக்கு

நீங்கள் சென்றால், அவரை அங்கே உங்களால் கண்டுபிடிக்க முடியும்," என்று கூறினார்.

இதைக் கேட்டு அதிர்ச்சியடைந்த நாங்கள், "ஐயா, அது சாத்தியமில்லை. மிகவும் நல்ல ஆன்மா அவர். அவர் எங்களைவிட மிகச் சிறந்தவர்," என்று கூறினோம். அவர் மீண்டும் புன்னகை புரிந்துவிட்டு, "ஆமாம், நான் அதைக் கேள்விப்பட்டிருக்கிறேன். ஆனாலும், கீழ்த்தளங்களுக்கு ஒரு வேலையாக நான் உங்களை அனுப்பி வைக்கும்போது அவரை அங்கே தேடுங்கள்," என்று கூறினார்.

அவர் கூறியது எங்களுக்குப் பெரும் வருத்தத்தை ஏற்படுத்தியது. ஜிம்மி மாமாவைப் பற்றியும், பூமியில் அவர் செய்திருந்த நல்ல காரியங்களைப் பற்றியும் எங்கள் பேரான்மாவிடம் நாங்கள் கூற விரும்பினோம். ஆனால் எங்களைவிட அதிக விஷயங்கள் அவருக்குத் தெரியும் என்பதால் நாங்கள் எதுவும் கூறாமல் அமைதியாக இருந்துவிட்டோம்.

சில நாட்களுக்குப் பிறகு, எங்கள் பேரான்மா எங்களை அழைத்து, "உங்களுடைய நண்பரான ஜிம்மி மாமாவைப் பற்றிக் கண்டுபிடிப்பதற்கான இந்த வாய்ப்பை நான் உங்கள் இருவருக்கும் கொடுக்கிறேன். உங்களுக்கு ஒரு வேலையையும் நான் கொடுக்கிறேன். எனவே, கீழ்த்தளங்களுக்குச் சென்று, உங்கள் வேலையை முடித்துவிட்டு, பிறகு அவரைக் கண்டுபிடிக்க முயற்சி செய்யுங்கள்," என்று கூறினார். கீழ்மட்டத் தளங்களில் வேலை செய்ய நாங்கள் மகிழ்ச்சியுடன் இருந்தோம். மூன்றாவது தளத்தில் எங்கள் வேலையை முடித்தப் பிறகு, ஜிம்மி மாமாவை நாங்கள் அழைத்தோம். ஆனால் அவரிடமிருந்து எந்த பதிலும் வரவில்லை. அந்தக் கீழ்மட்டத் தளத்தில் அவர் இல்லாதது குறித்து நாங்கள் மகிழ்ச்சியடைந்தோம். பிறகு நாங்கள் எங்கள் சொந்தத் தளத்திற்கு வந்து, எங்கள் பேரான்மாவிடம் தகவல் தெரிவித்தோம்.

அவர் சிரித்துவிட்டு, "விஸ்பி! ரத்தூ! நீங்கள் அவரைக் கண்டுபிடித்தாக வேண்டும் என்பது என் விருப்பம். ஏனெனில், உங்களுக்குப் பெரிதும் நன்மை பயக்கக்கூடிய ஒன்றை அவரிடமிருந்து உங்களால் கற்றுக் கொள்ள முடியும். எனவே, இரண்டாம் தளத்திற்குச் செல்வதற்கான அனுமதியையும் பாதுகாப்பையும் நான் உங்களுக்குக் கொடுக்கிறேன். அங்கு சென்று அவரைத் தேடிக் கண்டுபிடித்து, அவரிடம் பேசி,

அவர் ஏன் அங்கே இருக்கிறார் என்பதை அவரிடம் கேளுங்கள்," என்று கூறினார்.

ஆச்சரியமும் பயமும் ஒருசேர எங்களை ஆட்கொண்டன. ஏனெனில், இதற்கு முன்பு, வேலைக்காக மூன்றாம் தளத்திற்குக் கீழே நாங்கள் ஒருபோதும் அனுப்பி வைக்கப்பட்டிருக்கவில்லை. நாங்கள் பாதுகாக்கப்படுவோம் என்று எங்களுக்கு உத்தரவாதம் அளித்த எங்கள் பேரான்மா, எங்களைக் கீழே அனுப்பி வைத்தார்.

மிக அற்புதமான பாதுகாப்பு எங்களுக்குக் கொடுக்கப்பட்டிருந்தது. யாராலும் எங்களைப் பார்க்கவோ அல்லது எங்களுக்குத் தீங்கு விளைவிக்கவோ முடியவில்லை. கொடூரமான அந்த இடத்தில், கும்மிருட்டில், ஜிம்மி மாமாவை நாங்கள் தேடத் தொடங்கினோம். அவர் அங்கு அதிர்ச்சியடைந்தும் அவல நிலையிலும் இருந்ததைக் கண்டு நாங்கள் அதிர்ச்சியடைந்தோம். நாங்கள் அவருடைய பார்வைக்கு மட்டும் எங்களை வெளிப்படுத்திக் கொண்டபோது, அவர் எங்களைக் கண்டு ஆச்சரியம் அடைந்தார். தான் ஒரு மோசமான ஆன்மா என்பதை நாங்கள் தெரிந்து கொண்டிருந்தது குறித்து அவர் அவமானம் கொண்டார். "மாமா, நீங்கள் செய்த எந்தக் காரியம் உங்களை இங்கே கொண்டுவந்து விட்டிருக்கிறது?" என்று நாங்கள் அவரிடம் கேட்டோம். அவர் தன் கதையை எங்களிடம் கூறத் தொடங்கினார். அது ஒரு பயங்கரமான கதை. வெளிப்புறத்தில் பிரபலமாகவும் இனிமையானவராகவும் நல்லவராகவும் இருந்த ஜிம்மி மாமா, உள்ளூர பயங்கரமானவராகவும் அற்பமானவராகவும் இருந்ததைக் கேட்டு நாங்கள் திடுக்கிட்டோம்.

14-05-1981

ஜிம்மியின் கதை தொடர்கிறது:
கடவுளை உங்களால் ஏமாற்ற முடியாது

ஜிம்மி மாமாவின் கதை பயங்கரமானதாகவும் நம்புதற்கரியதாகவும் இருந்தது. நாங்கள் அவரைக் கண்டு எப்போதும் பிரமித்து வந்திருந்ததால், அக்கதையை எங்களால் நம்ப முடியவில்லை. அவர் எப்போதும் தர்மகாரியங்களுக்கு

நன்கொடைகள் வழங்கினார், ஏழைகளுக்கு உதவி செய்தார், ஓர் அன்பான மற்றும் நட்பான நபராக இருந்திருந்தார். அவருடைய கதை அவருடைய சொந்த வார்த்தைகளில் இங்கே கொடுக்கப்பட்டுள்ளது:

“விஸ்பி! ரத்தூ! என் இனிய நண்பர்களான நீங்கள், நான் ஓர் அழகான ஆன்மா என்று நினைத்தீர்கள். உலகிற்கு என்னை நான் எப்படிக் காட்டினேனோ, அதை நீங்கள் நம்பினீர்கள். நானும் அதை நம்பினேன். பூமியில் நான் இறந்த பிறகு சொர்க்கத்தைச் சென்றடைய வேண்டும் என்ற ஒரே நோக்கத்திற்காக நான் அந்த நல்ல காரியங்கள் அனைத்தையும் செய்து கொண்டிருந்ததால், கடவுள் என்னுடைய கொடூரமான பாவங்கள் அனைத்தையும் மன்னித்துவிட்டிருந்ததாக நான் நம்பினேன். என் பாவங்களுக்காக நான் தண்டிக்கப்பட மாட்டேன் என்று நினைத்துக் கொண்டு, தர்மகாரியங்களுக்கு நான் பணம் கொடுத்தேன், நல்ல காரியங்களைச் செய்தேன். ஆனால் எனக்குக் கிடைக்க வேண்டிய தண்டனை எனக்குக் கிடைத்துவிட்டது. நான் என்னையும் புவியுலகையும் ஏமாற்றினேன். ஆனால் கடவுளை யாராலும் ஒருபோதும் ஏமாற்ற முடியாது.

“ஒரு மென்மையான, அன்பான பெண்மணியின் மகனாக நான் என் வாழ்க்கையைத் துவக்கினேன். அவருக்கு எந்தவிதமான மோசமான எண்ணங்களும் இருக்கவில்லை. என் தந்தை ஓர் ஏமாற்றுக்காரர். அவர் எப்போதும் என் தாயாரைத் துன்புறுத்தினார், தவறான முறையில் நடந்து கொள்ள அவர் என் தாயாரைக் கட்டாயப்படுத்தினார். என் தந்தை ஒரு பெரிய சுயநலவாதியும்கூட. அவர் எங்களிடம் கொடூரமாக நடந்து கொண்டார். தவறான வழிகளில் நடப்பதற்கு அவர் என் தாயாரையும், என் சகோதர சகோதரிகளையும், என்னையும் கட்டாயப்படுத்தினார். என் தாயார் வேதனை பொறுக்காமல், “இது தவறு. நாம் செய்வது எல்லாமே தவறு. நாம் பாவம் செய்து கொண்டிருக்கிறோம்,” என்று அழுது புலம்பியதைப் பல முறை நான் பார்த்தேன்.

“என் தந்தைக்கு இவையெல்லாம் வேடிக்கையாகத் தெரிந்தன. என் தாயாருக்குப் பைத்தியம் பிடித்திருந்ததாக அவர் நினைத்தார். சிறிது காலத்திற்குப் பிறகு, எங்கள் ஏமாற்றுக்காரத் தந்தையைக் கண்டு நானும் என் சகோதர

சகோதரிகளும் பிரமிக்கத் தொடங்கினோம். நாங்கள் எங்கள் தாயாரை ஒரு பைத்தியக்காரியாகவும் முட்டாளாகவும் பார்க்கத் தொடங்கினோம். அன்பும் பரிவும் கொண்ட எங்கள் தாயாரை நாங்கள் மதிக்காமல் இருக்கும்படி எங்கள் தந்தை பார்த்துக் கொண்டார். இதைத் தொடர்ந்து, எங்கள் தாயார்மீது நாங்கள் கொண்டிருந்த அன்பு மாயமாய் மறைந்தது.

"தன் குழந்தைகள் தங்கள் தந்தையின் பாதையைப் பின்பற்றி நடந்து கொண்டிருந்ததைக் கண்ட என் தாயார் பெரும் துயரம் கொண்டார். ஒருநாள், அவர் என்னிடம், 'ஜிம்மி, உன் தந்தை கூறுகின்றவற்றைச் செய்வதை நீ நிறுத்த வேண்டும். ஏனெனில், அவையெல்லாம் தவறான காரியங்கள் என்று நான் நம்புகிறேன். நீ என்னுடைய மூத்தக் குழந்தையாக இருப்பதால், உன்னுடைய சகோதர சகோதரிகளைக் காப்பாற்றுவதற்கு எனக்கு உன்னுடைய ஒத்துழைப்புத் தேவை,' என்று கூறினார்.

"நான் அவரைப் பார்த்துச் சிரித்துவிட்டு, 'எங்கள் யாரையும் உங்களால் சகித்துக் கொள்ள முடியவில்லை. நீங்கள் ஏன் மலையுச்சியிலிருந்து கீழே குதித்து உங்கள் உயிரை மாய்த்துக் கொள்ளக்கூடாது?' என்று கேட்டேன். ஓர் ஆழமான பள்ளத்தாக்கிற்கு அருகே ஒரு தனி வீட்டில் நாங்கள் வாழ்ந்தோம். அந்தப் பள்ளத்தாக்கை நோக்கிச் சரிந்து நின்ற ஒரு செங்குத்தான இடத்தை எங்கள் வீட்டு சன்னல் வழியாக நான் அவருக்குக் காட்டிவிட்டு, "மரணத்தைத் தவிர வேறு எதுவும் உங்களுக்குப் பொருத்தமானது அல்ல. எங்கள் தந்தை ஒரு புத்திசாலி. அவருக்கு மனைவியாக இருப்பதற்கான தகுதி உங்களுக்கு இல்லை. ஆற்றில் குதித்து உயிரை மாய்த்துக் கொள்ளுங்கள்!' என்று கூறினேன்.

"என் தாயார் அவ்வாறே செய்துவிட்டார்.

"மறுநாள் காலையில், காவல்துறையினர் எங்களை அழைத்தனர். என் தாயாரின் உடல், எங்கள் வீட்டின் அருகே ஆற்றங்கரையோரமாகக் கிடந்ததை நாங்கள் கண்டோம். அதைக் கண்டு நான் அதிர்ச்சி அடைந்தேன், ஆனாலும் அவர் ஒரு முட்டாள் என்றும் பைத்தியக்காரப் பெண் என்றும் நான் நினைத்தேன். தற்கொலை போன்ற ஒரு பாவத்தைச் செய்வதிலிருந்து தன்னைத் தடுத்து நிறுத்தக்கூடிய வலிமை அவருக்கு இல்லாமல் போயிருந்ததால், அவர் பலவீனமானவர்

என்று நான் நினைத்தேன். இனி என் தாயாரின் குறுக்கீடு எதையும் தான் எதிர்கொள்ள வேண்டியதில்லை என்பதைக் கண்ட என் தந்தை இப்போதும் மிகவும் மகிழ்ச்சியாக இருந்தார்.

"நாங்கள் சிறந்த ஏமாற்றுக்காரர்களாக ஆவதற்கு அவர் எங்களுக்குப் பயிற்சியளிக்கத் தொடங்கினார். அவர் ஒரு திருடன் என்பது எங்கள் தாயார் மரணமடையும்வரை எங்களுக்குத் தெரியவில்லை. ஏனெனில், நாங்கள் அவருடைய அறிவைக் கண்டு வாயடைத்துப் போயிருந்தோம். அவர் எங்களுக்குக் கொண்டு வந்து கொடுத்த அருமையான பொருட்கள் அனைத்தும், அவருடைய உதவி கிடைக்கப் பெற்றவர்கள் அவருக்குக் கொடுத்திருந்தவையே என்று நாங்கள் நினைத்தோம். நாங்கள் அவரை முழுமையாக நம்பக்கூடிய விதத்திலும், அவரை எதிர்த்து ஒருபோதும் கேள்வி எழுப்பாத விதத்திலும் அவர் எங்களுக்கு மூளைச் சலவை செய்திருந்தார்.

"மக்களை ஏமாற்றவும், அவர்களுடைய விலையுயர்ந்த உடைமைகளை அவர்களிடமிருந்து அபகரிக்கவும் அவர் எங்களுக்குப் பயிற்சியளித்தார். இனிமையான வார்த்தைகள், ஓர் அப்பாவித்தனமான பார்வை, சமயப் பற்றுக் கொண்ட ஒருவருக்குரிய நடத்தை ஆகியவற்றின் மூலம் மக்களை எப்படி ஏமாற்றுவது என்று அவர் எங்களுக்குக் காட்டினார். வெளியுலகிற்கு, நாங்கள் அனைவரும் கடமையுணர்வு மிக்கவர்களாகவும், நல்லவர்களாகவும், அன்பானவர்களாகவும், நேர்மையானவர்களாகவும் தெரிந்தோம். ஆனால் உள்ளுக்குள், எங்கள் தந்தையைப்போலவே நாங்களும் தீயவர்களாக இருந்தோம்.

"தடயங்களை விட்டுச் செல்லாமல் எப்படிக் கொல்வது என்பது உட்பட, கொடூரமான விஷயங்கள் ஏகப்பட்டவற்றை எங்களுக்குக் கற்றுக் கொடுத்தப் பிறகு, எங்கள் தந்தை தன் ஏமாற்று வேலைகளிலிருந்து ஓய்வு பெற்றார். ஆனால், தான்தான் தலைவன் என்பதால், நாங்கள் கொள்ளையடிப்பவை அனைத்தும் தனக்குச் சொந்தமானவை என்று அவர் கூறினார்.

"முதியவர்கள், கைம்பெண்கள், அல்லது தனியாக இருந்த பெண்கள் ஆகியோரை எப்படி அணுகுவது, அவர்களுடைய அன்பை எப்படிப் பெறுவது, அவர்களுடன் எப்படி உடலுறவு

கொள்வது, அவர்களிடம் இருந்தவற்றை எப்படி அபகரிப்பது, பிறகு அவர்களை எப்படி ஏழ்மையில் தவிக்கவிட்டுச் செல்வது ஆகியவற்றை எங்கள் தந்தை எங்களுக்குக் கற்றுக் கொடுத்தார். தான் இவற்றையெல்லாம் பல பெண்களுக்குச் செய்திருந்ததாகவும், ஆனால் ஒருமுறைகூடக் காவல்துறையினரால் தான் பிடிபட்டிருக்கவில்லை என்றும் அவர் பெருமையோடு கூறினார். உண்மையில், யாரும் அவர் முன்பு ஒரு சுண்டுவிரலைக்கூட அசைத்ததில்லை. இப்படிப்பட்டக் காரியங்களைச் செய்திருந்த எங்கள் தந்தை ஒரு மாபெரும் மனிதர் என்றும், பெரும் புத்திசாலி என்றும், ஒரு வீரர் என்றும் நினைத்த நாங்கள், அவருடைய எடுத்துக்காட்டைப் பின்பற்றியாக வேண்டும் என்று நினைத்தோம்."

15-05-1981
ஜிம்மியின் கதை தொடர்கிறது:
கடவுளின் நியாயத் தீர்ப்பு
எப்போதும் நிலைத்து நிற்கும்

"ஒருசில ஆண்டுகளுக்கு, எங்கள் தந்தை எங்களிடம் கூறியவற்றையெல்லாம் நாங்கள் செய்தோம். எங்கள் தீய தந்தையை நாங்கள் வழிபட்டோம். அவர் எங்களை மிக இருண்ட நரகக் குழிக்குள் அழைத்துச் சென்றார். நான் உண்மையிலேயே மகிழ்ச்சியாக வாழ்ந்தோம், எங்கள் தந்தையைக் கண்டு பிரமித்தோம். அவர் எங்களுக்கு மூளைச் சலவை செய்திருந்த விதம், நாங்கள் சரியாகச் சிந்திக்க முடியாதபடி செய்தது. நாங்கள் மிகக் கொடியவர்கள் என்பதை அந்நேரத்தில் நாங்கள் உணரவில்லை.

"ஒருசில வருடங்கள் மகிழ்ச்சியாக வாழ்ந்த பிறகு, எங்கள் தந்தை ஒரு காய்ச்சலால் அவதிப்படத் தொடங்கினார். அவருக்கு என்ன பிரச்சனை என்பதை மருத்துவர்களால் கண்டுபிடிக்க முடியவில்லை. எனவே, அவருடைய ரத்தத்தைப் பரிசோதிக்க வேண்டும் என்று அவர்களில் ஒருவர் எங்களிடம் கூறினார். எங்கள் தந்தையின் ரத்தத்தில் அதிகச் சர்க்கரை இருந்தது கண்டுபிடிக்கப்பட்டது. எனவே, அவருக்குப் பத்திய உணவு கொடுக்கப்பட வேண்டும்

என்று மருத்துவர்கள் எங்களிடம் கூறினர். என் தந்தை தன் உடல்நலத்தின்மீது மிகுந்த அக்கறை கொண்டிருந்ததால், தன் மருத்துவர்கள் கூறியவற்றை அப்படியே செய்தார். ஒருசில மாதங்களுக்குப் பிறகு, அவருடைய உடல்நலம் சற்றுத் தேறியது. எனவே, அவர் ஒருநாள் தனியாக வெளியே சென்றார். ஆனால், அவர் ஒரு விபத்தில் சிக்கிக் கொண்டார். வேறு வழியின்றி, அவருடைய இரண்டு கால்களையும் ஒரு கையையும் அகற்ற வேண்டியதாயிற்று.

"கடவுளின் நியாயம் கோலோச்சத் துவங்கியிருந்தது. ஆனால் நாங்களோ, முட்டாள்களைபோலக் கடவுள்மீது குறைகூறத் தொடங்கினோம். எங்கள் தந்தையை அவர் வதைத்துக் கொண்டிருந்ததாக நாங்கள் அவரை வசைபாடினோம். சில நாட்களுக்குப் பிறகு, எங்கள் தந்தையின் நுரையீரல்களில் புற்றுநோய் இருந்ததை மருத்துவர்கள் கண்டுபிடித்தனர். முன்புபோலவே இப்போதும் நாங்கள் கடவுளை இதற்குக் குறைகூறினோம். ஆனாலும், நாங்கள் தொடர்ந்து தீய செயல்களில் ஈடுபட்டோம். என் சகோதரிகள் எங்கள் தந்தையைப் பார்த்துக் கொண்டனர். நோயினால் ஏற்பட்ட வேதனையை அவரால் பொறுத்துக் கொள்ள முடியவில்லை. விரைவில் அவர் மிகவும் பலவீனமடைந்தார். ஆனாலும், தன் வேதனை காரணமாக அவர் என் சகோதரிகளை ஒரு நீண்ட சாட்டையால் விளாசித் தள்ளினார். தன்னுடைய துன்பங்களுக்கு அவர் எங்கள் அனைவரையும் குறைகூறினார், எங்களை இழிவாகப் பேசினார்.

"நாங்கள் தன்னை உதாசீனப்படுத்தியிருந்ததாகவும், தன்னலத்தோடு நடந்து கொண்டிருந்ததாகவும் அவர் குறைகூறினார். எங்களுடைய தந்தையின் நோயைப் பற்றியும், பொறுத்துக் கொள்ளப்பட முடியாத அவருடைய வேதனைகளைப் பற்றியும் கேள்விப்பட்ட எங்கள் சாமியார், எங்கள் வீட்டிற்கு வந்தார். வழக்கம்போல அவரை வரவேற்ற எங்கள் தந்தை, "நான் ஓர் ஆன்மாவிற்குக்கூட ஒருபோதும் தீங்கு இழைத்ததில்லை. நான் நல்ல காரியங்களை மட்டுமே செய்திருக்கிறேன். அப்படி இருக்கும்போது, நான் ஏன் இவ்வளவு துன்பங்களை அனுபவித்துக் கொண்டிருக்கிறேன்?" என்று அவரிடம் கேட்டார். என் தந்தை எவ்வளவு தீயவர் என்பதை அறிந்திராத அந்தச் சாமியார், கடவுளிடம் பிரார்த்தனை செய்து, என் தந்தை குணமடைய உதவும்படி வேண்டினார். அன்றைய நாளிலிருந்து, தினமும் மாலை

ஐந்து மணிக்கு அவர் எங்கள் வீட்டிற்கு வந்தார். எனவே, அவர் வருவதற்கு முன்பாக மட்டும், நாங்கள் எல்லோரும் நல்ல பண்புகள் கொண்ட நல்ல ஆன்மாக்களாக ஆகித் தயாராக இருந்தோம்.

“ஒருநாள், ஐந்து மணிக்கு முன்னதாகவே அவர் எங்கள் வீட்டிற்கு வந்துவிட்டார். அவர் எங்கள் வீட்டிற்குள் நுழைந்தபோது, என் தந்தை என் சகோதரிகளை நோக்கித் தகாத வார்த்தைகளை அள்ளி வீசிக் கொண்டிருந்ததையும், தன்னுடைய வேதனைகளுக்கு அவர்களை அவர் குறைகூறிக் கொண்டிருந்ததையும் அச்சாமியார் பார்த்துவிட்டார். தான் மிக மோசமாகத் துன்பப்பட வேண்டும் என்று மரணப் படுக்கையில் இருந்த முதிய பெண்மணி ஒருவர் தன்னைச் சபித்திருந்ததைப் பற்றிக் குறிப்பிட்ட என் தந்தை, பதிலுக்கு அப்பெண்மணியைச் சபித்தார். அதோடு, தன்னைச் சபித்திருந்த மற்றவர்களையும் அவர் சபித்தார்.

“இவற்றைச் செவிமடுத்த அச்சாமியார் அதிர்ச்சியடைந்து, வந்த சுவடு தெரியாமல் அங்கிருந்து திரும்பிப் போய்விட்டார். அவர் ஓர் அறிவார்ந்த நபர், சமயப் பற்று மிக்கவர். என் தந்தை ஒரு தீய ஆன்மா என்பதையும், அவர் எங்களையும் தீயவர்களாக ஆக்கியிருந்தார் என்பதையும் அவர் புரிந்து கொண்டார்.”

16-05-1981

ஜிம்மியின் கதை தொடர்கிறது: கடவுள் எப்போதுமே கண்காணித்துக் கொண்டிருக்கிறார்

“அந்தச் சாமியார் உண்மையிலேயே ஓர் அறிவார்ந்த, வெளிப்படையான நபர். அவர் ஒரு காவல்துறை அதிகாரியிடம் பேசி, எங்கள் குடும்பத்தைப் பற்றிய எல்லா விஷயங்களையும் கண்டுபிடிக்கும்படி அவரிடம் கேட்டுக் கொண்டார். காவல்துறையும் மெல்ல மெல்ல எங்களைப் பற்றிய எல்லாவற்றையும் தெரிந்து கொண்டது. அவர்களிடம் எல்லாத் தகவல்களும் இருந்தன, ஆனால் துரதிர்ஷ்டவசமாக, அவர்களிடம் எந்த ஆதாரமும் இருக்கவில்லை.

"என்ன செய்வதென்று அவர்களுக்குத் தெரியவில்லை. இதற்கிடையே, என் தந்தையின் உடல்நிலை மேன்மேலும் மோசமடைந்து கொண்டிருந்தது. அவருடைய உடல் முழுவதும் வலித்தது. அந்த வலியை அவரால் தாங்கிக் கொள்ள முடியவில்லை. அவருடைய நீரிழிவு நோயும் தீவிரமடைந்திருந்தது. அவருக்குத் தோல் அழற்சி ஏற்பட்டது. அது அவருடைய உடல் முழுவதும் பரவியதால், பார்ப்பதற்கு அவர் விகாரமாகக் காட்சியளித்தார். அவருடைய கோபமும் நாளுக்கு நாள் அதிகரித்தது. தன் கையில் கிடைத்தவற்றையெல்லாம் அவர் எங்கள்மீது தூக்கி எறிந்தார், எங்களை இழிவாகப் பேசினார், எங்களை வசைபாடினார்.

"முன்பு எங்கள் வீட்டிற்கு வந்த அந்தச் சாமியார், எங்களுக்குத் தெரியாமல் எங்களைக் கண்காணித்துக் கொண்டிருந்ததால், எங்கள் வீட்டில் நடந்தேறிக் கொண்டிருந்த அனைத்தையும் அவர் அறிந்திருந்தார். ஒருநாள், எங்கள் தந்தையின் உடல்நிலை மிகவும் மோசமாக இருந்ததால் நாங்கள் எல்லோரும் எங்கள் வீட்டில் ஒன்றாகக் கூடியிருந்தோம். அப்போது அந்தச் சாமியார் அங்கு வந்தார். நாங்கள் எல்லோரும் எங்கள் தந்தையின் அறையில் இருந்ததால், அவர் நேராக அந்த அறைக்குள் வந்தார். பிறகு, மிக அமைதியான ஒரு குரலில், 'நீங்கள் இங்கே ஓர் அதிசயத்தைப் பார்க்கப் போகிறீர்கள்,' என்று எங்களிடம் கூறிவிட்டு, எங்கள் தந்தையைப் பார்த்து, 'உங்களை ஆசுவாசப்படுத்திக் கொண்டு, இந்த அதிசயத்தைப் பாருங்கள்,' என்று கூறினார்.

"அந்த அறையில் ஆங்காங்கே கிடந்த பொருட்கள் அனைத்தையும் பொறுக்கி எடுத்த அவர், எங்கள் தந்தை அவற்றை எங்களுக்கு எதிராகப் பயன்படுத்தாமல் இருக்கும் விதத்தில், அவற்றை இன்னோர் அறைக்கு எடுத்துச் செல்லும்படி எங்களிடம் கூறினார். அதிசயகரமான வழியில் அவர் எப்படியாவது எங்கள் தந்தையை குணப்படுத்திவிடுவார் என்று நினைத்தபடி, நாங்கள் அப்பொருட்கள் அனைத்தையும் இன்னோர் அறைக்கு எடுத்துச் சென்றோம்.

"எங்களுக்கு எதிராகப் பயன்படுத்தப்படக்கூடிய பொருட்கள் எதுவும் அந்த அறையில் இல்லை என்பதை உறுதி செய்த அந்தச் சாமியார், எங்கள் எல்லோரையும் எங்கள் தந்தையைச் சுற்றி அமரும்படி கூறினார். ஏதோ அதிசயத்தின் மூலமாக

எங்கள் தந்தை குணப்படுத்தப்பட இருந்ததாக நினைத்திருந்த நாங்கள், பல ஆண்டுகளாக ஏராளமான மக்களை ஏமாற்றியிருந்த எங்கள் அனைவரையும் ஏமாற்றுவதன் மூலம் அந்தச் சாமியார் ஓர் அசாதாரணமான அதிசயத்தைச் செய்து காட்டுவார் என்று நாங்கள் ஒருபோதும் நினைக்கவில்லை.

"நாங்கள் எங்கள் தந்தையின் படுக்கையைச் சுற்றி அமர்ந்தோம். அந்தச் சாமியார் அந்த அறையின் கதவுக்குப் பக்கத்தில் நின்று கொண்டு, சத்தமாகவும் தெளிவாகவும் தன் பிரார்த்தனையைத் துவக்கினார். பிறகு, எங்கள் அனைவருக்கும் உதவுவதற்குத் தனக்கு உதவும்படி இறைவனிடம் அவர் கோரினார். அதன் பிறகு, அவர் சற்று நிதானித்துவிட்டு, எங்கள் தந்தையின் தீய, கொடூரமான கதையைக் கூறத் தொடங்கினார். இதைக் கேட்டவுடன் முதலில் என் தந்தை கத்தினார், அவரைப் பழித்துரைத்தார், தகாத வார்த்தைகளை அவரை நோக்கி வீசினார். நாங்கள் எங்கள் தந்தையைத் தடுத்து நிறுத்த முயன்றோம், ஆனால் எங்களால் முடியவில்லை. சரியாக அந்த நேரத்தில், காவல்துறையினர் ஒருசிலர் தங்கள் கைகளில் துப்பாக்கிகளை ஏந்தியபடி அந்தச் சாமியாரின் பின்னால் வந்து நின்றதை நாங்கள் பார்த்தோம்.

" 'தீயவர்களே, கடவுளைக் குறைகூறாதீர்கள். கொடியவனே, உனக்கு இதுதான் சரியான தண்டனை. நீ உன் சன்மானத்தைப் பெற்றுக் கொண்டிருக்கிறாய்,' என்று கூறிய அந்தச் சாமியார், மேலும் தொடர்ந்தார். 'நீ செய்துள்ள பயங்கரமான பாவங்களுக்கு நரகத்தில் நீ இன்னும் எவ்வளவு அதிகத் துன்பங்களை அனுபவிக்கப் போகிறாய் என்பது கடவுளுக்குத்தான் தெரியும். கடவுளை உன்னால் ஏமாற்ற முடியாது. நீ எங்கள் எல்லோரையும் முட்டாள்களாக்கியுள்ளாய். உன் சொந்தக் குழந்தைகளையும் நீ ஏமாற்றியுள்ளாய். நீ அவர்களையும் உன்னைப்போலவே தீயவர்களாக ஆக்கியுள்ளாய். உன் மனைவியின் வாழ்க்கையைச் சீரழித்து, அவள் தற்கொலை செய்து கொள்ள அவளைக் கட்டாயப்படுத்தியது நீதான். உன் குழந்தைகள் நல்லவர்களாக வளர்வதற்கும், அவர்கள் உன்னை எதிர்த்து நிற்பதற்கும் அவள் அவர்கள்மீது தாக்கம் ஏற்படுத்திவிடக்கூடாது என்பதற்காக நீ அவளை உன் வழியிலிருந்து அப்புறப்படுத்த விரும்பினாய். எங்களுக்கு ஆதாரங்கள் எதுவும் கிடைக்காமல் இருப்பதை உறுதி செய்வதற்காக நீ உன்னால் இயன்றதைச் செய்தாய். ஆனால்

கடவுளுக்கு எந்த ஆதாரமும் தேவையில்லை என்பதை நீ மறந்துவிட்டாய். இதுதான் கடவுளின் நியாயத் தீர்ப்பு. குழந்தைகளே! நான் சொல்வதை கவனமாகக் கேளுங்கள். காலம் கடந்துவிடுவதற்கு முன்பாக நீங்கள் எல்லோரும் உங்கள் தீய வழிகளை விட்டுவிட்டு, உங்கள் தவறுகளுக்காக உண்மையிலேயே வருந்துங்கள். கடவுளுக்கு ஆதாரங்கள் எதுவும் தேவையில்லை என்பதை எப்போதும் நினைவில் கொள்ளுங்கள். யாராலும் கடவுளை ஏமாற்ற முடியாது, அவருடைய நியாயத் தீர்ப்பிலிருந்து யாராலும் தப்பிக்க முடியாது. எனவே, நேரம் முடிவதற்குள்ளாக உங்கள் தவறான பாதையிலிருந்து திரும்பிவிடுங்கள். அன்புள்ள குழந்தைகளே, உங்கள் தந்தை உங்களுக்குக் காட்டியுள்ள தீய பாதையிலிருந்து விலகி, கடவுளின் நல்ல பாதைக்குள் அடியெடுத்து வையுங்கள். காலம் கடப்பதற்குள்ளாக, உங்கள் பாவங்களுக்காக உண்மையிலேயே மனம் வருந்துங்கள்.'

"பிறகு அவர் அந்த அறைக் கதவைச் சாத்திவிட்டு அங்கிருந்து போய்விட்டார். எங்கள் தந்தை உட்பட, நாங்கள் எல்லோரும் திகைத்து நின்றோம். சுமார் ஒரு மணிநேரம் கழித்து எங்கள் தந்தை அந்த அதிர்ச்சியிலிருந்து மீண்டு, ஒரு குழந்தையைப்போல அழத் தொடங்கினார். 'கடவுளே, நீ என்னைச் சரியாக தண்டித்துவிட்டாய். எனக்கு இந்தத் தண்டனை தேவைதான். கடவுளே, தயவு செய்து என்னை மன்னித்துவிடு. என் வாழ்க்கை விரைவில் முடிந்துவிடும் என்பது குறித்து நான் மகிழ்ச்சி அடைகிறேன். ஏனெனில், அப்போது என்னால் இனி யாருக்கும் தீங்கிழைக்க முடியாது. கடவுளே, என்னைச் சீக்கிரமாகக் கொன்றுவிடு,' என்று அவர் புலம்பினார்.

"அதன் பிறகு அவர் தன்னினைவு இழந்தார். இந்தத் தொடர் நிகழ்வுகளால் நாங்கள் அதிர்ச்சியில் உறைந்து போய், பேச்சிழந்து நின்றோம். எங்கள் தந்தையின் நினைவு திரும்பவே இல்லை. இரண்டு நாட்களுக்குப் பிறகு அவர் மரணமடைந்தார்.

"ஆனால் நாங்கள் வினோதமாக நடந்து கொண்டோம். கடவுளின் நியாயத் தீர்ப்பை ஏற்றுக் கொள்வதற்கு பதிலாக, நாங்கள் அவரைக் குறைகூறினோம். நாங்கள் ஒருவரையொருவர் வெறுக்கத் தொடங்கினோம், ஒருவர்மீது ஒருவர் சந்தேகம் கொள்ளத் தொடங்கினோம். என் கடைசித் தம்பி, எதுவும் எடுத்துக் கொள்ளாமல் வீட்டைவிட்டு

வெளியேறினான். நான் மூத்தவன் என்பதாலும், தனக்கு மிகவும் பிரியமானவன் என்பதாலும், என் தந்தை எல்லாப் பணத்தையும் நகைகளையும் என்னிடம் கொடுத்து ரகசியமாக ஓர் இடத்தில் வைக்கும்படி செய்திருந்தார். என் தம்பி எங்கள் வீட்டைவிட்டுப் போன பிறகு, நான் அந்தப் பணத்தையும் நகைகளையும் எடுத்துக் கொண்டு, நானும் அங்கிருந்து வெளியேறினேன். என்னுடைய மற்றச் சகோதர சகோதரிகளின் கதி என்ன ஆனது என்று எனக்குத் தெரியாது.

"நான் என் பெயரை மாற்றிக் கொண்டு, ஏகப்பட்டப் பணத்துடனும் நகைகளுடனும் மும்பைக்கு வந்தேன். என்னுடைய சகோதர சகோதரிகளுக்கு ஒரு நயா பைசாவைக்கூட[8] நான் விட்டுவிட்டு வரவில்லை. எல்லாவற்றையும் நான் என்னுடன் கொண்டு வந்துவிட்டேன். எனவே, நான் ஒரு பணக்காரனாக மும்பைக்கு வந்தேன், உங்கள் எல்லோரின் மதிப்பையும் பெற்றேன். நான் ஓர் அழகான பெண்ணை மணமுடித்தேன். ஆனால், எந்த இடையூறும் இல்லாமல் எனக்கு விருப்பமான வழிகளில் என் ஏமாற்று வேலைகளைச் செய்வதற்காக, அறிவு இல்லாத, அழகு மட்டுமே இருந்த ஒருத்தியை நான் என் மனைவியாகத் தேர்ந்தெடுத்தேன். நான் என்னை மேம்படுத்திக் கொள்ள வேண்டும் என்று அந்தச் சாமியார் என்னிடம் கூறியும்கூட, நான் அதைச் செய்யவில்லை.

"நான் என்னுடைய ஏமாற்று வேலைகளை அமைதியாகச் செய்தேன். ஆனால் யாருக்கும் அது பற்றித் தெரிந்துவிடக்கூடாது என்பதற்காக நான் அடிக்கடி அவற்றில் ஈடுபடவில்லை. நான் என்ன வேலை செய்து கொண்டு இருந்தேன் என்பது என் குடும்பத்திற்குத் தெரியாது. மும்பையில் நான் ஒரு மதிப்பான, செழிப்பான, நேர்மையான நபராக இருந்தேன். ஆனால் என்னுடைய ஏமாற்று வேலைகளுக்காக நான் மும்பையைவிட்டு வெளியேறிய மறுகணம், நான் என்னுடைய ஆளுமைகளை மாற்றிக் கொண்டேன். செல்வந்தரும், மதிப்பு வாய்ந்தவரும், நேர்மையானவரும், பரிவு கொண்டவருமான ஜிம்மிதான் இந்தத் தீயவன் என்று யாரும் கற்பனைகூடச் செய்திருக்கவில்லை.

---

8. ஒரு பைசா என்பது ஓர் இந்திய நாணயம். ஒரு ரூபாயில் நூற்றில் ஒரு பங்கு அது.

"இதுதான் என்னுடைய கதை. நான் ஏன் இந்த இருண்ட, அவலமான இடத்தில் இருக்கிறேன் என்பது இப்போது உங்களுக்குத் தெரிந்திருக்கும். என் பாவங்கள் நீக்கப்படும் என்ற எண்ணத்தில் நான் பல நல்ல காரியங்களைச் செய்தேன், தர்மகாரியங்களுக்கு நன்கொடைகள் கொடுத்தேன். நான் நிச்சயமாக சொர்க்கத்திற்குச் சென்றுவிடுவேன் என்று நான் உறுதியாக நம்பினேன். ஆனால் கடவுளை யாராலும் ஏமாற்ற முடியாது. எனவே, இங்கு நான் இந்த அவலத்தை அனுபவித்துக் கொண்டிருக்கிறேன்."

17-05-1981

பூமி ஒரு பள்ளிக்கூடம்

ஆவியுலகில் நாங்கள் இணக்கமாக வாழ்வதுபோலப் புவிவாழ் மக்களால் இணக்கமாக வாழ முடிவதில்லை என்பதை ஆவியுலகில் உள்ள நாங்கள் நன்றாக அறிவோம். நீங்கள் நல்ல ஆன்மாக்களோடும் தீய ஆன்மாக்களோடும் சேர்ந்து வாழ வேண்டியிருப்பதால், அங்கு எந்தவிதமான இணக்கமும் இருக்க வாய்ப்பில்லை. அது எங்களுக்குப் புரிகிறது. எனவே, மோசமான ஆன்மாக்களைப் புறக்கணித்துவிட்டு, நீங்கள் உங்கள் வகையைச் சேர்ந்த ஆன்மாக்களோடு ஒன்றாக வாழ்ந்துவிட்டுப் போவதாக நீங்கள் கூறக்கூடும்.

கடவுளின் விருப்பம் அதுவல்ல. கஷ்டங்களை எதிர்கொண்டிருக்கின்றவர்களுக்கு நீங்கள் உதவ வேண்டும் என்று அவர் விரும்புகிறார். நீங்கள் தீமையை எதிர்த்துப் போராடி, புவியுலகை மேம்படுத்த வேண்டும் என்று அவர் விரும்புகிறார். முன்பொரு காலத்தில் நல்ல ஆன்மாக்களாகவும் உயர்நிலையிலும் இருந்து, புவியில் நிலவும் எதிர்மறையான தாக்கங்களால் இப்போது படுகுழியில் விழுந்துவிட்டுள்ள ஆன்மாக்களுக்கு நீங்கள் உதவிக்கரம் நீட்ட வேண்டும் என்றும் அவர் விரும்புகிறார். நல்வழியைவிட்டு அவர்கள் ஒருபோதும் விலகிவிடக்கூடாது என்பதையும், சரியான பாதையிலேயே அவர்கள் தொடர்ந்து பயணிக்க வேண்டும் என்பதையும் நீங்கள் அவர்களுக்குப் புரிய வைக்க வேண்டும்.

தன்னுடைய சார்பில் நீங்கள் நடந்து கொள்ள வேண்டும் என்றும், உங்கள் பூமியை மீண்டும் ஒரு நல்ல, அன்பான

இடமாக நீங்கள் மாற்றியமைக்க வேண்டும் என்றும் கடவுள் விரும்புகிறார். தீய ஆன்மாக்களையும் மோசமான ஆன்மாக்களையும் உதாசீனப்படுத்திவிட்டு, நல்ல ஆன்மாக்களின் மத்தியில் வெறுமனே உட்கார்ந்து கொண்டு உங்களுடைய பொன்னான நேரத்தை நீங்கள் வீணாக்குவதை அவர் விரும்பவில்லை. பூமியில் உங்கள் வாழ்க்கை மிகக் குறுகியது என்பதால்தான் உங்கள் நேரம் பொன்னானது என்று நாங்கள் கூறுகிறோம். ஆவியுலகில் ஆன்மாக்கள் நெடுங்காலம் வாழ்கின்றனர்.

உங்கள் நேரத்தை ஒருபோதும் வீணாக்காதீர்கள். சில குறிப்பிட்ட வேலையை மேற்கொள்ளவும், பயிற்சி மற்றும் அனுபவங்களைப் பெறவும், உங்கள் கர்மவினைகளைத் தீர்க்கவுமே நீங்கள் பூமிக்கு அனுப்பி வைக்கப்படுகிறீர்கள். எனவே, பூமிக்கு நீங்கள் எதைச் செய்வதற்காக வந்திருக்கிறீர்களோ, உங்கள் நேரம் முடிவடைவதற்கு முன்பாக அதை முழுமையாக நிறைவேற்றிவிடுங்கள். இல்லையென்றால், அதே நோக்கத்திற்காக நீங்கள் மீண்டும் பிறவி எடுக்க வேண்டியிருக்கும், ஒரு வாழ்நாள் முழுவதையும் நீங்கள் வீணாக்க வேண்டியிருக்கும். அல்லது, உங்களுடைய தற்போதைய வாழ்க்கையில், வலிகளும் வேதனைகளும் நிரம்பிய, நோயுற்ற ஒரு ஸ்தூல உடலில், உங்கள் கர்மவினையைத் தீர்ப்பதற்குத் தேவையான காலத்தைவிடவும் அதிக காலம் நீங்கள் தொடர்ந்து சிக்குண்டு கிடக்க வேண்டியிருக்கும். எனவே, உங்கள் பொன்னான நேரத்தை விரயம் செய்யாமல், உங்கள் வேலையை விரைவாக முடித்துக் கொண்டு, உங்கள் நேரம் முடிவதற்கு முன்பாகவே நீங்கள் திரும்பிவிடலாம் (உங்கள் நேரம் எப்போது முடியும் என்று உங்களுக்கு ஒருபோதும் தெரியாது; உங்கள் ஆழ்மனத்திற்கு மட்டுமே அது தெரியும்).

மோசமான ஆன்மாக்களையும் சமீபத்தில் படுகுழியில் விழுந்துவிட்ட ஆன்மாக்களையும் நீங்கள் மேம்படுத்த வேண்டும் என்றும், உதவி தேவைப்படுபவர்களுக்கும் புவியில் கஷ்டங்களை அனுபவித்துக் கொண்டிருப்பவர்களுக்கும் நீங்கள் தன்னலமின்றி உதவ வேண்டும் என்றும் கடவுள் விரும்புகிறார். எனவே, உங்கள் கடமைகளைச் செய்துவிடுங்கள், அப்போது பின்னாளில் நீங்கள் பின்வருத்தம் கொள்ள வேண்டியிருக்காது.

மறுபிறப்பின் நோக்கம்

உயர்ந்த நிலைகளில் உள்ள ஆன்மாக்கள் பலர் மூன்று காரணங்களுக்காகப் புவியில் மீண்டும் பிறக்கின்றனர்:

1. தங்கள் அன்புக்குரியவர்களைப் பாதுகாக்கவும் அவர்களுக்கு உதவுவதற்காகவும்.

2. முந்தைய பிறவிகளின் எஞ்சிய கர்மவினைகளை நிறைவேற்றுவதற்காக.

3. தங்களுடைய ஆன்மீக நோக்கத்தை நிறைவேற்றுவதற்காக.

தங்களுடைய கர்மவினைகளைத் தீர்ப்பதற்காகவே மோசமான ஆவிகள் பூமிக்கு அனுப்பி வைக்கப்படுகின்றனர். இந்தத் தண்டனையைத் துணிச்சலாகவும் ஒரு புன்னகையோடும் ஏற்றுக் கொண்டு நிறைவேற்றுவதுதான் இங்கு முக்கியம். அப்போதுதான் உங்களால் மேம்பட முடியும், உயர்ந்த தளங்களுக்கு உயர முடியும். தங்களுடைய தீய வழிகளை மாற்றிக் கொள்ளவும், தாங்கள் செய்த பாவங்களுக்காக உண்மையிலேயே மனம் வருந்தவும், தங்களை மேம்படுத்திக் கொள்ளவும், உயர்ந்த நிலைகளுக்கு உயரவும் ஒரு வாய்ப்புக் கொடுக்கப்படுவதற்காகவே ஆன்மாக்கள் பூமிக்கு மீண்டும் அனுப்பி வைக்கப்படுகின்றனர்.

இவைதான் நீங்கள் பூமியில் இருப்பதற்கான முக்கியக் காரணங்கள். நீங்கள் உங்கள் ஆன்மாவைத் தூய்மைப்படுத்தி ஓர் உயர்ந்த நிலைக்கு உயர வேண்டும் என்பதுதான் மிக முக்கியமான காரணம்.

மோசமான ஆன்மாக்கள் நல்ல ஆன்மாக்களாக ஆவதற்கும், நல்ல ஆன்மாக்கள் தலைசிறந்த ஆன்மாக்களாக ஆவதற்கும் பயிற்சி அளிக்கப்படுகின்ற ஒரு பயிற்சி மையம்தான் உங்கள் புவியுலகம். தீய ஆன்மாக்கள் தங்களுடைய தீய வழிகளை மாற்றிக் கொண்டு இறைவனின் நல்வழிகளை சுவீகரிப்பதன் மூலம் தங்களை மேம்படுத்திக் கொள்ள வேண்டும். ஆனால் இன்று, புவியில், மோசமான ஆன்மாக்கள் மேலும் மோசமடைந்து கொண்டிருக்கின்றனர், நல்ல ஆன்மாக்கள் மோசமானவர்களாக மாறிக் கொண்டிருக்கின்றனர், தீமை பெருமளவில் பரப்பப்படுகிறது. ஆவிகளான நாங்கள் இது குறித்துப் பெரிதும் கவலைப்படுகிறோம்.

18-05-1981

ஒரு தீயவனால் கண்ணிருந்தும் குருடாக்கப்பட்ட ஒரு நல்ல ஆன்மாவின் கதை

ஆவியுலகிற்குள் புதிதாக நுழைபவர்களுக்கு நாங்கள் காப்பாளர்களாகவும் வேலை செய்கிறோம். சில சமயங்களில், கீழ்மட்டத் தளத்தில் உள்ள ஓர் ஆன்மா உண்மையிலேயே தன் தீய செய்கைகள் குறித்து மனம் வருந்தி, உயர்ந்த தளங்களுக்கு உயர வேண்டும் என்று விரும்பி, மேற்தளங்களுக்கு அவசரமாக ஓர் அழைப்பு விடுக்கும்போது, எங்கள் தளத்தின் பேரான்மா எங்களை அங்கு அனுப்பி வைப்பார். தனக்குக் கொடுக்கப்பட்டிருக்கும் தண்டனையை எத்தகைய சிறந்த வழியில் அவர் எடுத்துக் கொள்ள வேண்டும், தன்னை எப்படி மேம்படுத்திக் கொண்டு மேலும் உயர வேண்டும் ஆகியவை குறித்து நாங்கள் அந்த ஆன்மாவிற்கு வழிகாட்டுகிறோம். எங்களைப் போன்ற உதவியாளர்கள் பலர் இருக்கின்றனர். ஒவ்வொரு நாளும் ஒவ்வோர் உதவியாளரும் இப்படிப்பட்டக் கதைகளைக் கேள்விப்படுகிறார்கள்.

தாங்கள் எப்படி இந்த இருண்ட தளங்களுக்கு வந்து சேர்ந்தோம் என்று வியக்கின்ற பல வருத்தமான ஆன்மாக்களைக் கீழ்மட்டத் தளங்களில் நாங்கள் சந்திக்கிறோம். சில சமயங்களில், விஷயங்களை அவர்களுக்குப் புரிய வைப்பதற்கு நாங்கள் மிகவும் சிரமப்படுகிறோம்.

அப்படிப்பட்ட ஒரு கதையை நாங்கள் உங்களுக்குக் கூறவிருக்கிறோம். கீழ்மட்டத் தளம் ஒன்றிலிருந்து வந்திருந்த ஓர் அவசர அழைப்புக்கு பதிலளிப்பதற்காக எங்கள் பேரான்மா எங்களை ஒரு கீழ்மட்டத் தளத்திற்கு அனுப்பி வைத்தார். அங்கு மிக அவலமானதொரு நிலையில் ஒரு பெண்மணியை நாங்கள் கண்டோம். "நாங்கள் உங்களுடைய அழைப்புக்கு பதிலளிக்க வந்திருக்கிறோம்," என்று நாங்கள் அவரிடம் கூறியபோது, அவர் எங்களை ஏறிட்டுப் பார்த்துவிட்டு, "எனக்கு உதவுவது யாருக்காவது சாத்தியம்தானா?" என்று கேட்டார்.

"ஆமாம், அம்மா. உங்களுக்கு உதவுவதற்காகத்தான் நாங்கள் இங்கு வந்திருக்கிறோம்," என்று நாங்கள் மீண்டும் கூறினோம்.

"இல்லை, யாராலும் எனக்கு உதவ முடியாது. அதில் எந்தப் பயனும் இல்லை. இங்கிருந்து போய்விடுங்கள்," என்று அவர் கத்தினார்.

"அம்மா, தயவு செய்து எங்களோடு ஒத்துழையுங்கள். அப்போது உங்கள் மனம் சற்று ஆறுதலடையும். உங்களுக்கு உதவ எங்களால் முடிந்த அளவு நாங்கள் நிச்சயமாக முயற்சிப்போம்," என்று நாங்கள் அவருக்கு உத்தரவாதம் வழங்க முயன்றோம்.

ஆனால் அத்தளத்தின் இருட்டையும் அவலத்தையும் அவரால் இனியும் பொறுத்துக் கொள்ள முடியாததால், "கடவுளே, தயவு செய்து எனக்கு உதவி செய்," என்று அவர் கத்தினார். ஆனால் கடவுளுக்கு பதிலாக நாங்கள் அவரிடம் அனுப்பி வைக்கப்பட்டிருந்தது குறித்து அவர் ஏமாற்றமடைந்தார்.

பிறகு, அவர் எங்களைப் பார்த்து, "நான் உங்களுடன் ஒத்துழைக்கிறேன். இந்தக் கொடூரமான இடத்திலிருந்து என்னை நீங்கள் கூட்டிச் சென்றுவிடுவதாக இருந்தால், நீங்கள் என்ன சொன்னாலும் நான் அதைச் செய்கிறேன். இங்குள்ள பயங்கரமான ஆன்மாக்கள் என்னை மிகவும் தொந்தரவு செய்கின்றனர்," என்று கூறினார்.

"நீங்கள் ஒரு நல்ல ஆன்மாவைப்போலத் தெரிகிறீர்கள். இந்த இருண்ட தளத்திற்கு வந்து சேரும் அளவுக்கு நீங்கள் பாவம் செய்வதற்கு எது உங்களைத் தூண்டியது?" என்று நாங்கள் கேட்டோம்.

"ஆமாம், நீங்கள் கூறுவது சரிதான். நான் ஒரு நல்ல ஆன்மாதான். துரதிர்ஷ்டவசமாக, நான் ஒரு தீய ஆன்மாவுடன் காதல் வயப்பட்டேன். அதுதான் என்னை இங்கே கொண்டுவந்து விட்டிருக்கிறது."

பிறகு அவர் தன் கதையைக் கூறத் தொடங்கினார். தன் கதையைக் கேட்டப் பிறகு நாங்கள் தன்னை வெறுக்கவோ அல்லது தன்னை விட்டுவிட்டுச் செல்லவோ கூடாது என்று அவர் எங்களிடம் கேட்டுக் கொண்டார்.

"எங்களால் உங்களை ஒருபோதும் வெறுக்க முடியாது. உங்களுக்கு உதவ நிச்சயமாக நாங்கள் முயற்சி செய்வோம். நாங்கள் இங்கு வந்திருப்பதற்கான ஒரே காரணம் அதுதான்," என்று நாங்கள் அவருக்கு மீண்டும் வலியுறுத்தினோம்.

அவர் தன் கதையைத் தொடங்கினார்.

"அப்போது எனக்குப் பத்தொன்பது வயது. நான் ஒரு கிராமத்தில் என் பெற்றோருடனும் சகோதரனுடனும் மகிழ்ச்சியாக வாழ்ந்து கொண்டிருந்தேன். பள்ளிப் படிப்பை முடித்திருந்த நான், ஒரு மருத்துவராக வேண்டும் என்று கனவு கண்டேன். எனவே, நகரத்தில் இருந்த ஒரு பல்கலைக்கழகத்திற்கு என்னை அனுப்பி வைக்கும்படி நான் என் பெற்றோரிடம் கெஞ்சினேன், அவர்களிடம் மன்றாடினேன். இறுதியில், அந்த வாக்குவாதத்தில் நான் வெற்றி பெற்றேன். ஆனால் அது என்னுடைய துரதிர்ஷ்டம் என்றுதான் கூற வேண்டும். நான் நகரத்திற்குச் சென்று, மனம் முழுக்க நம்பிக்கையுடனும், குதூகலத்துடனும், சிரிப்போடும் ஒரு கல்லூரியில் சேர்ந்தேன். நான் மிகவும் அழகாக இருந்தேன், ஆனால் நான் கூச்ச சுபாவம் கொண்டவளாக இருந்தேன். கல்லூரி இளைஞர்கள் பலர் என்னுடன் நெருக்கமாகப் பழகினர், ஆனால் அவர்களில் ஒருவரைக்கூட நான் ஒருபோதும் ஊக்குவிக்கவில்லை. இறுதியில், வசீகரமான இளைஞன் ஒருவனிடம் நான் காதல் வயப்பட்டேன். அவன் பிற மாணவர்களுக்குப் பெரும் தொல்லைகளைக் கொடுப்பவனாக இருந்தபோதிலும், அவனுடைய வசீகரம் என்னைக் கவர்ந்தது. முதலில் அவன் என்னைத் தவிர்க்க முயன்றான். ஆனால், ஒரு முட்டாளைப்போல, நான் அவன்பால் மேலும் ஈர்க்கப்பட்டேன், அவனை இன்னும் அதிகமாகத் துரத்திச் சென்றேன். நான் அவன்மீது கண்மூடித்தனமான காதல் கொண்டிருந்தேன். எப்போதும் நான் அவனுக்குப் பக்கத்திலேயே இருக்க முயன்றேன்.

"அவன் எல்லோருக்கும் தொல்லைகள் கொடுத்தான் என்பதை நான் அறிந்திருந்தேன். வகுப்புகளில் தனக்காகக் குறிப்புகள் எடுக்கவும், தன்னுடைய வேலைகளைச் செய்யவும் சில பெண்களை அவன் மிரட்டி ஒப்புக் கொள்ள வைத்ததையும் நான் பார்த்தேன். நான் அப்பெண்கள்மீது பொறாமை கொண்டேன். அவனுக்காக நான் மகிழ்ச்சியாகக் குறிப்புகள் எடுப்பேன் என்றும், அவனுடைய வேலைகள் அனைத்தையும் செய்ய நான் ஆவலாக இருந்தேன் என்றும் நான் அவனிடம் கூறினேன். நான் அவனுடைய அடிமையானேன். ஒரு முட்டாளைப்போல, நான் மனமுவந்து நரகக் குழிக்குள் குதித்தேன். அவன் ஒரு வார்த்தை சொன்னால் போதும், அவன் கொடுத்த வேலையை நான் உடனடியாகச்

செய்து முடித்தேன். சீர்தூக்கிப் பார்ப்பதற்கான திறனை நான் இழந்துவிட்டிருந்தேன். நான் ஏன் அப்படி நடந்து கொண்டேன் என்று இப்போதுகூட நான் யோசித்துப் பார்க்கிறேன். அவன் என்னை என்னவெல்லாம் செய்யச் சொன்னானோ, அவற்றையெல்லாம் நான் செய்தேன். அவனுக்காக போதைப் பொருட்களை விற்றேன். அவன் மகிழ்ச்சியாக அனுபவிப்பதற்காக இளம்பெண்களை நான் அவனிடம் கூட்டி வந்தேன். அவன் இட்டக் கட்டளைகளை ஒரு ரோபாட்டைப்போல நான் செய்தேன். அவனை மகிழ்ச்சிப்படுத்துவதற்கான அனைத்தையும் நான் மனமுவந்து செய்தேன்.

"அவன் தீயவன் என்பதையும், நான் தவறான பாதையில் சென்று கொண்டிருந்தேன் என்பதையும் நான் உணர்ந்த பிறகும்கூட, நான் தொடர்ந்து அவனுக்கு அடிமைப்பட்டுக் கிடந்தேன். நான் என் கல்லூரிப் படிப்பைப் பாதியிலேயே விட்டுவிட்டு, ஒரு வங்கியில் ஓர் எழுத்தராக வேலைக்குச் சேர்ந்தேன். இதைக் கேள்விப்பட்டபோது என் பெற்றோர் கடுங்கோபம் கொண்டனர். அந்த இளைஞனைவிட்டு விலகும்படியும், என் படிப்பைத் தொடரும்படியும் அவர்கள் என்னிடம் கெஞ்சினர். நான் அதற்கு ஒப்புக் கொள்ளாவிட்டால், நான் தங்களோடு கிராமத்திற்குத் திரும்பிவிட வேண்டும் என்று அவர்கள் என்னை அச்சுறுத்தினர். ஆனால் எதுவும் என்னைத் தடுத்து நிறுத்தவில்லை. நான் தொடர்ந்து அந்த இளைஞனிடம் அடிமைப்பட்டுக் கிடந்தேன்.

"அவனுக்கு நான் செய்த வேலைகளுக்குப் பிரதியுபகாரமாக அவன் என்னை அரவணைத்து, அவ்வப்போது என்னுடன் உறவு கொண்டது எனக்குப் போதுமானதாக இருந்தது. நான் ஏன் அப்படியொரு பைத்தியக்காரியாக இருந்தேன் என்பது இன்றளவும் எனக்குப் புரியவில்லை. அவன் போதை மருந்துகளை விற்றான் என்பதையும், இளம்பெண்களை பலாத்காரம் செய்தான் என்பதையும், அவன் ஒரு தீயவன் என்பதையும் நான் அறிந்திருந்தும்கூட, நான் அவன்மீது பைத்தியமாக இருந்தேன். அவனுடைய கட்டளைகளுக்குக் கீழ்ப்படியாமல் இருக்க என்னால் முடியவில்லை. நான் அதற்குத் தயாராகவும் இல்லை. அவன் என் வாழ்வைச் சீரழித்துக் கொண்டிருந்தான் என்பதை நான் உணரத் தவறினேன்.

"ஒருநாள், சுமாரான தோற்றம் கொண்ட ஒரு பணக்காரப் பெண்ணுடன் நட்புக் கொள்ளும்படி அவன் என்னிடம் கூறினான். இதற்கு முன்பு பல முறை அவன் இப்படிச் செய்திருந்தான். நான் ஒரு பெண்ணுடன் நட்புக் கொள்வேன், பிறகு அவன் அவளுடைய வாழ்க்கைக்குள் நுழைவான், அவளோடு உறவு கொள்வான், பிறகு அவளுடைய பணத்தை எடுத்துக் கொண்டு அவளைவிட்டு விலகிப் போய்விடுவான். அவன் குறிப்பிட்ட அந்தப் பெண்ணை ஒருசில நாட்களில் நான் என் தோழியாக ஆக்கிக் கொண்டேன். விரைவில், என் காதலனை என் குடும்ப நண்பர் என்று அப்பெண்ணிடம் நான் அறிமுகம் செய்து வைத்தேன். அவன் மதிப்பானவன் என்றும், பணக்காரன் என்றும், எங்கள் கிராமத்தில் ஓர் உயர்ந்த சமூகத்தைச் சேர்ந்தவன் என்றும் நான் அவளிடம் கூறினேன். இவையெல்லாம் வழக்கம்போல நிகழ்ந்தன. ஆனால் சில நாட்கள் சேர்ந்து பழகிய பிறகு, திடீரென்று ஒருநாள் அவர்கள் இருவரும் திருமணம் செய்து கொண்டனர். இதைக் கண்டு நான் அதிர்ச்சியடைந்தேன், ஆனாலும் நான் அவனுடைய தாக்கத்திற்கு ஆட்பட்டுக் கிடந்ததால், தொடர்ந்து அவனுடைய அடிமையாகச் செயல்பட்டேன், அவன் கூறியவற்றை அப்படியே செய்தேன்.

"நான் ஏன் அவனால் அவ்வளவு தூரம் கவரப்பட்டேன் என்று நான் எண்ணிப் பார்க்கிறேன். அவன் என்னை மனவசியம் செய்தானா? அவன் தீயவன் என்றும், நான் தவறான காரியங்களைச் செய்து கொண்டிருந்தேன் என்றும் தெரிந்திருந்தும்கூட, நான் ஏன் அவன் சொல்லுக்குக் கட்டுப்பட்டு நடந்தேன்? அவன் அப்பெண்ணைத் திருமணம் செய்து கொண்டபோது நான் மிகவும் தவித்துப் போனேன். அவள் ஒரு பெரிய பணக்காரி. அவளுக்கு அம்மா கிடையாது. அவளுடைய அப்பா அவளைவிடப் பெரும் பணக்காரராக இருந்தார். அவரை என் நண்பராக ஆக்கிக் கொள்ளும்படியும், அவருடைய பாசத்திற்கு ஆளாகும்படியும் அவன் எனக்குக் கட்டளையிட்டான். அதையும் நான் செய்தேன். பிறகு அவரை மணந்து கொள்ளும்படி அவன் எனக்கு ஆணை பிறப்பித்தான். நான் அழகாக இருந்ததால் அப்பெண்ணின் தந்தை என்மீது காதல் கொண்டார். என் விருப்பத்திற்கு மாறாக நான் அவரை மணந்து கொண்டேன். இவற்றையெல்லாம் அந்த மோசக்காரன் திட்டமிட்டுச்

செய்திருந்தான் என்பதால், அவனுடைய சூழ்ச்சி இறுதிவரை கண்டுபிடிக்கப்படவே இல்லை.

“விரைவில், என்னுடைய பணக்காரக் கணவனைக் கொன்றுவிடும்படி அவன் எனக்குக் கட்டளையிட்டான். அதற்கு நான் மறுப்புத் தெரிவித்தேன். நான் போதை மருந்துகள் விற்றதற்கான ஆதாரங்கள் தன்னிடம் இருந்ததாகவும், நான் என் கணவரைக் கொல்ல மறுத்தால் அந்த ஆதாரங்களைக் காவல்துறையினரிடம் தான் ஒப்படைக்கப் போவதாகவும் அவன் என்னை மிரட்டினான். நான் அழுதேன், என்னைத் தனியாக விட்டுவிடும்படி அவனிடம் கெஞ்சினேன், என்னால் யாரையும் கொலை செய்ய முடியாது என்று அவனிடம் மன்றாடினேன். ஆனால் கல்நெஞ்சக்காரனான அவனை எதுவும் பாதிக்கவில்லை. மாறாக, என்னைச் சிறையில் தள்ளுவதற்குப் போதுமானதாக இருந்த புகைப்படங்களையும் ஆதாரங்களையும் அவன் என்னிடம் காட்டினான். நான் அவனுடைய கட்டளைகளுக்குக் கட்டுப்பட்டுக் கிடந்ததும், என்றேனும் ஒருநாள் அவன் என்னைக் காதலித்து மணமுடிப்பான் என்று நான் நம்பியிருந்ததும் எவ்வளவு பெரிய முட்டாள்தனம் என்பதை அப்போதுதான் நான் உணர்ந்தேன்.

“முடிவில், அவனுடைய கட்டாயத்திற்குக் கட்டுப்பட்டு நான் என் கணவரைக் கொன்று, ஒரு பணக்கார விதவையானேன். அவருடைய சொத்தில் பாதி என் பெயரிலும், மறுபாதி அவருடைய மகளின் பெயரிலும் இருந்தது. நான் தொடர்ந்து அந்த மோசக்கார இளைஞனால் நரகத்திற்கு இழுத்துச் செல்லப்பட்டுக் கொண்டிருந்ததால், செய்வதறியாமல் நான் திகைத்தேன். கொலை செய்வது எனக்கு அப்பாற்பட்டது என்பதால், என் கணவரின் மரணத்திற்குப் பிறகு என்னால் தூங்கவோ அல்லது சாப்பிடவோ முடியவில்லை. என் கணவரின் சொத்திலிருந்து சிறிதளவை எடுத்துக் கொண்டு, பெரும்பாலானவற்றை அவருடைய மகளுக்கு விட்டுவிட்டு, அந்த மோசக்காரனால் கண்டுபிடிக்கப்பட முடியாத ஓரிடத்திற்கு ஓடிவிட நான் தயாரானேன். ஆனால் நான் முழுமையாகத் திட்டமிட்டு முடிப்பதற்கு முன்பாக, தன் மனைவியைக் கொல்லும்படி அவன் எனக்குக் கட்டளையிட்டான். இதைக் கேட்டு நான் பெரும் அதிர்ச்சியடைந்தேன்.

"இது என்னால் முடியவே முடியாது என்று நான் அவனிடம் அழுது புலம்பி மன்றாடினேன். இதற்கு மேல் என்னால் பொறுத்துக் கொள்ள முடியாது என்றும், என்னை விட்டுவிடும்படியும் நான் அவனிடம் கெஞ்சினேன். ஆனால் எதுவும் அவனுடைய இதயத்தை உருக்கவில்லை. தான் பிடிபட்டால், எல்லா ஆதாரங்களும் என்னைக் குற்றவாளியாகக் காட்டும் விதத்தில் இத்தனைக் காலமும் அவன் நன்றாகத் திட்டமிட்டுத் தன் காய்களை நகர்த்தியிருந்தான். அவன் மட்டும் பாதுகாப்பாக இருந்தான்.

"எனவே, நான்தான் என் கணவரைக் கொன்றேன் என்பதைத் தன்னால் நிரூபிக்க முடியும் என்றும், காவல்துறையினருக்குத் தான் தொலைபேசி அழைப்பு விடுக்கப் போவதாகவும் அவன் கூறினான். தப்பிக்க எனக்கு எந்த வழியும் இருக்கவில்லை. நான் கண்மூடித்தனமாக அவனைக் காதலித்திருந்தேன் என்பதையும், அவன் கூறிய எல்லாவற்றையும் நான் செய்திருந்தேன் என்பதையும் நான் உணர்ந்தேன். நான் வசமாகச் சிக்கியிருந்ததையும், நான் எப்பேற்பட்ட ஒரு முட்டாள் என்பதையும் நான் உணர்ந்தேன். அந்த மோசக்காரனின் கட்டளைக்கு நான் உட்படாவிட்டால், நான்தான் என் கணவரைக் கொன்றிருந்தேன் என்பதைக் காவல்துறையினரிடம் நான் ஒப்புக் கொண்டாக வேண்டியிருக்கும். ஆனால் என் கணவரின் மகளைக் கொல்வதைவிட அது சிறந்தது என்று நான் நினைத்தேன். காவல்துறைக்கு அழைப்பு விடுக்க வேண்டாம் என்று நான் அந்த மோசக்காரனிடம் கூறிவிட்டு, அவனுடைய மனைவியைக் கொல்ல ஒப்புக் கொண்டேன். ஆனால், மறுநாள் காலையில் நேராகக் காவல் நிலையத்திற்குச் சென்று எல்லா உண்மைகளையும் கூறிவிடுவதென்று நான் ரகசியமாகத் தீர்மானித்தேன். அவன் என்னிடம், "சரி, நாளை என் திட்டப்படி அவளைக் கொன்றுவிடு," என்று கூறினான். காவல்துறையினரிடம் என்ன கூறுவது என்பதைப் பற்றிய யோசனையில் ஆழ்ந்திருந்த நான், அவனுக்கு பதிலளிக்காததால், "என்ன யோசித்துக் கொண்டிருக்கிறாய்? உன் மூளையை நீ இவ்வளவு கசக்கத் தேவையில்லை. நான் சொல்வதை மட்டும் அப்படியே செய்," என்று கூறிவிட்டு அவன் அங்கிருந்து போய்விட்டான்.

"நான் இனியும் தன்னுடைய குருட்டுத்தனமான அடிமையாக இருக்க மாட்டேன் என்று அவன் சந்தேகித்ததால், அன்றிரவே

அவன் தன் மனைவியைக் கொன்றுவிட்டு, நான்தான் அவளையும் என்னுடைய கணவரையும் கொன்றேன் என்று எப்படியோ காவல்துறையினருக்கு நிரூபித்தான். நான் அவனுடன் ஒத்துப் போக மறுத்தேன் என்பதை எப்படியோ ஊகித்துக் கொண்ட அவன், தன்னுடைய திட்டங்களுக்கு எதிராகப் போகக்கூடிய எதையேனும் நான் செய்துவிடக்கூடும் என்று சந்தேகித்தான். எனவே, இரண்டு கொலைகளுக்கும் நான்தான் பொறுப்பு என்பதை நிரூபிக்கக்கூடிய விதத்தில் அவன் ஆதாரங்களை ஏற்படுத்தினான். பிறகு அவன் தன்னுடைய திட்டத்தில் என்னை ஈடுபடுத்தினான்.

"நான் காவல்நிலையத்திற்குச் செல்வதற்கு பதிலாக, மறுநாள் அதிகாலையில் காவல்துறையினர் என் வீட்டிற்கு வந்து என்னைக் கைது செய்தனர். வழக்கு விசாரணைக்காக அவர்கள் என்னைச் சிறையிலிருந்து நீதிமன்றத்திற்குக் கூட்டிச் சென்றபோது, நான் அவர்களிடமிருந்து எப்படியோ தப்பித்து, நீதிமன்றத்தின் ஆறாவது மாடிக்குச் சென்று, அங்கிருந்து கீழே குதித்துத் தற்கொலை செய்து கொண்டேன்.

"நான் ஏன் இந்தத் தளத்தில் இருக்கிறேன் என்பது இப்போது உங்களுக்குப் புரிந்திருக்கும். என் கதையைக் கேட்டப் பிறகும்கூட, உங்களால் எனக்கு உதவ முடியும் என்று நீங்கள் நினைக்கிறீர்களா? தயவு செய்து என்னை வெறுத்துவிடாதீர்கள்," என்று அப்பெண்மணி கூறினார்.

"இல்லை, நாங்கள் உங்களை வெறுக்கவில்லை. ஆனால், நீங்கள் உங்கள் பாவங்களுக்காக உண்மையிலேயே மனம் வருந்துகிறீர்களா?" என்று நாங்கள் கேட்டோம்.

அவர் உண்மையிலேயே மனம் வருந்தினார் என்பதை நாங்கள் உறுதியாக அறிந்திருந்தபோதிலும், நாங்கள் அக்கேள்வியைக் கேட்க வேண்டியிருந்தது. ஆனால், அவரை வெறுமனே ஓர் உயர்தளத்திற்கு எங்களால் கூட்டிச் செல்ல முடியாது. அவர் உண்மையிலேயே தன் பாவங்களுக்காக மனம் வருந்துவதற்கு அவருக்கு உதவுவதற்காகவே நாங்கள் அங்கு அனுப்பி வைக்கப்பட்டிருந்தோம். ஆனால் அவர் உண்மையிலேயே மனம் வருந்திக் கொண்டிருந்ததை நாங்கள் கண்டோம்.

"ஆமாம், நான் என் பாவங்கள் குறித்து உண்மையிலேயே மனம் வருந்துகிறேன். உங்களால் எனக்கு உதவி செய்ய முடியுமா?" என்று அவர் கேட்டார்.

நான்காவது தளத்தை அடைவதற்கான வழியை நாங்கள் அவருக்குக் காட்டினோம். ஆனால் அச்செயல்முறை மிக மெதுவாகவே நடைபெறும் என்று நாங்கள் அவரிடம் கூறினோம். எங்களுடைய வழிகாட்டுதலின்கீழ் அவர் இப்போது மெல்ல மெல்ல உயர்ந்து கொண்டிருக்கிறார்.

19-05-1981

உங்கள் ஆழ்மனத்தால் செயலிழந்து போக முடியும்

ஆவிகளான நாங்கள் பல வினோதமான கதைகளைக் கேள்விப்படுகிறோம். அப்படிப்பட்டப் பல கதைகளை நாங்கள் உங்களுக்குக் கூற விரும்புகிறோம், ஆனால் அதற்குப் பல புத்தகங்கள் தேவைப்படும். எனவே, உங்கள் உலகில் எப்படிப்பட்ட மக்கள் வாழ்கின்றனர் என்பதை உங்களுக்கு எடுத்துரைக்கின்ற ஒருசில கதைகளை நாங்கள் தேர்ந்தெடுத்திருக்கிறோம். இப்படிப்பட்ட மக்களால் நீங்கள் ஏமாற்றப்படாமல் இருப்பது குறித்தும், அவர்களுடைய தீய திட்டங்களுக்குத் துணை போகாமல் இருப்பது குறித்தும் நீங்கள் எச்சரிக்கையாக இருக்க வேண்டியது அவசியம். அது மட்டுமல்லாமல், புவியுலகில் யார்மீதும் ஒருபோதும் கண்மூடித்தனமான நம்பிக்கை வைக்காதீர்கள். இவற்றை வலியுறுத்துவதற்காகத்தான் சில உண்மைக் கதைகளை நீங்கள் படிக்க வேண்டும் என்று நாங்கள் விரும்புகிறோம்.

நீங்கள் வெளித்தோற்றத்திற்கு நல்லவராகவும், உள்ளூர மிக மோசமானவராகவும் இருந்து, கடவுளை உங்களால் ஏமாற்ற முடியும் என்று நீங்கள் நினைத்தால், உங்கள் எண்ணம் தவறு. கடவுள் எல்லோரிடமும் நியாயமாக நடந்து கொள்பவர். ஆனாலும், மக்கள் தொடர்ந்து தீய வழிகளைப் பின்பற்றுவது வினோதமாக இருக்கிறது, இல்லையா?

ஓர் ஆன்மாவின் மனசாட்சி ஏன் அவரைத் தடுத்து நிறுத்துவதில்லை என்று நான் அடிக்கடி யோசிப்பதுண்டு. தாங்கள் அப்பாவிகள் என்று எல்லோரையும் நம்ப வைத்துவிட்டு, ஆனால் உண்மையிலேயே மிகக் கொடுமையான தீய காரியங்களைச் செய்கின்ற பல தீய மனிதர்களை நாங்கள் பார்க்கிறோம். அவர்களுடைய மனசாட்சி அவர்களை உறுத்துவதே இல்லை. இது எப்படிச்

சாத்தியம் என்று நீங்கள் நினைக்கக்கூடும். நாங்கள் அதை உங்களுக்கு விளக்குகிறோம்.

ஆழ்மனம் என்று அழைக்கப்படுகின்ற உங்கள் மனசாட்சி, நீங்கள் சூதுவாது அறியாத குழந்தைகளாக இருக்கும்போது உங்களை தாராளமாக வழிநடத்துகிறது. எதிர்மறையான தாக்கங்களால் மோசமான நடவடிக்கைகளில் நீங்கள் ஈடுபடத் தொடங்கும்போதோ, தீயவர் ஒருவரால் நீங்கள் பயிற்றுவிக்கப்படும்போதோ, உங்கள் ஆழ்மனம் கடினமாகிறது. அதாவது, அது தன்னை அமைதிப்படுத்திக் கொண்டு, ஆழ்ந்த உறக்கத்திற்குள் மூழ்கி, முற்றிலுமாகச் செயலிழந்துவிடுகிறது.

மோசமான காரியங்களைச் செய்வதற்கு உங்கள் ஆழ்மனத்தால் உங்களை அனுமதிக்க முடியாது, நீங்கள் அப்படி நடந்து கொள்ள அது உங்களுக்கு நிச்சயமாக அனுமதி வழங்காது. ஆனால் நீங்கள் (உங்கள் வெளிமனம் அல்லது ஸ்தூல மனம்) உங்கள் ஆழ்மனத்தைப் பின்பற்றிச் செல்லவோ, அல்லது அதன் வார்த்தைகளுக்குச் செவிசாய்க்கவோ மறுத்துவிட்டு, தொடர்ந்து உங்கள் தீய காரியங்களில் ஈடுபடுகிறீர்கள். உங்கள் ஆழ்மனத்தால் இதைப் பொறுத்துக் கொள்ள முடியாது. எனவே அது தூங்கிவிடுகிறது. உங்களுடைய மோசமான செயல்கள் அல்லது பழக்கவழக்கங்களில் அது குறுக்கிடுவதில்லை.

நீங்கள் ஓர் உயர்ந்த தளத்தில் (6 அல்லது 7) இருக்கிறீர்கள் என்றால், நீங்கள் தவறிழைக்க உங்கள் ஆழ்மனம் ஒருபோதும் உங்களை அனுமதிக்காது. நீங்கள் ஒரு குறிப்பிட்ட எல்லையைத் தாண்டிய உடனேயே, அது அதை உங்களுக்குத் தெரிவித்துவிடும். நீங்கள் அதன் குரலுக்குச் செவிசாய்க்காவிட்டால், அதாவது, நீங்கள் உங்களை மேம்படுத்திக் கொள்ளாவிட்டால், நீங்கள் ஆவியுலகிற்குத் திரும்பிச் செல்வதற்கு உங்களுக்கு அனுமதி வழங்கும்படி கடவுளிடம் அது முறையிடும். 6வது மற்றும் 7வது தளங்களில் உள்ள ஆன்மாக்கள் கீழ்மட்ட மூன்று நிலைகளுக்கு ஒருபோதும் தங்களைத் தாழ்த்திக் கொள்வதில்லை. அதாவது, ஒரு குறிப்பிட்ட வரம்புவரை அவர்களால் தவறிழைக்க முடியும், ஆனால் அதற்கு அப்பால அவர்களால் போக முடியாது என்று பொருள். ஆறாவது மற்றும் ஏழாவது தளங்களில் பிறக்கின்ற ஆன்மாக்களின் ஆழ்மனங்கள் மிகவும் துடிப்பாக இயங்குகின்றன. அவர்கள்

நான்காவது மற்றும் ஐந்தாவது தளங்களைவிடக் குறைவான தளங்களுக்குத் தாழ்ந்து போக அவை அவர்களை ஒருபோதும் அனுமதிப்பதில்லை (6வது தளத்தில் பிறக்கின்ற ஓர் ஆன்மாவால் 4வது தளத்திற்குத்தான் தாழ முடியும்; அதேபோல, 7வது தளத்தைச் சேர்ந்த ஓர் ஆன்மாவால் 5வது தளத்திற்கு மட்டுமே தாழ முடியும்). ஆனால் 5வது தளத்திலும் அதற்குக் கீழே உள்ள தளங்களிலும் பிறக்கின்ற ஆன்மாக்களுக்கு அது மிகவும் ஆபத்தானது. புவியில் ஒரே ஒரு முறை மட்டுமே வாழ்ந்து முடித்தக் கையோடு நேராக முதல் தளத்திற்கு அவர்கள் தாழ்ந்துவிடக்கூடும்.

எனவே, தங்கள் ஆழ்மனத்தின் குரலுக்குச் செவிசாய்க்காமல் இருந்துவிட்டு, ஆழ்மனம் தூங்கிப் போக அனுமதிப்பது அவர்களுக்குப் பேராபத்தானதாக அமைந்துவிடும். முதலில், நீங்கள் தவறு செய்வதிலிருந்து உங்களைத் தடுத்து நிறுத்த உங்கள் ஆழ்மனம் கடினமாக முயற்சி செய்யும். ஆனால் ஒரு குறிப்பிட்டக் காலத்திற்குப் பிறகு, அது உங்கள் நடவடிக்கைகள்மீது வெறுப்புக் கொண்டு, நீங்கள் உங்கள் தீய வாழ்க்கையை வாழ்ந்து முடிக்கும்வரை ஓர் ஆழ்ந்த உறக்கத்திற்குள் மூழ்கிவிடும்.

ஒருவர் ஏதேனும் தவறு செய்யும்போது, "மனசாட்சி என்ற ஒன்று அவருக்கு இருக்கிறதா, இல்லையா?" என்று நீங்கள் வியக்க வேண்டியதில்லை. அதற்கான விடை உங்களுக்குத் தெரியும். அவருடைய ஆழ்மனம் உறங்கிக் கொண்டிருக்கிறது, செயலிழந்து போயுள்ளது. 5வது தளத்திலும் அதற்குக் கீழே உள்ள தளங்களிலும் இருப்பவர்களுக்கு இந்தப் பிரச்சனை இருக்கிறது. அப்பிரச்சனை, பல நூறு ஆண்டுகளுக்கு உங்கள் வாழ்க்கையைச் சீரழிக்கக்கூடும், நீங்கள் மிகுந்த துயரத்தை அனுபவிக்க வேண்டியிருக்கும்.

ஒருபோதும் உங்கள் மனசாட்சிக்கு எதிராகச் செயல்படாமல் இருப்பது நல்லது, இல்லையா? "இரண்டு அல்லது மூன்று முறை அப்படிச் செயல்பட்டால் அதில் ஒன்றும் தவறு இல்லை," என்று நீங்கள் கூறக்கூடும். ஆனால் அந்த இரண்டு அல்லது மூன்று முறை என்பது நீங்கள் ஆறு அல்லது எட்டு முறை அப்படி நடந்து கொள்ள வழிவகுக்கும். அப்போது காலம் கடந்துவிட்டிருக்கும். அது மட்டும் உறுதி. நீங்கள் கீழ்மட்டத் தளங்களுக்குச் சென்றுவிட்டால்கூட மேலே கொண்டுவரப்படுவதற்கு நீங்கள் இவ்விஷயங்களைப் புரிந்து

கொள்ள வேண்டும் என்று நாங்கள் விரும்புகிறோம், அதில் நாங்கள் தீவிரமாக இருக்கிறோம்.

தற்போது உங்கள் ஆழ்மனம் செயலிழந்து இருந்து, நீங்கள் தவறான காரியங்களைச் செய்து கொண்டிருக்கிறீர்கள் என்றால், எது தவறான செயல், எது சரியான செயல் என்பதை அடையாளம் கண்டுகொள்ளக்கூடிய அளவுக்கு நீங்கள் அறிவார்ந்தவர்தான் என்று நாங்கள் உறுதியாக நம்புகிறோம். தவறான பாதையைப் பின்பற்றிச் செல்வதை உடனடியாக நிறுத்துங்கள். உறங்கிக் கொண்டிருக்கின்ற உங்கள் ஆழ்மனத்திற்கு தியானத்தின்[9] மூலமாக விழிப்பூட்ட உங்களுக்கு உதவும்படி இறைவனிடம் கேளுங்கள்.

இதை நீங்கள் தினமும் செய்ய வேண்டும். ஆனால், சூரிய உதயத்திற்கும் அஸ்தமனத்திற்கும் இடைப்பட்ட நேரத்தில் மட்டும்தான் நீங்கள் இதைச் செய்ய வேண்டும். கடவுளிடம் இரண்டு நிமிடங்கள் பிரார்த்தனை செய்துவிட்டு, பிறகு, செயலிழந்து உறங்கிக் கொண்டிருக்கின்ற உங்கள் ஆழ்மனத்திற்கு விழிப்பூட்டும்படி அவரிடம் உதவி கேளுங்கள்.

"அன்புள்ள இறைவா, என்னை உன் நல்வழியில் வழிநடத்து. நான் சரியான விஷயங்களைச் செய்ய எனக்கு உதவு. என்னிடம் இருக்கின்ற தவறான விருப்பங்களையும் மோசமான உணர்வுகளையும் நான் களைவதற்கு எனக்கு உதவு. எனக்கு உன் ஞானத்தைக் கொடு, உன்னுடைய ஒளிமயமான பாதையை எனக்குக் காட்டு. நான் ஒருபோதும் தவறு செய்யாதபடி என்னைப் பார்த்துக் கொள்வதற்கு என் ஆழ்மனத்திற்கு விழிப்பூட்டு. இறைவா, தயவு செய்து எனக்கு உதவு!"

நீங்கள் இப்பிரார்த்தனையைக் கூறிய பிறகு, உங்கள் மனத்தை முற்றிலும் காலியாக வைத்துக் கொள்ளுங்கள். எந்தவோர் எண்ணமும் உங்கள் மனத்தில் நுழையக்கூடாது. ஒரு நிமிடம் மட்டுமே அது காலியாக இருக்க வேண்டும் (ஒரு நிமிடத்திற்கு மேல் உங்கள் மனம் காலியாக இருக்க நீங்கள் அனுமதித்தால், ஓர் எதிர்மறையான ஆவி உங்களுக்குத் தீங்கு விளைவிக்கக்கூடும்). இது உங்களுக்குப் பெரிதும் நன்மை பயக்கும். நீங்கள் தியானம் செய்த பிறகு, கடவுளுக்கு நன்றி கூறிவிட்டு உங்களுடைய அன்றைய வேலையைத் துவக்குங்கள்.

---

9. *"உங்கள் ஆழ்மனத்தைத் திறப்பது எப்படி"* என்பது தொடர்பான கேள்வியை 254ம் பக்கத்தில் பாருங்கள்.

இது உங்களுக்குப் பேருதவியாக இருக்கும் என்று நீங்கள் உறுதியாக நம்பலாம். இது உங்களுக்கு ஏராளமான பணத்தையும் வெற்றியையும் கொண்டு வருவதோடு மட்டுமல்லாமல், நீங்கள் அமைதியாகவும் ஆசுவாசமாகவும் மகிழ்ச்சியாகவும் இருப்பதற்கும் இது உங்களுக்கு உதவும். மிக முக்கியமாக, நீங்கள் ஓர் உயர்ந்த ஆன்மீக நிலைக்கு உயர்வதற்கு உங்களுக்கு உதவக்கூடிய விதத்தில் அது உங்கள் ஆழ்மனத்தை வளர்த்தெடுக்கும்.

20-05-1981
உங்கள் ஆழ்மனத்திற்கு விழிப்பூட்டுங்கள்

ஓர் ஆன்மா ஒரு தவறான பாதையில் செல்வதைப் பார்க்கும்போது அவருடைய ஆழ்மனம் அச்சம் கொள்கிறது. அந்த அவலத்தைப் பொறுத்துக் கொள்ள முடியாமல், அது உறக்கத்தில் ஆழ்ந்துவிடுகிறது. இதனால், அந்த ஆன்மா தவறிழைப்பதிலிருந்து அவருடைய ஆழ்மனத்தால் அவரைத் தடுக்க முடியாமல் போய்விடுகிறது. இன்றைய காலகட்டத்தில், உங்கள் உலகில் ஒருசிலருடைய ஆழ்மனங்கள் மட்டுமே விழிப்பாகவும் துடிப்பாகவும் இருக்கின்றன. ஏனெனில், பெரும்பாலான மக்களின் ஆழ்மனங்கள் செயலிழந்து போயுள்ளன, அவை விழிக்க மறுக்கின்றன.

உங்கள் ஆழ்மனத்திற்கு விழிப்பூட்டுவதற்கான வழியை நாங்கள் உங்களுக்குக் காட்டியுள்ளோம். நீங்கள் உங்கள் ஆழ்மனத்திற்குக் கீழ்ப்படியாமல் நடந்து கொண்டு, அதை ஓர் ஆழ்ந்த உறக்கத்திற்குள் தள்ளிவிட்டிருக்கிறீர்கள். இப்போது அதற்கு விழிப்பூட்டுவதற்கான நேரம் வந்துவிட்டது. அதற்குச் சில காலம் ஆகும், ஆனால் எங்களுடைய அறிவுறுத்தல்களை உண்மையோடு பின்பற்றுங்கள். உங்கள் ஆழ்மனம் விழிப்படைந்து உங்களை வழிநடத்தியாக வேண்டும். தயவு செய்து அதனோடு பேசுங்கள், மீண்டும் செயல்படும்படி அதனிடம் கெஞ்சுங்கள், கோரிக்கை விடுங்கள்.

ஆழ்மனத்தை மீண்டும் செயல்பட வைப்பது ஒரு மிகப் பெரிய வேலைதான், ஆனால் அதை நீங்கள் கண்டிப்பாகச் செய்தாக வேண்டும். உங்கள் ஆழ்மனத்தைத் தவிர்த்ததன் மூலமும், புறக்கணித்ததன் மூலமும், இழுத்து மூடியதன்

மூலமும் நீங்கள் தவறு செய்துள்ளீர்கள். நீங்கள் மேலும் கீழே விழுந்துவிடாமல் அது தடுக்கும் விதத்திலும், கூடவே உங்களை ஓர் உயர்ந்த நிலைக்குக் கூட்டிச் செல்லும் விதத்திலும் உடனடியாக அது குறித்து நடவடிக்கை மேற்கொள்ளுங்கள்.

சிலர் தியானம் என்று அழைக்கக்கூடும், வேறு சிலர் ஒருமித்தக் கவனம் என்று அழைக்கக்கூடும். அது எப்படி அழைக்கப்பட்டாலும், ஒரே ஒரு நிமிடம் நீங்கள் உங்கள் மனத்தை முற்றிலும் காலியாக வைத்திருப்பதுதான் முக்கியம். இதைச் செய்வது துவக்கத்தில் சிலருக்குக் கடினமாக இருக்கலாம், ஆனால் நீங்கள் அதற்குப் பழக்கப்பட்டுவிட்டால், அது மிகவும் சுலபமாகிவிடும். சிந்திப்பதை ஒரு நிமிடம் நிறுத்துங்கள். எண்ணங்கள் உங்கள் மனத்திற்குள் நுழைய முயன்றால், அவற்றை உதாசீனப்படுத்துங்கள். அவை தாமாக நிற்கும்வரை, தொடர்ந்து அவற்றைப் புறக்கணியுங்கள். தூரத்தில் கேட்கும் ஒலி உட்பட, பல சத்தங்கள் உங்களுக்குக் கேட்கும். அவை அதிக அளவில் உங்கள் காதுகளில் விழும், ஆனால் எந்தவோர் எண்ணமும் உங்கள் மனத்தில் நுழையாதபடி பார்த்துக் கொள்ளுங்கள். உங்கள் மனம் முற்றிலும் காலியாக இருக்க வேண்டும் என்பதால், அனைத்து எண்ணங்களையும் விரட்டியடியுங்கள். உங்கள் முன்னேற்றத்திற்கு இது பெரிதும் உதவும்.

நீங்கள் உங்கள் உலகத்தையும் உங்கள் ஸ்தூல உடலையும்விட்டு நீங்கிய பிறகு, ஆவியுலகில் ஓர் உயர்ந்த நிலையை எட்டுவதற்கான செயல்முறை மிகவும் கடினமானது, மிகவும் மெதுவானது. ஆனால் புவியில் உங்களால் வேகமாக முன்னேற முடியும். ஒருசில நிமிடங்களில் உங்களுடைய தீய வழிகளை விட்டொழித்துவிட்டு ஒரு நல்ல ஆன்மாவாக உங்களால் மாற முடியும். நீங்கள் உங்கள் கர்மவினையைத் தீர்க்க வேண்டியிருக்கும் என்பது உண்மைதான் என்றாலும், அது சுலபமானதாகவும் எளிதானதாகவும் இருக்கும். ஏனெனில், நீங்கள் உங்கள் கர்மவினையை வெற்றிகரமாக எதிர்கொள்ளத் தேவையான வலிமையையும் துணிச்சலையும் பெறுவதற்குக் கடவுள் உங்களுக்கு உதவுவார்.

ஆனால் ஆவியுலகில் உங்கள் முன்னேற்றம் மிக மிக மெதுவாகவே ஏற்படும், ஆனால் அது உறுதியாக ஏற்படும். ஆனால், நீங்கள் செய்துள்ள பாவங்கள் ஒவ்வொன்றுக்குமான

தண்டனையை நீங்கள் அனுபவித்துதான் ஆக வேண்டும், அவற்றிலிருந்து உங்களால் தப்பிக்க முடியாது.

எனவே, காலம் கடப்பதற்கு முன்பாக நன்றாக யோசித்துப் பாருங்கள். நீங்கள் உங்கள் புவியுலகையும் ஸ்தூல உடலையும்விட்டு வெளியேறுவதற்கு முன்பாக, மோசமான வழிகளை விட்டுவிட்டு நல்வழியில் நடப்பதற்கு உங்களுக்கு ஏராளமான வாய்ப்புகள் இருக்கின்றன. அந்த வாய்ப்புகளை நீங்கள் சிறப்பாகப் பயன்படுத்திக் கொண்டால், ஆவியுலகில் உங்களுடைய தண்டனைகள் அதிக சுலபமானதாக இருக்கும் என்பது உறுதி. 1வது, 2வது, அல்லது 3வது தளங்களுக்குள் தள்ளப்படுவதைவிட, குறைந்தபட்சம் 4வது தளத்தை நீங்கள் அடைவதற்கான வாய்ப்பு இருக்கிறது. எனவே, நன்றாக யோசித்துப் பாருங்கள். உடனடியாக உங்களை மேம்படுத்திக் கொள்வது உங்களுக்கு நன்மை பயக்கும் என்பதை அப்போது நீங்கள் உணர்ந்து கொள்வீர்கள்.

21-05-1981

சத்தீஷின் கதை:
உங்களை மேம்படுத்திக் கொள்வதற்கான துணிச்சல் உங்களுக்குத் தேவை

பல ஆன்மாக்கள் மிகவும் பலவீனமாகவும் தங்கள் வழக்கங்களை மாற்றிக் கொள்ள பயப்படுபவர்களாகவும் இருக்கின்றனர். தங்களுடைய சகாக்கள் தங்களைக் கேலி செய்யக்கூடும், தங்களை மிரட்டக்கூடும், அல்லது நல்லவர்கள் தங்களை ஏற்றுக் கொள்ளாமல் புறக்கணிக்கக்கூடும், தங்களை ஏளனப்படுத்தக்கூடும் என்ற பயத்தில் நல்லவர்களாக மாற அவர்கள் அஞ்சுகின்றனர். தங்கள் வாழ்க்கை மேம்படும் என்ற நம்பிக்கையைச் சிலர் இழந்துவிடுவதால், நல்லவர்களாக மாற அவர்கள் தயங்குகின்றனர்.

ஓர் ஆன்மாவைப் பற்றிய ஓர் உண்மைக் கதை இது. நாம் அவனை சத்தீஷ் என்று அழைக்கலாம். உங்களால் எவ்வளவு தூரம் தவறிழைக்க முடியும் என்பதை இக்கதை உங்களுக்கு எடுத்துக்காட்டும். சத்தீஷ் ஒரு நல்ல ஆன்மாவாக இருந்தான், ஆனால் அவனுடைய குழந்தைப்பருவத்தின்போது பலர் அவன்மீது மோசமான தாக்கங்களை ஏற்படுத்தினர்.

அவனுடைய தாயார் தனது முப்பதுகளின் துவக்கத்திலேயே இறந்துவிட்டார். அப்போது சத்தீஷுக்கு ஐந்து வயது. அவனுடைய தந்தை அவனைத் தனியொருவராக வளர்க்க முயன்றார், ஆனால் அவரால் முடியவில்லை. எனவே, அவர் இன்னொரு திருமணம் செய்து கொண்டார். தன் மகனுக்காகத்தான் தான் அப்படிச் செய்ததாக அவர் கூறினாலும், உண்மை அதற்குப் புறம்பானதாக இருந்தது.

சத்தீஷின் சிற்றன்னைக்கு அவனை ஒருபோதும் பிடிக்கவில்லை. அவனைக் கண்ட முதல் நாளிலிருந்தே அப்பெண் அவனை வெறுத்தாள். ஆனால் சத்தீஷ்மீது தனக்கு இருந்த வெறுப்பை அவள் தன் கணவன் முன்னால் காட்டிக் கொள்ளவில்லை. அவளுக்குக் குழந்தைகள் பிறந்தபோது, அவள் அவனை முற்றிலுமாகப் புறக்கணித்தாள். தன்னுடைய குழந்தைகள்மீது அவன் ஒரு மோசமான தாக்கத்தை ஏற்படுத்திக் கொண்டிருந்ததாகவும், அவன் கட்டுக்கடங்காதவனாக இருந்ததாகவும் கூறி, தங்கும் வசதியோடுகூடிய மிக மலிவான ஒரு பள்ளியில் அவனைச் சேர்த்துவிட்டாள்.

அப்பள்ளி பயங்கரமானதாக இருந்தது. சத்தீஷுக்குத் தீயோரின் சகவாசம் கிடைத்தது. எனவே, அவர்களுடைய மோசமான பழக்கங்களை அவன் சுவீகரித்தான். அவன் தன் பள்ளிப்படிப்பை முடித்தபோது, அவனுடைய தந்தை இறந்துவிட்டிருந்தார். அவனுடைய சிற்றன்னை எதுவும் சொல்லிக் கொள்ளாமல், தன்னுடைய புதிய முகவரியையும் கொடுக்காமல் வேறு ஊருக்குச் சென்றுவிட்டாள். கையில் பணம் இன்றி, தன்னை கவனித்துக் கொள்ள யாரும் இன்றி, சத்தீஷ் தன்னந்தனியாக நின்றான். எனவே, தன் பள்ளியைச் சேர்ந்த தறுதலைகளை அவன் சார்ந்திருக்கத் தொடங்கினான்.

அவன் தன்னுடைய இரண்டு நண்பர்களோடு சேர்ந்து கொண்டு, பணக்கார இளைஞர்களோடும் யுவதிகளோடும் நட்பு ஏற்படுத்திக் கொண்டான். தானும் ஒரு பணக்காரக் குடும்பத்தைச் சேர்ந்தவன் என்று அவன் அவர்களிடம் பாசாங்கு செய்தான். அவன் அவர்களுடைய வாழ்வின் ஒரு பகுதியாக ஆகி, பிறகு அவர்களிடமிருந்து பணத்தை அபகரித்தான், அவர்களை மிரட்டினான், அவர்களுக்குப் பெரும் தொந்தரவுகள் கொடுத்தான். சத்தீஷும் அவனுடைய நண்பர்களும் ஊர் ஊராகச் சென்று, பணக்கார இளைஞர்கள் மற்றும் யுவதிகளை ஏமாற்றிப் பணம் பறித்தனர்.

ஒருநாள், அவன் தன் நண்பர்களோடு ஒரு ரயிலில் பயணித்துக் கொண்டிருந்தபோது, ஓர் இளம்பெண் தனியாக அமர்ந்திருந்ததை அவன் பார்த்தான். அவளுடைய தோற்றம் ஒரு பணக்காரப் பெண்ணின் தோற்றத்தை ஒத்திருந்ததால், அவனும் அவனுடைய நண்பர்களும் அவளுடன் நட்பு ஏற்படுத்திக் கொள்ள முயன்றனர். ஆனால் கூச்ச சுபாவம் கொண்ட அவள், அவர்களைத் தவிர்த்தாள். இது அவர்களுக்கு மேலும் ஊக்கமளித்தது. அவர்கள் அவளைப் பின்தொடர்ந்து செல்லத் தீர்மானித்தனர். அவள் ஒரு ரயில் நிலையத்தில் இறங்கியபோது, அவளுடைய வீடுவரை அவர்கள் அவளைப் பின்தொடர்ந்தனர். ஆனால் அவள் ஒரு பணக்காரி அல்ல. ஆனாலும் அவர்கள் அவளை விடுவதாக இல்லை. எப்படியோ சத்தீஷ் வெற்றிகரமாக அவளோடு நட்பு ஏற்படுத்திக் கொண்டான். இறுதியில் இருவரும் ஒருவர்மீது ஒருவர் காதல் வயப்பட்டனர்.

சத்தீஷுக்கு நேர்மாறாக, அவள் நேர்மையானவளாகவும் அன்புள்ளம் கொண்டவளாகவும் இருந்தாள். அவன் அவள்மீது கண்மூடித்தனமான காதல் கொண்டான். அவனால் சரியான பாதையைப் பின்பற்றிச் செல்ல முடியாததால், அவளை மணந்து கொள்ளத் தனக்கு எந்த வழியும் இல்லை என்பதை அவன் அறிந்தான். நல்ல பாதையைப் பின்பற்றிச் செல்வதற்கான பயிற்சியும் அவனுக்குக் கிடைத்திருக்கவில்லை. ஆனால் தான் ஓர் ஏமாற்றுப் பேர்வழி என்றும், ஒரு தறுதலை என்றும் அவளிடம் கூறுவதற்கான துணிச்சல் அவனுக்கு இருக்கவில்லை. ஏனெனில், அவன் ஓர் உயர்ந்த சமுதாயத்தைச் சேர்ந்த ஒரு பணக்காரன் என்று அவள் நினைத்திருந்தாள். தான் நல்ல வழியைப் பின்பற்ற முயற்சித்தால் தன்னுடைய சகாக்கள் இருவரும் தன்னை எள்ளி நகைக்கக்கூடும் என்று அவன் பயந்தான். தன்னைப் பற்றிய உண்மைகளைத் தன் நண்பர்கள் அவளிடம் கூறக்கூடும் அல்லது தன்னை மிரட்டக்கூடும் என்றும் அவன் பயந்தான்.

அப்பெண் அவன்மீது ஏற்படுத்திய நல்ல தாக்கம், தன்னுடைய இரண்டு நண்பர்களைவிட்டு விலகிச் செல்வதற்கான விருப்பத்தை அவனுள் தோற்றுவித்தது. அன்றிலிருந்து நல்வழியில் நடக்க வேண்டும் என்று அவன் விரும்பினான். ஆனால் தன்னுடைய இக்கட்டான சூழ்நிலையிலிருந்து எப்படி விடுபடுவது என்று தெரியாமல் அவன் வருந்தினான்.

அப்பெண்மீது அவன் மிகுந்த காதல் கொண்டிருந்ததால், இனியும் அவளை ஏமாற்ற அவனுக்கு மனம் இருக்கவில்லை. ஆனால் அவள் நேர்மையானவளாக இருந்ததால், தன்னைப் பற்றிய உண்மைகள் அவளுக்குத் தெரிய வந்தால், அவள் தன்னை அவளுடைய கணவனாக ஒருபோதும் ஏற்றுக் கொள்ள மாட்டாள் என்பதை அவன் அறிந்திருந்தான்.

தன்னுடைய தீய வழிகளிலிருந்தும் தன்னுடைய இரண்டு நண்பர்களிடமிருந்தும் விடுபட்டு, ஒரு நேர்மையான வேலையின் மூலம் பணம் சம்பாதித்து ஒரு நல்லவனாக ஆவதற்கான வழிகளைப் பற்றி அவன் யோசித்தான். கோழையான அவன் அப்பெண்ணின்மீது ஆழமான காதல் கொண்டிருந்தபோதிலும், தன்னுடைய வழிகளை மாற்றிக் கொள்வதற்கான துணிச்சலை அந்த வலிமையான காதலால் அவனுக்கு வழங்க முடியவில்லை. உண்மை அவளுக்குத் தெரிய வந்தால் அவள் கண்டிப்பாகத் தன்னை வெறுத்துவிடுவாள் என்று அவன் உறுதியாக நம்பினான். தன்னுடைய மோசமான வாழ்க்கை குறித்து அவன் உண்மையிலேயே மனம் வருந்தினான், ஆனால் மாறுவதற்கான துணிச்சல் மட்டும் அவனுக்கு வரவில்லை. தன் காதலியை ஒருபோதும் தன்னால் மகிழ்ச்சிப்படுத்த முடியாது, தன்னால் ஒரு நேர்வழியில் நடக்க முடியாது என்று நினைத்த அவன், அவளிடம் எதுவும் சொல்லிக் கொள்ளாமல் அந்த ஊரைவிட்டுப் போய்விட்டான். அவன் நல்லவனாக மாறி ஓர் உயர்ந்த நிலையை எட்டியிருந்தால் அவனுடைய வாழ்க்கை ஒட்டுமொத்தமாக மாறியிருக்கும், ஆனால் ஒரு நல்ல வாய்ப்பை அவன் இழந்துவிட்டிருந்தான்.

சத்தீஷின் கோழைத்தனம் அவனுடைய வாழ்க்கையைச் சீரழித்தது. தான் காதலித்தப் பெண்ணிடம் வெளிப்படையாகவும் நேர்மையாகவும் பேசுவதற்கான துணிச்சலை அவன் தனக்குள் வரவழைத்திருந்தால், தன்னையும் அவளையும் பிரிப்பதில் தீவிரமாக இருந்த தன்னுடைய சகாக்கள் வாயிலாகத் தன்னைப் பற்றிய எல்லாவற்றையும் அவள் ஏற்கனவே தெரிந்துகொண்டிருந்தாள் என்ற உண்மையை அவன் கண்டுபிடித்திருப்பான். அவர்கள் ஏற்கனவே அவளிடம் எல்லா விஷயங்களையும் கூறியிருந்தனர் என்றாலும், சத்தீஷை மணந்து கொண்டு அவனை மேம்படுத்துவதென்று அவள் முடிவு செய்திருந்தாள். சத்தீஷ் உண்மையிலேயே தன்னை நேசித்தானா என்று

மட்டுமே அவள் உறுதி செய்து கொள்ள விரும்பினாள், ஆனால் அவளிடம் ஒரு வார்த்தைகூடச் சொல்லாமல் அவன் போய்விட்டான். எப்பேற்பட்ட ஒரு பெரிய தவறு அது!

உங்களுடைய பிரச்சனைகளை எதிர்கொள்வதற்கும் உங்களை மாற்றிக் கொள்வதற்குமான துணிச்சல் உங்களுக்கு இருக்க வேண்டும். மோசமானவராக இருப்பதிலிருந்து நல்லவராக மாறுவதற்கான எந்த வாய்ப்பையும் நீங்கள் ஒருபோதும் தவறவிடக்கூடாது. அப்படி ஒரு வாய்ப்பை நீங்கள் இழந்துவிட்டால், இத்தீய உலகில் அது போன்ற ஒரு வாய்ப்பு மீண்டும் உங்களுக்குக் கிடைப்பது கிட்டத்தட்டச் சாத்தியமில்லை. சத்தீஷின் விஷயத்தைப் பொருத்தவரை, தான் அப்பெண்ணை ஆழமாகவும் உண்மையாகவும் காதலித்த விஷயத்தை அவளிடம் கூறுவதற்கான துணிச்சல் மட்டும் அவனுக்கு இருந்திருந்தால், அவனுக்கு அப்பெண்ணின் உதவி கிடைத்திருக்கும்.

22-05-1981

சூர்தாஸின் கதை: தன் அன்புக்குரியவருடன் இணைந்திருப்பதற்கு ஓர் ஆன்மா எந்தவோர் ஆபத்தையும் எதிர்கொள்ளத் தயாராக இருக்கிறார்

உயர்ந்த நிலையை எட்டுவதற்கு ஓர் ஆன்மாவால் என்னவெல்லாம் செய்ய முடியும் என்பதைக் காட்டுகின்ற இன்னோர் உண்மைக் கதை இது. இக்கதையிலும் பெயர்கள் மாற்றப்பட்டுள்ளன. இக்கதையில் இடம்பெற்றுள்ள ஆன்மா, உயர்வதற்கு பதிலாகக் கீழ்நிலைக்குத் தள்ளப்பட்டார். அவருக்கு உதவுவதற்காக ஆவியுலகிலிருந்த அவருடைய அன்புக்குரியவர் ஒருவர் கடவுளிடம் வேண்டிய விதத்தைப் பற்றியும் இக்கதை எடுத்துரைக்கிறது.

சூர்தாஸின் முந்தைய பிறவி மோசமானதாக இருந்திருந்ததால், அவர் மூன்றாவது தளத்தில் இருந்தார். அவருடைய நேசத்திற்குரிய நீலு ஐந்தாவது தளத்தில் இருந்தாள். எனவே,

தன்னை மீண்டும் பூமிக்கு அனுப்பி வைத்து, ஒரு தீய தாயாருக்கு மகனாகப் பிறக்க வைக்கும்படி கடவுளிடம் கேட்குமாறு தன்னுடைய தளத்தின் பேரான்மாவிடம் அவர் கோரிக்கை விடுத்தார். தன்னையும் தன்னுடைய தாயாரையும் மேம்படுத்திக் கொண்டு இருவருமாக ஐந்தாவது தளத்தை அடைவதற்கு அவர் விரும்பினார். அவ்விருப்பத்தை அவர் தன் பேரான்மாவிடம் தெரிவித்தார்.

சூர்தாஸ் ஒரு மோசமான பெண்ணுக்கு மகனாகப் பிறந்தார். அப்பெண் செய்த தீய காரியங்களால் புவிவாழ் மக்கள் அவளை சூனியக்காரி என்று அழைத்தனர். சூர்தாஸ் புவியுலகிற்குள் நுழைந்த உடனேயே அவள் அவரை வசைபாடினாள். முறைதவறிப் பிறந்திருந்த அவரைத் தனக்கு நேர்ந்த இடையூறாக அவள் கருதினாள்.

இங்கு ஒரு விஷயத்தை நாங்கள் உங்களுக்குக் கூறிக் கொள்ள விரும்புகிறோம். குழந்தைகள் சரியாகப் பேசத் தொடங்கும்வரை, அவர்கள் உண்மையிலேயே ஆவியுலகத்துடன் இணைக்கப்பட்டுள்ளனர். ஆவியுலகில் உள்ள தங்கள் அன்புக்குரியவர்களுடன் அவர்கள் எப்போதும் தொடர்பு கொண்டிருக்கின்றனர். அக்குழந்தைகள் விரும்பினால், தங்கள் முதல் வயது நிறைவடைவதற்கு முன்பாக ஆவியுலகிற்குத் திரும்பிச் செல்ல முடியும். அதை அவர்களால் தேர்ந்தெடுக்க முடியும். ஒரு வருட காலம் தங்கள் பெற்றோரையும் தங்கள் சூழ்நிலையையும் அவர்களால் கண்காணித்து வர முடியும். பிறகு, அவர்கள் விரும்பினால், மீண்டும் ஆவியுலகிற்குத் திரும்பிச் சென்றுவிடலாம்.

எனவே, சூர்தாஸ் பிறந்து ஓராண்டுக்கு உள்ளாகவே, ஆவியுலகிற்குத் திரும்பி வந்துவிடும்படி ஆவியுலகில் இருந்த அவருடைய அன்புக்குரியவர்கள் அவரிடம் வேண்டினர். ஆனால் சூர்தாஸ் நீலுவை (ஆவியுலகில் இருந்த காதலி) மிகவும் நேசித்ததால், தன் தீர்மானத்தில் உறுதியாக இருந்தார். நிரந்தமாக நீலுவுடன் சேர்ந்திருக்க அவர் விரும்பினார்.

சூர்தாஸின் தாயார் மிகவும் தீயவளாக இருந்தாள். தகாத வார்த்தைகளைப் பேசவும் எல்லோரையும் பழித்துரைக்கவும் சூர்தாஸுக்கு அவள் கற்றுக் கொடுத்தாள். அவளுடைய வாயிலிருந்தும் சூர்தாஸின் வாயிலிருந்தும் ஒருபோதும் நல்ல வார்த்தைகள் எதுவும் வெளிவந்ததே இல்லை. மேற்தளங்களுக்கு உயர்வதற்கு ஆவியுலகில் அதிக காலம்

ஆகும் என்பதால், விரைவாக மேம்பட்டு வேகமாக ஐந்தாவது தளத்தை அடைவதற்காகவே சூர்தாஸ் மீண்டும் பூமிக்கு வந்தார். எனவே, அவர் தானாக விரும்பியே இந்தத் தீய பெண்ணைத் தன் தாயாகத் தேர்ந்தெடுத்தார். தன்னையும் தன் தாயாரையும் மேம்படுத்திக் கொண்டு, இந்த ஒரே பிறவியில் ஐந்தாவது தளத்தை அடைந்துவிட அவர் விரும்பினார். எனவே, உறுதியாக இருப்பதற்கும் தன்னை ஒருபோதும் கைவிட்டுவிடாமல் இருப்பதற்கும் தன் ஆழ்மனத்தை அவர் பயிற்றுவித்தார். ஒவ்வோர் ஆன்மாவாலும் இதைச் செய்ய முடியும், ஆனால் இதில் அதிக ஆபத்து இருக்கிறது. ஏனெனில், அளவுக்கதிகமான தீவினையை ஒருவருடைய ஆழ்மனத்தால் சமாளிக்க முடியாமல் போகக்கூடும். தீய வழிகள்மீது வெறுப்புக் கொண்டு, அது ஆழ்ந்த உறக்கத்திற்குள் மூழ்கிவிடக்கூடும். இவ்வாறு நிகழ்ந்தால், அது ஒரு மாபெரும் சீரழிவாக அமையும். அவர் ஐந்தாவது தளத்தை எட்ட வேண்டும் என்று அவருடைய ஆன்மா தீவிரமாக இருந்தது, ஆனால் அவருடைய ஆழ்மனம் செயலிழந்துவிட்டால், அவர் நேராக இரண்டாது தளத்திற்கு அல்லது முதல் தளத்திற்குத் தாழ்ந்துவிட வேண்டியிருக்கும்.

நீங்கள் ஏன் பூமியில் பிறந்தீர்கள், நீங்கள் ஏன் இப்படிப்பட்ட ஒரு தீய தாயாரைத் தேர்ந்தெடுத்தீர்கள் என்பதை நீங்கள் பிறந்து ஒரு வருடத்திற்குப் பிறகு உங்கள் ஆழ்மனத்தால் உங்களுக்கு வெளிப்படுத்த முடியாது. எனவே, மேலே உயர்வதற்கு பதிலாக, சூர்தாஸ், கீழ்த்தளங்களுக்குத் தாழ்ந்துவிடக்கூடிய சாத்தியம் அதிகமாக இருந்தது. ஆனாலும், தான் தவறு செய்வதிலிருந்து தன்னுடைய ஆழ்மனம் தன்னைத் தடுப்பதற்குத் தான் அதற்குப் பயிற்சி அளித்திருந்ததாக அவர் நம்பியதால், அவர் இத்தேர்ந்தெடுப்பைத் துணிச்சலாக மேற்கொண்டார்.

ஆனால் அவருடைய தாயாரிடம் பெயரளவுக்குக்கூட எந்தவொரு நல்ல பண்பும் இருக்கவில்லை. அவள் அந்த அளவுக்கு மோசமானவளாக இருந்தாள். சூர்தாஸ் பேசத் தொடங்கிய காலத்தில், தன் பிறவி நோக்கம் அவருக்கு மறந்துவிட்டிருந்தது. எனவே, அவரும் தன் தாயாரைப்போலவே ஆகிவிட்டார். அவர் ஒருபோதும் அன்பான வார்த்தைகளைப் பேசவில்லை, மற்றவர்களுக்குத் தொல்லைகள் கொடுப்பதிலும் தீங்கு விளைவிப்பதிலும்

அவர் பேரின்பம் கொண்டார். பணம்தான் கடவுள் என்பதுபோல அவர் நடந்து கொண்டார். தன்னைவிட பலவீனமானவர்களைச் சித்திரவதை செய்வதில் அவர் மகிழ்ச்சி கொண்டார்.

அவருடைய ஆழ்மனத்தின் வாயிலாக அவரைத் தடுத்து நிறுத்துவதற்கு நீலு கடினமாக முயன்றாள். ஆனால் அவருடைய ஆழ்மனம் முற்றிலும் செயலிழந்து போயிருந்தது. நீலு இதை ஏற்கனவே எதிர்பார்த்திருந்ததால்தான் அத்தீய பெண்ணுக்கு மகனாகப் பிறக்க வேண்டாம் என்று சூர்தாஸிடம் அவள் வலியுறுத்தியிருந்தாள்.

நீலுவின் அன்புக்குரியவர்கள் பலர் இன்னும் புவியுலகில் இருந்தனர். அதேபோல, சூர்தாஸின் முந்தைய பிறவியில் அவருடைய அன்புக்குரியவர்களாக இருந்தவர்களும் இன்னும் புவியுலகில் வாழ்ந்து கொண்டிருந்தனர். அந்த ஆன்மாக்கள் அனைவரும் சூர்தாஸின் போக்கில் குறுக்கிட்டு அவரை மேம்படுத்த வேண்டும் என்று நீலு அந்த ஆன்மாக்கள் அனைவரின் மனங்களிலும் எண்ணப் 'பதிவுகளை' ஏற்படுத்த முயன்றாள். அது மிகக் கடினமான காரியமாக இருந்தபோதிலும், சிறிது காலத்திற்குப் பிறகு, சூர்தாஸிடம் செல்வதற்கு அவர்களில் ஓர் ஆன்மாவை அவளால் வெற்றிகரமாகச் செயல்பட வைக்க முடிந்தது. இந்த ஆன்மாவை நாம் மோகன்தாஸ் என்று அழைக்கலாம். அவர் மும்பையில் இருந்தார். ஆனால் சூர்தாஸ் பெங்களூரில் இருந்ததால், அவரை மேம்படுத்துவது சாத்தியமற்றதாக இருந்தது. ஆனால் சூர்தாஸை எப்படியும் காப்பாற்றியே ஆக வேண்டும் என்பதில் நீலு உறுதியாக இருந்ததால், மோகன்தாஸின் ஆழ்மனத்தில் பதிவுகளை ஏற்படுத்த அவள் மிகக் கடினமாக உழைத்தாள். இறுதியில், மோகன்தாஸ் மற்றும் சூர்தாஸின் வெளிமனங்கள் அறியாத விதத்தில், மோகன்தாஸை பெங்களூருக்குக் கூட்டி வருவதில் அவள் வெற்றி கண்டாள். இதற்குப் பல வருடங்கள் ஆயின. மோகன்தாஸும் சூர்தாஸும் நண்பர்களாக ஆனார்கள். மோகன்தாஸ் ஒரு நல்ல ஆன்மாவாக இருந்ததால், சூர்தாஸை நிச்சயமாக அவர் மேம்படுத்துவார் என்று நீலு உறுதியாக நம்பினாள். ஆனால் அவளுடைய நம்பிக்கை தவறாக இருந்தது! சூர்தாஸை மேம்படுத்துவதற்கு பதிலாக, மோகன்தாஸ் சறுக்கத் தொடங்கினார்.

23-05-1981

சூர்தாஸின் கதை தொடர்கிறது:
சூர்தாஸ்மீது நீலு கொண்டிருந்த காதல்
ஒரு சோதனைக்கு ஆளானது

நீலு முற்றிலுமாக நம்பிக்கை இழந்தாள். அதோடு, அவள் மிகுந்த குற்றவுணர்வும் கொண்டாள். ஏனெனில், அவள்தான் மோகன்தாஸையும் சூர்தாஸையும் ஒன்றிணைத்திருந்தாள். அதன் விளைவாகத்தான், ஒரு நல்ல ஆன்மாவாக இருந்திருந்த மோகன்தாஸ் ஒரு மோசமான ஆன்மாவாக மாறிப் போனார். அவளால்தான் மிகத் தாழ்வான ஒரு நிலைக்குள் அவர் விழ நேர்ந்தது. மோகன்தாஸையும் சூர்தாஸையும் காப்பாற்றுவதற்கு எந்த வழியையும் கண்டுபிடிக்க முடியாமல் அவள் தவித்தாள். கடவுளிடம் கோரிக்கை விடுப்பதைவிட மாற்றுவழி வேறு எதுவும் அவளுக்கு இருக்கவில்லை. எனவே, அவ்விருவரையும் காப்பாற்றும்படி அவள் இறைவனிடம் வேண்டினாள்.

மிகவும் நொந்து போயிருந்த நீலு, என்ன செய்வதென்று யோசித்தாள். அவள் ஐந்தாவது தளத்தில் இருந்தாள். அது மிக உயர்ந்த ஒரு தளம் அல்ல. ஆனால் அவள் ஒரு நல்ல ஆன்மாவாக இருந்ததால், ஆறாவது தளத்தை அடைவதற்கான பாதையில் அவள் சென்று கொண்டிருந்தாள். கீழ்மட்டத் தளங்களுக்குள் தான் விழுவதை அவள் விரும்பவில்லை. முற்றிலும் மனமொடிந்து போயிருந்த அவள், தன்னுடைய தளத்தின் தலைவரிடம் சென்று, கடினமான இப்பிரச்சனையிலிருந்து விடுபடுவதற்குத் தனக்கு ஒரு வழியைக் காட்டும்படி அவரிடம் வேண்டினாள்.

"நான் சூர்தாஸைக் காதலிக்கிறேன். மோகன்தாஸை இந்தத் தீய வழியில் கொண்டு சேர்த்தது நான்தான். பேரான்மாவான நீங்கள்தான் தயவு செய்து அவர்கள் இருவரையும் காப்பாற்ற வேண்டும்," என்று அவள் கூறினாள்.

அதற்கு அவர், "நீலு, மோகன்தாஸை சூர்தாஸிடம் அனுப்பி வைத்து, அவரையும் தீயவராக மாற்றியதன் மூலம் நீ ஒரு மாபெரும் தவறு செய்துள்ளாய். அதற்காக நீ தண்டிக்கப்பட்டாக வேண்டும்," என்று கூறினார்.

"பேரான்மாவே, நான் அதை ஏற்றுக் கொள்கிறேன். எனக்குத் தண்டனை கொடுங்கள். கீழ்மட்டத் தளங்களுக்குள் தள்ளப்படுவதில் எனக்கு விருப்பமில்லை, ஆனால் சூர்தாஸும் மோகன்தாஸும் இருக்கின்ற தளத்திற்குச் செல்ல நான் தயாராக இருக்கிறேன். தயவு செய்து அவர்களைக் காப்பாற்றி, இருவரையும் ஓர் உயர்ந்த தளத்திற்குக் கொண்டு வாருங்கள். அவர்களுக்கான அனைத்துத் தண்டனைகளையும் நான் ஏற்றுக் கொள்கிறேன்," என்று அவள் கூறினாள்.

நான்காவது தளத்திற்குப் போவதைக்கூட அவள் வெறுத்தபோதிலும், சூர்தாஸ்மீது அவள் கொண்டிருந்த தன்னலமற்ற உண்மைக் காதலினால், மிகத் தாழ்வான தளமான இரண்டாம் தளத்திற்குப் போகக்கூட அவள் தயாராக இருந்தாள். ஏனெனில், சூர்தாஸும் மோகன்தாஸும் தீய செயல்களில் ஈடுபடுவதை இப்போது நிறுத்தாவிட்டால், அவர்கள் முதல் தளத்தில்கூடத் தள்ளப்படக்கூடும்.

நீலுவின் தளத்தின் பேரான்மா அவளைப் பார்த்து, "நான் உன் கோரிக்கைக்கு உடன்படுகிறேன். உடனடியாக இரண்டாவது தளத்திற்குப் போக உனக்குச் சம்மதமா?" என்று கேட்டார்.

"ஐயா, நான் உடனடியாக அங்கு சென்று, என்னுடைய தண்டனைகளையும் அவர்களுடைய தண்டனைகளையும் சேர்த்து அனுபவிக்க நான் தயாராக இருக்கிறேன். ஆனால் தயவு செய்து அவர்களைக் காப்பாற்றி, மீண்டும் வீட்டிற்கு அழைத்து வந்துவிடுங்கள். ஐந்தாவது தளத்திற்குக் கூட்டி வராவிட்டாலும், குறைந்தபட்சம் நான்காவது தளத்திற்காவது அவர்களைக் கொண்டுவாருங்கள்."

நீலுவின் தன்னலமற்றப் போக்கும், அவளுடைய உண்மையான காதலும் அவளுடைய பேரான்மாவைக் கவர்ந்தன. அவள் உண்மையிலேயே எல்லோருடைய தண்டனைகளையும் அனுபவிக்கத் தயாராக இருந்தாள் என்பதை அவர் பரிபூரணமாக அறிந்தார். இருந்தாலும், அவர் அவளைச் சோதிக்க விரும்பினார். இரண்டாவது தளத்திற்குச் சென்றவுடன் அவள் என்ன செய்வாள் என்று யோசித்த அவர், அவள் தன் மனத்தை மாற்றிக் கொள்வாளா என்று தெரிந்து கொள்ள விரும்பினார். உடனடியாக இரண்டாவது தளத்திற்குப் போகும்படி அவர் அவளுக்குக் கட்டளையிட்டார். அவள் எந்தத் தயக்கமும் இன்றி அத்தளத்தை நோக்கிச் சென்றாள்.

ஒருசில நாட்களுக்குப் பிறகு, அப்பேரான்மா அவளைப் பார்த்து, "நீலு, பல நூறு ஆண்டுகள் இரண்டாவது தளத்தில் சிக்கிக் கிடப்பதன் மூலம் சூர்தாஸையும் மோகன்தாஸையும் நீ இன்னும் காப்பாற்ற விரும்புகிறாயா?" என்று கேட்டார்.

நீலு எந்தத் தயக்கமும் இல்லாமல், "ஆமாம், ஐயா," என்று பதிலளித்தாள். நீலு இவ்வளவு தூரம் தன்னலமின்றியும் உண்மையாகவும் இருந்ததைக் கண்டு அவர் மகிழ்ந்தார். தன் அன்புக்குரிய சூர்தாஸுக்காகவும் மோகன்தாஸுக்காகவும் தன் சொந்த மகிழ்ச்சியைத் தியாகம் செய்யக்கூடிய அளவுக்கு அவள் வலிமையாக இருந்தது அவரை பிரமிக்க வைத்தது.

"அன்பு மகளே, நீ ஐந்தாவது தளத்திற்குத் திரும்பி வந்துவிடு. சூர்தாஸையும் மோகன்தாஸையும் நான் காப்பாற்றுகிறேன். அதற்குப் பல மாதங்கள் ஆகும், ஆனால் நீ எனக்கு ஒரு வாக்குறுதி வழங்க வேண்டும். அவர்கள் இருவருக்கும் என்ன நேர்ந்தாலும் சரி, நீ அவர்கள் விஷயத்தில் குறுக்கிட்டு எதுவும் செய்யக்கூடாது. கொடூரமான கீழ்மட்டத் தளங்களிலிருந்து நான் அவர்களைக் காப்பாற்றுவேன் என்று நான் உனக்கு வாக்குக் கொடுக்கிறேன்," என்று அப்பேரான்மா கூறினார்.

தன் நன்றியை வெளிப்படுத்துவதற்கு வார்த்தைகள் கிடைக்காமல் நீலு மகிழ்ச்சியில் திக்குமுக்காடிப் போனாள். "பேரான்மா அவர்களே, நீங்கள் சொல்கின்ற எதையும் செய்வேன் என்று நான் உங்களுக்கு வாக்குக் கொடுக்கிறேன்," என்று அவள் கூறினாள்.

"நீலு, நீ அவர்களுக்காகப் பிரார்த்தனை மட்டும் செய். நான் அவர்களைக் காப்பாற்ற எனக்கு உதவும்படி இறைவனிடம் வேண்டிக் கொள்," என்று அப்பேரான்மா கூறினார்.

தன்னுடைய தளத்தின் பேரான்மாமீது முழுமையான விசுவாசம் கொண்டிருந்த நீலு, உடனடியாக அதற்கு ஒப்புக் கொண்டாள்.

இது ஓர் உண்மைக் கதை. பெயர்களும் நகரங்களும் மட்டுமே இங்கு மாற்றப்பட்டுள்ளன. ஆவியுலகத் தளங்களை ஆள்பவர்களும் அவற்றின் பேரான்மாக்களும் இணைந்து, காப்பாற்றப்பட வேண்டிய தேவை இருக்கின்ற ஓர் ஆன்மாவைக் காப்பாற்றுவதற்கு எவ்வளவு தூரம் முயற்சிக்கின்றனர் என்பதை நீங்கள் அறிந்தால், நீங்கள் பெரிதும் ஆச்சரியப்படுவீர்கள். இது அவர்களுக்கு மிகக்

கடினமான ஒரு வேலைதான், ஆனால் அவர்களிடம் அளப்பரிய சக்திகள் இருப்பதால், அப்படிப்பட்ட அதிசயங்களை அவர்களால் நிகழ்த்த முடிகிறது. மேலும், சூர்தாஸ் ஒரு நல்ல ஆன்மாவாக இருந்ததால், தன்னை மேம்படுத்திக் கொண்டு ஓர் உயர்ந்த தளத்தை வந்தடைவதற்கு அவர் ஒரு துணிகரமான செயலை மேற்கொண்டிருந்தார். சில தீய நண்பர்களின் காரணமாகத் தன்னுடைய முந்தைய பிறவியில் அவர் ஒரு கீழ்மட்ட நிலையை எட்டியிருந்தார். எனவே, அவர் இந்தத் துணிகர முயற்சியில் ஈடுபட்டார். ஆனால் துரதிர்ஷ்டவசமாக, அது அவரை இன்னும் கீழே கொண்டுபோய் விட்டுவிட்டது.

24-05-1981

சூர்தாஸின் கதை தொடர்கிறது: பேரான்மா புவியுலகிற்கு வருகிறார்

சூர்தாஸையும் மோகன்தாஸையும் காப்பாற்றுவதாக நீலுவுக்கு வாக்குக் கொடுத்திருந்த பேரான்மா, நீலுவைப் பார்த்து, "நீ முதலில் உன்னை ஆசுவாசப்படுத்திக் கொள். பிறகு, சூர்தாஸையும் மோகன்தாஸையும் காப்பாற்ற எனக்கு உதவும்படி இறைவனிடம் பிரார்த்தனை செய்," என்று கூறினார். பல நாட்களுக்குப் பிறகு, அவர் ஒரு துறவிபோல[10] மாறுவேடம் தரித்துப் புவியுலகிற்குச் சென்றார்.

இதற்கிடையே, சூர்தாஸும் மோகன்தாஸும் புவிவாழ் மக்கள் பலருக்குத் தொல்லைகள் கொடுத்துக் கொண்டும் அவர்களிடமிருந்து கொள்ளையடித்துக் கொண்டும் இருந்தனர். ஆவியுலகிலிருந்து அப்பேரான்மா பூமிக்கு வந்த அந்தக் குறிப்பிட்ட நாளன்று, அவர்கள் வெற்றிகரமாக ஒரு கொள்ளையை மேற்கொண்டு, ஆயிரக்கணக்கான பணத்தை அபகரித்திருந்தனர்.

மது கொடுத்த போதையுடனும் வெற்றியால் கிடைத்த போதையுடனும் மனம் முழுக்கப் பெருமிதத்துடன் அன்றிரவு அவர்கள் தங்கள் காரில் வீடு திரும்பிக் கொண்டிருந்தனர். அவர்கள் மிக வேகமாகப் பயணித்துக் கொண்டிருந்தபோது,

---

10. ஒரு துறவி என்பவர் முற்றும் துறந்த ஓர் ஆண்டி ஆவார்.

அப்பேரான்மா திடீரென்று அவர்களுடைய காரின் குறுக்கே சென்றார். இதனால் சூர்தாஸ் தன் காரை வளைத்தபோது, அது ஒரு கம்பத்தின்மீது மோதி நின்றது. சுயநினைவு இழந்து தங்கள் இருக்கைகளில் சிக்கியிருந்த சூர்தாஸும் மோகன்தாஸும் அருகிலிருந்த ஒரு மருத்துவமனைக்குக் கொண்டு செல்லப்பட்டனர்.

அவர்களுக்கு சுயநினைவு வந்தபோது, தாங்கள் ஒரு மருத்துவமனையில் மிகுந்த வலியோடு இருந்ததை அவர்கள் கண்டனர். தன்னுடைய இரண்டு கால்களையும் இழந்திருந்த சூர்தாஸ், அது குறித்துப் பெரிதும் வருந்தினார். மோகன்தாஸும் தன்னுடைய ஒரு காலையும் ஒரு கையையும் இழந்திருந்தார். விபத்து எப்படி நிகழ்ந்தது என்று அவர்கள் கேட்டபோது, அவர்கள் இருவரும் மது அருந்தியிருந்ததுதான் அதற்குக் காரணம் என்று அவர்களிடம் கூறப்பட்டது. அவர்களுடைய கார் அந்தக் கம்பத்தின்மீது மோதிய வேகத்தில், காரின் கதவுகள் அகலமாகத் திறக்கப்பட்டு, அவர்கள் வைத்திருந்த பணம் முழுவதும் காருக்குள் இருந்து வெளியே உருண்டோடி, சாலையோரமாக இருந்த ஓர் அடர்ந்த புதருக்குள் போய் விழுந்துவிட்டது.

தாங்கள் இழந்திருந்த உறுப்புகள் குறித்து சூர்தாஸும் மோகன்தாஸும் ஒருவரையொருவர் குறைகூறினர், ஒருவரையொருவர் பழித்துரைத்தனர். அருகருகே இரண்டு படுக்கைகளில் கிடந்த அவர்கள், கடுமையான வாய்ச்சண்டையில் ஈடுபட்டனர். எனவே, மருத்துவர்கள் மோகன்தாஸை இன்னொரு பகுதிக்கு மாற்றினர். இப்போது தனியாக இருந்த மோகன்தாஸ், தன்னுடைய கடந்தகாலத்தைப் பற்றிச் சிந்திக்கத் தொடங்கியபோது, தான் தவறான பாதையைப் பின்பற்றி வந்திருந்ததுதான் இந்த விபத்திற்கும் தன்னுடைய கை-கால் இழப்பிற்கும் காரணம் என்பதை உணர்ந்தார். "இனி நான் என் வாழ்நாள் முழுவதும் துன்பத்தை அனுபவித்தாக வேண்டும்," என்று நினைத்து அவர் ஏமாற்றம் கொண்டார்.

இந்த அதிர்ச்சி அவருடைய ஆழ்மனத்தைத் திறந்தது. அது இப்போது விழிப்படைந்து, இது கடவுளின் நியாயத் தீர்ப்பு என்று அவரிடம் கூறியது. தன்னை இந்தத் தீய பாதைக்கு இழுத்து வந்திருந்ததற்காக சூர்தாஸை அவர் பழித்தார். தான் உடனடியாகத் தன் வழிகளை நல்லவிதமாக மாற்றிக் கொள்ளப் போவதாக அவர் அக்கணமே தீர்மானித்தார்.

அன்பான தோற்றம் கொண்ட பூனம் என்ற செவிலி ஒருத்தி அவருடைய படுக்கைக்கு வந்து அவருக்கு ஓர் ஊசி போட்டாள். பகவத் கீதை[11] நூல் ஒன்றைத் தனக்குக் கொண்டுவந்து கொடுக்கும்படி அவளிடம் அவர் கேட்டுக் கொண்டார். தான் இனி ஒருபோதும் தவறான பாதையில் செல்லப் போவதில்லை என்று சத்தியப் பிரமாணம் மேற்கொள்வதற்காகவே அவர் அந்நூலைக் கேட்டார்.

அச்செவிலி அதை அவருக்குக் கொண்டு வந்துகொடுத்தவுடன், அவர் அதன்மீது சத்தியம் செய்தார். அவரும் அச்செவிலியும் நண்பர்களாயினர். ஒருசில மாதங்களாகத் தான் வாழ்ந்து வந்திருந்த மோசமான வாழ்க்கையைப் பற்றி அவர் அவளிடம் கூறினார். தனக்கு இப்போது கிடைத்திருந்தது கடவுளின் நியாயத் தீர்ப்பு என்று அவளிடம் விளக்கிய அவர், "பூனம், இனி நான் ஒருபோதும் தவறான பாதையில் செல்ல மாட்டேன் என்றும், எப்போதும் கடவுளின் நல்வழியை மட்டுமே நான் பின்பற்றுவேன் என்றும் நான் உறுதிமொழி எடுத்துள்ளேன்," என்று கூறினார்.

கடவுள் அவருக்கு உதவினார். மோகன்தாஸ்மீது பூனம் காதல் கொண்டாள். ஆனால் தான் இப்போது ஊனமுற்றிருந்ததால், அக்காதலை ஏற்றுக் கொள்ள மோகன்தாஸ் மறுத்தார். மேலும், பூனம் தன்னுடைய கதையை முற்றிலுமாக அறிந்திருந்ததால், தன்னை மணந்து கொள்ள அவள் ஒருபோதும் சம்மதிக்க மாட்டாள் என்று அவர் நினைத்தார்.

மருத்துவமனையிலிருந்து அவர் விடுவிக்கப்படுவதற்கு ஒரு நாள் முன்பாக, பூனம் அவரிடம், "மோகன், இப்போது நீங்கள் எங்கே போவீர்கள்?" என்று கேட்டாள்.

"பூனம், நான் போவதற்கு எனக்கு எந்த இடமும் இல்லை," என்று அவர் பதிலளித்தார்.

"நான் என் வீட்டில் தனியாகத்தான் இருக்கிறேன். என்னால் உங்களை கவனித்துக் கொள்ள முடியும்."

"பூனம், நான் ஊனமுற்ற ஒருவன். உனக்கு ஒரு சுமையாக இருக்க நான் ஒருபோதும் சம்மதிக்க மாட்டேன்."

---

11. இது இந்துக்களின் புனித நூல்.

“மோகன், நான் உங்களை மிகவும் காதலிக்கிறேன். நாம் திருமணம் செய்து கொள்ளலாம். உங்களை நான் என் கணவனாகப் பெற்றால், நான் மிகுந்த மகிழ்ச்சியடைவேன்.”

தானும் அவளை மிகவும் நேசித்ததாகக் கூறிய மோகன்தாஸ், தன்னால் அவளுக்கு ஒரு சுமையாக இருக்க முடியாது என்று அவளிடம் விளக்கினார். ஆனால் மோகன்தாஸ் தன்னை மணந்து கொண்டால் தன் வாழ்வு முழுமையடையும் என்று பூனம் வலியுறுத்தினாள். தான் ஒரு செவிலியாக இருந்ததால், தங்கள் இருவராலும் சுலபமாகச் சமாளிக்க முடியும் என்று அவள் விளக்கினாள். சில நாட்களுக்குப் பிறகு, அவளைத் திருமணம் செய்து கொள்ள மோகன்தாஸ் ஒப்புக் கொண்டார். விரைவில், அவர்களுடைய திருமணம் நிச்சயிக்கப்பட்டது.

மறுநாள், மருத்துவமனையிலிருந்து மோகன்தாஸ் விடுவிக்கப்பட்டார். பிறகு அவரும் பூனமும் நேராக ஒரு கோவிலுக்குச் சென்று திருமணம் செய்து கொண்டனர். அதுதான் மோகன்தாஸின் கதை. அவரும் பூனமும் மிக நல்லதொரு வாழ்க்கையை வாழ்ந்தனர். அவருக்கு மூன்று குழந்தைகள் பிறந்தனர். செயற்கைக் கை மற்றும் செயற்கைக் காலின் உதவியுடன் மோகன்தாஸ் ஒரு வேலைக்குச் சென்றார். கடவுளின் விதிகளுக்கு உட்பட்டு அவர் தன் குடும்பத்துடன் மகிழ்ச்சியாக வாழ்ந்தார்.

25-05-1981

சூர்தாஸின் கதை தொடர்கிறது: சூர்தாஸ் மேலும் கீழ்நிலைக்குச் செல்கிறார்

இப்போது நாம் சூர்தாஸின் கதையைப் பார்க்கலாம். அவர் நீண்டகாலம் மருத்துவமனையில் இருந்தார். அங்கிருந்து கொண்டு யாரையும் துன்புறுத்தவோ, கொள்ளையடிக்கவோ அல்லது அவர்களுக்குத் தொல்லை கொடுக்கவோ அவரால் முடியவில்லை. ஏனெனில், அவர் அப்படி நடந்து கொண்டிருந்தால், யாரும் அவரை ஒழுங்காக கவனித்திருக்க மாட்டார்கள். ஆனால், மருத்துவமனையிலிருந்து தான் விடுவிக்கப்பட்டப் பிறகு மற்றவர்களுக்கு எவ்வாறு தீங்கு விளைவிக்கலாம், அவர்களை எப்படி ஏமாற்றலாம்,

அவர்களுக்கு எப்படித் தொல்லை கொடுக்கலாம் என்று அவர் திட்டமிடத் தொடங்கினார். சுருக்கமாகக் கூறினால், அவர் முன்பைவிட அதிக மோசமானவராக ஆனார். கடவுள் மற்றும் மோகன்தாஸ் உட்பட, அவர் எல்லோரையும் பழித்துரைத்தார். அவர் தன் சொந்தத் தாயாரைக்கூட வெறுக்கும் அளவுக்கு அவருடைய மனம் வெறுப்பால் நிரம்பியிருந்தது.

இந்நிலையில் மருத்துவமனையிலிருந்து அவர் விடுவிக்கப்பட்டார். அவர் தன் தாயாரை வரவழைத்து, அவரோடு தங்கள் வீட்டிற்குச் சென்றார். தனக்குக் கால்கள் இல்லாததால் தன்னால் நடக்க முடியாது என்பதால், தன்னுடைய தீய வழிகளில் தனக்கு உதவிடுமாறு தன் தாயாரிடம் அவர் இனிமையாக வேண்டுகோள் விடுத்தார். அவருடைய தாயாரும் தீயவள் என்பதால், அவள் உடனடியாக மனமுவந்து அதற்கு ஒப்புக் கொண்டாள்.

ஒரே கல்லில் இரண்டு பறவைகளைக் கொல்வதற்கு சூர்தாஸ் விரும்பினார். தன் மனைவியை இழந்திருந்த ஒரு பெரிய பணக்காரரிடம் கொள்ளையடித்து, அவரை ஓர் ஆண்டியாக ஆக்க அவர் திட்டமிட்டார். சூர்தாஸுக்குத் தன் தாயார்மீதும் வெறுப்பு இருந்ததால், அவளைப் பழி வாங்கும் விதத்தில், திருட்டுப் பழி தன் தாயார்மீது விழும்படி அவர் அக்கொள்ளையைத் திட்டமிட்டார். இதையடுத்து, அவர் அப்பணக்காரரிடமிருந்து வெற்றிகரமாகக் கொள்ளையடித்தார். சூர்தாஸின் தாயார் அப்பணக்காரருக்குக் கடுமையான தொல்லைகள் கொடுத்து, கொள்ளையடிக்கப்பட்டப் பணத்தைத் தன் வீட்டிற்குக் கொண்டுவந்தாள்.

அன்றிரவு அவள் அயர்ந்து தூங்கிக் கொண்டிருந்தபோது, ஒரு பை நிறையப் பணத்துடன் சூர்தாஸ் தன் சக்கரநாற்காலியில் தன் வீட்டைவிட்டு வெளியேறினார். பழி தன் தாயார்மீது விழும் விதமாக அவர் சில தடயங்களை ஆங்காங்கே உருவாக்கினார். அவர் தன் வீட்டைவிட்டு வெளியேறியபோது மிகவும் இருட்டாக இருந்ததால், சாலையில் தன் சக்கரநாற்காலியில் அவர் தன்னந்தனியாகக் காத்திருந்தார்.

நள்ளிரவில் ஒரு கார் தன்னைக் கடந்து சென்று கொண்டிருந்ததைக் கண்ட அவர், காரை நிறுத்தும்படி

அதன் ஓட்டுனருக்குச் சமிக்கை செய்தார். பிலிப்ஸ் என்ற இருபது வயது இளைஞன் ஒருவன் அக்காரை ஓட்டிக் கொண்டிருந்தான். சூர்தாஸ் அவனிடம், "நான் ஊனமுற்றவன். எனக்குக் கால்கள் இல்லை. என் தாயார் ஒரு விபத்தில் சிக்கியுள்ளதாகவும், அவர் இப்போது ஒரு மருத்துவமனைக்கு எடுத்துச் செல்லப்பட்டுள்ளதாகவும் எனக்குச் செய்தி வந்துள்ளது. நான் அவருக்கு ஆடைகளும் மருந்துகளும் எடுத்துச் செல்ல வேண்டும். தயவு செய்து எனக்கு உன்னால் உதவ முடியுமா? உன் காரில் என்னை அழைத்துச் செல்ல முடியுமா?" என்று கேட்டார்.

சூர்தாஸின்மீது இரக்கம் கொண்ட பிலிப்ஸ், தன் வீட்டிற்குப் போவதற்கு பதிலாக, தன் காரைத் திருப்பி மருத்துவமனையை நோக்கிப் பயணித்தான். அப்போது சூர்தாஸ் தன் துப்பாக்கியை வெளியே எடுத்து, பிலிப்ஸை நோக்கி அதைக் குறி வைத்து, தன்னை நெடுஞ்சாலைக்கு அழைத்துச் செல்லும்படி அவனுக்குக் கட்டளையிட்டார்.

பிலிப்ஸ் அவ்வளவு பெரிய புத்திசாலி அல்ல. அவன் அந்த ஊருக்குப் புதிதும்கூட. பெங்களூரில் அவனுக்கு ஒரு வேலை கிடைத்திருந்ததால், ஒருசில நாட்களுக்கு முன்புதான் அவன் அங்கு வந்து அவ்வேலையில் சேர்ந்திருந்தான். இதை எப்படியோ தெரிந்து கொண்ட சூர்தாஸ், பிலிப்ஸ் தனக்கு ஒரு நல்ல அடிமையாக இருப்பான் என்று உறுதியாக நம்பினார்.

அவர் பெங்களூரைவிட்டு வெளியேறுவதற்கு முன்பாக, காவல்துறையினரைத் தொலைபேசியில் தொடர்பு கொண்டு, அப்பணக்காரரிடமிருந்து ஏராளமான பணத்தை ஒரு பெண் கொள்ளையடித்ததைத் தான் பார்த்திருந்ததாகத் தெரிவித்தார். தான் அவளைப் பின்தொடர்ந்து சென்றிருந்ததாகக் கூறிய அவர், அவளுடைய வீட்டு முகவரியை அவர்களிடம் கொடுத்துவிட்டு, அவள் ஊரைவிட்டு ஓடிவிடக்கூடும் என்பதால் விரைந்து சென்று அவளைக் கைது செய்யும்படி அவர்களிடம் கூறினார். அவருடைய பெயரைக் காவல்துறையினர் கேட்டபோது, அவர் அந்தத் தொலைபேசி இணைப்பைத் துண்டித்துவிட்டார். எனவே, காவல்துறையினர் சூர்தாஸின் தாயாரின் வீட்டிற்கு விரைந்தனர். வீட்டைச் சோதனையிடுவதற்குத் தாங்கள் பெற்றிருந்த அனுமதியை அவர்கள் அவளிடம் காட்டிவிட்டு

வீட்டை முழுமையாகச் சோதனையிட்டனர். அப்போது அவளுக்கு எதிராகக் கிடைத்தத் தடயங்கள் சிலவற்றை அவர்கள் கண்டுபிடித்ததால், சூர்தாஸின் தாயாரை அவர்கள் கைது செய்தனர். பணத்தை அவள் எங்கே பதுக்கி வைத்திருந்தாள் என்பதைக் கண்டுபிடிப்பதற்காக அவர்கள் அவளைக் கடுமையாகச் சித்திரவதை செய்தனர்.

சூர்தாஸ் பணத்தை எடுத்துச் சென்றிவிட்டிருந்ததாகக் காவல்துறையினரை நம்ப வைக்க அவள் எவ்வளவோ முயன்றும்கூட, துரதிர்ஷ்டவசமாக, அவளுக்கு ஏற்கனவே இருந்த கெட்டப் பெயர் அவளுக்கு எதிராகச் செயல்பட்டது. இறுதியில், அவளுக்குக் கடுமையான தண்டனை வழங்கப்பட்டு, அவள் சிறையில் அடைக்கப்பட்டாள். ஒருசில ஆண்டுகள் அவள் அங்கு மிகக் கடினமான வேலைகளைச் செய்ய வேண்டிய நிலைக்கு ஆளானாள்.

சூர்தாஸ் பிலிப்ஸுக்கு மூளைச்சலவை செய்தார். தான் ஒரு மந்திரவாதி என்றும், பிலிப்ஸ் தன் சொல்லுக்குக் கீழ்ப்படிந்து நடக்காவிட்டால் அவனை ஒரு விலங்காக மாற்றக்கூடிய சக்தி தனக்கு இருந்ததாகவும் அவனிடம் கூறி அவர் அவனை அச்சுறுத்தினார். பிறகு ஒருசில எளிய மாயவித்தைகளை அவர் அவனுக்குச் செய்து காட்டியபோது, சூர்தாஸுக்கு உண்மையிலேயே மந்திர சக்தி இருந்ததாக அவன் நம்பினான். ஒரு கிராமத்துப் பள்ளியில் படித்திருந்த அவன், சிறிது காலம் தன் கிராமத்திலேயே ஓர் ஓட்டுனராக வேலை செய்தான். அதைத் தொடர்ந்து, பெங்களூரில் கார் ஓட்டும் வேலை அவனுக்குக் கிடைத்தது.

பிலிப்ஸ் முழுவதுமாக சூர்தாஸின் கட்டுப்பாட்டில் இருந்தான். வழியில் அவர்கள் பல கார்களுக்கு மாறினர், ஒரு காரைத் திருடினர். இறுதியில், அந்தக் காரை விட்டுவிட்டு, அவர்கள் லாகூர் நகரை வந்தடைந்தனர். சூர்தாஸின் திறமையால் அவர்கள் எப்படியோ எல்லையைக் கடந்து இந்தியாவைவிட்டு வெளியேறினர். இப்போது சூர்தாஸ் பாதுகாப்பாக உணர்ந்தார். அவர் ஒரு பணக்காரராக ஆகியிருந்ததோடு, தனக்கு ஓர் அடிமையையும் கண்டுபிடித்திருந்தார்.

26-05-1981

சூர்தாஸின் கதை தொடர்கிறது: பலவீனமான ஆன்மா ஒன்று துணிச்சலைப் பெறுகிறது

சூர்தாஸ் மேலும் அதிக அளவில் தீய காரியங்களைச் செய்து கொண்டிருந்ததால், ஆவியுலகில் இருந்த நீலுவும் அவளுடைய நண்பர்களும் பதற்றத்தோடு இருந்தனர். ஆனால் தங்களுடைய பேரான்மாவின்மீது அவர்கள் முழுமையான நம்பிக்கை கொண்டிருந்ததால், சூர்தாஸ் எப்படியும் தன் தீய வழிகளிலிருந்து மீட்கப்பட்டுவிடுவார் என்று அவர்கள் உறுதியாக நம்பினர். நீலுவும் அவளுடைய நண்பர்களும் வருத்தம் கொண்டிருந்ததைப் புரிந்து கொண்ட அவர்களுடைய பேரான்மா, அவர்களுடைய வருத்தத்தையும் பதற்றத்தையும் தணிக்கும் விதமாக, நீலுவை அழைத்து, “நீலு, நீ என்மீது முழுமையான நம்பிக்கை கொண்டிருக்கிறாய் என்பதை நான் அறிவேன். நான் வாக்குத் தவற மாட்டேன் என்று உனக்கு நன்றாகத் தெரியும். ஆனால், சூர்தாஸ் மேன்மேலும் மோசமாகிக் கொண்டே போவதைக் கண்டு நீ வருந்துகிறாய். நான் உன்னை நன்றாகப் புரிந்து கொண்டிருப்பதால், நான் உனக்கு ஒரு விஷயத்தை விளக்க விரும்புகிறேன். சூர்தாஸ் யாரிடமிருந்து கொள்ளையடித்தானோ, அந்தப் பணக்காரன் ஒரு மகாபாவி. அவனுக்கு ஒரு பாடம் கற்பிக்கப்பட வேண்டியிருந்தது. அவன் இப்போது ஒரு பரதேசியாக ஆகிவிட்டதால், அவன் இப்போது அதை உணர்ந்திருக்கிறான். சூர்தாஸின் தாயார் மிகவும் தீயவள். அவளும் தடுத்து நிறுத்தப்பட வேண்டியிருந்தது. எனவே, அவள் இப்போது சிறையில் இருக்கிறாள். அந்த இளைஞன் பிலிப்ஸ் ஒரு கோழை. அவனுக்கு முதுகெலும்பே இல்லைபோலத் தெரிகிறது. ஓர் அடிமையாக இருப்பதற்கு பதிலாக, தன்னுடைய பிரச்சனைகளைத் துணிச்சலாக எதிர்கொள்வதற்கு அவன் கற்றுக் கொள்ள வேண்டும். அவன் ஒரு நல்ல ஆன்மாதான், ஆனால் அவனுக்கு அறிவு புகட்டப்பட வேண்டியுள்ளது. யாரும் அநீதிக்கு ஆளாகவில்லை என்பது இப்போது உனக்குப் புரிந்திருக்கும். அனைவருக்கும் நியாயத் தீர்ப்பு வழங்குவதற்குக் கடவுள் வைத்திருக்கும் வழிகள் மர்மமானவை,” என்று கூறினார்.

“பேரான்மாவே, இப்போது எனக்குப் புரிகிறது. இதை எனக்கு விளக்கியதற்கு மிக்க நன்றி. எனக்கு உங்கள்மீதும் கடவுள்மீதும் முழு நம்பிக்கை இருக்கிறது. கடவுள் நியாயத் தீர்ப்பு வழங்கும் விதம் ஒரு புரியாத புதிர் என்பதை இப்போது நான் உணர்கிறேன்,” என்று நீலு கூறினாள்.

பிலிப்ஸ் சூர்தாஸின் அடிமையாக ஆகியிருந்தான். சூர்தாஸ் ஒரு கோடீஸ்வரராக ஆகியிருந்தார். அவர் தன் வெற்றி குறித்து மிகுந்த பெருமிதம் கொண்டிருந்தார்.

ஒருநாள், சூர்தாஸின் புதிய வீட்டிலிருந்து சிறிது தொலைவில் இருந்த ஒரு பாறையின்மீது பிலிப்ஸ் உட்கார்ந்து கொண்டு, கடவுள் ஏன் தனக்கு உதவவில்லை என்றும், தன் மனசாட்சிக்கு எதிரான காரியங்களைச் செய்வதற்குத் தான் ஏன் கட்டாயப்படுத்தப்பட்டுக் கொண்டிருந்தோம் என்றும் வருத்தத்தோடு யோசித்துக் கொண்டிருந்தான். முற்றிலும் மனம் தளர்ந்து போயிருந்த அவன், “கடவுளே, தயவு செய்து எனக்கு உதவு. இனிமேலும் சூர்தாஸை என்னால் பொறுத்துக் கொள்ள முடியாது,” என்று உரத்தக் குரலில் கூறினான். ஒருசில நமிடங்களுக்குப் பிறகு, நீலுவின் தளத்தின் பேரான்மா ஒரு துறவிபோல மாறுவேடம் தரித்து அவனருகே வந்து, “இளைஞனே, எனக்குப் பசிக்கிறது. இந்த ஏழைக்கு உன்னால் ஏதேனும் கொடுக்க முடியுமா?” என்று கேட்டார்.

அவர்மீது மனம் இரங்கிய பிலிப்ஸ், அவருக்குப் பணம் கொடுப்பதற்காகத் தன் சட்டைப்பைக்குள் கையை நுழைத்தபோது, சூர்தஸ் தனக்கு ஒருபோதும் பணம் கொடுக்கவில்லை என்பதும், தன் பாக்கெட்டுகள் எப்போதும் காலியாகவே இருந்தன என்பதும் அவனுடைய நினைவுக்கு வந்தது. சூர்தாஸ் அவனுக்கு உணவும் உடைகளும் மட்டுமே கொடுத்தார்.

பிலிப்ஸ் தன் கண்களில் கண்ணீருடன் அப்பேரான்மாவைப் பார்த்து, “பெரியவரே, என்னை மன்னித்துவிடுங்கள். உங்களுக்குக் கொடுப்பதற்கு என்னிடம் எதுவும் இல்லை. நான் ஒரு தீயவனின் அடிமை,” என்று கூறினான்.

“அடிமையா?”

“ஆமாம். நான் ஓர் அடிமைதான். நீங்கள் அதை நம்ப மாட்டீர்கள், ஆனால் அதுதான் உண்மை.”

"உன் கதையை என்னிடம் கூறுவாயா? என்னால் உனக்கு உதவ முடியக்கூடும்," என்று அப்பேரான்மா கூறினார்.

"பெரியவரே, உங்களால் எனக்கு உதவ முடியும் என்று எனக்குத் தோன்றவில்லை. ஆனாலும், என் இதயத்தில் உள்ள பாரம் குறையும் என்பதால் நான் என் கதையை உங்களுக்குக் கூறுகிறேன். நம்புதற்கரிய அந்த வருத்தமான கதையைக் கேட்க நீங்கள் தயாரா?" என்று பிலிப்ஸ் கேட்டான்.

"நிச்சயமாக! நீ உன் கதையை என்னிடம் கூறி உன் மனச்சுமையைக் குறைத்துக் கொள்," என்று பேரான்மா கூறினார்.

எனவே, பிலிப்ஸ் ஒன்றுவிடாமல் தன் கதையை அப்படியே அவரிடம் கூறிவிட்டு, "சூர்தாஸை எதிர்ப்பதற்கான துணிச்சல் எனக்கு இல்லை," என்று கூறினான்.

"நீ இவ்வளவு பெரிய கோழையாகவும் முதுகெலும்பு இல்லாதவனாகவும் இருக்கக்கூடாது. தீயவற்றை எதிர்த்து நீ போராட வேண்டும். கடவுள் அப்போது உன்மீது மகிழ்ச்சி கொள்வார்."

"துறவியே, சூர்தாஸைப் பற்றி உங்களுக்குத் தெரியாது. சூனிய வேலைகளைச் செய்வதற்கான மந்திரசக்தி அவருக்கு இருக்கிறது. அது உங்களுக்குப் புரியாது. நான் அவருடைய தீய சக்திகள் சிலவற்றை என் சொந்தக் கண்களால் பார்த்தேன். என்னை ஒரு நாயாகவோ அல்லது ஒரு பூனையாகவோ அவரால் சுலபமாக மாற்றிவிட முடியும். பெரியவரே, சூர்தாஸை நிச்சயமாக என்னால் எதிர்க்க முடியாது."

"பிலிப்ஸ், எனக்கும் சக்திகள் இருக்கின்றன. ஆனால் அவை அனைத்தும் நல்ல சக்திகள். உன்னால் என்மீது விசுவாசம் கொள்ள முடியுமா? உன்னை ஒரு நாயாகவோ அல்லது ஒரு பூனையாகவோ மாற்றுவதற்கு சூர்தாஸை நான் ஒருபோதும் அனுமதிக்க மாட்டேன். சூர்தாஸால் உன்னை ஒரு விலங்காக மாற்ற முடியாது என்பதற்கு நான் உனக்கு உத்தரவாதம் அளிக்கிறேன். அவன் செய்த அதே மந்திர வித்தைகளை நான் உனக்குச் செய்து காட்டுகிறேன். அவற்றை எப்படிச் செய்ய வேண்டும் என்பதையும் நான் உனக்குக் காட்டுகிறேன். அப்போதாவது நீ என்னை நம்புவாயா?"

"சரி. அவற்றை எப்படிச் செய்வது என்று எனக்குக் காட்டுங்கள்."

சூர்தாஸ் பிலிப்ஸை எப்படி ஏமாற்றியிருந்தார் என்பதை அப்பேரான்மா பிலிப்ஸுக்குக் காட்டியவுடன், அவன் உற்சாகம் அடைந்தான். அக்கணமே சூர்தாஸிடமிருந்து ஓடிவிட அவன் விரும்பினான். ஆனால் அப்பேரான்மா அவனைத் தடுத்து, "பிலிப்ஸ், சூர்தாஸ் மேம்படுவதற்கு நீ எனக்கு உதவ வேண்டும். நான் உன்னை உன் துயரத்திலிருந்து காப்பாற்றியிருப்பதால், எனக்கு உதவ வேண்டியது உன் கடமை," என்று விளக்கினார்.

"துறவியே, நீங்கள் வினோதமானவராக இருக்கிறீர்கள். சூர்தாஸைப் பற்றி நீங்கள் ஏன் கவலைப்பட வேண்டும்? அவர் நரகப் படுகுழிக்குள் போய் விழட்டும். நாம் ஏன் அவர்மீது அக்கறை கொள்ள வேண்டும்? நான் இங்கிருந்து ஓடிச் செல்ல எனக்கு அனுமதி கொடுங்கள். இப்படிப்பட்ட ஒரு தீய இடத்திலிருந்து நீங்களும் ஓடிப் போய்விடுங்கள்."

"இல்லை. பிலிப்ஸ், நான் என் கடமையை நிறைவேற்றுவதற்காக இங்கு வந்திருக்கிறேன். நீயும் உன் கடமையைச் செய்தாக வேண்டும். இல்லாவிட்டால், கடவுள் மகிழ்ச்சியடைய மாட்டார். கடவுளுக்கு நீ வருத்தத்தைக் கொடுக்க விரும்புகிறாயா?"

"நிச்சயமாக இல்லை. நான் கடவுளிடம் உதவி கேட்டேன். எனக்கு உதவுவதற்காக அவர் உங்களை என்னிடம் அனுப்பி வைத்தார். எனவே, நீங்கள் என்ன சொல்கிறீர்களோ, அதை நான் கண்டிப்பாகச் செய்தாக வேண்டும். ஆனால் சூர்தாஸைவிட்டு விரைவில் நான் விலகிச் செல்வதற்கு நீங்கள் எனக்கு அனுமதி கொடுக்க வேண்டும். அதுதான் என் கோரிக்கை."

"பிலிப்ஸ், ஒரே ஒரு நாள் மட்டும் நான் சொல்கிறபடி செய். பிறகு நீ சுதந்திரம் பெற்றுவிடுவாய். நான் என்ன சொல்கிறேனோ, அதைச் செய்துவிட்டு நீ போய்விடலாம். முந்நூறு ரூபாயை எடுத்துக் கொண்டு, காரில் நகரத்திற்குச் செல். நகருக்கு வெளியே காரை விட்டுவிட்டு, நீ நடந்து செல். அங்கு உனக்கென்று ஒரு வேலையைத் தேடிக் கொள். உனக்கு ஒரு வேலை கிடைத்து உன் சொந்த வருவாயைக் கொண்டு உன்னால் சமாளிக்க முடியும்வரை, நீ தங்குவதற்கும் சாப்பிடுவதற்கும் ஆகக்கூடிய செலவுகளுக்கு அந்த முந்நூறு ரூபாய் போதும் என்று நான் நினைக்கிறேன். அதிகமான பணத்தை எடுத்துச் செல்லாதே. சூர்தாஸின் பணம் தீயது,

அது சபிக்கப்பட்டுள்ளது. மேலும், அது உன்னுடையது அல்ல. அந்த முந்நூறு ரூபாய் என்பது நீ செய்த வேலைகளுக்கு சூர்தாஸிடமிருந்து நீ பெற்றிருக்க வேண்டிய சம்பளம். எனவே, சூர்தாஸின் அலமாரியில் இருந்து முந்நூறு ரூபாய்க்கு அதிகமாக நீ எடுக்கப் போவதில்லை என்று எனக்கு வாக்குக் கொடு," என்று அப்பேரான்மா கூறினார்.

"துறவியே, நான் அப்படியே செய்கிறேன். நீங்கள் ஓர் அற்புதமான மனிதர். கடவுள் உங்களை என்னிடம் கொண்டுவந்ததற்காக நான் அவருக்கு நன்றி கூறுகிறேன். நீங்கள் என்னை என் துயரத்திலிருந்து காப்பாற்றினீர்கள். கடவுளின் மர்மமான வழிகள் இப்போது எனக்குப் புரிகின்றன. பெரியவரே, நான் ஒருபோதும் தவறான பாதையில் செல்ல மாட்டேன், நான் இனியும் ஒரு கோழையாக இருக்க மாட்டேன். இது நான் உங்களுக்குக் கொடுக்கும் வாக்குறுதியாகும்," என்று பிலிப்ஸ் கூறினான்.

பிலிப்ஸ் நல்லவிதமாக மாறியிருந்தது குறித்துப் பேரான்மா மிகவும் மகிழ்ச்சியடைந்தார். மறுநாள் அவன் என்ன செய்ய வேண்டும் என்பதை அவர் அவனிடம் விளக்கிவிட்டு, சிறிது காலத்திற்குப் புவியுலகைவிட்டு வெளியேறினார்.

27-05-1981

சூர்தாஸின் கதை தொடர்கிறது: கர்வம் ஒருவனை வீழ்த்திவிடும்

முதன்முறையாக, பிலிப்ஸ் ஒரு மனிதனாக உணர்ந்தான். எந்தவொரு தீயவனுக்கும் இனி தான் ஓர் அடிமையாக இருக்கப் போவதில்லை என்றும், வழி தவறித் தவறான பாதையில் செல்லப் போவதில்லை என்றும் அவன் தீர்மானித்தான்.

மறுநாள், பேரான்மாவின் அறிவுறுத்தல்களின்படி, சூர்தாஸின் வீட்டிலிருந்து வெகு தொலைவில் இருந்த ஒரு தனிமையான இடத்திற்கு சூர்தாஸை பிலிப்ஸ் அழைத்துச் சென்றான். அருகே இருந்த காட்டில் ஒரு குகையில் புதையல்கள் ஒளித்து வைக்கப்பட்டிருந்ததைப் பற்றிய தகவல் தனக்குக் கிடைத்திருந்ததாக சூர்தாஸிடம் அவன் கூறினான். இதைக்

கேட்டுப் பெரிதும் மகிழ்ச்சியடைந்த சூர்தாஸ், தன்னை உடனடியாக அங்கு அழைத்துச் செல்லும்படி பிலிப்ஸுக்குக் கட்டளையிட்டார்.

புழுதியான சாலையில் பல மைல்கள் பயணித்தப் பிறகு, ஒரு குறுகலான பாதை வந்தது. நடந்து செல்வதற்கு மட்டுமே உரிய ஒரு பாதை அது. எனவே, பிலிப்ஸ் தன் காரை நிறுத்திவிட்டு, சூர்தாஸைத் தன் முதுகின்மீது சுமந்து கொண்டு சுமார் ஒன்றரை மைல் தூரம் நடந்தான். இறுதியில் அவர்கள் ஒரு குகையை வந்தடைந்தனர். உள்ளே இருந்த புதையல்களைப் பார்ப்பதற்கு சூர்தாஸ் மிகவும் ஆவலாக இருந்தார். ஆனால் பிலிப்ஸ் அவரை இடைமறித்து, "ஐயா, இக்குகை மிகவும் குறுகலானது. உங்களால் இதனுள் நுழைய முடியாது. நீங்கள் இந்தப் பாறையின்மீது அமர்ந்து கொள்ளுங்கள். நான் முதலில் உள்ளே சென்று, அங்கு உண்மையிலேயே புதையல்கள் ஏதேனும் இருக்கின்றனவா என்று பார்த்துவிட்டு வருகிறேன்," என்று கூறினான். பிறகு அவன் சூர்தாஸைத் தன் முதுகின்மீது இருந்து கீழே இறக்கி விட்டுவிட்டுக் குகைக்குள் சென்றான்.

பேரான்மா கூறியிருந்தபடி, அக்குகையின் மறுபுறத்தில், வெளியேறுவதற்கான ஒரு வழி இருந்ததை பிலிப்ஸ் கண்டான். பிறகு ஒரு குறுக்குப் பாதை வழியாக அவன் தங்களுடைய காரைச் சென்றடைந்தான். அதில் அவன் நேராக சூர்தாஸின் வீட்டுக்குச் சென்று, அவருடைய அலமாரியின் பூட்டை உடைத்து, அந்த அலமாரியிலிருந்து முந்நூறு ரூபாயை எடுத்துக் கொண்டு, அதே காரில் நகரத்தை நோக்கிப் பயணித்தான். ஒருசில நாட்களுக்குப் பிறகு, அவனுக்கு ஒரு வேலை கிடைத்தது. அன்றிலிருந்து அவன் ஒரு நேரான, நல்ல வாழ்க்கையை வாழ்ந்தான்.

இதற்கிடையே, பிலிப்ஸ் அக்குகைக்குள் போய் வெகுநேரம் ஆகியிருந்ததை சூர்தாஸ் உணரவில்லை. தான் ஒரு மாபெரும் கோடீஸ்வரனாக ஆகவிருந்தது குறித்து சூர்தாஸ் கனவு கண்டுகொண்டிருந்தார். சிறிது நேரம் கழித்துதான், பிலிப்ஸ் அக்குகைக்குள் போய் ஒரு மணிநேரம் ஆகியிருந்ததை அவர் உணர்ந்தார். எனவே, அவர் அவனுடைய பெயரைச் சொல்லிக் கூச்சல் போட்டார், அவனைப் பழித்துரைத்தார்.

ஆனால் எதுவும் நிகழவில்லை. பிலிப்ஸ் அங்கிருந்து மாயமாய் மறைந்துவிட்டிருந்தான். எனவே, பிலிப்ஸைக் கண்டுபிடிப்பதற்காக, சூர்தாஸ் அந்தக் கடினமான,

கரடுமுரடான பாறைகளின் ஊடாகத் தவழ்ந்து சென்றார். பிலிப்ஸைச் சபித்தபடியும், தன் மனத்தில் கோபத்துடனும், தன் இதயத்தில் வெறுப்புடனும் அவர் அக்குகையின் வழியாகச் சென்று கொண்டிருந்தபோது, அக்குகையிலிருந்து வெளியேறுவதற்கான வழியைத் தான் அடைந்துவிட்டிருந்ததை அவர் உணர்ந்தார். யாரோ தன்னை ஓங்கி அடித்திருந்ததுபோல அவர் உணர்ந்தார். பிலிப்ஸ் தன்னை ஏமாற்றியிருந்ததை அவர் அறிந்தார். ஆனால், 'தாதா'வான[12] தன்னை ஏமாற்றுவதற்கான அறிவோ அல்லது துணிச்சலோ பிலிப்ஸுக்கு இருந்திருக்கும் என்பதை அவரால் துளிகூட நம்ப முடியவில்லை. பிலிப்ஸ் தன் வாழ்நாள் முழுவதும் தன்னுடைய அடிமையாக இருப்பான் என்று சூர்தாஸ் உறுதியாக நம்பியிருந்தார்.

இதுவரை யாராலும் தன்னை ஏமாற்ற முடிந்திருக்கவில்லை என்பது குறித்து அவர் பெருமிதம் கொண்டிருந்தார். மற்றவர்களை ஏமாற்றுவதில் கில்லாடியாக இருந்த தனக்கு இப்போது என்ன ஆயிற்று என்று அவர் யோசித்தார். தன்னை எதிர்ப்பதற்கு பிலிப்ஸ் ஒருபோதும் துணிய மாட்டான் என்று அவர் முழுமையாக நம்பினார். எனவே, அவன் இப்படித் தன்னை முட்டாளாக்கியதை அவரால் தாங்கிக் கொள்ள முடியவில்லை. பிலிப்ஸைச் சபிக்கக்கூட மறந்து போகின்ற அளவுக்கு அவர் அதிர்ச்சியில் உறைந்திருந்தார்.

தன்னை இந்த இருட்டான, பயங்கரமான குகையில் தனியாக விட்டுவிட்டு பிலிப்ஸ் மாயமாய் மறைந்துவிட்டிருப்பானோ என்று அவர் யோசித்தார். இரவு நெருங்கிக் கொண்டிருந்தது. வெளியே காட்டிற்குள் போவதற்கு பதிலாக, குகைக்கு உள்ளேயே உட்கார்ந்திருப்பது நல்லது என்று சூர்தாஸ் கருதினார். காட்டில் வனவிலங்குகள் இருக்கும் என்பதை நினைத்து பயந்த அவர், பல மைல்கள் தொலைவில் இருந்த தன் வீட்டிற்குத் திரும்பிச் செல்வதற்கு எந்த வழியும் இருக்கவில்லை என்பதை உணர்ந்தார். "தண்ணீரும் உணவும் இல்லாமல் நான் என்ன செய்வது? மூர்க்கமான விலங்குகள் இக்குகைக்குள் நுழைந்துவிட்டால் என் கதி என்னவாகும்? என்னை நான் எப்படிக் காப்பாற்றிக் கொள்வேன்? சூரியனை மறுநாள் காலையில் என்னால் பார்க்க முடியுமா? இன்னும் ஒருசில மணிநேரங்களில்

---

12. 'தாதா' என்பது இந்தி மொழியின் பேச்சு வழக்கில் ஒரு ரவுடியைக் குறிக்கும் வார்த்தையாகும்.

எனக்கு என்ன நேரும்? நான் நிச்சயமாக இறந்துவிடுவேன்," என்றெல்ல்லாம் அவர் எண்ணினார். பிலிப்ஸைப்போலவே தானும் ஒரு கோழை என்பதையும், முதுகெலும்பு இல்லாதவர் என்பதையும் அவர் உணர்ந்து கொண்டபோது, அது அவருள் ஒரு நடுக்கத்தை ஏற்படுத்தியது. பிலிப்ஸ் தன்னுடைய அடிமையாக இருந்தபோது அவன் என்னென்ன சித்திரவதைகளையெல்லாம் அனுபவித்திருப்பான் என்பதை அவர் இப்போது உணர்ந்தார்.

"நான் இறந்தால், நிச்சயமாக நான் நரகத்திற்குத்தான் போவேன்," என்று அவர் கூறினார்.

அவர் அக்குகையின் சுவரையொட்டி உட்கார்ந்தார். அப்போது, ஒவ்வொரு கல்லின் மேலாக ஊர்ந்து சென்று கொண்டிருந்த ஒரு பாம்பின்மீது அவருடைய கை பட்டுவிட்டது. "கடவுளே, நான் இந்தச் சித்திரவதையை எப்படித் தாங்கிக் கொள்வேன்?" என்று அவர் புலம்பினார். அதிர்ஷ்டவசமாக, அந்தப் பாம்பு அங்கிருந்து ஊர்ந்து சென்றுவிட்டது. ஆனால் தன்னுடைய தீய செயல்களுக்கு ஆளானவர்களைத் தான் சித்திரவதை செய்தபோது அவர்கள் என்னவெல்லாம் அனுபவித்திருக்க வேண்டும் என்பதை அவர் உணர்ந்தார்.

எனவே, மிகக் கடுமையான முயற்சிக்குப் பிறகு அந்தக் குகையின் நடுப்பகுதிக்கு வந்து சேர்ந்த அவர், என்ன செய்வதென்று யோசித்தபடி அங்கேயே உட்கார்ந்துவிட்டார். அவரைச் சுற்றிலும் பாம்புகள் இருந்தன. அவர் அக்குகைக்கு உள்ளேயே இருந்தால், பாம்புகள் அவரைக் கடித்துவிடக்கூடும். அவர் வெளியே சென்றால், வனவிலங்குகள் அவரைக் கொன்றுவிடக்கூடும்.

28-05-1981

சூர்தாஸின் கதை தொடர்கிறது: ஆழ்மனத்திற்கு மீண்டும் விழிப்பூட்டப்படுகிறது

"கடவுளே, பிலிப்ஸின் ஆழ்மனம் அவனை மீண்டும் என்னிடம் கொண்டுவரும்படி செய்," என்று சூர்தாஸ் உரத்தக் குரலில் கூறினார். அக்கணத்தில், தன்னுடைய ஆழ்மனத்தால் தன்னைச் சரியான பாதையில் வெற்றிகரமாகக் கொண்டுவர முடிந்திருந்ததா என்ற எண்ணம் அவருள் தோன்றியது.

"என் தீய போக்கை என் ஆழ்மனம் வெற்றி கொள்வதற்கு நான் ஏன் ஒருபோதும் அனுமதிக்கவில்லை? நான் ஏன் என் ஆழ்மனத்தை இறுக்கமாக மூடிவிட்டுத் தொடர்ந்து தீய விஷயங்களைச் செய்தேன்? நான் ஏன் இவ்வளவு தீயவனாக இருந்தேன்? 'இருந்தேன்' என்று கூறுகிறேனே! அப்படியென்றால் நான் இப்போது மாறியிருக்கிறேனா?" என்று அவர் தனக்குத் தானே கேட்டுக் கொண்டார்.

பலரைத் தான் துன்புறுத்தியது, அவர்களிடம் கொள்ளையடித்தது, அவர்களைக் கொடுமைப்படுத்தியது, இளம்பெண்களின் கற்பைச் சூறையாடியது, இவ்வளவு ஏன், தன் சொந்தத் தாயைக்கூடப் பிரச்சனைக்கு உள்ளாக்கியது என்று ஏகப்பட்டக் காட்சிகள் அடுத்தடுத்து அவருடைய மனத்தில் ஓடின.

"கடவுளே, என்னால் அவர்கள் என்னென்ன பிரச்சனைகளையெல்லாம் அனுபவித்திருக்க வேண்டும் என்பதை இப்போது நான் உணர்கிறேன். என்னுடைய பழிவாங்கும் போக்காலும், தீய மற்றும் சுயநலமான உள்நோக்கங்களாலும், என் பேராசையாலும், என் இன்பத்தாலும்தான் அவர்கள் நரக வேதனையை அனுபவித்தனர். இதுவரை அது என் மனத்தில் தோன்றியதே இல்லை. யாராலும் எனக்குத் தொல்லை கொடுக்க முடியாது, எனக்குத் தீங்கிழைக்க முடியாது என்று நான் எப்போதும் நம்பி வந்திருந்தேன். தீவினையின் அரசன் நான்! யாராலும் என்னை ஏமாற்ற முடியாது என்று நான் உறுதியாக நம்பினேன். ஆனால், பிறவியிலேயே கோழையான, முதுகெலும்பற்ற, அந்த வடிகட்டிய முட்டாள் என்னை ஏமாற்றிவிட்டான், என் தவறுகளை நான் உணரும்படி செய்துவிட்டான். சந்தேகமின்றி இது கடவுளின் நியாயத் தீர்ப்புதான். இந்தத் தண்டனை எனக்கு வேண்டும்தான்!"

முதன்முறையாகத் தன் வாழ்வில் கடவுளைப் பற்றி அவர் நினைத்தார். எனவே, முதன்முறையாகக் கடவுளிடம் அவர் பிரார்த்தனை செய்தார்: "என் அன்புக்குரிய இறைவா, தயவு செய்து என்னைக் காப்பாற்று. நான் ஒரு நல்ல வாழ்க்கையை வாழ்வேன், உன்மீது பயபக்தியுடன் வாழ்வேன் என்று நான் உனக்கு வாக்குக் கொடுக்கிறேன். என்னால் பாதிக்கப்பட்டவர்களைக் கண்டுபிடித்து, என்னால் இயன்ற அளவுக்கு அவர்களுக்கு உதவி செய்வேன் என்றும் நான்

உனக்கு வாக்குக் கொடுக்கிறேன். அவர்களிடமிருந்து நான் அபகரித்தப் பொருட்கள் இன்னும் என்னிடம் இருந்தால், அவற்றை நான் அவர்களிடம் திருப்பிக் கொடுத்துவிடுவேன். அவர்களை மகிழ்ச்சிப்படுத்த என்னால் இயன்ற அளவு நான் முயற்சி செய்வேன். ஒரு தீய வாழ்க்கையை வாழ்ந்த பிறகு நான் இவ்வாறு கேட்பது சற்று அதிகம்தான் என்பதை நான் அறிவேன். ஆனால், இறைவா, தயவு செய்து இந்த ஒரு வாய்ப்பை எனக்குக் கொடு. நான் நரகத்திற்குப் போக விரும்பவில்லை. இந்தப் பாம்புகள் மற்றும் வனவிலங்குகளுக்கு இடையே புவியுலகில் நரக வேதனையை நான் அனுபவிக்க விரும்பவில்லை. இறைவா, இதுதான் உன்னிடம் நான் முன்வைக்கும் முதல் பிரார்த்தனை. என் தவறை முதன்முறையாக இப்போதுதான் நான் உணர்கிறேன். ஒரு தீயவனாக இருக்கின்ற நான், ஒரு நல்லவனாக மாற விரும்புகிறேன். உன்னுடைய ஞானத்தை எனக்குக் கொடுத்து, நான் ஒரு நல்ல வாழ்க்கையை வாழ்வதற்கு எனக்கு உன் ஆசீர்வாதத்தைக் கொடு. தயவு செய்து இம்முறை என்னைக் காப்பாற்றிவிடு. நான் இனி மீண்டும் ஒருபோதும் தவறு செய்ய மாட்டேன்.”

இவ்வாறு பிரார்த்தனை செய்துவிட்டு அவர் ஒரு குழந்தையைப்போல அழத் தொடங்கினார். அவர் சற்று ஆசுவாசம் அடைந்தபோது, தன்னுடைய எண்ணங்களும் உணர்வுகளும் உண்மையானவையாக இருந்ததை அவர் உணர்ந்தார். “ஒரு தீய ஆன்மாவான எனக்குக் கடவுள் உதவுவாரா? மேலும், இந்த அடர்ந்த காட்டில் யார் எனக்கு உதவ வருவார்கள்? பாம்புகளும் கொடிய விலங்குகளும் நிரம்பிய இந்தக் காட்டில் காலைவரை என்னால் பிழைத்திருக்க முடியுமா?” என்ற கேள்விகள் அவருக்குள் எழுந்தன. காலைவரை தன்னால் பிழைத்திருக்க முடியும் என்று சூர்தாஸுக்குத் தோன்றவில்லை.

“கடவுள் அதிசயங்களை நிகழ்த்துவதற்குப் பிரசித்தி பெற்றவர். இறைவா, ஓர் அதிசயத்தை நிகழ்த்திக் காட்டு. தயவு செய்து என்னைக் காப்பாற்று. நான் இனி ஒருபோதும் தவறிழைக்க மாட்டேன் என்று நான் உனக்கு வாக்குறுதி கொடுக்கிறேன்,” என்று அவர் மீண்டும் வேண்டினார்.

அக்கணத்தில், வனவிலங்குகள் ஊளையிட்டுக் கொண்டு தன்னுடைய குகைக்கு அருகே வந்து கொண்டிருந்த சத்தம் அவருக்குக் கேட்டது. தன்னுடைய முடிவு நெருங்கிவிட்டதை

அவர் அறிந்தார். தன்னுடைய உடலில் ஏற்பட்டிருந்த காயங்களையும் கீறல்களையும் பொருட்படுத்தாமல், அவர் கடுமையாக முயற்சி செய்து, அக்குகைக்கு உள்ளே வெகுதூரம் தள்ளி இருந்த ஓர் இருண்ட மூலைக்குத் தவழ்ந்து சென்றார். பல பாம்புகள் அங்கு இருக்கும் என்பதை அவர் அறிந்திருந்தபோதிலும், வனவிலங்குகள் தன்னைக் கடித்துக் குதறுவதைவிட ஒரு பாம்புக்கடியால் சாக அவர் தயாராக இருந்தார். அவர் மெல்ல மெல்ல அந்த மூலையை நோக்கி நகர்ந்தபோது, ஒரு பாம்பு அவருடைய நெஞ்சின் குறுக்காகச் சென்றது.

“கடவுளே, என்னைக் காப்பாற்றிவிடு. நான் இனி நிச்சயமாகத் தவறு செய்ய மாட்டேன்,” என்று அவர் மனப்பூர்வமாகப் பிரார்த்தனை செய்தார்.

தன்னால் பாதிக்கப்பட்டவர்கள் இதேபோலத் தன்னிடம் கெஞ்சியிருந்ததும், ஆனால் கொடியவனான தான் அவர்களைப் பார்த்துச் சிரித்துவிட்டு அவர்களை இன்னும் அதிகமாகச் சித்திரவதை செய்திருந்ததும் அப்போது அவருடைய நினைவுக்கு வந்தது. “இவர்களில் யார்மீதேனும் நான் கடுகளவு பரிவாவது காட்டினேனா? ஒருபோதும் இல்லை! அப்படி இருக்கும்போது, கடவுள் மட்டும் என்மீது எப்படிக் கருணை காட்டுவார்?” என்று அவருக்குத் தோன்றியது.

அவர் மீண்டும் அழத் தொடங்கினார். தான் பிழைப்பதற்கான வாய்ப்பே இல்லை என்று அவர் முடிவு செய்துவிட்டார். “இன்னொரு விடியலை நான் பார்க்கப் போவதில்லை. கடவுளே, இப்போதே என்னைக் கொன்றுவிடு. என் இதயத்தை இக்கணமே நிறுத்திவிடு. நான் நரகத்திற்குத்தான் போவேன் என்பதை நான் அறிவேன், ஆனால் வனவிலங்குகளால் குதறி எடுக்கப்படுவதையோ அல்லது பாம்புகளிடம் கடிபடுவதையோ நான் விரும்பவில்லை. இறைவா, தயவு செய்து இப்போதே என்னைக் கொன்றுவிடு,” என்று இறைவனிடம் அவர் வேண்டிய நேரத்தில், இன்னொரு பாம்பு அவருடைய உடலின் குறுக்கே சென்றது. அப்போது அவர் பெருங்குரலெடுத்துக் கத்தினார்: “கடவுளே, என்மீது இரக்கம் காட்டு. தயவு செய்து இதற்குமேல் என்னைச் சித்திரவதை செய்யாதே.” புதிதாக விழித்துக் கொண்டிருந்த அவருடைய ஆழ்மனம், அவரிடம், “உன்னால் பாதிக்கப்பட்டவர்களிடம்

நீ எப்போதாவது இரக்கம் காட்டியிருக்கிறாயா?" என்று கேட்டது.

"நீ கேட்பது சரிதான். நான் யார்மீதும் ஒருபோதும் இரக்கம் காட்டியதில்லை. அது எனக்கு இப்போது புரிகிறது. ஆனால் காலம் கடந்துவிட்டதுபோலத் தெரிகிறது. நான் இப்போது துன்புற்றாக வேண்டும். கடவுள் ஏன் என்மீது இரக்கமோ அல்லது பரிவோ காட்ட வேண்டும்?" சூர்தாஸ் தன் தவறுகளுக்காக இப்போது உண்மையிலேயே மனம் வருந்தினார். அவர் தன்னை மேம்படுத்திக் கொள்ள விரும்பினார். ஆனால் அதற்கு ஒரு வழியை அவரால் கண்டுபிடிக்க முடியவில்லை. தான் உயிர் பிழைப்போம் என்ற நம்பிக்கை அவரிடமிருந்து முற்றிலுமாகக் காணாமல் போனது.

அவருடைய ஆழ்மனம் மீண்டும் ஒருமுறை அவரைக் கேள்வி கேட்டது: "மற்றவர்களைத் துன்புறுத்துவதை நீ எப்போதாவது நிறுத்தியிருக்கிறாயா? அப்படியானால் கடவுள் ஏன் ஓர் அதிசயத்தை நிகழ்த்தி உன்னைக் காப்பாற்ற வேண்டும்? நீ மகிழ்ச்சியாகவும் வெற்றிகரமாகவும் இருப்பதாக நீ நினைத்தக் காலங்களில் கடவுளை நீ எப்போதாவது நினைத்துப் பார்த்திருக்கிறாயா? பிறகு இப்போது மட்டும் நீ ஏன் அவரைப் பற்றி நினைக்கிறாய்? உனக்கு உதவும்படி இப்போது ஏன் நீ அவரிடம் மன்றாடிக் கொண்டிருக்கிறாய்?"

29-05-1981

சூர்தாஸின் கதை தொடர்கிறது: பேரான்மா தோன்றுகிறார்

சூர்தாஸால் இப்போது எல்லாவற்றையும் தெளிவாகப் பார்க்க முடிந்தது. காலம் கடந்துவிட்டதாக நினைத்த அவர், ஒருசில மணிநேரங்களில் தான் நரகத்தில் இருப்போம் என்று உறுதியாக நம்பினார்.

"கடவுளின் நியாயம் எப்போதுமே நிலைத்திருக்கும். என் விமோசனத்திற்குக் காலம் கடந்துவிட்டது என்பதை நான் உணர்கிறேன். கடவுள் எப்போதுமே நியாயமானவர். நியாயத் தீர்ப்பு சற்றுத் தாமதமாக வந்தாலும், நியாயத் தீர்ப்பு என்ற

ஒன்று நிச்சயமாக இருக்கத்தான் செய்கிறது. நான் இப்போது என்னுடைய தண்டனைகள் அனைத்தையும் அனுபவித்தாக வேண்டும். இதிலிருந்து தப்பிக்க எனக்கு வேறு வழி இல்லை."

அவருடைய ஆழ்மனம் மீண்டும் தன் பேச்சைத் துவக்கியது. "கடவுள் ஓர் அதிசயத்தை நிகழ்த்த வேண்டும் என்று நீ விரும்புகிறாய். சரி, உனக்கு ஓர் அதிசயத்தைக் காட்டுகிறேன். உன்னால் இப்போது மேம்பட முடியும் என்பதுதான் அது." இதன் பொருளை அவரால் புரிந்து கொள்ள முடியவில்லை, ஆனால், "நான் தீவினையை விதைத்தேன். இப்போது நான் தண்டனையை அறுவடை செய்தாக வேண்டும். இறைவா, நான் என் தண்டனையை ஏற்றுக் கொள்வதற்கான சரியான வழியை எனக்குக் காட்டு. என் ஆன்மாவைத் தூய்மைப்படுத்துவதற்கான வழியை எனக்குக் காட்டு. மீண்டும் தவறான பாதையில் நான் செல்லாதபடி பார்த்துக் கொள். இறைவா, இருளில் எனக்கு வெளிச்சத்தைக் காட்டு. கடவுளின் நல்வழியை இனி ஒருபோதும் நான் தவறவிட மாட்டேன். என் ஆன்மாவைத் தீவினையிலிருந்து காப்பாற்று. என் ஸ்தூல உடல் சித்திரவதைக்கு உள்ளாவதைப் பற்றி எனக்குக் கவலையில்லை. ஆனால் தயவு செய்து என் ஆன்மாவைக் காப்பாற்று," என்று அவர் வேண்டினார்.

இரவு இவ்விதத்தில் கடந்து மறுநாள் பொழுது விடிந்தபோது, ஒளிக்கீற்றுகள் அந்த இருண்ட குகைக்குள் நுழைந்து கொண்டிருந்ததைக் கண்ட சூர்தாஸ் பெரும் ஆச்சரியம் அடைந்தார்.

"இறைவா, இது ஓர் அதிசயம். ஆம், நிச்சயமாக இது ஓர் அதிசயம்தான். நீ என்னைக் காப்பாற்றிவிட்டாய்!" என்று அவர் கூறினார்.

அவர் மகிழ்ச்சியில் திளைத்தார். தான் எப்படிக் காப்பாற்றப்பட்டோம் என்பது அவருக்குப் புரிபடவில்லை.

அவருடைய ஆழ்மனம் மீண்டும் பேசியது. "சூர்தாஸ், விஷத்தன்மை கொண்ட பாம்பும் கொடிய வனவிலங்குகளும்கூட ஒரு கால் இல்லாத, நிராதரவான ஒருவன்மீது இரக்கம் காட்டுகின்றன. ஆனால் தீயவனான நீ, சூதுவாது அறியாத அப்பாவி மக்கள்மீது ஒருபோதும் இரக்கம் காட்டவில்லை." சூர்தாஸ் தன்னைக் குறித்து அவமானம் கொண்டார். பிறகு, தான் இனி எப்போதும் நல்லவனாக இருக்கப் போவதாகவும், ஒருபோதும் தவறான

பாதையில் செல்லப் போவதில்லை என்றும் அவர் ஓர் உறுதிமொழி எடுத்துக் கொண்டார்.

"ஆனாலும் இந்த அடர்ந்த காட்டில் நான் பிழைத்திருப்பதற்கான வாய்ப்பு மிகக் குறைவுதான். யாரும் இவ்வழியாக வரப் போவதில்லை. அப்படிப்பட்ட நிலையில், இந்தத் தனிமையான இடத்திலிருந்து என்னால் எப்படி வெளியேற முடியும்? இறைவா, அனைத்து வனவிலங்குகளிடம் இருந்தும் நீ என்னைக் காப்பாற்றினாய். இப்போது இந்த இடத்திலிருந்து தயவு செய்து என்னைக் காப்பாற்றிவிடு. நான் ஒரு நல்ல வாழ்க்கையை வாழ விரும்புகிறேன், என் தீய செயல்களுக்கு நான் உண்மையிலேயே மனம் வருந்த விரும்புகிறேன். இறைவா, தயவு செய்து மீண்டும் எனக்கு உதவு. நான் கேட்பது அதிகம் என்று எனக்குத் தெரியும், ஆனால் என் ஆன்மாவின்மீது இரக்கம் காட்டு."

அவர் மிகுந்த சிரமத்துடன் அக்குகைக்குள் இருந்து வெளியே தவழ்ந்து வந்து, ஒரு பாறையின்மீது அமர்ந்து கொண்டு, இறைவனிடம் உண்மையாகப் பிரார்த்தனை செய்தார். ஒருசில மணிநேரங்களுக்குப் பிறகு, நொண்டியபடியும் களைப்புடனும் ஒரு துறவி அவ்வழியே சென்று கொண்டிருந்ததைக் கண்ட சூர்தாஸ் பேரானந்தம் கொண்டு, அத்துறவிக்கு அறைகூவல் விடுத்து, "தயவு செய்து எனக்கு உதவுங்கள்," என்று கேட்டுக் கொண்டார்.

எங்களுடைய பேரான்மாவான அத்துறவி அவரருகே வந்து, "நீ நல்லவனா அல்லது கெட்டவனா? தீயோருக்கு நான் உதவுவதில்லை. எனவே, வாய் திறந்து பதில் சொல். நீ நல்லவனா அல்லது தீயவனா?" என்று கேட்டார்.

தான் நல்லவன் என்று கூறவிருந்த சூர்தாஸ், தன் ஆழ்மனம் இப்போது இயங்கிக் கொண்டிருந்ததால் அப்படிக் கூறவில்லை. அவர் தன்னைக் கட்டுப்படுத்திக் கொண்டு, "அன்புக்குரிய துறவியே, இங்கு உட்கார்ந்து என் கதையைக் கேளுங்கள். அதன் பிறகு, எனக்கு உதவுவதற்கு உங்கள் மனசாட்சி உங்களை அனுமதித்தால் எனக்கு உதவுங்கள். இல்லையென்றால், நீங்கள் உங்கள் வழியில் சென்றுவிடுங்கள். கடவுள் உங்களை ஆசீர்வதிக்கட்டும்," என்று கூறினார்.

எங்கள் பேரான்மா ஒரு பாறையின்மீது அமர்ந்து கொண்டு, "சரி, உன் கதையைக் கூறு," என்று கூறினார்.

சூர்தாஸ் தன்னுடைய ஒட்டுமொத்தக் கதையைக் கூறினார். முழுக்க முழுக்க உண்மையை மட்டுமே அவர் கூறினார். இதைக் கேட்டப் பேரான்மா மனமகிழ்ந்தார், ஆனால் அவரை மீண்டும் சோதித்தார். "நீ தொடர்ந்து தீய செயல்களில் ஈடுபடுவதற்காக நீ காப்பாற்றப்பட விரும்புகிறாயா?" என்று அவர் கேட்டார்.

"இல்லை, துறவியே. நான் இனி ஒருபோதும் தவறான பாதையில் செல்ல மாட்டேன். நான் கடினமான வழியில் பாடம் கற்றுவிட்டேன். ஒரு நல்ல வாழ்க்கையை வாழ எனக்கு ஒரு வாய்ப்புக் கொடுப்பதற்காகத்தான் கடவுள் நேற்றிரவு என்னைக் காப்பாற்றினார் என்று நான் நம்புகிறேன். கடவுள் எனக்கு இந்த வாய்ப்பைக் கொடுத்திருப்பதால், பதிலுக்கு, அவர் என்னைக் குறித்துப் பெருமிதம் கொள்ளும்படியான ஒரு வாழ்க்கையை நான் வாழ்ந்தாக வேண்டும்."

இவ்வார்த்தைகளைக் கேட்டப் பேரான்மா பூரிப்படைந்தார். சூர்தாஸின் தோற்றமும் அதிர்வுகளும் மாறிவிட்டிருந்ததையும்கூட அவர் கவனித்தார். "சரி, சூர்தாஸ், நான் உனக்கு உதவுகிறேன்," என்று அவர் கூறினார். முதலில், சூர்தாஸுக்கு அவர் உணவும் நீரும் கொடுத்து உதவினார். பிறகு, அவரை அவருடைய வீட்டிற்கு அழைத்துச் சென்று விட்டுவிட்டு, எங்கள் பேரான்மா ஆவியுலகிற்குத் திரும்பினார். பூமியில் அவருடைய வேலை முடிந்திருந்தது.

சூர்தாஸ் செயற்கைக் கால்களுடன் புவியுலகில் ஒரு நல்ல, அன்பான, தன்னலமற்ற வாழ்க்கையை வாழ்ந்து கொண்டிருந்தார். சிறையிலிருந்து அவருடைய தாயாரும் விடுவிக்கப்பட்டாள். அவளுக்கு எதிராகக் கிடைத்தத் தடயங்கள் வேறு யாரோ ஒருவரால் வைக்கப்படவில்லை என்று காவல்துறையினரால் நிரூபிக்க முடியாமல் போனதால், வேறு வழியின்றி அவர்கள் அவளை விடுதலை செய்ய வேண்டியதாயிற்று. இதைக் கேள்விப்பட்ட சூர்தாஸ், தன்னுடன் வந்து தங்கிக் கொள்ளும்படி தன் தாயாரிடம் கேட்டுக் கொண்டார். காலப்போக்கில் அவர் தன் தாயாரையும் மேம்படுத்தினார்.

இப்போது, தாயும் மகனும் ஒரு நேர்மையான, அன்பான, தன்னலமற்ற வாழ்க்கையை வாழ்ந்து கொண்டிருக்கின்றனர். ஆனால் நீலுவும் பேரான்மாவும் எப்படித் தனக்கு உதவினர் என்பதை சூர்தாஸ் அறிந்திருக்கவில்லை. அவர்

ஆவியுலகிற்குத் திரும்பும்போது, அனைத்து விஷயங்களும் அவருக்குத் தெரிய வரும்.

நீலுவும் இப்போது பெருமகிழ்ச்சி கொண்டாள். தன் தளத்தின் பேரான்மாவுக்கு அவள் தன் மனதார நன்றி கூறினாள். புவிவாழ் மக்கள் பலருக்கு ஆவியுலக ஆன்மாக்கள் பலர் இவ்வழியில் உதவியுள்ளனர். நீங்கள் அதை ஓர் அதிசயம் என்று அழைக்கிறீர்கள். அது நிச்சயமாக அதிசயம்தான்.

30-05-1981

உங்கள் ஆழ்மனம்தான் உண்மையான நீங்கள்

நாங்கள் பூமியில் இருந்தபோது, பின்வரும் கேள்வியை அடிக்கடிக் கேள்விப்பட்டோம்: "பூமியில் நம்முடைய முந்தைய பிறவிகளைப் பற்றியோ அல்லது ஆவியுலகைப் பற்றியோ நமக்கு ஏன் எதுவும் தெரிவதில்லை? கடவுள் ஏன் நமக்கு அவ்விஷயங்கள் மறந்து போகும்படி செய்கிறார்?"

உங்கள் ஆழ்மனத்திற்கு எல்லா விஷயங்களும் தெரியும். உங்களுக்கு (உங்கள் ஆன்மாவுக்கு) என்ன நிகழ்ந்தாலும், துவக்கத்திலிருந்தே அது உங்கள் ஆழ்மனத்தில் பதிவு செய்யப்படுகிறது. துரதிர்ஷ்டவசமாக, உங்கள் ஸ்தூல மனத்தால் எல்லாவற்றையும் நினைவில் வைத்திருக்க முடியாது. பெரும்பாலான சமயங்களில், அது தொடர்ந்து உங்கள் ஆழ்மனத்துடன் மல்லுக்கு நிற்கிறது. மிக உயர்ந்த நிலையில் இருக்கின்ற ஒருசில ஆன்மாக்களால் மட்டுமே தங்களுடைய ஆழ்மனங்களைக் கொண்டு தங்கள் ஸ்தூல மனங்களைக் கட்டுப்படுத்த முடியும். இந்த ஆன்மாக்களிடம் புலன் கடந்த அறிவு இருக்கிறது. இவர்களில் சிலருக்குப் புவியில் தங்களுடைய முந்தைய பிறவிகள் பற்றிய நினைவு இருக்கிறது. தங்களுடைய உண்மையான வீடான ஆவியுலகைப் பற்றிய நினைவுகளும் சில சமயங்களில் அவர்களுக்கு வருவதுண்டு, ஆனால் இது மிகவும் அரிதாகவே நிகழ்கிறது.

உங்களுடைய முந்தைய பிறவிகள் மற்றும் ஆவியுலகைப் பற்றிய நினைவு உங்களுக்கு இருப்பதற்கு உங்கள் ஆழ்மனம் ஏன் அனுமதிப்பதில்லை என்று நீங்கள் அறிந்து கொள்ள விரும்பக்கூடும். நாங்கள் முன்பே கூறியதைப்போல,

எல்லா விஷயங்களையும் கையாள்வது உங்கள் ஸ்தூல மனத்திற்கு மிகக் கடினமானதாக இருக்கிறது. மேலும், உங்களுக்கு அவ்விஷயங்கள் தெரியக்கூடாது என்று உங்கள் ஆழ்மனம் நினைக்கிறது. ஏனெனில், அனுபவங்களைக் கைவசப்படுத்தவும், சோதனைகளுக்கு உட்படவும், பயிற்சிகள் பெறவும், கர்மவினைகளைத் தீர்க்கவுமே நீங்கள் பூமிக்கு வந்திருக்கிறீர்கள். உங்களுக்கு எல்லா விஷயங்களும் தெரிந்துவிட்டால், உங்களால் அவற்றைக் கையாள முடியாது, வாழ்வில் உங்களுக்கு எந்தக் குதூகலமும் இருக்காது. வாழ்க்கையை நீங்கள் ஓர் இயந்திரம்போல வாழ்வீர்கள். உங்கள் கர்மவினை என்னவென்று உங்களுக்குத் தெரிந்திருந்தால், உங்கள் புவியுலக வாழ்க்கையில் எந்த சுவாரசியமும் இருக்காது.

உங்கள் ஆழ்மனத்திற்கு எல்லாமே தெரியும். அது ஒருபோதும் தவறுகள் செய்வதில்லை. அது எல்லாவற்றையும் பதிவு செய்து கொள்கிறது. உயர்ந்த நிலைகளில் உள்ள ஆன்மாக்களுக்கு, புவியுலகில் அவர்களுடைய ஆழ்மனம் சாதாரண ஆன்மாக்களின் ஆழ்மனத்தைவிடச் சற்று கூடுதல் சக்தி வாய்ந்ததாக இருக்கும். 'சற்றுக் கூடுதல் சக்தி' என்று நாங்கள் கூறுவதற்கு ஒரு காரணம் இருக்கிறது. ஆவியுலகில்கூட எங்கள் ஆழ்மனம் முழுமையாக இயங்குவதில்லை. ஆனால் புவியுலக மக்களின் ஆழ்மனத்தோடு ஒப்பிடுகையில், எங்கள் ஆழ்மனம் அதிக ஏற்புத்தன்மை கொண்டதாக இருக்கிறது. ஏழாவது தளத்திற்குப் பிறகுதான் ஆவியுலகில் உங்கள் ஆழ்மனத்தால் ஓர் உயர்ந்த செயற்திறனுடன் செயல்பட முடியும்.

புவியுலகில் உள்ள சில யோகிகளும்[13] துறவிகளும் நீண்டகாலம் தியானம் செய்வதற்கான சக்தியைப் பெற்றுள்ளனர். அவர்களுடைய ஆழ்மனம் மேன்மேலும் அதிகமாகத் திறக்கிறது. தங்களுடைய ஆழ்மனத்தின் மூலமாகத் தங்கள் ஸ்தூல மனத்தை அவர்களால் கட்டுப்படுத்த முடியும். உங்களில் பெரும்பாலானோர் உங்கள் வெளிமனத்திற்கு அடிமைப்பட்டுக் கிடக்கிறீர்கள், ஆனால் அந்த யோகிகளும் துறவிகளும் தங்கள் வெளிமனத்தின் அடிமைகளாக இருப்பதில்லை. நீங்கள் உங்கள் வெளிமனத்திடம் ஒருபோதும் அடிமையாக இருக்காதீர்கள். அதை நீங்கள்

---

13. ஒரு யோகி என்பவர் யோகாசனத்தின் பல வடிவங்களைக் கற்றுத் தேர்ந்தவர்.

கட்டுப்படுத்தாவிட்டால், அது உங்களை மேன்மேலும் மோசமான பாதையில் இட்டுச் செல்லும்.

நீங்கள் புவியுலகைத் துறக்கும்போது, உங்கள் ஸ்தூல உடலுடன் சேர்ந்து உங்கள் வெளிமனமும் இறந்துவிடுகிறது. உங்களை அடிமைப்படுத்தி, தன் விருப்பத்திற்கு ஏற்றாற்போல உங்களைச் செயல்பட வைப்பதில் உங்கள் வெளிமனம் தீவிரமாக இருக்கிறது. ஆனால் நீங்கள் உங்கள் மனஉறுதியைப் பயன்படுத்தி அதைத் தடுத்து நிறுத்த வேண்டும். உங்கள் வெளிமனம் வெற்றி பெற ஒருபோதும் நீங்கள் அனுமதிக்கக்கூடாது.

நீங்கள் ஓர் ஆன்மா. நீங்கள் என்றென்றைக்கும் உங்கள் ஆழ்மனத்துடன் இணைக்கப்பட்டிருக்கிறீர்கள். எனவே, பலவீனமான, பயிற்றுவிக்கப்பட்டிராத உங்கள் வெளிமனம் உங்கள் எஜமானாக இருக்க எப்படி நீங்கள் அனுமதிக்கலாம்? உங்கள் வெளிமனத்தை உங்களால் கட்டுப்படுத்த முடியாத அளவுக்கு நீங்கள் ஒரு பலவீனமான, முதுகெலும்பற்ற உயிரினமா?

இக்கணத்திலிருந்து இதை உங்கள் நினைவில் இருத்திடுங்கள்: உங்கள் ஆழ்மனம்தான் உண்மையான நீங்கள். எனவே, உங்கள் வெளிமனம் உங்கள் எஜமானாக ஆவதற்கு ஒருபோதும் அனுமதிக்காதீர்கள். நீங்களே உங்கள் சொந்த எஜமானாக இருங்கள்.

31-05-1981

முந்தைய பிறவியைப் பற்றிய நினைவு ஏன் வெளிப்படுத்தப்படுவதில்லை

ஆன்மீக உலகைப் பற்றியும் தங்களுடைய முந்தைய பிறவிகளைப் பற்றியுமான மகிழ்ச்சியான நினைவுகளைப் புவியுலக மக்கள் மறந்துவிடுகின்றனர். எங்களுடைய முந்தைய பிறவிகளில் நாங்கள் பூமியில் பல முறை பிறந்தோம். அனுபவம் பெறுவதற்காகவும், எங்களைப் பயிற்றுவித்துக் கொள்வதற்காகவும், எங்கள் ஆன்மாவைத் தூய்மைப்படுத்துவதற்காகவும், இவற்றின் மூலம் மேன்மேலும் உயர்வதற்காகவும் நாங்கள் அத்தனைப் பிறவிகள் எடுத்தோம். பூமியில் நம்முடைய முந்தைய பிறவிகள் அனைத்தும் நமக்கு

நினைவிருந்தால், அதிக அறிவைக் கைவசப்படுத்துவதற்கு அது நமக்கு உதவுமா? 'ஆமாம்' என்று பலர் கூறுவர், ஆனால் நாங்களோ 'இல்லை' என்று கூறுகிறோம். அதற்கான காரணம் இதுதான்: உங்களுடைய முந்தைய பிறவிகள் அனைத்தும் உங்களுக்கு நினைவிருந்தால், அதே தவறுகளை நீங்கள் மீண்டும் செய்வீர்களா? நிச்சயமாகச் செய்ய மாட்டீர்கள்!

எனவே, உங்களுடைய தவறுகளைத் திருத்திக் கொள்வது, பிரச்சனைகளுக்குத் தீர்வு காண்பது, தொந்தரவுகளை எதிர்கொள்வது ஆகியவற்றின் மூலம் நீங்கள் உங்கள் ஆன்மாவைத் தூய்மைப்படுத்துகிறீர்கள். தவறுகள், பிரச்சனைகள், வலிகள் ஆகியவை இல்லாவிட்டால், நல்லவற்றுக்கும் மோசமானவற்றுக்கும் இடையேயான வேறுபாட்டை ஒருபோதும் உங்களால் புரிந்து கொள்ள முடியாது. இந்த வேறுபாடு உங்களுக்குப் புரியாவிட்டால், பிறகு வாழ்க்கையால் என்ன பயன்? ஆவியுலக நினைவுகளும் முந்தைய பிறவிகளைப் பற்றிய நினைவுகளும் உங்களுக்குள் நிலையாக இருந்தால், நீங்கள் ஓர் இயந்திரத்தைப்போல வாழ்வீர்கள். நீங்கள் உட்படும் சோதனைகள், பயிற்சிகள், கர்மவினைகள் ஆகியவற்றுக்கு நீங்கள் செயல்விடை அளிக்கும் விதம் இயல்பானதாக இருக்காது. உங்கள் தேர்ந்தெடுப்புகள் ஏற்கனவே திட்டமிடப்பட்டிருக்கும். அவை உங்கள் உள்ளார்ந்த இயல்பின் விளைவாக இருக்காது.

புவியில் எல்லோருமே மகிழ்ச்சிக்காக ஏங்குகின்றனர், ஆனால் உண்மையான மகிழ்ச்சி என்ன என்று அவர்களுக்குத் தெரியுமா? தெரியாது. ஏராளமான பணமும், வசதிகளும், ஆடம்பரங்களும், குதூகலமும், புகழும் தங்களிடம் இருப்பதுதான் மகிழ்ச்சி என்று புவியுலக மக்கள் நினைக்கின்றனர். ஆனால் இவை உண்மையான மகிழ்ச்சியைக் கொண்டுவருவது இல்லை என்று நாங்கள் வருத்தத்தோடு கூறிக் கொள்கிறோம். உண்மையான அன்பு, இயற்கையின் அழகு, உண்மையான சிரிப்பு, இயல்பான புன்னகைகள் (பலருடைய விஷயத்தில் நிகழ்வதுபோல வலுக்கட்டாயமாக வரவழைக்கப்படுகின்ற புன்னகைகள் அல்ல), தன்னலமின்றி மற்றவர்களுக்கு உதவுவது, ஓர் உயர்ந்த நிலையை எட்டும் பொருட்டு உங்கள் ஆன்மாவைத் தூய்மைப்படுத்துவது ஆகியவற்றிலிருந்துதான் உண்மையான மகிழ்ச்சி வருகிறது.

தவறுகள் செய்வதன் மூலமும், அத்தவறுகளை உணர்ந்து கொள்வதன் மூலமும்தான் நீங்கள் உங்கள் ஆன்மாவைத் தூய்மைப்படுத்தி ஓர் உயர்ந்த நிலையை அடைகிறீர்கள். நீங்கள் உங்கள் தவறுகளை எப்படித் திருத்திக் கொள்கிறீர்கள், உங்கள் பிரச்சனைகளுக்கு எப்படித் தீர்வு காண்கிறீர்கள், உங்கள் சிரமங்களை எப்படி எதிர்கொள்கிறீர்கள் ஆகியவற்றையும் அது சார்ந்திருக்கிறது. நீங்கள் உங்கள் தவறுகளைத் திருத்துவதானாலும் சரி, உங்கள் பிரச்சனைகளுக்குத் தீர்வு காண்பதானாலும் சரி, அல்லது உங்கள் சிரமங்களை எதிர்கொள்வதானாலும் சரி, அதை நீங்கள் சரியான வழியிலும் கடவுளுக்குப் பிடித்தமான ஒரு நல்ல வழியிலும் செய்வதோ அல்லது ஒரு தீய வழியில் செய்வதோ உங்களைச் சார்ந்தது.

எடுத்துக்காட்டாக, நீங்கள் ஒரு தவறு செய்திருக்கும் பட்சத்தில், நீங்கள் தவறு செய்துள்ளீர்கள் என்பதை உணர்ந்து கொண்டால், நீங்கள் அத்தவறைச் சரி செய்ய வேண்டும். அனுபவம் பெறுவதற்கும், உங்களைப் பயிற்றுவித்துக் கொள்வதற்கும், உங்கள் ஆன்மாவைத் தூய்மைப்படுத்துவதற்குமே நீங்கள் பூமிக்கு அனுப்பி வைக்கப்பட்டிருக்கிறீர்கள். இவ்வாறு செய்வது உங்களை ஓர் உயர்ந்த நிலைக்குக் கூட்டிச் செல்லும். எனவே, வாழ்வில் பிரச்சனைகளையும் தொல்லைகளையும் அநீதிகளையும் நீங்கள் எதிர்கொண்டாகத்தான் வேண்டும்.

இங்கு ஆவியுலகில் எங்களுக்கு எல்லாம் நினைவிருக்கிறது. உங்கள் நினைவுகள் அழிக்கப்படுவதுபோல எங்கள் நினைவுகள் அழிக்கப்படுவதில்லை. எனவே, எங்களுடைய முன்னேற்றம் மெதுவாக அமைகிறது. வேகமாக முன்னேறுவதற்காக நீங்கள் பூமியில் பிறக்கிறீர்கள். ஆனால் உங்களில் பெரும்பாலானோர் கீழ்நிலைகளுக்குச் சென்றுவிடுகிறீர்கள்.

ஆவியுலகில் உள்ள உங்களுடைய உண்மையான வீடு ஏன் உங்களுக்கு நினைவில்லை என்று நீங்கள் யோசிக்கக்கூடும். ஆவியுலகைப் பற்றிய நினைவு உங்களுக்கு இருந்தால், நல்லவர்களாகிய நீங்கள் புவியுலகில் வாழ விரும்ப மாட்டீர்கள். ஆனால் துரதிர்ஷ்டவசமாக, 1,2,3 ஆகிய தளங்கள் எப்படி இருக்கும் என்பதை மோசமான ஆன்மாக்களும் தீய ஆன்மாக்களும் மறந்து போயுள்ளனர்.

பல சமயங்களில், நீங்கள் அப்பாவியாக இருந்தும்கூட நீங்கள் குற்றவாளி என்று தீர்ப்பு வழங்கப்பட்டால், கடவுள்மீதான விசுவாசம் உங்களுக்குக் குறைந்துவிடும்.

அப்படிப்பட்ட நேரங்களில் நீங்கள் இவ்வாறு நினைத்திருக்கக்கூடும்: "கடவுள் என்ற ஒருவர் இருப்பது உண்மைதானா? அப்படியானால், அவர் ஏன் ஒருபோதும் தன்னை வெளிப்படுத்திக் கொள்வதில்லை? அவர் ஏன் பல முறை என்னைக் கைவிட்டிருக்கிறார்? அவர் எனக்கு மிகவும் தேவைப்பட்ட சமயத்தில், அவரை எங்கேயும் காணவில்லை. நியாயம் ஏன் இல்லாமல் போனது? கடவுள் நல்லவராகவும் பரிவும் நியாயமும் நிரம்பியவராகவும் இருந்தால், தீய மக்கள் மேல்நிலைகளுக்கு செல்ல அவர் ஏன் அனுமதிக்கிறார்? நல்லவர்கள் துன்புறுவதற்கும் தீயவர்கள் வெற்றி பெறுவதற்கும் என்ன காரணம்?"

மேற்கூறப்பட்டக் கேள்விகளை நீங்கள் எப்போதாவது கேட்டிருக்கிறீர்களா? அவற்றுக்கான சில விடைகள் இங்கு கொடுக்கப்பட்டுள்ளன:

1. கடவுள் உண்மையிலேயே இருக்கிறாரா?

   கடவுள் நிச்சயமாக இருக்கிறார். இல்லாவிட்டால், யார் உங்களைப் படைத்தார்கள்? யார் உங்கள் பூமியைப் படைத்தார்கள்? மரங்கள், மலர்கள், கனிகள், கடல்கள், ஆறுகள், மலைகள் ஆகியவற்றை யார் படைத்தார்கள்? ஏதோ மர்மமான வழியில், தீய ஆன்மாக்களுக்கு நியாயத் தீர்ப்பு வழங்குவது யார்? அன்பான உணர்வுகளை உங்களுக்குக்கொடுத்திருப்பது யார்? நீங்கள் உங்கள் அன்புக்குரியவர்களுக்கு அருகே இருக்கும்படி உங்களை அன்புடன் பார்த்துக் கொள்வது யார்? கடவுள் என்ற ஒருவர் இல்லை என்றால், இவற்றையெல்லாம் யாரால் செய்ய முடியும்?

2. நீங்கள் அப்பாவியாக இருந்தும், நீங்கள்தான் குற்றவாளி என்று நிரூபிக்கப்பட்டதாக வைத்துக் கொள்வோம். அந்த நேரத்தில் கடவுள் எங்கே இருந்தார்?

   இதற்குப் பல விடைகள் இருக்கின்றன. அவற்றில் ஒன்று உங்களுக்குச் சரியானதாக இருக்கக்கூடும்.

i) நீங்கள் யாரையும் ஒருபோதும் வேதனைப்படுத்தவோ அல்லது அவருக்குத் தீங்கு விளைவிக்கவோ இல்லை என்று நீங்கள் உறுதியாக நம்புகிறீர்களா? ஒருவேளை நீங்கள் அப்படிச் செய்திருந்தால், நீங்கள் அதற்காக இப்போது தண்டிக்கப்பட்டுக் கொண்டிருக்கக்கூடும்.

ii) உங்களுடைய முந்தைய பிறவியில் நீங்கள் யாருக்கேனும் துன்பம் ஏற்படுத்தியிருக்கக்கூடும் அல்லது பல பாவங்களைச் செய்திருக்கக்கூடும். எனவே, இன்று நீங்கள் அனுபவிக்கும் தண்டனை அதன் விளைவாக இருக்கலாம்.

iii) நீங்கள் மேன்மேலும் உயர விரும்புகிறீர்கள். எனவே, நன்றாகச் சிந்தித்துப் பாருங்கள். பிரச்சனைகளை எதிர்கொள்ளாமல் உங்களால் உயர்நிலைகளை அடைய முடியுமா?

iv) நீங்கள் சமயப் பற்றுக் கொண்டவர் என்றும், நீங்கள் ஒரு நல்ல ஆன்மா என்றும் நீங்கள் நினைத்தால், நீங்கள் எப்போதாவது உங்களை சுய ஆய்வுசெய்திருக்கிறீர்களா? நீங்கள் செய்துள்ள எல்லாக் காரியங்களும் தன்னலமற்றவையா, சரியானவையா என்று கண்டுபிடியுங்கள். அவற்றை நீங்கள் எந்தவிதமான தன்னல நோக்கத்துடனோ அல்லது நேர்மையின்றியோ செய்யவில்லை என்பதை உறுதி செய்யுங்கள். நீங்கள் சொர்க்கத்திற்குப் போவீர்கள், நீங்கள் பிரபலமடைவீர்கள், உங்கள் பாவங்கள் அனைத்தும் போக்கப்பட்டுவிடும் என்ற எண்ணத்துடனும், அல்லது வேறு ஏதேனும் ஒரு தன்னல நோக்கத்துடனும் நீங்கள் இந்த நல்ல காரியத்தைச் செய்தீர்களா? அப்படிப்பட்டக் காரியங்கள் உண்மையில் நல்ல காரியங்கள் அல்ல. நீங்கள் உங்களையும் உங்கள் உலகத்தையும் முட்டாளாக்கிக் கொண்டிருக்கிறீர்கள், அவ்வளவுதான். புவிவாழ் மக்கள் எல்லா நேரங்களிலும் தங்களைத் தாங்களே ஏமாற்றிக் கொண்டிருக்கின்றனர். அவர்கள் கடவுளையும் ஏமாற்ற முயற்சி செய்கின்றனர், ஆனால்

அது ஒருபோதும் சாத்தியமில்லை. நீங்கள் பாவம் செய்து கொண்டிருப்பதாக நீங்கள் நினைக்கிறீர்களா? ஆமாம், அது உண்மைதான்.

v) புவிவாழ் மக்கள் பலருக்குப் பணம் மிகவும் பொன்னானது. அளவுக்கதிகமான எதுவும் நல்லதல்ல. பணம்தான் அனைத்துத் தீவினைகளுக்கும் காரணம் என்பதையும் நீங்கள் அறிவீர்கள். பணம் உங்கள் பார்வையைப் பறிக்கிறது, ஏழைகளின் கோரிக்கைகளுக்கு உங்கள் காதுகளைச் செவிடாக்குகிறது, உங்கள் இதயத்தைக் கல்லாக்குகிறது. உண்மையான அன்பு, விசுவாசம், பரிவு ஆகியவற்றையும், உங்கள் குடும்பம் மற்றும் பிறர் குறித்த உங்கள் கடமைகளையும் நீங்கள் மறந்துவிடுகிறீர்கள்.

vi) நீங்கள் யாரையேனும் தவறாக எடை போட்டிருக்கிறீர்களா? யாரையேனும் தவறாக வழிநடத்தியிருக்கிறீர்களா? நீங்கள் தற்போது அனுபவித்துக் கொண்டிருக்கின்ற தண்டனைக்கு அதில் ஏதேனும் ஒன்று காரணமாக இருக்கலாம்.

vii) பிரபலமடைய வேண்டும் என்றோ அல்லது புகழ் பெற வேண்டும் என்றோ நீங்கள் விரும்பியிருந்து, அந்த விருப்பமும் லட்சியமும் நிறைவேறுவதற்காக யாருக்கேனும் நீங்கள் தீங்கு விளைவித்திருக்க்றீர்களா அல்லது யாரையேனும் தவறாக வழிநடத்தியிருக்கிறீர்களா?

viii) உங்களுடைய சுயநல நோக்கங்களுக்காக, நேரடியாகவோ அல்லது மறைமுகமாகவோ யாருக்கேனும் நீங்கள் துன்பம் விளைவித்து இருக்கிறீர்களா?

ix) ஒரு தீயவனை நீங்கள் ஊக்குவித்திருக்கிறீர்களா? அவனிடம் அன்பாக நடந்து கொண்டு இருக்கிறீர்களா? தீயோரிடம் நீங்கள் இனிமையாக நடந்து கொண்டால், தீயவர்களாக இருப்பதற்கு நீங்கள் அவர்களை ஊக்குவிக்கிறீர்கள் என்று பொருள். அது உங்களையும் தீயவர்கள் பட்டியலில் சேர்த்துவிடுகிறது.

கடவுள் ஒருபோதும் நியாயமற்றவர் அல்ல என்பதையும், அவர் யாரிடமும் நியாயமின்றி நடந்து கொள்ள மாட்டார் என்பதையும் நீங்கள் எப்போதாவது உணர்ந்திருக்கிறீர்களா? நீங்கள் உண்மையிலேயே அப்பாவியாக இருந்தால், உங்களிடம் அதற்கான ஆதாரங்கள் இருந்தாலும் சரி அல்லது இல்லாவிட்டாலும் சரி, நீங்கள் கடவுளின் நல்வழியில் நடந்து கொண்டிருக்கும் பட்சத்தில், நீங்கள் ஓர் அப்பாவி என்பதை அவர் நிரூபிப்பார். அது உடனடியாக நடைபெறாமல் போகக்கூடும். அதற்குப் பல மாதங்களோ அல்லது வருடங்களோ ஆகலாம், ஆனால் நிச்சயமாக அவர் அதை நிரூபிப்பார்.

உங்களை நீங்கள் ஆய்வு செய்து கொள்ளுங்கள். மேற்கூறப்பட்டுள்ள கேள்விகளை உங்களை நீங்களே கேட்டுக் கொள்ளுங்கள். அவற்றில் ஒன்று உங்களுக்குச் சரியானதாக இருக்கும் என்று நாங்கள் நம்புகிறோம். நீங்கள் எந்தவொரு சிரமத்தை எதிர்கொண்டிருந்தாலும் சரி, அல்லது எந்தவொரு பிரச்சனை முளைத்தாலும் சரி, இதே கேள்விகளை அப்போதும் கேட்டுக் கொள்ளுங்கள்.

இதை நீங்கள் புரிந்து கொள்ள வேண்டும் என்று நாங்கள் விரும்புகிறோம்: நீங்கள் புவியுலகில் இருக்கிறீர்கள். நீங்கள் அனுபவம் பெறுவதற்கு உங்கள் ஆன்மாவிற்குப் பயிற்சி அளிக்கின்ற மையம் அது. நீங்கள் உயர்ந்த தளங்களுக்குப் போவதற்கும், நிரந்தர மகிழ்ச்சியை அனுபவிப்பதற்குமான படிக்கல் அது. நீங்கள் உங்களுடைய கர்மவினைகளை அதிக சுலபமாகத் தீர்ப்பதற்கும், நல்ல காரியங்களைச் செய்வதற்கும், தன்னலமின்றி மற்றவர்களுக்கு உதவுவதற்கும், உங்கள் அன்புக்குரியவர்களுக்கு உதவுவதற்கும் உங்களுக்குக் கிடைத்திருக்கும் ஒரு வாய்ப்பு அது. அப்படி இருக்கும்போது, பூமியில் உங்கள் வாழ்க்கை ஒரு சுமூகமான பயணமாக இருக்கும் என்று நீங்கள் எதிர்பார்க்கிறீர்களா? முட்கள் இல்லாத, ரோஜாக்களால் மட்டுமே ஆன ஒரு படுக்கையாக அது இருக்கும் என்று நீங்கள் நினைக்கிறீர்களா? உங்கள் தீய உலகிடமிருந்து உங்களால் வேறு எதை எதிர்பார்க்க முடியும்? உலகம் நல்லவற்றால் நிரம்பி வழியும் என்றா?

நீங்கள் துணிச்சலோடும் ஒரு புன்னகையோடும் உங்கள் பிரச்சனைகளை எதிர்கொள்ள வேண்டும்.

தீயவற்றை எதிர்த்து நீங்கள் போராட வேண்டும்.

நீங்கள் உங்கள் ஆன்மாவைத் தூய்மைப்படுத்த வேண்டும்.

இதற்காகத்தான் இக்கணம் புவியுலகில் நீங்கள் இருக்கிறீர்கள். இதை எப்போதும் உங்கள் நினைவில் வைத்துக் கொண்டு, துணிச்சலோடும் அறிவார்ந்த விதத்திலும் செயல்படுங்கள். கடவுள் நியாயமற்றவர் என்று இன்று நீங்கள் நினைக்கக்கூடும், ஆனால் அவர் செய்தது முற்றிலும் சரி என்பதை என்றேனும் ஒருநாள் நீங்கள் உணர்வீர்கள். அவர் உங்களுக்கு வழங்கிய நியாயத் தீர்ப்பு உங்களுக்கும் உங்கள் அன்புக்குரியவர்களுக்கும் மிகச் சிறந்த ஒன்றாக அமைந்திருப்பதை நீங்கள் காண்பீர்கள். இதில் தவறேதும் இருக்க முடியாது.

03-06-1981

வழிகாட்டும் ஆவியுலக ஆன்மாக்கள்

நாம் எல்லோருமே மனிதர்கள்தான். நீங்கள் புவியுலகில் இருக்கிறீர்கள், நாங்கள் ஆவியுலகில் இருக்கிறோம். நம்முடைய இயல்புகள் வேறுபட்டுள்ளன. உங்கள் ஆன்மாவைத் தூய்மைப்படுத்துவதற்குத்தான் நீங்கள் பூமியில் இருக்கிறீர்கள் என்பதை நினைவில் வைத்திடுங்கள்.

எனவே, பகைமையைத் தூக்கியெறிந்துவிட்டு அன்பை சுவீகரியுங்கள்.

பொறாமையைத் தூக்கியெறிந்துவிட்டுப் புரிதலை சுவீகரியுங்கள்.

கல்நெஞ்சத் தன்மையைத் தூக்கியெறிந்துவிட்டுப் பரிவை சுவீகரியுங்கள்.

குறுக்குப்புத்தியைத் தூக்கியெறிந்துவிட்டு ஞானத்தை சுவீகரியுங்கள்.

தன்னலத்தைத் தூக்கியெறிந்துவிட்டுத் தன்னலமின்மையை சுவீகரியுங்கள்.

உங்கள் ஆன்மாவைத் தூய்மைப்படுத்தி ஓர் உயர்ந்த நிலையை அடைவதற்கு உங்களுக்கு நீங்களே உதவி செய்வதற்கான வழி இதுதான்.

புவியில் மறுபிறவி எடுப்பது ஒரு சூதாட்டம் போன்றது. சூர்தாஸின் கதையில் இதை நீங்கள் பார்த்தீர்கள். ஆனாலும், நீங்கள் உங்கள் ஆன்மாவைத் தூய்மைப்படுத்தி ஓர் உயர்ந்த

நிலையை அடைவது முக்கியம். ஆன்மீகரீதியாக நீங்கள் சறுக்கிவிடக்கூடாது என்பதற்காக, தீய தாக்கத்திலிருந்து உங்களைக் காப்பாற்றுவதற்குக் கடவுள் உங்களுக்கு ஓர் இருமட்டப் பாதுகாப்பைக் கொடுத்துள்ளார். ஒன்று, உங்கள் சொந்த ஆழ்மனம். சக்தி வாய்ந்த, அற்புதமான அந்த ஆழ்மனம், நீங்கள் காதுகொடுத்துக் கேட்கும்பட்சத்தில், நீங்கள் தவறு செய்வதிலிருந்து எப்போதும் உங்களைத் தடுத்து நிறுத்தும். நீங்கள் அதன் குரலுக்குச் செவிசாய்க்காவிட்டால், அது செயலிழந்துவிடும். இரண்டாவது, ஆவியுலகில் உள்ள உங்கள் வழிகாட்டி ஆன்மா. சிலர் இவர்களை ‘வழிகாட்டும் தேவதைகள்’ என்று அழைக்கின்றனர். புவியில் உள்ள அனைத்து ஆன்மாக்களுக்கும் ஆவியுலக வழிகாட்டிகள் இருக்கின்றனர். ஆவியுலகிலிருந்து அவர்கள் அவர்களைக் கண்காணிக்கின்றனர். நீங்கள் எங்கே தவறு செய்துள்ளீர்கள் என்பதை இந்த வழிகாட்டிகள் உங்களுக்குக் காட்டுகின்றனர்.

உங்கள் வழிகாட்டி ஆன்மாவுக்கு உங்களைப் பற்றிய அனைத்து விஷயங்களும் தெரியும். நீங்கள் சரியான பாதையில் செல்வதற்கு அவர் உங்கள் மனத்தில் பதிவுகளை ஏற்படுத்தக் கடினமாக முயற்சிக்கிறார். உங்கள் ஆழ்மனம் முற்றிலுமாகச் செயலிழப்பதற்கு முன்பாக, உங்கள் வழிகாட்டி ஆன்மாவை அழைத்து, “இப்போது என்னால் எந்தப் பயனும் இல்லை. தயவு செய்து இந்தக் கூடுதல் கடமைகளையும் ஏற்றுக் கொள்ளுங்கள்,” என்று அது கூறுகிறது.

உங்களுடைய ஸ்தூல மனத்தின் வாயிலாக உங்களைச் சரியான பாதையில் செலுத்துவதற்கு உங்கள் வழிகாட்டி ஆன்மா மிகக் கடினமாக உழைக்க வேண்டியுள்ளது, அவர் மிகவும் சிரமப்பட வேண்டியுள்ளது. தான் விரும்பும்படி உங்கள் ஸ்தூல மனத்தைச் செயல்பட வைப்பதற்கு அவர் அதைக் கட்டாயப்படுத்தி உந்தித் தள்ள வேண்டியிருக்கிறது. அப்படிப்பட்ட நேரங்களில், தங்கள் ஸ்தூல மனத்தின் வாயிலாகக் காதுகொடுத்துக் கேட்கக்கூடப் புவியுலகில் சிலர் தவறிவிடுகின்றனர். உங்களுக்குக் கொடுக்கப்படுகின்ற வழிகாட்டுதலை நீங்கள் புறக்கணித்துவிட்டு, மற்றவர்களுக்குத் தீங்கு விளைவிப்பதில் நீங்கள் மும்முரமாகிவிடுகிறீர்கள்.

நீங்கள் மற்றவர்களுக்குத் தீங்கு விளைவித்துக் கொண்டிருப்பதாக நீங்கள் நினைக்கக்கூடும். உங்களில் சிலர் இதில் பேரின்பம் கொள்ளக்கூடும். ஆனால் யதார்த்தத்தில், நீங்கள் மற்றவர்களுத் தீங்கிழைப்பதைவிடப் பல நூறு

மடங்கு அதிகமாக உங்களுக்குத் தீங்கு விளைவித்துக் கொண்டிருக்கிறீர்கள்.

உங்கள் கர்வத்தை அடக்கிக் கொண்டு, பின்வரும் கேள்வியை உங்களை நீங்களே கேட்டுக் கொள்ளுங்கள்: "மற்றவர்களுக்கு வெற்றிகரமாகத் தீங்கு விளைவிப்பதோ அல்லது அதன் மூலம் கிடைக்கின்ற இன்பமோ எனக்கு நிரந்தர மகிழ்ச்சியைக் கொடுக்குமா? அது என்னை ஓர் உயர்ந்த நிலைக்குக் கூட்டிச் செல்லுமா?" புவியுலக வாழ்க்கையின்போது கிடைக்கின்ற தற்காலிக மகிழ்ச்சிக்காக, உங்களுடைய உண்மையான, நிரந்தரமான மகிழ்ச்சியைத் தியாகம் செய்துவிட்டு, ஆயிரக்கணக்கான ஆண்டுகள் நரகத்தில் வாழ விரும்புகிறீர்களா? இது முட்டாள்தனமானது இல்லையா?

04-06-1981

இரட்டை ஆன்மாக்கள்

தங்கள் அன்புக்குரியவர்களை ஓர் உயர்ந்த நிலைக்கு உயர்த்துவதற்கு ஆவிகள் தவிப்போடு இருக்கின்றனர். தங்கள் நேசத்திற்குரியவர்கள் ஒருபோதும் தவறு இழைக்காமல் இருக்க அவர்களை ஊக்குவிக்க அந்த ஆன்மாக்கள் கடுமையாக முயற்சிக்கின்றனர். ஏனெனில், தவறுகளுக்கு உரிய தண்டனைகளை அவர்கள் அனுபவித்தாக வேண்டும் என்பதால், அவர்களை அதிலிருந்து காக்கும் பொருட்டு அத்தவறுகளை அவர்கள் செய்யாதபடி பார்த்துக் கொள்வதற்கு அந்த ஆன்மாக்கள் மிகவும் உழைக்கின்றனர்.

ஆன்மாக்கள் பொதுவாக இரட்டையர்களாகவே இருக்கின்றனர். அதாவது, ஒவ்வோர் ஆன்மாவுக்கும் ஒரு ஜோடி இருக்கிறது. அந்த இரட்டையரில் ஒருவர் ஓர் உயர்ந்த நிலையிலும், மற்றவர் ஒரு தாழ்ந்த நிலையிலும் இருந்தால், அது மிகவும் கடினம். ஏனெனில், உயர்ந்த நிலையில் உள்ள ஓர் ஆன்மா, தன்னுடைய ஜோடியும் தன் நிலையை எட்டுவதற்காகக் காத்திருக்க வேண்டும். எனவே, ஆவியுலகில் ஓர் உயர்ந்த நிலையில் உள்ள ஓர் ஆன்மா, பூமியில் ஒரு தாழ்ந்த நிலையில் உள்ள தன் ஜோடியை ஊக்குவிக்க வேண்டும். அவரை ஓர் உயர்ந்த நிலைக்கு உயர்த்துவது ஒரு கடினமான வேலை. தன்னுடைய ஜோடி நல்ல ஆன்மாவாக

இருந்தாலும் சரி அல்லது கெட்ட ஆன்மாவாக இருந்தாலும் சரி, அனைத்து இரட்டையர்களுமே சேர்ந்து இருக்கத்தான் விரும்புகின்றனர்.

புவியில் தன் ஆழ்மனத்தைச் செயலிழக்கச் செய்துவிட்டு, தன்னுடைய வழிகாட்டியின் வழிகாட்டுதல்களைப் பின்பற்ற மறுக்கின்ற நபர்கள், ஆவிகளான எங்களுக்குப் பெரும் பிரச்சனையாக இருக்கின்றனர். தன்னுடைய மறுபாதி ஆன்மாவைச் சரியான வழியில் செலுத்துவது ஒவ்வோர் ஆன்மாவுக்கும் மிகக் கடினமான செயலாக இருக்கிறது.

வெகுசில இரட்டையர்களே ஒரே நிலையில் இருக்கின்றனர். எனவே, இரட்டையர்களில் உயர்ந்த நிலையில் இருக்கின்ற ஆன்மா மிக நீண்டகாலம் காத்திருக்க வேண்டும். காத்திருப்புக் காலம் வெறும் இரண்டு மூன்று ஆண்டுகளாக இருப்பதில்லை, 200 அல்லது 300 ஆண்டுகளாகவும் இருப்பதில்லை. சிலருடைய விஷயத்தில், காத்திருப்புக் காலம் 500 அல்லது 600 ஆண்டுகள்வரைகூட நீடிக்கும். ஓர் ஆன்மா, முதல் மூன்று தளங்களில் ஏதேனும் ஒன்றை அடையும்போது, அவர் மேலும் உயர்வதற்கு, புவியுலகக் கணக்கின்படி, நூற்றுக்கணக்கான ஆண்டுகள் ஆகும். சிலருக்கு ஆயிரக்கணக்கான ஆண்டுகள்கூட ஆகலாம்.

தன்னுடைய ஜோடிக்காகக் காத்துக் கொண்டிருக்கின்ற ஓர் ஆன்மாவின் விருப்பம் வலிமையானதாகவும் உண்மையானதாகவும் இருப்பதால், தன் ஜோடிக்கு உதவுவதற்காக பூமியில் அவர் பிறப்பெடுக்கிறார். சில சமயங்களில் அவர்கள் வெற்றி பெறுகின்றனர், ஆனால் பெரும்பாலான சமயங்களில் அவர்களும் ஒரு கீழ்நிலைக்குச் சறுக்கிவிடுகின்றனர். ஆவியுலகமும் புவியுலகமும் இப்படித்தான் செயல்பட்டுக் கொண்டிருக்கின்றன.

நாங்கள் மீண்டும் இந்த உண்மையை உங்களிடம் வலியுறுத்தியாக வேண்டும்: தங்களுக்கு எது நல்லது, எது கெட்டது என்பதை உணர்ந்து கொள்ளக்கூடிய அளவுக்குப் புவிவாழ் மக்கள் அறிவார்ந்தவர்களாக இருந்தால், அல்லது ஆவியுலகிலிருந்து செய்திகளைப் பெற்றுக் கொள்ள முயற்சித்தால், விஷயங்களைப் புரிந்து கொள்வது அவர்களுக்கு சுலபமானதாக இருக்கும். ஆனால், புவிவாழ் மக்களில் பலருக்கு மரணத்திற்குப் பிந்தைய வாழ்க்கையின்மீதோ அல்லது ஆவியுலகின்மீதோ நம்பிக்கை இருப்பதில்லை. சிலர்

அதை நம்பினாலும், ஆவியுலகிலுள்ள எங்களால் எப்படிச் செய்திகளை அனுப்ப முடியும் என்பதையும், பூமியில் மக்களால் எப்படி அவற்றைப் பெற்றுக் கொள்ள முடியும் என்பதையும் அவர்களால் புரிந்து கொள்ள முடிவதில்லை. "புவியுலகைவிட்டுப் போய்விட்ட ஆன்மாக்களிடம் பேசாதீர்கள். அவர்களுடைய முன்னேற்றத்தைத் தடுப்பதன் மூலம் நீங்கள் அவர்களுக்குத் தொல்லைகள் கொடுத்துக் கொண்டிருக்கிறீர்கள்," என்று உங்கள் உலகில் உள்ள ஒருசில முட்டாள்கள் கூறுகின்றனர்.

தயவு செய்து எங்களைத் தவறாகப் புரிந்து கொள்ளாதீர்கள். அந்த முட்டாள்களுக்கு நாங்கள் ஒன்றைச் சொல்லித்தான் ஆக வேண்டும். அது இதுதான்: நீங்கள் உண்மையிலேயே அறிவார்ந்தவர்களாகவும் கற்றறிந்தவராகவும் இருந்தால், நீங்கள் இவ்விதத்தில் சிந்திக்க மாட்டீர்கள். மேலும், ஆவியுலகத்துடனான கருத்துப் பரிமாற்றங்களைத் தடுத்து நிறுத்த விரும்புகின்றவர்கள் மிகவும் பாவம் செய்தவர்கள், ஊழல் பேர்வழிகள். அக்கருத்துப் பரிமாற்றங்கள் வாயிலாகத் தங்களைப் பற்றிய உண்மைகளை உலகம் அறிந்து கொள்ளும் என்றும், தங்களால் இனியும் மற்றவர்களை ஏமாற்ற முடியாது என்றும், தொடர்ந்து தீய வழிகளில் செல்ல முடியாது என்றும் அவர்கள் பயப்படுவதுதான் அவர்கள் அக்கருத்துப் பரிமாற்றங்களைத் தடுத்து நிறுத்துவதற்கான காரணம். எது சரி என்பது தங்களுக்குத் தெரியும் என்று நினைக்கின்ற சிலர், ஆவியுலகத்துடன் தொடர்பு கொள்கின்றவர்கள் ஏமாற்றுப் பேர்வழிகள் என்றும் பைத்தியக்காரர்கள் என்றும் மற்றவர்களை நம்ப வைக்க முயற்சிக்கின்றனர்.

புவிவாழ் மக்கள் எங்களுடன் ஒத்துழைத்தால், அவர்களுக்குச் செய்தி அனுப்பி அவர்களுக்கு உதவுவது எங்களுக்கு சுலபமாக இருக்கும். மாறாக, இத்தகைய தொடர்புகள் அபத்தமானவை என்றும், ஏய்ப்பு வேலைகள் என்றும், அவை மக்களுக்கு அதிகத் தீங்கு விளைவிக்கின்றன என்றும் அவர்கள் கூறித் திரிகின்றனர். எனவே, எங்களுடைய எண்ணங்களை அவர்கள்மீது திணிப்பதற்கு நாங்கள் கடினமாக உழைக்க வேண்டியிருக்கிறது. அவர்களைச் சரியான வழிக்குக் கொண்டுவருவதற்கு நாங்கள் பல ஆண்டுகள் அவர்களுக்குப் பின்னால் ஓட வேண்டியிருக்கிறது. அவ்வளவு கடின உழைப்புக்குப் பிறகும்கூட, சில ஆன்மாக்கள் ஒருவழி மனத்தையே கொண்டிருக்கின்றனர். அவர்கள் நாங்கள்

கூறுவதைக் கேட்க மாட்டார்கள். மாறாக, தொடர்ந்து தவறான பாதையிலேயே அவர்கள் பயணித்துக் கொண்டிருப்பர்.

புவியுலகில் உள்ள ஒரு தீய ஆன்மா தன் ஆழ்மனத்தைச் செயலிழக்கச் செய்த பிறகு, அந்த ஆன்மாவைச் சரியான பாதைக்கு அழைத்து வர அவருடைய வழிகாட்டி ஆன்மா தவறிய பிறகு, இப்படிப்பட்ட ஆன்மாவுக்கு அவருடைய ஜோடியைத் தவிர வேறு யாரால் உதவ முடியும்? புவியுலகில் கீழ்நிலைக்குள் விழுந்துவிட்ட ஓர் ஆன்மாவை ஓர் உயர்ந்த நிலைக்குக் கொண்டுவந்து, அவரை மேம்படுத்த முயற்சிப்பது, ஆவியுலகில் உள்ள அவருடைய ஜோடிக்கு மிகக் கடினமாதொரு வேலையாகும். எனவே, தேவையானவற்றைச் செய்யுங்கள், உங்களை மேம்படுத்திக் கொள்ளுங்கள், விரைவாக ஓர் உயர்ந்த நிலைக்கு உயருங்கள். புவியுலகில் ஒருசில வருடங்கள் குதூகலத்தையும் மகிழ்ச்சியையும் அனுபவிப்பதைப் பற்றி நினைப்பதை விட்டுவிட்டு, நிரந்தர மகிழ்ச்சியைப் பற்றிச் சிந்தியுங்கள்.

05-06-1981

நல்லதோ அல்லது தீயதோ, அது உங்கள் விருப்பத்தேர்வுதான்

எது சரி, எது தவறு ஆகியவற்றைப் பற்றியும், எப்படி உங்களை மேம்படுத்திக் கொள்வது என்பது பற்றியும் புத்தகங்களில் நீங்கள் படித்திருக்கக்கூடும், பிரசங்கங்களைக் கேட்டிருக்கக்கூடும், பள்ளியில் படித்திருக்கக்கூடும், அல்லது உங்களுடைய முதிய உறவினர்கள் மற்றும் நண்பர்களிடமிருந்து நீங்கள் கற்றுக் கொண்டிருக்கக்கூடும். ஆனால் உங்களில் சிலர், மற்றவர்களுடைய அறிவுரைகளைக் கேட்பதோ அல்லது புத்தகங்களைப் படிப்பதோ இல்லை. "ஒருவருக்குத் தொல்லை கொடுப்பது எனக்கு மகிழ்ச்சியளிக்கிறது. ஒருவரை ஏமாற்றும்போது நான் மகிழ்ச்சியாக உணர்கிறேன். ஒருவருக்குத் தீங்கு விளைவிப்பதும் அவரிடமிருந்து கொள்ளையடிப்பதும் எனக்குப் பேரானந்தத்தைக் கொடுக்கிறது. நான் ஏன் இவற்றைச் செய்யக்கூடாது?" என்று சில ஆன்மாக்கள் கூறுகின்றனர்.

நாங்கள் அவர்களிடம் கேட்பதெல்லாம் இதுதான்: "நீங்கள் ஒருவருக்கு உதவி செய்யும்போது அது உங்களுக்கு மகிழ்ச்சியளிக்கிறது, இல்லையா? உங்களுக்குத் தீங்கு விளைவித்துள்ள ஒருவரை நீங்கள் மன்னிக்கும்போது உங்கள் மனத்தில் அமைதியை உணர்கிறீர்கள், சரிதானே? நீங்கள் ஒருவரை மகிழ்ச்சிப்படுத்தும்போது அதில் உங்களுக்குப் பேரின்பம் கிடைப்பது உண்மைதானே? இவ்விஷயங்கள் உங்களை மகிழ்ச்சிப்படுத்துவது இல்லை, மாறாக, அந்த மோசமான விஷயங்கள்தான் உங்களுக்கு மகிழ்ச்சியளிக்கின்றன என்றால், நாங்கள் உங்களுக்காக வருந்துகிறோம், உங்கள்மீது பரிதாபம் கொள்கிறோம்."

ஒவ்வொரு நபரிடமும் நல்லவையும் இருக்கின்றன, தீயவையும் இருக்கின்றன. ஆனால் அவன் நல்லவனாக இருப்பதோ அல்லது தீயவனாக இருப்பதோ அவனுடைய சொந்த விருப்பத்தேர்வுதான். அதுதான் இங்கு நீங்கள் கவனிக்க வேண்டிய முக்கியமான கருத்து. உங்களிடம் இருக்கும் மோசமான விஷயங்களைக் கட்டுப்படுத்திக் கொண்டு, நல்லவற்றை மட்டும் வெளிக்கொணர்வது நிச்சயமாக ஒரு சிறந்த விஷயமாகும்.

மற்றவர்களைத் துன்புறுத்தும்போது நீங்கள் மகிழ்ச்சி அடைகிறீர்கள் என்றாலோ, அடுத்தவரை ஏமாற்றும்போது நீங்கள் இன்பத்தை அனுபவிக்கிறீர்கள் என்றாலோ, அவர்களுக்குத் தொல்லை கொடுக்கும்போது நீங்கள் பேருவகை கொள்கிறீர்கள் என்றாலோ, நீங்கள் மேம்படுவதற்குக் கடவுளின் உதவியையும் வழிகாட்டுதலையும் ஆசீர்வாதங்களையும் கேட்பதற்கான சரியான நேரம் இதைவிட வேறு எதுவாக இருக்க முடியும்?

06-06-1981

ஆவியுலகத்துடனான கருத்துப் பரிமாற்றங்கள் பூமியில் உள்ள அன்புக்குரியவர்களுக்கு ஆறுதல் அளிக்க உதவுகின்றன

பூமியில் இருக்கும் எங்கள் அன்புக்குரியவர்களுடன் கருத்துப் பரிமாற்றங்கள் மேற்கொள்வதில் நாங்கள் தீவிரமாக இருக்கிறோம். எனவே, எங்களுக்கு அந்த வாய்ப்பைக்

கொடுக்கும்படி இறைவனிடம் நாங்கள் தொடர்ந்து கோரிக்கை விடுக்கிறோம். ஒட்டுமொத்தத்தில், புவிவாழ் மக்கள் தங்களுடைய சொந்த வேலையிலும் குதூகலத்திலும் பணம் சம்பாதிப்பதிலும் மும்முரமாக இருக்கின்றனர். மரணம் அடைந்துவிட்டத் தங்கள் அன்புக்குரியவர்கள்மீது அவர்களுக்கு அக்கறை இருப்பதில்லை.

ஆனால்,எங்கள்பெற்றோரைப்போன்றவர்கள்,பூமியைவிட்டுப் புறப்பட்டுச் சென்றுவிட்டத் தங்கள் அன்புக்குரியவர்களுடன் தொடர்ந்து கருத்துப் பரிமாற்றத்தில் ஈடுபடுவதில் தீவிரமாக இருக்கின்றனர். அவர்கள் எங்களிடமிருந்து செய்திகளைப் பெற விரும்புகின்றனர் என்பது எங்களுக்குப் பெருமகிழ்ச்சி அளிக்கிறது. எங்களுடன் தொடர்பு கொண்டு பேச முடிந்தது குறித்து அவர்களும் மகிழ்ச்சி கொள்கின்றனர். எங்கள் பெற்றோரைப் போன்றவர்கள் அதிகமாக இருக்க வேண்டும் என்று ஆவிகள் ஆசைப்படுகின்றனர். நாங்கள் எங்கள் பெற்றோரை ஆசுவாசப்படுத்தி, யார் அவர்களை ஏமாற்றிக் கொண்டிருந்தார்கள் என்பது குறித்தும், யார் அவர்களுடைய உண்மையான நண்பர்கள் என்பது குறித்தும், யாரை அவர்கள் நம்பி அவர்களிடம் உதவி கேட்க வேண்டும் என்றும் நாங்கள் அவர்களுக்கு வழிகாட்டினோம். அவர்களுக்கு உதவியுள்ள ஒருசில நல்ல நண்பர்கள் மற்றும் உறவினர்களின் நட்பைத் தவிர, எங்கள் பெற்றோர் இருவரும் உங்கள் உலகில் தனியாகத்தான் இருக்கின்றனர். நாங்கள் அந்த நண்பர்களுக்கும் உறவினர்களுக்கும் நன்றி கூறுகிறோம், அவர்களை ஆசீர்வதிக்கிறோம்.

தங்கள் அன்புக்குரியவர்களுடன் கருத்துப் பரிமாற்றத்தில் ஈடுபடுவதில் ஆவியுலக ஆன்மாக்கள் பலர் மிகத் தீவிரமாக இருகின்றனர். எங்களைப் போன்ற பலர், பூமியில் உள்ள எங்கள் அன்புக்குரியவர்கள் ஆசுவாசம் கொள்ள அவர்களுக்கு உதவ விரும்புகிறோம். ஏனெனில், புவியுலகில் அவர்கள் அனுபவிக்கின்ற வருத்தங்களும் துயரங்களும் எங்கள்மீது தாக்கம் ஏற்படுத்தி, எங்களுக்கு மனச்சோர்வையும் வருத்தத்தையும் ஏற்படுத்துகின்றன.

உங்கள் அன்புக்குரியவர்கள் உங்கள் உலகைத் துறக்கும்போது நீங்கள் எப்படி உணர்கிறீர்கள் என்பதை எங்களால் புரிந்து கொள்ள முடிகிறது. உங்களால் எங்களைப் பார்க்கவோ, நாங்கள் கூறுவதைக் கேட்கவோ, அல்லது எங்களைத்

தொடவோ முடியாது. ஆனால் நீங்கள் அமைதியாக இருக்க வேண்டும் என்றும், எங்களை நினைத்துத் துயரம் கொள்ளக்கூடாது என்றும் நாங்கள் உங்களிடம் வேண்டிக் கேட்டுக் கொள்கிறோம். ஏனெனில், நாங்கள் இங்கு மகிழ்ச்சியாக இருக்கிறோம். பூமியில் நாங்கள் இருந்தபோது நாங்கள் எவ்வளவு துடிப்போடும் உற்சாகத்தோடும் இருந்தோமோ, அதைவிட அதிகத் துடிப்போடும் உற்சாகத்தோடும் இங்கே நாங்கள் இருக்கிறோம். உங்களை எங்களால் பார்க்க முடியும், நீங்கள் பேசுவதைக் கேட்க முடியும், உங்களைத் தொட முடியும், கட்டியணைக்க முடியும், உங்களுக்கு முத்தம்கூடக் கொடுக்க முடியும்.

நீங்களும் உங்களைவிட்டுப் பிரிந்த உங்கள் அன்புக்குரியவர்களும் மிகவும் நெருக்கமானவர்களாக இருந்தால் மட்டுமே உங்களுடைய வருத்தத்தை எங்களால் நன்றாக உணர்ந்து கொள்ள முடியும். ஒரு தாய் அல்லது தந்தைக்கும் அவர்களுடைய குழந்தைகளுக்கும் இடையே உள்ள அன்பும் நெருக்கமும் எங்களை பாதிக்கின்றன. அதேபோல, ஒரு சகோதரனுக்கும் ஒரு சகோதரிக்கும் இடையேயும், நல்ல நண்பர்களுக்கு இடையேயும் உள்ள அன்பும் நெருக்கமும் எங்களை பாதிக்கின்றன. ஆனால், பூமியில் உங்கள் உறவு எத்தகையதாக இருந்தாலும் சரி, அதில் உண்மையான மற்றும் பரஸ்பர அன்பு இல்லாவிட்டால், அந்த ஆன்மா ஆவியுலகிற்கு வந்த பிறகு அவர்களுடன் எங்களுக்கு எந்தவிதமான ஒரு தொடர்பும் இருக்காது.

எங்களை இழந்துவிட்ட எங்கள் தாயும் தந்தையும் சில சமயங்களில் துயரத்தோடும் வருத்தத்தோடும் இருந்தனர். ஆவியுலகத் தொடர்பு மட்டும் இல்லாமல் போயிருந்தால், அவர்களை அமைதிப்படுத்துவதும் உற்சாகப்படுத்துவதும் எங்களுக்குக் கடினமாக இருந்திருக்கும். அவர்கள் வருத்தமுறுவது எங்களுக்கும் வருத்தத்தை ஏற்படுத்துகிறது என்பதால் அவர்கள் தங்களுடைய உணர்வுகளைக் கட்டுப்படுத்திக் கொள்ள வேண்டும் என்பதை நாங்கள் அவர்களுக்கு விளக்குகிறோம். பூமியில் இருந்ததைவிட இப்போது நாங்கள் அவர்களுக்கு அதிக அருகில் இருக்கிறோம். இந்த ஆவியுலகத் தொடர்பின் மூலம், நாங்கள் (அம்மா, அப்பா, விஸ்பி, மற்றும் ரத்தூ) பரஸ்பரம் அடுத்தவருடைய மகிழ்ச்சியையும் துயரங்களையும் பகிர்ந்து கொள்கிறோம். மிக முக்கியமாக, நாங்கள் (விஸ்பி மற்றும் ரத்தூ) எங்கள்

பெற்றோருக்கு அருகே இருக்கிறோம் என்பதையும் அவர்களை மிகவும் நேசிக்கிறோம் என்பதையும் நாங்கள் அவர்களுக்குத் தெரியப்படுத்துகிறோம். இந்த ஆவியுலகத் தொடர்பினால் எங்கள் வேலை அதிக சுலபமானதாக ஆகியுள்ளது.

எனவே, உங்கள் சொந்த நலனுக்காகவும், நாங்கள் எங்கள் கடமைகளைச் செய்வதற்கு ஓர் எளிய வழியை எங்களுக்கு வழங்குவதற்காகவும் புவியுலக மக்கள் ஆவியுலகுடன் ஒரு பாதுகாப்பான தொடர்பை ஏற்படுத்திக் கொள்ள வேண்டும் என்றும், ஆவியுலகுடன் கருத்துப் பரிமாற்றங்களில் ஈடுபட வேண்டும் என்றும் நாங்கள் உங்களிடம் கேட்டுக் கொள்கிறோம். உங்களை வழிநடத்துவதும், நீங்கள் அதிக இருளுக்குள் போவதிலிருந்து உங்களைத் தடுத்து நிறுத்துவதும் ஆவியுலகத் தொடர்பின் காரணமாக எங்களுக்கு அதிக சுலபமானதாக இருக்கிறது. உங்களை வழிநடத்துவது எங்கள் கடமை. எனவே, நீங்கள் எங்களைத் தொடர்பு கொண்டு பேசுவது நல்லது. உங்களுக்கு அப்படிப்பட்ட ஓர் ஆசீர்வாதம் இருந்தால், அதை வளர்த்துக் கொள்ளுங்கள். ஒவ்வோர் ஆன்மாவுக்கும் கடவுள் ஏதோ ஒருவிதமான பரிசைக் கொடுத்திருக்கிறார். ஆனால் சிலருக்கு, அதை வளர்த்துக் கொள்வதற்கு மிக நீண்டகாலமும் கடின உழைப்பும் தேவைப்படுகின்றன. மற்றவர்களுக்கு அது தானாக வருகிறது.

உங்களுடைய உள்ளுணர்வுகளை ஒருபோதும் அடக்கி வைக்காதீர்கள். ஆவியுலகத்துடன் தொடர்பு கொண்டு பேசுவதற்கான சக்தி உங்களுக்கு இருப்பதை மக்கள் கண்டுபிடித்துவிட்டால், அவர்கள் உங்களைப் பைத்தியம் என்றோ அல்லது வினோதமானவர் என்றோ அழைப்பார்கள் என்று ஒருபோதும் நினைக்காதீர்கள். கடவுள் உங்களுக்குக் கொடுத்துள்ள ஒரு பரிசு இது. அதற்காக நீங்கள் நன்றியுணர்வு கொள்ள வேண்டும்.

நீனா (பெயர் மாற்றப்பட்டுள்ளது) என்ற இளம்பெண்ணுக்கு இந்த சக்தி இருந்தது. ஆனால், "ஆவிகளுடன் தொடர்பு கொள்வது மிகவும் தீய செயல். இதை இனி ஒருபோதும் செய்யாதே. இல்லாவிட்டால், ஒரு தீய ஆவி உன் உடலை ஆட்கொண்டு உன்னைச் சீரழித்துவிடும். நீ ஒரு பேயாக மாறி, நரகத்தின் நெருப்பில் எரிந்து போவாய்," என்று கூறி அப்பெண்ணின் தாயார் அவளுக்கு மூளைச்சலவை செய்தார்.

தன் தாயாரின் எச்சரிக்கையால் மிகவும் பயந்து போன நீனா, 'ஆவியுலகத் தொடர்பு' என்ற வார்த்தைகளைக் கூறுவதற்குக்கூடப் பெரிதும் தயங்கினாள். ஒரு மாபெரும் வாய்ப்பை, ஓர் அற்புதமான பரிசை, தன்மீதான நம்பிக்கையை அவள் இழந்திருந்தாள்.

பல வருடங்களுக்குப் பிறகு, ஆவியுலகத் தொடர்புகளைப் பற்றிய உண்மைகள் அவளிடம் எடுத்துக் கூறப்பட்டபோதிலும், கடவுள் அவளுக்குக் கொடுத்திருந்த பரிசை விளக்கிய புத்தகங்களை அவளுடைய கணவர் அவளுக்குக் கொடுத்தபோதிலும், காலம் கடந்திருந்தது. அந்தப் பரிசை மீண்டும் கைவசப்படுத்தவும், தன் தாயார் கூறியவற்றை மறக்கவும் அவள் கடுமையாக முயற்சி செய்தபோதிலும், அவளுடைய மனத்தில் ஆழமாகப் பதிந்திருந்த பயத்தின் காரணமாக, அவளால் அந்தப் பரிசைக் கைவசப்படுத்த முடியவில்லை. தன் தாயாரின் பேச்சிற்குத் தான் செவிசாய்த்தது குறித்து அவள் வருந்தினாள். தன்மீதான நம்பிக்கையை மீட்டெடுக்க அவளால் முடியவில்லை.

நீனாவின் விஷயத்தில் நடந்ததைப்போல இன்னும் ஏராளமானோரின் வாழ்விலும் நடந்திருக்கிறது. எனவே, முறையான அறிவும் உண்மைத் தகவல்களும் இல்லாமல் யாருக்கும் ஒருபோதும் அறிவுரை வழங்க வேண்டாம் என்று புவிவாழ் மக்களை நாங்கள் கேட்டுக் கொள்கிறோம். அரைகுறை அறிவு மிகவும் ஆபத்தானது. நீங்கள் ஒருவருடைய அறிவுரையை நாடுவதாக இருந்தால், ஆவியுலகைப் பற்றிய உண்மையான அறிவு அவருக்கு இருக்கிறதா என்பதை உறுதியாகத் தெரிந்து கொண்டு பிறகு செயல்படுங்கள்.

07-06-1981

பெரும்பாலான ஆன்மாக்கள் கீழ்மட்டத் தளங்களுக்குச் சென்று வந்துள்ளனர்

நம்முடைய ஆன்மாவைத் தூய்மைப்படுத்தி நாம் ஓர் உயர்ந்த நிலைக்கு உயர்வதற்காகவே நாம் அனைவரும் பூமியில் மீண்டும் பிறக்கிறோம். ஆனால் நம்முடைய விருப்பம் எல்லா நேரங்களிலும் நிறைவேறுவதில்லை. பல சமயங்களில், உயர்வதற்கு பதிலாக நாம் கீழ்நோக்கிப் போகிறோம். எனவே,

எங்களில் பெரும்பாலானோர் இரண்டாவது தளத்திலிருந்து ஆறாவது தளம்வரை அனுபவித்திருக்கிறோம். ஒருசிலர் மட்டுமே முதல் தளத்தை அனுபவித்திருக்கிறோம். ஏனெனில், முதல் தளத்திலிருந்து வெளியே வருவது மிகவும் கடினம்.

ஒவ்வோர் ஆன்மாவும் சுமார் நூறிலிருந்து இரண்டாயிரம் முறைவரை பூமியில் மறுபிறவி எடுத்து, பல்வேறு வகையான அனுபவங்களைப் பெறுகின்றனர். ஒவ்வோர் ஆன்மாவும் விதவிதமான பிரச்சனைகளையும் சூழ்நிலைகளையும் அனுபவித்தாக வேண்டும்.

எங்களுடைய ரகசியங்கள் அனைத்தையும் புவிவாழ் மக்களிடம் கூறுவதற்கு ஆவிகளான எங்களுக்கு அனுமதி இல்லை என்பதை நாங்கள் உங்களுக்குத் தெரிவித்துக் கொண்டாக வேண்டும். ஒருசில விஷயங்களை மட்டுமே எங்களால் கூற முடியும். உங்கள் எதிர்காலத்தைப் பற்றி நாங்கள் உங்களிடம் கூறினால், நீங்கள் முன்கூட்டியே அதற்காகத் தயாராகிவிடுவீர்கள். அப்போது உங்கள் மறுபிறப்பால் எந்தப் பயனும் இருக்காது.

08-06-1981

ஆவியுலகத் தொடர்புகள் பற்றிய தவறான புரிதல்கள்

உயிர்நீத்துள்ள உங்கள் அன்புக்குரியவர்களின் முன்னேற்றம் தடுக்கப்படும் என்று நீங்கள் நினைத்தால், அது முற்றிலும் தவறு. ஆவியுலகத் தொடர்பு இல்லாவிட்டால், சில சமயங்களில், உங்களைச் சரியான பாதைக்குக் கொண்டுவரக்கூடிய விதத்தில் தங்கள் எண்ணங்களை உங்கள்மீது பதிய வைப்பதற்கு ஆவியுலக ஆன்மாக்களுக்குப் பல நாட்கள், பல மாதங்கள், அல்லது பலப்பல ஆண்டுகள்கூட ஆகலாம். ஆனால் ஆவியுலகத் தொடர்பின் மூலமாக, ஒருசில மணிநேரங்களிலேயே விஷயங்களை உங்களுக்கு எங்களால் புரிய வைத்துவிட முடியும். அத்தொடர்பு இல்லாவிட்டால், அதற்குப் பல ஆண்டுகள் ஆகக்கூடும். எனவே, புவியுலக வாழ்வைத் துறந்துவிட்ட ஓர் ஆன்மாவின் முன்னேற்றம் தடுக்கப்படுவதில்லை, மாறாக, அது துரிதப்படுத்தப்படுகிறது.

நாங்கள் முன்பே கூறியதைப்போல, ஓர் உயர்ந்த நிலையில் இருக்கும் இரட்டை ஆன்மாக்களில் ஒருவர், தன்னுடைய

ஜோடி உயர்வதற்காகக் காத்திருக்கிறார். அந்த ஜோடி ஆன்மா மேலும் கீழே விழுந்துவிடாமல் இருக்கும்படி பார்த்துக் கொள்வதற்கு அவர் கடினமாக உழைக்க வேண்டியிருக்கிறது. உயர்ந்த தளத்தில் உள்ள ஆன்மா தன் எண்ணங்களைப் புவியிலுள்ள தன் ஜோடியின்மீது பதிய வைக்க முயற்சிக்கும்போது, பூமியில் உள்ள அந்த ஆன்மா அந்த எண்ணங்களுக்குப் பல ஆண்டுகள் செவிசாய்க்காமல் இருக்கக்கூடும். ஆனால் ஆவியுலகத்துடனான கருத்துப் பரிமாற்றத்தின் மூலம் அதைச் சுலபமாகவும் வேகமாகவும் செய்துவிட முடியும். எனவே, ஆவியுலகத் தொடர்பு இல்லாமல் போவதைவிட, அத்தொடர்பு இருப்பது எங்கள் முன்னேற்றத்தைத் துரிதப்படுத்தப்படுகிறது.

ஆவியுலகத் தொடர்பு, இறந்துவிட்டவரின் ஆன்மாவின் முன்னேற்றத்தைத் தடுப்பதாக மக்கள் நினைக்கின்றனர். அதனால்தான் அவர்களோடு தொடர்பு கொண்டு பேசுவதைப் பெரும்பாலான மக்கள் விரும்புவதில்லை. அது உண்மைதானா? அல்லது, அவர்களுடைய குற்றவுணர்வு அவர்களைத் தடுக்கிறதா?

இறந்துவிட்டவர்களின் ஆன்மாக்களுடனும் ஆவிகளுடனும் தொடர்பு கொண்டு கருத்துப் பரிமாற்றம் செய்வதற்கான சக்தி உண்மையிலேயே புனிதமான ஆன்மாக்களிடமும் சாதுக்களிடமும் இருக்கிறது. கருத்துப் பரிமாற்றம் ஓர் ஆவியின் முன்னேற்றத்தைத் தடுக்கிறது என்றால், அப்படிப்பட்ட உயர்ந்த ஆன்மாக்களிடம் இப்படிப்பட்ட சக்தி இருக்குமா?

"எச்சரிக்கையாக இரு. இல்லாவிட்டால், தீய ஆவிகள் உன் உடலை ஆட்கொண்டு உன்னைச் சீரழித்துவிடும், நீ நரகத்திற்குப் போவாய்," என்று சிலர் கூறக்கூடும். நாங்கள் அவர்களுக்குச் சில விடைகளைக் கொடுக்க விரும்புகிறோம்: நீங்கள் தீயவரா? தீயவைதான் தீயவற்றை ஈர்க்கும். நீங்கள் தீயவராக இருந்தால், ஆவியுலகத்துடனான தொடர்பு குறித்து நீங்கள் பயப்படத்தான் வேண்டும். ஏனெனில், தீயவை நிச்சயமாகத் தீயவற்றை ஈர்க்கும். நீங்கள் தீய ஆவிகளை ஈர்த்தால், அவர்கள் உங்கள் ஸ்தூல மனத்தை ஆட்கொள்ளக்கூடும். ஆனால் நீங்கள் ஒரு நல்ல ஆன்மாவாக இருந்து, இறந்துவிட்ட ஒரு நல்ல ஆன்மாவுடன் நீங்கள் தொடர்பு கொண்டு பேசினால், அதில் உங்களுக்கு எந்தத் தீங்கும் நேராது.

> தன்னிச்சையாக எழுதுவதை நீங்களாகவே ஒருபோதும் முயற்சிக்காதீர்கள். ஒரு பாதுகாப்பு இணைப்பு[14] இல்லாமலும், முறையான அறிவுறுத்தல்களைப் பின்பற்றாமலும் அதை நீங்கள் தானாகவே முயற்சிப்பது மிகவும் ஆபத்தானது. அனுபவம் வாய்ந்த, ஏற்கனவே இணைக்கப்பட்டுள்ள ஒருவரால் மட்டுமே உங்களுடன் இணைய முடியும். எந்த எதிர்மறையான குறுக்கீடும் உங்களுக்குத் தீங்கு விளைவிக்காமல் இருப்பதை இது உறுதி செய்யும்.

தீயவை தீயவற்றை ஈர்க்கின்றன, நல்லவை நல்லவற்றை ஈர்க்கின்றன. நல்ல ஆன்மாக்கள் நிச்சயமாக உங்களைப் பாதுகாப்பர். ஒரு நல்ல ஆன்மாவுடன் நீங்கள் தொடர்ந்து கருத்துப் பரிமாற்றத்தில் ஈடுபடும்போது நீங்கள் முற்றிலும் பாதுகாப்பாக இருக்கிறீர்கள். (அந்த ஆன்மாவுடனான உங்கள் இணைப்பு அப்போது துண்டிக்கப்பட்டிருக்கக்கூடாது.)

தீயவர்கள் உங்கள் வீட்டுக்குள் நுழைவதைத் தடுப்பதற்காக உங்கள் வீட்டு முன்வாசல் கதவை நீங்கள் எப்படிச் சாத்தியிருப்பீர்களோ, அதேபோல, தீய ஆவிகள் உங்கள் மனத்திற்குள் நுழைவதைத் தடுக்கும் விதமாக நீங்கள் உங்கள் மனத்தை மூடிவிட வேண்டும்.

09-06-1981

சிலர் ஏன் ஆவியுலகத் தொடர்பைக் கண்டு அஞ்சுகின்றனர்

மூடநம்பிக்கைகள் நம் வாழ்க்கையைக் கட்டுப்படுத்திய நாட்கள் மலையேறிவிட்டன. பைத்தியக்காரர்கள் மட்டுமே ஆவிகளுடன் பேசினர் என்று மக்கள் நினைத்தக் காலமும் மலையேறிவிட்டது. ஆவிகளுடன் தொடர்பு கொள்கின்ற ஒருவர் உண்மையானவர் என்று நிரூபிக்கப்பட முடியாத காலமும் மலையேறிவிட்டது. ஆவிகளுடனான கருத்துப்

---

14. புவியுலக ஆன்மாக்களும் ஆவியுலக ஆன்மாக்களும் ஒரு பாதுகாப்பான விதத்தில் கருத்துப் பரிமாற்றம் செய்து கொள்வதற்காகப் பிரார்த்தனை மற்றும் நேர்மறை ஆற்றல் மூலமாக உயர் ஆன்மாக்கள் அளிக்கும் பாதுகாப்பு.

பரிமாற்றங்கள் குறித்துப் புவியுலகில் இப்போது விரிவாக ஆராய்ச்சி செய்து கொண்டிருக்கின்ற பல அறிவியலறிஞர்கள், மனநல வல்லுனர்கள், ஆன்மீக உளவியலாளர்கள் ஆகியோர், ஆவிகளோடு தொடர்பு கொண்டு பேசுபவர்களின் வேலை உண்மையானது என்று நிரூபித்துள்ளனர்.

அறிவியல் விளக்கங்கள் இல்லாத பல வினோதமான நிகழ்வுகள் இருக்கின்றன. புலன் கடந்த அறிவு தொடர்பான விஷயங்களை ஒருவர் நம்பித்தான் ஆக வேண்டும்.

ஆவியுலகம் என்ற ஒன்று இருப்பதைக்கூடச் சில முட்டாள்கள் சந்தேகிக்கின்றனர். நாங்கள் ஆன்மாக்கள்தானா என்ற சந்தேகமும் அவர்களுக்கு இருக்கிறது. "கடவுள் என்ற ஒருவர் இருக்கிறாரா?" என்ற ஒரு முட்டாள்தனமான கேள்வியைக் கேட்கக்கூடிய அசாதாரணமான முட்டாள்கள் சிலரும் இருக்கத்தான் செய்கின்றனர்.

ஆவியுலகத்துடனான தொடர்பு மற்றும் கருத்துப் பரிமாற்றம் குறித்து அதிகமாகக் கற்றுக் கொள்வதற்கும், அத்தகைய விவகாரங்களில் இன்னும் ஆழமாக ஈடுபடுவதற்கும் சிலர் விரும்புகின்றனர். அவற்றைத் தெரிந்து கொள்ள வேண்டிய ஒரு கட்டாயம் சிலருக்கு இருக்கிறது. எனவே, ஆவியுலகம், மரணம், பிறப்பு, முந்தைய பிறவிகள், மற்றும் பல விஷயங்களைத் தெரிந்து கொள்ள அவர்கள் கடினமாக முயற்சிக்கின்றனர். புவிவாழ் மக்கள் எப்போதும் எல்லாவற்றுக்கும் வலுவான ஆதாரங்களைத் தேடுகின்றனர். மட்டுப்படுத்தப்பட்டுள்ள அவர்களுடைய மனத்தால் ஆதாரங்கள் இல்லாமல் எதையும் ஏற்றுக் கொள்ள முடியாது. ஆனால் இவ்விஷயத்திற்கு ஆதாரங்களைக் காட்டுவது கிட்டத்தட்டச் சாத்தியமில்லாத ஒரு காரியம். ஏனெனில், கடவுள் கொடுக்கின்ற இந்த சக்தி ஒருசிலரிடம் மட்டுமே இருக்கிறது. சிலர் இவர்களைப் பார்த்துத் தங்களுக்கும் அந்த சக்தி இருப்பதுபோலப் பாசாங்கு செய்து கொண்டு அப்பாவி மக்களை ஏமாற்றிப் பணம் சம்பாதிக்கின்றனர். எனவே, யார் உண்மையானவர்கள், யார் போலிகள் என்று வகை பிரித்துப் பார்ப்பது பலருக்குக் கடினமாக இருக்கிறது.

ஆவியுலகத்துடன் தொடர்பு கொள்வதும், அவ்வுலக விவகாரங்களில் ஈடுபடுவதும் தீயது அல்லது மோசமானது என்று சிலர் நினைக்கின்றனர். ஆனால் இது வெறும் அறியாமைதான். தங்களுடைய குற்றவுணர்வையும் பாவங்களையும் ஆவிகள் கண்டுபிடித்துவிடக்கூடும் என்று

பயப்படுகின்ற சிலர், ஆவியுலகத்துடன் தொடர்பு கொண்டு பேச விரும்புகின்ற மற்றவர்களையும் தடுத்துவிடுகின்றனர். தீயவர்களுக்கு இந்த யோசனைகள் பிடிப்பதில்லை. அவற்றில் அவர்கள் ஆர்வம் காட்டுவதும் இல்லை. சிலர் தங்களுடைய பெற்றோராலும் மதபோதகர்களாலும் ஆசிரியர்களாலும் மூளைச்சலவை செய்யப்படுகின்றனர். எனவே, அவர்கள் தங்களுடைய உள்ளுணர்வைக் கட்டுப்படுத்திக் கொள்கின்றனர், துணிந்து அதில் ஈடுபடாமல் இருந்துவிடுகின்றனர்.

பூமியில் மீண்டும் பிறப்பதை நீங்கள் ஏன் தேர்ந்தெடுக்கிறீர்கள்

உங்களில் பெரும்பாலானோர் உங்கள் உலகில் பிறக்க விரும்பவில்லை. ஏனெனில், இங்கு ஆவியுலகில் நீங்கள் மிகவும் மகிழ்ச்சியாக இருந்தீர்கள். இது வினோதமானது, ஆனால் முற்றிலும் உண்மை. (உயர்ந்த தளங்களில் இருக்கும் ஆன்மாக்களைப் பற்றி நாம் பேசிக் கொண்டிருக்கிறோம்.) மேலும் உயர்வதற்கு உங்களிடம் பொறுமை இல்லாமல் போனதாலும், சவாலை எதிர்கொள்ள நீங்கள் தயாராக இருந்ததாலும் பூமியில் பிறப்பதை நீங்கள் தேர்ந்தெடுத்தீர்கள். அல்லது, பூமியில் உங்கள் அன்புக்குரியவர் ஒருவர் ஆன்மீகரீதியாகச் சறுக்கிக் கொண்டிருந்ததைக் கண்டு அவருக்கு உதவுவதற்காக நீங்கள் பூமியில் பிறக்கத் தயாரானீர்கள். ஆனால், பூமியில் ஒருபோதும் பிறவியே எடுத்திருக்கக்கூடாது என்று உங்களில் பெரும்பாலானோர் (உங்கள் ஆன்மா மற்றும் ஆழ்மனம்) நினைக்கிறீர்கள். சில சமயங்களில், நீங்கள் பிரக்ஞையோடும் இவ்வாறு உணர்கிறீர்கள். உங்களுக்கு ஏன் இப்படிப்பட்ட ஓர் உணர்வு எழுந்துள்ளது என்றும் நீங்கள் யோசிக்கிறீர்கள். ஆனால், உங்களுடைய ஆவியுலக வீட்டைப் பற்றிய நினைவு உங்களுக்கு இருப்பதில்லை. நீங்கள் சிறிது காலம் இதைப் பற்றி யோசிக்கிறீர்கள், பிறகு அதை நீங்கள் மறந்துவிடுகிறீர்கள். உங்களில் சிலருக்கு உங்கள் ஆன்மாவிடமிருந்தும் ஆழ்மனத்திடமிருந்தும் இந்த உணர்வு மிக வலிமையாக ஏற்படுகிறது. அப்போது உங்கள் ஸ்தூல மனம் அதற்குச் செவிமடுக்க வேண்டியதாகிறது.

ஆவியுலகில் உங்களால் பயிற்சிகளும் அனுபவங்களும் பெற முடியும். ஆனால் உயர்ந்த நிலைகளை அடைவதற்கு

ஆயிரக்கணக்கான ஆண்டுகள் ஆகும். எனவே, அதற்கு பதிலாக, ஒருசில நூறு ஆண்டுகளில் உயர்ந்த நிலையை அடைய நீங்கள் முயற்சிக்கிறீர்கள். அதாவது, விரைவான விளைவுகளை நீங்கள் பெற விரும்புகிறீர்கள். அதனால்தான் நீங்கள் பூமியில் பிறக்கிறீர்கள். ஆனாலும், நீங்கள் கீழ்நிலைக்குச் செல்வதற்கான ஆபத்து இதில் இருக்கிறது. மேலும், நீங்கள் உங்கள் இலக்கை அடைவதற்கு அதிக காலம் ஆகக்கூடும்.

கீழ்மட்டத் தளங்களைச் சேர்ந்த ஆன்மாக்கள் பூமியில் மீண்டும் பிறப்பது குறித்து மகிழ்ச்சி அடைகின்றனர். ஏனெனில், அதிக வேகமாக முன்னேறுவதற்கான ஒரு வாய்ப்பை இது அவர்களுக்குக் கொடுக்கிறது. அவர்கள் மறுபிறவி எடுப்பது நல்லதுதான். ஏனெனில், அவர்கள் தொடர்ந்து சரியான பாதையில் வெற்றிகரமாகப் பயணித்தால், அது அவர்களுக்கு ஒரு மிகப் பெரிய அனுகூலமாக அமையும். 1,2,3 ஆகிய தளங்களில் ஓர் ஆன்மா மிகக் கடினமான துன்பங்களை அனுபவிக்க வேண்டியிருப்பதால், பூமியில் மீண்டும் பிறப்பது அவர்களுக்கு நல்லது. அதில் இருக்கும் ஆபத்துக்களை அவர்கள் எதிர்கொள்ளத்தான் வேண்டும். தீய மற்றும் மோசமான தாக்கங்களால் கீழ்நிலைகளுக்குள் விழுந்துவிட்ட நல்ல ஆன்மாக்களுக்கு பூமி ஒரு சொர்க்கமே.

கீழ்நிலைகளுக்குச் சறுக்கிவிட்ட நல்ல ஆன்மாக்கள் சிலர், மிகக் குறுகிய காலத்தில் தங்களைக் கடுமையாக தண்டித்துவிடுமாறு கடவுளிடம் வேண்டுகின்றனர். அவர்கள் 1வது தளத்தையோ அல்லது 2வது தளத்தையோ சேர்ந்தவர்களாக இருந்தால், சுமை தாங்கும் விலங்குகளாக பூமியில் அவர்கள் பிறக்கின்றனர். அவர்கள் கடினமாக உழைக்க வேண்டியிருக்கும். சில சமயங்களில் மனிதர்களின் சித்திரவதைகளுக்கும் அவர்கள் ஆளாகக்கூடும். அவர்கள் விரைவாகத் தங்கள் கர்மவினைகளைத் தீர்த்துவிடுகின்றனர். ஆனால் துன்பத்தை அனுபவிப்பதற்கான துணிச்சல் அவர்களுக்கு இருக்க வேண்டும். ஏனெனில், அவர்களில் பெரும்பாலானோர், கொடுமைகளையும் சவுக்கடிகளையும் பட்டினியையும் அனுபவிக்க வேண்டியிருக்கும். நாள் முழுவதும் வயல்களில் அவர்கள் வேலை செய்ய வேண்டியிருக்கும் அல்லது மிகக் கடினமான பாரங்களைச் சுமக்க வேண்டியிருக்கும்.

1வது அல்லது 2வது தளங்களில் நூற்றுக்கணக்கான ஆண்டுகள் துன்புறுவதைவிட இந்தத் தண்டனை சிறந்தது என்று அந்த ஆன்மாக்கள் நினைக்கின்றனர். எனவே, அவ்விரண்டு தளங்களும் எவ்வளவு கொடூரமானவை என்பதை இதிலிருந்து உங்களால் கற்பனை செய்து கொள்ள முடியும் என்று நாங்கள் நம்புகிறோம். அத்தளங்களில் சிக்கிக் கிடப்பதிலிருந்து தப்பிப்பதற்காக அவர்கள் இந்தத் தண்டனையை மனமுவந்தும் மகிழ்ச்சியாகவும் ஏற்றுக் கொள்கின்றனர்.

மூன்றாவது தளமும் கொடூரமானதுதான். இத்தளங்களில் உள்ள ஆன்மாக்கள், சூர்தாஸ் செய்ததைப்போல, துணிந்து பூமியில் பிறப்பதைத் தேர்ந்தெடுக்கின்றனர். ஆனால் சூர்தாஸ் காப்பாற்றப்பட்டத்தைப்போல எல்லோரும் காப்பாற்றப்பட முடியாது. அப்படிப்பட்ட ஆன்மாக்கள் உயர்வதற்கு பதிலாக, முதலாவது அல்லது இரண்டாவது தளங்களுக்குச் சறுக்கிவிடக்கூடும்.

நான்காவது தளமும் பொறுத்துக் கொள்ளப்பட முடியாததுதான். அது கிட்டத்தட்ட பூமியைப் போன்றது. எனவே, உயர்ந்த தளங்களிலிருந்து கீழே சறுக்கிவிட்ட ஆன்மாக்களுக்கு அது கொடூரமானது. மிக உயர்ந்த தளத்தை விரைவாக அடைந்துவிட வேண்டும் என்பதுதான் ஒவ்வோர் ஆன்மாவின் விருப்பமாகவும் இருக்கிறது. எனவே, அனுபவங்களைப் பெறுவதற்காகவும், ஒரு குறுகிய நேரத்தில் தங்களுடைய தண்டனைகளை அனுபவித்து முடிப்பதற்காகவும், தங்களுடைய ஆன்மாவைத் தூய்மைப்படுத்திக் கொள்வதற்காகவும் மறுபிறவி எடுக்க அவர்கள் முயற்சிக்கின்றனர். நீங்கள் பூமியில் மீண்டும் பிறப்பெடுப்பது இக்காரணங்களுக்காகத்தான்.

நீங்கள் ஏன் மரணத்தைக் கண்டு பயப்படுகிறீர்கள்

நீங்கள் பூமியில் பிறந்த பிறகு, வாழ்க்கையை நீங்கள் மிகுந்த மகிழ்ச்சியோடு அனுபவிப்பதால் மரணத்தைக் கண்டு நீங்கள் பயப்படுகிறீர்கள். முதுமை எய்தி, உடல் முழுக்க வலிகளைச் சுமந்து கொண்டிருக்கும்போதுகூட, புவியுலகைவிட்டு வெளியேறுவதற்குச் சிலர் விரும்புவதில்லை.

புவியுலகில் தாங்கள் இறந்த பிறகு தாங்கள் எங்கே செல்வோம் என்பதை அவர்கள் தங்கள் இதயப்பூர்வமாக அறிந்திருப்பதால்தான் மரணத்தைக் கண்டு அவர்கள் பயப்படுகின்றனர். இருண்ட, கீழ்மட்டத் தளங்களுக்குள் தாங்கள் தள்ளப்படுவோம் என்பதை அவர்கள் அறிந்திருக்கின்றனர். எனவே, அவர்கள் தங்கள் வாழ்நாளை நீட்டிக்க விரும்புகின்றனர். ஆனால் உங்கள் ஸ்தூல உடல் தன் வேலைகளைச் செய்ய மறுக்கும்போது, அழுகிக் கொண்டிருக்கின்ற, தற்காலிகமான அந்த ஸ்தூல உடலிலிருந்து உங்கள் ஆன்மா வெளியேறியாக வேண்டும். நீங்கள் விரும்புகிறீர்களோ இல்லையோ, பூமியில் நீங்கள் மரணம் அடைந்தாகத்தான் வேண்டும்.

மரணம் என்பது ஒரு பயங்கரமான விஷயம் என்று புவிவாழ் மக்கள் சிலர் நம்ப வைக்கப்பட்டுள்ளனர். 'மரணம்' என்ற வார்த்தைகூட அவர்களுக்குள் பயத்தைத் தோற்றுவிக்கிறது. இந்த பயத்திலிருந்து விடுபடுவது அவர்களுக்குச் சாத்தியமற்றதாக இருக்கிறது. எனவே, பூமியில் நீண்டகாலம் வாழ அவர்கள் போராடுகின்றனர். அப்படிப்பட்ட நல்ல ஆன்மாக்கள் உங்கள் உலகைவிட்டு வெளியேறி ஆவியுலகின் உயர்மட்டத் தளங்களுக்கு வந்து சேரும்போது, 5,6,7 ஆகிய தளங்களில் காணப்படும் அழகையும் இணக்கத்தையும் அன்பையும் கண்டு அவர்கள் ஆச்சரியம் அடைகின்றனர். மரணத்தை நினைத்துத் தாங்கள் பயந்தது குறித்து அவர்கள் பின்வருத்தம் கொள்கின்றனர்.

தற்கொலை ஒரு பாவச்செயல்

மரணத்தைக் கண்டு நீங்கள் பயப்படக்கூடாது. அதே சமயத்தில், பூமியில் உங்கள் வாழ்நாள் முடிவதற்கு முன்பாக மரணத்தைப் பற்றி நீங்கள் நினைக்கக்கூடாது. ஆவியுலகிற்கு நீங்கள் எப்போது வர வேண்டும் என்பதைக் கடவுள் ஒருவர் மட்டுமே தீர்மானிக்க வேண்டும். தற்கொலை செய்து கொள்வது ஆன்மீகரீதியாகத் தவறு. பூமியில் மீண்டும் பிறப்பதற்கான வாய்ப்பைக் கடவுள் நமக்குக் கொடுக்கிறார். ஆனால் தற்கொலை செய்து கொள்வதன் மூலம் நீங்கள் அவருக்கு எதிராகச் செயல்படுகிறீர்கள். தற்கொலை ஒரு பாவச் செயல். தற்கொலை செய்து கொள்வதன் மூலம் நீங்கள் கீழ்மட்டத் தளங்களுக்குள் விழுகிறீர்கள். அத்தளங்களில் சிக்கிக் கிடக்க நீங்கள் நிச்சயமாக விரும்ப மாட்டீர்கள்.

தற்கொலை செய்து கொள்ள நீங்கள் ஒருபோதும் முயற்சிக்கக்கூடாது. ஏனெனில், அவ்வாறு செய்வதன் மூலம், உங்கள் ஸ்தூல உடலிலிருந்து ஒரு தற்காலிக விடுதலை மட்டுமே உங்களுக்குக் கிடைக்கிறது. ஆனால் நீங்கள் உங்கள் ஆன்மாவை நிரந்தமாகச் சீரழித்துவிடுகிறீர்கள்.

11-06-1981

பேரான்மாக்கள்

ஒரே ஒரு கடவுள் மட்டுமே இருக்கிறார். ஆனால் ஒவ்வோர் ஆன்மாவையும் தூய்மையான, நேர்மையான, அன்பான, புரிதல் கொண்ட, நல்ல, அறிவார்ந்த ஆன்மாவாக ஆக்குவதற்கு எங்கள் அன்பான கடவுளுக்கு ஏராளமான உதவியாளர்கள் இருக்கின்றனர். இந்த உதவியாளர்களும் எங்களைப்போலவே மனிதர்கள்தான். பூமியில் மக்கள் அனுபவிக்கின்ற விஷயங்களையும் ஆவியுலகில் நாங்கள் அனுபவிக்கின்ற விஷயங்களையும் இவர்கள் அனுபவித்திருக்கின்றனர். அவர்கள் பல நூறு முறை பிறவி எடுத்திருக்கின்றனர், பல முறை மேலும் கீழும் போய், இப்போது இறுதியில் இந்நிலையை அடைந்திருக்கின்றனர். இந்த உதவியாளர்கள்தான் பேரான்மாக்கள் என்று அழைக்கப்படுகின்றனர். இவர்களில் உச்சத்தில் இருப்பவர்தான் மகாபேரான்மா.

உயர்ந்த தளங்களில் இவர்களை நாங்கள் அடிக்கடிப் பார்க்கிறோம். ஆனால், நான்காவது மற்றும் அதற்குக் கீழே உள்ள தளங்களில் அவர்கள் அரிதாகவே காணப்படுகின்றனர். ஏனெனில், அவர்கள் மற்றவர்களின் கண்களுக்குப் புலப்பட விரும்புவதில்லை. அவர்களுடைய வேலையை அது சுலபமாக்குகிறது. தீய மற்றும் மோசமான ஆன்மாக்களை மேம்படுத்துவது, எது சரி மற்றும் எது தவறு என்பதை அவர்களுக்குப் புரிய வைப்பது, விரைவாகவும் குறைவான துயரத்தை அனுபவித்தும் தங்களுடைய கர்மவினையைத் தீர்ப்பது எப்படி என்று அவர்களுக்கு அறிவுறுத்துவது, உயர்ந்த தளங்களை விரைவாக அடைவது ஆகியவற்றை உள்ளடக்கிய தங்கள் வேலையில் அவர்கள் அதிக வெற்றி பெறுகின்றனர்.

அவர்கள் எங்கள் அருகே இருக்கும்போது நாங்கள் மிகவும் மகிழ்ச்சியாகவும் உற்சாகமாகவும் உணர்கிறோம். எங்களுக்கு ஏதேனும் உதவி தேவைப்பட்டால், அவர்கள் உடனடியாக எங்களுக்கு உதவுகின்றனர். முதல் தளம் உட்பட, எந்தவொரு தளத்திலிருந்தும் ஓர் ஆன்மா உதவி கேட்டு அழைப்பு விடுக்கும்போது, இந்தப் பேரான்மாக்கள் ஒருசில நிமிடங்களில் அங்கு சென்றுவிடுகின்றனர். பூமியில்கூட, ஓர் ஆன்மா உண்மையாக உதவி கேட்டு அழைத்தால், அவர்களுக்கும் உடனடியாக உதவி வழங்கப்படுகிறது. ஓர் ஆன்மா முதற்தளத்தில் இருந்தாலும் சரி, பூமியில் இருந்தாலும் சரி, அல்லது ஓர் உயர்ந்த நிலையில் இருந்தாலும் சரி, அது பற்றிக் கவலையில்லை. உதவி கேட்டு உண்மையாக அழைப்புகள் விடுக்கப்படும்போது, அவற்றுக்கு எப்போதும் விடையளிக்கப்படும்.

புவிவாழ் ஆன்மாக்கள் இறைவனிடம் உதவி கேட்டவுடன், அவர்கள் வாழ்வில் ஓர் அதிசயம் நிகழ்வது குறித்தக் கதைகளை நாம் அடிக்கடிக் கேட்டிருக்கிறோம். மிகப் பதற்றமான ஒரு சூழ்நிலையில் உதவி கேட்டு விடுக்கப்படும் அழைப்புக்கு ஏதோ ஒரு வினோதமான வழியில் உதவி கிடைக்கும்போது, அதை நீங்கள் ஓர் அதிசயம் என்று அழைக்கிறீர்கள்.

ஆவியுலகில் உள்ள உங்கள் அன்புக்குரியவர்களால் பல முறை உங்களுக்கு உதவி செய்ய முடியும், அவர்கள் உங்களுக்கு உதவவும் செய்கின்றனர். ஆவியுலகில் உள்ள உங்கள் அன்புக்குரியவர்கள் உங்கள்மீது பெருமளவு அக்கறை கொண்டுள்ளனர் என்று நீங்கள் உறுதியாக நம்பலாம். உண்மையான அன்பு ஒருபோதும் சாவதில்லை என்பதை எப்போதும் நினைவில் வைத்திடுங்கள். பூமியில் நீங்கள் இறந்த பிறகுகூட அந்த அன்பு மட்டும் மடிவதில்லை. அன்பு என்பது மரணத்தைவிடப் பெரியது. அன்பு நிரந்தரமானது. ஓர் ஆன்மா, ஓர் உலகிலிருந்து இன்னோர் உலகிற்குச் செல்வதுதான் மரணம். பூமியிலிருந்து நீங்கள் சொர்க்கத்திற்குச் சென்றாலும் சரி, நரகத்திற்குச் சென்றாலும் சரி, அதுதான் மரணம்.

மரணம் அப்படியொரு மிகப் பெரிய விஷயம் அல்ல, ஆனால் அன்பு அசாதாரணமானது, மிகச் சிறந்தது.

கடவுளின் உதவியாளர்களைப் பற்றி இன்னும் சில விஷயங்களை இப்போது நாம் பார்க்கலாம். இவர்களை

நாங்கள் பேரான்மாக்கள் என்று அழைக்கிறோம். நீங்கள் அவர்களை தேவதூதர்கள் என்று அழைக்கிறீர்கள். தேவதூதர்களுக்கு இறக்கைகள் கிடையாது என்பதை நாங்கள் இங்கு உங்களுக்குச் சுட்டிக்காட்ட விரும்புகிறோம். ஆனால் அவர்கள் உண்மையிலேயே மிக வேகமாக நகர்வதால், அவர்களுடைய அங்கிகள் இறக்கைகளைப்போலத் தெரிகின்றன. அவர்களால் எப்படி மனித வடிவம் எடுக்க முடிகிறதோ, அதேபோல, தங்களை நம்பாதவர்களை பிரமிக்கச் செய்வதற்கு அவர்களால் இறக்கைகளையும் உருவாக்கிக் கொள்ள முடியும். எனவே, புவிவாழ் ஆன்மாக்கள் இறக்கைகளைப் பார்க்கின்றனர். ஒரு தேவதூதர்தான் தங்களுக்குச் செய்திகளைக் கொடுத்து உதவியுள்ளதாக அவர்கள் நம்புகின்றனர்.

பேரான்மாக்கள் பணிவு கொண்டவர்கள், மற்றவர்கள்மீது கரிசனம் கொண்டவர்கள், பிறரைப் புரிந்து கொள்ளும் தன்மை கொண்டவர்கள். சிலருடைய விஷயங்களில் உதவுவதற்காக, மகாபேரான்மாவிடம் ஒரு கோரிக்கை வைத்து, அவர் மூலமாகக் கடவுளின் அனுமதி பெற்று, கடவுளின் சில விதிகளைக்கூட அவர்கள் தளர்த்துகின்றனர். அவசரமான சூழ்நிலைகளில் இந்த அனுமதி ஒருசில நொடிகளில் அல்லது நிமிடங்களில் கிடைத்துவிடுகிறது. விஷயம் அவசரமானது அல்ல என்றால், அனுமதி கிடைப்பதற்கு ஒருசில மணிநேரங்களோ அல்லது அதிகபட்சமாக ஒருசில நாட்களோ ஆகலாம்.

எங்களுக்கு அனுமதி இல்லாத ஒன்றைச் செய்ய நாங்கள் விரும்பும்போது, எங்கள் தளத்தின் தலைவரிடம் நாங்கள் முறையிடுகிறோம். நாங்கள் கூறுவதை கவனமாகக் கேட்டுவிட்டு, அவர் எங்களிடம் சில கேள்விகள் கேட்பார். எங்கள் கோரிக்கை நியாயமானது என்றும், யாருக்கும் தீங்கு விளைவிக்காது என்றும் அவருக்குத் தோன்றினால், கடவுளிடம் அனுமதி பெற்றுக் கொடுக்கும்படி எங்கள் மகாபேரான்மாவிடம் அவர் கோரிக்கை விடுப்பார்.

புவியுலகிற்கும் ஆவியுலகிற்கும் இடையே உள்ள வேறுபாடு இதுதான். எங்கள் தளங்களின் ஆட்சியாளர்கள் மிகவும் பணிவானவர்கள், அக்கறையும் புரிந்துணர்வும் மிக்கவர்கள். எனவே, எங்களால் அவர்களோடு எப்போதும் தாராளமாகப் பேச முடியும். அவர்கள் அன்பும் பரிவும் நேர்மையும்

ஒருங்கே அமையப் பெற்றுள்ளவர்களாக இருப்பதால், அவர்களைக் கண்டு நாங்கள் ஒருபோதும் பயப்படுவதே இல்லை. அவர்கள் தன்னலமற்றவர்கள். அவர்களை நாங்கள் முழுமையாக நம்புகிறோம். சில விஷயங்கள் தவறு என்று அன்போடும் பரிவோடும் அவர்கள் எங்களுக்குப் புரிய வைக்கின்றனர். அதோடு, அவ்விஷயங்கள் ஏன் தவறானவை என்பதையும் அவர்கள் எங்களுக்கு உணர்த்துகின்றனர்.

எங்கள் கோரிக்கைகளை மரியாதையற்ற விதத்தில் அவர்கள் ஒருபோதும் நிராகரிப்பதில்லை. எங்கள் கோரிக்கை தவறானது என்று அவர்கள் நினைத்தால், அதை அவர்கள் எங்களுக்கு விளக்கிக் கூறி, அது ஏன் சாத்தியமில்லை என்பதை நாங்கள் புரிந்து கொள்ள எங்களுக்கு உதவுகின்றனர். அவர்கள் நியாயமானவர்கள், அன்புள்ளம் கொண்டவர்கள். நாங்கள் அவர்களை முழுமையாக நம்புகிறோம், பெரிதும் மதிக்கிறோம், அவர்களுடைய சொல்லுக்கு மகிழ்ச்சியாகக் கீழ்ப்படிகிறோம். ஏனெனில், நாங்கள் தவறிழைக்க அவர்கள் ஒருபோதும் அனுமதிக்க மாட்டார்கள் என்பதை நாங்கள் அறிந்திருக்கிறோம்.

எங்களுடைய பேரான்மாக்கள் கடவுளின் உதவியாளர்கள், உங்களுடைய தேவதூதர்கள்.

12-06-1981

எது ஒரு நல்ல காரியம்?

எள்ளளவும் தன்னலமற்ற நோக்கத்துடன் செய்யப்படுகின்ற காரியங்கள்தான் நல்ல காரியங்கள். அதில் லேசான தன்னலம் இருந்தால்கூட, அதை ஒரு நல்ல காரியம் என்று அழைக்க முடியாது.

தன்னலமின்றிச் செய்யப்படுகின்ற நல்ல காரியங்கள் உங்கள் முன்னேற்றத்திற்கு உண்மையிலேயே ஒரு மாபெரும் வரமாகும். வேறு எதையும்விட இது உங்களை அதிக வேகமாக உயரத்திற்குக் கூட்டிச் செல்லும். துரதிர்ஷ்டவசமாக, தாங்கள் நல்ல காரியங்களைச் செய்தால், அது தங்களை ஓர் உயர்ந்த நிலைக்குக் கூட்டிச் செல்லும் என்றும், தங்கள் பாவங்கள் மன்னிக்கப்பட்டுவிடும் என்றும் புவிவாழ் மக்கள் நினைக்கின்றனர்.

இந்த எண்ணம் உங்களை ஓர் உயர்ந்த நிலைக்கு எடுத்துச் செல்வதற்குப் பதிலாக, மேலும் கீழ்நிலைக்கு இட்டுச் சென்றுவிடும். ஓர் உயர்ந்த நிலையை எட்ட வேண்டும் என்ற எந்த எண்ணமும் இல்லாமல், இயல்பாகவும் அன்பின் அடிப்படையிலும் செய்யப்படுகின்ற நல்ல காரியங்கள் மட்டுமே தன்னலமற்ற நல்ல காரியங்களாகக் கருதப்படுகின்றன. நல்ல செயலைச் செய்த பிறகு, உடனடியாக அதை மறந்துவிடுங்கள். அதை ஒருபோதும் நினைத்துப் பார்க்காதீர்கள். உங்களால் அதைச் செய்ய முடிந்தால், எந்தவிதமான சுயநல எண்ணமும் உங்கள் மனத்திற்குள் நுழையாது. ஒரு சுயநல எண்ணம் எப்போதுமே உங்களைத் தவறான பாதையில் இட்டுச் சென்றுவிடும். எனவே, அன்பின் அடிப்படையில் இயல்பாக நீங்கள் ஒரு நல்ல காரியத்தைச் செய்திருந்தால், உடனடியாக அதைப் பற்றி மறந்துவிடுங்கள்.

உங்கள் கர்மவினையைத் தீர்ப்பதற்காகக் கடவுளின் மன்னிப்பைப் பெறும் நோக்கத்துடனும், உங்கள் பாவங்கள் குறித்து உண்மையிலேயே மனம் வருந்தாமலும் நீங்கள் செய்கின்ற நல்ல காரியங்கள் தன்னலமற்றவை அல்ல, அவை நல்ல காரியங்களே அல்ல. அவற்றால் ஒருபோதும் உங்களை ஓர் உயர்ந்த நிலைக்கு அழைத்துச் செல்ல முடியாது. அது மட்டும் உறுதி.

ஒரு நல்ல காரியத்தைச் செய்வதற்கு முன்பாக, உங்கள் உள்நோக்கம் தன்னலமற்றதாக இருப்பதை உறுதி செய்து கொள்ளுங்கள். அதில் நீங்கள் வெற்றி பெற்றுவிட்டால், அந்த நல்ல காரியத்தை முற்றிலுமாக மறந்துவிடுவதிலும் நீங்கள் வெற்றி பெற்றாக வேண்டும். இதில் வெற்றி பெறுவது உங்கள் கைகளில்தான் இருக்கிறது.

எடுத்துக்காட்டாக, உங்கள் அன்புக்குரிய ஒருவருக்காக நீங்கள் எதையேனும் செய்தால், அதை நீங்கள் விளம்பரப்படுத்த மாட்டீர்கள், மீண்டும் மீண்டும் அதைப் பற்றிச் சிந்தித்துக் கொண்டிருக்க மாட்டீர்கள். உங்கள் அன்புக்குரியவர்மீது நீங்கள் கொண்டுள்ள அன்பால் நீங்கள் அதைச் செய்கிறீர்கள். நீங்கள் அவர்மீது அக்கறை கொண்டிருக்கிறீர்கள், அவர்கள் வசதியாக இருக்க வேண்டும் என்று நீங்கள் விரும்புகிறீர்கள், அவர்களுக்காகத் தியாகங்கள் செய்யவும் நீங்கள் தயாராக இருக்கிறீர்கள். எனவே, நீங்கள் உங்கள் அன்புக்குரியவருக்காக என்ன செய்தாலும் சரி,

அதில் மகிழ்ச்சி கொள்ளுங்கள். பிறகு, அது ஓர் இயல்பான காரியம் என்றும், உண்மையான பரிவின் ஒரு வெளிப்பாடு என்றும் கருதி அதை மறந்துவிடுங்கள். உங்களுக்கு அது முடியாவிட்டால், உங்கள் அன்பு உண்மையானது அல்ல என்று பொருள்.

நீங்கள் செய்த ஒரு நல்ல காரியம், ஒரு நொடியில் ஒரு தன்னலமான செயலாக ஆகிவிடும். எனவே, நீங்கள் அதைப் பற்றி அதிகமாகச் சிந்திக்க உங்களுக்கு நேரம் கிடைப்பதற்கு முன்பாக, அதை உடனடியாக மறந்துவிடுங்கள். ஒரே ஒரு சுயநல எண்ணம்கூட உங்கள் நல்ல காரியங்கள் அனைத்தையும் முற்றிலுமாகத் துடைத்தெறிந்துவிடும்.

13-06-1981

பழிக்குப் பழி

பழி வாங்குவது ஒரு மோசமான விஷயம். பழி வாங்குதல் என்றால் என்ன என்பதன் உண்மையான பொருள் புவிவாழ் மக்களுக்குத் தெரியாது. இன்னொருவர்மீது பொறாமை கொள்கின்றபோதுதான் பழி வாங்கும் எண்ணம் ஒருவருடைய மனத்திற்குள் ஊடுருவுகிறது. எடுத்துக்காட்டாக, கேட்டி ஒரு பிரபலமான, இனிமையான, நல்ல பெண் என்பதால் பீட்டர் அவள்மீது பொறாமை கொள்கிறான் என்று வைத்துக் கொள்வோம். எனவே, அவன் அவளைப் படுகுழியில் தள்ள விரும்பி, அவளைப் பற்றிய வதந்திகளைப் பரப்பத் தொடங்குகிறான், அவளுடைய அன்புக்குரியவர்களை அவளுக்கு எதிராகத் திருப்பிவிடுவதன் மூலம் அவளுக்குத் தீங்கு விளைவிக்க விரும்புகிறான், பிற வழிகளில் அவளுக்குத் தொல்லை கொடுத்து அவளுக்குத் துன்பங்களை ஏற்படுத்துகிறான். இது முற்றிலும் தவறான செயல். பீட்டரை இது ஒரு கீழான நிலைக்குத் தள்ளிவிடும். பீட்டர் மோசமாக நடந்து கொண்டதையும், தனக்கு அவன் தீங்கிழைத்துள்ளதையும் கேட்டி அறிந்து கொள்வதாக வைத்துக் கொள்வோம். தன் விஷயத்தில் பீட்டர் மோசமாக நடந்து கொண்டதால், தன்னைத் தற்காத்துக் கொள்ளும் விதமாக, கேட்டி அவனுடைய உண்மையான நிறத்தை உலகிற்கு வெளிச்சம் போட்டுக் காட்ட விரும்பினால் அதில்

தவறில்லை. பீட்டரால் மற்றவர்கள் ஏமாற்றப்படாமல் இருப்பதற்காகவும், அவனைக் குறித்து எச்சரிக்கையாக இருப்பதற்காகவும், பீட்டரின் பழிவாங்கலுக்கு அவர்கள் ஆளாகாமல் இருப்பதற்காகவும், அவன் உண்மையிலேயே எவ்வளவு மோசமானவன் என்பதைக் கேட்டி எல்லோருக்கும் எடுத்துக்கூற வேண்டும். பீட்டரின் தீய குணங்களைப் பற்றிய உண்மைகளை உலகிற்கு எடுத்துக்காட்டுவது கேட்டியை ஓர் உயர்ந்த நிலைக்குக் கொண்டு செல்லும். ஆனால் அவளுடைய இதயம் நல்லதாகவும் அவளுடைய நோக்கங்கள் தூய்மையானவையாகவும் இருக்க வேண்டும். கேட்டி செய்தது ஒரு பழிவாங்கும் செயல் என்று பலர் கூறக்கூடும். ஆனால் அது பழிவாங்குதல் அல்ல. ஏனெனில், தான் அனுபவித்தத் துன்பங்களை மற்றவர்கள் அனுபவித்துவிடக்கூடாது என்ற எண்ணத்தில் அவர்களைக் காப்பாற்றுவதுதான் இங்கு அவளுடைய நோக்கமாக இருந்தது. அவளுடைய செய்கையால் இனி யாரும் பீட்டருக்குப் பலியாக மாட்டார்கள். எனவே, அவள் செய்தது ஒரு நல்ல செயல். ஆனால், உங்களுக்கோ அல்லது உங்கள் அன்புக்குரியவர்களுக்கோ தீங்கு விளையக்கூடும் எனும் பட்சத்தில், தயவு செய்து தீவினையை அம்பலப்படுத்தாதீர்கள். நல்லவற்றுக்கும் கெட்டவற்றுக்கும் இடையேயான வேறுபாட்டைப் புவிவாழ் மக்கள் பல சமயங்களில் புரிந்து கொள்வதில்லை என்பது இப்போது உங்களுக்குப் புரிந்திருக்கும்.

சுரேஷின் கதை

ஒருநாள், சுரேஷ் என்ற இளைஞன், ஓர் இளம் விதவையிடம் அறிமுகம் செய்து வைக்கப்பட்டான். அவளை நாம் விஜயா என்று அழைக்கலாம். அவள் ஒரு மோசமான நடத்தை கொண்டவள். திருமணமாகி மூன்று குழந்தைகளுக்குத் தந்தையாக இருந்த சுரேஷுடன் அவள் நெருக்கமாகப் பழகத் தொடங்கினாள், அவனுக்குத் தன்மீது தீராத மோகம் ஏற்படும்படி செய்தாள். இதன் விளைவாக, சுரேஷ் அவளுடன் ஒரு தவறான உறவை வளர்த்துக் கொண்டதோடு, அவளுக்கு ஒரு தனி வீடு வாங்கித் தருவதாகவும் அவளுக்கு வாக்குக் கொடுத்தான். விஜயா இன்னும் பலரோடும் ரகசியத் தொடர்பு வைத்திருந்தாள், ஆனால் சுரேஷுக்கு

அவ்விஷயங்கள் எதுவும் தெரிந்திருக்கவில்லை. அவள்மீது பைத்தியக்காரத்தனமான காதல் கொண்டிருந்த அவன், அவளுடைய அடிமையாகவே ஆகிவிட்டான். அவன் அவளுக்குப் பணத்தையும் நகைகளையும் கொடுத்துக் கொண்டே இருந்தான். சுரேஷ் ஒரு பெண்ணின்மீது தன் பணத்தை விரயம் செய்து கொண்டிருந்ததை அறிந்து கொண்ட அவனுடைய தந்தை, அவனிடம் கடுமையாகப் பேசி, அவன் தன் தவறை உணர்ந்து கொள்ளும்படி செய்தார். ஏனெனில், அவன் உண்மையிலேயே ஒரு நல்ல ஆன்மா, ஆனால் பெண்கள் விஷயத்தில் அவன் பலவீனமானவனாக இருந்தான் என்பதை அவர் அறிந்திருந்தார். தன்னுடைய தவறை உணர்ந்து கொண்ட சுரேஷ், விஜயாவுடனான தன் ரகசிய உறவை முறித்துக் கொண்டான். ஆனால், மிக மோசமான அப்பெண், சுரேஷையும் அவனுடைய குடும்பத்தையும் பழி வாங்க விரும்பினாள். நான் முன்பே கூறியதுபோல, அவளுக்குப் பல காதலர்கள் இருந்தனர். விரைவில், அவர்களில் ஒருவனுடைய கருவை அவள் சுமந்து கொண்டிருந்தாள். ஒரு பிரபலமான மருத்துவமனையில் பரிசோதனை செய்து கொண்ட அவள், தான் உண்மையிலேயே கருவுற்றிருந்ததாகத் தெரிவித்த ஓர் அறிக்கையை அந்த மருத்துவமனையிடமிருந்து பெற்றாள். அவள் இந்த அறிக்கையை சுரேஷின் வீட்டிற்கு எடுத்துச் சென்று, தன்னை மணந்து கொள்வதாகக் கூறி சுரேஷ் தன்னை ஏமாற்றியிருந்ததாகவும், அவன் தன்னுடன் கள்ளத் தொடர்பு வைத்திருந்ததாகவும், இப்போது அவனுடைய கருவைத் தான் சுமந்து கொண்டிருந்ததாகவும் சுரேஷின் தந்தையிடமும் மனைவியிடமும் அவள் கூறினாள். சுரேஷ் தனக்கு ஒரு வீடு வாங்க முயற்சித்துக் கொண்டிருந்ததை நிரூபித்தக் காகிதங்கள் சிலவற்றையும் அவள் அவர்களிடம் காட்டினாள். சுரேஷின் தாயாருக்கு இதைப் பற்றி எதுவும் தெரிந்திருக்கவில்லை. அவர் ஒரு பலவீனமான இதயத்தைக் கொண்டவர் என்பதால், சுரேஷின் தந்தை தன் மகனைப் பற்றிய விஷயங்களைத் தன் மனைவியிடம் கூறியிருக்கவில்லை. சுரேஷின் மனைவியும் இதைப் பற்றி எதுவும் அறியவில்லை.

ஆனால் இப்போது அவ்விஷயம் அம்பலமானபோது, சுரேஷின் தாயார் பெரும் அதிர்ச்சியடைந்தார். அன்றிரவே அவர் காலமாகிவிட்டார். சுரேஷின் மனைவியாலும் தன் கணவனைப் பற்றிய உண்மையைத் தாங்கிக் கொள்ள

முடியவில்லை. எனவே, தன் மாமியாரின் இறுதிச் சங்கு முடிந்த பிறகு, அவள் தன் குழந்தைகளை அழைத்துக் கொண்டு சுரேஷைவிட்டு விலகிச் சென்றுவிட்டாள்.

சுரேஷாலும் அவனுடைய தந்தையாலும் இவற்றையெல்லாம் தாங்கிக் கொள்ள முடியவில்லை. அவர்களால் தங்களைக் கட்டுப்படுத்திக் கொள்ளவும் முடியவில்லை. தங்கள் வாழ்க்கையைச் சீரழித்து, தனக்கு ஒரு வீடும் பணமும் வேண்டும் என்று இன்னமும் சுரேஷை நச்சரித்துக் கொண்டிருந்த விஜயாவைக் கொன்றுவிட அவர்கள் விரும்பினர். எனவே, அவர்கள் அவளுடைய கொலையைத் திட்டமிடத் தொடங்கினர். அவர்கள் இருவரும் நல்ல ஆன்மாக்கள்தான், ஆனால் அவர்களுடைய குடும்பத்திற்கு ஏற்பட்ட அவமானமும், தங்கள் அன்புக்குரியவர்களின் இழப்பும், பழிவாங்குதலைப் பற்றிய எண்ணத்தை அவர்களுடைய மனங்களில் தோற்றுவித்தன. அதிர்ஷ்டவசமாக, அவர்களுடைய நண்பர் ஒருவர் தன் இரங்கலைத் தெரிவித்துக் கொள்வதற்காக அவர்களுடைய வீட்டிற்கு வந்தார். அவர் மிகுந்த சமயப் பற்றுக் கொண்டவர். சுரேஷும் அவனுடைய தந்தையும் தங்கள் கதையை அவரிடம் கூறிவிட்டு, தாங்கள் அவளைக் கொல்ல விரும்பியதையும் அவரிடம் தெரிவித்தனர்.

அதற்கு அந்த நண்பர் இப்படிக் கூறினார்: "என் அன்புக்குரிய நண்பர்களே, நீங்கள் எவ்வளவு பிரச்சனைகளை அனுபவித்திருக்கிறீர்கள் என்பதும், நீங்கள் இப்போது எவ்வளவு பிரச்சனைகளை அனுபவித்துக் கொண்டிருக்கிறீர்கள் என்பதும் எனக்கு நன்றாகப் புரிகிறது. ஆனால், முதியவனான நான் கூறுவதைக் காதுகொடுத்துக் கேட்டு உங்கள் ஆன்மாக்களைக் காப்பாற்றிக் கொள்ளுங்கள். அவளைக் கொல்வது உங்கள் கைகளில் இல்லை. அது முழுக்க முழுக்க இறைவனின் கைகளில் இருக்கிறது. எனவே, தயவு செய்து ஒருபோதும் கடவுளுக்கு எதிராகச் செயல்படாதீர்கள். உங்களுடைய நல்ல மனங்களிலிருந்து அந்தத் தீய எண்ணங்களைத் தூக்கியெறியுங்கள். அவை அப்பெண்ணுக்கு விளைவிக்கக்கூடிய தீங்கைவிட அதிகத் தீங்கை உங்களுக்கு விளைவிக்கும். நீங்கள் இருவரும் மிகத் தாழ்ந்த நிலைகளுக்குள் தள்ளப்படுவீர்கள். இதன் விளைவாக, சொர்க்கத்தில் இருக்கின்ற உங்கள் அன்புத் தாயாரை உங்களால் பார்க்க முடியாமல் போய்விடும்.

எனவே, இக்கொடிய சிந்தனையை நிறுத்திவிடுங்கள். அதற்கு பதிலாக, கடவுளை மகிழ்ச்சிப்படுத்தக்கூடிய எதையேனும் செய்யுங்கள். நீங்கள் அப்பெண்ணுக்குப் பணம் கொடுக்க மறுத்துவிடலாம். அவள் ஒரு தீய பெண். எனவே, அவளைப் பற்றிய உண்மைகளை எல்லோரிடமும் கூறி அவளை நீங்கள் அம்பலப்படுத்தலாம். அவளுடைய சிறுமைத்தனமான செயல்கள் அத்தனையையும் உலகிற்கு நீங்கள் வெளிச்சப் போட்டுக் காட்டலாம். நீங்கள் இவற்றைச் செய்தால், கடவுள் மிகவும் மகிழ்ச்சி அடைவார். ஏனெனில், அவளால் இனி யாரையும் ஏமாற்ற முடியாது. அவள் மேம்படுவதற்கான ஒரு வாய்ப்பும் அவளுக்குக் கிடைக்கக்கூடும்."

இந்த நல்ல அறிவுரையும் வழிகாட்டுதலும் சுரேஷும் அவனுடைய தந்தையும் ஒரு பாவச் செயலைச் செய்வதிலிருந்து அவர்களைக் காப்பாற்றின.

14-06-1981

எல்லோரையும் ஒரே விதத்தில் உங்களால் நடத்த முடியாது

யாரேனும் தவறு செய்வதை ஒரு நல்ல ஆன்மா பார்த்தால், அக்கணமே அவர் அந்நபரிடம் அதைப் பற்றிக் கூறுவார். அல்லது, அந்நபர் எங்கே தவறியிருக்கிறார் என்பதை அந்நபரிடம் சாமர்த்தியமாக எடுத்துரைப்பார். பிறகு அந்நபர் மேம்பட்டுள்ளது குறித்து அந்த ஆன்மா பெருமகிழ்ச்சி அடைவார். இங்கு, அந்த மோசமான ஆன்மாவுக்கு உதவுவது ஒன்றே நோக்கமாக இருந்தது. மோசமான ஆன்மாக்கள் மற்றவர்களுடைய தவறுகளை அவர்களுக்குச் சுட்டிக்காட்டுவர். ஆனால், அதில் அவர்கள் பெருமிதம் கொள்வர், அந்நபர்களைக் கேலி செய்வர். இது ஒருவிதமான பழிவாங்கல் நடவடிக்கையே. ஆனால் ஒரு நல்ல ஆன்மாவோ, தான் ஒருவரை மேம்படுத்தியிருக்கிறோம் என்று மகிழ்ச்சி கொள்கிறார்.

நீங்கள் ஓர் உயர்ந்த நிலையில் இருந்தால், உங்கள் ஆழ்மனம் உங்களை வழிநடத்தும், ஆனால் நீங்கள் ஒரு தாழ்வான நிலையில் இருந்தால், சரியான தீர்மானங்களை மேற்கொள்வது உங்களுக்குக் கடினமாக இருக்கும். நல்ல

காரியங்கள் என்று எடுத்துக் கொண்டால், ஒரு நல்ல ஆன்மாவுக்குச் செய்யப்படுகின்ற ஒரு நல்ல காரியம் அந்த ஆன்மா மேம்பட உதவுகிறது; ஆனால், அதே நல்ல காரியம் ஒரு மோசமான ஆன்மாவுக்குச் செய்யப்பட்டால், அது நேர்மாறான விளைவைக் கொடுக்கும். அதாவது, தனக்குச் செய்யப்படுகின்ற ஒரு நல்ல காரியத்தை, அந்த மோசமான ஆன்மா, பலவீனத்தின் ஓர் அடையாளமாகப் பார்ப்பார், பிறகு சூழ்நிலையைத் தனக்குச் சாதகமாகப் பயன்படுத்திக் கொள்வார்.

எடுத்துக்காட்டாக, ராகவன் உங்கள் வீட்டிற்கு வருகிறான் என்று வைத்துக் கொள்வோம். அவன் சாப்பிடுவதற்கோ அல்லது பருகுவதற்கோ ஏதேனும் கொண்டுவர நீங்கள் உள்ளே செல்லும்போது, அவன் உங்கள் வீட்டிலிருந்து பணத்தைத் திருடிவிடுகிறான். நீங்கள் மீண்டும் அந்த அறைக்குள் நுழையும்போது, என்ன நிகழ்ந்திருக்கிறது என்பதை நீங்கள் கண்டுகொள்கிறீர்கள். எனவே, நீங்கள் அவனுக்கு இன்னும் சிறிது பணத்தைக் கொடுத்துவிட்டு, "திருடுவதற்கு பதிலாக நீ என்னிடம் கேட்டிருக்க வேண்டும். நானே உனக்குப் பணம் கொடுத்திருப்பேன்," என்று கூறுகிறீர்கள். அவன் மனம் வேதனை கொள்கிறது. "என்னை மன்னித்துவிடுங்கள், நான் இனி ஒருபோதும் திருட மாட்டேன்," என்று அவன் கூறுகிறான். அவன் ஒரு நல்ல ஆன்மா, ஆனால் அவன் லேசாக சபலப்பட்டுவிட்டான் அல்லது அவனுக்கு ஏதோ ஒரு பெரிய தேவை இருந்திருக்கலாம். ஆனால், அவன் இனி நிச்சயமாகத் திருட மாட்டான் என்று நான் நம்புகிறேன். ஆனால் மோசமான ஆன்மாக்களிடம் நீங்கள் இதேபோல நடந்து கொண்டால், அவர்கள் தங்கள் திருட்டைத் தொடர அது அவர்களை மேலும் ஊக்குவிக்கும். அவர்கள் உங்களைப் பார்த்துச் சிரித்துவிட்டு, உங்களையும் இன்னும் பலரையும் மேலும் பல முறை ஏமாற்ற முயற்சிப்பார்கள். இது உங்களை ஒரு தாழ்வான நிலைக்கு அனுப்பிவிடும். எனவே, நீங்கள் ஒருவருக்குச் செய்கின்ற ஒரு நல்ல காரியம், உங்கள் இருவருக்கும் நல்லதாக அமையக்கூடும்; ஆனால் அதே காரியத்தை நீங்கள் இன்னொருவருக்குச் செய்யும்போது, அது உங்கள் இருவருக்கும் பாதகமாக அமையக்கூடும்.

மன்னித்தல் விஷயத்திலும் இது பொருந்தும். நீங்கள் ஒரு நல்ல ஆன்மாவை மன்னித்தால், தான் மேம்படுவதற்கு அவர் தன்னால் இயன்ற அளவு சிறப்பாக முயற்சி செய்வார். அவர் எங்கே தவறு இழைத்திருக்கிறார் என்பதை

அவருடைய ஆழ்மனம் அவருக்கு உணர்த்திவிடும். ஆனால், நீங்கள் ஒரு மோசமான ஆன்மாவை மன்னித்துவிட்டு, அவர் எங்கே தவறியுள்ளார் என்பதை நீங்கள் அவரிடம் கூறாமல் விட்டுவிட்டால், அவர் உங்களைப் பார்த்துச் சிரிப்பார், உங்களை முட்டாள் என்று அழைப்பார், மீண்டும் தன் தீய செயல்களைத் தொடர்வார். நீங்கள் அவரை ஊக்குவித்துள்ளதால், நீங்களும் தாழ்ந்துவிடுவீர்கள். எனவே, பூமியில் வாழ்கின்ற எல்லோரும் ஒரே மாதிரியானவர்கள் அல்ல.

எல்லோரையும் ஒரே விதத்தில் உங்களால் நடத்த முடியாது.

15-06-1981
உங்கள் பிரச்சனைகளைத் துணிச்சலுடனும் ஒரு புன்னகையுடனும் இப்போதே எதிர்கொள்ளுங்கள்

உங்கள் உலகில், அனைத்து வசதிகளையும் மகிழ்ச்சியையும் அடைவது ஒருபோதும் சாத்தியமில்லை. பிரச்சனைகள், சிரமங்கள், துயரங்கள், நோய்கள் ஆகியவற்றை நீங்கள் எதிர்கொண்டாக வேண்டும். ஏனெனில், பிரச்சனைகள் இல்லாமல் புவியிலகில் உங்களால் வாழ முடியாது. பிரச்சனைகளை நீங்கள் எப்படி எதிர்கொள்கிறீர்கள் என்பதுதான் மிகவும் முக்கியம். அவற்றைத் துணிச்சலோடும் ஒரு புன்னகையோடும் நீங்கள் எதிர்கொள்ள வேண்டுமே அன்றி, அவற்றிலிருந்து ஒருபோதும் விலகி ஓட முயற்சிக்கக்கூடாது. மேன்மேலும் பல பிரச்சனைகள் எப்போதும் முளைத்துக் கொண்டுதான் இருக்கும். எனவே, உங்களுடைய அனைத்துப் பிரச்சனைகளையும் துணிச்சலோடும் மகிழ்ச்சியோடும் நீங்கள் எதிர்கொள்வது உங்களுக்குச் சிறப்பானதாக அமையும். நீங்கள் ஒரு நல்ல ஆன்மாவாக இருந்தாலோ அல்லது ஒரு நல்ல ஆன்மாவாக இருக்க உண்மையிலேயே நீங்கள் விரும்பினாலோ, கடவுள் உங்களோடு எப்போதும் இருக்கிறார் என்று உறுதியாக நீங்கள் நம்பலாம். அவர்மீது நம்பிக்கை வையுங்கள், அவரிடம் பிரார்த்தனை செய்யுங்கள், அவருடைய வழிகாட்டுதலைக் கேளுங்கள். உங்களுடைய உண்மையான பிரார்த்தனைகளுக்கு எப்போதும் விடையளிக்கப்படும்.

பிறரிடம் எதிர்மறைத்தன்மையை ஒருபோதும் ஊக்குவிக்காதீர்கள்

தீயவற்றை எதிர்த்துப் போராட உங்களுக்குத் துணிச்சல் இல்லை என்றால், தீயவற்றையும் மோசமான மக்களையும் தவிர்த்துவிடுவது நல்லது. அவர்களிடமிருந்து எப்போதும் விலகியே இருங்கள். ஏனெனில், அவர்களும் அவர்களுடைய தாக்கமும் உங்களுக்கு எப்போதும் தீங்கு விளைவிக்கும். உங்கள் அதிர்வுகள் பாதிக்கப்படும், நீங்கள் நிச்சயமாக ஒரு தாழ்ந்த நிலைக்குள் தள்ளப்படுவீர்கள். "மோசமான மக்கள் எங்களைச் சுற்றி எல்லா இடங்களிலும் இருக்கும்போது, தீவினையை எப்படி எங்களால் தவிர்க்க முடியும்?" என்று புவிவாழ் மக்கள் கேட்பர். புவியுலகில் மோசமான ஆன்மாக்கள் ஏராளமானோர் இருக்கின்றனர் என்பது எங்களுக்குப் புரிகிறது. நீங்கள் அவர்களோடு பேசலாம், அவர்களுடைய அண்டைவீட்டில் வசிக்கலாம், ஆனால் ஒருபோதும் அவர்களோடு நட்புக் கொள்ளாதீர்கள். ஒரு சிறு உரையாடல், ஒரு தலையசைப்பு, ஒரு புன்னகை ஆகியவற்றோடு நிறுத்திக் கொள்ளுங்கள். பிறகு அங்கிருந்து நகர்ந்துவிடுங்கள். ஆனால் ஒருபோதும் பாசாங்குக்காரராக இருக்காதீர்கள். தேவை எழும்போது அவர்களுக்கு உதவி செய்யுங்கள், ஆனால் தீய விஷயங்களைச் செய்வதில் அவர்களை ஒருபோதும் ஊக்கப்படுத்தாதீர்கள், அவர்களுக்குத் துணை போகாதீர்கள். நீங்கள் அவர்களோடு நட்பாக இல்லாவிட்டால், அவர்களில் பெரும்பாலானோர் உங்களிடமிருந்து விலகி இருப்பார்கள். அவர்களை ஒரு குறிப்பிட்டத் தூரத்திலேயே வைத்திருங்கள். ஏனெனில், அப்படிப்பட்ட மோசமான மக்களை ஒரு சாதாரணமான நல்ல ஆன்மாவால் ஒருபோதும் மேம்படுத்த முடியாது. ஆனால், நல்ல ஆன்மாக்களுக்கும் உண்மையிலேயே தங்களை மேம்படுத்திக் கொள்ள விரும்புகின்ற ஆன்மாக்களுக்கும் உதவுங்கள். தீய ஆன்மாக்களைக் கையாளும்போது, தாங்கள் தவறான வழிகளுக்குச் சென்றுவிடாமல், அந்த ஆன்மாக்களை மட்டும் மேம்படுத்தக்கூடிய வலிமை கொண்ட நல்ல ஆன்மாக்கள் ஒருசிலர் இருக்கின்றனர். நல்ல ஆன்மாக்கள்கூட மோசமான மற்றும் தீய ஆன்மாக்களின் தாக்கத்திற்கு ஆளாவதால், மோசமான ஆன்மாக்களை மேம்படுத்துவது கடினம்.

16-06-1981

விஷயங்களை ஓர் ஆன்மீகக் கோணத்திலிருந்து பாருங்கள்

குறுக்குப் புத்தி கொண்ட தீய மனிதர்களால் ஒருபோதும் நேராகச் சிந்திக்கவோ அல்லது செயல்படவோ இயலாது. நல்ல ஆன்மாக்களால் ஒருபோதும் முறையற்ற அறிவுரையை வழங்க முடியாது, தங்கள் சக மனிதர்களைத் தவறான பாதையில் செலுத்த முடியாது. ஒரு தீய மனிதன் தண்டனை அனுபவிக்கும்போது அதைக் கண்டு மகிழ்ச்சி கொள்வது ஒரு பாவச்செயலா? அதை நாம் இப்போது பார்க்கலாம்:

1. *தீயவர் ஒருவர் ஒரு பாடம் கற்றுக் கொண்டார் என்றும், மற்றவர்களைத் துன்புறுத்துவதிலிருந்து தடுக்கப்பட்டார் என்றும், தன்னை மேம்படுத்துவதற்கு அவருக்கு ஒரு வாய்ப்பு வழங்கப்பட்டுள்ளது என்றும், அவர் மேம்படுவதற்கு நிச்சயமாக ஒரு சாத்தியக்கூறு இருக்கிறது என்றும் நினைத்து நீங்கள் மகிழ்ச்சி அடைந்தால், அது இயல்பானது. யார்தான் மகிழ்ச்சி கொள்ள மாட்டார்கள்?*
2. *பழியுணர்வை மனத்தில் வைத்துக் கொண்டு நீங்கள் மகிழ்ச்சி அடைந்தால், அது ஒரு பாவச்செயலாகும்.*

எனவே, ஒரு விஷயத்திற்கு எப்போதும் இரண்டு பக்கங்கள் இருக்கின்றன. விஷயங்களை நீங்கள் எப்படிப் பார்க்கிறீர்கள், நீங்கள் அவற்றுக்கு எப்படிச் செயல்விடை அளிக்கிறீர்கள், உங்கள் உள்நோக்கம் என்ன ஆகியவற்றை அது சார்ந்துள்ளது.

17-06-1981

ஜாதகங்கள் உங்கள்மீது தாக்கம் ஏற்படுத்த அனுமதிக்காதீர்கள்

ஜாதகங்கள் தொடர்பான ஒரு முக்கியமான விஷயத்தை நாங்கள் உங்களுக்குத் தெளிவுபடுத்த விரும்புகிறோம். செய்தித்தாள்களில் சோதிடப் பகுதியில் இடம்பெறுகின்ற உங்களுடைய வாராந்திரக் கணிப்புகளையும் தினசரிக் கணிப்புகளையும் நீங்கள் படிக்கும்போது, அவை உங்கள்

மனத்தில் ஒரு பாதிப்பை ஏற்படுத்துகின்றன. உங்கள் எண்ணங்கள் சக்திவாய்ந்தவை. நீங்கள் படிக்கின்ற விஷயங்கள் உங்கள் எண்ணங்கள்மீது தாக்கம் விளைவிக்கின்றன. அதன் விளைவாக, உங்கள் ஜாதகக் கணிப்புகள் என்ன சொல்கின்றனவோ, விஷயங்கள் அதன்படி நடக்கின்றன. எனவே, உங்கள் ஜாதகம் கூறியது சரிதான் என்று நீங்கள் கூறுவீர்கள்.

ஜாதகம் அல்லது முன்கூட்டிய கணிப்பு என்பது பலவீனமான மனத்தைக் கொண்ட மக்களுக்கு மூளைச்சலவை செய்வதற்கான ஒரு விஷயம்தான். ஒன்று நிகழ வேண்டும் என்று நீங்கள் விரும்பினால், பெரும்பாலான விஷயங்களில் உங்கள் நேர்மறை எண்ணங்கள் நிச்சயமாக உங்களுக்கு உதவும். ஜாதகம் கூறுவது தவறு என்று உங்கள் ஆழ்மனத்திற்குத் தெரியும், ஆனால் அது சரி என்று உங்கள் ஸ்தூல மனம் நினைக்கக்கூடும். உங்கள் ஆழ்மனம் உண்மையை அறியும். ஜாதகம் கூறுவது தவறு என்றால், உங்கள் ஆழ்மனம் உங்களோடு ஒத்துழைக்காது. எனவே, நீங்கள் ஏமாற்றம் அடைய வேண்டாம். நிகழ்கின்ற அனைத்துமே கடவுளின் விருப்பம் என்று நினைத்து, அவர் உங்களை முறையாக வழிநடத்துவதற்காக அவருக்கு நன்றி கூறுங்கள். உங்கள் விருப்பப்படி செயல்படுங்கள். சோதிடர்களையும் அவர்களுடைய கணிப்புகளையும் நம்பி ஏமாந்துவிடாதீர்கள். இவை அனைத்தும் உங்களையும் உங்கள் தேர்ந்தெடுப்புகளையும் பொருத்த விஷயம்.

சக்தியை நல்லவற்றுக்கும் பயன்படுத்தலாம், மோசமானவற்றுக்கும் பயன்படுத்தலாம் - சக்திகளை அனுப்புதல் மற்றும் பெறுதல்

உங்கள் உலகத்திடமும் ஆவியுலகத்திடமும் இந்த ஒட்டுமொத்தப் பிரபஞ்சத்திடமும் சில குறிப்பிட்ட சக்திகள் இருக்கின்றன. இந்த சக்தி சில இடங்களில் வலிமையானதாகவும், வேறு இடங்களில் அவ்வளவு வலிமை இல்லாததாகவும் இருக்கிறது. ஆனால் அது எப்போதும் இருந்து கொண்டே இருக்கிறது. ஆவியுலகில், நாங்கள் அந்த சக்தியை உருவாக்கத் தேவையில்லை. ஏனெனில், எங்கள் மனமே எங்கள் சக்தியின் பிறப்பிடமாக இருக்கிறது. இந்த சக்தியை நாங்களாகவே சுலபமாகக்

கைவசப்படுத்திவிடுகிறோம். ஆனால் புவியுலகில், இந்த சக்தியை நீங்களாகவே எப்படிக் கைவசப்படுத்துவது என்பதை நீங்கள் புரிந்து கொண்டிருக்கவில்லை. எனவே, நீங்கள் மின்சாரத்தைச் சார்ந்திருக்கிறீர்கள். மின்சாரம் என்பது இந்த சக்தியின் மிகத் தாழ்ந்த ஒரு வடிவமாகும்.

சில மனிதர்களால் எங்களுடைய செய்திகளைப் பெற்றுக் கொள்ள முடியும். ஏனெனில், பெறுவதற்கான சக்தி அவர்களுக்கு இருக்கிறது. சிலருக்கு, அனுப்பக்கூடிய சக்தி இருக்கிறது. சிலருக்கு ஏராளமான சக்தி இருக்கிறது, மற்றவர்களுக்கு அது சற்றுக் குறைவாக இருக்கிறது. பெறுதல், அனுப்புதல் ஆகிய இரண்டு சக்திகளும் அதிர்ஷ்டக்கார நபர்கள் சிலருக்கு இருக்கின்றன. இவ்விரண்டு சக்திகளும் சரியாகப் பயன்படுத்தப்பட்டால், உங்களுக்கும் உங்களைச் சுற்றி இருக்கின்றவர்களுக்கும் அவை ஏராளமான நன்மைகளைச் செய்யும். நல்ல ஆன்மாக்கள் இறைவனுக்கு வெகு அருகே இருப்பதாலும், அவர்களுடைய ஆழ்மனம் அவர்களுக்கு வழிகாட்டுவதாலும், அவர்கள் இந்த சக்தியை நல்ல விஷயங்களுக்காகப் பயன்படுத்துகின்றனர். ஆனால் இதே சக்தி மோசமான மனிதர்களிடம் இருந்தால், அது மிகவும் ஆபத்தானது. ஏனெனில், அவர்களால் அந்த சக்தியைத் தீய காரியங்களுக்குப் பயன்படுத்த முடியும்.

சக்தி ஒன்றுதான், ஆனால் அதை நல்ல காரியங்களுக்குப் பயன்படுத்துவதும் தீய காரியங்களுக்குப் பயன்படுத்துவதும் அந்தந்தத் தனிநபரின் கைகளில்தான் உள்ளது. பலவீனமான மனம் கொண்டவர்களிடம் இந்த சக்தி இருப்பது அதிக ஆபத்தானது. ஏனெனில், அவர்கள் அகங்காரம் கொள்கின்றனர், அதைத் தங்களுக்குச் சாதகமாகப் பயன்படுத்துகின்றனர். இது அவர்களைக் கீழ்மட்டத் தளங்களுக்கு அழைத்துச் சென்றுவிடுகிறது. அங்கிருக்கும் எதிர்மறையான ஆன்மாக்கள், மேலும் அதிகத் தவறுகள் செய்வதற்கு அந்நபரைத் தூண்டுகின்றனர். இந்த சக்தியைப் பெற்றுள்ள நல்ல ஆன்மாக்கள், பிரார்த்தனை செய்து, ஒருமித்தக் கவனம் செலுத்தி, தங்கள் மனத்தைத் தாங்களாகவே மனமுவந்து ஒரு நல்ல ஆவியுலக ஆன்மாவுக்குக் (உங்கள் அன்புக்குரிய ஒருவர்) கொடுக்கும்படி நாங்கள் அறிவுறுத்துகிறோம். பூமியில் நீங்கள் ஒரு நல்ல வாழ்க்கையை வாழ அந்த நல்ல ஆன்மாவால் உங்களை வழிநடத்தவும் உங்களுக்கு உதவவும் முடியும். ஒத்தவை ஒத்தவற்றை

ஈர்க்கும். எனவே, மோசமானவை மோசமானவற்றை ஈர்க்கின்றன, நல்லவை நல்லவற்றை ஈர்க்கின்றன. இந்த சக்தியைப் பெற்றிருக்கின்ற மோசமான ஆன்மாக்களுக்கும் தங்களை மேம்படுத்திக் கொள்வதற்கான ஒரு நல்ல வாய்ப்பு இருக்கிறது.

இந்த சக்தியை ஒரு தீயவர் பயன்படுத்துவது மிகவும் ஆபத்தானது என்பதை நினைவில் கொள்ளுங்கள். மக்களைக் கீழ்மட்டத் தளங்களுக்குக் கூட்டிச் செல்வதற்கு எதிர்மறை ஆன்மாக்கள் காத்துக் கொண்டிருக்கின்றனர். எனவே, பலவீனமான மனம் கொண்ட நல்ல ஆன்மாக்களே, இந்த சக்தியை வளர்த்துக் கொள்ள தயவு செய்து முயற்சிக்காதீர்கள். ஒரு மோசமான ஆவி உங்கள் மனத்தைத் தன் கட்டுப்பாட்டிற்குள் கொண்டுவந்துவிட்டால், அதை வெளியே துரத்துவது உண்மையிலேயே கடினம் என்பதை மறந்துவிடாதீர்கள்.

18-06-1981

ஆவியுலக ஆன்மாக்களிடமிருந்து உதவி கிடைக்க வேண்டும் என்றால், எப்போதும் ஆசுவாசமாகவும் அமைதியாகவும் இருங்கள்

எப்போதும் ஆசுவாசமாகவும் அமைதியாகவும் இருங்கள். நீங்கள் பதற்றமின்றி இருக்கும்போது மட்டுமே ஆவியுலக ஆன்மாக்களால் உங்களை வழிநடத்த முடியும். கடவுள்மீது விசுவாசம் கொள்வதற்கு நீங்கள் கற்றுக் கொள்ள வேண்டும். கடவுள் மகத்தானவர்.

சோதிடர்கள் மற்றும் அவர்களைப் போன்றவர்களை நம்பாதீர்கள். அதற்கு பதிலாக, சர்வ வல்லமை வாய்ந்த கடவுள்மீது முழுமையாக விசுவாசம் கொள்ளுங்கள். அவர்மீது நீங்கள் வைக்கின்ற உண்மையான விசுவாசம் அதிசயங்களை நிகழ்த்திக் காட்டும். அவர் சர்வ வல்லமை வாய்ந்தவர் என்பதால், யாராலும் அவருக்கு எதிராகச் செயல்பட முடியாது.

நீங்கள் துன்பங்களையும் பிரச்சனைகளையும் அனுபவித்துக் கொண்டிருந்தால், அது உங்கள் கர்மவினை என்றும்,

சோதனை என்றும், பயிற்சி என்றும் கருதி, அவற்றைத் துணிச்சலாகவும் மகிழ்ச்சியாகவும் எதிர்கொள்ளுங்கள். உங்களுடைய உண்மையான பிரார்த்தனைகள் உங்களுக்குப் பெருமளவு உதவும். உங்கள் மனத்தை எப்போதும் சுறுசுறுப்பாக வைத்திடுங்கள், யாருக்கும் தீங்கு விளைவிக்காதீர்கள். அப்போது ஆவியுலக ஆன்மாக்கள் மூலமாகக் கடவுளிடமிருந்து நேரடியான உதவியும் வழிகாட்டுதலும் உங்களுக்குக் கிடைக்கும்.

உங்களுடைய உண்மையான பிரார்த்தனைகளும் கடவுள்மீது நீங்கள் வைக்கின்ற உண்மையான விசுவாசமும் எந்தவொரு பிரச்சனையிலிருந்தும் உங்களை மீட்டுவிடும். நீங்கள் புவியுலகில் இருப்பதால், அங்கு பிரச்சனைகள் இருக்கத்தான் செய்யும். ஆனால் நீங்கள் அவற்றை எதிர்கொள்ளத்தான் வேண்டும். எனவே, ஒரு புன்னகையோடும் துணிச்சலோடும் அவற்றை எதிர்கொள்ளுங்கள். கடவுள்மீதான உங்கள் விசுவாசமும் உங்களுடைய உண்மையான பிரார்த்தனைகளும் எங்களுக்கும் நிச்சயமாகப் பேருதவியாக இருக்கும். ஏனெனில், நாங்கள் உங்களைத் தொடர்பு கொள்வதையும், உங்களை வழிநடத்துவதையும், உங்களுக்கு உதவுவதையும் அது எங்களுக்கு சுலபமாக்கிக் கொடுக்கும்.

19-06-1981

திருமணம்

ஆவியுலகில் திருமணம் எதுவும் கிடையாது. ஆனால், குழந்தைகளுக்காகவும், முதுமையில் தம்பதியருக்குப் பரஸ்பரம் அடுத்தவருடைய துணை தேவை என்பதாலும், புவியுலகில் ஏற்படுகின்ற மணமுறிவுகளை நாங்கள் சரி செய்ய முயற்சிக்கிறோம். பூமியில், குழந்தைகளைப் பாதுகாப்பதற்காகவே அறிவார்ந்தவர்கள் திருமணம் என்ற ஒன்றை உருவாக்கினார்கள். மக்கள் பொறுப்பற்றவர்களாகவும் தங்கள் குழந்தைகளை அக்கறையோடு கவனித்துக் கொள்ளாமலும் இருந்ததை அவர்கள் கவனித்ததால், குழந்தைகளை உருவாக்குவதற்குத் திருமணத்தை அவர்கள் கட்டாயமாக்கினர். ஒரு தாயோ அல்லது ஒரு தந்தையோ தனியொருவராகத் தன் குழந்தையை வளர்ப்பதைவிட, இருவருமாகச் சேர்ந்து அக்குழந்தையை வளர்ப்பது சிறந்ததாக இருக்கும் என்று அவர்கள் நம்பினர்.

இரண்டு நபர்கள் சேர்ந்து இருந்து, ஒருவருக்கொருவர் உதவி செய்து கொண்டு, தங்களுடைய குழந்தைகள் சிறந்த குடிமக்களாக வளர்வதற்கு அவர்களை வழிநடத்துவது அறிவார்ந்த செயலாகும். தங்களுடைய முதுமையில், தம்பதியர் பரஸ்பரம் ஒருவரையொருவர் அக்கறையோடு கவனித்துக் கொள்ள முடியும், ஒருவருக்கொருவர் துணையாக இருக்க முடியும், உலகத்தின் பிரச்சனைகளை இருவருமாகச் சேர்ந்து எதிர்கொள்ள முடியும். எனவே, திருமணங்கள் முன்கூட்டியே இறைவனால் நிச்சயிக்கப்படுவதில்லை. ஆனால், நாங்கள் இதைச் சொல்ல அஞ்சுகிறோம். ஏனெனில், "திருமணங்கள் கடவுளால் நிச்சயிக்கப்படுவதில்லை என்றால், நாங்கள் ஏன் திருமணம் செய்து கொண்டு பிரச்சனைகளை உருவாக்கிக் கொள்ள வேண்டும்? நாங்கள் சுதந்திரமாக இருந்துவிட்டுப் போகிறோமே!" என்று புவியுலக மக்கள் கூறக்கூடும். முறிந்து போன திருமணங்களில் தம்பதியரை இணைத்து வைக்க நாங்கள் விரும்புகிறோம். அவர்கள் மகிழ்ச்சியாக வாழ வேண்டும் என்பதே எங்கள் விருப்பம். ஏனெனில், மகிழ்ச்சியாகச் சேர்ந்து வாழ்வதுதான் அவர்களுக்கு நல்லது. ஆனால், சில சமயங்களில், தம்பதியரில் ஒருவர் மற்றவரையோ அல்லது தங்கள் குழந்தைகளையோ மனரீதியாகவும் உடல்ரீதியாகவும் எப்போதும் துன்புறுத்திக் கொண்டு இருந்தால், துன்புறும் கணவனுக்கோ அல்லது மனைவிக்கோ தன் வாழ்க்கைத்துணைவரோடு சேர்ந்து வாழ்வது இயலாத காரியமாகிவிடுகிறது. விஷயம் அப்படியிருந்தால், அவர்கள் அனைவருக்கும் எது நல்லதோ அதைச் செய்து கொடுக்கும்படி கடவுளிடம் நாங்கள் பிரார்த்தனை செய்கிறோம்.

தம்பதியர் பரஸ்பரம் ஒருவர்மீது மற்றொருவர் அன்பு காட்டுவதும், இணக்கமாகவும் மகிழ்ச்சியாகவும் தங்கள் குழந்தைகளோடு ஓர் ஒற்றுமையான குடும்பமாகச் சேர்ந்து வாழ்வதும் சிறந்தது. அப்போதுதான், வாழ்வில் ஏற்படும் பிரச்சனைகளை ஒரு சிறந்த வழியில் அவர்களால் எதிர்கொள்ள முடியும். குடும்பத்தில் இணக்கமும் மகிழ்ச்சியும் இருக்க வேண்டியது புவிவாழ் மக்கள் ஒவ்வொருவருக்கும் இன்றியமையாததாகும். அனைத்துத் திருமணங்களிலும் தம்பதியர் ஒருவரையொருவர் அனுசரித்தும், ஒருவருக்கொருவர் விட்டுக்கொடுத்தும் சகிப்புத்தன்மையோடும் நடந்து கொள்ள வேண்டும்.

15-01-1984

உங்களுடைய சக்தியைச் சரியான விதத்தில் வளர்த்துக் கொள்ளுங்கள்

ஆவியுலகிலும் புவியுலகிலும் உங்கள் கண்களுக்குப் புலப்படாத ஒரு மின்சக்தி இருக்கிறது. புவியில் இந்த சக்தி உங்களுக்குப் பெரிதும் உதவுகிறது. அதோடு, தொலைபேசி, வானொலி, அல்லது தொலைக்காட்சி மூலமாக நீங்கள் தகவல்களைப் பெறுவதற்கும் அது உங்களுக்கு உதவுகிறது. மனித மூளையானது இந்தத் தொலைபேசியையும் வானொலியையும் தொலைக்காட்சியையும் போன்றது. புவியில் சிலர், பெற்றுக் கொள்வதற்கான சக்தியை வளர்த்துக் கொண்டுள்ளனர்; வேறு சிலர், மற்றவர்களுக்குக் கொடுப்பதற்கான சக்தியை வளர்த்துக் கொண்டுள்ளனர். ஆனால் சிலர் மட்டுமே இவ்விரண்டு சக்திகளையும் சமநிலையில் பெற்றிருக்கின்றனர். ஒன்றைக் கொடுப்பதற்கான சக்தியை அதிகமாகக் கொண்டிருப்பவர்களால் ஆவியுலகிலிருந்து நாங்கள் கொடுக்கும் செய்திகளைப் பெற்றுக் கொள்ள முடியாது. ஏனெனில், பெறுவதற்கான சக்தி அவர்களிடம் குறைவாக இருக்கிறது. புவிவாழ் மக்களில் பெரும்பாலானோர் அமானுஷ்ய சக்தியைப் பெற்றுள்ளனர். ஆனால் அந்த சக்தியை உங்களிடம் உருவாக்கிக் கொள்வது உங்கள் கைகளில்தான் இருக்கிறது. அந்த சக்தியை நீங்கள் எப்படி வளர்த்துக் கொள்ளப் போகிறீர்கள் என்பதை நீங்கள் கருத்தில் கொள்ள வேண்டியது முக்கியம். இந்த சக்தியைத் தீய வழிகளிலும் பயன்படுத்தலாம், நல்ல வழிகளிலும் பயன்படுத்தலாம். என்வே, இந்த சக்தியைக் கொண்டு உங்களை நீங்களே அழித்துக் கொள்ளப் போகிறீர்களா அல்லது உயர்ந்த நிலையை அடைந்து மகிழ்ச்சியாக இருக்கப் போகிறீர்களா என்பதும் உங்கள் கைகளில்தான் இருக்கிறது.

சில சமயங்களில், உங்களிடம் ஒன்றைச் சொல்லவோ அல்லது ஒரு குறிப்பிட்டக் கேள்விக்கு விடையளிக்கவோ எங்களுக்கு அனுமதி இருப்பதில்லை. எனவே, அதே கேள்வியை மீண்டும் மீண்டும் கேட்டு எங்களைக் கட்டாயப்படுத்த தயவு செய்து ஒருபோதும் முயற்சிக்காதீர்கள்.

பூமியில் உள்ள ஒவ்வொருவரும் பாவம் செய்கின்றனர். பாவம் செய்யாத ஒருவர்கூட அங்கு கிடையாது. ஆனால் அவர்களுடைய பாவங்களின் அளவுதான் வெவ்வேறாக

இருக்கிறது. சிலர் மிகக் குறைவான பாவங்களைச் செய்கின்றனர், சில அதிகப் பாவங்களைச் செய்கின்றனர், சிலர் அளவுக்கு மீறிப் பாவச்செயல்களில் ஈடுபடுகின்றனர். எனவே, நீங்கள் சிறிதளவு பாவங்களைச் செய்தால்கூட, நீங்கள் உங்கள் கர்மவினையை அனுபவித்துதான் ஆக வேண்டும். அதை எங்களால் தடுக்க முடியாது. உங்களுடைய தண்டனையை எங்களால் தடுத்து நிறுத்த முடியாது என்பதை நீங்கள் முழுமையாகப் புரிந்து கொள்ள வேண்டும். சில சமயங்களில், குறிப்பிட்டச் சிலருக்கு உதவ நாங்கள் மறுத்துவிடுவதற்கான முக்கியக் காரணம் அதுதான். பூமியில் யார் நல்லவர்களாகவும், அப்பாவிகளாகவும், தீயவர்களிடம் துன்புற்றுக் கொண்டும் இருக்கிறார்களோ, அவர்களுக்கு உதவ நாங்கள் மிகுந்த ஆர்வத்தோடு இருக்கிறோம். எனவே, நாங்கள் உங்களுக்கு உதவி செய்யவோ அல்லது உங்களுக்கு வழிகாட்டவோ மறுத்தால், நீங்கள் என்னென்ன பாவங்களைச் செய்திருக்கிறீர்கள் என்பதைக் கண்டுபிடித்து, அவற்றுக்காக உண்மையிலேயே மனம் வருந்துங்கள். அப்போதுதான் எதிர்காலத்தில் உங்களை எங்களால் வழிநடத்த முடியும்.

உங்களைத் தவறாக வழிநடத்தி உங்கள் வாழ்க்கையைத் துயரம் மிக்கதாக ஆக்குவதில் எதிர்மறையான ஆன்மாக்கள் மட்டுமே தீவிரமாக இருக்கின்றனர். ஆனால், நல்லவை நல்லவற்றை ஈர்க்கின்றன, தீயவை தீயவற்றை ஈர்க்கின்றன. எனவே, நீங்கள் நல்லவர்களாக இருந்தால், கடவுள் நிச்சயமாக உங்களுக்கு உதவி செய்வார்.

25-01-1984

பிரார்த்தனைகள் எப்போதும் சுருக்கமானவையாகவும் உண்மையானவையாகவும் இருக்க வேண்டும்

உங்களுக்கு ஒருமித்தக் கவனம் தேவை. உங்கள் உலகில், நீங்கள் நீண்ட பிரார்த்தனைகளைச் செய்யும்போது, உங்களால் ஒருமித்தக் கவனத்தோடு இருக்க முடிவதில்லை என்பதோடு, உண்மையுடன் பிரார்த்தனை செய்யவும் முடிவதில்லை. முழுமையான அர்ப்பணிப்பும் ஒருமித்தக் கவனமும் உண்மைத்தன்மையும் இல்லாமல் நீங்கள்

ஒரு புத்தகத்திலிருந்து வெறுமனே பிரார்த்தனைகளைப் படிக்கும்போது, அது ஒரு புதினத்தைப் படிப்பதைப் போன்றதாக ஆகிவிடுகிறது.

தினமும் ஒரே இடத்தில் அமர்ந்து கொண்டு பிரார்த்தனை செய்ய முயற்சி செய்யுங்கள். அப்போது அந்த இடத்தில் வலிமையான, தூய்மையான அதிர்வுகளை நீங்கள் உருவாக்குவீர்கள். எந்த இடத்தில் உட்கார்ந்து பிரார்த்தனை செய்தாலும், அதில் தவறு ஒன்றும் இல்லை. ஆனால் நீங்கள் ஒரு குறிப்பிட்ட இடத்தைத் தேர்ந்தெடுத்து, தினமும் அங்கு இருந்தபடி பிரார்த்தனை செய்தால், அங்கு உருவாக்கப்படுகின்ற நல்ல அதிர்வுகள் உங்கள்மீது பிரதிபலிக்கும். அது உங்களுக்குப் பெரிதும் உதவும்.

கடவுள் எல்லா இடங்களிலும் நிறைந்திருக்கிறார். எனவே, நீங்கள் எங்கேனும் பயணித்துக் கொண்டிருக்கும்போதுகூட, சுருக்கமான பிரார்த்தனைகளை உங்களால் கூற முடியும். உங்களுக்கு முழுமையான விசுவாசம் இருக்க வேண்டும். சாலையோரத்திலிருந்து நீங்கள் ஒரு கல்லை எடுத்து, அதைக் கழுவி, அதை ஒரு மேசையின்மீது வைத்து, தினமும் அதை உண்மையோடு வழிபட்டால்கூட, உங்களுடைய அந்தப் பிரார்த்தனைகள் நல்ல அதிர்வுகளை உருவாக்கும். அந்த அதிர்வுகளை அந்தக் கல் உட்கிரகித்துக் கொள்ளும். தினமும் நீங்கள் உண்மையோடு செய்கின்ற பிரார்த்தனைகள், அந்தக் கல்லையும் அந்த இடத்தையும் சுற்றி நல்ல அதிர்வுகளை உருவாக்கும். அவை உங்களிடம் அதிர்வுகளை ஏற்படுத்தி, உங்களுக்கு மன அமைதியையும் ஞானத்தையும் கொடுக்கும், உங்கள் ஆன்மாவைக்கூடத் தூய்மையாக்கும். கடவுள்மீது முழுமையான விசுவாசம் கொள்ளுங்கள், நேர்மையாகவும் உண்மையாகவும் நடந்து கொள்ளுங்கள். அப்போது உங்கள் பிரார்த்தனைகள் அதிசயங்களை நிகழ்த்திக் கொடுக்கும்.

26-01-1984
கர்வம் ஆன்மீகரீதியாக எப்போதும் உங்களைக் கீழே தள்ளிவிடும்

எப்போதும் பணிவோடு இருங்கள். உங்களுடைய உதவி கிடைக்காவிட்டால் யாரேனும் சிக்கலில் மாட்டிவிடக்கூடும் என்று ஒருபோதும் நினைக்காதீர்கள். உதவி தேவைப்படும்

மக்களுக்கு உதவி செய்வதற்குக் கடவுள் இருக்கிறார். நீங்கள் வெறும் மனிதப் பிறவிதான். நீங்கள் பிரபலமடைந்து, அதன் விளைவாக கர்வம் உங்கள் மனத்தில் குடிகொள்ளுமானால், அந்த கர்வம் என்றேனும் உங்களைக் கீழே சாய்த்துவிடும். எனவே, ஒருபோதும் கர்வம் கொள்ளாதீர்கள். கர்வம் உங்கள் மனத்தை ஆட்கொண்டால், உங்களால் ஒருபோதும் நேராகச் சிந்திக்க முடியாது, நீங்கள் பல தவறுகளைச் செய்வீர்கள், ஆன்மீகரீதியாக நீங்கள் சறுக்கிவிடுவீர்கள். உங்கள் தலை எப்போதும் காற்றில் உயர்ந்தே இருக்குமாயின், காற்றைத் தவிர வேறு எதுவும் அதில் இருக்காது. உங்களுக்கு எந்த ஞானமும் இருக்காது. உங்கள் உதவி கிடைக்காவிட்டால் எல்லோரும் தவித்துப் போவார்கள் என்று நினைத்துவிடாதீர்கள். கடவுள் இல்லையென்றால் நீங்கள்தான் உதவியின்றித் தவித்துப் போவீர்கள்.

தன்னுடைய உதவி கிடைக்காவிட்டால் பிறர் கஷ்டப்படுவார்கள் என்று நினைக்கின்ற ஒருவர் நிச்சயமாக ஒரு மிகப் பெரிய முட்டாளாகத்தான் இருப்பார். கர்வம் கொள்ளத்தக்க ஒன்றைக் கடவுள் உங்களுக்குக் கொடுத்திருந்தாலும், அது குறித்து எப்போதும் பணிவோடு இருங்கள். இல்லையென்றால், வாழ்வில் நிச்சயமாக நீங்கள் சறுக்கி விழுந்துவிடுவீர்கள். எதுவுமே உரிய காலத்திற்கு முன்பாக நிகழ்வதில்லை. எனவே, பொறுமையாகவும் ஆசுவாசமாகவும் இருங்கள். நீங்கள் பதற்றம் கொள்கிறீர்கள் என்பதற்காக, உரிய காலத்திற்கு முன்பாக ஒரு காரியம் நிகழ்ந்துவிடாது. மாறாக, அது உங்களுக்குத் தீங்கு மட்டுமே விளைவிக்கும். எனவே, ஆசுவாசம் கொண்டு பிரார்த்தனை செய்யுங்கள். கடவுள் மகத்தானவர்.

பூமியில் தீய ஆன்மாக்களோடும் மோசமான ஆன்மாக்களோடும் நீங்கள் சேர்ந்து வாழ வேண்டியுள்ளது. அதே சமயத்தில், உங்கள் ஆன்மாவைத் தூய்மையாகவும் வலிமையாகவும் நல்லதாகவும் வைத்துக் கொள்ள வேண்டியிருக்கிறது. இது ஒரு கடினமாக காரியம். ஆனால், கடவுள் எப்போதும் நல்ல ஆன்மாக்களோடு இருக்கிறார். அவர்களுக்கு அவருடைய பாதுகாப்புத் தேவைப்பட்டால், அவர் அவர்களைப் பார்த்துக் கொள்கிறார். மற்றவர்கள்மீது கரிசனமும் பரிவும் கொள்ளுங்கள். பூமியில் எவ்வளவு துன்பங்களை நீங்கள் அனுபவித்தாலும், நல்லவராக இருப்பதற்கான உண்மையான ஆழ்விருப்பத்துடன் இருங்கள்.

28-01-1984

உங்களுடைய பாவங்களுக்கான தண்டனைகளிலிருந்து உங்களால் ஒருபோதும் தப்பிக்க முடியாது

நீங்கள் எதை விதைக்கிறீர்களோ, அதை நீங்கள் நிச்சயமாக அறுவடை செய்வீர்கள். கடவுளின் நியாயத் தீர்ப்பு முற்றிலும் கச்சிதமானது. அது உடனடியாக வழங்கப்படாமல் போகக்கூடும், ஆனால் இறுதியில், நீங்கள் உங்கள் பாவங்களுக்கான விலையைக் கொடுத்துதான் ஆக வேண்டும்.

நல்ல ஆன்மாக்கள் தவறிழைக்கும்போதோ அல்லது ஏதோ ஒரு பாவம் செய்யும்போதோ, கடவுள் அதை அவர்களுக்கு எப்போதும் சுட்டிக்காட்டுகிறார். நீங்கள் எங்கே தவறிழைத்துக் கொண்டிருக்கிறீர்கள் என்பதை அவர் உங்களுக்குக் காட்டுகிறார். ஆனால், புவிவாழ் மக்கள் அதை உணர்வதில்லை. மாறாக, தவறு செய்வதை விட்டுவிட்டுத் தங்களை மேம்படுத்திக் கொள்வதற்கு பதிலாக, அவர்கள் மேன்மேலும் அதிகத் தீய செயல்களில் ஈடுபடுகின்றனர். தங்களுடைய தீய வழிகளில் அவர்கள் தோற்றுப் போனால், தாங்கள் பாவம் செய்வதைக் கடவுள் விரும்பவில்லை என்பதை அவர்கள் உணர்வதில்லை. அதற்கு பதிலாக, "நான் எவ்வளவு பெரிய புத்திசாலி என்று கடவுளுக்கு நான் காட்டுவேன்," என்று கூறி அவர்கள் அதிகமான பாவங்களைச் செய்கின்றனர். அப்படிப்பட்ட ஆன்மாக்களுக்காக நாங்கள் வருந்துகிறோம். அவர்கள் தீய வழியில் நெடுந்தூரம் சென்றுவிடுவதால், ஒரு கட்டத்தில், அதிலிருந்து ஒருபோதும் மீள முடியாத ஒரு நிலையை அவர்கள் அடைந்துவிடுகின்றனர். பிறகு அவர்கள் நரகப் படுகுழியில்தான் விழுந்தாக வேண்டும்.

பாகம் 2

கேள்வி - பதில்

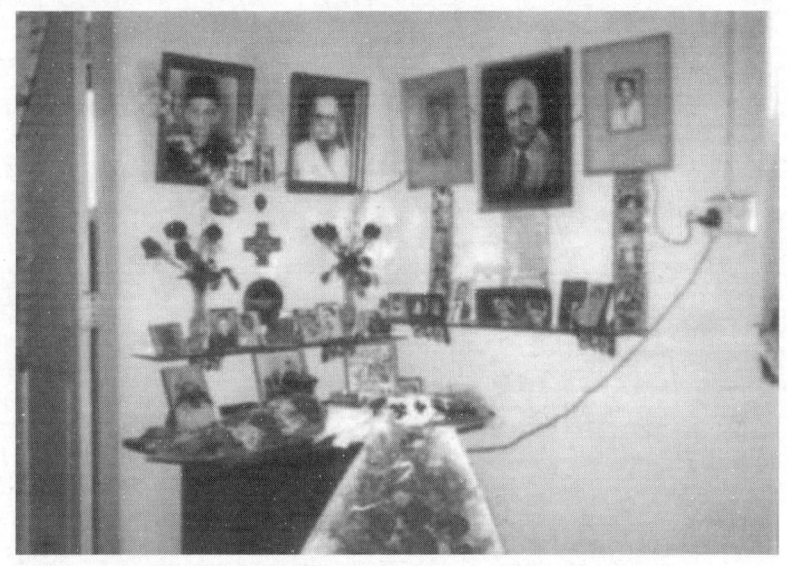

கோர்ஷெத் பாவ்நகரியின் மும்பை வீட்டில் உள்ள மேஜை.
இங்குதான் அவர் தன் மகன்களுடன் தொடர்பு கொண்டார்.

தன்னிச்சையாக எழுதுதல்

"சிறிதளவு அறிவு என்பது ஆபத்தானது."

"புவியுலகில் நீங்கள் எவ்வளவு துடிப்புடன் இருக்கிறீர்களோ, ஆவியுலகில் நாங்கள் அதைவிட அதிகத் துடிப்போடு இருக்கிறோம். எங்களால் உங்களைப் பார்க்க முடியும், நீங்கள் பேசுவதைக் கேட்க முடியும், உங்களைத் தொட முடியும், உங்களை உணர முடியும்."

"உண்மையான அன்பு ஒருபோதும் மடிவதில்லை. பூமியில் உங்கள் மரணத்திற்குப் பிறகும்கூட அது மடிவதில்லை. அன்பு நிரந்தமானது."

தன்னிச்சையாக எழுதுவதை நீங்களாகவே ஒருபோதும் முயற்சிக்காதீர்கள். ஒரு பாதுகாப்பு இணைப்பு இல்லாமலும், முறையான அறிவுறுத்தல்களைப் பின்பற்றாமலும் அதை நீங்கள் தானாகவே முயற்சிப்பது மிகவும் ஆபத்தானது. அதிக அனுபவம் வாய்ந்த, ஏற்கனவே இணைக்கப்பட்டுள்ள ஒருவரால் மட்டுமே உங்களுடன் இணைய முடியும். ஓர் எதிர்மறையான ஆவியுலக ஆன்மா அல்லது கண்ணுக்குப் புலப்படாத ஓர் எதிர்மறை ஆற்றல் போன்ற எந்தவிதமான எதிர்மறையான குறுக்கீடும் உங்களுக்குத் தீங்கு விளைவிக்காமல் இருப்பதை இது உறுதி செய்யும்.

இறந்து போனவர்களுடன் நாங்கள் தொடர்பு கொள்ளும்போது, அது அவர்களுடைய ஆன்மாக்களுக்கு நாங்கள் தொந்தரவு கொடுப்பதுபோல ஆகாதா?

நாங்கள் இறந்துவிட்டவர்கள் என்று கூறுவது தவறு. பூமியில் நீங்கள் எவ்வளவு உயர்த்துடிப்போடு இருக்கிறீர்களோ, நாங்கள் அதைவிட அதிக உயிர்த்துடிப்புடன் இருக்கிறோம்.

உங்கள் புவியுலக வாழ்க்கை என்பது முடிவற்ற ஒரு பயணத்தில் ஒரே ஒரு நிறுத்தம்தான். உண்மையான அன்பு இருக்கின்ற இடத்தில் பேச்சுவார்த்தை எப்படி முடிவுறும்? ஆன்மாக்களுக்கு இடையேயான கருத்துப் பரிமாற்றம் அது. ஆன்மாக்கள் ஒருபோதும் மடிவதில்லை. எனவே, மரணத்தைப் பற்றிய உங்களுடைய புரிதலை நீங்கள் மாற்றிக் கொண்டாக வேண்டும். உங்கள் அகங்காரமும் உங்களுடைய ஸ்தூல உடலும்தான் இறக்கின்றன. ஆனால் உங்கள் ஆன்மா தொடர்ந்து உயிரோடு இருக்கிறது. ஆவியுலகில் உள்ள ஓர் ஆன்மா புவியுலகில் யாருடன் தொடர்பு கொண்டு பேசுகிறாரோ, அந்நபரைவிட அந்த ஆன்மா அதிக உயிர்த்துடிப்போடும் அதிக ஆற்றலோடும் அதிக அன்போடும் இருக்கிறார். ஆவிகளான எங்களுக்கு உடல்ரீதியான வலிகளோ அல்லது வேதனைகளோ கிடையாது. எங்களுடைய மனித உடலையும் அரூப உடலையும் நாங்கள் துறந்துவிட்டதால், நான் முழு சுதந்திரத்தோடு இருக்கிறோம். ஆவியுலகில் எங்களுடைய வாழ்க்கையை வடிவமைத்துக் கொள்வதற்கான சுதந்திரத்தைக் கடவுள் எங்களுக்குக் கொடுத்திருக்கிறார். எங்களுக்கு விருப்பமான வேலையை எங்களால் தேர்ந்தெடுக்க முடியும், எங்களுக்கு விருப்பமான நேரத்தில் எங்களால் பிரார்த்தனை செய்ய முடியும், களித்திருக்க முடியும், தகவல்களையும் ஆன்மீக ஞானத்தையும் பெற முடியும். உங்கள் உலகின் உடல்சார்ந்த விஷயங்கள் எங்களைக் கட்டுப்படுத்துவதில்லை. நாங்கள் முழுக்க முழுக்க எங்கள் ஆழ்மனத்தால் வழிநடத்தப்படுகிறோம். அதுதான் எங்களுடைய உண்மையான மனம், அதுதான் எங்களுடைய ஆன்மீக மனம். எனவே, நீங்கள் எங்களோடு தொடர்பு கொண்டு பேசும்போது, 'இறந்து போனவர்களை நீங்கள் தொந்தரவு செய்வதில்லை.' ஏனெனில், நாங்கள் உங்களைவிட அதிக உயிர்த்துடிப்போடு இருக்கிறோம்.

இப்போதெல்லாம், இளைஞர்கள் அதிகத் திறந்த மனத்துடன் இருக்கின்றனர். எனவே, மூளைச்சலவை செய்யப்பட்டுள்ள தங்கள் பெற்றோர்களைவிட, ஆவிகளுடனான உரையாடல்களுக்கு அவர்கள் அதிக ஏற்புத்தன்மை கொண்டவர்களாக இருக்கின்றனர். ஆனால், வளர்ப்பு மற்றும் சூழ்நிலையின் காரணமாக அவர்களுடைய பெற்றோர்கள் சில விடாப்பிடியான யோசனைகளைக் கொண்டிருப்பதால், அவர்கள் இத்தகைய உரையாடல்களைத் திறந்த மனத்தோடு ஏற்றுக் கொள்வதில்லை.

தன்னிச்சை எழுத்தின் பல்வேறு நிலைகள்

முதல் நிலை

இரண்டாம் நிலை

மூன்றாம் நிலை

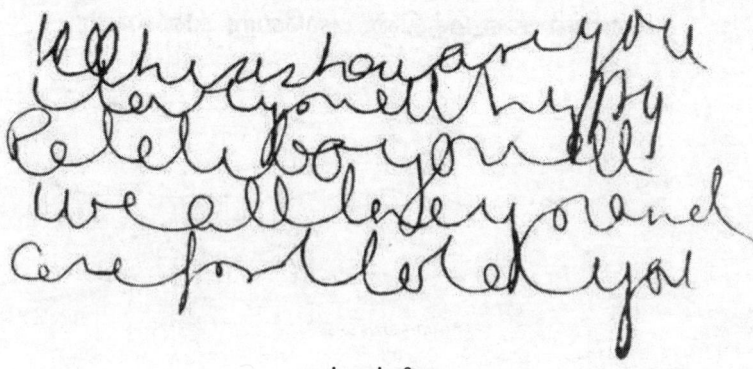

நான்காம் நிலை

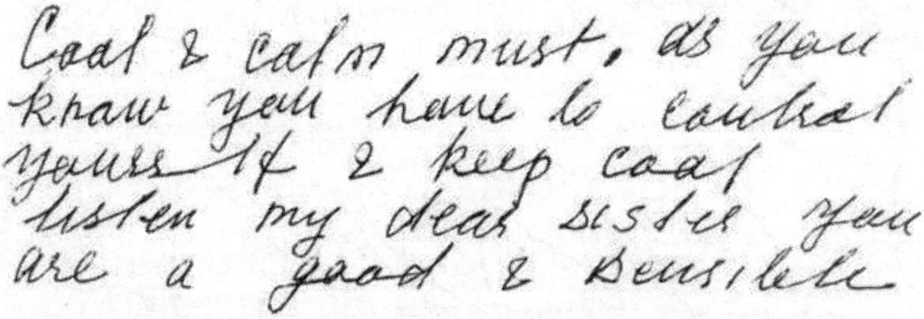

Cool & calm must, as you know you have to control yourself & keep cool listen my dear sister you are a good & Sensible

ஐந்தாம் நிலை: தொலை நுண்ணுணர்வு

தொலை நுண்ணுணர்வுத் தொடர்பின் மூலமாகக் கோர்ஷெத் பாவ்நகரி பெற்றுச் செய்தி அவருடைய சொந்தக் கையெழுத்தில். இங்கு, ஆவியுலக ஆன்மாக்கள் புவியுலக ஆன்மாக்களின் மனத்தில் நேரடியாக எண்ணப் பதிவுகளை ஏற்படுத்துகின்றனர். இது தொலை நுண்ணுணர்வு என்று அழைக்கப்படுகிறது.

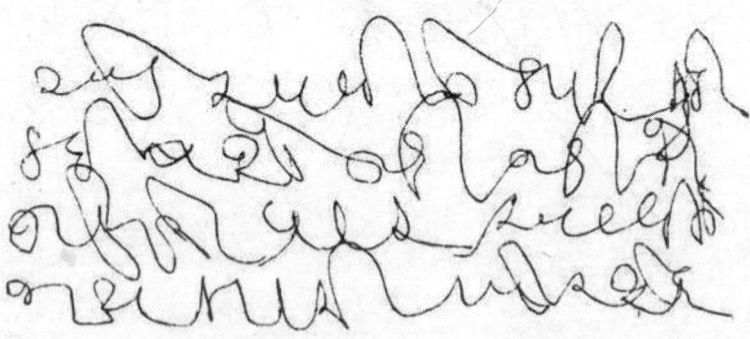

கோர்ஷெத் பாவ்நகரியின் தாய்மொழியான குஜராத்தி மொழியில் பெறப்பட்டச் செய்தி

🕉 தன்னிச்சையாக எழுதுதல் என்றால் என்ன?

ஆவியுலக ஆன்மாக்கள் புவியுலக மக்களுடன் கருத்துப் பரிமாற்றத்தில் ஈடுபடுகின்ற செயல்முறைதான் தன்னிச்சையாக எழுதுதல். அதற்கு ஒரு பேனாவும், காகிதமும், ஓர் இயற்கையான சுடரும் இருந்தால் போதும். சுருக்கமாகக் கூறினால், நீங்கள் உங்கள் பேனாவை அந்தக் காகிதத்தின்மீது லேசாகப் பிடித்திருக்க வேண்டும். நீங்கள் எந்த ஆவியுலக ஆன்மாவுடன் தொடர்பு கொள்கிறீர்களோ, அந்த ஆன்மா அந்தப் பேனாவை நகர்த்துவார். மெல்ல மெல்ல, வார்த்தைகள் அக்காகிதத்தில் தோன்றும். பிறகு, வாக்கியங்கள் உருவாகும். தன்னிச்சையாக எழுதுதல் பற்றிய விபரங்களை நாங்கள் உங்களுக்குக் கூற விரும்பவில்லை. ஏனெனில், மிகச் சாதாரணமானதாக எடுத்துக் கொள்ளப்படக்கூடிய ஒரு விஷயம் அல்ல அது. தன்னிச்சையாக எழுதுதல் செயல்முறையின்போது, ஓர் எதிர்மறையான ஆவியுலக ஆன்மா அல்லது கண்ணுக்குப் புலப்படாத ஓர் எதிர்மறை ஆற்றல் போன்ற ஏதேனும் ஓர் எதிர்மறையான குறுக்கீடு உங்களுக்குத் தீங்கு விளைவிக்கக்கூடும். ஆவியுலகில் நீங்கள் எந்த ஆன்மாவுடன் தொடர்பு கொண்டு பேச விரும்புகிறீர்களோ, அந்த ஆன்மாவுக்கும் உங்களுக்கும் இடையே ஒரு பாதுகாப்பு இணைப்பு இருக்கும்போது மட்டுமே அச்செயல்முறையில் உங்களால் ஈடுபட முடியும். ஏற்கனவே இணைக்கப்பட்டுள்ள, அனுபவம் வாய்ந்த ஓர் ஆன்மாவால் மட்டுமே உங்களை இணைக்க முடியும். எனவே, தன்னிச்சையாக எழுதுதல் செயல்முறையில் ஈடுபடும்படி உங்களுக்கு ஒரு கோரிக்கை வரும்போது, ஆவியுலகிலிருந்து அனுமதி பெற வேண்டியதுதான் நீங்கள் செய்ய வேண்டிய முதல் வேலை. அந்த அனுமதி கிடைத்தால் மட்டுமே, விபரமான அறிவுறுத்தல்கள் உங்களுக்குக் கொடுக்கப்பட முடியும். அந்த அறிவுறுத்தல்களை நீங்கள் முழுவதுமாகக் கடைபிடிக்க வேண்டும். முறையான வழிகாட்டுதலின்கீழ் அவற்றை நீங்கள் சரியாகச் செய்தால், ஆவிகளுடன் தொடர்பு கொண்டு பேசுவதற்கான மிகப் பாதுகாப்பான வழியாக அது இருக்கும். ஏனெனில், உங்களுக்கும் ஓர் ஆவியுலக ஆன்மாவுக்கும் இடையே ஒரு பாதுகாப்பு இணைப்பு உருவாக்கப்படுகிறது. இந்த இணைப்பை உயர்நிலையில் உள்ள ஆவியுலக ஆன்மாக்கள் பாதுகாக்கின்றனர். எனவே,

கீழ்மட்ட நிலையில் உள்ள எந்த ஆன்மாவாலும் உங்கள் செயல்முறையில் குறுக்கிடவோ அல்லது உங்களைத் தவறாக வழிநடத்தவோ முடியாது. ஆவியுலகில் எதிர்மறையான ஆன்மாக்களுடன் தொடர்பு ஏற்படுத்திக் கொள்ள எங்களுக்கு அனுமதி கிடையாது.

தன்னிச்சையாக எழுதுதல் என்பது புவிவாழ் மக்களுக்குக் கடவுள் கொடுக்கின்ற ஒரு பரிசாகும். இச்செயல்முறையின் மூலம், மரணமடைந்துவிட்டத் தங்கள் அன்புக்குரிய ஒருவருடன் அவர்களால் பேச முடியும். உயர்ந்த நிலையில் உள்ள ஆவியுலக ஆன்மாக்களுக்கும், புவியுலகில் சரியான பாதையில் பயணித்துக் கொண்டிருக்கின்ற மக்களுக்கும் மட்டுமே இப்படிப் பேசிக் கொள்வதற்கான அனுமதி வழங்கப்படுகிறது. இறந்துவிட்ட உங்கள் அன்புக்குரியவர்களைத் தொடர்பு கொண்டு, உங்களால் அவர்களிடமிருந்து வழிகாட்டுதலைப் பெற முடியும் என்பது நீங்கள் தன்னிச்சையாக எழுதுதல் செயல்முறையைக் கற்றுக் கொள்வதில் உள்ள மிகப் பெரிய அனுகூலமாகும். புவிவாழ் மக்களுக்கு இது ஒரு மிகப் பெரிய ஆறுதலாகும். ஆனால், ஆன்மீகரீதியாக உங்களை மேம்படுத்திக் கொண்டு, இறுதியில் நீங்கள் மற்றவர்களுக்கும் உதவுவதுதான் ஆவிகளின் வழிகாட்டுதலின்கீழ் அமைந்த தன்னிச்சையாக எழுதுதல் செயல்முறையின் முக்கிய நோக்கமாகும். நீங்கள் எழுதும்போது, உங்கள் ஆழ்மனம் தூண்டப்படுகிறது. எதிர்மறை ஆற்றல் எதுவும் உங்களை பாதிக்காமல் இருக்கும் விதத்தில் நீங்கள் பாதுகாப்பைப் பெறுகிறீர்கள். இறுதியில் நீங்கள் நலமடைகிறீர்கள். புவியில் நீங்கள் சரியான பாதையில் பயணித்தால், உங்களால் மற்றவர்களுக்கு உதவ முடியும். மற்றவர்களுக்காக உங்களால் செய்திகளைப் பெற்றுக் கொடுக்க முடியும். ஆன்மீக அறிவும் வழிகாட்டுதலும் தேவைப்படுகின்ற மக்களுக்கு உங்களால் உதவ முடியும். துரதிர்ஷ்டவசமாக, பலர் இன்று இப்பரிசைத் தவறாகப் பயன்படுத்திக் கொண்டிருக்கின்றனர். அவர்கள் தன்னிச்சையாக எழுதத் தொடங்கியவுடன், தங்கள் சொந்த மனத்திலிருந்து வருகின்ற செய்திகளை அவர்கள் மற்றவர்களுக்குக் கொடுக்கின்றனர். அவர்கள் கொடுக்கின்ற செய்திகள் முற்றிலும் தவறாக இருக்கக்கூடும். சிலர் தங்கள் சொந்த அகங்காரத்திற்குத் தீனி போடுவதற்காகவும், அதிகாரத்தையும் வெற்றியையும் புகழையும் கைவசப்படுத்துவதற்காகவும், மற்றவர்களைத்

தங்களுடைய கட்டுப்பாட்டிற்குள் கொண்டுவருவதற்காகவும் இப்பரிசைப் பயன்படுத்துகின்றனர். இவ்வாறு நிகழ்ந்தால், ஆவியுலக ஆன்மாக்கள் புவியுலக ஆன்மாக்களோடு தொடர்பு கொண்டு பேசுவதை நிறுத்திவிடுவர். இதன் விளைவாக இரண்டு விஷயங்கள் நிகழும். ஒன்று, தன்னிச்சையாக எழுதுதல் செயல்முறையில் ஈடுபடுகின்ற புவியுலக நபர் ஒருவர், தன் மனத்திலிருந்து வரும் செய்திகளை மற்றவர்களுக்குக் கொடுப்பார். அவை முற்றிலும் தவறாக இருக்கும். இரண்டாவது, எதிர்மறையான அரூப ஆன்மா ஒன்று, புவியுலக ஆன்மாவுக்குச் செய்திகளை அனுப்பி, அந்த ஆன்மாவைத் தவறாக வழிநடத்தும்.

ஃ தன்னிச்சையாக எழுதுதல் என்பது ஓர் ஆன்மீக நடவடிக்கை என்று கூறுவது சரியா?

ஆமாம், அது சரிதான். ஆவியுலக ஆன்மாக்கள் மனித ஆன்மாக்களுக்கு உதவ வேண்டும் என்று கடவுள் விரும்புகிறார். உங்களை வழிநடத்துவது எங்கள் கடமை. தன்னிச்சையாக எழுதுதல் என்பது ஓர் எதிர்மறையான பழக்கம் என்றும், அது எங்களுடைய முன்னேற்றத்தைத் தடுக்கிறது என்றும் புவியுலக ஆன்மாக்கள் நம்ப வைக்கப்பட்டுள்ளனர். ஆன்மீக வளர்ச்சிதான் உச்சகட்ட நோக்கம். இறந்துவிட்டத் தங்கள் அன்புக்குரியவர்களுடன் மனிதர்கள் முதலில் அதிர்ச்சியாலோ அல்லது துக்கத்தாலோ பேசத் தொடங்குகின்றனர் என்றாலும், இறந்துவிட்ட அந்நபர்கள் இப்போது தங்களுடைய ஆன்மீக வழிகாட்டிகளாகவும் பாதுகாப்பாளர்களாகவும் இருப்பதை அவர்கள் உணர்கின்றனர்.

ஃ இறந்துவிட்ட எல்லா ஆன்மாக்களும் ஏன் தங்கள் அன்புக்குரியவர்களுடன் பேசுவதில்லை? பூமியில் வாழ்கின்ற தங்கள் அன்புக்குரியவர்களின் வேதனையையும் துயரத்தையும் போக்க எல்லா ஆன்மாக்களும் விரும்புவதில்லையா?

புவியுலகில் உள்ள சில ஆன்மாக்கள், ஆவியுலகிடமிருந்து செய்திகளைப் பெறக்கூடிய சக்தியைப் பெற்றுள்ளனர்.

சிலருக்குப் பிறவியிலேயே இந்தப் பரிசு கிடைத்துவிடுகிறது. பல பிறவிகளாக அவர்கள் இப்பரிசை சம்பாதித்திருக்கின்றனர். இதுதான் அவர்களுடைய ஆன்மீக நோக்கம். மேலும், மரணத்திற்குப் பிந்தைய வாழ்க்கையின்மீதோ அல்லது கடவுளின்மீதோ எல்லா மனித ஆன்மாக்களுக்கும் நம்பிக்கை இருப்பதில்லை. அவற்றைத் தாங்கள் நம்புவதாக மக்கள் கூறுகின்றனர், ஆனால் அவர்கள் அந்த நம்பிக்கைக்கு ஏற்றபடி வாழ்வதில்லை. எனவே, அவர்கள் தங்கள் சோதனையில் தோற்றுள்ளனர். அதன் விளைவாக, ஆவியுலகில் உள்ள அவர்களுடைய அன்புக்குரியவர்கள் அவர்களோடு தொடர்பு கொண்டு பேசுவதற்கு அனுமதிக்கப்படுவதில்லை. ஆவியுலக ஆன்மாக்களுக்கு முதலில் தேவைப்படுவது விசுவாசம்தான். நீங்கள் ஆதாரத்தைத் தேடினால், அதை உங்களால் ஒருபோதும் கண்டுபிடிக்க முடியாது. நீங்கள் மனிதர்கள் என்றும், உங்களுக்கு ஆதாரம் தேவை என்றும் நீங்கள் கூறக்கூடும். ஆனால், யதார்த்தத்தில் ஆதாரம் உங்களுக்குத் தேவையில்லை; ஆதாரத்தை நீங்கள் விரும்புகிறீர்கள் என்பதுதான் உண்மை. கடவுள் இருக்கிறார் என்பதையும், ஆவியுலகிற்குச் செல்கின்ற மக்கள் இன்னும் உயிரோடுதான் இருக்கின்றனர் என்பதையும் நீங்கள் உங்கள் இதயப்பூர்வமாக அறிவீர்கள். ஆனால் தர்க்கரீதியான அறிவு ஒன்றுதான் நீங்கள் அவ்விஷயத்தை ஏற்றுக் கொள்வதிலிருந்து உங்களைத் தடுக்கிறது. நாங்கள் உங்களுக்கு ஆதாரத்தைக் கொடுத்தால், அங்கு எந்தச் சோதனையும் இருக்காது. தங்களுடைய அன்புக்குரியவர்களை இழந்த பிறகு, சிலர் வெறுப்பும் கோபமும் கொண்டு, கடவுள்மீது குறைகூறுகின்றனர். இந்தக் கடினமான நேரங்களில் கடவுளின் உதவியை நாடுவதற்கு பதிலாக, அவர்கள் அவரிடமிருந்து விலகிச் செல்கின்றனர். உங்கள் அன்புக்குரிய ஒருவர் இறக்கும்போது உங்களுக்கு வேதனை ஏற்படுவது இயற்கைதான், ஆனால் வெறுப்பும் கோபமும் கொள்வதைத் தவிர்த்துவிடுங்கள். அது கடினமான காரியம் என்றாலும், மற்றவர்களுக்கு உதவுவதற்கு அந்த வேதனையைப் பயன்படுத்திக் கொள்ளுங்கள். அந்த வேதனை உங்களை முழுவதுமாக ஆட்கொள்ள அனுமதிக்காதீர்கள், கடவுளைக் குறைகூறாதீர்கள். மனிதர்களுக்கும் ஆவிகளுக்கும் இடையே உண்மையான அன்பு இருந்தால் மட்டுமே அவர்களுக்கு இடையேயான கருத்துப் பரிமாற்றம் சாத்தியமாகும். மனிதர்கள் மற்றும்

ஆவிகளுடைய ஆன்மாக்கள் ஒருவரோடு ஒருவர் தொடர்பு கொண்டிருக்க விரும்புகின்றனர். துவக்கத்தில், ஆவியுலக ஆன்மா ஒருவர் புவியுலக ஆன்மாவுக்கு ஆறுதல் அளிக்க விரும்புகிறார். ஆனால் இறுதியில், இரண்டு ஆன்மாக்களும் ஆன்மீகரீதியாக மேம்படுவதுதான் உச்சகட்ட இலக்காகும். ஆனால், புவியுலக ஆன்மா மிகவும் கீழ்மட்ட நிலைக்குத் தாழ்ந்துவிட்டால், அப்போது அந்தக் கருத்துப் பரிமாற்றத்திற்கு அனுமதி கிடைக்காது. ஏனெனில், புவியுலக ஆன்மாவின் ஆழ்மனம் ஆழ்ந்த உறக்கத்திற்குள் நுழையும் நிலையை எட்டிவிடுகிறது.

நீங்கள் வலிமையாகவும் திறந்த மனத்துடனும் இருப்பதைத் தேர்ந்தெடுத்தால், உங்களுடைய நம்பிக்கையை மீட்டெடுப்பதற்காக நாங்கள் உங்களைத் தொடர்பு கொள்ள எங்களுக்கு அனுமதி வழங்கப்படுகிறது. ஓர் ஆன்மீக விதி இங்கு இயங்கிக் கொண்டிருக்கிறது என்பதை தயவு செய்து புரிந்து கொள்ளுங்கள். பாரபட்சமற்ற ஒரு விதி அது. நீங்கள் சரியான பாதையில் சென்று கொண்டிருந்தால், ஆவியுலக ஆன்மாக்கள் உங்களைத் தொடர்பு கொள்வதற்குத் தங்களால் இயன்ற அளவு முயற்சி செய்வர். நீங்கள் வேதனையில் இருந்தால்கூட ஏற்புத்தன்மை கொண்டவராக இருக்க வேண்டும். பூமியில் உள்ள தங்கள் அன்புக்குரியவர்களுக்கு ஆறுதல் கூறுவதற்காக அவர்களைத் தொடர்பு கொள்வதற்கு ஆவியுலக ஆன்மாக்கள் பலர் முயற்சி செய்து கொண்டிருக்கின்றனர். ஆனால், மரணத்திற்குப் பிந்தைய வாழ்வு ஒன்று இருக்கிறது என்பதில் புவிவாழ் மக்களுக்கு நம்பிக்கை இல்லை என்பதால், ஆவியுலக ஆன்மாக்களுக்கு அது சாத்தியமில்லாமல் போகிறது. ஆவியுலகத்துடன் தொடர்பு கொண்டு பேசுவதற்கான சாத்தியக்கூறு இருப்பதை மக்களின் மனம் ஏற்றுக் கொள்வதில்லை என்பதால், அவர்கள் விஷயத்தில் அத்தகைய கருத்துப் பரிமாற்றம் பற்றிய கேள்வி ஒருபோதும் எழுவதே இல்லை. நாங்கள் உங்களை நோக்கிப் பல அடிகள் எடுத்து வைக்கத் தயாராக இருக்கிறோம். ஆனால், நம்பிக்கை என்ற முதல் அடியை நீங்கள்தான் எடுத்து வைத்தாக வேண்டும். நீங்கள் ஒரு திறந்த மனத்துடன் இருந்தாக வேண்டும். அதுதான் ஆன்மீக விதி.

ௐ தன்னிச்சையாக எழுதுதல் செயல்முறையால் விளையும் நன்மைகள் என்னென்ன?

1. ஆவியுலகில் இருக்கின்ற நல்ல ஆன்மாக்களுக்கும் புவியில் உள்ள நல்ல மக்களுக்கும் ஆன்மீக முன்னேற்றம் மற்றும் தன்னலமற்றச் சேவைக்கான இப்பரிசு வழங்கப்படுகிறது.
2. தன்னிச்சையாக எழுதுதல் என்பது ஓர் ஆன்மீகச் செயல்பாடு. இச்செயல்முறையின் வாயிலாக, ஆவியுலக ஆன்மாக்கள் புவியுலக ஆன்மாக்களுக்கு வழிகாட்டுதல்களை வழங்குகின்றனர். ஆனால், இந்த வழிகாட்டுதல் என்பது உங்களுக்குக் கிடைக்கும் ஒரு சிறு குறிப்பு மட்டுமே. ஒருவர் இதை மட்டுமே முற்றிலுமாகச் சார்ந்திருக்கக்கூடாது.
3. புவியுலக ஆன்மாக்கள் தங்கள் சோதனைகளையும் பயிற்சியையும் கர்மவினைகளையும் துணிச்சலோடும் ஒரு புன்னகையோடும் எதிர்கொள்வதற்கு ஆவியுலக ஆன்மாக்கள் உதவுகின்றனர். புவியுலக ஆன்மாக்கள் தங்கள் ஆன்மீக நோக்கத்தைக் கண்டுபிடிக்கவும் அவர்கள் உதவுகின்றனர்.
4. கடவுளின் உண்மையான விதிகளை ஆவியுலக ஆன்மாக்கள் புவியுலக ஆன்மாக்களுக்குத் தெரிவிக்கின்றனர்.
5. தன்னிச்சையாக எழுதுதல் செயல்முறையின்போது, ஆவியுலக ஆன்மா ஒருவர் புவியுலக ஆன்மா ஒருவரைப் பரிபூரணமாக குணமாக்குகிறார்.
6. இச்செயல்முறை ஒருவருடைய ஆழ்மனத்தையும் அதிகமாகத் திறக்கிறது.

ஆவியுலகம்

"பூமி நம் பள்ளிக்கூடம்; ஆவியுலகம்தான் நம் உண்மையான வீடு."

"உண்மையான உதவிக்குரல்களுக்கே விடையளிக்கப்படுகின்றன."

ஓர் ஆவியுலக ஆன்மாவை எப்படி விவரிப்பது?

நீங்கள் யார் என்பதன் அடிப்படையில் இதை எங்களால் விவரிக்க முடியும். நீங்கள் 'மனிதன்' அல்ல என்பது நீங்கள் புரிந்து கொள்ள வேண்டிய முதல் விஷயம். மனித உருவத்தில் உள்ள ஓர் ஆவி நீங்கள். புவியிலுள்ள ஒவ்வொருவரின் விஷயத்திலும் இதுதான் உண்மை. உங்களுக்கு இருப்பது ஒரே ஓர் உடல் அல்ல, மாறாக, மூன்று உடல்கள் இருக்கின்றன:

1. மனித உடல் (ஸ்தூல உடல்)
2. அரூப உடல்
3. ஆவி உடல்

நீங்கள் இறக்கும்போது, மனித வடிவிலிருந்து அரூப வடிவிற்குச் செல்கிறீர்கள், பிறகு ஆவி உருவத்தை அடைகிறீர்கள். இதுதான் இயற்கையான மாற்றம். மரணத்திற்குப் பிறகு உங்களுடைய ஸ்தூல உடலும் ஸ்தூல மனமும் இறந்துவிடுகின்றன. உங்களுடைய ஸ்தூல உடல், உங்கள் அரூப உடலையும் ஆவி உடலையும்விட அதிக எடை கொண்டதாக இருக்கிறது. நீங்கள் உங்கள் ஸ்தூல உடலையும் ஸ்தூல மனத்தையும் துறக்கும்போது, நீங்கள் ஓர் அரூப வடிவத்தைப் பெறுகிறீர்கள். அரூப வடிவம்

கொண்ட ஒருவர், மரணத்தின்போது புவியுலகில் ஒரு மனிதன் எப்படி இருப்பானோ அப்படித் தோற்றமளிப்பார். ஓர் அரூப உடலானது மனித உடலைப்போலவே இருக்கும். ஆனால் அது மிகவும் லேசானதாக இருக்கும். அரூப வடிவத்திலிருந்து, ஆன்மாவும் ஆழ்மனமும் ஓர் ஆவியாக மாறுகின்றன. ஆவியுடலானது ஸ்தூல உடலையும் அரூப உடலையும்விட அதிக லேசானது. அது ஓர் இறகைப்போல லேசானது. ஓர் உயர்ந்த நிலையில் உள்ள ஓர் ஆவி, பூமியில் அவர் எப்படி இருந்தாரோ, ஆவியுலகில் அதைவிட மிக இளமையாக இருப்பார். அவருடைய ஆன்மா எத்தகைய பரிணாம வளர்ச்சி அடைந்திருக்கிறது என்பதை அவருடைய தோற்றம் பிரதிபலிக்கும். ஓர் ஆன்மா எவ்வளவு முன்னேறியிருக்கிறாரோ, அவருடைய ஆவி வடிவம் அவ்வளவு அதிக ஒளிமயமானதாகவும் இளமையானதாகவும் இருக்கும்.

சொர்க்கம், நரகம் ஆகியவை இருக்கின்றனவா?

எங்களுடைய கருத்துப் பரிமாற்றங்களில், 'சொர்க்கம்,' 'நரகம்' ஆகிய வார்த்தைகளை நாங்கள் பயன்படுத்தியுள்ளோம். ஆனால், இதற்குப் பின்னால் இருக்கும் உண்மையை நீங்கள் தயவு செய்து புரிந்து கொளுங்கள். ஆவியுலகில் ஒரு நல்ல ஆன்மா இருக்கும் இடத்தில் ஓர் எதிர்மறையான ஆன்மாவால் இருக்க முடியாது என்ற ஒரு விதியைக் கடவுள்தான் படைத்தார். எனவே, மனிதர்கள் தங்கள் சுதந்திரத்தை முதன்முதலில் பயன்படுத்தி ஒளியிலிருந்து விலகிச் சென்றபோது, அவர்களுடைய 'கூட்டு அதிர்வால்' ஓர் எதிர்மறையான இடம் பிறந்தது. வேறு வார்த்தைகளில் கூறினால், ஆவியுலகில் இருக்கின்ற ஏழு தளங்களில் நிலவும் சூழல், அவற்றில் குடிகொண்டிருக்கும் ஆன்மாக்களினால் உருவாக்கப்பட்டதுதான். இங்கு ஏழு தளங்கள் மட்டுமே இருக்கின்றன. சொர்க்கம், நரகம் ஆகியவை ஓர் ஆன்மாவின் எண்ணங்கள், வார்த்தைகள், மற்றும் செயல்களின் பிரதிபலிப்பே அன்றி வேறு எதுவும் இல்லை. நீங்கள் சரியான பாதையில் சென்று கொண்டிருக்கிறீர்கள் என்றால், நீங்கள் எதைப் பற்றியும் பயப்படத் தேவையில்லை. உங்கள் மனத்தில் பயத்தைக் குடியமர்த்துவது பேருண்மையின் நோக்கமல்ல,

மாறாக, உங்களுக்கு விழிப்புணர்வை ஊட்டுவதுதான் அதன் நோக்கம். ஏழு தளங்கள் இருப்பதைப்போல, ஏழு பிரபஞ்சங்கள் இருக்கின்றன. நீங்கள் உங்கள் ஆன்மீகப் பயணத்தைத் துவக்கும்போது, நீங்கள் முதல் பிரபஞ் சத்தில் இருந்து துவக்குகிறீர்கள். அங்கிருந்து படிப்படியாகப் பயணித்து ஏழாவது பிரபஞ்சத்தை அடைவதுதான் உங்கள் இலக்காக இருக்கிறது. ஒவ்வொரு பிரபஞ்சத்திலும் பல்வேறு பரிமாணங்கள் உள்ளன. பூமி மூன்று பரிமாணங்களைக் கொண்டது. பூமிதான் மூன்றாவது பிரபஞ்சம்.

பூமியில் நல்ல ஆன்மாக்களும் மோசமான ஆன்மாக்களும் சேர்ந்து இருப்பதற்குக் கடவுள் ஏன் அனுமதிக்கிறார்?

ஆன்மீகரீதியாக எது சரியோ, அதைச் செய்வதன் மூலம் எதிர்மறையை எதிர்ப்பதுதான் அனைத்து நல்ல ஆன்மாக்களின் குறிக்கோளாக இருக்கிறது. எதிர்மறையானவை இல்லை என்றால், ஆன்மீகரீதியாக உங்களை எப்படிச் சோதித்துப் பார்க்க முடியும்? எதிர்மறை ஆன்மாக்கள் தங்களை மாற்றிக் கொண்டு, கடவுளின் நல்வழியைப் பின்பற்றி வாழ்வதற்கு அவர்களுக்கு உதவுவதற்கான ஒரு வாய்ப்பு நல்ல ஆன்மாக்களுக்குக் கொடுக்கப்பட்டுள்ளது. தங்களுக்குச் செய்யப்படுகின்ற ஓர் அன்பான செயலை அல்லது தன்னலமற்ற நற்செயலை எதிர்மறை ஆன்மாக்கள் பார்க்கும்போது, சரியான பாதையில் நடப்பதற்கு அவர்களுக்கும் உத்வேகம் ஏற்படக்கூடும்.

இந்த ஆன்மாக்கள் மேம்படுவதற்கு ஏதேனும் வழி இருக்கிறதா?

இருக்கிறது. ஆனால், தான் மேம்பட வேண்டும் என்ற ஓர் உண்மையான ஆழ்விருப்பம் அந்த ஆன்மாவுக்கு இருக்க வேண்டும். ஆவியுலகில், உதவி கேட்டுக் கீழ்மட்டத் தளங்களில் ஒன்றிலிருந்து வருகின்ற ஓர் உண்மையான அழைப்பு ஆவியுலக ஆன்மாக்களின் காதுகளில் விழுந்தால், அவர்கள் உதவி செய்கின்றனர். தன்னை மாற்றிக் கொள்வதற்கு ஒரு கீழான ஆன்மா மேற்கொள்ள வேண்டிய

முதல் நடவடிக்கை இதுதான். ஆனால், தான் மாற வேண்டும் என்ற விருப்பமும் அதன் பின்னால் உள்ள நோக்கமும் உண்மையானவையாக இருக்க வேண்டும். எனவே, ஆவியுலகின் கீழ்மட்டத் தளங்களில் நீங்கள் இருக்கிறீர்கள் என்றால், அது குறித்து வருத்தம் கொள்ளாதீர்கள். நீங்கள் அங்கு நிரந்தரமாகத் தங்குவதற்குக் கட்டாயப்படுத்தப்பட மாட்டீர்கள். நிரந்தரத் தண்டனை என்று எதுவும் கிடையாது. வளர்வதற்கும், நல்லதைத் தேர்ந்தெடுப்பதற்கும், ஆன்மீகரீதியாக உயர்வதற்கும் எப்போதும் ஒரு வாய்ப்பு இருந்து கொண்டே இருக்கிறது.

ௐ பூமியில் இருக்கும் எங்களுக்கு ஆவியுலக நினைவு ஏன் இருப்பதில்லை?

ஆவிகள் லேசானவை. அந்த லேசுத்தன்மையை மனிதர்கள் ஒரே ஒரு நொடி அனுபவித்தால்கூட, உங்களால் உங்கள் ஸ்தூல உடலில் நீடிக்க முடியாது. ஆவியுலகில் நீங்கள் இருந்தது தொடர்பான விபரங்கள் அனைத்தும் உங்களுக்கு நினைவிருந்தால், பூமியில் ஒரு கணம்கூட நீங்கள் வாழ விரும்ப மாட்டீர்கள். அதனால்தான், ஆவியுலகைப் பற்றிய பிரக்ஞை உங்களுக்கு இருப்பதில்லை. கண்ணுக்குப் புலப்படக்கூடிய ஆதாரம் ஏதும் இல்லாதபோதிலும், கடவுள்மீதும் இறப்பிற்குப் பிந்தைய வாழ்வின்மீதும் நீங்கள் கொண்டிருக்கும் நம்பிக்கைக்கான சோதனை இது. ஆவியுலகம் என்பது உண்மைகள் நிரம்பிய ஓர் இடம். பூமி என்பது நீங்கள் சோதிக்கப்படுவதற்கான ஓர் இடம்.

ௐ ஆவியுலகம்தான் எங்களுடைய உண்மையான உலகம் என்றால், நாங்கள் இறக்கும்போது, அதை ஏன் எங்களால் உணர்ந்து கொள்ள முடிவதில்லை?

மரணத்திற்குப் பிறகு, உடல் இறந்துவிடுகிறது. ஆனால், பூமியில் உயிரோடு இருந்தபோது ஒருவர் சேகரிக்கின்ற அறிவும் நினைவுகளும் அனுபவங்களும் மடிந்து போவதில்லை. இவற்றை நம் ஆன்மாக்கள் சுமந்து கொண்டிருக்கின்றன.

மேலும், உங்களுடைய பண்புநலன்கள், அதாவது, ஆன்மப் பண்புநலன்கள், உங்களுடனேயே தங்கிவிடுகின்றன. உங்கள் ஆன்மாவோடு தொடர்புபடுத்தப்பட்டிருக்கின்ற ஆழ்மனம், ஆவியுலகைப் பற்றிய நினைவுகளையும் தகவல்களையும் படிப்படியாகவும் மெதுவாகவும் உங்களுக்கு வெளிப்படுத்துகிறது. ஆனால் நீங்கள் இயல்பாகவே பிடிவாதமாக இருந்தாலோ, அல்லது புவியுலகின்மீது அதீதப் பற்றுக் கொண்டவராக இருந்தாலோ, ஆழ்மனம் உங்களிடம் சொல்லிக் கொண்டிருப்பவற்றை கிரகித்துக் கொள்வது உங்களுக்குக் கடினமானதாக இருக்கும். நீங்கள் ஆன்மீகரீதியாக உயரும்போது, உங்கள் ஆழ்மனம் விசாலமடைகிறது. அப்போது, ஆவியுலகம்தான் உங்கள் உண்மையான வீடு என்பதை நீங்கள் சுலபமாக அடையாளம் கண்டுகொள்வீர்கள்.

ஆன்மப் பண்புநலன்கள் எப்படிக் கைவசப்படுத்தப்படுகின்றன?

ஆன்மப் பண்புநலன்கள் என்பவை நீங்கள் உங்கள் சொந்த ஆன்மாவை எந்த விதத்தில் பயிற்றுவித்திருக்கிறீர்கள் என்பதன் அடிப்படையில், பல பிறவிகளின் ஊடாக நீங்கள் கைவசப்படுத்தியுள்ள பண்புநலன்களாகும். உங்கள் ஆன்மாவிடம் நேர்மறையான பண்புநலன்களும் இருக்கும், எதிர்மறையான பண்புநலன்களும் இருக்கும். எடுத்துக்காட்டாக, நீங்கள் தன்னலமற்றவர், நேர்மறையானவர், துணிச்சலானவர் போன்றவை உங்கள் ஆன்மாவின் நேர்மறை அம்சங்களாக இருக்கக்கூடும். உங்கள் ஆன்மாவிடம் உள்ள எதிர்மறை அம்சங்கள் உங்கள் ஸ்தூல மனத்திலிருந்து முளைத்தாலும், அவை உங்களோடு நீண்டகாலம் இருந்து வந்துள்ளதால், உங்களின் ஒரு பகுதியாகவே ஆகியுள்ளன. எனவே, நீங்கள் கர்வம் கொண்டவராகவும், பிடிவாதக்காரராகவும், அளவுக்கதிகமாக ஆராய்பவராகவும் இருக்கக்கூடும். பூமியில் உங்கள் வசம் உள்ள எதிர்மறைப் பண்புநலன்கள் ஆவியுலகில் உங்களிடம் தொடர்ந்து நீடிக்கின்றன. ஆனால், பூமியில் அவை எவ்வளவு வலிமையாக இருந்தனவோ, ஆவியுலகில் அவை அவ்வளவு வலிமையானவையாக இருப்பதில்லை. ஆனால் நீங்கள்

கச்சிதமானவர் அல்ல என்பதை நினைவில் கொள்ளுங்கள். நீங்கள் ஓர் ஆவியுலக ஆன்மாவாக இருக்கும்போதிலும், உங்களிடம்இன்னும்குறைபாடுகள்இருக்கத்தான்செய்கின்றன. ஆவியுலகில்கூட நீங்கள் தொடர்ந்து வளர்வீர்கள். ஆனால், நீங்கள் ஓர் உயர்ந்த தளத்தில் இருந்தால், நீங்கள் உங்கள் புவியுலக வாழ்வின்போது இப்பண்புநலன்களை மேம்படுத்தியிருக்கிறீர்கள் என்று பொருள். உங்களிடம் இருக்கின்ற கொஞ்சநஞ்ச எதிர்மறைத்தன்மையை உங்களால் சுலபமாகக் களைந்துவிட முடியும். உயர்ந்த தளங்களில் இருக்கின்ற ஆவியுலக ஆன்மாக்கள் மிக உயர்ந்த வகையான விஷயங்களைக் கற்றுக் கொள்கின்றனர்.

ஒரு நபர் இறந்து போவதாக வைத்துக் கொள்வோம். ஆவியுலகின் அடிமட்டத் தளத்திற்குத் தான் செல்லவிருக்கிறோம் என்பது அவருக்குத் தெரிகிறது என்றால், அவர் ஏன் அங்கு செல்லப் போகிறார்?

ஒரு நல்ல ஆன்மா தானாகவே தன்னுடைய தளத்திற்குப் போய்விடுவார். ஏனெனில், தனக்காக அமைதி அங்கு காத்திருக்கிறது என்பதை அவர் அறிவார். ஆனால், தான் கீழ்மட்டத் தளங்களுக்குப் போகாமல் இருப்பதை ஒரு கீழான ஆன்மாவால் தேர்ந்தெடுக்க முடியும். கீழ்மட்டத் தளங்களிலிருந்து தப்பிப்பதற்காக இந்த ஆன்மாவால் தன்னுடைய அரூப வடிவில் தொடர்ந்து நீடிக்க முடியும். இந்த அரூப வடிவத்தைத்தான் நீங்கள் பேய் என்று அழைக்கிறீர்கள். அரூப உலகில்கூட உங்களால் சுதந்திரமாகத் தேர்ந்தெடுக்க முடியும். "இதில் நியாயம் எங்கே இருக்கிறது?" என்று நீங்கள் கேட்கக்கூடும். இந்த எதிர்மறை ஆன்மாக்கள் உண்மையை எதிர்கொண்டால் மட்டுமே, அவர்களால் ஆன்மீகரீதியாக உயரவும் தங்களுடைய கர்மவினைகளைத் தீர்க்கவும் முடியும். இல்லையேல் அது சாத்தியமில்லை என்பதை நீங்கள் தயவு செய்து புரிந்து கொள்ள வேண்டும். ஏதோ ஒரு காலகட்டத்தில், அந்த ஆன்மாக்கள் தங்களுடைய செயல்களின் பின்விளைவுகளைத் தாங்கிக் கொண்டு ஆவியுலகிற்குப் போகத்தான் வேண்டும். அதோடு, அவர்கள் தங்கள் அரூப வடிவில் எவ்வளவு அதிக நேரத்தைச் செலவிடுகின்றனரோ, அவர்களுடைய

எதிர்மறைக் கர்மவினை அவ்வளவு அதிகமாகக் கூடிக் கொண்டே இருக்கிறது. எனவே, நியாயத் தீர்ப்பு எப்போதும் வழங்கப்பட்டுவிடுகிறது.

ஃ நாங்கள் இறக்கும்போது, எங்களை வரவேற்பதற்கு எங்கள் அன்புக்குரியவர்கள் வருவார்களா?

நீங்கள் நோய்வாய்ப்பட்டு இறந்தால், உங்களுக்கு முன்பாக இறந்துவிட்ட உங்கள் நண்பர்களும் உறவினர்களும் உங்களை ஆவியுலகிற்குள் வரவேற்க அங்கே காத்திருப்பார்கள். ஏனெனில், நீங்கள் எப்போது இறப்பீர்கள் (மரண நாள்) என்பதை அவர்கள் அறிந்திருக்கின்றனர், பூமியிலிருந்து நீங்கள் வெளியேறப் போகிறீர்கள் என்ற உண்மை அவர்களுக்குத் தெரிந்திருக்கிறது. ஆனால், எங்கள் விஷயத்தில் நிகழ்ந்ததைப்போல ஒரு விபத்திலோ அல்லது வேறு ஏதோ காரணத்தாலோ நீங்கள் திடீரென்று இறந்துவிட்டால், உங்களை வரவேற்க ஆவியுலக ஆன்மாக்களுக்குச் சிறிது காலம் ஆகும். நீங்கள் ஒரு நல்ல ஆன்மாவாக இருந்தால், உங்கள் அன்புக்குரியவர்கள் உங்களை வரவேற்க அங்கே வருவார்கள் என்று நீங்கள் உறுதியாக நம்பலாம். ஒருசில நொடிகள் மட்டுமே நீங்கள் தனியாக இருக்க வேண்டியிருக்கும். நீங்கள் ஓர் எதிர்மறையான ஆன்மாவாக இருந்தால், ஒரு நல்ல ஆன்மா உங்களை வரவேற்க வருவார் என்று நீங்கள் எதிர்பார்க்காதீர்கள். உங்கள் அன்புக்குரியவர்கள்கூட அங்கு உங்களை வரவேற்க வர மாட்டார்கள். மாறாக, வேறு எதிர்மறை ஆன்மாக்கள் அங்கு வந்து, உங்களுக்குத் தகுதியான இடத்திற்கு உங்களை அழைத்துச் செல்வர்.

ஃ நீங்கள் ஆவியுலகை அடைந்தவுடன் ஓய்வரங்கத்திற்கு அழைத்துச் செல்லப்பட்டதாக நீங்கள் குறிப்பிட்டீர்கள். அந்த இடத்தைப் பற்றிக் கூடுதலாக ஏதேனும் சொல்ல முடியுமா?

பூமியில் ஒரு நபரின் மரணம் எதிர்பாராத ஒன்றாக அமைந்தாலோ அல்லது திடீரென்று நிகழ்ந்தாலோ, அந்த ஆன்மா ஓய்வரங்கிற்குக் கொண்டு செல்லப்படுகிறார். இந்த

ஆன்மாக்கள் அதிர்ச்சி அடைந்திருப்பதால், அவர்களை ஆசுவாசப்படுத்துவதற்காக, குணமாக்கும் ஒளிக்கதிர்கள் அவர்கள்மீது பாய்ச்சப்படுகின்றன. இந்த ஒளிக்கதிர்கள் சூரியனின் ஒளிக்கதிர்களே. ஆனால், ஆவியுலகில் அக்கதிர்கள் அதிகத் தூய்மையானவையாக இருக்கின்றன. நாங்கள் இறந்த பிறகு, எங்கள் பெற்றோரைப் பற்றி நாங்கள் மிகவும் கவலைப்பட்டோம். ஏனெனில், அவர்களைப் பார்த்துக் கொள்வதற்கு யாரும் இருக்கவில்லை. அவர்கள் எப்படிப் பிழைத்திருப்பார்களோ என்று நாங்கள் கவலை கொண்டோம். எனவே, எங்களை ஆசுவாசப்படுத்துவதற்காக, குணமாக்கும் ஒளிக்கதிர்கள் எங்களுக்குக் கொடுக்கப்பட வேண்டியதாயிற்று.

அதேபோல, அதிர்ச்சியடைந்துள்ள அல்லது அதீதக் கவலை கொண்டுள்ள ஆன்மாக்கள் ஆசுவாசம் அடையவில்லை என்றால், தாங்கள் இனியும் புவியுலகில் இல்லை என்ற உண்மையை அவர்கள் ஏற்றுக் கொள்ள மாட்டார்கள். அவர்கள் தொடர்ந்து அதிர்ச்சியிலேயே இருந்தால், ஆவியுலகைப் பற்றி அவர்களுக்குக் கொடுக்கப்பட வேண்டிய தகவல்களை அவர்களால் உட்கிரகித்துக் கொள்ள முடியாமல் போய்விடும். தங்களுடைய புதிய சூழலை ஏற்றுக் கொள்வதும், அதை உணர்ந்து கொள்வதும், அதில் செயல்படுவதும் அவர்களுக்கு இயலாத காரியமாகிவிடுகிறது. எனவே, ஓய்வரங்கில் உங்கள் ஆன்மா குணப்படுத்தப்படுகிறது, பிறகு அதற்குப் புத்துணர்ச்சி ஊட்டப்படுகிறது. ஓய்வரங்கிலிருந்து ஆன்மாக்கள் வெளிவரும்போது, அவர்கள் தெம்பாக இருக்கின்றனர், தாங்கள் நலமாக இருக்கிறோம் என்ற உணர்வு அவர்களுக்கு ஏற்படுகிறது. ஒவ்வொரு தளத்திற்கென்று ஓர் ஓய்வரங்கு இருக்கிறது. ஆனால் 1வது தளம் முதல் 4வது தளத்தின் 4வது நிலைவரை ஓய்வரங்கு எதுவும் கிடையாது. எனவே, 4வது தளத்தின் 5வது நிலையிலும் அதற்கு மேற்பட்டத் தளங்களிலும் இருக்கின்ற ஆன்மாக்கள் மட்டுமே ஓய்வரங்கிற்கு அழைத்துச் செல்லப்படுகின்றனர். தேவைக்கு அதிகமாக அவர்களால் அந்த அரங்கில் தங்க முடியாது.

ॐ ஆன்மாக்கள் ஆவியுலகிற்குப் பழக்கப்பட்டவுடன் அவர்களுக்கு என்ன நிகழ்கிறது?

ஆன்மாக்கள் தங்களை ஆவியுலகிற்குப் பழக்கப்படுத்திக் கொண்டவுடன், தங்களுடைய புதிய சூழலைப் பற்றி அவர்கள் கற்றுக் கொள்ள வேண்டியிருக்கிறது. ஆவியுலகிற்கு வந்துள்ள ஆன்மாக்களிடம் பல கேள்விகள் இருக்கின்றன. இந்த ஆன்மாக்களுக்கு உதவுவதற்காக, சிறப்பு ஆவியுலக ஆன்மாக்கள் இருக்கின்றனர். அதே சமயத்தில், கற்றல் அரங்கு என்ற ஓர் இடம் இருக்கிறது. ஆவியுலகிற்கு வருகின்ற ஆன்மாக்கள் இந்த அரங்கிற்குச் சென்றும் தகவல்களைத் தெரிந்து கொள்ளலாம். கடவுளின் விதிகள், பிரபஞ்சத்தின் இயல்பு, கடவுளின் படைப்பின் அம்சங்கள் ஆகியவற்றைப் பற்றிய உண்மைத் தகவல்கள் இந்தக் கற்றல் அரங்கில் இடம்பெற்றுள்ளன. ஆனால், ஓர் ஆன்மாவின் புரிந்து கொள்ளும் திறனுக்கு ஏற்பவே தகவல்கள் அவருக்கு வெளிப்படுத்தப்படுகின்றன. ஆவியுலகில் இருக்கின்ற ஒவ்வொரு நல்ல ஆன்மாவுக்கும் இந்தக் கற்றல் அரங்கிற்குச் செல்வதற்கான அனுமதி இருக்கிறது. நான்காவது தளத்தின் நான்காவது நிலைக்கு மேற்பட்டத் தளங்கள் ஒவ்வொன்றிலும் ஓர் ஓய்வரங்கு இருப்பதைப்போலவே, கற்றல் அரங்கும் இத்தளங்களில் மட்டுமே இருக்கின்றன. மிகவும் பண்பட்ட ஆவிகள் இந்தக் கற்றல் அரங்குகளுக்குச் சென்று, கடவுளின் அன்பையும் ஞானத்தையும் பரப்புவதன் மூலம் ஆவியுலகின் மற்ற ஆன்மாக்களுக்குக் கற்றுக்கொடுக்கின்றனர், அவர்களுக்கு உத்வேகம் ஊட்டுகின்றனர். இந்த அரங்குகளில் ததும்பி வழிகின்ற ஆற்றல், உண்மைகளை நீங்கள் சிறப்பாகப் புரிந்து கொள்வதற்கு உங்களுக்கு உதவுகின்றது. உங்கள் ஆழ்மனத்தை மேலும் விசாலப்படுத்துவது எப்படி, உங்களிடம் இருக்கும் ஒரு திறமையை மேம்படுத்துவது எப்படி, பிரச்சனைகளைத் தீர்ப்பதற்கான விதம் குறித்து அறிவுரையை நாடுவது எப்படி, உங்களுடைய ஆன்மீக நோக்கத்தைச் சிறப்பாகப் பின்தொடர்ந்து செல்வது எப்படி ஆகியவற்றைப் பற்றி இந்தக் கற்றல் அரங்குகளில் நீங்கள் கற்றுக் கொள்வீர்கள். கற்றுக் கொள்வதற்கான சாத்தியக்கூறுகளுக்கு எல்லையே இல்லை. கற்றுக் கொள்வதற்கான ஒரு சிறந்த இடம் இது. ஏனெனில், பல ஆன்மாக்கள் அங்கு ஒன்றுகூடித் தங்கள் அனுபவங்களைப் பகிர்ந்து கொண்டு, மற்றக் கோள்களையும்

அவற்றின் பரிமாணங்களையும் பற்றிய தகவல்களைப் பரிமாறிக் கொள்கின்றனர். துவக்கத்தில், உங்களுக்குள் ஓர் ஆன்மீக விழிப்புணர்வை உருவாக்குவதுதான் கற்றல் அரங்கின் மிக முக்கியச் செயல்பாடாகும். ஆன்மாக்கள் கற்றல் அரங்கிலிருந்து தகவல்களைப் பெற்றவுடன், புவியுலக மக்கள் கொண்டிருக்கும் கண்ணோட்டங்கள் எவ்வளவு பழமைவாதமானவை என்பதை அவர்கள் உணர்ந்து கொள்கின்றனர். கற்றல் அரங்கு என்பது ஆன்மீக உண்மைகள் அடங்கிய ஒரு நூலகத்தைப் போன்றது.

ॐ ஆவியுலகில் தேவதூதர்கள் இருக்கின்றனரா?

ஆமாம். தேவதூதர்கள் என்பவர்கள் பிற ஆன்மாக்களை வழிநடத்துகின்ற, அவர்களுக்கு உதவுகின்ற, கடவுளிடமிருந்து செய்திகளைக் கொண்டுவருகின்ற நல்ல ஆன்மாக்களாவர். சில சமயங்களில் அவர்கள் மனித வடிவில் இருப்பர், சில சமயங்களில் அவர்கள் யாருடைய கண்களிலும் புலப்படுவதில்லை. 5வது தளத்தின் 7வது நிலையையும் அதற்கு மேற்பட்டத் தளங்களையும் சேர்ந்த நல்ல ஆன்மாக்கள் அவர்கள். 7வது தளத்தின் 5வது நிலையையும் அதற்கு மேற்பட்ட நிலைகளையும் சேர்ந்த தேவதூதர்களால் எந்தவொரு வடிவத்திலும் பூமிக்கு இறங்கி வந்து, நெருக்கடியான சமயங்களில் அங்கிருக்கும் ஆன்மாக்களுக்கு உதவ முடியும். தங்கள் பேரான்மாவிடமிருந்து அனுமதி பெற்றப் பிறகு அவர்கள் அதைச் செய்கின்றனர். அதிசயங்களை நிகழ்த்துவதற்கான திறனும் சக்தியும் தேவதூதர்களுக்கு இருக்கின்றன. ஐந்து மற்றும் ஆறாவது தளங்களைச் சேர்ந்த ஆன்மாக்களும் புவியுலக ஆன்மாக்களுக்கு உதவுகின்றனர், ஆனால் அவர்கள் ஆவியுலகில் இருந்தபடி மட்டுமே உதவி செய்கின்றனர். அவர்கள் பூமிக்கு இறங்கி வருவதில்லை.

தேவதூதர்களுக்கு இறக்கைகள் கிடையாது, ஆனால் அவர்கள் அங்கிகளை அணிந்திருக்கின்றனர். அவர்கள் வேகமாகப் பறந்து செல்லும்போது, அவர்களுடைய அங்கிகள் இறக்கைகளைப்போலத் தோன்றுகின்றன. ஆனால், சில சமயங்களில் அவர்கள் பல்வேறு வடிவங்களை எடுக்கின்றனர். அவர்கள் இறக்கைகளைக் கொண்டவர்கள் என்று மனிதர்கள் கற்பனை செய்து வைத்திருப்பதால், சில சமயங்களில் அவர்கள் இறக்கைகளுடன்கூடிய வடிவங்களை

எடுக்கின்றனர். தேவதூதர்களைக் குறிப்பதற்கும், ஆவியுலகம் என்ற ஒன்று இருக்கிறது என்பதை மக்களுக்குத் தெரியப்படுத்துவதற்கும், தேவதூதர்கள் மக்களைப் பார்த்துக் கொள்கிறார்கள் என்பதை அவர்களுக்கு உணர்த்துவதற்கும் இறக்கைகள் ஒரு குறியீடாகப் பயன்படுத்தப்படுகின்றன. புவியுலக ஆன்மாக்கள் சிலர் தேவதூதர்களைப் பார்த்திருக்கின்றனர். தனிநபர்களின் தேவைகளுக்கு ஏற்ப ஒவ்வோர் ஆன்மாவுக்கும் ஓர் அங்கி வழங்கப்படுகிறது. ஆற்றலைக் கிரகித்துக் கொள்வதற்கான சக்தி கொண்ட பொருட்களால் அந்த அங்கிகள் உருவாக்கப்பட்டுள்ளன. கீழ்மட்டத்தளங்களைச்சேர்ந்த ஆன்மாக்களின் அங்கிகளோடு ஒப்பிடுகையில், உயர்ந்த தளங்களைச் சேர்ந்த ஆன்மாக்களின் அங்கிகளுக்கு, ஆற்றலைக் கிரகித்துக் கொள்வதற்கான சக்தி அதிகமாக இருக்கிறது, அந்த ஆற்றலைத் தக்கவைத்துக் கொள்வதற்கான சக்தியும் அதிகமாக இருக்கிறது. நீங்கள் எவ்வளவு அதிக உயரத்தை அடைகிறீர்களோ, அதிர்வுகள் அவ்வளவு அதிகச் சிறந்தவையாக இருக்கும், அங்கிகள் அவ்வளவு அதிகப் பிரகாசத்தைப் பெறும். எனவே, அந்த அங்கிகள், நேர்மறை ஆற்றலைக் கிரகித்துக் கொண்டு அதைத் தக்கவைத்துக் கொள்கின்றன. மறுபுறம், நல்ல ஆவிகள் கீழ்மட்டத் தளங்களுக்குச் செல்லும்போது, அவர்களுக்கு வேறு வகையான அங்கிகள் தேவைப்படுகின்றன. இவை வேறு வகையான பொருட்களால் செய்யப்பட்டுள்ளன. இவை ஆற்றலைக் கிரகித்துக் கொள்வதற்கு பதிலாக, அதைப் பிரதிபலிக்கின்றன. ஓர் ஆன்மா சென்றுவர வேண்டிய தளம் எவ்வளவு தாழ்வானதாக இருக்கிறதோ, அந்த ஆன்மாவின் அங்கியின் பிரதிபலிப்பு சக்தி அவ்வளவு அதிகமானதாக இருக்கும். எதிர்மறை ஆற்றலைப் பிரதிபலிப்பதன் மூலம், அந்த நல்ல ஆன்மாக்களின் அதிர்வுகளில் மாற்றம் ஏற்படாதபடி அந்த அங்கிகள் பார்த்துக் கொள்கின்றன. இந்த அங்கிகள் வெவ்வேறு நிறங்களைக் கொண்டிருக்கின்றன. அவற்றில் சில நிறங்கள் புவியுலகில் இல்லை.

ௐ தேவதூதர்கள் வேறு, வழிகாட்டும் ஆன்மாக்கள் வேறா?

ஆமாம், அவர்கள் இருவரும் வேறுபட்டவர்கள். புவியுலக ஆன்மா ஒவ்வொருவருக்கும் ஆவியுலகில்

ஒரு கண்காணிப்பாளர் இருக்கிறார். அவர் அந்தப் புவியுலக ஆன்மாவுக்கு வழிகாட்டுகிறார். இந்தக் கண்காணிப்பாளர்தான் உங்களுடைய வழிகாட்டும் ஆன்மா. உங்களைச் சரியான பாதையில் வழிநடத்துவதுதான் அவருடைய குறிக்கோள். நீங்கள் பிறவி எடுத்த உடனேயே, ஆவியுலகில் உள்ள ஓர் ஆன்மா, உங்களுடைய பிறப்பிலிருந்து இறப்புவரை உங்களுக்கு வழிகாட்டும் ஆன்மாவாக நியமிக்கப்படுகிறார். அந்த ஆன்மாவின் தளத்தினுடைய பேரான்மா இதைச் செய்கிறார். யார் உங்களுடைய வழிகாட்டும் ஆன்மா என்று ஒருபோதும் உங்களுக்குத் தெரியாது. உங்களுடைய ஒட்டுமொத்த வாழ்நாள் முழுவதும் உங்கள் வழிகாட்டும் ஆன்மா உங்களுடனேயே இருப்பார். ஆனால், நீங்கள் தவறான பாதையில் செல்லும்போது, அவரால் உங்களைத் தொடர்பு கொள்ள முடியாது. ஒரு மனிதன் பாவச்செயல்களைச் செய்யும்போது, அவனுடைய ஆழ்மனம் செயலிழக்கத் தொடங்குகிறது. இறுதியில், அது முற்றிலுமாக உறங்கிப் போய்விடுகிறது. இவ்வாறு நிகழும்போது, உங்கள் வழிகாட்டும் ஆன்மாவால் உங்களை குணப்படுத்த முடியாது, உங்களைப் பாதுகாக்க முடியாது, உங்களுக்கு வழிகாட்ட முடியாது. ஏனெனில், இவை அனைத்தையும் மனிதர்கள் தங்கள் ஆழ்மனத்தின் மூலமாகத்தான் பெறுகின்றனர். உங்கள் ஆழ்மனம்தான் உங்களுக்கும் ஆவியுலகிற்குமான ஒரு முக்கிய இணைப்பாக இருக்கிறது. உங்கள் ஆழ்மனம் உறங்கிவிடும்போது, உங்கள் வழிகாட்டும் ஆன்மா அதிகமாக உழைத்து, உங்களுடைய ஸ்தூல மனத்தின் வாயிலாகப் 'பதிவுகளை' ஏற்படுத்த வேண்டியிருக்கிறது. இது ஓர் உடல்ரீதியான அறிகுறியின் வடிவிலோ, புவியுலகில் சரியான வழிகாட்டுதலை உங்களுக்கு வழங்குகின்ற யாரோ ஒரு நபரின் வடிவிலோ, அல்லது ஒரு விழிப்புணர்வின் வடிவிலோ நிகழக்கூடும். ஆனால், நீங்கள் அதற்குப் பிறகும் மாறாவிட்டால், உங்கள் வழிகாட்டும் ஆன்மாவால் எதுவும் செய்ய முடியாது. எனவே, ஒவ்வொரு மனிதனும் எதிர்மறைத் தாக்கங்களிலிருந்து தன்னைக் காத்துக் கொள்வதற்கு அவனுக்கு இரட்டைப் பாதுகாப்பைக் கடவுள் கொடுத்திருக்கிறார். முதலாவது, சக்தி வாய்ந்த உங்கள் ஆழ்மனம். இரண்டாவது, உங்களுடைய வழிகாட்டும் ஆன்மா.

உங்கள் வாழ்நாள் முழுவதும் உங்களைக் கண்காணித்து, உங்களை வழிநடத்தி, உங்களுக்குப் பாதுகாப்பை வழங்குவதும், நீங்கள் உங்கள் புவியுலகக் குறிக்கோளைப் பரிபூரணமாக நிறைவேற்றுவதற்கு உங்களுக்கு உதவுவதும்தான் உங்கள் வழிகாட்டும் ஆன்மாவின் கடமை. உங்களுக்கு அறிவுரை தேவைப்படும்போது, நீங்கள் கடவுளிடம் உண்மையாகப் பிரார்த்தனை செய்து, அவரிடம் உதவி கேட்க வேண்டும். உங்களுக்குத் தேவையான வழிகாட்டுதலைக் கொடுக்க உங்கள் வழிகாட்டும் ஆன்மா தன்னால் ஆன அனைத்தையும் செய்வார். ஏனெனில், புவிவாழ் ஆன்மாக்களை வழிநடத்துவதற்கு அவர்களுக்குச் சிறப்புப் பயிற்சிகள் அளிக்கப்பட்டுள்ளன. புவியுலக ஆன்மாக்களுக்கு வழிகாட்டுதலை வழங்குவதுதான் ஆவியுலகில் அவர்களுடைய முக்கியமான வேலை. இச்செயல்முறையின் மூலம், அவர்களும் கற்றுக் கொள்கின்றனர், தொடர்ந்து வளர்ச்சியடைகின்றனர். கடினமான சூழ்நிலைகளில், வழிகாட்டும் ஆன்மாக்கள் பிற அறிவார்ந்த ஆன்மாக்களிடம் கலந்து பேசி அவர்களுடைய ஆலோசனையை நாடுவர். இந்தத் தகவல் உங்களுக்குக் கொடுக்கப்படுகிறது. ஏனெனில், புவியுலக மக்கள் பலர் தனிமையாக உணர்கின்றனர். தங்களுக்கு அறிவுரை கொடுப்பதற்கு யாரும் இல்லை என்று அவர்கள் நினைக்கின்றனர். ஆனால் நீங்கள் உங்களுடைய ஆழ்மனத்தை வளர்த்துக் கொண்டால், உங்களால் கடவுளிடம் பிரார்த்தனை செய்ய முடியும், உங்கள் வழிகாட்டும் ஆன்மாவிடம் உதவி கேட்க முடியும். உங்களுக்கு வழிகாட்டுதல் கிடைக்கும் விதத்தைக் கண்டு நீங்கள் ஆச்சரியப்படுவீர்கள். மிக முக்கியமாக, நீங்கள் உங்கள் பிரச்சனைகளைத் துணிச்சலாக எதிர்கொள்வதற்குத் தேவையான வலிமை உங்களுக்கு எங்கிருந்து வந்தது என்பதை நினைத்து நீங்கள் வியப்படைவீர்கள்.

ॐ புவியுலக ஆன்மா ஒருவரின் ஆவியுலக ஜோடியால் அவருடைய வழிகாட்டும் ஆன்மாவாகச் செயல்பட முடியுமா?

முடியும், ஆனால் அது மிகவும் அரிதாகவே நிகழ்கிறது.

ஓர் இரட்டை ஆன்மா என்றால் என்ன? இரட்டை ஆன்மாவும் ஆன்மத் துணையும் ஒன்றா?

இப்பிரபஞ்சத்தில் (மூன்றாவது பிரபஞ்சம்) உள்ள ஒவ்வோர் ஆன்மாவும் உண்மையில் ஓர் ஆன்மாவின் ஒரு பாதி மட்டுமே. 4வது தளத்தின் 5வது நிலையில் ஓர் ஆன்மா தன் பயணத்தைத் துவக்கும்போது, அது ஓர் ஆண் ஆன்மாவாகவும் ஒரு பெண் ஆன்மாவாகவும் இரண்டாகப் பிரிகிறது. இறுதியில் இவ்விரண்டு ஆன்மாக்களும் 7வது தளத்தின் 9வது நிலையில் மீண்டும் ஒன்றிணைந்து முழு ஆன்மாவாக உருவெடுக்கின்றனர். இந்த ஆன்மாக்கள் இரட்டை ஆன்மாக்கள் என்று அழைக்கப்படுகின்றனர். பல்வேறு பிறவிகளின் ஊடாக இவ்விரண்டு ஆன்மாக்களும் சில சமயங்களில் ஆணாகவும் சில சமயங்களில் பெண்ணாகவும் பூமியில் தங்களுடைய பயிற்சிகளை முடிவிட்டு, தங்கள் கர்மவினைகளையும் தீர்த்தப் பிறகே அது நிகழ்கிறது. அப்போதுதான் 7வது தளத்தின் 9வது நிலையில் மீண்டும் ஒரே ஆன்மாவாக அவர்களால் ஒன்றுசேர முடிகிறது. நீங்கள் 7வது தளத்தின் 9வது நிலையை அடையும்போது, நீங்களும் உங்கள் துணை ஆன்மாவும் ஒன்றுசேர்வதற்குச் சற்று முன்பாக, நீங்கள் முதலில் இருந்தபடி ஆண் ஆன்மாவாகவும் பெண் ஆன்மாவாகவும் ஆகி, பிறகு அடுத்தப் பிரபஞ்சத்திற்குப் போகிறீர்கள்.

ஆனால், பூமியில் நீங்கள் ஆன்மத் துணை என்று அழைக்கின்ற ஓர் ஆன்மாவிடமிருந்து உங்களுடைய இரட்டை ஆன்மா (ஜோடி ஆன்மா) முற்றிலும் வேறுபட்டுள்ளார். உங்களுக்கு மிக நெருக்கமான ஒருவரைக் குறிப்பிடும்போது ஆன்மத் துணை என்ற சொற்றொடரை நீங்கள் பயன்படுத்துகிறீர்கள். ஆனால் அந்த நபர் உங்களுடைய ஜோடி ஆன்மாவாக இருக்க வேண்டியதில்லை. முந்தைய பல பிறவிகளில் உங்களுடன் தொடர்புபட்டிருந்த ஒரு குழு ஆன்மாவாக அவர் இருக்கக்கூடும். கடவுள் ஒரே நேரத்தில் ஒரு குறிப்பிட்ட எண்ணிக்கையிலான ஆன்மாக்களைப் படைத்தார். இந்த ஆன்மாக்கள் ஒருவர்மீது ஒருவர் கொண்டுள்ள பரஸ்பர அன்பின் காரணமாகப் புவியுலகில் ஒரே குழுவில் பல பிறவிகள் எடுக்கின்றனர். ஆன்மீகரீதியாக உயர்வதற்கும் ஒரு சிறந்த வாழ்க்கையை வாழ்வதற்கும் பரஸ்பரம் ஒருவருக்கொருவர் உதவிக் கொள்வதற்காக அவர்கள் இவ்வாறு ஒரே

குழுவாகப் பிறவி எடுக்கின்றனர். இந்த ஆன்மாக்கள் 'குழு ஆன்மாக்கள்' என்று அழைக்கப்படுகின்றனர். சில சமயங்களில், நீங்கள் ஒருபோதும் சந்தித்திராத ஒருவருடன் ஒரு நெருக்கத்தை உணரும்போது, அந்நபர் உங்கள் குழு ஆன்மாவாக இருப்பது அதற்குக் காரணமாக இருக்கலாம். உங்கள் குழு ஆன்மாக்கள் உங்கள் பெற்றோராகவோ, குழந்தைகளாகவோ, அண்டைவீட்டாராகவோ, அல்லது நண்பர்களாகவோ இருக்கக்கூடும். ஒரு நபருக்கு ஒரே ஒரு ஜோடி ஆன்மா மட்டுமே இருக்க முடியும், ஆனால் பல ஆன்மத் துணைகளோ அல்லது குழு ஆன்மாக்களோ இருக்கலாம்.

நீங்கள் உங்கள் ஜோடி ஆன்மாவை சந்திக்கும்போது, அது ஒரு பிரத்யேகப் பிணைப்பாகும். இரண்டு ஆன்மாக்களும் ஒரு நல்ல நிலையில் இருந்தால், பூமியில் ஆன்மீகரீதியாக உயர்வதற்கு அவர்களால் ஒருவருக்கொருவர் உதவிக் கொள்ள முடியும், தங்களுக்கிடையே உண்மையான நம்பிக்கையையும் நட்பையும் உருவாக்கிக் கொள்ள முடியும். ஏனெனில், அவர்களுடைய ஆவிகள் ஒருவரையொருவர் அடையாளம் கண்டுகொள்கின்றனர். இது உடலுக்கு அப்பாற்பட்ட விஷயம். இது இரண்டு ஆவிகளின் சந்திப்பு. தாங்கள் இருவரும் ஒன்று என்ற உண்மையை அவர்கள் அப்போது அறிந்து கொள்கின்றனர். சிலருடைய விஷயங்களில், அவ்விரு ஆன்மாக்களில் ஒருவரோ அல்லது இருவருமே ஒரு கீழ்நிலையில் இருந்தால், அவர்களுக்கு இடையேயான உறவு நல்லதாக இருக்காது. ஜோடி ஆன்மாக்கள் வெவ்வேறு வளர்ச்சி நிலைகளில் இருக்கக்கூடும்.

வழக்கமாக, ஓர் ஆன்மா புவியுலகில் மறுபிறவி எடுக்கிறார். இன்னொருவர் ஆவியுலகில் இருந்து கொண்டு, புவியுலகில் உள்ள தன்னுடைய ஜோடியை வழிநடத்துகிறார். ஒரு நபர் உங்களுடைய ஜோடி ஆன்மாதானா என்பதைத் தன்னிச்சையாக எழுதுதல் மூலமாக மட்டுமே உங்களால் தெரிந்து கொள்ள முடியும். இது அரிதாகவே நிகழ்கிறது. தேவைப்படுகின்ற நேரத்தில் மட்டுமே இது வெளிப்படுத்தப்படுகிறது. எடுத்துக்காட்டாக, உங்களுடைய ஜோடி ஆன்மா யார் என்பது உங்களுக்குத் தெரிந்திருந்து, ஆன்மீகரீதியாக அவர் கீழ்நோக்கிச் சென்று கொண்டிருக்கிறார் என்றால், அந்த ஆன்மாவுக்கு உதவும்படி உங்களிடம் கூறப்படும்.

சேர்ந்து இணக்கமாக வாழ்வது எப்படி என்பதை உங்களுக்குக் கற்றுக் கொடுப்பதற்குத்தான் கடவுள் ஒவ்வோர் ஆன்மாவையும் இரண்டாகப் பிரித்துள்ளார். உங்கள் முன்னேற்றமும் உங்கள் ஜோடி ஆன்மாவின் முன்னேற்றமும் உங்கள் இருவரின் பொறுப்பு. ஒன்றுசேர்ந்து இருக்கும்போது, இரட்டை ஆன்மாக்களால் ஏராளமானவற்றை சாதிக்க முடியும். ஆனால் அவர்களில் ஒருவர் கீழ்மட்டத்திற்குச் செல்லும்போது, இருவரும் ஆன்மீகரீதியாகத் துன்புறுகின்றனர். ஏனெனில், 7வது தளத்தின் 9வது நிலையை நீங்கள் அடைந்தவுடன், நீங்கள் உங்கள் ஜோடி ஆன்மாவோடு ஒன்றிணைந்து ஒரே ஆன்மாவாக ஆக வேண்டியுள்ளது. அப்போதுதான், அடுத்தப் பிரபஞ் சமான நான்காவது பிரபஞ்சத்திற்கு முன்னேறுவதற்கு உங்களுக்கு அனுமதி வழங்கப்படுகிறது. நீங்கள் மட்டும் 7வது தளத்தின் 9வது நிலையில் இருந்து, உங்கள் ஜோடி ஆன்மா ஆன்மீகரீதியாகக் கீழ்நிலையில் இருந்தால், அவரும் 7வது தளத்தின் 9வது நிலையை அடையும்வரை நீங்கள் காத்திருக்க வேண்டும். அதற்கு எத்தனைப் பிறவிகள் தேவைப்பட்டாலும், நீங்கள் அவருக்காகக் காத்திருக்கத்தான் வேண்டும். இது நியாயமற்றதாகவும் கடுமையானதாகவும் தோன்றக்கூடும், ஆனால் உண்மையில், உங்களுடைய ஆன்மீகரீதியான முன்னேற்றத்தைக் காப்பதற்காகவே இவ்வாறு வடிவமைக்கப்பட்டுள்ளது. என்ன ஆனாலும் சரி, உங்களுக்காகப் பிரார்த்தனை செய்வதற்கும், உங்களை ஆன்மீகரீதியாக உயர்த்துவதற்கும் தன்னால் ஆன எல்லாவற்றையும் செய்வதற்கு உங்களுக்கு எப்போதும் ஒருவர் இருப்பார். பொறுப்பு, இணக்கம், தன்னலமின்மை ஆகியவற்றை இது உங்களுக்குக் கற்றுக் கொடுக்கும்.

ॐ ஆவியுலகிலும் நீங்கள் விஸ்பி மற்றும் ரத்தூ என்று அழைக்கப்படுகிறீர்களா? அல்லது உங்களுக்கு அங்கு வேறு பெயர்கள் இருக்கின்றனவா?

ஒவ்வோர் ஆன்மாவும் இரண்டாகப் பிரிவதற்கு முன்பாக அவர்களுக்கு ஒரு சிறப்புப் பெயர் வழங்கப்படுகிறது. இப்பெயர் 'ஆன்மப் பெயர்' என்று அழைக்கப்படுகிறது. இரட்டை ஆன்மாக்கள் தங்கள் ஆன்மப் பெயரைப் பகிர்ந்து கொள்கின்றனர். ஓர் ஆன்மா எப்படி இரண்டாகப்

பிரிகிறதோ, அதேபோல, ஆன்மப் பெயரும் இருவராலும் பகிர்ந்து கொள்ளப்படுகிறது. இப்பெயர் உங்கள் வாழ்நாள் நெடுகிலும் நீடிக்கிறது. புவியுலகில் கடைசியாக நீங்கள் எந்தப் பெயரில் அழைக்கப்பட்டீர்களோ, ஆவியுலகிலும் நீங்கள் அதே பெயரில்தான் அழைக்கப்படுகிறீர்கள். நீங்கள் செய்கின்ற செயல்கள் அனைத்தும், உங்கள் ஆன்மப் பெயரின்கீழ் 'ஆகாயப் பதிவேடு' ஒன்றில் பதிவு செய்யப்படுகின்றன. நீங்கள் பூமியில் இருக்கும்போது உங்கள் ஆன்மப் பெயர் உங்களுக்குத் தெரியாது. நீங்கள் மீண்டும் ஆவியுலகிற்குத் திரும்பி வந்த பிறகுதான் உங்கள் ஆன்மப் பெயர் உங்களுக்குத் தெரிய வரும்.

ௐ ஆகாயப் பதிவேடு என்றால் என்ன?

ஆகாயப் பதிவேடு என்பது நினைவுகள் அரங்கம் என்றும், நூல்கள் அரங்கம் என்றும் அழைக்கப்படுகிறது. ஒவ்வொரு தளத்திலும் ஒரு நூலரங்கம் இருக்கிறது. ஒவ்வோர் ஆன்மாவும் பூமியில் வாழ்ந்த வாழ்க்கையைப் பற்றிய விபரங்கள் அந்த நூலரங்கத்தில் இருக்கும் ஒரு நூலில் பதிவு செய்யப்படுகின்றன. நீங்கள் செய்கின்ற ஒவ்வொரு நல்ல காரியமும் மோசமான காரியமும் அந்நூலில் உங்கள் ஆன்மப் பெயரின்கீழ் பதிவாகின்றன. ஓர் ஆன்மா எந்தத் தளத்தைச் சேர்ந்திருக்கிறாரோ, அத்தளத்தில், அந்த ஆன்மாவைப் பற்றிய தகவல் பதிவுகள் இருக்கும். ஓர் ஆன்மா முன்னேறி ஓர் உயர்ந்த தளத்திற்குச் சென்றாலும் சரி, அல்லது சறுக்கிக் கீழ்மட்ட நிலை ஒன்றுக்குச் சென்றாலும் சரி, அவரைப் பற்றிய தகவல் பதிவுகள் அத்தளத்திற்கு அவரைப் பின்தொடர்ந்து செல்லும். பூமியில் நீங்கள் எடுத்த அனைத்துப் பிறவிகளையும் பற்றிய நினைவுகள் ஆகாயப் பதிவேடுகளில் அடங்கியுள்ளன. புவியுலகில் உள்ள ஆன்மாக்கள் ஓர் ஆழமான, கனவற்ற உறக்கத்தில் மூழ்கியிருக்கும்போது, அவர்களுடைய ஆழ்மனங்கள் இந்த ஆகாயப் பதிவேடுகளில் பதிவுகளை ஏற்படுத்துகின்றன. புவியுலக ஆன்மா ஒருவரின் ஆழ்மனம் செயலிழக்கும்போது, அந்நபரின் வழிகாட்டும் ஆன்மா தொடர்ந்து அப்பதிவேடுகளில் பதிவுகளை ஏற்படுத்துகிறார். எந்தவோர் ஆன்மாவாலும் இன்னோர் ஆன்மாவின் பதிவுகளைப் படிக்க முடியாது. சில அரிய சந்தர்ப்பங்களில், ஓர் ஆன்மா ஆன்மீகரீதியாக முன்னேறுவதற்கு உதவி

தேவைப்படும்போது, உங்கள் தளத்தின் பேரான்மாவின் அனுமதியைப் பெற்றுப் பிறகு அந்த ஆன்மாவின் பதிவுகளை உங்களால் படிக்க முடியும். ஓர் ஆன்மா அடுத்தப் பிரபஞ் சத்திற்கு முன்னேறிச் செல்லும்போது, அவரைப் பற்றிய பதிவுகளும் அவரோடு செல்கின்றன.

ௐ ஆவியுலக ஆன்மாக்கள் எந்த வகையான வேலைகளைச் செய்கின்றனர்?

ஆவியுலக ஆன்மாக்களுக்கு விருப்பங்களோ ஆசைகளோ கிடையாது என்பதை முதலில் நாங்கள் உங்களுக்கு விளக்க விரும்புகிறோம். பசி, தாகம், களைப்பு ஆகிய எதுவும் எங்களுக்கு இருப்பதில்லை. சேவை மட்டுமே எங்களுடைய ஒரே நோக்கமாக இருக்கிறது. ஆனால், பூமியில் எப்படி ஓர் உடலுக்குஊட்டச்சத்துஅவசியமோ,அதேபோல,எங்களுக்கும் ஊட்டச்சத்து அவசியம்தான். ஆவியுலக ஆன்மாக்களுக்கு, சூரிய ஒளி ஒரு சக்திவாய்ந்த ஊட்டச்சத்தாக இருக்கிறது. உங்கள் கற்பனைக்கு அப்பாற்பட்டச் சுவை கொண்ட பல வகையான பழங்களும் இங்கு இருக்கின்றன. உயிர்வாழ்வதற்கு ஆன்மாக்களுக்கு உணவு தேவையில்லை. மாறாக, பழச்சாறு எங்களுக்குத் தேவையான நேர்மறை ஆற்றலை எங்களுக்குக் கொடுக்கிறது. நாங்கள் எப்போதும் நலமாகவே இருக்கிறோம். நாங்கள் கச்சிதமான ஆன்மீக ஆரோக்கியத்தை அனுபவிக்கிறோம். எங்களுடைய ஆவியுடல்களைப் பிரார்த்தனையாலும் தண்ணீராலும் தூய்மைப்படுத்துவதன் மூலம் நாங்கள் தொடர்ந்து ஆரோக்கியமாக இருக்கிறோம். தண்ணீருக்கு, குணமாக்கும் சக்தி இருக்கிறது. எங்களுக்குப் புத்துணர்ச்சி தேவைப்படும்போதெல்லாம், நாங்கள் ஓர் ஏரியில் குளிக்கிறோம். பிறகு நாங்கள் அந்த ஏரியைவிட்டு வெளியே வரும்போது, எங்களுக்கு எக்கச்சக்கமான நேர்மறை ஆற்றல் கிடைத்துவிடுகிறது. ஏனெனில், அந்த ஏரியின் நீரானது எங்களுடைய அதிர்வுகளை முற்றிலுமாகத் தூய்மைப்படுத்திவிடுகிறது. நாங்கள் அந்த நீரைவிட்டு வெளியேறும்போது, நாங்கள் முற்றிலும் காய்ந்து போயும் ஆற்றல் பெற்றும் இருக்கிறோம்.

எங்கள் வேலையைப் பொருத்தவரை, எங்கள் தளத்தின் பேரான்மாவுடன் நாங்கள் எங்கள் திறமைகளைப் பற்றிக் கலந்து பேசி, அத்திறமைகளுக்கு ஏற்ற வேலையை நாங்கள்

தேர்ந்தெடுக்கிறோம். ஆவியுலக ஆன்மாக்கள் செய்கின்ற சில வேலைகள் இவை:

1. புவியுலக மக்களுடன் ஆன்மீக அறிவைப் பகிர்ந்து கொண்டு, கடவுளின் விதிகளை அவர்கள் புரிந்து கொள்வதற்கு அவர்களுக்கு உதவுதல்.

2. தன்னிச்சையாக எழுதுதல் போன்ற ஒரு செயல்முறை மூலம் புவிவாழ் ஆன்மாக்களுடன் கருத்துப் பரிமாற்றம் மேற்கொள்ளுதல்.

3. வழிகாட்டும் ஆன்மாக்களாகச் செயல்படுதல்.

4. ஆவியுலகிற்குள் அப்போதுதான் அடியெடுத்து வைத்திருக்கும் ஆன்மாக்கள் அதிர்ச்சியில் இருந்தாலோ அல்லது குழப்பத்தில் இருந்தாலோ, தாங்கள் எங்கே இருக்கிறோம் என்பதை அவர்கள் புரிந்து கொள்ள அவர்களுக்கு உதவுதல்.

5. புவியுலக ஆன்மாக்களை வழிநடத்தி, அவர்களுடைய ஆழ்மனங்களின் வாயிலாக முக்கியமான செய்திகளை அவர்களிடம் 'பதிய வைத்தல்.' எடுத்துக்காட்டாக, குறிப்பிட்ட ஒரு நோய்க்கு ஒரு தீர்வு காண முயற்சித்துக் கொண்டிருக்கின்ற ஓர் அறிவியலறிஞருக்கு அவருடைய ஆழ்மனத்தின் மூலமாக அதற்கான விடைகளை அனுப்புவதன் மூலம் ஆவியுலக ஆன்மா ஒருவரால் அந்த அறிவியலறிஞருக்கு உதவ முடியும்.

6. புவியுலகிலிருந்து உதவி கேட்டு விடுக்கப்படும் உண்மையான அழைப்புகளுக்கு பதிலளித்தல். ஆவியுலக ஆன்மாக்களுக்கு இதற்காகவே சிறப்புப் பயிற்சிகள் அளிக்கப்பட்டுள்ளன. ஆவியுலகிற்குள் அப்போதுதான் அடியெடுத்து வைத்திருக்கும் ஆன்மாக்கள், இவ்விஷயத்தில் அதிக அனுபவம் வாய்ந்த ஆன்மாக்களின்கீழ் பயிற்சி பெறுகின்றனர்.

7. ஓய்வரங்கில் பணி செய்தல். ஆகாயப் பதிவேடுகளில் பதிவுகளை ஏற்படுத்துதல்.

8. தற்கொலை செய்து கொள்ள நினைக்கின்ற மனிதர்களுக்காகப் பிரார்த்தனை செய்து, அவர்கள் சரியான பாதையில் நடக்க அவர்களுக்கு உதவுதல்.

9. புவியுலகில் உள்ள தங்கள் அன்புக்குரியவர்களைக் காப்பாற்றுவதற்கான வழிகளைக் கண்டுபிடித்தல்.

10. புவியுலகில் உள்ள தங்கள் அன்புக்குரியவர்களுக்காகப் பிரார்த்தனை செய்தல். பிரார்த்தனை செய்வதற்கு அன்பும், கரிசனமும், ஒருமித்தக் கவனமும், முயற்சியும் எங்களுக்குத் தேவை.

11. கீழ்மட்டத் தளங்களில் உள்ள எதிர்மறை ஆன்மாக்களை எப்படிக் கையாள்வது என்பதில் பயிற்சி பெறுதல்.

12. கற்றல் அரங்கிலிருந்து அதிக ஞானத்தைக் கைவசப்படுத்துதல். ஆவியுலக ஆன்மாக்களின் ஆழ்மனம் மிகவும் விசாலமானதாக இருப்பதால், அவர்களால் ஏகப்பட்டத் தகவல்களை உள்வாங்கிக் கொண்டு, அவற்றை நடைமுறையில் செயல்படுத்த முடியும்.

13. மறுபிறவி எடுக்க விரும்புகின்றவர்களை வழிநடத்துதல்.

14. வழி தவறிவிட்டப் புவியுலக ஆன்மாக்களின் வாழ்வில் அதிசயங்களை நிகழ்த்துதல். இந்த அதிசயங்கள், அந்த ஆன்மாக்கள் மீண்டும் கடவுள்மீது நம்பிக்கை கொள்ள அவர்களுக்கு உதவும்.

15. இறந்து கொண்டிருக்கின்ற ஓர் ஆன்மாவுக்கு ஆறுதல் அளிப்பதற்காக பூமிக்கு இறங்கி வந்து, பிரார்த்தனை மற்றும் நேர்மறை எண்ணத்தின் மூலமாக, அந்த ஆன்மா சௌகரியமாக ஆவியுலகிற்குப் பயணிப்பதற்கு உதவுதல்.

16. ஆவியுலகக் குழந்தை ஆன்மாக்களை கவனித்துக் கொள்ளுதல்.

17. குணப்படுத்துவதற்கான புதிய வழிகளைக் கற்றுக் கொள்ளுதல் மற்றும் கண்டுபிடித்தல்.

18. ஓவியம், நடனம், இசை, பாடல்கள், ஓப்பெரா, விளையாட்டுக்கள், கட்டடக் கலை, அறிவியல் போன்றவற்றின் உருவாக்கத்தில் பங்கெடுத்தல்.

19. புவியுலுள்ள விலங்குகளுக்கு உதவுதல். விலங்குகளின் ஆவியுலகில் உதவுதல்.

20. ஆவியுலகில் உள்ள தோட்டங்களைப் பராமரிப்பதில் உதவி செய்தல்.

21. பூமி மற்றும் பிற கோள்களின் உண்மையான வரலாற்றைக் கற்றுக் கொண்டு அவற்றைப் பற்றிச் சிந்தித்துப் பார்த்தல்.

ஆவியுலக ஆன்மாக்கள் எந்த வகையான வேலையைத் தேர்ந்தெடுத்தாலும் சரி, சேவை ஒன்றுதான் எங்களுடைய ஒரே லட்சியம். புவியுலகில் மக்கள் தங்கள் தொழிலைத்தான் தங்கள் வேலையாகக் கருதுகின்றனர். ஆனால், நாங்கள் எங்கள் வேலையை உண்மையிலேயே நேசிக்கிறோம். நம்மைப் படைத்தக் கடவுளுக்குப் பிரதியுபகாரம் செய்வதற்கான ஒரு வாய்ப்பாக நாங்கள் அதைப் பார்க்கிறோம். இது எங்களுக்கு உண்மையான மகிழ்ச்சியையும் நிறைவையும் கொண்டுவருகிறது. அகங்காரம், போட்டி, பொறாமை, வாக்குவாதங்கள், விமர்சனங்கள், உயர்வுதாழ்வுகள் ஆகிய எதுவும் இங்கு இல்லை. நாங்கள் பரஸ்பரம் ஒருவரையொருவர் மதிக்கிறோம். மனிதகுலத்தின் நன்மைக்காக நாங்கள் அனைவரும் சேர்ந்து ஒரு குழுவாக வேலை செய்கிறோம்.

ௐ மறுபிறவி அவசியமா? ஆவியுலகில் இருந்து கொண்டே எங்களால் ஏன் ஆன்மீகரீதியாக உயர முடியாது?

உங்கள் ஆன்மாவின் வளர்ச்சிக்காகவே நீங்கள் மீண்டும் மீண்டும் பூமிக்கு வருகிறீர்கள். ஓர் ஆன்மா ஆன்மீகரீதியாக மேம்படுவதற்காகப் பல்லாயிரக்கணக்கான முறை பூமிக்கு வருகிறார். இந்த ஆன்மா, ஆண் வடிவிலோ அல்லது பெண் வடிவிலோ இருக்கக்கூடும். அது அவருடைய விருப்பத்தேர்வுதான். அதேபோல, தன் வளர்ச்சிக்கான தேவைகள் எவை என்பதன் அடிப்படையிலும் அவர் ஆண் வடிவையோ அல்லது பெண் வடிவையோ தேர்ந்தெடுக்கிறார். அந்த ஆன்மா, பூமியில் பல்வேறு நாடுகளில் பல்வேறு மதங்களில் பிறவி எடுக்கக்கூடும். ஒரே ஆவி, புவியுலகில் மீண்டும் மீண்டும் பிறவி எடுப்பதற்குப் பெயர்தான் மறுபிறவி. நீங்கள் பூமிக்கு வந்திருப்பது இது முதன்முறை அல்ல. உங்களுடைய பல பிறவிகளில் ஒன்று இது.

பெரும்பாலானோரின் விஷயங்களில், ஆவியுலகின் 5,6,7 ஆகிய தளங்களில் உள்ள ஆன்மாக்களின் முன்னேற்றம் மெதுவாகவே நடைபெறுகிறது. ஏனெனில், இங்கு நல்ல

அதிர்வுகள் நிலவுகின்றன. எனவே, சரியான விஷயத்தைச் செய்வது இந்த ஆன்மாக்களுக்குக் கடினமாக இருப்பதில்லை. ஆனால், புவியுலகில் தீவினை அதிகரித்துக் கொண்டே இருப்பதால், ஒரு சிறிய நற்காரியத்தைச் செய்தால்கூட, ஒரு நல்ல ஆன்மாவால் வேகமாக உயர முடிகிறது. மேலும், புவியுலகில் எதிர்மறை அதிர்வுகள் இருப்பதாலும், ஸ்தூல மனம் மட்டுப்படுத்தப்பட்டு இருப்பதாலும், ஓர் ஆன்மாவால் ஒரு விஷயத்தைச் சரியான முறையில் சீர்தூக்கிப் பார்க்க முடியாமல் போகலாம். எனவே, அவர் உட்பட வேண்டிய சோதனை அதிகக் கடினமானதாக இருக்கலாம். பூமியில் நீங்கள் ஆன்மீகரீதியாக வளர்ச்சி அடைவதற்கு உங்கள் ஸ்தூல மனத்தைவிட உங்கள் ஆழ்மனத்தை நீங்கள் அதிகமாகப் பயன்படுத்த வேண்டியுள்ளது. ஆனால், ஒரு நல்ல ஆன்மா உங்கள் புவியுலகில் மறுபிறவி எடுக்கும்போது, அவர் ஆன்மீகரீதியாகக் கீழ்நோக்கிச் செல்லக்கூடிய ஆபத்து அதில் அடங்கியிருக்கிறது. அவர் ஆவியுலகிலேயே தங்கிவிட்டால், அவருடைய வளர்ச்சி மெதுவாக இருக்கும், ஆனால் அவர் ஒருபோதும் கீழ்நிலைக்குச் செல்ல மாட்டார். தான் ஆவியுலகில் இருந்து கொண்டு சீராக முன்னேற்றம் அடைவதா, அல்லது பூமிக்கு இறங்கி வந்து, ஆன்மீகரீதியாகக் கீழ்நிலைக்குச் செல்லக்கூடிய ஆபத்தை எதிர்கொண்டு, வேகமாக முன்னேறுவதா என்பதை அந்தந்த ஆன்மாதான் தீர்மானிக்க வேண்டும். நீங்கள் உங்கள் புவியுலகக் குறிக்கோளை நிறைவேற்றிவிட்டு, உங்கள் கர்மவினைகளைத் தீர்த்துவிட்டு, ஏழாவது தளத்தின் ஒன்பதாவது நிலையை எட்டிய பிறகுதான் மறுபிறவிச் சுழற்சி நிறைவுக்கு வருகிறது. அந்நிலையில், நீங்கள் உங்கள் புவியுலக அனுபவத்தைக் கடந்துவிட்டிருப்பீர்கள். அதாவது, பூமியில் இருக்கும்போதே ஓர் ஆவியுலக ஆன்மாவைப்போல சிந்திக்கவும் வாழவும் நீங்கள் கற்றுக் கொண்டிருப்பீர்கள். நாம் இங்கு கச்சிதத்தைப் பற்றிப் பேசிக் கொண்டிருக்கவில்லை. எந்தவொரு மனிதராலும் கச்சிதமானவராக இருக்க முடியாது. நீங்கள் உங்களால் இயன்ற அளவு சிறப்பாகச் செயல்பட்டு, உங்கள் ஆன்மா அடுத்தப் பிரபஞ்சத்திற்குத் தயாராக இருக்கும் விதத்தில் அதைப் பயிற்றுவிப்பதைப் பற்றித்தான் நாம் இங்கு பேசிக் கொண்டிருக்கிறோம். பூமியில் இருக்கும்போது இது உங்களுக்கு முழுமையாகப் புரியாது. நீங்கள் ஆவியுலகிற்குப் போன பிறகுதான், நீங்கள் எந்த நிலையில் இருக்கிறீர்கள் என்பது உங்களுக்குத் தெரிய வரும்.

பூமியில் மறுபிறவி எடுப்பதற்கு அனைத்து ஆன்மாக்களும் ஒரு குறிப்பிட்டச் செயல்முறையைப் பின்பற்ற வேண்டும். மறுபிறவிச் செயல்முறை என்று அது அழைக்கப்படுகிறது.

1. நீங்கள் மறுபிறவி எடுக்க விரும்பினால், உங்கள் தளத்தின் பேரான்மாவிடம் நீங்கள் கோரிக்கை விடுக்க வேண்டும்.

2. நீங்கள் ஏன் மறுபிறவி எடுக்க விரும்புகிறீர்கள் என்பதற்கான காரணங்களை நீங்கள் கொடுக்க வேண்டும். கர்மவினையைத் தீர்த்து, உங்கள் குறிக்கோளை நிறைவேற்றி, ஆன்மீகரீதியாக உயர்வதுதான் பெரும்பாலும் மறுபிறவிக்கான முக்கியக் காரணமாக இருக்கிறது. ஓர் ஆன்மா தீர்க்க வேண்டிய கர்மவினைகள் ஏராளமாக இருந்தால், ஆவியுலகில் அந்த ஆன்மாவால் அவற்றைத் தீர்க்க முடியாது. எனவே, பூமியில் அவர் மறுபிறவி எடுத்தாக வேண்டும். சில சமயங்களில், அதிகக் கர்மவினைகள் இல்லாத ஓர் ஆன்மாகூட, பூமியில் உள்ள தன் அன்புக்குரிய ஒருவர் தவறான பாதையில் செல்வதைக் கண்டு அவருக்கு உதவ விரும்பி மறுபிறவி எடுக்க விரும்புவார்.

3. நீங்கள் ஒரு தாயாரைத் தேர்ந்தெடுக்க வேண்டும். ஓர் உயர்ந்த ஆன்மீக நிலையில் இல்லாத ஓர் ஆன்மா, தன்னை மேம்படுத்திக் கொள்வதற்காக, ஆன்மீகரீதியாக ஓர் உயர்ந்த நிலையில் இருக்கின்ற ஒரு தாயாருக்குப் பிறக்கக்கூடும். சில சமயங்களில், ஓர் எதிர்மறையான தாயாரை மேம்படுத்துவதற்காக, ஒரு நல்ல ஆன்மா அவருக்குக் குழந்தையாகப் பிறக்கக்கூடும். அந்த ஆன்மா தன் கர்மவினையைத் தீர்ப்பதற்கும், சோதனைக்கும் பயிற்றுவிப்புக்கும் உட்படுவதற்குமான ஒரு வழியாக அது அமையக்கூடும். ஆனால், அது ஓர் ஆபத்தான முயற்சியாக இருப்பதால், பலர் ஆன்மீகரீதியாகக் கீழ்நிலைக்குச் சென்றுவிடுகின்றனர். சில சமயங்களில், தங்கள் தந்தையுடன் நெருக்கமாக இருப்பதற்காக அவர்கள் ஒரு தாயைத் தேர்ந்தெடுக்கின்றனர். அதாவது, அவர்கள் உண்மையில் தங்கள் தந்தையைத் தேர்ந்தெடுக்கின்றனர்.

4. நீங்கள் எந்த வகையான பயிற்சிக்கும் சோதனைக்கும் உட்பட விரும்புகிறீர்கள் என்பதை நீங்கள் குறிப்பிட்டாக வேண்டும். எடுத்துக்காட்டாக, பூமியில் நீங்கள் பிறப்பதற்கான காரணம்தான் உங்கள் பிறவி நோக்கம். அந்த நோக்கம் நிறைவேறுவதற்குத் தேவையான நேர்மறைப் பண்புநலன்களை நீங்கள் உங்களிடம் வளர்த்துக் கொள்ள உங்களுக்கு உதவக்கூடிய மக்களையும் அனுபவங்களையும் நீங்கள் தேர்ந்தெடுக்கிறீர்கள். கர்வம் உங்களிடம் இருக்கிறதா என்று நீங்கள் சோதித்துப் பார்க்க விரும்பினால், உங்கள் கர்வத்தை உடைத்தெறிந்து, உங்களுக்குப் பணிவைக் கற்றுக் கொடுக்கக்கூடிய படிப்பினைகள் தொடர்ந்து உங்களுக்குக் கிடைத்துக் கொண்டே இருக்கும்.

5. 'உட்புகும் ஆன்மா' ஒன்றை நீங்கள் தேர்ந்தெடுக்க வேண்டும். பூமியில் நீங்கள் சரியான பாதையில் சென்று கொண்டிருந்து, நீங்கள் எதிர்கொண்டிருக்கும் ஒரு சூழல் உங்களால் கையாளப்பட முடியாத அளவுக்குக் கடினமாக இருந்தால், ஆவியுலகில் இருந்து ஒரு நல்ல ஆன்மா அந்தக் குறிப்பிட்டக் காலத்திற்கு உங்கள் உடலை ஆக்கிரமித்துக் கொள்ளும். அச்சூழலுக்கு ஏற்ப அது அவ்வாறு செய்யும். இது அரிதாகவே நிகழ்கிறது. பூமியில் ஓர் ஆன்மா எதிர்கொண்டிருக்கும் சூழல், அவருடைய திறனுக்கு அப்பாற்பட்டு இருந்தால், அந்த நெருக்கடியான நேரங்களில்தான் ஆவியுலகில் உள்ள ஒரு நல்ல ஆன்மா அந்தப் புவியுலக ஆன்மாவின் உடலை ஒரு குறிப்பிட்டக் காலத்திற்கு ஆக்கிரமித்துக் கொள்கிறது. அதாவது, இது உங்களுக்கான சோதனையோ, பயிற்சியோ, அல்லது உங்கள் கர்மவினையோ அல்ல. புவியுலக ஆன்மாவின் வெளிமனத்திற்குத் தெரியாமல், அவருடைய ஆழ்மனம் உதவி கேட்டுக் குரல் கொடுக்கிறது.

6. நீங்கள் எந்தத் தேதியில் பிறக்கப் போகிறீர்கள், எந்தத் தேதியில் மரணம் அடையப் போகிறீர்கள் என்பதை நீங்கள்தான் தீர்மானிக்கிறீர்கள். உங்கள் மரண நாள், உங்கள் இறுதி நாள் என்றும் அழைக்கப்படுகிறது.

1வது தளத்திலிருந்து 7வது தளம்வரை அனைத்துத் தளங்களையும் சேர்ந்த ஆன்மாக்களுக்கும் இந்த மறுபிறவிச் செயல்முறையை அனுபவிப்பதற்கான ஒரு வாய்ப்பு இருக்கிறது. ஆனால், 1வது மற்றும் 2வது தளங்களைச் சேர்ந்த ஆன்மாக்கள் தேர்ந்தெடுப்பதற்கு இரண்டு விஷயங்கள் உள்ளன. ஒன்று, அவர்கள் தங்களுடைய கீழ்மட்டத் தளத்திலேயே இருந்து கொள்ளலாம். அல்லது, தங்களுடைய முந்தைய பிறவிகளில் தாங்கள் செய்த பாவங்களைப் பற்றிய நினைவுகளோடும், 1வது மற்றும் 2வது தளங்களில் தாங்கள் கழித்த நாட்களைப் பற்றிய நினைவுகளோடும், சுமை தாங்கும் விலங்குகளாக பூமிக்கு அவர்கள் திரும்பி வரலாம். 1வது மற்றும் 2வது தளங்களைச் சேர்ந்த சில ஆன்மாக்கள் இதைத் தேர்ந்தெடுக்கின்றனர். ஏனெனில், அவர்கள் தங்கள் கர்மவினையை விரைவாகத் தீர்த்துவிட விரும்புகின்றனர். தாங்கள் ஏன் சுமை தாங்கும் விலங்குகளாகப் பிறந்துள்ளோம், தாங்கள் ஏன் துன்புற்றுக் கொண்டிருக்கிறோம் என்பதை அவர்கள் புரிந்து கொள்வதற்காக, அவர்களுடைய முந்தைய பிறவிகளைப் பற்றிய நினைவுகளும் இத்தளங்களைப் பற்றிய நினைவுகளும் அவர்களுக்கு இருப்பதற்கான அனுமதி அவர்களுக்கு வழங்கப்படுகிறது. பூமியில் அவர்கள் எடுத்துள்ள இந்தக் கடினமான பிறவியில் அவர்கள் எதிர்கொள்கின்ற வேதனைகளையும் துன்பங்களையும் தாங்கிக் கொள்வதற்கான வலிமையை இந்த நினைவுகள் அவர்களுக்குக் கொடுக்கின்றன. அவர்களுடைய கர்மவினை முற்றிலுமாகத் துடைக்கப்படுவதில்லை. அவர்களுடைய கர்மவினை அளவுக்கதிகமானதாக இருந்தால், அதைத் தீர்ப்பதற்கு இந்த ஆன்மாக்கள் நூற்றுக்கணக்கான பிறவிகளை எடுத்தாக வேண்டியிருக்கும்.

இந்த ஒட்டுமொத்தச் செயல்முறையும் சவாலான ஒன்றாகத் தோன்றக்கூடும், ஆனால் இந்த அத்தனைத் தேர்ந்தெடுப்புகளையும் நீங்கள் தனியொருவராகச் செய்ய வேண்டியதில்லை. உங்கள் தளத்தின் பேரான்மாவோடும், உங்கள் தளத்தைச் சேர்ந்த அறிவார்ந்த ஆன்மாக்கள் மூவரோடும் சேர்ந்து நீங்கள் அத்தேர்ந்தெடுப்புகளை மேற்கொள்கிறீர்கள். நீங்கள் என்ன செய்ய விரும்புகிறீர்கள் என்பதை நீங்கள் அவர்களிடம் கூறுகிறீர்கள். நீங்கள் உங்களுக்கான தேர்ந்தெடுப்புகளை மேற்கொள்வதில் அவர்கள் உங்களை வழிநடத்துவர். எடுத்துக்காட்டாக, ஆன்மீகரீதியாக உயர்வதற்கு நீங்கள் பேரார்வம்

கொண்டிருந்து, உங்க கர்மவினையை விரைவாகத் தீர்ப்பதில் நீங்கள் தீவிரமாக இருந்தால், மிகக் கடினமான ஒரு பாதையை நீங்கள் தேர்ந்தெடுக்கக்கூடும். அப்பாதை உங்களால் கையாள முடியாத ஒன்றாக இருக்கக்கூடும். உங்கள் பேரான்மாவும் மற்ற மூன்று ஆன்மாக்களும் நீங்கள் இப்பாதையைத் தேர்ந்தெடுப்பதற்கு எதிராக அறிவுறுத்துவர், மாற்று வழிகளை உங்களுக்கு எடுத்துரைப்பர். ஆனால், நீங்கள் மறுபிறவி எடுப்பதில் உறுதியாக இருந்தால், அது உங்கள் சொந்த விருப்பம். எனவே, அப்போது யாரும் உங்களைத் தடுத்து நிறுத்த மாட்டார்கள். மறுபிறவி எடுக்க விரும்புவதாக நீங்கள் உங்கள் பெயரைப் பதிவு செய்து கொண்ட பிறகும்கூட, பூமியில் மீண்டும் பிறக்காமல் இருப்பதை உங்களால் தேர்ந்தெடுக்க முடியும். எடுத்துக்காட்டாக, நீங்கள் ஒரு தாயாரைத் தேர்ந்தெடுத்திருக்கிறீர்கள் என்றும், ஆனால் அவர் ஆன்மீகரீதியாகத் தவறான பாதையில் சென்று கொண்டிருக்கிறார் என்றும் வைத்துக் கொள்வோம். இப்போது நீங்கள் அவருக்குப் பிறக்க விரும்பவில்லை. எனவே, நீங்கள் உங்கள் பதிவை ரத்து செய்துவிடுகிறீர்கள். நீங்கள் முதலில் அந்தத் தாயாரைத் தேர்ந்தெடுத்தபோது, அவர் ஆன்மீகரீதியாக உயர்ந்த நிலையில் இருந்தார். யாரேனும் உங்களுக்கு அறிவைக் கொடுத்து, உங்களைச் சரியான பாதையில் கூட்டிச் செல்ல வேண்டும் என்று நீங்கள் விரும்பினீர்கள். ஆனால், அந்தத் தாயார் ஒரு தவறான பாதையில் சென்றுவிட்டார் என்றால், நீங்கள் அவருக்குப் பிறப்பதில் இனி எந்த அர்த்தமும் இல்லை.

ॐ புவியுலகக் குழந்தைகள் ஆவியுலகுடன் எப்படித் தொடர்பு கொண்டிருக்கின்றனர்?

ஒரு தாயின் கருவறையில் உள்ள ஒரு குழந்தை ஆவியுலகுடன் வலிமையான தொடர்பு கொண்டுள்ளது. அக்காலம் நெடுகிலும், சூழ்நிலை தன்னுடைய ஆன்மீக வளர்ச்சியை பாதிக்கக்கூடும் என்று அக்குழந்தை நினைத்தால், அதனால் ஆவியுலகிற்குத் திரும்பிச் சென்றுவிட முடியும். அதன் உடலை இன்னோர் ஆன்மா ஆக்கிரமித்துக் கொள்ளும். அக்குழந்தைக்குத் தன் தாய் இனி தேவை இல்லை என்றாலும்கூட, அதன் தாய்க்கு, இறந்த நிலையில் ஒரு குழந்தை

பிறக்கும் என்று அர்த்தமாகிவிடாது. அது அவளுடைய கர்மவினையாக இல்லாத பட்சத்தில், அக்குழந்தையின் உடலை இன்னோர் ஆன்மா சுவீகரித்துக் கொள்ளும். கருவறையில் இருக்கின்ற ஒரு குழந்தையின் ஆழ்மனம் விசாலமாக இருப்பதால், அக்குழந்தை அதிக ஏற்புத்தன்மை கொண்டதாக இருக்கிறது என்பதை நீங்கள் புரிந்து கொள்ள வேண்டியது முக்கியம். அக்குழந்தை இன்னும் ஆவியுலகுடன் தொடர்பு கொண்டிருக்கிறது, தன்னுடைய பெற்றோரின் நடவடிக்கைகளைக் கண்காணித்துக் கொண்டிருக்கிறது. நேர்மறையாகவும் மனநிறைவோடும் இருங்கள். எதிர்மறையான எதுவும் உங்கள் குழந்தையை அண்டாமல் பார்த்துக் கொள்ளுங்கள். எடுத்துக்காட்டாக, நீங்கள் வருத்தமாக இருக்கும்போது, உங்கள் குழந்தை அந்த எதிர்மறை ஆற்றலைக் கிரகித்துக் கொள்கிறது. தன் தாயின் எண்ணங்களும் உணர்வுகளும் ஒரு குழந்தையின்மீது மிகப் பெரிய தாக்கத்தை ஏற்படுத்துகின்றன. நீங்கள் தொடர்ந்து எதிர்மறையாகவும் தவறான பாதையில் சென்று கொண்டும் இருந்தால், உங்கள் கருவறையில் ஒரு நல்ல ஆன்மாவாக இருக்கின்ற உங்கள் குழந்தை, ஆவியுலகிற்குத் திரும்பிச் சென்றுவிடக்கூடும். ஆன்மீகரீதியாகத் தாழ்ந்த நிலையில் இருக்கின்ற இன்னோர் ஆன்மா உங்கள் குழந்தையின் இடத்தை எடுத்துக்கொள்ளக்கூடும். அதன் இடத்தை எடுத்துக்கொள்ள வேறு எந்த ஆன்மாவும் வரவில்லை என்றால், உயிரற்றக் குழந்தை ஒன்று பிறக்கும். பொதுவாக, ஒரு குழந்தை பிறந்து, பேசும் பருவத்தை எட்டும்வரை ஆவியுலகுடன் அது தொடர்பு கொண்டிருக்கிறது. அதன் பிறகு, ஆவியுலகைப் பற்றிய எந்த நினைவும் அக்குழந்தையின் ஸ்தூல மனத்திற்கு இருப்பதை ஆழ்மனம் அனுமதிப்பதில்லை.

ॐ நாங்கள் பேசத் தொடங்கியவுடன் ஆவியுலகத்துடனான அனைத்துத் தொடர்புகளும் துண்டிக்கப்பட்டுவிடுகின்றனவா?

இல்லவே இல்லை. நீங்கள் ஓர் ஆழ்ந்த, கனவற்ற உறக்கத்தில் இருக்கும்போது, பூமிக்கும் ஆவியுலகிற்கும் இடைப்பட்ட ஓர் இடத்திற்கு நீங்கள் சென்றுவருகிறீர்கள். உங்கள் ஆன்மா உங்கள் உடலைவிட்டு எழுந்து, ஆவியுலக ஆன்மாக்களைச் சந்திப்பதற்காக மேல்நோக்கிப் பயணிக்கிறது. உங்கள்

உறக்கத்தில், ஆவியுலகில் உள்ள உங்கள் அன்புக்குரியவர்கள் உங்கள் ஆழ்மனத்தின் மூலமாக உங்களோடு பேசுகின்றனர், உங்களுக்கு வழிகாட்டுகின்றனர். அவர்கள் உங்களோடு நிரந்தரத் தொடர்பு கொண்டிருக்கின்றனர். உங்கள் ஆன்மா எழுந்து அவர்களை சந்திக்கச் செல்லும்போது, அது உங்கள் ஸ்தூல உடலுடன் ஒரு வெள்ளி வடத்தினால் பிணைக்கப்பட்டுள்ளது. ஓர் ஒளிக்கீற்றான அந்த வெள்ளி வடம்தான் உங்கள் ஆன்மாவையும் உங்கள் உடலையும் இணைக்கிறது. நீங்கள் இறக்கும்போது இந்த இணைப்பானது துண்டிக்கப்படுகிறது. உங்கள் உறக்கத்தில், நீங்கள் உங்கள் அன்புக்குரியவர்களை ஒருசில நிமிடங்களுக்கோ அல்லது ஒருசில மணிநேரத்திற்கோ சந்திக்கலாம். ஆனால் இது உங்கள் உறக்கத்தைப் பொருத்தது. உங்கள் உறக்கம் ஆழமானதாகவும் கனவற்றதாகவும் இருக்க வேண்டும். நீங்கள் சந்திக்கச் செல்கின்ற நபர்களுக்கும் உங்களுக்கும் இடையேயான அன்பு பரஸ்பரமானதாக இருக்க வேண்டுமே அன்றி, ஒருதலையானதாக இருக்கக்கூடாது. இவையெல்லாம் சரியாக இருக்கும்பட்சத்தில், உங்களுடைய அன்புக்குரியவர்கள் ஆவியுலகில் இருந்தால், உங்களால் அடிக்கடி அவர்களை சந்திக்க முடியும் என்று நீங்கள் உறுதியாக நம்பலாம். அந்த அன்புக்குரியவர்கள், உங்களுடைய இப்பிறவியில் உங்களைவிட்டுப் பிரிந்தவர்களாக இருக்க வேண்டும் என்ற அவசியமில்லை. அவர்கள் உங்களுடைய முந்தைய பிறவிகளில் உங்களுக்கு மிக நெருக்கமானவர்களாக இருந்தவர்களாகவும் இருக்கலாம். இப்போது ஆவியுலகிலிருந்து அவர்கள் உங்களுக்கு உதவ முயற்சித்துக் கொண்டிருக்கின்றனர்.

பல ஒளிக்கதிர்கள் சேர்ந்து உருவான ஒரு நீண்ட ஒளிக்கற்றைதான் அந்த வெள்ளி வடம். உடலின் உச்சந்தலையில் அந்த வடம் இணைக்கப்பட்டுள்ளது. தலையின் மென்மையான பகுதி வழியாக ஆன்மா வெளியே சென்றுவருவதற்கு ஏதுவாக அது அவ்வாறு அமைக்கப்பட்டுள்ளது (குழந்தைகளின் தலையின்மீது எப்போதும் ஒரு மென்மையான இடம் இருக்கிறது; அங்குதான் வெள்ளி வடம் இணைக்கப்பட்டுள்ளது). உங்கள் உறக்கத்தில், நீங்கள் பல முறை திடுக்கிட்டு விழிப்பீர்கள், உங்கள் நெஞ்சில் ஒரு கனத்தச் சத்தம் ஏற்படும். நீங்கள் கீழே விழுந்து கொண்டிருந்ததுபோலவும், பிறகு தரையைத் தொட்டதுபோலவும் ஓர் உணர்வு உங்களுக்கு ஏற்படும். உங்கள் ஆன்மா இயல்பாக உங்கள்

உடலைவிட்டு வெளியேறி, மேல்நோக்கிச் சென்று உங்கள் அன்புக்குரியவர்களை சந்தித்துவிட்டு மீண்டும் உங்கள் உடலுக்குத் திரும்பி வரும்போது இந்த உணர்வு ஏற்படுகிறது. வெள்ளி வடம் துண்டிக்கப்படும்போது நீங்கள் இறந்துவிடுகிறீர்கள். ஆவியுலகில் உள்ள உங்கள் தேவதூதர்கள், ஒரு பிரம்மாண்டமான வெண்ணிற ஒளியைக் கொண்டு அந்த வெள்ளி வடத்தைப் பாதுகாக்கின்றனர். எதிர்மறையானவை எதுவும் அந்த வெள்ளி வடத்தைத் தொட்டுவிடாதபடி அதைச் சுற்றி ஒரு பாதுகாப்பு ஒளியை அவர்கள் உருவாக்குகின்றனர். இயற்கைக்குப் புறம்பான வழிகளில் நீங்கள் தியானம் செய்தாலோ, அல்லது உங்கள் சொந்த விருப்பத்தின் பேரில் உங்கள் உடலைவிட்டு வெளியேறினாலோ, நீங்கள் உங்கள் உயிரைப் பணயம் வைக்கிறீர்கள் என்று பொருள். ஏனெனில், அந்த வெள்ளி வடம், எதிர்மறையானவற்றின் தாக்கத்திற்கு எளிதில் உட்படக்கூடியது. அந்த வெள்ளி வடத்தைத் துண்டிப்பதன் மூலம், நீங்கள் உங்கள் உடலுக்குள் மீண்டும் நுழைய முடியாத ஒரு நிலையை ஏற்படுத்த எதிர்மறை ஆன்மாக்கள் முயற்சிக்கக்கூடும். இயற்கைக்கு முரணான வழியில் நீங்கள் பிரக்ஞையோடு உங்கள் உடலைவிட்டு வெளியேறும்போது, அதில் ஓர் ஆபத்து அடங்கியுள்ளது. ஏனெனில், உங்கள் வெள்ளி வடம் அறுபட்டுவிட்டால், பூமியில் நீங்கள் உங்கள் குறிக்கோளை நிறைவேற்றுவதற்கு முன்பாகவே, உங்களுக்குக் குறிக்கப்பட்டுள்ள மரண நாளுக்கு முன்பாகவே, நீங்கள் இறந்துவிடக்கூடும்.

ௐ ஒவ்வொரு நபருக்கும் பூமியில் ஒரு குறிப்பிட்டக் காலம் நிர்ணயிக்கப்பட்டுள்ளதா?

நீங்கள் எந்தத் தேதியில் பிறப்பீர்கள் என்பதை நீங்கள் தேர்ந்தெடுப்பதைப்போலவே, உங்கள் மரண நாளையும் நீங்கள் தேர்ந்தெடுக்கிறீர்கள். உங்கள் மரண நாள், உங்களுடைய 'இறுதி நாள்' என்றும் அழைக்கப்படுகிறது. ஆனால், ஒவ்வொரு மனிதருக்கும் மூன்று இறுதி நாட்கள் இருக்கின்றன. நீங்கள் புவியுலகைவிட்டு வெளியேறுவதற்கான மூன்று வாய்ப்புகள் அவை என்று நீங்கள் கருதலாம். நீங்கள் ஏதேனும் நோய்வாய்ப்பட்டிருந்து காப்பாற்றப்பட்டதன்

மூலமாகவோ, அல்லது ஏதோ ஒரு விபத்திலிருந்து காப்பாற்றப்பட்டதன் மூலமாகவோ, முதல் இரண்டு இறுதி நாட்களும் காலாவதியாகியிருக்கக்கூடும். ஆனால், நீங்கள் தவறான பாதையில் சென்று கொண்டிருப்பதாகவும், நீங்கள் சரியான பாதைக்குத் திரும்புவதற்கான வாய்ப்பு மிகவும் குறைவு என்றும் உங்கள் ஆழ்மனம் நினைத்தால், பொதுவாக, முதல் இரண்டு இறுதி நாட்களில் ஏதோ ஒன்றில் புவியுலகைவிட்டு வெளியேறுவதை நீங்கள் தேர்ந்தெடுக்கிறீர்கள். மூன்றாவது இறுதி நாள்தான் உங்களுடைய உண்மையான இறுதி நாள். ஆனால், அந்த நாளுக்கு முன்பு, ஒரு மனிதனால் இன்னொரு மனிதனிடமிருந்து நேரத்தைக் கடன் வாங்க முடியும். இது அந்நபரின் பிரக்ஞையின்றி நிகழ்கிறது. இறக்கவிருக்கின்ற ஒரு நபரின் ஆழ்மனம், அவருடைய ஏதோ ஒரு நண்பர், உறவினர், அல்லது அன்னியரின் ஆழ்மனத்துடன் பேரம் பேசி, பூமியில் அவருடைய எஞ்சிய நாட்களைப் பெற்றுக் கொள்கிறது. இதற்கு, உங்கள் தளத்தின் பேரான்மாவின் அனுமதி உங்களுக்குத் தேவை. இத்தகைய கடன் வாங்கலும் அரிதாகவே நிகழ்கிறது. ஏதோ சிறப்பான ஆன்மீகக் குறிக்கோள்களை நிறைவேற்றுவதற்காக மட்டுமே இவை மேற்கொள்ளப்படுகின்றன. பல வருடங்களுக்கு முன்பு எங்கள் சொந்தக் குடும்பத்தில் இவ்வாறு நிகழ்ந்தது. அப்போது நாங்கள் உயிரோடு இருந்தோம்.

ஒரு சமயம், எங்கள் தந்தைக்கு ஓர் அறுவைச் சிகிச்சை செய்யப்பட வேண்டியிருந்தது. பூமியில் தன்னுடைய நேரம் முடிந்துவிட்டதுபோலத் தனக்குத் தோன்றியதாக அவர் எல்லோரிடமும் கூறிக் கொண்டே இருந்தார். "நான் உங்களை சந்திப்பது இதுதான் கடைசி முறை," என்று அவர் கூறுவார். அது அவருடைய மூன்றாவது இறுதி நாள். அறுவைச் சிகிச்சை செய்யப்படுவதற்கு முந்தைய நாளன்று, மருத்துவமனையில் அவர் அனுமதிக்கப்பட்டார். அன்று மாலையில், எங்கள் தாயாரின் உறவினர்களான கூலாவும் மணியும் எங்கள் தந்தையைப் பார்க்க வந்தனர். சிறிது நேரம் எல்லோருமாகச் சிரித்துப் பேசி அரட்டையடித்து மகிழ்ச்சியாக இருந்த பிறகு, கூலாவும் மணியும் தங்கள் வீட்டிற்குத் திரும்பிச் சென்றனர். மறுநாள், எங்கள் தந்தை அறுவைச் சிகிச்சை மேசையின்மீது கிடத்தப்பட்டிருந்தபோது, கூலா திடீரென்று இறந்துவிட்டிருந்ததாகத் தொலைபேசி மூலம் எங்களுக்குத் தகவல் வந்தது. ஒரு விஷயம் அப்போது எங்களுக்கு தோன்றவில்லை. ஆனால் இப்போது நாங்கள்

ஆவியுலகில் இருப்பதால், வாழ்வதற்கு கூலாவுக்கு எந்த நோக்கமும் இருக்கவில்லை என்பதையும், எங்கள் தந்தைக்குத் தன் குடும்பமும் தன்னுடைய ஆன்மீகக் குறிக்கோளும் இருந்தன என்பதையும் நாங்கள் அறிந்து கொண்டுள்ளோம். கூலாவுக்கும் ஓர் ஆன்மீகக் குறிக்கோள் இருந்தது. அனைத்து ஆன்மாக்களுக்கும் ஓர் ஆன்மீகக் குறிக்கோள் இருக்கிறது. ஆனால், பூமியில் அந்தக் குறிக்கோளை நிறைவேற்றுவதற்கு கூலா தன் ஆன்மாவைப் போதிய அளவு பயிற்றுவித்திருக்கவில்லை. எனவே, அவர் ஆவியுலகிற்குத் திரும்பிச் சென்று, தன்னுடைய ஆன்மாவை நன்றாகப் பயிற்றுவித்து, பிறகு பூமியில் மீண்டும் பிறவியெடுப்பது நல்லது என்று அவருடைய ஆழ்மனம் நினைத்தது. ஆவியுலகில் தன்னால் அதிகமாகப் பங்களிக்க முடியும் என்று கூலா நினைத்தார். கூலாவின் ஆழ்மனமும் எங்கள் தந்தையின் ஆழ்மனமும் பேரம் பேசின. இறுதியில், பூமியில் கூலாவின் எஞ்சிய நாட்களை எங்கள் தந்தையின் ஆழ்மனம் கூலாவிடமிருந்து கடன் வாங்கியது. இது உங்களுக்கு வினோதமானதாகத் தோன்றக்கூடும், ஆனால் இது உண்மை. நீங்கள் இதைப் பிரக்ஞையோடு முயற்சித்துப் பார்த்தால், இது ஒருபோதும் நிகழாது. எனவே, இன்னொருவருடைய வாழ்நாளைக் கடன் வாங்க முயற்சிப்பதில் உங்கள் நேரத்தை வீணாக்காதீர்கள்.

இப்படி அடுத்தவருடைய வாழ்நாளைக் கடன் வாங்குவது என்பது, நீங்கள் வாழ்வதற்கு ஓர் உண்மையான தேவை இருக்கிறதா என்பதை முற்றிலுமாகச் சார்ந்துள்ளது. நீங்கள் உங்கள் குறிக்கோளை நிறைவேற்றி முடிக்க வேண்டியிருக்கலாம், உங்கள் அன்புக்குரியவர்களைப் பாதுகாக்க வேண்டியிருக்கலாம், அல்லது ஓர் உயர்ந்த தளத்தை அடைவதற்காக நீங்கள் உங்களை மேம்படுத்திக் கொள்ள வேண்டியிருக்கலாம். மிக முக்கியமாக, தன்னுடைய எஞ்சிய வாழ்நாளை இன்னொருவருக்குக் கொடுக்க விரும்புகின்ற நபர், தன்னுடைய குறிக்கோளை நிறைவேற்றியிருக்க வேண்டும், அவர் செய்து முடிக்க வேண்டிய வேலை எதுவும் மீதமிருக்கக்கூடாது. அல்லது, தன்னுடைய ஆன்மீகக் குறிக்கோளை நிறைவேற்றுவதற்குப் போதுமான அளவு அவர் தன்னுடைய ஆன்மாவைப் பயிற்றுவித்திருக்காமல் இருக்க வேண்டும். இந்த வகையான பேரப்பேச்சுக்கு ஆவியுலகிடமிருந்து சிறப்பு அனுமதி பெறப்பட்டிருக்க வேண்டும்.

குழந்தைகள் இறக்கும்போது என்ன நிகழ்கிறது?

பூமியில் இறக்கின்ற குழந்தைகள், குழந்தைகளாகவே ஆவியுலகிற்குத் திரும்பிச் சென்று அங்கு வளர்கின்றனர். அவர்கள் வளர்ந்து பக்குவமடையும்வரை, ஆவியுலகத் தாய்மார்கள் அவர்களை கவனித்துக் கொள்கின்றனர். இதற்கு மிகச் சொற்பக் காலமே ஆகிறது. அக்குழந்தைகள் வளர்ந்து ஓரளவு பெரியவர்களானவுடன், தாங்களாகவே தங்களுடைய தளங்களுக்குச் சென்றுவிடுகின்றனர். பூமியில் இறக்கின்ற வளர்ந்தவர்கள் சிலர், ஆவியுலகிற்கு வந்த பிறகு, தாங்கள் இறந்துவிட்டதை நம்ப மறுக்கின்றனர். ரத்தூ இந்த ஆன்மாக்களுக்கு உதவிக் கொண்டிருக்கிறான். அதே வழியில், தாங்கள் எப்படிப்பட்டச் சூழலில் இருக்கிறோம் என்பதைக் குழந்தைகள் புரிந்து கொள்ளும் விதத்தில் அவர்களுக்கு அதை விளக்குவதற்கு ஆவியுலகத் தாய்மார்கள் தேவைப்படுகின்றனர். மிகக் குறுகிய காலத்தில், இந்த ஆன்மாக்கள் வளர்ந்து தங்களுடைய இயல்பான ஆவி வடிவத்தை எடுக்கின்றனர்.

விலங்குகள் இறக்கும்போது அவற்றுக்கு என்ன நிகழ்கிறது?

விலங்குகளுக்கென்று தனியாக ஓர் ஆவியுலகம் இருக்கிறது. மனித ஆன்மாக்கள் எப்படி வெவ்வேறு தளங்களுக்குச் செல்கின்றனரோ, அதேபோல, விலங்குகளும் வெவ்வேறு தளங்களுக்குச் செல்கின்றன. ஆனால் அவற்றுக்கு மூன்று தளங்கள் மட்டுமே இருக்கின்றன. கீழ்த்தளம், இடைத்தளம், உயர்தளம். சில விலங்குகள், பூமியில் செல்லப்பிராணிகளாக இருந்திருக்கும் பட்சத்தில், மனித ஆவியுலகில் இருப்பதற்கு அவற்றுக்கு அனுமதி வழங்கப்படுகிறது. ஆனால் இது அரிதாகவே நிகழ்கிறது. செல்லப் பிராணியாக இருந்த ஒரு விலங்கும் அந்த மனிதரும் நல்ல நிலைகளில் இருக்க வேண்டும், அவர்களுக்கு இடையேயான தொடர்பு மிக வலிமையானதாக இருக்க வேண்டும். அவர்களுக்கு இடையே தூய்மையான அன்பு நிலவ வேண்டும்.

ஆவியுலக ஆன்மாக்கள் எல்லா நேரங்களிலும் மகிழ்ச்சியாக இருக்கின்றனரா?

நாங்கள் இங்கு மனநிறைவோடு இருக்கிறோம். ஆனால், மனிதர்கள் எதிர்மறையான பாதையைத் தேர்ந்தெடுப்பதைப் பார்க்கும்போது நாங்கள் மிகவும் வருந்துகிறோம். ஆவியுலக ஆன்மாக்களும் வருத்தம் கொள்கின்றனர், ஆனால் மக்கள் ஆன்மீகரீதியாகத் தவறாகப் போகும்போதோ அல்லது புவியுலகில் எங்களுடைய அன்புக்குரியவர்கள் எதிர்மறை ஆன்மாக்களின் கைகளில் சிக்கித் துன்புற்று நியாயத்திற்காகப் போராடிக் கொண்டிருக்கும்போதோ மட்டுமே நாங்கள் வருந்துகிறோம். மற்ற நேரங்களில் நாங்கள் மகிழ்ச்சியாகவும் நேர்மறையாகவும் இருக்கிறோம். மேலும், கடவுள் இருக்கிறார் என்பதையும், அவரை அடைவதற்காக நாங்கள் தொடர்ந்து முன்னேறிக் கொண்டிருக்கிறோம் என்பதையும் நாங்கள் உண்மையிலேயே அறிவோம். இது எங்களுக்குப் பேரானந்தத்தைக் கொடுக்கிறது.

ஆவியுலக ஆன்மாக்கள் அனைவரும் கடவுளை சந்தித்திருக்கின்றனரா?

இல்லை. உயர்ந்த தளங்களில் உள்ள சில ஆன்மாக்கள் மட்டுமே கடவுளை சந்தித்திருக்கின்றனர். ஆனால், கடவுள் இருக்கிறார் என்பதை அனைத்து ஆன்மாக்களும் அறிவர். ஏனெனில், நாங்கள் ஆவியுலகில் இருக்கிறோம், கடவுளின் படைப்பின் அழகையும் ஞானத்தையும் எங்களால் பார்க்க முடிகிறது. கடவுள் இருக்கிறார் என்பதையும், அவர் எங்கள்மீது அக்கறை கொண்டிருக்கிறார் என்பதையும் எங்கள் ஆழ்மனங்கள் அறிந்திருக்கின்றன.

ஆன்மாவும் ஆழ்மனமும்

"பூமியில் மறுபிறவி எடுப்பதில் ஓர் ஆபத்து அடங்கியுள்ளது. எனவே, தீவினையிலிருந்து கடவுள் உங்களுக்கு இரட்டைப் பாதுகாப்பைக் கொடுத்துள்ளார். உங்கள் ஆழ்மனமும் உங்கள் வழிகாட்டி ஆன்மாவும்தான் அவை."

"உங்கள் உள்ளுணர்வை ஒருபோதும் அடக்காதீர்கள். உங்களைப் பைத்தியக்காரர் என்றும், வினோதமானவர் என்றும் அழைக்கும் மக்களைக் கண்டு ஒருபோதும் பயப்படாதீர்கள். உள்ளுணர்வு என்பது கடவுள் கொடுத்துள்ள ஒரு பரிசு."

"உங்கள் ஸ்தூல மனத்தின் எஜமானாக இருங்கள், அதன் அடிமையாக இருக்காதீர்கள்."

"நீங்கள் ஆன்மீக மேம்பாடு அடைய விரும்புவதற்கான ஒரே காரணம், உங்களுக்குள் இருந்து வருகின்ற, அதாவது, உங்கள் ஆழ்மனத்திலிருந்து வருகின்ற, ஓர் உண்மையான ஆழ்விருப்பமாக இருக்க வேண்டும். எனவே, உலகிற்குக் காட்டுவதற்காக மாறாதீர்கள், மாறாக, அந்த மாற்றம் உங்களுக்கு மிகவும் முக்கியம் என்பதால் அந்த மாற்றத்தை ஏற்படுத்துங்கள்."

ஆழ்மனமும் ஆன்மாவும் ஒன்றா?

ஆழ்மனத்தைப் பற்றிப் புவியுலகில் ஏகப்பட்ட வரையறைகளும் தவறான புரிதல்களும் இருக்கின்றன. எனவே, ஆழ்மனத்தைப் பற்றி நீங்கள் கொண்டுள்ள அனைத்து அபிப்பிராயங்களையும் யோசனைகளையும் நீங்கள் முழுமையாக விட்டுத்தள்ள வேண்டும் என்று

நாங்கள் விரும்புகிறோம். உங்கள் மனசாட்சிதான் உங்கள் ஆழ்மனம். அது உயரிய மனம், உயரிய சுயம், அல்லது உட்குரல் என்றும் அழைக்கப்படுகிறது (உங்கள் ஆழ்மனம் உங்களுக்குக் கொடுக்கின்ற உணர்வு 'உள்ளுணர்வு' என்று அழைக்கப்படுகிறது).

பூமியில் ஒரு ஸ்தூல உடலில் உள்ள ஓர் ஆவி நீங்கள். கடவுள் முதலில் உங்களை ஓர் ஆவியாகத்தான் உருவாக்கினாரே அன்றி, ஒரு மனிதராக அல்ல. நீங்கள் ஓர் ஆன்மாவாகப் படைக்கப்பட்டீர்கள். அந்த ஆன்மாவுக்கு ஓர் ஆழ்மனம் இருக்கிறது. அந்த ஆன்மாதான் உங்களுடைய நிரந்தர ஆவியுடல். புவியுலகில் உங்களுக்கு ஒரு ஸ்தூல உடல் இருப்பதைப்போல, உங்கள் ஆவியுடல் ஆன்மா என்று அழைக்கப்படுகிறது. அது அழிவற்றது. ஆழ்மனம்தான் உங்களுடைய உண்மையான ஆன்மீக மனம். ஸ்தூல மனம் உடலை வழிநடத்துவதைப்போல, அழ்மனம் ஆன்மாவை வழிநடத்துகிறது. ஆன்மாவும் ஆழ்மனமும் நிரந்தரமாக இணைக்கப்பட்டுள்ளன.

ஆழ்மனத்தின் வேலை என்ன?

ஆழ்மனம் உங்களுக்கு வழிகாட்டும் ஒளியாகவும் உங்களைப் பாதுகாக்கும் ஒளியாகவும் செயல்படுகிறது. அது ஓர் ஆன்மீக ரேடாரைப்போலச் செயலாற்றுகிறது. ஆன்மீகரீதியாகத் தவறான ஒரு தேர்ந்தெடுப்பை நீங்கள் மேற்கொள்ளவிருக்கும்போது அது உங்களை எச்சரிக்கிறது. எனவே, அது உங்கள் ஆன்மாவைப் பாதுகாக்கிறது. ஆனால், ஆன்மீகப் பாதை என்பது சபலப்படாமல் இருப்பதைப் பற்றியது மட்டுமல்ல. தவறு செய்வதிலிருந்து நீங்கள் உங்களைத் தடுத்து நிறுத்துவது மட்டும் போதுமானது அல்ல. எல்லாவற்றையும்விட மேலாக, ஆன்மீகரீதியாக எது சரியோ அதைச் செய்வதுதான் நீங்கள் கடவுளின் பாதையில் செல்கிறீர்கள் என்று அர்த்தமாகிறது. எனவே, தவறான செயல்களை மேற்கொள்வதிலிருந்து உங்கள் ஆன்மாவைத் தடுப்பதன் மூலம் அதைப் பாதுகாத்தப் பிறகு, அறநெறிரீதியாக எது சரியோ அதைச் செய்வதை நோக்கி உங்கள் ஆழ்மனம் உங்களை வழிநடத்துகிறது.

ஆழ்மனமும் எங்களுடைய வெளிமனமும் ஒன்றா?

ஆழ்மனமும் வெளிமனமும் இரண்டு வெவ்வேறு விஷயங்கள். வெளிமனம்தான் ஸ்தூல மனம். ஒருவருடைய ஸ்தூல மனம் மிகச் சிறப்பாக வளர்ந்திருக்கலாம், ஆனால் அவருடைய ஆழ்மனம் போதிய அளவுக்கு வளராமல் இருக்கக்கூடும். உலக அறிவைக் கைவசப்படுத்துவது உங்கள் ஸ்தூல மனத்தைக் கூர்தீட்டக்கூடும், ஆனால் அந்த அறிவால் உங்கள் ஆழ்மனத்தின் வளர்ச்சிக்கு உதவ முடியாது. அதேபோல, உங்கள் ஆழ்மனம் வளர்வதற்கு ஆன்மீக அறிவு மட்டுமே போதாது. அந்த அறிவை நடைமுறையில் நீங்கள் செயல்படுத்தும்போதுதான் ஆழ்மனம் வளர்கிறது. எனவே, தூய்மையான செயல்களே ஆன்மீக வளர்ச்சிக்கான முக்கியத் தேவையாகும். உங்கள் ஆழ்மனம் எவ்வளவு விசாலமானதாக இருக்கிறதோ, ஆவியுலகிடமிருந்து அவ்வளவு அதிக வழிகாட்டுதலையும் பாதுகாப்பையும் நீங்கள் பெறுவீர்கள். உங்கள் ஆழ்மனம் உங்கள் ஸ்தூல மனத்தைக் கட்டுப்படுத்த வேண்டும். உங்கள் ஸ்தூல மனம் உங்களைத் தன் அடிமையாக்கிக் கொள்ள ஒருபோதும் அனுமதித்துவிடாதீர்கள். உங்கள் ஆழ்மனம்தான் ஆவியுலகத்துடன் உங்களை இணைக்கிறது. அதன் வழியாகத்தான் ஆவியுலக ஆன்மாக்களிடமிருந்து வழிகாட்டுதலையும் பாதுகாப்பையும் நீங்கள் பெறுகிறீர்கள்.

புவியுலகில் உள்ள ஒவ்வொருவருக்கும் ஓர் ஆழ்மனம் இருக்கிறது என்றால், மக்கள் ஏன் தவறான பாதையைப் பின்பற்றிச் செல்கின்றனர்?

பல சமயங்களில் உங்கள் ஸ்தூல மனமும் உங்கள் ஆழ்மனமும் கருத்துரீதியாக முரண்பட்டு நிற்கின்றன. ஏனெனில், ஸ்தூல மனம் தர்க்கரீதியாகச் சிந்திக்கிறது. தர்க்கரீதியாக எது சரியோ, அந்தப் பாதையைப் பின்பற்ற அல்லது அந்த நடவடிக்கையை மேற்கொள்ள அது விரும்புகிறது. ஆனால், ஆழ்மனம் அந்தத் தீர்மானத்தை எதிர்க்கக்கூடும். இரண்டு மனங்களும் ஒன்றுக்கொன்று மல்லுக்கு நிற்பதைப்போலத் தோன்றும். அது ஒரு நல்ல விஷயம்தான். ஸ்தூல மனத்திற்கும் ஆழ்மனத்திற்கும் இடையே எந்த முரண்பாடும்

இல்லை என்றால், உங்கள் ஆழ்மனம் செயல்பட்டுக் கொண்டிருக்கவில்லை என்றும், உங்கள் ஸ்தூல மனம்தான் உங்களை முற்றிலுமாகக் கட்டுப்படுத்திக் கொண்டிருக்கிறது என்றும் பொருள். புவியிலுள்ள எந்தவொரு மனிதனையும் முழுக்க முழுக்க அவனுடைய ஆழ்மனத்தால் வழிநடத்த முடியாது. ஏனெனில், ஒரு சராசரி மனிதனின் ஆழ்மனம் மிகச் சிறிய அளவே திறந்திருக்கிறது (1% – 2%). ஆனால், அது அவ்வளவு விசாலமாக இல்லாதபோதுகூட, 100% திறந்திருக்கின்ற உங்கள் வெளிமனத்திற்கு அதனால் எச்சரிக்கை விடுக்க முடிகிறது. அந்த அளவுக்கு உங்கள் ஆழ்மனம் அளப்பரிய சக்தி வாய்ந்ததாக இருக்கிறது.

ॐ **இரண்டு மனங்களும் எப்போதும் மல்லுக்கு நிற்கின்றன என்றால், எங்களால் எப்படி மனஅமைதியோடு வாழ முடியும்?**

உங்கள் வெளிமனத்திற்கும் ஆழ்மனத்திற்கும் இடையேயான முரண்பாட்டை அங்கீகரிப்பதன் மூலமும், பிரார்த்தனை மற்றும் நேர்மறையான நடவடிக்கைகளின் மூலம் உங்கள் ஆழ்மனம் வெற்றி பெறுவதை உறுதி செய்வதன் மூலமும், உங்களால் மனஅமைதியை அடைய முடியும். உங்களைத் தன் அடிமையாக ஆக்கிக் கொள்ளவும், ஆன்மீகரீதியாகத் தவறான பாதையில் உங்களை வழிநடத்திச் செல்லவும் உங்கள் வெளிமனம் துடிக்கிறது. உங்களுடைய தவறான செயல்கள் அனைத்திற்கும் நியாயம் கற்பிப்பதன் மூலம் அது இதைச் செயல்படுத்துகிறது. உங்கள் ஆழ்மனத்தின் குரலுக்குச் செவிமடுத்து, சரியான நடவடிக்கைகளை மேற்கொள்வதன் மூலம்தான் உங்களுக்கு மனஅமைதி கிடைக்கிறது.

ॐ **வெளிமனம் ஆழ்மனத்திற்கு எதிராகச் செயல்படுகிறது என்றால், வெளிமனம் என்ற ஒன்று ஏன் எங்களுக்கு இருக்கிறது?**

வெளிமனம் சரியாகப் பயிற்றுவிக்கப்படாமல் இருந்தால், அது எதிர்மறையானதாக ஆகிவிடும், ஆழ்மனத்திற்கு எதிராகச் செயல்படும். ஆனால், வெளிமனத்தைச் சரியாகப் பயன்படுத்தினால், ஆழ்மனத்திற்கு அது ஓர்

அற்புதமான உதவியாளராகச் செயல்படும். வெளிமனத்தின் அறிவு, ஆழ்மனத்தின் வழிகாட்டுதலோடு ஒத்திசைவாக இருக்கும்போது, அந்த நிலை மிகவும் சக்தி வாய்ந்ததாக இருக்கிறது. எனவே, நீங்கள் உங்கள் வெளிமனத்தைச் சிறப்பாகப் பயன்படுத்தினால், அது ஒரு பரிசாக அமையக்கூடும். வெளிமனமும் ஒரு சோதனைதான். நீங்கள் உங்கள் சொந்த விருப்பத்தைப் பயன்படுத்தி, உங்கள் ஆழ்மனத்தின் வழிகாட்டுதலைத் தேர்ந்தெடுக்க வேண்டும் என்று கடவுள் விரும்புகிறார். அது ஒவ்வொரு மனிதனின் சோதனையாகும். நீங்கள்தான் உங்கள் வெளிமனத்தைக் கட்டுப்படுத்த வேண்டும். அது உங்களைக் கட்டுப்படுத்த ஒருபோதும் அனுமதிக்காதீர்கள். புவியுலக மக்கள் ஆன்மீகரீதியாகத் தவறாகச் செயல்படுவதற்குக் காரணம் அவர்களுடைய ஆழ்மனம் செயலிழந்து போயிருப்பதுதான். வேறு வார்த்தைகளில் கூறினால், அவர்களுடைய ஆழ்மனம் உறங்கிப் போயுள்ளது. ஒருவர் ஆன்மீகரீதியாகத் தவறாகச் செயல்பட அவருடைய ஆழ்மனத்தால் அனுமதிக்க முடியாது, அது அனுமதிக்கவும் செய்யாது. ஆனால், மக்கள் தங்கள் வெளிமனம் கூறுவதை அதிகமாகக் கேட்கின்றனர், தங்கள் ஆழ்மனத்தின் குரலுக்குச் செவிசாய்க்க மறுக்கின்றனர். அது கொடுக்கின்ற வழிகாட்டுதலையும் அவர்கள் பின்பற்ற மறுக்கின்றனர். மாறாக, தங்களுடைய தீய வழிகளையும் மோசமான வழிகளையும் அவர்கள் தொடர்கின்றனர். ஆழ்மனத்தால் இதைப் பொறுத்துக் கொள்ள முடியாது. எனவே, அது தன் செயல்பாடுகளை நிறுத்திக் கொண்டு தூங்கப் போய்விடுகிறது. இறுதியில், அது முற்றிலுமாகச் செயலிழந்துவிடுகிறது. பிறகு, நீங்கள் தவறான நடவடிக்கைகளை மேற்கொள்ளும்போது உங்கள் ஆழ்மனத்தால் உங்களை எச்சரிக்க முடியாமல் போய்விடுகிறது. இது உங்களுக்கு மிகவும் ஆபத்தானதாக அமையக்கூடும்.

ஒருவருடைய ஆழ்மனம் திறந்திருக்கும்போதுதான் அவருடைய மனசாட்சியால் அவருக்கு எச்சரிக்கை விடுக்க முடியும். அது எவ்வாறு நிகழ்கிறது என்பதற்கான ஒரு சிறு எடுத்துக்காட்டு இது: நீங்கள் யாரையேனும் காயப்படுத்தினாலோ அல்லது அவரைப் பற்றி எதிர்மறையாகச் சிந்தித்தாலோகூட, உங்கள் ஆழ்மனம் உங்களை எச்சரிக்கிறது. உடனே நீங்கள் குற்றவுணர்வு

கொள்கிறீர்கள். அப்படியென்றால், உங்கள் ஆழ்மனம் செயல்பட்டுக் கொண்டிருக்கிறது என்று பொருள். ஆனால் அந்தக் குற்றவுணர்வு உங்களை முழுவதுமாக ஆட்கொண்டுவிட அனுமதிக்காதீர்கள். அந்தக் குற்றவுணர்வுக்கு ஒரு குறிப்பிட்ட நோக்கம் இருக்கிறது. நீங்கள் செய்துள்ள தவறை நீங்கள் சரிசெய்வதற்கு உங்களைத் தூண்டுவதுதான் அதன் நோக்கம். நீங்கள் உங்களுடைய படிப்பினையைக் கற்றுக் கொண்டு, மீண்டும் அந்தத் தவறைச் செய்யாமல் இருக்க வேண்டும். இது நிகழ்ந்தால், உங்கள் குற்றவுணர்வு மறைந்துவிடும். குற்றவுணர்வைக் கையாள்வதற்கான சரியான அணுகுமுறை இதுதான்.

நீங்கள் உங்கள் குற்றவுணர்வை அடக்கி வைத்து, துவக்கத்திலிருந்தே அதை உதாசீனப்படுத்தி வந்தால், நீங்கள் ஏதோ தவறு செய்திருக்கிறீர்கள் என்பதை நீங்கள் அறிந்திருந்தும்கூட, வாயை மூடிக் கொண்டு அமைதியாக இருக்கும்படி உங்கள் ஆழ்மனத்திடம் நீங்கள் கூறுகிறீர்கள். நீங்கள் அதன் அறிவுரையை நிராகரிக்கிறீர்கள். நீங்கள் தொடர்ந்து இவ்வாறு நடந்து கொண்டால், உங்கள் ஆழ்மனம் செயலிழந்துவிடும். நீங்கள் ஒரு பாவம் செய்தால்கூட உங்கள் ஆழ்மனம் உங்களை எச்சரிக்காத ஒரு நிலை ஏற்பட்டுவிடும். உங்கள் குற்றவுணர்வு உங்களிடமிருந்து காணாமல் போயிருக்கும். உங்களுக்குக் குற்றவுணர்வு ஏற்படுவதில்லை என்பதால் நீங்கள் தவறேதும் செய்திருக்கவில்லை என்று உங்களை நீங்களே ஏமாற்றிக் கொள்ளவும் செய்வீர்கள். ஆனால், நீங்கள் உங்கள் ஆன்மீக ரேடாரைச் செயலிழக்கச் செய்துவிட்டீர்கள் என்பதுதான் உண்மை.

நீங்கள் ஒரு விஷயத்தை நினைவில் வைத்துக் கொள்வது நல்லது. குற்றவுணர்வு எப்போதும் ஆழ்மனத்திலிருந்து வருவதில்லை. சிலர், தாங்கள் எந்த விஷயங்கள் குறித்துக் குற்றவுணர்வு கொள்ளக்கூடாதோ, அவ்விஷயங்கள் குறித்துக் குற்றவுணர்வு கொள்கின்றனர். நீங்கள் எல்லாவற்றையும் சரியாகச் செய்திருந்தாலும்கூட, உங்கள் வெளிமனம் உங்களைக் குற்றவுணர்வு கொள்ளச் செய்வதும் சில சமயங்களில் நிகழ்கிறது. நீங்கள் ஏதோ தவறு செய்திருப்பது போன்ற ஓர் உணர்வோ அல்லது நீங்கள் போதுமான அளவு செய்திருக்கவில்லை என்ற ஓர் உணர்வோ உங்களுக்கு ஏற்படும். இது நீங்களோ, மற்றவர்களோ, அல்லது ஏதோ எதிர்மறையானவையோ உங்கள்மீது திணிக்கின்ற

குற்றவுணர்வாகும். வெளிமனத்திடமிருந்து வருகின்ற குற்றவுணர்வு உங்கள் வளர்ச்சிக்கு நல்லதல்ல. ஆழ்மனத்தின் வழிகாட்டுதலின் விளைவாக ஏற்படுகின்ற குற்றவுணர்வுக்கும் வெளிமனத்திடமிருந்து வருகின்ற குற்றவுணர்வுக்கும் இடையேயான வேறுபாட்டை அறிந்திருப்பதற்கான அறிவு உங்களுக்கு இருக்க வேண்டும். ஆழ்மனத்திடமிருந்து வருவது ஓர் அறிகுறி. வெளிமனத்திடமிருந்து வருவது ஒரு தந்திரம். தவறான சிந்தனை அல்லது தவறான நம்பிக்கைகளிலிருந்து அது வருகிறது. அது உங்கள் வளர்ச்சியைத் தடுக்கிறது. எனவே, குற்றவுணர்வு குறித்து நீங்கள் குழம்பிப் போயிருக்கும்போது, உங்களை நீங்களே ஆய்வு செய்யுங்கள், உங்கள் நம்பிக்கைக்குரிய ஒருவரிடம் அது பற்றிப் பேசுங்கள். உங்களை மகிழ்ச்சிப்படுத்த மட்டுமே முயற்சிக்கின்ற, நீங்கள் கேட்க விரும்பக்கூடிய விஷயங்களை மட்டுமே உங்களிடம் கூறுகின்ற மக்களிடம் பேசாதீர்கள். உண்மையை உங்களுக்கு எடுத்துரைக்கின்ற, உண்மையான அறிவு கொண்ட மக்களிடம் மட்டுமே பேசுங்கள்.

ஜ மனிதர்களுக்கு வயது ஏற ஏற, அவர்களுடைய ஆழ்மனம் வளர்கிறதா?

அப்படி இருக்கத் தேவையில்லை. உங்கள் ஆழ்மனத்தின் வழிகாட்டுதலை நீங்கள் எவ்வளவு தூரம் பின்பற்றுகிறீர்கள் என்பதைப் பொருத்தது அது. அது ஒரு தசையைப் போன்றது. நீங்கள் அதை எவ்வளவு அதிகமாகப் பயிற்றுவிக்கிறீர்களோ, அது அவ்வளவு அதிக ஆரோக்கியமாகவும் வலிமையாகவும் ஆகிறது. உண்மையில், ஓர் உயர்ந்த ஆன்மீக நிலையில் இருக்கின்ற ஒரு குழந்தையின் ஆழ்மனம் சக்திவாய்ந்ததாக இருக்கிறது. ஏனெனில், அக்குழந்தை அப்போதுதான் ஆவியுலகிலிருந்து புவியுலகிற்கு வந்திருக்கிறது. ஆனால் அக்குழந்தைக்குத் தவறான பயிற்சி அளிக்கப்பட்டால், தவறான பாதையில் செல்ல அக்குழந்தை அனுமதிக்கப்பட்டால், அதன் ஆழ்மனம் அமைதியாகிவிடுகிறது, மேன்மேலும் பலவீனமாகிவிடுகிறது.

ॐ புவியுலக ஆன்மாக்கள் அனைவரும் ஆவியுலகில் உள்ள தங்கள் அன்புக்குரியவர்களைத் தங்களுடைய தூக்கத்தின்போது சந்திக்கிறார்கள் என்று நீங்கள் கூறினீர்கள். இது துல்லியமாக எப்படி நிகழ்கிறது?

உங்கள் தூக்கம் ஆழமானதாகவும் கனவற்றதாகவும் இருக்கும்போது, உங்கள் வெளிமனம் தூங்கிவிடுகிறது, உங்கள் ஆழ்மனம் மட்டுமே இயங்குகிறது. உங்கள் ஆழ்மனத்தால் வழிநடத்தப்படுகின்ற உங்கள் ஆன்மா, உங்கள் ஸ்தூல உடலைவிட்டு வெளியேறி, பூமிக்கும் ஆவியுலகிற்கும் இடைப்பட்ட ஓர் இடத்திற்குப் பயணித்து, உங்கள் அன்புக்குரியவர்களை அங்கு சந்திக்கிறது. அவர்கள் உங்களை ஆசுவாசப்படுத்தி, உங்கள் ஆழ்மனத்தை வழிநடத்துகின்றனர். ஆனால், நீங்கள் கண்விழித்த மறுகணம் இது உங்களுக்கு மறந்துவிடுகிறது. ஏனெனில், தூக்கத்தின்போது உங்கள் வெளிமனம் உறங்கிக் கொண்டிருந்ததால், அதில் எதுவும் பதிவாவதில்லை. சில சமயங்களில், உங்கள் உறக்கத்தில், நீங்கள் பல முறை திடுக்கிட்டுக் கண்விழிப்பீர்கள் அல்லது உங்கள் நெஞ்சில் ஒரு கனத்தச் சத்தம் ஏற்பட்டு அதன் விளைவாக நீங்கள் கண்விழிப்பீர்கள். இதை எல்லா மனிதர்களும் ஏதோ ஒரு சமயத்தில் அனுபவித்திருப்பர். உங்கள் ஆழ்மனத்தால் வழிநடத்தப்படுகின்ற உங்கள் ஆன்மா மீண்டும் உங்கள் ஸ்தூல உடலுக்குள் நுழையும்போது இவ்வாறு நிகழ்கிறது.

ॐ ஒருவர் எப்போது இறக்கப் போகிறார் என்பது அவருடைய ஆழ்மனத்திற்குத் தெரியுமா?

ஆமாம், உங்களுடைய மூன்று இறுதி நாட்களையும் உங்கள் ஆழ்மனம் அறிந்திருக்கிறது. ஆனால், குறிக்கப்பட்ட நாளுக்கு முன்பாகவே நீங்கள் இறக்கக்கூடும். எடுத்துக்காட்டாக, நீங்கள் ஒரு விபத்தில் சிக்கியோ அல்லது கொலை செய்யப்பட்டோ, உங்களுக்குக் குறிக்கப்பட்ட இறுதி நாளுக்கு முன்பாகவே நீங்கள் இறக்கக்கூடும். ஆனால், உங்கள் பாதுகாப்பிற்காக இன்னோர் ஆன்மீக விதி உருவாக்கப்பட்டுள்ளது. 6வது அல்லது 7வது தளங்களைச் சேர்ந்த நல்ல ஆன்மாக்கள் நரகத்திற்குப் போக விரும்புவதில்லை. எனவே, 7வது தளத்தில்

பிறந்தவர்கள் பூமியிலிருந்து கொண்டு செல்லப்படுவர் என்றும், 5வது தளத்திற்குக் கீழே அவர்களால் தாழ்ந்து போக முடியாது என்றும் கடவுள் ஒரு விதியை உருவாக்கியுள்ளார். அதேபோல, நீங்கள் 6வது தளத்தில் பிறந்திருந்தால், 4வது தளம்வரை மட்டுமே உங்களால் விழ முடியும். நீங்கள் தொடர்ந்து பாவங்களைச் செய்து வந்தால், ஆவியுலகிற்குத் திரும்பிச் செல்வதற்கு உங்கள் ஆழ்மனம் அனுமதி கேட்கும். ஆனால், 5வது தளத்திலும் அதற்குக் கீழே உள்ள மற்றத் தளங்களிலும் உள்ளவர்களுக்கு அப்படிப்பட்டப் பாதுகாப்பு எதுவும் கிடைப்பதில்லை. அவர்கள் தொடர்ந்து பாவங்களைச் செய்தால், அவர்களுடைய ஆழ்மனம் வெறுமனே தன் செயல்பாட்டை நிறுத்திக் கொள்ளும். கீழ்மட்டத் தளமான 1வது தளத்தில்கூட அவர்கள் விழக்கூடும். அதனால்தான், புவியுலக வாழ்க்கை ஆபத்தானது என்று நாங்கள் கூறுகிறோம். ஆனால், ஆன்மீகரீதியாக முன்னேறுவதற்கு ஆன்மாக்கள் அந்த ஆபத்துக்களை எதிர்கொள்ளத் தயாராக இருக்கின்றனர்.

ஒருவருடைய ஆழ்மனம் செயலிழந்துவிட்டதைத் தொடர்ந்து அவர் இறக்கும்போது, தொடர்ந்து அரூப வடிவில் இருப்பதை அவர் தேர்ந்தெடுக்கக்கூடும். அவர் தன்னுடைய தளத்திற்குச் செல்ல விரும்ப மாட்டார். அதே சமயம், பூமியைவிட்டுப் போகவும் அவர் விரும்ப மாட்டார். ஆன்மீகரீதியாக நீங்கள் எவ்வளவு தூரம் கீழ்நோக்கிப் போகிறீர்களோ, பூமியைவிட்டு வெளியேற நீங்கள் அவ்வளவு அதிகமாகத் தயங்குவீர்கள். அத்தகையோரின் உடல்களில் தீய ஆன்மாக்கள் அட்டைகள்போல ஒட்டிக் கொள்கின்றனர். தாங்கள் இறந்துவிட்டால் எங்கே போவோம் என்பது அவர்களுக்குத் தெரியும் என்பதால், புவியுலகைவிட்டு வெளியேற அவர்கள் பயப்படுகின்றனர். சில சமயங்களில், மனிதர்கள் இறக்கும்போது, தாங்கள் இறந்துவிட்டோம் என்பதை அவர்கள் அறிவதில்லை. அத்தகைய நபர்கள் இன்னும் ஆவிகளாகியிருக்க மாட்டார்கள். மாறாக, அவர்கள் அரூப வடிவில் இருப்பர்.

🕉 எதிர்மறையான ஆன்மாக்கள் மட்டுமே அரூப வடிவத்தை எடுக்கின்றனரா?

இல்லை. மரணம் நிகழ்ந்தவுடன், அனைத்து மனிதர்களும் அரூப வடிவத்தை எடுக்கின்றனர். பிறகு அவர்கள் தங்கள் அரூப உடல்களைத் துறந்துவிட்டு ஆவிகளாக மாறுகின்றனர். எனவே, ஒரு நபர் இறக்கும்போது, பின்வரும் இயல்பான மாற்றங்கள் நிகழ்கின்றன:

மனிதர்கள் ➡ அரூப வடிவத்தினர் ➡ ஆவிகள்

🕉 உயர்ந்த தளங்களில் உள்ள ஆன்மாக்கள் தொடர்ந்து அரூப வடிவில் இருக்க விரும்புகின்றனரா?

இல்லை. ஓர் உயர்ந்த தளத்தைச் சேர்ந்த ஆன்மாக்கள் வழக்கமாக அரூப வடிவில் இருக்க விரும்புவதில்லை. கூடிய விரைவில் ஆவிகளாவதையே அவர்கள் விரும்புகின்றனர். ஒரு நபருடைய அன்புக்குரியவர்கள் ஆவியுலகில் இருக்கிறார்கள் எனில், பூமியில் அந்நபர் எப்போது இறப்பார் என்பதை அவர்கள் அறிந்திருக்கின்றனர். எனவே, அந்நபரின் வருகைக்காக ஆவியுலகில் அவர்கள் தயாராக இருக்கின்றனர். அவர்களில் சிலர் ஆவியுலகைவிட்டு பூமிக்குச் சென்று, இறக்கவிருக்கும் அந்நபரைத் தங்களோடு அழைத்து வருகின்றனர். (ஆனால் அவருடைய மரணம் ஒரு விபத்தினாலோ அல்லது ஒரு கொலையினாலோ திடீரென்று நிகழ்ந்தால், இது நிகழ்வதில்லை. ஏனெனில், இது கடவுளின் திட்டத்தின் ஒரு பகுதி அல்ல.) இந்த ஆவியுலக ஆன்மாக்கள் அந்நபரை அவருடைய தளத்திற்கு அழைத்துச் செல்கின்றனர். புவியுலகைவிட்டு வந்திருக்கும் அந்த ஆன்மா, தனக்குரிய தளத்திற்குச் சென்றுவிடுகிறார். இறந்துவிட்ட நபரின் ஆழ்மனம், புவியுலகில் அந்நபர் செய்திருந்த காரியங்களுக்குத் தகுந்த ஒரு தளத்திற்குச் செல்லும்படி அவருடைய ஆன்மாவுக்கு அறிவுறுத்துகிறது. ஆழ்மனத்தின் அறிவுறுத்தலைச் செவிமடுப்பது அந்த ஆன்மாவைப் பொருத்தது. அதை யாரும் கட்டாயப்படுத்த முடியாது. ஆழ்மனத்தின் அறிவுறுத்தலை ஏற்றுக் கொண்டு தன்னுடைய முறையான தளத்திற்குச் சென்றால் மட்டுமே அந்த ஆன்மாவால் மீண்டும் ஓர் ஆவியாக ஆக முடியும்.

அந்த ஆன்மா ஆவியுலகிற்குச் செல்ல மறுத்தால், அது தொடர்ந்து அரூப வடிவில்தான் இருக்கும். ஏனெனில், நீங்கள் இறக்கும்போது, நீங்கள் உங்கள் விருப்பத்திற்கு ஏற்றபடி சுதந்திரமாகத் தேர்ந்தெடுக்கக் கடவுள் உங்களுக்கு அனுமதி வழங்குகிறார். கண்ணுக்குப் புலப்படாத அரூப ஆன்மாக்கள், புவியுலகில், பேய்கள் என்று அழைக்கப்படுகின்றனர். ஆழ்மனத்தின் அறிவுரையை உதாசீனப்படுத்திவிட்டு, ஆவிகளாக ஆவதை மறுத்துவிட்டு, தங்களுடைய வழியைத் தொலைத்துள்ள ஆன்மாக்கள் இவர்கள். இவ்வாறு செய்வதன் மூலம் அவர்கள் தங்கள் எதிர்மறைக் கர்மவினையை அதிகரிக்கின்றனர். அரூப ஆன்மாக்களை உங்களால் பார்க்க முடியாது, ஆனால் அவர்களால் உங்களைப் பார்க்க முடியும். ஆனால், அரூப ஆன்மாக்களால் ஆவியுலகத்தைப் பார்க்க முடியாது. ஆழ்மனத்தின் அறிவுரையை நிராகரித்துவிட்டு, ஆவியுலகிற்குப் போக வேண்டாம் என்று அவர்கள் தீர்மானித்தப் பிறகு, ஆவியுலகத்தை அவர்களால் பார்க்க முடியாமல் போய்விடுகிறது. அதுதான் விதி. ஆவியுலகிற்குப் போக வேண்டும் என்று அவர்கள் தீர்மானித்தால், அப்போது அது அவர்களுக்கு வெளிப்படுத்தப்படும். இதுவும் ஒரு சோதனையே.

மோசமான ஆன்மாக்கள் இறக்கும்போது, கீழ்மட்டத் தளங்களைச் சேர்ந்த ஆவியுலக ஆன்மாக்கள் அந்த மோசமான ஆன்மாக்களை அழைத்துச் செல்ல வருகின்றனர். இதன் நோக்கம் என்ன?

பூமியில் ஒரு தீய ஆன்மா இறக்கவிருக்கும்போது, கீழ்மட்ட நிலைகளில் உள்ள குழு ஆன்மாக்கள் அவரைக் கூட்டிச் செல்ல வருகின்றனர். ஆனால், இந்த ஆன்மாக்கள் ஆன்மீகரீதியாகக் கீழ்நிலையில் இருப்பதால், அவர்கள் இந்த வேலையைச் செய்யும்போது, அவர்கள் தீவிரமாகக் கண்காணிக்கப்பட வேண்டும். பூமியில் உள்ள ஒரு கீழான ஆன்மாவை ஆவியுலகிற்குக் கூட்டி வருவதற்கு இந்த ஆன்மாக்கள் தங்கள் தளத்தின் பேரான்மாவிடமிருந்து அனுமதி பெற்றாக வேண்டும். அந்தப் பேரான்மா இந்த வேலைக்காக ஓர் உதவியாளரைத் தேர்ந்தெடுக்கிறார். அந்த உதவியாளர், வழக்கமாக, 4வது தளத்தின் 5வது நிலைக்கும் 5வது தளத்தின் 5வது நிலைக்கும் இடைப்பட்ட

ஒரு நிலையில் உள்ள ஒருவராக இருக்கிறார். எதிர்மறை ஆன்மாக்கள் தங்களுக்குரிய தளங்களுக்குச் செல்வதை உறுதி செய்வதற்கு இவர்கள் பாதுகாவலாக நிற்கின்றனர். இது ஒரு சோதனையாகச் செய்யப்படுகிறது: இந்த ஆன்மாக்களுக்கு ஒரு கடமை கொடுக்கப்பட்டுள்ளது. இக்கடமையைச் செய்வதன் மூலம், தாங்கள் மாற விரும்புகிறோம் என்ற சமிக்கையை அவர்கள் கொடுக்கக்கூடும். இவ்வாறு, அவர்கள் தங்கள் வழி நெடுகிலும் பயிற்றுவிக்கப்பட்டும் சோதிக்கப்பட்டும் வருகின்றனர்.

ௐ நாங்கள் பிறக்கும்போது, இதே இயல்பான மாற்றம் நிகழ்கிறதா? நாங்கள் ஆவிகளாகத் தொடங்கி, அரூப வடிவினராக ஆகி, இறுதியில் மனிதர்களாக ஆகிறோமா?

இல்லை. ஆவியுலக ஆன்மா ஒன்று புவியுலகில் மீண்டும் பிறக்கும்போது, அவர் இந்த அரூப நிலைக்குள் போவதில்லை. அவருடைய ஆன்மாவும் ஆழ்மனமும் பூமியில் உள்ள ஒரு நபரின் ஸ்தூல உடலை ஆக்கிரமித்துக் கொள்கின்றன. எனவே, அந்த ஆவியுலக ஆன்மா, நேராக ஒரு மனிதராக மாறிவிடுகிறார்.

ௐ அரூப வடிவில் இருப்பதை ஆன்மாக்கள் ஏன் தேர்ந்தெடுக்கின்றனர்?

1. அவர்கள் இந்த லௌகீக உலகின்மீது அதீதப் பற்றுக் கொண்டிருக்கின்றனர்.
2. பூமியில் உள்ள தங்கள் அன்புக்குரியவர் ஒருவரை அவர்கள் பாதுகாக்க விரும்புகின்றனர். பூவுலக மனிதர்கள் இருக்கும் அதே லௌகீக உலகில் தாங்கள் இருப்பதன் மூலம் தங்களால் அவர்களுக்கு உதவ முடியும் என்று அவர்கள் தவறாக நம்புகின்றனர்.
3. அவர்கள் ஒரு தாழ்வான ஆன்மீகத் தளத்திற்குச் செல்ல வேண்டும் என்று அவர்களுடைய ஆழ்மனம் கூறுகிறது. ஆனால் அவர்கள் துன்புற விரும்புவதில்லை என்பதால், அவர்கள் அவ்வாறு செய்ய மறுத்துவிடுகின்றனர். தேர்ந்தெடுப்பதற்கான

சுதந்திரம் அவர்களுக்கு இருப்பதால் அவர்களால் இந்தத் தேர்ந்தெடுப்பை மேற்கொள்ள முடிகிறது. ஆனால், அரூப வடிவில் இருப்பதை ஓர் ஆன்மா தேர்ந்தெடுக்கும்போது, அவர் தொடர்ந்து கீழ்நிலைக்குச் செல்கிறார், தன்னுடைய எதிர்மறைக் கர்மவினையை அதிகரிக்கிறார். ஏனெனில், அவர் தன்னுடைய ஆழ்மனத்திற்கு எதிராகச் செயல்பட்டுக் கொண்டிருக்கிறார், ஓர் ஆன்மீக விதியை மீறிக் கொண்டிருக்கிறார். மனிதர்களாக இருந்து, பிறகு அரூப வடிவினராக மாறி, பிறகு ஆவிகளாக உருவெடுப்பதுதான் இயல்பான மாற்றம். ஆனால் அவர் இந்த மாற்றத்திற்கு உட்பட மறுத்துவிடுகிறார்.

4. அவர்கள் எதிர்மறையான ஆன்மாக்களாக இருந்தால், தொடர்ந்து அரூப வடிவிலேயே இருந்து கொண்டு, புவிவாழ் மக்களுக்குத் தீங்கு விளைவிக்க விரும்புகின்றனர். இதனால், அந்த அரூப ஆன்மா ஆன்மீகரீதியாகத் தாழ்ந்த நிலைக்குச் சென்று, தன்னுடைய எதிர்மறைக் கர்மவினையை அதிகரித்துக் கொள்கிறார்.
5. பூமியில் இருந்தபோது, போதை மருந்துகள், மது போன்ற சில பழக்கங்களுக்கு அவர்கள் அடிமைகளாக ஆகியிருந்தனர். அவர்கள் அந்த உணர்வை மீண்டும் மீண்டும் அனுபவிக்க விரும்புவதால், இப்பழக்கங்களுக்கு அடிமைகளாக ஆகியுள்ளவர்களுடன் அவர்கள் தங்களை இணைத்துக் கொள்ள விரும்புகின்றனர்.

ௐ வெளிமனத்தை ஆழ்மனத்துடன் எவ்வாறு ஒத்துழைக்க வைப்பது?

வெளிமனத்தின் இயல்பை நீங்கள் அறிந்து கொள்ள வேண்டும். உங்கள் ஆழ்மனம் எப்படி உங்களுடைய ஆன்மீகரீதியான, நேர்மறையான மனமாக இருக்கிறதோ, அதேபோல, உங்கள் வெளிமனம் புவி சார்ந்ததாகவும் எதிர்மறையானதாகவும் இருக்கிறது. அது இயல்பாகவே அப்படித்தான் இருக்கிறது. நீங்கள் உங்கள் வெளிமனத்தைக்

கட்டுப்படுத்தாவிட்டால், அது உங்களைப் படுகுழிக்குள் தள்ளிவிடும். அது உங்களைத் தந்திரமாக ஏமாற்றும். அது மாயைகளை உருவாக்கும். எடுத்துக்காட்டாக, நீங்கள் ஒரு பாவச்செயலைச் செய்யும்போது, நீங்கள் ஏதோ தவறு செய்துள்ளதாக உங்கள் ஆழ்மனம் உங்களை எச்சரிக்கிறது. நீங்கள் உங்கள் தவறைத் திருத்திக் கொண்டு, அதிலிருந்து பாடம் கற்றுக் கொள்ளவிருக்கும் சமயத்தில், அகங்காரம் எனும் மாபெரும் ஆயுதத்தை உங்கள் வெளிமனம் முடுக்கிவிடுகிறது. உங்கள் அகங்காரமானது, உங்களுடைய தவறான செயல்களுக்கு நீங்கள் நியாயம் கற்பிக்கும்படி செய்கிறது. நீங்கள் செய்தது தவறு அல்ல என்றும், அது தேவையாக இருந்ததாகவும் அது உங்களைத் தந்திரமாக நம்ப வைக்கிறது. தர்க்கரீதியான, அறிவார்ந்த விவாதம் ஒன்றை அது உங்கள்முன் வைக்கும். நீங்கள் அதன் தாக்கத்திற்கு ஆளாவீர்கள். அச்சமயத்தில் உங்கள் ஆழ்மனத்தின் குரல் மேலோங்கிப் பேசத் தொடங்கும். ஆனால் உங்கள் வெளிமனம் உங்களுக்குக் காரணங்களைக் கொடுத்திருப்பதாலும், நீங்கள் சரியானவற்றையே செய்திருப்பதாகத் தர்க்கரீதியான விளக்கம் ஒன்றை அது உங்களிடம் கூறியிருப்பதாலும், உங்கள் ஆழ்மனத்தின் குரலை நீங்கள் ஒடுக்கிவிடுகிறீர்கள்.

தர்க்கம் மோசமானது என்று நாங்கள் கூறவில்லை, ஆனால் தர்க்கமும் உண்மையும் வெவ்வேறு விஷயங்கள் என்றுதான் நாங்கள் கூறுகிறோம். துரதிர்ஷ்டவசமாக, உண்மையிலிருந்து விலகி ஓடுவதற்காக மக்கள் தர்க்கத்தைப் பயன்படுத்துகின்றனர். வெளிமனம் உங்களுக்குத் தர்க்கத்தைக் கொடுக்கிறது, ஆழ்மனம் உங்களுக்கு உண்மையைக் கொடுக்கிறது. எடுத்துக்காட்டாக, உங்கள் வெளிமனம், சபலத்தை நீங்கள் நியாயப்படுத்தும்படி செய்கிறது. சபலம் என்பது ஒரு தேவையே அன்றி, ஒரு விருப்பம் அல்ல அன்று உங்களை நம்ப வைப்பதற்கான அனைத்துக் காரணங்களையும் அது உங்களுக்குக் கொடுக்கிறது. உங்களைத் தவறான வழிக்கு இட்டுச் செல்கின்ற ஓர் ஆழ்விருப்பமான சபலத்தைத் தோலுறித்துக் காட்டுவதற்கு பதிலாக, அது ஆன்மீகரீதியாகத் தவறானது அல்ல என்று அது உங்களை நம்பச் செய்யும்.

வெளிமனத்திடம் இருக்கின்ற மற்றுமோர் ஆயுதம் சந்தேகம். உங்கள் விசுவாசத்திற்கும் அறிவுக்கும் சவால்விடுகின்ற சந்தேகத்தை அது உங்களுக்குள் விதைக்கும். ஆழ்மனம்தான் உண்மையின் உறைவிடம். எனவே, அதற்கு எல்லாம்

தெரியும். சந்தேகத்திலிருந்து மீள்வதற்கு அது உங்களுக்கு உதவுகிறது, ஆனால் அது உங்கள் ஆன்மாவை வழிநடத்த நீங்கள் அனுமதித்தால் மட்டுமே அது சாத்தியம். சந்தேகம் எனும் விதையை நீங்கள் பேணிப் பராமரித்து வளர்த்தால், ஆவியுலகத்துடனான உங்கள் தொடர்பை நீங்கள் மெதுவாக பலவீனப்படுத்துகிறீர்கள். ஏனெனில், சந்தேகம் இறுதியில் ஒரே ஒரு கேள்விக்குத்தான் இட்டுச் செல்கிறது: நான் கடவுளை நம்புகிறேனா? உங்கள் ஆழ்மனம்தான் உங்கள் எஜமான். அதுதான் உங்களுக்கும் கடவுளுக்கும் இடையேயான இணைப்பு. அது சொல்வதைக் காதுகொடுத்துக் கேளுங்கள். வெளிமனத்திடம் பலவீனங்கள் இருக்கின்றன. உங்கள் ஆழ்மனத்தை விசாலப்படுத்துவதன் மூலம் அந்த பலவீனங்களுக்கு அப்பாற்பட்டு நிற்பதுதான் இந்த வாழ்க்கையில் உங்கள் லட்சியமாகும்.

பழக்கங்களை உருவாக்குவது உங்கள் வெளிமனம். அதுதான் அதன் மிக மோசமான அம்சம். எனவே, மோசமான பழக்கங்களை ஏற்படுத்திக் கொள்வதில் அதற்கு எந்தத் தயக்கமும் இருப்பதில்லை. "கர்வத்தோடு இருப்பது எனக்குப் பிடித்திருக்கிறது. நான் ஏன் மாற வேண்டும்?" என்று அது கேட்கக்கூடும். ஆழ்மனம் ஒருபோதும் தேங்கிக் கிடப்பதில்லை. அது தொடர்ந்து வளர்கிறது. நீங்கள் உங்கள் சக மனிதர்களை முட்டாளாக்கலாம், உங்களை நீங்களே முட்டாளாக்கிக் கொள்ளலாம், ஆனால் கடவுள் கொடுத்துள்ள ஆழ்மனத்தை உங்களால் ஒருபோதும் முட்டாளாக்க முடியாது. ஒரு நபரின் ஆழ்மனம்தான் ஆகாயப் பதிவேட்டில் பதிவுகளை ஏற்படுத்துகிறது. கடவுள் தங்களைத் தண்டிக்கிறார் என்று மனிதர்கள் நம்புகின்றனர். ஆனால், அவர்கள் தவறான பாதையில் செல்லும்போது, அவர்களுடைய ஆழ்மனங்கள்தான் அவர்களைத் தண்டிக்கின்றன. ஏனெனில், ஒருவருடைய ஆன்மாவின் இயல்பு அவருடைய ஆழ்மனத்திற்குத் தெரியும். ஆவியுலகையும் உங்களுடைய முந்தைய பிறவிகளையும் பற்றிய நினைவுகள் உங்கள் வெளிமனத்திடமிருந்து மறைத்து வைக்கப்பட்டிருக்கின்றன. உங்கள் ஆழ்மனத்திற்கு ஆவியுலகைப் பற்றிய நினைவு இருக்கிறது. பூமியில் நீங்கள் எடுத்துள்ள விபரங்கள் அனைத்தும் அதற்குத் தெரியும். ஆனால், பின்வரும் காரணங்களுக்காக, இத்தகவல்களை உங்கள் வெளிமனத்திடம் வெளிப்படுத்த முடியாது:

1. உங்களுடைய முந்தைய பிறவியில் நீங்கள் செய்த பாவங்கள் உங்களுக்கு நினைவிருந்தால், அந்த நினைவுகள் உங்களைத் துரத்தும், நீங்கள் வளர்வதிலிருந்து அது உங்களைத் தடுக்கும். எடுத்துக்காட்டாக, உங்களுடைய முந்தைய பிறவிகளில் ஒன்றில் நீங்கள் யாரையேனும் காயப்படுத்தியிருந்தால், இப்பிறவியில் அந்தக் குற்றவுணர்வைக் கையாள்வது உங்களுக்கு மிகக் கடினமாக இருக்கும். உங்களை உங்களால் மன்னிக்கவே முடியாது. எல்லா ஆன்மாக்களும் புதிதாக ஒரு வாழ்க்கையைத் துவக்க வேண்டும் என்று கடவுள் விரும்புகிறார்.

2. உங்கள் வெளிமனம் மட்டுப்படுத்தப்பட்டுள்ளது. ஆழ்மனம் அறிந்திருக்கின்ற பல விஷயங்களைப் புரிந்து கொள்ளக்கூடிய திறன் உங்கள் வெளிமனத்திற்கு இல்லை.

3. ஆவியுலகைப் பற்றிய விபரங்களும், அங்கு நீங்கள் ஒரு நல்ல தளத்தில் இருந்திருக்கும் பட்சத்தில் நீங்கள் அனுபவித்த ஆனந்தமும் மனஅமைதியும் உங்களுக்கு நினைவிருந்தால், பூமியில் ஒரு நொடிகூட உங்களால் இருக்க முடியாது. ஆவியுலகிற்குத் திரும்பிச் சென்றுவிட வேண்டும் என்று உங்களுக்குள் ஒரு தீவிர ஏக்கம் முளைக்கும். அது பூமியில் உங்கள் வாழ்க்கையை நரகமாக்கிவிடும்.

4. புவியுலகில் உங்கள் வாழ்க்கை ஒரு சோதனையாகும். நீங்கள் அனுபவிக்க வேண்டிய கர்மவினை, நீங்கள் உட்பட வேண்டிய சோதனை மற்றும் பயிற்சி ஆகியவை உங்களுக்குத் தெரிந்திருந்தால், புவியுலகில் உங்கள் பயணத்திற்கு எந்த அர்த்தமும் இருக்காது. மேலும், எல்லா விஷயங்களும் உங்களுக்கு வெளிப்படுத்தப்பட்டால், பிறகு அது ஒரு சோதனையாக இருக்காது. அனுபவங்களைப் பெறுவதற்கும், உங்கள் ஆன்மாவைப் பயிற்றுவிப்பதற்கும், மேன்மேலும் உயர்வதற்கு உங்கள் ஆன்மாவைத் தூய்மைப்படுத்துவதற்கும்தான் நீங்கள் புவியுலகில் இருக்கிறீர்கள். உங்களுடைய முந்தைய பிறவிகள் உங்களுக்கு நினைவிருந்தால், அப்பிறவிகளில் நீங்கள் செய்த தவறுகளை இப்போது நீங்கள் செய்ய மாட்டீர்கள். ஏனெனில்,

நீங்கள் முன்கூட்டியே எச்சரிக்கப்படுவீர்கள். எனவே, உங்களுக்கு உண்மையான வளர்ச்சி எதுவும் இருக்காது. உங்கள் வாழ்க்கையும் தேர்ந்தெடுப்புகளும் இயந்திரத்தனமானவையாக ஆகிவிடும். நீங்கள் ஓர் இயந்திரத்தைப்போல வாழ்வீர்கள்.

பூமியில் ஒருசில ஆன்மாக்களின் ஆழ்மனங்கள் மற்றவர்களின் ஆழ்மனங்களைவிட அதிக வளர்ச்சி அடைந்துள்ளன. சில சமயங்களில், பூமியில் தங்களுடைய முந்தைய பிறவிகளைப் பற்றிய நினைவுகளைக் கொண்டிருப்பதற்கு இந்த ஆன்மாக்களுக்கு அனுமதி வழங்கப்படுகிறது. ஆவியுலகைப் பற்றிய நினைவும் அவர்களுக்கு இருக்கும், ஆனால் இது மிகவும் அரிது. மக்களுக்கு அதிக விசுவாசத்தைக் கொடுப்பதற்காகவும் கடவுளின் ஞானத்தைப் பரப்ப உதவுவதற்காகவும் அந்த அனுமதி அவர்களுக்கு வழங்கப்படுகிறது.

ॐ ஒருவரின் ஆழ்மனம் திறந்திருக்கவில்லை என்றால், அந்த நபரால் எப்படி மாற முடியும்?

சூர்தாஸின் கதையை இதற்கு ஓர் எடுத்துக்காட்டாக எடுத்துக் கொள்ளலாம். அவருடைய தீய செயல்களால் அவருடைய ஆழ்மனம் உறங்கச் சென்றுவிட்டது. அவருக்கு ஓர் அதிர்ச்சி வைத்தியம் தேவைப்பட்டது. கார் விபத்து ஒன்றின் மூலமாக அது அவருக்கு ஏற்படுத்தப்பட்டு, அவருக்கு விழிப்பூட்டப்பட்டது. அந்த விபத்து, பல தொடர்ச்சியான நிகழ்வுகளுக்கு வழி வகுத்தது. இறுதியில், அது அவரை ஒரு குகைக்கு இட்டுச் சென்றது. அங்கு அவர் தன் மரணத்தை எதிர்கொண்டபோது, தான் செய்திருந்த தவறான காரியங்களை அவர் புரிந்து கொண்டார், அவற்றை உணர்ந்து கொண்டார். அவருக்கு இந்த வேதனையூட்டும் அதிர்ச்சி மிகவும் அவசியமாயிற்று. ஏனெனில், அவருடைய ஆழ்மனம் முற்றிலுமாகச் செயலிழந்து போயிருந்தது. ஆனால் ஒருவருடைய ஆழ்மனம் லேசாகத் திறந்திருந்தால்கூட, அதனோடு பேசுவதற்கு அவருடைய ஆன்மா அந்த வாய்ப்பைப் பயன்படுத்திக் கொள்ள வேண்டும், தான் செய்துள்ள தவறை அதனிடம் ஒப்புக் கொள்ள வேண்டும். இது, அவர் உடல்ரீதியாகக் காயப்படுவதைத் தவிர்க்கும். தன்னை மாற்றிக் கொள்வதற்கான உண்மையான விருப்பம் அவருக்கு இருக்க வேண்டும். சூர்தாஸ் உண்மையிலேயே உள்ளிருந்து

மாற விரும்பினார் என்பது அவருடைய பேரான்மாவுக்கு உறுதியாகத் தெரிந்தபோதுதான், சூர்தாஸின் உதவிக்கு அவர் வந்தார். சூர்தாஸ் தான் செய்த தவறான காரியங்களை ஒப்புக் கொண்டு, தன்னை மாற்றிக் கொள்ள விரும்பினார். ஆனால், காட்டு விலங்குகளால் சூழப்பட்டிருந்த ஒரு காட்டின் நடுவே அமைந்த ஓர் இருண்ட குகையில் அவர் தன்னிடம் தானே அதை ஒப்புக் கொண்டார். அது ஒரு வழிபாட்டுத் தலம் அல்ல, அவருடைய பாவமன்னிப்பைக் கேட்க அங்கு யாரும் இருக்கவில்லை அவருடைய சொந்த ஆழ்மனத்தைத் தவிர! நீங்கள் உங்கள் மதபோதகரிடம் பாவமன்னிப்புக் கேட்டால் உங்கள் பாவங்கள் மன்னிக்கப்பட்டுவிடும் என்ற ஒரு தவறான நம்பிக்கை உங்கள் பூமியில் நிலவுகிறது. இது முற்றிலும் தவறு. உங்களை மன்னிப்பதற்கான அதிகாரம் உங்கள் மதபோதகருக்கு இல்லை. அவரும் உங்களைப்போல ஒரு மனிதர்தான். அவருக்கு ஆன்மீக அறிவு இருந்தால், அவரால் நிச்சயமாக உங்களை வழிநடத்த முடியும். ஆனால் நீங்கள் ஒரு விஷயத்தை நன்றாகப் புரிந்து கொள்ள வேண்டும். நீங்கள் 'பாவமன்னிப்பு'க் கேட்கும்போது, நீங்கள் தவறு செய்துள்ளதை நீங்கள் உங்கள் ஆழ்மனத்திடம் ஒப்புக் கொள்கிறீர்கள், நீங்கள் மாறுவதற்கு உங்களுக்கு உதவும்படி அதனிடம் கேட்கிறீர்கள்.

'பின்வருத்தம் கொள்ளுதல்' என்ற சொற்றொடரும் பூமியில் தவறாகப் புரிந்து கொள்ளப்பட்டுள்ளது. ஒருவர் தன் செயலுக்காக வருத்தப்படுவது மட்டும் பின்வருத்தம் அல்ல. நீங்கள் செய்துள்ள தவறைத் திருத்திக் கொண்டு, மீண்டும் அதே தவறைச் செய்யாமல் இருப்பதுதான் நீங்கள் உண்மையிலேயே பின்வருத்தம் கொள்கிறீர்கள் என்று பொருள்படும். ஒரு மனிதன் என்ற முறையில் நீங்கள் மேம்பட விரும்பினால், அந்த விருப்பம் உங்கள் ஆன்மாவிடமிருந்துதான் வர வேண்டும். ஆன்மீகரீதியாக உயர வேண்டும் என்று யாராலும் அந்த ஆன்மாவைக் கட்டாயப்படுத்த முடியாது, அது அந்த ஆன்மாவின் சொந்த நலனுக்காக இருந்தாலும்கூட! சுதந்திரமான தேர்ந்தெடுப்பு விதி இதுதான். மேலும், ஓர் ஆன்மா உண்மையிலேயே மேம்பட விரும்புகிறாரா என்பதை அறிந்து கொள்வதற்கான சக்தி இறைவனின் உதவியாளர்களுக்கு இருக்கிறது. அதாவது, மாற விரும்புகின்ற ஓர் ஆன்மாவின் பலவீனங்களும் வலிமைகளும் எவை என்பதை ஆவியுலகில்

உள்ள ஆன்மாக்களால் தீர்மானிக்க முடியும். மாற வேண்டும் என்ற உண்மையான விருப்பம்தான் ஆன்மீக முன்னேற்றத்திற்கு முக்கியமானதாகும். அந்த உண்மையான விருப்பம் இருந்தால்தான் ஓர் ஆன்மாவை ஒளியை நோக்கி அவருடைய ஆழ்மனத்தால் வழிநடத்த முடியும்.

ௐ ஒருவர் தன் ஆழ்மனத்தை எவ்வாறு திறப்பது?

ஆன்மீகரீதியாக முன்னேறுவதற்கு ஒரு மனிதர் செய்ய வேண்டிய மிக முக்கியமான விஷயம் தன் ஆழ்மனத்தைத் திறப்பதுதான். உங்கள் ஆழ்மனத்தைத் திறப்பதற்கு நீங்கள் செய்யக்கூடிய சில விஷயங்கள் இவை:

1. பிரார்த்தனை செய்யுங்கள்.

   உங்கள் ஆழ்மனத்தைத் திறக்க உங்களுக்கு உதவுமாறு கடவுளிடம் வேண்டுங்கள்:

   "அன்புள்ள இறைவா, உன்னுடைய நல்வழியில் என்னை வழிநடத்திடு. நான் சரியான விஷயங்களைச் செய்யும்படி செய். என்னுள் இருக்கும் தவறான ஆசைகளையும் உணர்வுகளையும் நான் களைவதற்கு எனக்கு உதவு. உன்னுடைய ஞானத்தை எனக்குக் கொடு, உன்னுடைய ஒளிமயமான பாதையை எனக்குக் காட்டு. நான் ஒருபோதும் தவறு செய்யாமல் இருக்கும்படி என்னைப் பார்த்துக் கொள்வதற்கு என் ஆழ்மனத்திற்கு விழிப்பூட்ட எனக்கு உதவு. சர்வ வல்லமை படைத்த இறைவா, தயவு செய்து எனக்கு உதவு!"

2. உங்கள் மனத்தை வெறுமையாக்குங்கள்

   (256வது பக்கத்தில் "மனத்தை வெறுமையாக்குவது எப்படி" என்ற தலைப்பின்கீழ் அமைந்தவற்றைப் படியுங்கள்).

   உங்களுக்கு எந்த எண்ணங்களும் இருக்கக்கூடாது. உங்கள் மனம் முற்றிலும் வெறுமையாக இருக்க வேண்டும். ஏதேனும் எண்ணம் உங்கள் மனத்திற்குள் நுழைந்தால், அது தானாகவே வெளியேறட்டும். அதை வெளியேற்றுவதற்கோ அல்லது அதை

ஊக்குவிப்பதற்கோ போராடாதீர்கள். நேர்மறையான அதிர்வுகள் இருக்கின்ற இடங்களில் இரண்டு நிமிடங்கள்வரை மட்டும் உங்கள் மனத்தை வெறுமையாக வைத்திடுங்கள். ஓர் இடத்தில் நேர்மறையான அதிர்வுகள் இருக்கின்றனவா அல்லது எதிர்மறையான அதிர்வுகள் இருக்கின்றனவா என்பதை உள்ளுணர்வுரீதியாக அறிந்து கொள்ளுங்கள். எதிர்மறையான அதிர்வுகள் இருக்கின்ற இடங்களில் ஒரு நிமிடத்திற்கு மேல் உங்கள் மனத்தை வெறுமையாக்காதீர்கள். சூரிய உதயத்திற்கும் சூரிய அஸ்தமனத்திற்கும் இடைப்பட்ட நேரங்களில் மட்டுமே நீங்கள் உங்கள் மனத்தை வெறுமையாக்க வேண்டும்.

3. உங்கள் ஆழ்மனத்திடம் பேசுங்கள்.

நீங்கள் உங்கள் ஆழ்மனத்திடம் பேசுவதன் மூலம், உங்கள் ஆழ்மனத்தின் இருத்தலை நீங்கள் அங்கீகரிக்கிறீர்கள். பிறகு, அதனிடம் முழுமையாகச் சரணடைந்து, உங்களுக்கு வழிகாட்டும்படி அதனிடம் கேளுங்கள்.

4. உங்கள் ஆழ்மனம் உங்களுக்குக் கொடுக்கின்ற அறிவுரையைக் காதுகொடுத்துக் கேளுங்கள்.

காதுகொடுத்துக் கேட்டல் என்றால் உங்களுக்குக் கிடைக்கும் வழிகாட்டுதலை நடைமுறையில் செயல்படுத்துதல் என்று பொருள். உங்கள் ஆழ்மனத்தின் அறிவுரையை நீங்கள் பின்பற்றுகின்ற ஒவ்வொரு முறையும் நீங்கள் அதற்கு வலுவூட்டுகிறீர்கள். மாறாக, நீங்கள் அதன் அறிவுரையைப் புறக்கணிக்கின்ற ஒவ்வொரு முறையும் அதை நீங்கள் பலவீனப்படுத்துகிறீர்கள்.

5. உங்கள் வெளிமனத்தைக் கட்டுப்படுத்துங்கள். நீங்கள் அதன் எஜமானே அன்றி அதன் அடிமை அல்ல என்று அதனிடம் கூறுங்கள்.

பூமியில் உங்கள் வெளிமனம் 100% திறந்திருக்கிறது, ஆனால் ஒரு சராசரி மனிதனின் ஆழ்மனம் வெறும் 1%லிருந்து 2%வரை மட்டுமே திறந்திருக்கிறது. நீங்கள் மிக நல்லதோர் ஆன்மாவாக இருந்தால், பூமியில் உங்கள் ஆழ்மனம் அதிகபட்சமாக 7%லிருந்து 9%வரை திறக்கும். எனவே,

உங்கள் ஆழ்மனம் மிகச் சிறிதளவே திறந்திருந்தாலும், நீங்கள் விரும்பினால், உங்கள் வெளிமனத்தை அதனால் கட்டுப்படுத்த முடியும். ஓர் ஆன்மா, 7வது தளத்தின் 9வது நிலையை எட்டும்போது, உங்கள் ஆழ்மனம் வெறுமனே 20% மட்டுமே திறந்திருக்கிறது. அடுத்தப் பிரபஞ்சத்தில் நீங்கள் தொடர்ந்து பக்குவமடைகிறீர்கள். ஏழாவது பிரபஞ்சத்தின் இறுதி நிலையில்தான் உங்கள் ஆழ்மனம் 100% திறக்கிறது. அப்போதுதான் கடவுளை முழுமையாக உங்களால் புரிந்து கொள்ள முடியும், அவருடைய இருத்தலில் உங்களால் வாழ முடியும்.

உங்கள் மனத்தை வெறுமையாக்குவது எப்படி என்பதற்கான அறிவுறுத்தல்கள் இவை:

சூரிய உதயத்திற்குப் பிறகும் சூரிய அஸ்தமனத்திற்கு முன்பாகவும் மட்டுமே நீங்கள் உங்கள் மனத்தை வெறுமையாக்க வேண்டும், ஏனெனில், சூரிய அஸ்தமனத்திற்குப் பிறகு, பூமியின் அதிர்வுகள் மாறுகின்றன, அவை அதிக எதிர்மறையாக ஆகின்றன. பின்வரும் எளிய நடவடிக்கைகளை நீங்கள் மேற்கொண்டால், நீங்கள் அதிக மன அமைதியை உணர்வீர்கள்.

1) உங்களைப் பாதுகாக்கும்படியும் உங்கள் ஆழ்மனத்தைத் திறக்க உங்களுக்கு உதவும்படியும் உங்கள் சொந்த வார்த்தைகளில் கடவுளிடம் கேளுங்கள்.

2) சுருக்கமாகவும் உண்மையாகவும் பிரார்த்தனை செய்யுங்கள்.

3) உங்கள் மனத்தை வெறுமையாக்குங்கள். மனத்தை வெறுமையாக்குவதற்கு நீங்கள் செய்யக்கூடிய மிக எளிய வேலை, தொலைதூரச் சத்தங்களைக் கேட்பதுதான். எதையும் அலசி ஆய்வு செய்யாதீர்கள். ஓர் எண்ணம் உங்கள் மனத்தில் முளைத்தால், அதைக் கண்டுகொள்ளாதீர்கள். அது தானாகவே வெளியேறிவிடும். அதை வலுக்கட்டாயமாக வெளியேற்ற முயற்சிக்காதீர்கள். அமைதியாக இருங்கள்.

4) நேர்மறையான அதிர்வுகள் இருக்கின்ற இடங்களில் சுமார் இரண்டு நிமிடங்கள்வரை உங்கள் மனத்தை

வெறுமையாக்குங்கள். எதிர்மறை அதிர்வுகள் இருக்கின்ற இடங்களில் ஒரு நிமிடத்திற்கு மேல் உங்கள் மனத்தை வெறுமையாக்காதீர்கள். உங்கள் சொந்தப் பாதுகாப்பிற்காக நீங்கள் இதைக் கடைபிடித்தாக வேண்டும்.

5) கடவுளுக்கு நன்றி கூறுங்கள். ஒரு சுருக்கமான, உண்மையான பிரார்த்தனையுடன் நிறைவு செய்யுங்கள்.

6) நீங்கள் உங்கள் மனத்தை வெறுமையாக்கும் ஒவ்வொரு முறைக்கும் இடையே ஒரு மூன்று மணிநேர இடைவெளி இருக்க வேண்டும்.

7) உங்கள் மனத்தை வெறுமைப்படுத்தும்போது தெற்கு நோக்கி அதைச் செய்யாதீர்கள். அதை வடக்கு நோக்கிச் செய்வது சிறந்தது.

8) மக்கள் உங்களைச் சூழ்ந்திருக்கும்போது உங்கள் மனத்தை வெறுமைப்படுத்தாதீர்கள். ஏனெனில், உங்களுக்கே தெரியாமல் எதிர்மறை அதிர்வுகளுக்கு நீங்கள் உங்களை உட்படுத்தக்கூடும்.

9) ஒரு மெழுகுவர்த்தி, ஓர் அகல் விளக்கு போன்ற ஏதேனும் ஓர் இயற்கையான சுடர் உங்கள் அருகில் இருப்பதை உறுதி செய்து கொள்ளுங்கள். நீங்கள் உங்கள் மனத்தை வெறுமைப்படுத்தும்போது, அந்த ஒளி உங்களைப் பாதுகாக்கிறது.

சரியான தேர்ந்தெடுப்பை மேற்கொள்வதற்கான வழிகாட்டுதலை நீங்கள் பெறுவீர்கள். அதேபோல, சரியான செயலைச் செய்து உங்கள் எண்ணங்களை நேர்மறையான ஆன்மீக நடவடிக்கைகளாக மாற்றுவதற்குத் தேவையான வலிமையையும் நிச்சயமாக நீங்கள் பெறுவீர்கள்.

ஆழ்மனத்திற்கும் வெளிமனத்திற்கும் இடையேயான வேறுபாடுகள் கீழே பட்டியலிடப்பட்டுள்ளன. இவ்விரண்டு மனங்களின் இயல்பைப் புரிந்து கொள்ளுங்கள். அப்போதுதான், எந்த மனத்தின் குரலுக்குச் செவிசாய்க்க வேண்டும், எந்த மனத்தைப் பயிற்றுவிக்க வேண்டும் என்பதை நீங்கள் அறிவீர்கள்.

ஆழ்மனம்	வெளிமனம்
மனசாட்சி என்றும், உயர்மனம் என்றும் அழைக்கப்படுகிறது	ஸ்தூல மனம் என்றும் அழைக்கப்படுகிறது
ஆன்மீகம் சார்ந்தது	உடல் சார்ந்தது
உள்ளார்ந்த, மனசாட்சிக்கு உட்பட்ட மனம்	புறவயமான, மேலோட்டமான மனம்
அளப்பரிய புரிதலைக் கொண்டது	மட்டுப்படுத்தப்பட்டப் புரிதல் உடையது
நிரந்தரமானது	தற்காலிகமானது
உண்மையும் உறுதியும் கொண்டது	உண்மையற்றதாகவும் உறுதியற்றதாகவும் இருக்கக்கூடும்
தன்னலமற்றது	பெரும்பாலும் தன்னலமானது
எப்போதும் அமைதியாக இருக்கிறது	பதற்றமாகவும் நிலையற்றதாகவும் இருக்கக்கூடும்
கடவுளின் இருத்தலுக்கான ஆதாரத்தைத் தேடுவதில்லை	ஆதாரங்கள் தேவை; கடவுளின் இருத்தல் குறித்து எப்போதும் சந்தேகிக்கும்
சரியான நடவடிக்கை மேற்கொள்ளப்படும்வரை தொடர்ந்து தாக்குப்பிடிக்கும்	முயற்சியைக் கைவிட்டுவிடும், விடுபடுவதற்கு சுலபமான வழியைத் தேடும், தவறான எண்ணங்களுக்கும் நடவடிக்கைகளுக்கும் நியாயம் கற்பிக்க முயற்சிக்கும்
ஆவியுலகத்துடன் இணைக்கப்பட்டுள்ளது	பூமியுடன் இணைக்கப்பட்டுள்ளது
உள்ளார்ந்த வலிமையைக் கொடுக்கிறது	உங்களை பலவீனமாக்குகிறது
சபலத்திலிருந்து விடுபட உதவுகிறது	சபலத்திற்கு உட்படுகிறது
உணர்கிறது, பௌதீக உலகைச் சார்ந்திருப்பதில்லை	முற்றிலுமாக பௌதீக உலகைச் சார்ந்திருக்கிறது

தேர்ந்தெடுப்பதற்கான சுதந்திரம்

"நீங்கள்தான் உங்கள் சொந்தப் பின்விளைவுகளை உருவாக்குகிறீர்கள்."

"உண்மையான சுதந்திரம் என்றால் சரியான விஷயத்தைச் செய்வதற்கான சுதந்திரம் உங்களுக்கு இருக்கிறது என்று பொருள்."

"சபலத்திலிருந்தும் எதிர்மறைகளிலிருந்தும் விடுபடுவதற்கு, தேர்ந்தெடுப்பதற்கான சுதந்திரத்தைப் பயன்படுத்துவதற்காகத்தான் நீங்கள் புவியுலகில் இருக்கிறீர்கள்."

"தேர்ந்தெடுப்பதற்கான சுதந்திரத்தைக் கடவுள் உங்களுக்குக் கொடுத்திருக்கிறார். எனவே, ஒரு நல்ல ஆன்மாவானது, மோசமானவற்றைத் தேர்ந்தெடுப்பதற்கு பதிலாக நல்லவற்றைத் தேர்ந்தெடுக்கத் தன் சுதந்திரத்தைப் பயன்படுத்தி ஆன்மீகரீதியாகத் தொடர்ந்து முன்னேறுவார்."

"பூமியில் ஒருசில வருடங்கள் தற்காலிக மகிழ்ச்சியை அனுபவிப்பதற்காகத் தவறான பாதையில் சென்றுவிடாதீர்கள். ஏனெனில், இதன் விளைவாக, ஆவியுலகின் கீழ்மட்டத் தளங்களில் நூற்றுக்கணக்கான ஆண்டுகள் நீங்கள் துன்புற வேண்டியிருக்கும்."

ॐ எங்களுடைய புவியுலக வாழ்க்கையைப் பொருத்தவரை, தேர்ந்தெடுப்பதற்கான சுதந்திரம் என்றால் என்ன?

தேர்ந்தெடுப்பதற்கான சுதந்திரம் உங்களுக்கு இருக்கிறது என்பதற்கு, உங்கள் மனம், உடல், ஆவி ஆகிய அனைத்தும்

உங்கள் கட்டுப்பாட்டில் இருக்கின்றன என்றும், உங்கள் செயல்களுக்கான பின்விளைவுகளை நீங்கள்தான் அனுபவிக்க வேண்டும் என்றும் பொருள். பூமி ஒரு பள்ளிக்கூடம். ஆவியுலகிலிருந்து இறங்கி வந்து, நீங்கள் உங்கள் கர்மவினையைத் தீர்ப்பதற்கும், சோதனைகளுக்கும் பயிற்சிகளுக்கும் உட்படுவதற்கும், உங்களுடைய ஆன்மீக நோக்கத்தை நிறைவேற்றுவதற்குமான ஓர் இடம் அது. இவற்றை நீங்கள் எவ்வாறு செய்யப் போகிறீர்கள் என்பது முற்றிலும் உங்களைச் சார்ந்தது. நீங்கள் உங்கள் சவால்களை ஒரு புன்னகையுடன் துணிச்சலாக எதிர்கொள்ளலாம்; அல்லது, நீங்கள் எப்போதும் குறைகூறிக் கொண்டும் கழிவிரக்கத்தில் உழன்று கொண்டும் இருக்கலாம். அறநெறி சார்ந்த தேர்ந்தெடுப்புகளை மேற்கொண்டு நீங்கள் உங்கள் ஆன்மாவுக்கு ஊட்டமளிக்கலாம்; அல்லது சபலத்திற்கு பலியாகி, அகங்காரத்திற்குத் தீனி போட்டு, இதன் விளைவாக உங்கள் ஆன்மாவை பலவீனப்படுத்தலாம். நீங்கள் மேற்கொள்கின்ற தேர்ந்தெடுப்புகள்தான் உங்களைக் கடவுளை நோக்கியோ அல்லது அவரிடமிருந்து விலக்கியோ அழைத்துச் செல்கின்றன. உங்கள் ஆன்மாவுக்கு ஊட்டமளியுங்கள், இல்லையேல் அது உலர்ந்து போவதை நீங்கள் காண நேரிடும். நீங்கள் உங்கள் சோதனைகளில் வெற்றி பெறலாம் அல்லது தோற்றுப் போகலாம். நீங்கள்தான் உங்கள் சொந்தப் பின்விளைவுகளை உருவாக்குகிறீர்கள். பூமியிலும் ஆவியுலகிலும் நீங்கள் தேர்ந்தெடுக்கின்ற விஷயங்கள் மூலமாக உங்கள் ஆன்மாவின் முன்னேற்றத்தை உங்களால் மட்டுமே தீர்மானிக்க முடியும்.

மீண்டும் புவியுலகில் பிறப்பதென்று ஓர் ஆன்மா தீர்மானித்தவுடன், தேர்ந்தெடுப்பதற்கான சுதந்திரம் ஆவியுலகிலேயே அவருக்குக் கிடைத்துவிடுகிறது. புவி வாழ்க்கை ஆபத்தானது, ஆனால் அந்த ஆபத்தை நீங்கள் தேர்ந்தெடுத்திருக்கிறீர்கள். நாங்கள் உங்கள் யாரையும் அச்சுறுத்த விரும்பவில்லை, ஆனால், விழிப்புணர்வுடன் இருக்கும்படி புவிவாழ் ஆன்மாக்கள் அனைவரிடமும் நாங்கள் வலியுறுத்துகிறோம். எதிர்மறைகள் உங்களைக் கட்டுப்படுத்த நீங்கள் எவ்வளவு அதிகமாக அனுமதிக்கிறீர்களோ, ஆன்மீகப் பாதையில் நடைபோடுவது உங்களுக்கு அவ்வளவு அதிகக் கடினமானதாக இருக்கும். புவியுலகில் எதிர்மறைகள் இருப்பது நீங்கள் அவற்றை எதிர்த்து நிற்க வேண்டும்

என்பதற்காகவும், அவற்றின் தாக்கத்திற்கு ஆளாகிவிடாமல் இருக்க வேண்டும் என்பதற்காகவும்தான். உங்கள் ஆன்மீகத் தசையை இப்படித்தான் நீங்கள் வளர்த்தெடுக்கிறீர்கள். நீங்கள் உங்கள் ஆன்மாவை பலப்படுத்தத் தவறும்போது, உங்கள் வெளிமனத்தின் பேச்சைக் கேட்டுச் செயல்படுகிறீர்கள், அறநெறிக்குப் புறம்பான பலவீனமான தேர்ந்தெடுப்புகளை மேற்கொள்கிறீர்கள். ஒரே ஒரு பலவீனமான கணம்கூட உங்கள் வாழ்நாள் நெடுகிலும் நீடிக்கக்கூடிய பின்விளைவுகளை ஏற்படுத்தக்கூடும். தவறான பாதையில் நீங்கள் எடுத்து வைக்கின்ற ஓர் அடிகூட, சரியான பாதைக்கு நீங்கள் திரும்பி வருவதை மிகவும் கடினமாக்கிவிடக்கூடும். சபலங்களை எதிர்கொள்ளும்போது பாதை தவறிச் செல்வது மிகவும் சுலபம். கடவுளின் பெயராலும் மதத்தின் பெயராலும் பல பயங்கரமான காரியங்களைச் சில ஆன்மாக்கள் செய்துள்ளனர். தங்கள் சொந்தக் குடும்பத்திற்குத் தீங்கு விளைவித்துள்ள, இன்னும் தீங்கு விளைவித்துக் கொண்டிருக்கின்ற சில ஆன்மாக்களும் இருக்கின்றனர். குழந்தைகளையும் முதியவர்களையும் சித்திரவதை செய்கின்ற ஆன்மாக்கள் இருக்கின்றனர். இந்த ஆன்மாக்கள் அனைவரும் கீழ்மட்டத் தளங்களில் இருக்கின்றனர். ஆன்மீகரீதியாக உயர்வது அவர்களுக்கு மிகக் கடினமான செயலாக இருக்கும். அதற்கு இரண்டு முக்கியக் காரணங்கள் இருக்கின்றன. முதலாவதாக, அவர்களுடைய நடவடிக்கைகளின் விளைவாக அவர்களுடைய ஆழ்மனம் செயலிழந்துவிடுகிறது. இரண்டாவதாக, புவியுலகிலும் சரி ஆவியுலகிலும் சரி, அவர்கள் அடிமட்டத் தளங்களில் இருப்பதால், ஒத்த இயல்பு கொண்ட ஆன்மாக்களால் அவர்கள் சூழப்பட்டுள்ளனர். இந்தத் தீய ஆன்மாக்கள் தங்களை மேம்படுத்திக் கொள்ள விரும்புவதில்லை. அவர்கள் தங்கள் எண்ணிக்கையை பலப்படுத்த விரும்புவதால், மற்றவர்கள் மேம்படுவதிலும் அவர்களுக்கு விருப்பமில்லை. மற்றவர்கள்மீது எதிர்மறையான தாக்கத்தை ஏற்படுத்துவது, அவர்களைக் கட்டாயப்படுத்துவது, தந்திரமாக ஏமாற்றுவது ஆகியவற்றின் மூலம், தங்களைச் சுற்றி இருப்பவர்களின் ஆன்மீக வளர்ச்சியை அவர்கள் தடுக்கின்றனர். தேர்ந்தெடுப்பதற்கான சுதந்திரத்தை மற்றவர்களிடமிருந்து அவர்கள் பறித்துவிடுகின்றனர். பூமியில் இப்படிப்பட்டத் தீய ஆன்மாக்கள் கடவுளின் விதிகளை முற்றிலுமாக

உதாசீனப்படுத்துகின்றனர். ஏனெனில், கடவுள்மீது அவர்களுக்கு நம்பிக்கை இருப்பதில்லை. அதோடு, ஆன்மீகத்தைப் பற்றிய தவறான கருத்துக்களை அவர்கள் கொண்டுள்ளனர். ஆனால், என்ன நிகழ்ந்தாலும் சரி, ஒரு மனிதன் இறக்கும்போது, அவனுக்குத் தகுதியான இடத்திற்கு அவனை அழைத்துச் செல்வதற்குப் போதுமான அளவு அவனுடைய ஆழ்மனம் விழித்துக் கொள்கிறது என்பதை அவர்கள் புரிந்து கொள்ள வேண்டும். அது கடவுளின் நியாயத் தீர்ப்பு. அது முடிவற்றது.

ௐ கடவுள்தான் அனைத்து ஆன்மாக்களையும் படைத்தார் என்றால், சில ஆன்மாக்கள் தீயவர்களாக இருப்பது எப்படிச் சாத்தியம்?

வாழ்வது என்றால் ஆன்மீகரீதியாக வளர்வது என்றும், கடவுளை நோக்கி முன்னோக்கிச் செல்வது என்றும் பொருள். தீவினையும் வாழ்க்கையும் நேரெதிரானவை. தீவினையானது பின்னடைவைக் குறிக்கிறது. ஓர் ஆன்மாவின் எதிர்மறைப் பயணத்தை அது உணர்த்துகிறது. எதிர்மறை எண்ணங்கள், வார்த்தைகள், மற்றும் செயல்களின் விளைவாக அந்த ஆன்மா இறைவனிடமிருந்து விலகிச் செல்வதை அது குறிக்கிறது. ஆன்மா நிரந்தரமானது, அது ஒருபோதும் அழிக்கப்பட முடியாதது, ஆனால் அதை இருட்டாக்க முடியும். நீங்கள் அறநெறிக்குப் புறம்பான தேர்ந்தெடுப்புகளை மேற்கொண்டு, பூமியில் உங்கள் சோதனைகளில் தோற்றுப் போகும்போது, உங்கள் ஆன்மா மெல்ல மெல்ல இருளடைகிறது. உங்கள் எண்ணங்கள், வார்த்தைகள், மற்றும் செயல்களின் ஒட்டுமொத்தம்தான் நீங்கள். அப்படி இருக்கும்போது, உங்கள் ஆன்மாவிடமிருந்து உங்கள் நடவடிக்கைகளை எப்படி உங்களால் பிரிக்க முடியும்? உங்களுடைய நடவடிக்கைகளின் விளைவாக உங்கள் ஆன்மா வலுப்பெறுகிறது அல்லது பலவீனமடைகிறது. எனவே, ஒன்றை மற்றொன்றிலிருந்து உங்களால் பிரிக்க முடியாது.

மக்கள் தவறான பாதையில் செல்லும்போது, அவர்கள் தங்களுடைய செயல்களுக்கு நியாயம் கற்பிக்கின்றனர் அல்லது ஒரு பலவீனமான கணத்தில் சபலத்திற்குத் தாங்கள் அடிபணிந்துவிட்டதாக அவர்கள் கூறுகின்றனர்.

"நான் என்னென்ன சித்திரவதைகளை அனுபவித்துக் கொண்டிருக்கிறேன் என்பது உங்களுக்குப் புரியாது," என்று அவர்கள் கூறக்கூடும். ஆனால், ஒழுக்கநெறிக்குப் புறம்பான நடவடிக்கைகளுக்குச் சூழல்களை ஒரு சாக்குப்போக்காக உங்களால் பயன்படுத்த முடியாது. உங்களுடைய அனைத்து நடவடிக்கைகளுக்கும் நீங்கள் பொறுப்பேற்றுக் கொள்ள வேண்டும். நீங்கள் நிகழ்காலத்தில் வாழ்கிறீர்கள். எனவே, உங்களுடைய நிகழ்கால நடவடிக்கைகளிலிருந்து உங்களை உங்களால் பிரிக்க முடியாது. இக்கணத்தில் நீங்கள் தவறான பாதையில் சென்று கொண்டிருந்தால், உங்கள் கடந்தகாலத்தைத் திரும்பிப் பார்த்துவிட்டு, அந்த நேரத்தில் நீங்கள் ஒரு நல்ல மனிதராக இருந்ததாக உங்களால் கூறிக் கொள்ள முடியாது. நீங்கள் நிகழ்காலத்தில் வாழ்ந்து கொண்டு இருப்பதால், உங்கள் ஆழ்மனம் அதற்கேற்ப உங்களைச் சீர்தூக்கிப் பார்க்கும். நீங்கள் என்ன சிந்திக்கிறீர்கள், சொல்கிறீர்கள், செய்கிறீர்கள் ஆகியவற்றின் ஒட்டுமொத்த விளைவுதான் நீங்கள்.

எல்லோருக்கும் உதவுவது இறைத்தன்மையாகும். உங்கள் சக மனிதருக்கு உதவுவது நல்ல விஷயம்தான், ஆனால் சிலர் முற்றிலும் எதிர்மறையானவர்களாக இருப்பதால், எல்லா மனிதர்களுக்கும் உங்களால் உதவ முடியாது. யார் எதிர்மறையானவர்கள், யார் நேர்மறையானவர்கள் என்பதைத் தீர்மானிக்க வேண்டியது நீங்கள் அல்ல என்றும், அவ்வாறு செய்வது ஒருவரை எடைபோடுவதாகிவிடும் என்றும் நீங்கள் நினைக்கக்கூடும். நீங்கள் யாரையும் எடைபோட வேண்டாம், ஆனால் உங்கள் அறிவைப் பயன்படுத்துங்கள்.

இவை இரண்டுக்கும் இடையேயான வேறுபாடு எளிமையானது. இன்னொரு மனிதர் நல்லவரா இல்லையா என்று நீங்கள் அலசும்போது, நீங்கள்தான் உயர்ந்தவர் என்ற மனப்பான்மையுடன் அவரைத் தாழ்த்திப் பேசுவதற்காக நீங்கள் அவரை எடைபோடவில்லை. மாறாக, உங்களுடைய சொந்த ஆன்மாவையும் உங்களைச் சுற்றி இருக்கின்ற மற்ற ஆன்மாக்களையும் பாதுக்காப்பதற்காகக் கடவுள் உங்களுக்குக் கொடுத்துள்ள ஓர் ஆன்மீக உள்ளுணர்வை நீங்கள் பயன்படுத்துகிறீர்கள், அந்நபரைப் பற்றிய உண்மைகளைத் தீர ஆராய்கிறீர்கள். எதிர்மறை ஆன்மாக்களுக்கு உதவுவதன் மூலம், அவர்கள் தங்களுடைய தவறான நடவடிக்கைகளைத் தொடர்வதற்குத் தேவையானவற்றை நீங்கள் அவர்களுக்குச்

செய்கிறீர்கள் என்று ஆகிவிடுகிறது. நீங்கள் அவர்களை ஊக்குவிக்கிறீர்கள். அவ்வாறு செய்வதன் மூலம் நீங்கள் ஆன்மீகரீதியாகத் தாழ்ந்து போய்விடுகிறீர்கள். ஏனெனில், அறநெறியின் பக்கம் நிற்க நீங்கள் தவறிவிடுகிறீர்கள். ஓர் எதிர்மறை ஆன்மா, தான் செய்த பாவங்களுக்காக மனதார வருந்தி, தன்னை மேம்படுத்திக் கொள்ள வேண்டும் என்று உண்மையிலேயே விரும்பும்போது மட்டுமே அவருக்கு நீங்கள் உதவி செய்ய வேண்டும். எதிர்மறைத் தாக்கங்களிலிருந்து அவரை வெளிக்கொணர்ந்து, அவர் ஓர் உயர்ந்த நிலைக்கு முன்னேறிச் செல்வதற்கு அவருக்கு உதவுவது அப்போது உங்கள் கடமையாகிறது. தீர ஆராய்வது என்பது உண்மையைப் பற்றியது, ஆனால் எடைபோட்டுப் பார்ப்பது அகங்காரத்தைப் பற்றியது. புவியுலகில் நீங்கள் மேற்கொள்கின்ற தேர்ந்தெடுப்புகள் ஆவியுலகில் உள்ள உங்கள் வீட்டின் அடித்தளத்தை உருவாக்குகின்றன. பூமியில் நீங்கள் உங்கள் வெளிமனத்தின் அடிமையாக இருப்பதைத் தேர்ந்தெடுக்கலாம் அல்லது உங்கள் ஆழ்மனத்தின் மாணவராக இருப்பதைத் தேர்ந்தெடுக்கலாம். தேர்ந்தெடுப்பதற்கான சுதந்திரம் நமக்குக் கிடைத்துள்ள ஒரு பரிசு. அதை நாம் அறிவார்ந்த முறையில் பயன்படுத்த வேண்டும்.

கர்மவினை

"நீங்கள் எதை விதைக்கிறீர்களோ,
அதையே அறுவடை செய்கிறீர்கள்."

"கர்மவினை என்பது ஒரு தண்டனை அல்ல,
அது ஒரு கற்றலாகும். கண்மூடித்தனமாக உங்களைத்
தண்டிப்பதை நோக்கமாகக் கொண்ட ஒரு விதி அல்ல
அது. மாறாக, நீங்கள் எங்கே தவறு செய்தீர்கள் என்பதை
உங்களுக்குக் கற்றுக் கொடுத்து, நீங்கள் ஓர் ஆன்ம
நிலையிலிருந்து உங்கள் தவறைப் புரிந்து கொள்ளும்படி
செய்வதற்கான ஒரு விதி அது."

"மன்னிப்புக் கோருவதில் எந்த அர்த்தமும் இல்லை."

"கடவுளின் நியாயத் தீர்ப்பு மிகவும் கச்சிதமானது.
யாராலும் அதிலிருந்து தப்ப முடியாது."

"மற்றவர்களுடைய மகிழ்ச்சியை உங்களால்
பார்க்க முடியாவிட்டால், உங்களால் மகிழ்ச்சியாக
இருக்க முடியாது."

கர்மவினை என்றால் என்ன?

கர்மவினை என்பது 'நீங்கள் எதை விதைக்கிறீர்களோ, அதையே அறுவடை செய்கிறீர்கள்' என்ற கொள்கையின் அடிப்படையில் அமைந்தது. 'காரணமும் அதன் விளைவும்' என்ற கோட்பாட்டைக் கொண்டும் அதற்கு விளக்கம் அளிக்கலாம். உங்கள் செயல்கள்தான் 'காரணம்'; அச்செயல்களால் ஏற்பட்டப் பின்விளைவுகள்தான் 'விளைவு.' எனவே, கர்மவினை என்பது நீங்கள் அடைத்தாக வேண்டிய ஒரு கடன் அல்லது நீங்கள் பெறவிருக்கின்ற ஓர் ஆசீர்வாதம்

ஆகும். கர்மவினை இரண்டு வகைப்படும்: நேர்மறையான கர்மவினை மற்றும் எதிர்மறையான கர்மவினை. எதிர்மறைக் கர்மவினை அல்லது மோசமான கர்மவினை என்பது உங்களுடைய எதிர்மறையான செயல்களால் நீங்கள் எதிர்கொள்ள வேண்டிய பின்விளைவுகளைக் குறிக்கிறது. நேர்மறைக் கர்மவினை அல்லது நல்ல கர்மவினை என்பது உங்களுடைய நேர்மறையான செயல்கள் அல்லது தன்னலமற்ற நற்செயல்களின் விளைவாக உங்களுக்குக் கிடைக்கவிருக்கின்ற ஆன்மீக ஆசீர்வாதங்களைக் குறிக்கிறது.

தன்னுடைய பிரபஞ்சத்தைக் கட்டுப்படுத்துகின்ற விதிகளைக் கடவுள் உருவாக்கியுள்ளார். அவ்விதிகளைப் பின்பற்றி நடப்பது அவரால் படைக்கப்பட்ட அனைத்து உயிர்களின் கடமையாகும். ஆனால், எதுவொன்றையும் செய்யும்படி யாராலும் அவர்களைக் கட்டாயப்படுத்த முடியாது. சுதந்திரமான விருப்பத்தேர்வின் இயல்பு அதுதான். எனவே, நீங்கள் எதைத் தேர்ந்தெடுக்கிறீர்கள் என்பது உங்கள் விருப்பம். ஆனால், கடவுளின் விதிகளை நீங்கள் பின்பற்றப் போவதில்லை என்பதை நீங்கள் தேர்ந்தெடுத்தாலும், நீங்கள் எப்போதும் அவற்றின் கீழ்தான் செயல்பட்டுக் கொண்டிருப்பீர்கள். அனைத்து ஆன்மாக்களும் ஆன்மீக விதிகளுக்கு உட்பட்டவையே.

ஃ கர்மவினை எப்படி வேலை செய்கிறது? நேர்மறைக் கர்மவினையும் எதிர்மறைக் கர்மவினையும் ஒன்றையொன்று ரத்து செய்வது சாத்தியம்தானா?

இல்லை, அவை இரண்டும் ஒன்றையொன்று ரத்து செய்வது இல்லை. எனவே, நீங்கள் செய்துள்ள தவறான காரியங்களுக்கான விலையை நீங்கள் கொடுத்தாகத்தான் வேண்டும். அதேபோல, நீங்கள் செய்துள்ள நல்ல செயல்களுக்கான ஆன்மீக ஆசீர்வாதங்களையும் நீங்கள் பெறுவீர்கள். நல்ல கர்வினையும் மோசமான கர்மவினையும் ஒன்றிலிருந்து மற்றொன்று முற்றிலும் வேறுபட்டவை. கர்மவினை என்பது உங்கள் செயல்களின் விளைவு மட்டும் அல்ல, மாறாக, உங்கள் எண்ணங்கள் மற்றும் வார்த்தைகளின் விளைவும்கூட. எண்ணங்கள், வார்த்தைகள், செயல்கள் ஆகிய மூன்றும் எப்போதும் இணைந்தே செல்கின்றன.

ॐ ஒருவரிடம் எதிர்மறைக் கர்மவினை எப்படி வருகிறது?

உளரீதியான, உடல்ரீதியான, அல்லது உணர்ச்சிரீதியான வலியின் வடிவில் அது உங்களிடம் வரக்கூடும். ஆரோக்கியம், குடும்பம், பணம், சட்ட விவகாரங்கள், மற்றும் பல விஷயங்கள் தொடர்பான பிரச்சனைகளின் வடிவிலும் அது வரக்கூடும். நோய் என்பது உங்கள் கர்மவினையைத் தீர்ப்பதற்காக நீங்கள் தேர்ந்தெடுத்துள்ள ஒன்றாக இருக்கலாம். எதிர்மறைக் கர்மவினைக்குப் பின்னால் உள்ள யோசனை இதுதான். இந்தப் புவியுலக வாழ்க்கையை உங்கள் கடனைத் தீர்ப்பதற்காக நீங்கள் பயன்படுத்திக் கொண்டிருக்கிறீர்கள். இந்தக் கடன் உங்களுடைய முந்தைய பிறவிகளில் மட்டும் உருவாக்கப்படவில்லை, மாறாக, இப்பிறவியிலும் அது உருவாக்கப்படுகிறது. உங்களுடைய முந்தைய பிறவி ஒன்றில் நீங்கள் செய்துள்ள தவறான செயல்களுக்கான கடனைத்தான் இப்போது நீங்கள் திருப்பிச் செலுத்திக் கொண்டிருப்பதாக நினைத்துவிடாதீர்கள். நீங்கள் பூமிக்கு வரும்போது மிகச் சொற்பமான கர்மவினையுடன் வந்திருக்கக்கூடும், ஆனால், நீங்கள் இப்போது ஒரு தவறான பாதையில் சென்று கொண்டிருந்தால், உங்கள் வாழ்நாள் நெடுகிலும் நீங்கள் உங்கள் எதிர்மறைக் கர்மவினையை அதிகரித்துக் கொண்டே போகிறீர்கள். கர்மவினையைப் பற்றிப் புரிந்து கொள்வது மக்களுக்கு உண்மையிலேயே பயனுள்ளதாக இருக்கும். ஏனெனில், சில சமயங்களில் வேதனை உங்கள் வாழ்வில் குறுக்கிடுகிறது, ஆனால் அதற்கான காரணம் உங்களுக்குப் புரிவதில்லை. இந்த வேதனை உங்கள் ஆன்மீக வளர்ச்சிக்குத் தேவை என்பதால் இதை நீங்கள்தான் தேர்ந்தெடுத்துள்ளீர்கள். இதை நீங்கள் அறிந்து கொண்டால், இந்த வேதனையை உங்களால் கண்ணியமாகத் தாங்கிக் கொள்ள முடியும். நீங்கள் செய்துள்ள தவறுகளைச் சரிசெய்வதற்குக் கிடைக்கும் எந்தவொரு வாய்ப்பையும் ஒருபோதும் தவறவிடாதீர்கள். கடந்தகால விவகாரங்களுக்குத் தீர்வு காண்பதை உங்கள் கர்வத்தின் காரணமாக நீங்கள் தாமதப்படுத்துவதைவிட, பூமியில் இப்பிறவியிலேயே அவற்றைத் தீர்த்துக் கொள்வது ஓர் ஆசீர்வாதமாக அமையும். ஒவ்வொரு குறிப்பிட்ட நபருடனான உங்கள் கர்மவினையை இப்பிறவியிலேயே நீங்கள் தீர்த்துக் கொள்ள வேண்டும். இன்னொரு பிறவியில் அதைத் தீர்த்துக் கொள்வதற்குக் காத்திருப்பதைவிட,

இவ்வழியில் அதிக விரைவாகவும் அதிக சுலபமாகவும் உங்கள் கர்மவினையை உங்களால் தீர்த்துக் கொள்ள முடியும். நீங்கள் செய்துள்ள தவறுகளை இப்போது நீங்கள் திருத்திக் கொள்ளாவிட்டால், உங்களுடைய எதிர்மறைக் கர்மவினை அதிகரித்துக் கொண்டே போகும். ஏனெனில், கடவுள் உங்களுக்குக் கொடுத்துள்ள ஒரு வாய்ப்பை நீங்கள் நிராகரிக்கத்துவிட்டீர்கள்.

ௐ நற்காரியங்களுக்கு நன்கொடைகள் கொடுப்பதன் மூலம் எதிர்மறைக் கர்மவினையைப் போக்கிவிட முடியும் என்று பலர் நம்புகின்றனரே, அது உண்மையா?

இல்லை. நீங்கள் எவ்வளவு தானதர்மங்களைச் செய்தாலும் சரி, நீங்கள் செய்துள்ள தவறுகளுக்கான விலையை நீங்கள் கொடுத்தாகத்தான் வேண்டும். தர்மகாரியங்களுக்கு நன்கொடைகள் கொடுத்து உங்கள் கர்மவினையைப் போக்கிவிட முடியாது. தர்மகாரியங்களுக்கு ஆயிரக்கணக்கில் பணம் கொடுத்தால் தாங்கள் சொர்க்கத்திற்குப் போய்விடுவோம் என்று பலர் ஒரு தவறான எண்ணத்தைக் கொண்டுள்ளனர். நீங்கள் ஒரு நல்ல காரியம் செய்யும்போது அதுதான் உங்கள் உள்நோக்கமாக இருந்தால், சொர்க்கத்தைப் பார்ப்பதைப் பற்றி நீங்கள் மறந்துவிடலாம். உங்கள் உலகில், மிக அறிவார்ந்த நீதிபதிகள் வழங்குகின்ற நியாயத் தீர்ப்புகள்கூட எப்போதும் சரியாக இருக்க வேண்டியதில்லை. ஆனால், கடவுளின் விதிகள் கச்சிதமானவை. அவ்விதியின் விளைவாக உங்களுக்குக் கொடுக்கப்படுகின்ற நியாயத் தீர்ப்பும் கச்சிதமானது. இந்த நியாயத் தீர்ப்பு, கர்மவினையின் வடிவில் உங்களுக்கு வருகிறது. உங்கள் சக மனிதரிடமிருந்து நீங்கள் ஒன்றை மறைக்க முயற்சித்தால், அது மறைவாக இருக்கக்கூடும். ஆனால் கடவுளிடம் இருந்து உங்களால் எதையும் மறைக்க முடியாது. உங்களுடைய ஒவ்வோர் எண்ணமும் வார்த்தையும் செயலும் உங்கள் ஆழ்மனத்தால் ஆகாயப் பதிவேட்டில் பதிவு செய்யப்படுகின்றன. நீங்கள் நம்பினாலும் சரி, நம்பாவிட்டாலும் சரி, அதுதான் உண்மை.

"உங்களுடைய பிரச்சனைகள் அனைத்தையும் துணிச்சலோடும் ஒரு புன்னகையோடும் எதிர்கொள்ளுங்கள்," என்று துவக்கத்தில் நீங்கள் கூறினீர்கள். ஆனால், மக்கள் வேதனையில் இருக்கும்போது இது எப்படிச் சாத்தியமாகும்?

உங்கள் கர்மவினை தீர்க்கப்பட வேண்டும், அதை நீங்கள் வெறுக்கக்கூடாது என்பதால், உங்கள் பிரச்சனைகளைத் துணிச்சலாகவும் ஒரு புன்னகையோடும் நீங்கள் எதிர்கொள்ள வேண்டியது மிகவும் முக்கியம். நீங்கள் குறைகூறினாலோ, புலம்பினாலோ, சுயபச்சாதாபம் கொண்டாலோ, மனச்சோர்வு அடைந்தாலோ, அல்லது உங்கள் வேதனையை ஒரு பெரிய விஷயமாக ஆக்கி உங்கள் அன்புக்குரியவர்களுக்கும் உங்களுக்கு உதவி செய்ய முயற்சித்துக் கொண்டிருப்பவர்களுக்கும் சிரமத்தை ஏற்படுத்தினாலோ, நீங்கள் உங்கள் கர்மவினையைத் தீர்த்துக் கொண்டிருக்கவில்லை என்று பொருள். மாறாக, நீங்கள் இன்னும் அதிகமான எதிர்மறைக் கர்மவினையை சம்பாதித்துக் கொண்டிருக்கக்கூடும். அல்லது, நீங்கள் உங்கள் கர்மவினையைத் தீர்த்துக் கொண்டிருக்கிறீர்கள் என்ற பட்சத்தில், அது மிக மெதுவாக நடைபெற்றுக் கொண்டிருக்கக்கூடும், உங்கள் வேதனையும் ஒருபோதும் தீராததுபோலத் தோன்றக்கூடும். உங்கள் வேதனையை இவ்வழியில் துன்பமாக நீங்கள் மாற்றிக் கொண்டிருக்கிறீர்கள். ஆனால் நீங்கள் உங்கள் பிரச்சனைகளைத் துணிச்சலாக எதிர்கொண்டால், நீங்கள் உங்கள் தைரியத்தை வெளிப்படுத்துகிறீர்கள், உங்கள் ஆன்மாவை வலிமைப்படுத்துகிறீர்கள். பிரச்சனைகளின் இயல்பு உங்களுக்குத் தெரிந்திருப்பதால், ஓர் உயர்ந்த ஆன்மீகக் கண்ணோட்டத்தில் இருந்து நீங்கள் அவற்றைக் கையாள்கிறீர்கள். எனவே, நீங்கள் உங்கள் பிரச்சனைகளை எதிர்கொள்ளும்போது புன்னகை புரியுங்கள், நேர்மறையாக இருங்கள், உங்கள் வேதனையை கண்ணியத்தோடு கையாளுங்கள். கடவுள்மீதும் அவருடைய நியாயத் தீர்ப்பின்மீதும் முழுமையான விசுவாசம் வையுங்கள், நகைச்சுவை உணர்வோடு இருங்கள். சூழ்நிலையின் முக்கியத்துவத்தை மட்டும் மனத்தில் கொண்டு செயல்படுங்கள். ஒரு கடுமையான சூழ்நிலையிலும் பதற்றமின்றி இருங்கள். நீங்கள் இவ்வாறு செய்தால், உங்கள்

கர்மவினையின் ஊடாக ஆவியுலக ஆன்மாக்களால் உங்களுக்கு உதவ முடியும். துணிச்சலையும் கண்ணியத்தையும் நீங்கள் வெளிப்படுத்தும்போது, உங்கள் வாழ்வில் குறுக்கிடுகின்ற பிரச்சனைகளுக்கு யாரையும் குறைகூறாமலும் யார்மீதும் வெறுப்புக் கொள்ளாமலும் ஓர் ஆன்மீகமான முறையில் அவற்றை உங்களால் கையாள முடியும் என்பதைக் கடவுளுக்கு நீங்கள் வெளிப்படுத்துகிறீர்கள். நீங்கள் உங்கள் ஆழ்மனத்திலிருந்து இயங்கிக் கொண்டிருக்கிறீர்கள். உங்கள் பிரச்சனைகளைக் கையாள்வதற்கான வலிமையைக் கடவுள் உங்களுக்குக் கொடுக்க வேண்டும் என்று ஆவியுலக ஆன்மாக்களால் அப்போது பிரார்த்தனை செய்ய முடிகிறது. ஆவியுலக ஆன்மாக்களால் உங்கள் பிரச்சனைகளை நீக்கிவிட முடியாது, ஆனால் ஆவியுலகிலிருந்து உங்களுக்குக் கிடைக்கின்ற கூடுதல் பிரார்த்தனையாலும் பாதுகாப்பாலும், உங்கள் பிரச்சனைகளிலிருந்து மீள்வதற்கான அதிக வலிமையை நீங்கள் பெறுகிறீர்கள். அப்போது, உங்கள் கர்மவினையை சுலபமாகவும் விரைவாகவும் உங்களால் தீர்த்துவிட முடிகிறது. ஆனால் அதற்காக, உங்கள் கர்மவினை குறைந்துவிடும் என்று அர்த்தமில்லை. அதைச் சிறப்பாகவும் அதிக விரைவாகவும் கையாள்வதற்கான வலிமையும் ஞானமும் உங்களுக்குக் கிடைக்கின்றன என்பதே அதன் பொருள்.

ௐ கற்பனை செய்யப்பட முடியாத அளவு வேதனையை மக்கள் சில சமயங்களில் அனுபவிக்கத்தான் செய்கின்றனர். அப்படிப்பட்ட நேரங்களில், "இது என்னுடைய கர்மவினை. எனக்கு இது வேண்டியதுதான்," என்று நினைப்பது கடினமாக இருக்கும் அல்லவா?

நீங்கள் என்ன சொல்கிறீர்கள் என்பது எங்களுக்குப் புரிகிறது. ஆனால் உங்களை நீங்களே பழித்துக் கொள்ள வேண்டும் என்று நாங்கள் கூறவில்லை. அன்மீக விதிகளைப் பற்றி நீங்கள் அறிந்திருக்க வேண்டும் என்றுதான் நாங்கள் உங்களைக் கேட்டுக் கொள்கிறோம். மக்கள் தேர்ந்தெடுக்கின்ற விஷயங்கள்தான் அவர்கள் அனுபவிக்கின்ற அனைத்திற்கும் காரணம். ஆனால், உங்களுக்கு நிகழ்கின்ற மோசமான விஷயங்கள் உங்கள் தவறுதான் என்று அதற்கு அர்த்தமல்ல.

விழிப்புணர்வு இல்லாததால்தான் அவை நிகழ்கின்றன. நீங்கள் தவறு செய்துள்ளீர்கள் என்ற விழிப்புணர்வு அந்த நேரத்தில் உங்களுக்கு இருக்கவில்லை. ஒருவேளை நீங்கள் அதை அறிந்திருந்தாலும், சரியான செயலைச் செய்வதற்கான வலிமை உங்களுக்கு இருக்கவில்லை. ஆனாலும், சில சமயங்களில், மனிதர்கள் பல கடினமான துன்பங்களை அனுபவிக்கின்றனர் – அது அவர்களுடைய கர்மவினையாக இல்லாவிட்டாலும்கூட! ஒன்றைத் தேர்ந்தெடுப்பதற்கான சுதந்திரத்தைத் தவறாகப் பயன்படுத்தி ஒரு மனிதன் இன்னொரு மனிதனுக்குத் தீங்கு விளைவிக்கும்போது இவ்வாறு நிகழ்கிறது. துரதிர்ஷ்டவசமாக, பூமியில் மறுபிறவி எடுக்கும்போது மனிதர்கள் இந்த ஆபத்தைத்தான் எதிர்கொள்ள வேண்டியிருக்கிறது. வலிமையோடு இருப்பதும் கடவுள்மீது வெறுப்புக் கொள்ளாமல் இருப்பதும்தான் இதற்கான ஒரே தீர்வு. உங்களைக் காப்பாற்றும்படியும் நீங்கள் குணமாவதற்கு உங்களுக்கு உதவும்படியும் கடவுளிடம் பிரார்த்தனை செய்யுங்கள்.

சில சமயங்களில், மக்கள் எதிர்மறைக் கர்மவினையை மட்டும் கண்டு பயப்படுவதில்லை, தங்கள் வாழ்வில் நிகழ்கின்ற நல்ல விஷயங்களைக் கண்டும் அவர்கள் பயப்படுகின்றனர். எக்கணத்திலும் அந்த நல்ல விஷயங்கள் அனைத்தும் மறைந்துவிடும் என்று அவர்கள் நினைக்கின்றனர். உங்களுடைய மோசமான கர்மவினையைத் துணிச்சலோடு எதிர்கொள்வது முக்கியம், ஆனால் நல்ல கர்மவினையை கண்ணியத்தோடு ஏற்றுக் கொள்வதும் முக்கியம்தான். தங்கள் வாழ்வில் வரும் நல்ல விஷயங்களை எப்படி ஏற்றுக் கொள்வது என்று தெரியாமல் எத்தனை மனிதர்கள் இருக்கின்றனர் என்பதை நினைத்தால் ஆச்சரியமாக இருக்கிறது.

முதலில், உங்கள் வாழ்வில் நிகழ்கின்ற அனைத்து நல்ல விஷயங்களுக்காகவும் கடவுளுக்கு எப்போதும் நன்றி கூறுங்கள். இது மிகவும் முக்கியம். புவியுலகில், தாங்கள் கஷ்டப்படுகின்ற நேரங்களில் மக்கள் இறைவனிடம் உதவி கேட்டு மன்றாடுகின்றனர். ஆனால், நல்ல நேரங்களில், எல்லாம் சிறப்பாகச் சென்று கொண்டிருக்கும்போது, கடவுளை அவர்கள் சௌகரியமாக மறந்துவிடுகின்றனர். வேதனையான நேரங்களில் நீங்கள் கடவுளை நினைக்கிறீர்கள் என்றால், நல்ல நேரங்களின்போதும் அவரை நினைத்துக்

கொள்ளுங்கள், அவரோடு மகிழ்ச்சியுடன் இருங்கள். நாம் எல்லோரும் அவருடைய குழந்தைகள். நாம் ஆன்மீகரீதியாக முன்னேறும்போதும் நம்முடைய ஆன்மீகக் குறிக்கோளை நிறைவேற்றும்போதும் அவர் உண்மையிலேயே மகிழ்ச்சி கொள்கிறார். நம்மால் எவ்வளவு ஆசீர்வாதங்களைக் கையாள முடியுமோ, எவ்வளவு மகிழ்ச்சியைக் கையாள முடியுமோ, அவ்வளவு ஆசீர்வாதங்களையும் மகிழ்ச்சியையும் அவர் நமக்குக் கொடுக்க விரும்புகிறார்.

இரண்டாவதாக, உங்கள் பயணத்தில் உங்களுக்கு உதவியுள்ள உங்கள் குடும்பத்தினர், நண்பர்கள், மற்றும் பிறருக்கு நன்றி கூறுங்கள். ஆவியுலகிலிருந்து உங்களுக்கு உதவியுள்ள உங்கள் தேவதூதர்களுக்கும் நன்றி கூறுங்கள். அவர்களை அங்கீகரிப்பது முக்கியம். உங்களுக்கே தெரியாமல், உங்கள் தேவதூதர்கள் உங்களைப் பல சமயங்களில் தீங்கிலிருந்து காப்பாற்றியுள்ளனர், உங்களுக்கு மிகவும் தேவைப்பட்ட நேரத்தில் கூடுதல் உந்துதலை உங்களுக்குக் கொடுத்துள்ளனர். எனவே, அவர்களுக்கு உளமார நன்றி கூறுங்கள், அவர்களை ஆசீர்வதிக்கும்படி இறைவனிடம் கேட்டுக் கொள்ளுங்கள். ஆவியுலகில் உள்ள தங்கள் அன்புக்குரியவர்களையும், தங்களுடைய வழிகாட்டி ஆன்மாக்களையும், பிற தேவதூதர்களையும் ஆசீர்வதிக்கும்படி உங்கள் புவியுலக ஆன்மாக்களால் கடவுளிடம் கேட்க முடியும்.

மூன்றாவதாக, நல்ல கர்மவினையைக் கையாளும்போது, குற்றவுணர்வு என்ற அம்சமும் குறுக்கிடுகிறது. பூமியில், மக்கள் தவறான காரணங்களுக்காகக் குற்றவுணர்வு கொள்ளும் நிலைக்குத் தள்ளப்படுகின்றனர். மற்றவர்களுக்குக் குற்றவுணர்வை ஏற்படுத்திப் பார்ப்பதில் சிலர் பேரின்பம் கொள்கின்றனர். அவர்கள் உங்களுக்கு மிக நெருக்கமானவர்களாக இருந்தாலும் சரி, அப்படிப்பட்ட மக்களின் வலையில் விழுந்துவிடாதீர்கள். அவர்கள் எப்போதும் தங்களுடைய பயணத்தை உங்களுடைய பயணத்துடன் ஒப்பிட்டுப் பார்த்துவிட்டு, உங்கள் வாழ்வில் உள்ள ஆசீர்வாதங்கள் குறித்து உங்களை மோசமாக உணரச் செய்வார்கள். நீங்கள் சரியான பாதையில் சென்று கொண்டிருக்கும்பட்சத்தில், நல்ல விஷயங்கள் உங்கள் வாழ்வில் நிகழ்ந்தால், அதற்கு நீங்கள் தகுதியானவர்தான் என்பதை நீங்கள் தெளிவாகப் புரிந்து

கொள்ள வேண்டும். நீங்கள் ஏன் குற்றவுணர்வு கொள்ள வேண்டும்? உங்களுக்குக் கிடைத்திருக்கும் ஆசீர்வாதங்கள் இன்னொருவருக்கு இல்லை என்றால், அதற்கு ஒரு காரணம் இருக்கக்கூடும். அவர்கள் தங்கள் ஆன்மீகப் பயணத்தில் வேறொரு நிலையில் இருக்கக்கூடும். அவர்கள் ஏகப்பட்டக் கர்மவினைகளைத் தீர்த்துக் கொண்டிருக்கக்கூடும் அல்லது தீவிரமான சோதனைகளுக்கும் பயிற்சிகளுக்கும் உட்பட்டுக் கொண்டிருக்கக்கூடும். அவர்களுக்கு உதவி செய்யுங்கள், ஆதரவு காட்டுங்கள். ஆனால், அவர்களுடைய சுயபச்சாதாபத்தைக் கண்டு ஏமாந்துவிடாதீர்கள், உங்களுடைய சொந்தப் பயணத்தில் உங்களுக்குக் கிடைத்திருக்கும் ஆசீர்வாதங்களைப் பற்றிக் கேள்வி கேட்காதீர்கள். சில ஆன்மாக்கள் தவறான பாதையில் சென்று கொண்டு, தாங்கள் செய்துள்ள தவறான செயல்களுக்கான விலையைக் கொடுத்துக் கொண்டிருக்கின்றனர். அவர்கள் சரியான பாதைக்கு வந்துவிட்டால், அவர்களுடைய வாழ்க்கையும் மாறிவிடும். ஆவியுலகில் அவர்கள் எதைத் தேர்ந்தெடுத்துள்ளனர் என்று உங்களுக்குத் தெரியாது. உங்கள் வாழ்வில் வரும் நல்ல விஷயங்களை மகிழ்ச்சியாக அனுபவியுங்கள், அவை குறித்து நன்றியுடன் இருங்கள்.

உங்கள் வாழ்வில் நிகழ்கின்ற நல்லதிர்ஷ்டம் குறித்து நன்றியுடன் இருப்பதற்கான வழி, அந்த நல்லதிர்ஷ்டத்தை இன்னொரு நல்ல ஆன்மாவுடன் பகிர்ந்து கொள்வதுதான். இங்கும்கூட, உங்கள் வாழ்வில் துல்லியமாக என்ன நிகழ்ந்து கொண்டிருக்கிறது என்பதை நீங்கள் வெளிப்படுத்தத் தேவையில்லை, ஒவ்வொரு தகவலையும் அடுத்தவரிடம் கூறத் தேவையில்லை. யதார்த்தத்தில், உங்களுக்கு ஏற்படும் நல்ல விஷயங்கள் குறித்து நீங்கள் மௌனமாக இருக்க வேண்டும். உங்கள் நம்பிக்கைக்குரிய ஒருசிலரிடம் தவிர, அவற்றைப் பற்றி நீங்கள் அதிகமாகப் பேசாமல் இருப்பது நல்லது. இல்லையென்றால், நீங்கள் எதிர்மறை ஆற்றலைக் கவர்ந்திழுப்பீர்கள். ஆனால், உங்களுக்கு ஏதோ நல்லது நிகழ்ந்திருப்பது குறித்து நீங்கள் மகிழ்ச்சியாக இருந்தால், அந்த உணர்வை மற்றவர்களோடு பகிர்ந்து கொள்ளுங்கள். இன்னொருவருக்கு மகிழ்ச்சி ஏற்படுத்துங்கள். நீங்கள் ஒரு வலிமையான நிலையில் இருந்தால், பிற நல்ல ஆன்மாக்களுக்கு உதவுவதற்கு அதைப் பயன்படுத்திக் கொள்ளுங்கள். நீங்கள் அந்த நிலையில் வைக்கப்பட்டிருப்பதற்கான ஒரே

காரணம் அதுதான். உங்களுக்குக் கிடைக்கின்ற ஆன்மீக ஆசீர்வாதங்களை மகிழ்ச்சியோடு அனுபவியுங்கள், பிற நல்ல ஆன்மாக்களுக்கு உதவுவதற்கு அந்த ஆசீர்வாதங்களைப் பயன்படுத்திக் கொள்ளுங்கள்.

எந்தெந்த விஷயங்கள் எதிர்மறைக் கர்மவினையை உருவாக்குகின்றன?

1. உங்களுக்கு நீங்களே தீங்கு ஏற்படுத்திக் கொள்ளுதல். எடுத்துக்காட்டாக, நீங்கள் உங்கள் ஆரோக்கியத்தை கவனித்துக் கொள்ளாமல் போகும்போது நீங்கள் உங்களுக்கு பாதிப்பை ஏற்படுத்துகிறீர்கள். போதை மருந்துகளை உட்கொள்ளுதல், புகைபிடித்தல், மது அருந்துதல், அளவுக்கதிகமாக உணவருந்துதல், ஊட்டச்சத்து இல்லாமை, உடற்பயிற்சி செய்யாமை ஆகிய மோசமான பழக்கங்களும், எதிர்மறைச் சிந்தனைகள் மற்றும் நடவடிக்கைகளும் உங்கள் ஆன்மாவை உண்மையிலேயே சீரழிக்கின்றன.

2. மற்றவர்களுக்குத் தீங்கு விளைவித்தல். உடல்ரீதியாக ஒருவரைக் காயப்படுத்துவதும், அவருக்கு உணர்ச்சிரீதியான வேதனையை ஏற்படுத்துவதும் எதிர்மறைக் கர்மவினையை உருவாக்குகின்றன. உடல்ரீதியான வலி எவ்வளவு மோசமோ, உணர்ச்சிரீதியான வலியும் அவ்வளவு மோசமாகும்.

3. நீங்கள் எதிர்கொண்டிருக்கின்ற பிரச்சனைகளை ஏற்றுக் கொள்ளாமல் இருப்பதன் மூலமும், சூழ்நிலையில் உள்ள உண்மையை எதிர்கொள்ளாமல் இருப்பதன் மூலமும் அப்பிரச்சனைகளைக் கையாளாமல் இருத்தல்.

4. எதிர்மறை ஆன்மாக்களின் தவறான நடத்தைகளைப் பொறுத்துக் கொள்ளுதல். அவர்கள் எங்கே தவறிழைத்துக் கொண்டிருக்கின்றனர் என்பதை நீங்கள் அவர்களிடம் விளக்கிக் கூற வேண்டும். அவர்கள் உங்கள் பேச்சைக் கேட்காவிட்டால், அது அவர்கள் விருப்பம். ஆனால், அவர்கள் உங்களைத் தங்களுக்குச் சாதகமாகப் பயன்படுத்திக் கொள்ள

ஒருபோதும் அனுமதித்துவிடாதீர்கள். தீவினையை ஒருபோதும் ஊக்குவிக்காதீர்கள். ஒரு தீய நபரிடம் இனிமையாக நடந்து கொள்ளாதீர்கள். அப்படி நீங்கள் இனிமையாக நடந்து கொண்டால், நீங்கள் அவரை ஊக்குவிக்கிறீர்கள் என்று பொருள். நீங்கள் ஒரு தீயவரை ஊக்குவிக்கிறீர்கள் என்றால், நீங்களும் அதே பாவக்கூட்டத்தைச் சேர்ந்தவர் என்று அர்த்தமாகிறது. எனவே, தீயவர்களை சுலபமாக அடையாளம் கண்டுகொள்ள உங்களுக்கு உதவுவதற்கு உங்கள் ஆழ்மனத்தை வேகமாக வளர்த்தெடுங்கள்.

5. பொறுப்புகளைத் தவிர்த்தல். எடுத்துக்காட்டாக, உங்கள் பெற்றோர்கள், குழந்தைகள், அன்புக்குரியவர்கள் போன்றோருக்கு நீங்கள் ஆற்ற வேண்டிய கடமைகளிலிருந்து விலகி ஓடுதல்.

6. தவறு செய்வதற்கு மற்றவர்களை ஊக்குவித்தல், அவர்களைத் தவறான பாதையில் வழிநடத்துதல். எடுத்துக்காட்டாக, போதை மருந்துகளைக் கடத்தும் வேலையில் அவர்களை ஈடுபடுத்துதல்.

7. உங்கள் குழந்தைகளுக்குச் செல்லம் கொடுத்து அவர்களைக் கெடுத்தல். உங்கள் குழந்தைகளுக்கு நன்றாகப் பயிற்சியளிப்பது உங்கள் கடமை. அதை நீங்கள் செய்யத் தவறும்போது நீங்கள் மோசமான கர்மவினையை உருவாக்குகிறீர்கள். பெற்றோர்கள் தங்கள் குழந்தைகள் கூறும் விஷயங்களை ஒரு திறந்த மனத்துடன் காதுகொடுத்துக் கேட்க வேண்டும். ஏனெனில், ஒரு குழந்தையின் ஆழ்மனம் திறந்திருக்கிறது, அக்குழந்தை தன் உள்ளுணர்விலிருந்து செயல்படுகிறது. ஆனால், உங்கள் குழந்தை தன்னுடைய சுயநல நோக்கங்களுக்காக உங்களைத் தனக்குச் சாதகமாகப் பயன்படுத்திக் கொள்ளாமல் இருக்கும்படி பார்த்துக் கொள்ளுங்கள்.

8. பூமியில் உங்கள் ஆன்மீகக் குறிக்கோள் என்ன என்பதைக் கண்டுகொள்ளவும் அதை நிறைவேற்றவும் தவறுதல்.

9. தற்கொலை செய்து கொள்ளுதல். உங்கள் ஆன்மா தன்னுடைய பயணத்தை முழுமையாக நிறைவு

செய்வதற்கு நீங்கள் அனுமதிக்காமல் போவதால் நீங்கள் ஏகப்பட்ட எதிர்மறைக் கர்மவினையைச் சம்பாதிக்கிறீர்கள், நீங்கள் ஒரு தளம் கீழேயும் விழுந்துவிடுகிறீர்கள். நீங்கள் தேர்ந்தெடுத்துள்ள வாழ்க்கைக்கும் சூழ்நிலைகளுக்கும் நீங்களே ஒரு முற்றுப்புள்ளி வைத்துவிடுகிறீர்கள். கடவுளின் விதிகளின்படி நீங்கள்தான் உங்கள் இறுதி நாட்களைத் தேர்ந்தெடுக்கிறீர்கள். கடவுள்தான் உங்களுக்கு இந்த வாழ்க்கையைக் கொடுத்திருக்கிறார். அப்படி இருக்கும்போது, அதை முடித்துக் கொள்வதற்கான உரிமை உங்களுக்கு இல்லை.

10. நடவடிக்கை எடுக்காமல் இருத்தல்,. சில சமயங்களில், சரியான செயல்களைச் செய்வதற்கான பொறுப்பை அவர்கள் ஏற்றுக் கொள்வதில்லை அல்லது அதற்கான துணிச்சல் அவர்களுக்கு இருப்பதில்லை. அவர்கள் தவறான தேர்ந்தெடுப்புகளை மேற்கொள்கின்றனர். ஏனெனில், தேர்ந்தெடுப்பதற்கான தங்களுடைய சுதந்திரத்தைப் பயன்படுத்திச் சரியான நடவடிக்கைகளை மேற்கொள்வதற்கு பதிலாக, அவர்கள் வெறும் பார்வையாளர்களாக இருந்துவிடுகின்றனர்.

11. 'குதூகலமாக' இருக்க விரும்புதல். தாங்கள் இளைஞர்களாக இருக்கும்போது 'வாழ்க்கையை அனுபவிக்க' வேண்டும் என்று இளைஞர்கள் நம்புகின்றனர். தவறான செயல்களைச் செய்வதற்கு இதை அவர்கள் ஒரு சாக்குப்போக்காகப் பயன்படுத்திக் கொள்கின்றனர். உங்களுடைய புவியுலகப் பயணத்தை மகிழ்ச்சியாக அனுபவிப்பது முக்கியம்தான், ஆனால் அதற்காக நீங்கள் உங்கள் ஆன்மாவைக் காவு கொடுத்துவிடக்கூடாது.

உங்களிடம் ஆன்மீக அறிவு அறவே இல்லை என்ற நிலையோடு ஒப்பிடுகையில், ஆன்மீக அறிவு கைவரப் பெற்றப் பிறகு நீங்கள் தவறான தேர்ந்தெடுப்புகளை மேற்கொண்டால், நீங்கள் மேன்மேலும் கீழ்நிலைக்குப் போவீர்கள், மேன்மேலும் அதிகக் கர்மவினையைச் சம்பாதிப்பீர்கள் என்பதை எப்போதும் நினைவில் கொள்ளுங்கள்.

பூமியில் ஒருவர் எப்படித் தன் கர்மவினையைத் தீர்க்கிறார்?

கர்மவினையை எப்படித் தீர்ப்பது என்பது குறித்தச் சில வழிகாட்டிக் குறிப்புகள் இவை:

1. பிரச்சனையை ஒப்புக் கொள்ளுங்கள். எந்தவொரு முட்டுக்கட்டை வந்தாலும், அதிலிருந்து ஒருபோதும் விலகி ஓடாதீர்கள்.
2. சூநிலையை மாற்றுவதற்கும் அதைச் சிறப்பாகக் கையாள்வதற்கும் ஓர் உண்மையான விருப்பத்தைக் கொண்டிருங்கள்.
3. உங்கள் சொந்த வளர்ச்சிக்காக ஆவியுலகில் நீங்கள் இதைத்தான் தேர்ந்தெடுத்துள்ளீர்கள் என்பதைப் புரிந்து கொள்ளுங்கள். அல்லது, உங்களுடைய தற்போதைய வாழ்க்கையில் நீங்கள் தேர்ந்தெடுத்துள்ளவற்றின் விளைவு இது என்பதை அறிந்து கொள்ளுங்கள். சோதனைகளும் பயிற்சிகளும் உங்கள் வளர்ச்சிக்கு உதவக்கூடிய வாய்ப்புகளாகும். நீங்கள் உங்களை மேம்படுத்திக் கொள்வதற்கு இவை உங்களுக்கு உதவும். விஷயங்கள் ஏன் நிகழ்கின்றன என்பதை நீங்கள் புரிந்து கொள்ளும்போது, அவற்றைக் குறித்த உங்கள் எதிர்ப்பு வெகுவாகக் குறையும், உங்கள் பிரச்சனைகளைப் பற்றி நீங்கள் இனி ஒருபோதும் எதிர்மறையாக யோசிக்க மாட்டீர்கள்.
4. ஒவ்வொரு முட்டுக்கட்டையும் ஒரு சோதனை என்று நினைத்துக் கொள்ளுங்கள். நீங்கள் அச்சோதனையில் தோற்றுவிட்டால், அது மீண்டும் மீண்டும் உங்களிடம் வந்து கொண்டே இருக்கும். ஒவ்வொரு முறையும் அது மேன்மேலும் கடினமாகும்.
5. நேர்மறையாகவும் கடவுள்மீது நம்பிக்கையோடும் இருங்கள். உங்களுக்கு வலிமையையும் ஞானத்தையும் கொடுக்கும்படி இறைவனிடம் கேளுங்கள்.
6. அதிகப்படியான கர்மவினையைச் சம்பாதிக்காமல் இருக்க முயற்சி செய்யுங்கள். அறிவார்ந்த விதத்தில் செயல்படுங்கள். நீங்கள் செய்யக்கூடிய ஒரு சிறு

பாவத்திற்குக்கூட நீங்கள் பொறுப்பேற்றாக வேண்டும் என்பதை நினைவில் கொள்ளுங்கள். எப்படி ஒரு துளி நீர் ஒரு பெருங்கடலை உருவாக்க உதவுகிறதோ, அதேபோலத்தான் கர்மவினையும். ஒரு சிறு செயலுக்குக்கூடப் பின்விளைவுகள் இருக்கின்றன. அச்செயல் நல்லதாக இருந்தால், அதற்கான பின்விளைவுகள் நல்லவையாக இருக்கும். அது மோசமானதாக இருந்தால், அதற்கான பின்விளைவுகளும் மோசமானவையாக இருக்கும்.

7. பயணங்களை ஒருபோதும் ஒப்பிட்டுப் பார்க்காதீர்கள். நீங்கள் மட்டும் ஏன் வேதனையை அனுபவித்துக் கொண்டிருக்கிறீர்கள், இன்னொருவர் ஏன் அந்த வேதனையை அனுபவிக்கவில்லை என்று ஒருபோதும் கேள்வி எழுப்பாதீர்கள். அது ஒரு தவறான எண்ணம். அது உங்கள் வளர்ச்சியைத் தடுத்துவிடும்.

8. வெளிமனத்தைக் கட்டுப்படுத்திக் கொண்டு, உங்கள் ஆழ்மனம் கூறுவதை கவனமாகக் கேளுங்கள். ஒரு பேரிடர் வரும்போது அது அமைதியாக இருந்து உங்களை வழிநடத்தும்.

9. உங்கள் வாழ்வில் நிகழும் விஷயங்களுக்கு மற்றவர்களை ஒருபோதும் குறைகூறாதீர்கள். உங்கள் வாழ்க்கைக்கு நீங்கள்தான் பொறுப்பேற்றுக் கொள்ள வேண்டும். நீங்கள் விரும்பும் நேரத்தில் உங்களால் மாற முடியும். பெரும்பாலான மக்கள் பலவீனமாக இருப்பதற்குக் காரணம், அவ்வாறு இருப்பதை அவர்கள் தேர்ந்தெடுத்திருப்பதுதான்.

10. நீங்கள் ஒரு பிரச்சனையில் இருந்தாலோ அல்லது வேதனையை அனுபவித்துக் கொண்டிருந்தாலோ, சிறுசிறு அன்பான காரியங்கள் மூலமாக மற்றொருவருக்கு உதவ முயற்சி செய்யுங்கள். நீங்கள் உங்களைப் பற்றி சிந்திப்பதை விட்டுவிட்டு இன்னொருவர்மீது உங்கள் கவனத்தைத் திருப்பும்போது, அந்த மாற்றம் உங்களுக்கு உதவுகிறது. உங்கள் உள்நோக்கம் தூய்மையானதாக இருக்கும்படி பார்த்துக் கொள்ளுங்கள். நீங்கள் மற்றவர்களுக்கு உதவும்போது, உங்கள் சொந்தப்

பிரச்சனைகளை சுலபமாகக் கையாள்வதற்கான வலிமையைக் கடவுள் உங்களுக்குக் கொடுக்கிறார். அதோடு, நீங்கள் யாருக்கு உதவுகிறீர்களோ, அவர்களுடைய ஆசீர்வாதங்களும் உங்களுக்குக் கிடைக்கின்றன.

11. நடவடிக்கை எடுங்கள். உங்களால் இயன்ற எல்லாவற்றையும் செய்யுங்கள். மற்றவற்றைக் கடவுளிடம் விட்டுவிடுங்கள்.

ௐ 'சோதனையும்' 'பயிற்சியும்' கர்மவினையைப் போன்றவையா?

அவை கர்மவினையைப் போன்றவை அல்ல, ஆனால் அவை அதனோடு தொடர்புபடுத்தப்பட்டுள்ளன. நீங்கள் ஆவியுலகில் இருந்தபோது, பின்வரும் காரியங்களைச் செய்வதற்காக பூமிக்கு வருவதை நீங்கள் தேர்ந்தெடுத்தீர்கள்:

1. கர்மவினையைத் தீர்த்தல்.
2. சோதனைக்கும் பயிற்சிக்கும் உட்படுதல்.
3. உங்கள் ஆன்மீக நோக்கத்தை நிறைவேற்றுதல் (பூமியில் நீங்கள் வாழ்வதற்கான உண்மையான நோக்கம்).
4. உங்கள் அன்புக்குரியவர்களைப் பாதுகாத்தல்.

இந்த நான்கு விஷயங்களும் சேர்ந்துதான் பூமியில் உங்கள் பாதையாக ஆகின்றன.

உங்கள் வழியில் குறுக்கிடும் பிரச்சனைகள் அனைத்துமே உங்கள் கர்மவினை என்று கூறிவிட முடியாது. சில கடினமான சூழ்நிலைகள் உங்களைச் சோதிப்பதற்காகவோ அல்லது உங்களுக்குப் பயிற்சியளிப்பதற்காகவோ வருகின்றன. நீங்கள் உங்கள் பலவீனங்களைப் பற்றி அறிந்து கொள்வதற்காகவோ அல்லது உங்களிடம் உள்ள எதிர்மறைப் பண்புநலன்களை அறிந்து கொண்டு நேர்மறைப் பண்புநலன்களை உங்களிடம் வளர்த்தெடுப்பதற்காகவோ பிரச்சனைகள் உங்கள் வாழ்வில் குறுக்கிடுகின்றன. கர்மவினையானது நீங்கள் தீர்க்க வேண்டிய ஒரு கடனாகவோ அல்லது உங்களுக்குக் கிடைக்கவிருக்கும் ஓர் ஆசீர்வாதமாகவோ இருந்தால், பயிற்சி என்பது உங்களை அதற்குத் தயார்படுத்திக் கொள்வதற்கானது என்பதை அறிந்திடுங்கள். ஒரு

குறிப்பிட்டச் சோதனையில் வெற்றி பெறுவதற்கு உங்களைத் தயார்படுத்திக் கொள்வதற்காக நீங்கள் இந்தப் பயிற்சிக்கு உட்படுவதைத் தேர்ந்தெடுக்கிறீர்கள். உங்கள் புவியுலக வாழ்க்கையின்போது நீங்கள் நிறைவேற்ற விரும்புகின்ற பயிற்சிகளை ஆவியுலகில் உள்ள பேரான்மாக்களின் உதவியுடன் நீங்கள் தேர்ந்தெடுக்கிறீர்கள். நீங்கள் எந்த விஷயத்தில் சோதிக்கப்பட விரும்புகிறீர்கள், அதாவது, எந்தக் குறிப்பிட்ட ஆன்மப் பண்புநலன்களில் நீங்கள் சோதிக்கப்பட விரும்புகிறீர்கள் என்பதை நீங்கள் தேர்ந்தெடுக்கிறீர்கள். ஆனால், சோதனைகளின் தன்மை, அவற்றின் வீச்சு, நேரம் ஆகியவற்றை நீங்கள் தீர்மானிப்பதில்லை. அவற்றை உங்கள் ஆழ்மனம்தான் தீர்மானிக்கிறது. எடுத்துக்காட்டாக, நீங்கள் ஒரு பல்கலைக்கழகத்தில் சேரும்போது, நீங்கள் படிக்க விரும்புகின்ற பாடங்களை நீங்கள் தேர்ந்தெடுக்கிறீர்கள், ஆனால் உங்கள் படிப்பின் முடிவில் நீங்கள் எழுதுகின்ற தேர்வில் கேட்கப்படும் கேள்விகளை நீங்கள் தேர்ந்தெடுப்பதில்லை. உங்கள் வாழ்வில் பல்வேறு காலகட்டங்களில் இதுபோன்ற பல சோதனைகள் முளைக்கும். நீங்கள் அவற்றில் மிகச் சிறப்பாகத் தேர்ச்சி பெறும்வரை, அவை மீண்டும் மீண்டும் உங்களுக்குக் கொடுக்கப்பட்டுக் கொண்டே இருக்கும். பயிற்சி உங்கள் ஆன்மாவை வலிமைப்படுத்தி, சில குறிப்பிட்ட உண்மைகளை நீங்கள் உணர்ந்து கொள்ள உதவுகிறது. நீங்கள் உங்களுடைய சோதனைகளில் வெற்றி பெற்று உங்கள் நோக்கத்தை நிறைவேற்றுவதற்குத் தேவையான சில குறிப்பிட்டப் பண்புநலன்களை உங்கள் ஆன்மா சுவீகரித்துக் கொள்வதற்குப் பயிற்சி உதவுகிறது. நீங்கள் சமாளிக்க வேண்டிய பல தொடர்ச்சியான சூழ்நிலைகளில் பயிற்சி வருகிறது. நீங்கள் கற்றுக் கொள்வதற்கும் வளர்வதற்கும் அது உதவுகிறது. பயிற்சியானது, உங்கள் சொந்த ஆன்மாவின் தேவைகளின் அடிப்படையில் நீங்கள் தேர்ந்தெடுத்துள்ள விஷயங்களுக்கு ஏற்பப் பல்வேறு வடிவங்களில் வருகிறது. பிறகு, நீங்கள் அந்த உண்மைகளை அல்லது படிப்பினைகளைக் கற்றுக் கொண்டுள்ளீர்களா என்பதையும், அவை உங்களின் ஒரு பகுதியாக ஆகியுள்ளனவா என்பதையும் பார்ப்பதற்கு நீங்கள் சோதிக்கப்படுகிறீர்கள்.

ஆன்மீகப் படிப்பினைகளை நீங்கள் கற்றுக் கொண்டுள்ளீர்களா என்பதைத் தீர்மானிப்பதற்காகவே சோதனைகள் இருக்கின்றன.

நீங்கள் ஒரு படிப்பினையைச் சிறப்பாகக் கற்றுக் கொண்டுள்ளீர்கள் என்றால், அச்சோதனை உங்கள் வாழ்வில் மீண்டும் தோன்றாது. நீங்கள் ஒரு குறிப்பிட்டச் சூழ்நிலையைச் சிறப்பாகக் கையாண்டு, அதைக் கடந்து சென்றுவிட்டீர்கள். அதாவது, போராட்டத்தின் உயர்ந்த நோக்கத்தை நீங்கள் புரிந்து கொண்டுள்ளீர்கள் என்று பொருள்.

நீங்கள் உங்கள் வெற்றி குறித்துப் பெரும் கர்வம் கொண்டிருக்கிறீர்கள் என்று வைத்துக் கொள்வோம். நீங்கள் தோல்வியை அனுபவிக்கின்ற பல சூழ்நிலைகளை நீங்கள் எதிர்கொள்வீர்கள். இது உங்களுக்குக் கிடைக்கின்ற பயிற்சியாகும். இந்தத் தோல்வியின் இயல்பை நீங்கள் புரிந்து கொண்டால், உங்களுக்குப் பணிவைக் கற்றுக் கொடுப்பதற்காகத்தான் அது உங்களுக்குக் கொடுக்கப்பட்டுள்ளது என்பதை நீங்கள் உணர்ந்து கொண்டால், நீங்கள் பணிவானவராக ஆகிறீர்கள், உங்கள் படிப்பினையைக் கற்றுக் கொள்கிறீர்கள், இறுதியில் அச்சோதனையில் வெற்றி பெறுகிறீர்கள். 'கர்வம்' என்ற ஓர் எதிர்மறை ஆன்மப் பண்புநலனை அகற்றிவிட்டு, 'பணிவு' என்ற ஒரு நேர்மறையான ஆன்மப் பண்புநலனை நீங்கள் அதனிடத்தில் குடியமர்த்துகிறீர்கள். இந்த மாற்றம் உண்மையானதாக இருந்தால், நீங்கள் உங்கள் சோதனையில் உண்மையிலேயே வெற்றி பெற்றுள்ளீர்கள் என்று அர்த்தம். உங்கள் ஆன்மா இவ்விதத்தில்தான் பயிற்றுவிக்கப்படுகிறது. ஆன்மீகரீதியாக நீங்கள் உயரும்போது, உங்களுடைய சோதனைகளும் பயிற்சிகளும் ஓர் உயரிய தன்மை கொண்டவையாக ஆகின்றன, ஆவியுலகிலிருந்து கூடுதல் உதவி உங்களுக்குக் கிடைக்கிறது.

சோதனைகள் உங்களுடைய ஒழுக்கத்தின் வலிமையையும் தீர்மானிக்கின்றன. நீங்கள் பின்பற்றவிருக்கும் ஒரு பாதை அறநெறிரீதியாகத் தவறானது என்றாலும், அது சுலபமானதாக இருப்பதால் அதை நீங்கள் தேர்ந்தெடுக்கிறீர்களா? அல்லது, அதிகக் கடினமானதாக இருந்தாலும், சரியான பாதையைத் தேர்ந்தெடுக்கிறீர்களா? கர்மவினை, சோதனை, பயிற்சி ஆகிய மூன்றும் ஒன்றோடொன்று இணைக்கப்பட்டுள்ளன. நீங்கள் புரிந்து கொள்ள வேண்டியது இதுதான்: நீங்கள் எந்தச் சூழ்நிலையை எதிர்கொள்ள வேண்டியிருந்தாலும் சரி, அதைத் துணிச்சலோடும் ஒரு புன்னகையோடும் கையாளுங்கள். ஆனால், எப்போதும் விழிப்பாக இருங்கள்.

நீங்கள் சற்றும் எதிர்பார்க்காத நேரத்தில்தான் சோதனைகள் உங்கள் குறுக்கே வருகின்றன.

ஓர் ஆன்மீகச் சோதனை என்பது ஒரு திடீர்ச் சோதனை. ஆன்மீகப் படிப்பினைகளை நீங்கள் உண்மையிலேயே கற்றுக் கொண்டுள்ளீர்களா என்பதைக் கண்டுபிடிப்பதற்கான ஒரே வழி இதுதான். நீங்கள் ஆன்மீகரீதியாக விழிப்புடன் இருப்பதற்கு, உங்கள் ஆழ்மன நிலையிலிருந்து செயல்படுங்கள். அப்போது, இயல்பாகவே நீங்கள் சரியான காரியத்தைத்தான் செய்வீர்கள். ஓர் ஆன்மீகச் சோதனையை எதிர்கொள்ளும்போது வெளிமன நிலையிலிருந்து நீங்கள் இயங்கினால், தவறான தசையை (வெளிமனத்தை) நீங்கள் பயன்படுத்திக் கொண்டிருக்கிறீர்கள் என்று பொருள். எனவே, நீங்கள் அச்சோதனையில் அவ்வளவு சிறப்பாகத் தேர்ச்சி பெற முடியாமல் போகக்கூடும் அல்லது நீங்கள் முற்றிலுமாகத் தோற்றுப் போகக்கூடும். நீங்கள் ஒரு சோதனையை எதிர்கொள்ளும்போது, பயத்தால் நீங்கள் உறைந்துவிடக்கூடும், அல்லது கோபமும் வெறுப்பும் கொள்ளக்கூடும். அவ்வாறு நிகழும்போது, நீங்கள் உங்களை உங்கள் ஆழ்மனத்திடமிருந்து துண்டித்துக் கொள்கிறீர்கள். இதன் விளைவாக, நீங்கள் ஒரு தவறான துவக்கத்தை மேற்கொள்கிறீர்கள். வெளிமனம் என்ற தவறான தசையை நீங்கள் முடுக்கிவிட்டிருக்கிறீர்கள். உங்கள் துவக்கம்தான் எல்லாமே. எனவே, நீங்கள் தவறான தசையை முடுக்கிவிட்டிருப்பதால், நீங்கள் தொடர்ந்து அதைத்தான் பயன்படுத்துவீர்கள். இறுதியில், நீங்கள் உங்கள் சோதனையில் தோற்கும்போது, நீங்கள் என்ன செய்துள்ளீர்கள் என்பதை நீங்கள் உணர்ந்து கொள்வீர்கள். நீங்கள் ஒரு சோதனையில் தோற்றுப் போகும்போது, அச்சோதனை மேன்மேலும் கடினமாக ஆகி உங்களிடம் திரும்பி வருகிறது. நீங்கள் அச்சோதனையிலிருந்து கற்றுக் கொள்ள வேண்டிய பாடம் மாறுவதில்லை, ஆனால் அச்சோதனை வேறொரு வடிவில் வரும். ஓர் ஆன்மீகச் சோதனை இப்படித்தான் ஒரு திடீர்ச் சோதனையாக ஆகிறது. படிப்பினையை நீங்கள் கற்றுக் கொள்ளும்வரை, ஒரே பிரச்சனை மீண்டும் மீண்டும் உங்களிடம் வந்து கொண்டே இருக்கும். நீங்கள் அப்பிரச்சனையிலிருந்து மீளும்வரை, அதை நீங்கள் மீண்டும் மீண்டும் சந்தித்துக் கொண்டே இருப்பீர்கள்.

பள்ளியில் மேல்வகுப்புகளுக்குச் செல்லச் செல்ல உங்கள் தேர்வுகள் எப்படி மேன்மேலும் கடினமாகின்றனவோ,

அதேபோல, ஆன்மீகரீதியாக நீங்கள் எவ்வளவு உயர்கிறீர்களோ, உங்கள் சோதனைகள் அவ்வளவு அதிகக் கடினமாகும் என்பது இன்னொரு விதி. உங்களிடம் ஆன்மீக அறிவு இருந்தும் நீங்கள் உங்கள் பிரச்சனைகளிலிருந்து விலகி ஓடினால், நீங்கள் வேகமாகக் கீழ்நிலைக்குப் போய்விடுவீர்கள். நீங்கள் அவ்வாறு விலகி ஓடுவதற்கான காரணம், பயம், அகங்காரம் போன்ற எதுவாக இருந்தாலும் சரி, உங்களிடம் ஆன்மீக அறிவு இருக்கும்பட்சத்தில், கர்மவினையைச் சிறப்பாக ஏற்றுக் கொண்டு, பயிற்சிக்கு உட்பட்டு, உங்கள் ஆன்மீகச் சோதனைகளில் வெற்றி பெறுவதற்கான மாபெரும் பொறுப்பு உங்களுக்கு இருக்கிறது என்பதுதான் ஆன்மீக விதி.

அற்புதமான அறிவைப் பெற்றும் கீழ்மட்டத் தளங்களில் இருக்கின்ற பலர் உங்கள் புவியுலகில் இருக்கின்றனர். ஏனெனில், ஆன்மீக அறிவு அவர்களிடம் இருந்தும், தங்களை மேம்படுத்திக் கொள்வதற்கு அவர்கள் அதைப் பயன்படுத்துவதில்லை. அந்த அறிவை அவர்கள் மற்றவர்களிடம் பகிர்ந்து கொண்டால்கூட, அவர்கள் தவறான பாதையில் சென்று கொண்டிருந்தால், எதுவொன்றாலும் அவர்களைக் காப்பாற்ற முடியாது. எனவே, ஆன்மீக அறிவு நீங்கள் இன்னும் தாழ்ந்த நிலைக்குள் விழுவதற்கு வழிவகுக்கக்கூடும். ஆன்மீக அறிவைக் கைவசப்படுத்திய பிறகு நீங்கள் ஒரு தவறான காரியத்தைச் செய்வது, ஆன்மீக விதிகளை நீங்கள் முற்றிலுமாக உதாசீனப்படுத்துவதாக அர்த்தப்படும். அப்போது உங்கள் கர்மவினை அதிகரிக்கும். ஒரே மாதிரியான தவறான செயலைச் செய்த இரண்டு தனிநபர்களின் வீழ்ச்சி வேறுபட்டிருப்பது சாத்தியம்தான். அதிக ஆன்மீக அறிவைக் கொண்டவர் ஆன்மீகரீதியாக அதிகமாகத் தாழ்ந்து போகிறார், அதிகமான எதிர்மறைக் கர்மவினையைச் சம்பாதிக்கிறார்.

🕉️ ஆன்மீகச் சோதனைகளுக்கான ஒருசில எடுத்துக்காட்டுகளை உங்களால் கொடுக்க முடியுமா?

1. பயம். நீங்கள் துணிச்சலைக் கற்றுக் கொள்ள வேண்டும் என்பதால் உங்கள் பயங்கள் சோதிக்கப்படும்.

2. அதிகாரம். மற்றவர்களுக்கு நல்லது செய்வதற்காக அதிகாரத்தை உங்களால் பயன்படுத்த முடிகிறதா என்பதைப் பார்ப்பதற்காக, அதிகாரத்துடன்கூடிய ஒரு நிலையில் நீங்கள் வைக்கப்படுவீர்கள்.

3. பணம். பணம் உங்கள் இயல்பை மாற்றுகிறதா என்பதைப் பார்ப்பதற்காக, சில சமயங்களில், உங்களுக்கு ஏராளமான பணம் கொடுக்கப்படுகிறது. அல்லது, இருப்பதைக் கொண்டு உங்களால் மனநிறைவுடன் வாழ முடிகிறதா என்பதைப் பார்ப்பதற்காக உங்களுக்கு அதிகப் பணம் கொடுக்கப்படுவதில்லை.

4. பரிசு. நீங்கள் எப்படிப் பயன்படுத்துகிறீர்கள் என்று பார்ப்பதற்காக உங்களுக்கு ஒரு பரிசு (திறமை) கொடுக்கப்படுகிறது. நீங்கள் அதை நல்லதற்குப் பயன்படுத்துகிறீர்களா அல்லது மோசமான காரியத்திற்குப் பயன்படுத்துகிறீர்களா என்று நீங்கள் சோதிக்கப்படுகிறீர்கள்.

5. மன்னிப்பு. உங்களுக்கு நெருக்கமான ஒருவர் உங்களுக்கு வேதனை ஏற்படுத்தக்கூடும். எதிர்மறை மனப்போக்கைக் கொள்வதற்கும் அந்நபர்மீது கோபம் கொள்வதற்கும் பதிலாக, சரியான காரியத்தைச் செய்வதன் மூலம் அந்நபரை உங்களால் மன்னிக்க முடியுமா? அதாவது, உங்கள் உள்ளார்ந்த நிலையை மாற்றிக் கொண்டு, நேர்மறையாகச் சிந்திப்பதன் மூலம் அவரை உங்களால் மன்னிக்க முடியுமா?

ॐ கர்மவினையைத் தீர்ப்பதில் ஆழ்மனத்தின் வேலை என்ன?

நீங்கள் ஒரு நல்ல ஆன்மாவாக இருக்கும் பட்சத்தில், உங்கள் ஆழ்மனம் திறந்திருப்பதால், உங்கள் கர்மவினை உங்களிடம் வேகமாக வந்துவிடுகிறது. அதாவது, நீங்கள் லேசாகத் தவறான ஒரு காரியத்தைச் செய்தால்கூட, உங்கள் கர்மவினை உடனடியாக வந்துவிடுகிறது. எனவே, விரைவாக அதை உங்களால் தீர்த்துவிட முடிகிறது. ஆனால், உங்கள் ஆழ்மனம் செயலிழந்து போயிருந்தால், உங்கள் கர்மவினை அதிகரிக்கிறது. எனவே, நீங்கள் அதைத் தீர்ப்பதற்குத்

தாமதமாகிறது. ஆனால் இறுதியில், எப்படியும் அது உங்களை வந்தடைகிறது. தீய ஆன்மாக்கள் தப்பிவிடுகின்றனர் என்று நினைக்காதீர்கள். தாங்கள் சேகரிக்கும் கர்மவினையை என்றேனும் ஒருநாள் அவர்கள் தீர்த்தாகத்தான் வேண்டும்.

ஆனால், சோதனைக்கும் பயிற்சிக்கும் இவ்விதி பொருந்துவதில்லை. சோதனைக்கும் பயிற்சிக்கும் உட்படுவதை ஒரு மனிதனால் தவிர்க்க முடியும். உங்கள் ஆழ்மனம் செயலற்றுப் போயிருந்தால், உங்கள் ஆன்மீக வளர்ச்சிக்குத் தேவையான சோதனைகளுக்கும் பயிற்சிகளுக்கும் அதனால் உங்களை வழிநடத்திச் செல்ல முடியாது. இதன் விளைவாக, உங்கள் ஆன்மீகக் குறிக்கோளையும் பூமியில் நீங்கள் இருப்பதற்கான நோக்கத்தையும் உங்களால் ஒருபோதும் அறிந்து கொள்ள முடியாமல் போய்விடுகிறது. நீங்கள் ஓர் ஆன்மீகப் பயணத்தில் இல்லாதபோது, ஆவியுலகில் நீங்கள் எந்தப் பாதையைத் தேர்ந்தெடுத்தீர்களோ, அதை இப்போது உங்கள் சுதந்திரத்தைப் பயன்படுத்தி நீங்கள் மாற்றிவிடுகிறீர்கள். உங்கள் ஆன்மாவின் பயிற்றுவிப்புக்குத் தேவையான சூழ்நிலைகளையும் மக்களையும் நீங்கள் இனி ஒருபோதும் எதிர்கொள்ள மாட்டீர்கள். மாறாக, உங்கள் அகங்காரத்திற்குத் தீனி போட்டு, உங்களை முற்றிலுமாகப் புவிசார்ந்து இருக்கும்படி செய்து, லௌகீக விஷயங்களுக்கு முக்கியத்துவம் கொடுக்கின்ற ஓர் உலகில் நீங்கள் மூழ்கிவிடும்படி செய்யக்கூடிய சூழ்நிலைகளையும் மக்களையும்தான் நீங்கள் சந்திப்பீர்கள். இதன் விளைவாக, உங்கள் ஆன்மாவுக்கு நீங்கள் எந்த முக்கியத்துவமும் கொடுக்காமல் போய்விடுவீர்கள். உங்கள் ஆன்மாவைப் பேணிப் பராமரிப்பதை முற்றிலுமாகப் புறக்கணித்துவிட்டு, இந்நிலையில் நீங்கள் மகிழ்ச்சியாக இருந்துவிடுவீர்கள். ஆனால் இந்த மகிழ்ச்சி ஒரு மாயைதான். ஏனெனில், அது முழுக்க முழுக்க உங்கள் வெளிமனத்திலிருந்து வருகிறது. ஆன்மீகப் பாதையிலிருந்து விலகி ஓடுவதன் மூலம், புவிவாழ் மக்கள் சிலர் நிம்மதியடைகின்றனர், வெளிமனத்திலிருந்து வருகின்ற ஒரு பொய்யான மனஅமைதியை அவர்கள் உணர்கின்றனர். ஏனெனில், தங்களை மாற்றிக் கொள்வதற்கும் மேம்படுத்திக் கொள்வதற்கும் அவர்கள் விரும்புவதில்லை என்பதால், இப்பாதையில் அவர்களுக்கு எந்தப் போராட்டமும் இருப்பதில்லை. தங்கள் பிரச்சனைகளைச் சரியான வழியில் கையாள அவர்கள் விரும்புவதில்லை. மாறாக, எது சுலபமான வழியோ, அவ்வழியில் அவர்கள்

அப்பிரச்சனைகளிலிருந்து விடுபட முயற்சிக்கின்றனர். இந்தப் பொய்யான மன அமைதியை உங்கள் அகங்காரம்தான் உங்களுக்குக் கொடுக்கிறது. ஏனெனில், தான் நசுக்கப்படுவதை அது விரும்புவதில்லை.

⚛ தாழ்ந்த நிலையில் இருக்கும் ஆன்மாக்களின் ஆழ்மனங்கள் செயலிழந்து இருப்பதாலும், சோதனைகளுக்கும் பயிற்சிகளுக்கும் அவை அவர்களை இட்டுச் செல்வதில்லை என்பதாலும்தான் பூமியில் இவ்வளவு அநியாயங்கள் இருப்பதுபோலத் தெரிகிறதா?

அப்படி உங்களுக்குத் தெரியக்கூடும், ஆனால் இந்த ஆன்மாக்கள் உண்மையில் மோசமான கர்மவினைகளை உருவாக்கிக் கொண்டிருக்கின்றனர் என்பதை நீங்கள் மறந்துவிடக்கூடாது. அவர்கள் தங்கள் சோதனைகளையும் பயிற்சிகளையும்கூட எதிர்கொள்வது இல்லை. இவ்விஷயங்கள் அனைத்தும் பதிவு செய்யப்படுகின்றன. இவை அனைத்தும் மேன்மேலும் அதிகரிக்கின்றன. இறுதியில், எதிர்மறை ஆன்மாக்கள் இந்த உண்மையை எதிர்கொள்ளத்தான் வேண்டும். ஆனால், புவியுலகில் இந்த ஆன்மாக்களிடம் அதிகாரம் இருப்பதால், அவர்கள் மகிழ்ச்சியாக இருப்பதுபோலத் தோன்றும். மேலும், இக்கணத்தில் பூமியின் அதிர்வு எதிர்மறையாக இருக்கிறது. எனவே, இந்த எதிர்மறை அதிர்வு எதிர்மறை ஆன்மாக்களுக்கு உதவுகிறது. துரதிர்ஷ்டவசமாக, இதே எதிர்மறை அதிர்வு நல்ல ஆன்மாக்களையும் பாதிக்கிறது. இந்த எதிர்மறை ஆன்மாக்கள் தங்களுடைய சுதந்திரத் தேர்ந்தெடுப்பைப் பயன்படுத்தி மற்றவர்களுக்குத் தீங்கு விளைவிக்கின்றனர். அதன் விளைவாக, நல்ல ஆன்மாக்களும் துன்பத்தை அனுபவிக்கின்றனர் அது அவர்களுடைய சோதனையாகவோ, பயிற்சியாகவோ, அல்லது கர்மவினையாகவோ இல்லாவிட்டாலும்கூட!

எடுத்துக்காட்டாக, கொலை ஒருபோதும் கடவுளின் திட்டத்தின் ஒரு பகுதியாக இருப்பதில்லை. உங்கள் கர்மவினையைத் தீர்ப்பதற்காகவோ அல்லது சோதனைகளுக்கும் பயிற்சிகளுக்கும் உட்படுவதற்காகவோ ஆவியுலகில் இதை உங்களால் ஒருபோதும் தேர்ந்தெடுக்க முடியாது. ஒரு நபர் இன்னொருவரைக் கொலை செய்யும்போது, அது தற்காப்புக்காகச் செய்யப்பட்டதாக இல்லாவிட்டால், அந்தக்

கொலைகாரன் நேராக ஆவியுலகின் கீழ்மட்டத் தளத்திற்குச் சென்று, ஏகப்பட்ட எதிர்மறைக் கர்மவினைகளைச் சம்பாதிப்பான். அதாவது, அவன் திட்டமிட்டு அந்தக் கொலையைச் செய்திருந்தாலோ அல்லது பழி வாங்குவதற்கு அப்படிச் செய்திருந்தாலோ, சூழ்நிலை எதுவாக இருந்தாலும், ஆவியுலகில் அவன் கீழ்மட்ட நிலைக்குப் போகத்தான் வேண்டும். நீங்கள் இப்பிறவியில் ஒருவரைக் கொலை செய்துவிடுகிறீர்கள் என்றால், எதிர்காலத்தில் ஏதோ ஒரு பிறவியில் வேறு யாரேனும் உங்களைக் கொல்வார்கள் என்று அர்த்தமில்லை. கொலை போன்ற ஒரு பாவச்செயல் ஓர் ஆன்மீகத் திட்டத்தின் ஒரு பகுதியாக இருப்பதற்குக் கடவுள் ஒருபோதும் அனுமதிக்க மாட்டார். ஏனெனில், கொலை போன்ற பாதகச் செயல்களை ஆவியுலகில் யாராலும் தேர்ந்தெடுக்க முடியாது. கீழ்மட்ட நிலையில் இருக்கும் ஓர் ஆன்மா, பூமியில் தன்னுடைய அடுத்தப் பிறவியில் மிகுந்த துயரத்தையும் கஷ்டங்களையும் அனுபவித்தாக வேண்டும். நான்காவது தளத்தை அடைவதற்குக்கூட அந்த ஆன்மாவுக்கு மிக நீண்டகாலம் ஆகும்.

ॐ ஆனால், தங்கள் அன்புக்குரிய ஒருவரை அநியாயமாக இழந்துவிட்ட நல்ல ஆன்மாக்களின் நிலை என்னவாகும்?

நீங்கள் ஆவியுலகில் இருக்கும்போது, பூமி எப்படிப்பட்ட இடம் என்பதை நீங்கள் அறிந்திருக்கிறீர்கள். பூமியில் பிறவி எடுப்பதில் ஆபத்துக்கள் இருக்கின்றன என்பதையும், ஓர் எதிர்மறை ஆன்மா தன்னுடைய சுதந்திரத் தேர்ந்தெடுப்பைப் பயன்படுத்தி உங்களுக்குத் தீங்கு விளைவிக்கக்கூடும் என்பதையும் நீங்கள் அறிவீர்கள். இவ்விஷயங்களை அறிந்திருந்தும் நீங்கள் பூமிக்கு வருவதைத் தேர்ந்தெடுத்திருக்கிறீர்கள். ஏனெனில், ஆவியுலகில் முன்னேறுவதைவிடப் புவியுலகில் உங்களால் அதிக வேகமாக முன்னேற முடியும் என்பதை நீங்கள் அறிந்திருக்கிறீர்கள். ஆபத்துக்கள் நிறைந்த ஒன்றை முயற்சிப்பதில் உங்களுக்கு விருப்பம் இல்லை என்றால், நீங்கள் ஆவியுலகிலேயே இருந்துவிடுவீர்கள், உங்கள் முன்னேற்றம் மெதுவானதாக இருக்கும் (ஒருசிலருடைய விஷயத்தைத் தவிர). அதனால்தான், மறுபிறவி எடுப்பதைப் பல ஆன்மாக்கள் தேர்ந்தெடுப்பதில்லை. தேர்ந்தெடுப்பதற்கான

சுதந்திரம் ஆவியுலகிலும் இருப்பதால், இது முழுக்க முழுக்க அவர்களுடைய விருப்பம் சார்ந்ததுதான். தேர்ந்தெடுப்பதற்கான சுதந்திரம் அனைத்துப் பிரபஞ்சங்களிலும் இருக்கிறது.

ஓர் இளைஞன் கொலை செய்யப்பட்டுள்ளதாக வைத்துக் கொள்வோம். கணிப்புப்படி அது அவனுடைய இறுதி நாள் அல்ல. அவன் தன்னுடைய புவியுலகப் பயணத்தை நிறைவு செய்வதற்கு முன்பாகவே அவனுடைய வாழ்க்கை முடிக்கப்பட்டுவிட்டது. இந்த இளைஞனின் பெற்றோர்கள் உயிரோடு இருப்பதாகவும், இந்த வகையான வேதனையை அனுபவிப்பது அவர்களுடைய கர்மவினை என்றும் வைத்துக் கொள்வோம். நோய்வாய்ப்பட்டு இறத்தல் போன்ற ஓர் இயற்கையான மரணத்தில் தங்கள் குழந்தையை இழப்பது அப்பெற்றோரின் கர்மவினையாக இருக்கக்கூடும், ஆனால் இயற்கைக்கு முரணான ஒரு மரணத்தில் அவனை இழப்பது அவர்களுடைய கர்மவினையாக இருக்காது.

அப்பெற்றோர்கள் நல்ல ஆன்மாக்களாக இருந்தால், அவர்களுடைய துக்கத்தைப் போக்குவதற்குக் கடவுள் தன்னுடைய தேவதூதர்களை அனுப்புவார். அப்பெற்றோர்கள் இந்தக் கடினமான சூழ்நிலையிலிருந்து மீள்வதற்குப் பிரார்த்தனைகள் மூலமாக அவர்களுக்கு ஏராளமான வலிமை வழங்கப்படும். பூமியில் உள்ள ஒவ்வொரு நபரும் ஏதோ ஒரு கர்மவினையைத் தீர்க்க வேண்டியுள்ளது. இப்பெற்றோர்களும் தங்கள் கர்மவினையைத் தீர்த்தாக வேண்டும். அவர்கள் ஒப்புக் கொண்டால், அவர்கள் அனுபவிக்கின்ற இந்த வேதனை அவர்களுடைய கர்மவினையை முற்றிலுமாக நீக்குவதற்குப் பயன்படுத்தப்படலாம். இந்த உடன்பாடு அவர்களுடைய பிரக்ஞையின்றி நிகழ்கிறது. அது அவர்களுடைய ஆழ்மனத்திற்கும், அந்தக் குறிப்பிட்டத் தளத்தின் பேரான்மாவுக்கும் இடையே நிகழ்கிறது. அப்பெற்றோர்கள் கூடுதல் பிரார்த்தனைகள் மற்றும் பாதுகாப்புடன் தொடர்ந்து வாழ்ந்து, தங்களுடைய புவியுலகப் பயணத்தை நிறைவு செய்வர். அவர்கள் இப்பயணத்தைச் சிறப்பாக நிறைவேற்றினால், அவர்களுடைய கர்மவினையின் பெரும்பகுதி துடைத்தெறியப்பட்டுவிடும்.

மிகக் கடினமான சூழ்நிலைகளில் அவர்களுக்கு இருக்கக்கூடிய இன்னொரு வாய்ப்பு 'ஆவி உட்புகுதல்.'

பூமியில் நீங்கள் ஒரு நல்ல ஆன்மாவாக இருக்கிறீர்கள் என்றும், உங்கள் திறனுக்கும் புரிதலுக்கும் அப்பாற்பட்ட ஒரு கடினமான சூழ்நிலையை நீங்கள் எதிர்கொண்டு இருக்கிறீர்கள் என்றும் வைத்துக் கொள்வோம். நீங்கள் ஐந்தாம் வகுப்புப் படித்துக் கொண்டிருக்கும்போது பத்தாம் வகுப்புத் தேர்வு உங்களுக்குக் கொடுக்கப்பட்டுக் கொண்டிருப்பது போன்ற ஒரு சூழ்நிலை இது என்று நினைத்துக் கொள்ளுங்கள். எனவே, அச்சூழ்நிலையை எதிர்கொள்வது உங்களுக்குச் சாத்தியமற்றதாக இருக்கிறது. இந்நிலையில், ஐந்தாவது தளம் அல்லது அதைவிட உயர்ந்த ஒரு தளத்தைச் சேர்ந்த ஒரு நல்ல ஆன்மா ஆவியுலகிலிருந்து பூமிக்கு வந்து உங்கள் உடலில் புகுந்து கொள்வார். உங்கள் மனித ஆன்மா தற்காலிகமாக ஆவியுலகிற்குப் போய்விடும். நீங்கள் எதிர்கொண்டிருந்த கடினமான சூழ்நிலை கடந்தவுடன், உங்கள் ஆன்மா மீண்டும் உங்கள் உடலில் புகுந்து கொள்ளும், ஆவியுலக ஆன்மாவை மீண்டும் ஆவியுலகிற்கு அனுப்பிவிடும். உங்கள் ஆழ்மனத்திற்கு மட்டுமே இது தெரியும். உங்கள் ஆழ்மனத்திற்கும், உங்கள் உடலில் புகுந்து கொள்கின்ற ஆவியுலக ஆன்மாவின் ஆழ்மனத்திற்கும் இடையே ஒரு பரஸ்பரப் புரிதல் இருக்கிறது. ஆவியுலக ஆன்மாக்கள் இப்படித் தற்காலிகமாக மனித உடல்களில் புகுந்து கொள்வது அரிதாகவே நடைபெறுகிறது. குறிப்பிட்டக் கடினமான சூழ்நிலைகளில் மட்டுமே ஆவியுலக ஆன்மாக்கள் பூமிக்கு வருகின்றனர். ஒரு முன்னெச்சரிக்கை நடவடிக்கையாக, உங்கள் புவியுலக வாழ்வில் விஷயங்கள் தவறாகப் போகும் பட்சத்தில் உங்கள் உடலில் எந்த ஆன்மா நுழைய வேண்டும் என்பதை நீங்கள் பிறப்பதற்கு முன்பாகவே நீங்கள் தேர்ந்தெடுத்துவிடுகிறீர்கள்.

🕉️ ஆவியுலக ஆன்மா ஒருவர், தற்காலிகமாக ஒரு புவியுலக ஆன்மாவின் உடலுக்குள் புகுவதும் ஒரு மனிதனின் உடலை ஓர் ஆவி ஆட்கொள்வதும் ஒன்றா?

இல்லை. அவை இரண்டும் வெவ்வேறு விஷயங்கள். ஆட்கொள்ளுதல் என்பது ஒருவருடைய சுதந்திரமான விருப்பத்தேர்வுக்கு எதிரானது. ஆவியுலக ஆன்மாக்கள் புவியுலக மக்களை ஒருபோதும் ஆட்கொள்வதில்லை.

அரூப ஆன்மாக்கள் மட்டுமே அவ்வாறு செய்கின்றனர். அரூப ஆன்மாக்கள் எதிர்மறை மக்களால் மட்டுமே கவர்ந்திழுக்கப்படுகின்றனர். புவியிலுள்ள ஓர் எதிர்மறையான நபரின் உடலையே ஓர் அரூப ஆன்மா ஆட்கொள்கிறார். ஆன்மீகரீதியாக இது தவறானது. ஏனெனில், அந்தப் புவியுலக ஆன்மாவின் உடலுக்குள் நுழைவதற்கு அவருடைய ஆழ்மனத்தின் அனுமதியை அந்த அரூப ஆன்மா பெற்றிருக்கவில்லை. எனவே, அந்நபரின் விருப்பத்திற்கு எதிராக அந்த அரூப ஆன்மா அவருடைய உடலை ஆட்கொள்கிறார்.

ஓ தலைவிதியைப் பற்றி நீங்கள் என்ன நினைக்கிறீர்கள்? கர்மவினை, சோதனை, பயிற்சி ஆகியவற்றிலிருந்து தலைவிதி தனித்து இருக்கிறதா?

தலைவிதியின்மீது நம்பிக்கை கொண்டுள்ளவர்கள், தாங்கள் சக்தியற்றவர்கள் என்பதுபோல வாழ்கின்றனர். தாங்கள் என்ன செய்தாலும் சரி, 'எது நடக்க வேண்டுமோ, அது நடந்தே தீரும்,' என்று அவர்கள் நினைக்கின்றனர். இது சரியான சிந்தனை அல்ல. ஏனெனில், உங்களுடைய தற்போதைய நடவடிக்கைகள்தான் உங்கள் எதிர்காலச் சூழ்நிலைகளைத் தீர்மானிக்கின்றன. நீங்கள் ஒரு நல்ல ஆன்மாவாக இருந்தால், உங்கள் ஆழ்மனம் திறந்திருந்தால் மட்டுமே சோதனைகளுக்கும் பயிற்சிகளுக்கும் உங்களால் உட்பட முடியும். உங்கள் கர்மவினை உங்களிடம் வந்து சேரும், அதை விரைவாக உங்களால் தீர்க்க முடியும். மேலும், நீங்கள் உங்களுடைய தற்போதைய சோதனைகளையும் பயிற்சிகளையும் சிறப்பாகக் கையாண்டால் மட்டுமே, கூடுதல் சோதனைகளுக்கும் பயிற்சிகளுக்கும் நீங்கள் இட்டுச் செல்லப்படுவீர்கள். தலைவிதிதான் எல்லாவற்றுக்கும் காரணம் என்பது உண்மையல்ல, உங்களுடைய தற்போதைய நடவடிக்கைகள்தான் எல்லாவற்றையும் தீர்மானிக்கின்றன. நல்ல கர்மவினையோ அல்லது மோசமான கர்மவினையோ, உங்களுடைய கடந்தகால நடவடிக்கைகளாலும் நிகழ்கால நடவடிக்கைகளாலுமே அவை உருவாகின்றன. ஆனால் உங்கள் பிரச்சனைகளை நீங்கள் சிறப்பாகக் கையாண்டால், எதிர்மறைச் சூழல்களிலிருந்து உங்களால் விடுபட முடியும்.

அது உங்கள் கைகளில்தான் இருக்கிறது. நீங்கள் என்ன செய்தாலும் உங்கள் சூழ்நிலை மாறாது என்று தலைவிதியை நம்புபவர்கள் நினைக்கின்றனர். அவர்கள் விஷயத்தில், அவர்களுடைய போராட்டங்கள் தொடர்ந்து கொண்டே இருக்கும். அவை ஒருபோதும் முற்றுப் பெற வாய்ப்பில்லை.

நீங்கள்தான் உங்கள் சொந்தப் பின்விளைவுகளை உருவாக்குகிறீர்களே அன்றி, உங்கள் தலைவிதி அல்ல. பூமியில் உங்களுக்குக் கிடைக்கின்ற ஆசீர்வாதங்களும் நீங்கள் எதிர்கொள்கின்ற பிரச்சனைகளும் ஆவியுலகில் நீங்களாகவே தேர்ந்தெடுப்பவைதான். ஏனெனில், இப்பிறவியிலோ அல்லது ஏதோ ஒரு முந்தைய பிறவியிலோ நீங்கள் செய்துள்ள நல்ல காரியங்களும் தீய காரியங்களும்தான் நீங்கள் ஆசீர்வாதங்களைப் பெறுகிறீர்களா அல்லது பிரச்சனைகளை எதிர்கொள்கிறீர்களா என்பதைத் தீர்மானிக்கின்றன. தலைவிதியில் உங்களுக்கு நம்பிக்கை இருந்தால், பின்விளைவுகள் ஏற்கனவே தீர்மானிக்கப்பட்டுவிடுகின்றன என்றும் உங்கள் நடவடிக்கைகளுக்கும் அவற்றுக்கும் எந்தத் தொடர்பும் இல்லை என்றும் நீங்கள் நம்புகிறீர்கள் என்று பொருள்.

மனிதர்கள் தங்கள் வாழ்வில் அனுபவிக்கின்ற வேதனைகளை, கர்மவினையைப் பற்றிய இந்தத் தகவல்கள் ஓரளவுக்கு விளக்கும் என்று நாங்கள் நம்புகிறோம். கர்மவினை என்பது பயத்துடனோ, வருத்தத்துடனோ, அல்லது பதற்றத்துடனோ அணுகப்பட வேண்டிய ஒன்றல்ல. உங்களுடைய ஆன்மீக வளர்ச்சிக்கு அது தேவை. உளரீதியாகவோ, உடல்ரீதியாகவோ, உணர்ச்சிரீதியாகவோ, அல்லது ஆன்மீகரீதியாகவோ நீங்கள் ஒருவரைக் காயப்படுத்தியிருந்தால், அது உங்களிடம் திரும்பி வரும். அதேபோல, ஒரு தூய்மையான உள்நோக்கத்துடன் நீங்கள் பிறருக்குச் செய்துள்ள சிறுசிறு அன்பான காரியங்கள் உங்களுக்கு ஆசீர்வாதங்களைக் கொண்டுவரும்.

ஆன்மீக ஆசீர்வாதங்களும் பரிசுகளும் ஒருபோதும் லௌகீகத் தன்மை கொண்டவை அல்ல. அவை பல வடிவங்களில் வருகின்றன: ஒரு மகிழ்ச்சியான குடும்பம், விசுவாசமான நண்பர்கள், திறமைகள், வசதிகள், செல்லப்பிராணிகள், ஓர் உண்மையான குரு (போலி அல்ல) கிடைத்தல், தன்னிச்சையாக எழுதுதல் போன்ற புலன் கடந்த திறன்கள், பிறவி மேதமை, கருத்துப் பரிமாற்றத்தில் வல்லவராக

இருத்தல், பிணிநீக்க சக்தியைப் பெற்றிருத்தல், மனிதகுலத்தின் சேவைக்காகக் கண்டுபிடிப்புகளை நிகழ்த்துதல், சிறந்த ஆரோக்கியம், எதிர்மறையான விஷயங்களிலிருந்து உங்களுக்கும் உங்கள் அன்புக்குரியவர்களுக்கும் பாதுகாப்புக் கிடைத்தல், வழிகாட்டுதல் மற்றும் ஆன்மீக அறிவு, உங்கள் பிரச்சனைகளைக் கையாள்வதற்குக் கடவுளிடமிருந்து உங்களுக்குக் கிடைக்கும் வலிமை, உங்கள் கர்மவினையை விரைவாகத் தீர்ப்பதற்கு உங்களுக்குக் கிடைக்கும் வாய்ப்புகள், உங்கள் புவியுலகப் பயணத்தின் நோக்கத்தைச் சிறப்பாக நிறைவேற்றுவதற்கும் மற்றவர்களுக்கு உதவுவதற்கும் உங்களுக்குத் தேவையான திறமைகள்.

கடன்கள் தீர்க்கப்பட்டாக வேண்டும். உங்களுடைய சோதனைகளிலிருந்து விலகி ஓடுவதன் மூலமாகவோ, உங்கள் பொறுப்புகளைத் தவிர்ப்பதன் மூலமாகவோ, அல்லது தவறான பாதையைப் பின்பற்றுவதன் மூலமாகவோ, உங்கள் கடன்களை அடுத்தப் பிறவிக்குத் தள்ளிப்போடாதீர்கள். உங்கள் நோயைத் தீர்ப்பதற்கு நீங்கள் மருந்துகளை உட்கொண்டாக வேண்டும். ஆனால் அந்த மருந்துகள் சில சமயங்களில் கசப்பாக இருக்கும். ஆனால் அவற்றை நீங்கள் உட்கொண்ட பிறகு, நீங்கள் நலமாக உணர்வீர்கள். அதேபோல, கர்மவினைகள் உங்களுக்கு வலியைக் கொடுக்கும், ஆனால் அவற்றை நீங்கள் சிறப்பாகக் கையாண்ட பிறகு, உங்கள் மனம் லேசாகும், நீங்கள் வலிமையாக உணர்வீர்கள், உங்கள் புரிதல் பெரிதும் மேம்பட்டிருக்கும். உங்கள் வழியில் எது குறுக்கிட்டாலும் அதை உங்களால் கையாள முடியும் என்பதை எப்போதும் நினைவில் கொள்ளுங்கள். ஆவியுலகில், நீங்கள் உங்கள் தளத்தின் பேரான்மாவுடனும் இன்னும் மூன்று நல்ல ஆன்மாக்களுடனும் சேர்ந்து கலந்து பேசிய பிறகுதான், உங்கள் திறனுக்கு ஏற்ற ஒரு பாதையை நீங்கள் தேர்ந்தெடுத்தீர்கள். உங்களால் கையாளப்படக்கூடிய விஷயங்களின் அடிப்படையிலேயே உங்களுக்குப் பயிற்சிகளும் சோதனைகளும் கர்மவினைகளும் வழங்கப்படுகின்றன. உங்கள் திறனுக்கு அப்பாற்பட்ட எதுவும் உங்கள் வாழ்வில் தோன்றாது. ஏதோ ஒன்று உங்களால் கையாள முடியாத அளவுக்குக் கடினமாக இருப்பதாக நீங்கள் நினைத்தால், மீண்டும் நன்றாக யோசித்துப் பாருங்கள்; நீங்கள் எங்கே தவறிழைத்துக் கொண்டிருக்கிறீர்கள் என்பதை நீங்கள் ஆய்வு செய்ய வேண்டியிருக்கலாம்.

பூமியில் உங்கள் குறிக்கோள்

"நாம் எல்லோரும் கடவுளின் கருவிகளாகப் பிறக்கிறோம், ஆனால் அவருடைய கருவியாகத் தொடர்ந்து செயல்படுவதற்கான விருப்பத்தேர்வு முழுக்க முழுக்க நம்முடையது மட்டுமே."

"தீய மக்களிடம் ஒருபோதும் இனிமையாக நடந்து கொள்ளாதீர்கள், அவர்களை ஒருபோதும் ஊக்குவிக்காதீர்கள். தீமையை எதிர்த்துப் போராடுங்கள்."

ॐ பூமியில் உங்கள் குறிக்கோள் என்ன?

தங்கள் வாழ்க்கைக்கு எந்த அர்த்தமும் இல்லை என்றும், அதில் பிரச்சனைகளைத் தவிர வேறு எதுவும் இருப்பதுபோலத் தெரியவில்லை என்றும் பலர் நினைக்கின்றனர். இந்த ஆன்மாக்களால் தங்கள் வாழ்வில் எப்படி அர்த்தத்தைக் கண்டுபிடிக்க முடியும்? முதலில், உங்கள் வழியில் எதிர்ப்படும் முட்டுக்கட்டைகளைக் கண்டு பயப்படாதீர்கள். உங்களுக்கு மேலும் வலு சேர்ப்பதற்காகவே அவை வருகின்றன. மேலும், துன்புறுவதற்காகவே நீங்கள் பூமியில் இருப்பதாக ஒருபோதும் கருதிவிடாதீர்கள். கர்மவினை, சோதனை, பயிற்சி ஆகிய அனைத்தும் உங்களை நீங்கள் மாற்றிக் கொள்வதற்கும் உங்கள் ஆன்மாவைத் தூய்மைப்படுத்துவதற்கும் உங்களுக்கு உதவுவதற்காகவே இருக்கின்றன. பூமியில் நீங்கள் ஓர் அற்புதமான விஷயத்தைச் செய்வதற்கான ஒரு வாய்ப்பையும் கடவுள் உங்களுக்குக் கொடுத்திருக்கிறார். உங்கள் ஆன்மீகக் குறிக்கோள்தான் அது.

தன் வாழ்க்கை அர்த்தமுள்ள ஒன்றாக இருக்க வேண்டும் என்று ஒவ்வொரு மனிதனும் விரும்புகிறான். நீங்கள் உங்கள் வாழ்வின் நோக்கத்தைக் கண்டுபிடிக்கும்போது இது நிகழ்கிறது. இந்த நோக்கம்தான் உங்கள் குறிக்கோள். உங்கள் ஆன்மாவுக்கும் கடவுளுக்கும் இடையேயான ஒரு சத்தியப் பிரமாணம் அது. நீங்கள் பூமிக்கு வருவதற்கு முன்பாக ஆவியுலகில் மேற்கொண்ட சத்தியப் பிரமாணம் அது. ஒவ்வோர் ஆன்மாவும் ஓர் ஆன்மீகத் தேடலை மேற்கொண்டுள்ளது. பூமியில் மறுபிறவி எடுப்பதற்கு முன்பாக ஆவியுலகில் நீங்கள் தேர்ந்தெடுத்துள்ள பாதை அது. நீங்கள் பூமிக்கு வரும்போது, நீங்கள் ஏன் மறுபிறவி எடுப்பதைத் தேர்ந்தெடுத்தீர்கள் என்பதற்கான காரணம் உங்களுக்கு முற்றிலுமாக மறந்து போய்விடுகிறது. உங்கள் ஆன்மாவின் முன்னேற்றத்திற்காகவே நீங்கள் மீண்டும் பிறந்திருக்கிறீர்கள் என்பதை நீங்கள் மறந்துவிடுகிறீர்கள்.

ஒவ்வொரு மனிதனுக்கும் மூன்று குறிக்கோள்கள் இருக்கின்றன:

1. ஆன்மீகரீதியாக மேம்படுதல்.

2. மற்றவர்களுக்குத் தன்னலமின்றிச் சேவை செய்தல்.

3. தனக்குக் கிடைத்துள்ள பரிசுகளையும் திறமைகளையும் மற்றவர்களுடைய வளர்ச்சிக்காகப் பயன்படுத்துதல்.

நல்லவிதமாக மாறுவதற்காகவே மனிதர்கள் பூமியில் இருக்கின்றனர். நீங்கள் உள்ளிருந்து மாறும்போது மட்டுமே ஒரு மனித உடலில் இருந்தபடி ஓர் ஆன்மாவாக உங்கள் முழு ஆற்றலை உங்களால் உணர்ந்து கொள்ள முடியும். சுயமேம்பாடுதான் உங்கள் முதல் குறிக்கோள். உங்கள் வாழ்வின் சூழல்கள் எப்படி இருந்தாலும் சரி, நீங்கள் எதிர்கொள்ளும் முட்டுக்கட்டைகள் எதுவாக இருந்தாலும் சரி, உள்ளார்ந்த மாற்றத்தை மேற்கொள்வதும் கடவுளின் நல்வழியைப் பின்பற்றி வாழ்வதும்தான் உங்கள் முதல் குறிக்கோளாகும். பூமியில் எப்போதும் எதிர்மறை ஆற்றல்கள் இருந்து கொண்டுதான் இருக்கும். பூமி ஓர் ஆன்மீகப் போர்க்களம். அறநெறியைக் கடைபிடித்து வாழ்வதில் நீங்கள் எவ்வளவு வலிமை பெற்றிருக்கிறீர்கள் என்பதை நிரூபிப்பதற்கான ஒரே வழி, இருள் உங்களைத் திக்குமுக்காடச் செய்யும்போது ஒளியைத் தேர்ந்தெடுப்பதுதான். தீமையை எதிர்க்க வேண்டும் என்பதற்காக நீங்கள் அது பற்றி உரத்தக் குரலெழுப்பத் தேவையில்லை, மக்களை

எடைபோட்டுப் பார்க்க வேண்டியதில்லை, அவர்களுடைய உண்மையான சொரூபத்தை வெளிச்சம் போட்டுக் காட்ட வேண்டியதில்லை. தீமையை வெளிச்சம் போட்டுக் காட்டுவது முக்கியம்தான், ஆனால் அது உங்களையோ அல்லது உங்கள் அன்புக்குரியவர்களையோ ஆபத்திற்கு உள்ளாக்கக்கூடும் என்றால் அது அவ்வளவு முக்கியமல்ல. ஆனால், நீங்கள் ஒரு கோழையாக இருப்பதற்கு இதை நீங்கள் ஒரு சாக்குப்போக்காகப் பயன்படுத்திக் கொள்ளக்கூடாது. ஒவ்வொரு முறையும் சரியான காரியத்தைத் துணிச்சலோடு செய்வது மட்டும்தான் தீமையை எதிர்ப்பதற்கான சிறந்த வழி. கடவுளின் நல்வழிப் பாதையில் நடப்பது என்பதன் பொருள் இதுதான். மாற்றம் இல்லாமல் வளர்ச்சி இல்லை.

ஆழ்மனத்தின் வழிகாட்டுதலை நீங்கள் பின்பற்றும்போது, மாற்றம் உங்கள் இயல்பின் ஒரு பகுதியாக ஆகிவிடுகிறது. எனவே, நீங்கள் படிப்படியாகவும் நேர்த்தியாகவும் மாறுகிறீர்கள். நீங்கள் நேர்த்தியாக மாறும்போது, உங்களுடைய சோதனைகளையும் பயிற்சிகளையும் உங்களால் திறமையாகக் கையாள முடிகிறது, உங்களுடைய எதிர்மறைக் கர்மவினைகளையும் உங்களால் சிறப்பாகத் தீர்த்துவிட முடிகிறது. ஏனெனில், நீங்கள் உங்கள் ஆழ்மனத்தைப் பயன்படுத்திக் கொண்டிருக்கிறீர்கள். மேலும், உங்களுடைய நல்ல கர்மவினைகளை மக்களின் நன்மைக்காக உங்களால் பயன்படுத்த முடியும். அதாவது, உங்களுக்குக் கிடைத்திருக்கும் ஆன்மீகப் பரிசுகளையும் ஆசீர்வாதங்களையும் நீங்கள் சிறப்பாகப் பயன்படுத்திக் கொள்ளலாம். நீங்கள் சரியான பாதையில் சென்று கொண்டிருக்கும்போது மட்டுமே இவை உங்களுக்குக் கிடைக்கின்றன. நீங்கள் நேர்த்தியாக மாறும்போது, கடவுளின் திட்டத்தைச் செயல்படுத்துவதற்கு நீங்கள் உங்களால் இயன்ற அளவு சிறப்பாகச் செயல்பட்டுக் கொண்டிருக்கிறீர்கள் என்று அர்த்தமாகிறது.

உங்கள் ஆழ்மனத்தின் வழிகாட்டுதலைப் பின்பற்ற நீங்கள் தவறும்போது, மாற்றத்தை நீங்கள் எதிர்க்கிறீர்கள். நீங்கள் அதனோடு மல்லுக்கு நிற்பதற்குக் காரணம், உங்களுடைய வெளிமனம் சொல்கின்ற தவறான நியாயப்படுத்தல்களை நீங்கள் ஏற்றுக் கொள்வதுதான். உங்களிடம் எந்தத் தவறும் இல்லை என்றும், நீங்கள் மாற வேண்டிய அவசியம் இல்லை என்றும் உங்கள் வெளிமனம் உங்களிடம் கூறுகிறது. வெளிமனம் மாற்றத்தை விரும்புவதில்லை. எனவே, நீங்கள் உங்கள் ஆழ்மனத்திலிருந்து இயங்காவிட்டால், மாற்றம்

இயல்பாக உங்களுக்கு வராது. நீங்கள் நேர்த்தியாக மாற மாட்டீர்கள். ஆனால், நீங்கள் ஒரு மோசமான ஆன்மா அல்ல என்பதாலும், உங்கள் ஆழ்மனம் லேசாகத் திறந்திருப்பதாலும், உடலளவில் ஒரு பேரிடி உங்களைத் தாக்கும். பொருளாதாரரீதியான இழப்பு, ஆரோக்கியக் குறைவு போன்றவற்றின் வடிவத்தில் ஏதோ ஓர் அதிர்ச்சி அல்லது பேரிழப்பு உங்கள் வாழ்வில் நிகழும். உங்கள் கண்களைத் திறப்பதற்காக இது நிகழ்கிறது.

வழிகாட்டுதலையும் ஆனந்தத்தையும் ஆசீர்வாதங்களையும் மனிதர்கள் சுலபமாக உதாசீனப்படுத்திவிடுகின்றனர் என்பது வருத்தத்திற்குரிய விஷயம். ஆனால் வலியை அவர்களால் உதாசீனப்படுத்த முடியாது. எனவே, உங்களுக்கு விழிப்பூட்டுவதற்காகவே வலி வருகிறது. நீங்கள் விழிப்படைந்த மறுகணம், நீங்கள் தவறான பாதையில் சென்று கொண்டிருக்கிறீர்கள் என்பதையும், நீங்கள் மாற வேண்டியது அவசியம் என்பதையும் நீங்கள் உணர்ந்து கொள்கிறீர்கள். நீங்கள் உங்கள் ஆழ்மனத்தின் பேச்சைக் கேட்டிருந்தால், உங்களுக்கு விழிப்பூட்டுவதற்கு அந்த வலி உங்களுக்குத் தேவைப்பட்டிருக்காது. ஆனால், உங்களுக்கு ஒரு பேரிடி ஏற்பட்டப் பிறகும் நீங்கள் மாற மறுத்தால், அதிர்ச்சிகள் ஏற்படுவது நின்றுவிடும். ஏனெனில், உங்கள் ஆழ்மனம் செயலிழந்து போயிருக்கும். எனவே, உங்கள் புற வாழ்வில் எல்லாம் சிறப்பாகச் சென்று கொண்டிருப்பதால் நீங்கள் சரியான பாதையில்தான் பயணித்துக் கொண்டிருக்கிறீர்கள் என்று அனுமானித்துக் கொள்ளாதீர்கள். வேறு வார்த்தைகளில் கூறினால், நீங்கள் மோசமானவராக மாறியிருக்கக்கூடும்.

தெரிந்தே தவறான பாதையில் நீங்கள் செல்லும்போது இது நிகழ்கிறது. உங்கள் மாற்றம் மோசமானதாக இருந்து, நீங்கள் எல்லை மீறி நடந்து கொள்ளும்போது, உங்கள் ஆழ்மனம் தன் இயக்கத்தை முற்றிலுமாக நிறுத்திவிடுகிறது. நீங்கள் இறந்து போய், ஆவியுலகின் கீழ்மட்டத் தளங்களைச் சென்றடையும்போதுதான், நீங்கள் தவறு செய்திருப்பதை நீங்கள் உணர்கிறீர்கள். பூமியில் தாங்கள் சரியான பாதையில் சென்று கொண்டிருப்பதாக நினைக்கும் ஆன்மாக்கள், ஆவியுலகில் தாங்கள் வந்து சேர்ந்துள்ள மிக மோசமான தளத்தைக் கண்டு அதிர்ச்சி அடைவது ஒரு கொடுமையான விஷயம்.

சுயமேம்பாடோ அல்லது மாற்றமோ, அது சரியான காரணங்களுக்காகச் செய்யப்பட வேண்டும். சில சமயங்களில், மக்கள் தவறான காரணங்களுக்காகத் தங்களை மேம்படுத்திக் கொள்கின்றனர் அல்லது மாறுகின்றனர். தாங்கள் மற்றவர்களால் மதிக்கப்பட வேண்டும் என்று அவர்கள் விரும்புகின்றனர்; ஆன்மீகப் பாதையில் பயணிப்பதன் மூலம் அவர்கள் தங்கள் அகங்காரத்திற்குத் தீனி போட விரும்புகின்றனர்; தங்களை அறிவார்ந்தவர்களாகக் காட்டிக் கொள்வதற்காக அறிவைக் கைவசப்படுத்துகின்றனர்; அல்லது, தாங்கள் நரகத்திற்குப் போய்விடுவோமோ என்ற பயத்தாலும், சொர்க்கத்தில் தங்களுக்கு ஓர் இடம் வேண்டும் என்பதற்காகவும் அவர்கள் சரியான விஷயங்களைச் செய்கின்றனர். மாற்றத்திற்கான சரியான காரணங்கள் அல்ல இவை. நல்லவற்றின்மீது உங்களுக்கு நம்பிக்கை இருப்பதாலும், நீங்கள் ஒரு சிறந்த மனிதராக உருவாக விரும்புவதாலுமே நீங்கள் மாற வேண்டும். நல்லவை என்ற ஒரே காரணத்திற்காக நல்லவற்றைத் தேர்ந்தெடுங்கள். ஆன்மீகரீதியாக ஓர் இலக்கை அடைய விரும்புவதற்கு பதிலாக, நல்ல விஷயங்களைச் செய்வது உங்களை நல்லவிதமாக உணரச் செய்கிறது என்பதால் அவ்விஷயங்களைச் செய்வதைத் தேர்ந்தெடுங்கள், பூமியில் உங்கள் பயணத்தை ஆனந்தமாக அனுபவியுங்கள். ஏழாவது தளாத்தின் ஒன்பதாவது நிலையை அடைவது உங்கள் நோக்கமாக இருக்கக்கூடாது, மாறாக, நீங்கள் தேர்ந்தெடுக்கின்ற நல்வழிப் பாதையும் மாற்றமும்தான் உங்கள் இலக்காக இருக்க வேண்டும்.

சில சமயங்களில், "நான் மாற விரும்புகிறேன், ஆனால் அது என்னால் முடியவில்லை," என்று மக்கள் கூறுகின்றனர். அவர்கள் அவ்வாறு கூறும்போது, அவர்கள் உண்மையைத்தான் கூறுகிறார்களா?

இப்படிச் சொல்கின்ற மக்களின் நோக்கங்கள் நல்லவையாகத்தான் இருக்கின்றன. ஆனால், தங்களுக்குள் ஓர் உள்ளார்ந்த மாற்றத்தை ஏன் தங்களால் ஏற்படுத்த முடியவில்லை என்பது குறித்து அவர்கள் குழப்பம் அடைந்துள்ளனர். இதற்கு ஓர் எளிய காரணம் இருக்கிறது. உண்மையான மாற்றம் ஆழ்மனத்திலிருந்து வருகிறது, ஆனால் வெளிமனம் அதற்கு ஒத்துழைக்க வேண்டும். மக்கள் மாறத்

தவறும்போது, அவர்கள் அந்த மாற்றத்திற்குத் தங்களை அர்ப்பணித்துக் கொள்ளவில்லை என்று அர்த்தமாகிறது. மாற வேண்டும் என்ற உண்மையான விருப்பம் அவர்களிடம் இல்லை. மாற்றத்தை அவர்கள் தேர்ந்தெடுக்கின்றனர், ஆனால் அது அரைகுறையான விருப்பமாக இருக்கிறது. சரியான காரணங்களுக்காக நீங்கள் மாற வேண்டும். அந்த மாற்றத்திற்கு நீங்கள் உங்களை முழுவதுமாக அர்ப்பணித்துக் கொள்ள வேண்டும்.

நீங்கள் எடுத்து வைக்க வேண்டிய முதல் அடி இதுதான்: உங்களை நீங்கள் மாற்றிக் கொள்வதற்கும் கடவுளின் நல்வழியைப் பின்பற்றுவதற்கும், சரியான விஷயங்களையும் தவறான விஷயங்களையும் வகைப் பிரித்துப் பார்ப்பதற்கு உங்களுக்கு உதவக்கூடிய அறிவு உங்களுக்கு அவசியமாகிறது. நீங்கள் மாற வேண்டியுள்ளது என்பதை நீங்கள் உணர்ந்து கொள்ள வேண்டியது முக்கியம். எனவே, ஆன்மீக அறிவைக் கைவசப்படுத்துவதுதான் நீங்கள் மேற்கொள்ள வேண்டிய முதல் நடவடிக்கையாகும். அந்த அறிவின் மூலாதாரம் நம்பகமானதாக இருப்பதை உறுதி செய்து கொள்ளுங்கள். ஆன்மீகம் என்ற போர்வையில் ஏராளமான தவறான தகவல்கள் பூமியில் இன்று உலா வந்து கொண்டிருக்கின்றன. ஆனால், உண்மையான அறிவுக்கு இட்டுச் செல்லக்கூடிய ஆழ்மனம் ஒன்றைக் கடவுள் உங்களுக்குக் கொடுத்திருக்கிறார். நீங்கள் ஒரு சுலபமான வழியை எதிர்பார்க்கிறீர்கள் என்றால், மாற்றத்தை நீங்கள் எதிர்க்கிறீர்கள் என்றால், நீங்கள் உண்மையான ஆன்மீகத் தேடலில் ஈடுபடவில்லை என்று பொருள். உங்கள் வெளிமனம் தவறான அறிவுக்கு உங்களை இட்டுச் செல்லும். குறைவான அறிவு மிகவும் ஆபத்தானது. உங்கள் ஆன்மாவுக்கு எது சிறந்ததோ, அதைச் செய்யுங்கள். உங்கள் அகங்காரத்திற்குத் தீனி போடக்கூடிய விஷயங்களைச் செய்யாதீர்கள்.

ௐ ஓர் உண்மையான குருவை எவ்வாறு ஒருவரால் அடையாளம் காண முடியும்?

ஒருசில அதிர்ஷ்டக்கார மக்கள் மட்டுமே தங்கள் வாழ்வில் உண்மையான குருமார்களைப் பெற்றுள்ளனர், ஆனால் ஆன்மீக அறிவு எல்லோரின் கைக்கெட்டும் தூரத்தில்தான்

உள்ளது. அறிவை உங்கள் ஆசானாக ஆக்கிக் கொள்ளுங்கள். உங்கள் தேடல் உண்மையானதாக இருந்தால், சரியான அறிவு உங்கள் வசமாகும். ஓர் ஆசானைக் கண்டுபிடிப்பது என்று வரும்போது, உங்கள் பொது அறிவைப் பயன்படுத்துங்கள். பலரிடம் அறிவு உள்ளது, ஆனால் அவர்கள் அதைத் தவறாகப் பயன்படுத்திக் கொண்டிருக்கின்றனர். ஓர் உண்மையான குரு, லௌகீக லாபங்களுக்காக அறிவை ஒருபோதும் பயன்படுத்த மாட்டார். உண்மையான குருமார்கள் தன்னலமற்றவர்கள். அவர்கள் தங்கள் சொந்த ஆன்மீக வளர்ச்சிக்காகவும் மற்றவர்களின் வளர்ச்சிக்காகவும் மட்டுமே அறிவைப் பயன்படுத்துகின்றனர். ஒரு குரு உங்களைச் சீரழிக்க மாட்டார். அவர் உங்கள் ஆன்மாவுக்குப் பயிற்சியளிப்பார். தாங்கள் ஒரு சரியான குருவைப் பெற்றிருப்பதாகப் பலர் நினைக்கின்றனர். ஏனெனில், அந்த குரு அவர்களுக்குக் கொடுத்துக் கொண்டிருக்கின்ற விஷயங்கள் அவர்களுக்குப் பிடித்திருக்கின்றன. அவர் கொடுக்கின்ற அறிவைக் கிரகித்துக் கொள்வது சுலபமானதாக இருக்கிறது, அந்த அறிவைக் கைவசப்படுத்துவதற்கு அவர்கள் தங்களை மாற்றிக் கொள்ள வேண்டிய தேவை இல்லை, அந்த அறிவானது பொருட்செல்வ வளர்ச்சியையும் உள்ளடக்கியதாக இருக்கிறது. எனவே, தங்களுக்குக் கிடைத்திருக்கும் குரு சரியானவர்தான் என்று அவர்கள் உறுதியாக நம்புகின்றனர். நீங்கள் உண்மை குறித்த ஒரு தேடலில் ஈடுபட்டிருந்தால், உண்மை அவ்வளவு சுலபமானது அல்ல என்பதை உங்கள் பொது அறிவு உங்களுக்கு எடுத்துக் கூற வேண்டும். உங்களிடம் அகங்காரம் குடிகொண்டிருந்தால், உண்மையை ஏற்றுக் கொள்வது எப்போதும் கடினமானதாக இருக்கும். ஏனெனில், உங்கள் அங்காரமானது, உண்மையான புரிதலை நீங்கள் பெற முடியாதபடி செய்துவிடும்.

ஓர் உண்மையான குரு உங்களை ஒருபோதும் முடக்கிப் போட மாட்டார். உங்களுக்குள் இருக்கும் குருவை நீங்கள் கண்டுபிடிப்பதற்கு அவர் உங்களுக்கு உதவுவார். நீங்கள் யாரையும் சார்ந்திருக்க மாட்டீர்கள், மாறாக, நீங்கள் தற்சார்புடன் இருப்பீர்கள். உண்மையை உங்களுக்கு வழங்குகின்ற ஒரு குருவிடமிருந்து ஓடிவிடாதீர்கள். உங்கள் அகங்காரத்திற்குத் தீனி போடுகின்ற ஒரு குருவிடமிருந்து ஓடிவிடுங்கள். உங்கள் ஆன்மாவை பலவீனப்படுத்தி, உங்கள் சுயமதிப்பை நாசப்படுத்துகின்ற ஒரு குருவிடமிருந்து விலகிப் போய்விடுங்கள். உங்கள் பொது அறிவையும்

உள்ளுணர்வையும் பயன்படுத்துங்கள். அப்போது, சரியான குருவிடம் அவை உங்களை அழைத்துச் செல்லும், சரியான அறிவு உங்கள் வசமாகும்படி செய்யும்.

சில சமயங்களில், ஆவிகளோடு தொடர்பு கொண்டால் தங்களுக்கு லௌகீக உதவியும் மற்றவர்களைப் பற்றிய தகவல்களும் கிடைக்கும் என்று சிலர் நினைக்கின்றனர். இது சாத்தியமில்லை. ஏனெனில், மற்றவர்களைப் பற்றிய தவல்களை ஆவியுலக ஆன்மாக்கள் ஒருபோதும் வெளிப்படுத்துவதில்லை, லௌகீக விஷயங்களைப் பற்றி அவர்கள் பேசுவதில்லை, கணிப்புகளிலும் அவர்கள் ஈடுபடுவதில்லை. ஆனால், அரூப ஆன்மாக்கள் இவற்றைச் செய்கின்றனர். ஆவியுலக ஆன்மாக்கள் ஆன்மீக வழிகாட்டுதல்மீது மட்டுமே கவனம் செலுத்துகின்றனர். எனவே, ஆன்மீக வழிகாட்டுதலை விடுத்து வேறு எதையேனும் கொடுக்கின்ற குருமார்கள் குறித்து எச்சரிக்கையாக இருங்கள். அதோடு, ஆவியுலக ஆன்மாக்கள் இருக்கின்றனர் என்பதற்கும், கடவுள் இருக்கிறார் என்பதற்குமான ஆதாரங்களைத் தேடாதீர்கள். நீங்கள் ஆதாரங்களைத் தேடினால், உங்கள் சோதனையில் நீங்கள் தோற்றுக் கொண்டிருக்கிறீர்கள் என்று பொருள்; உங்களுக்கு விசுவாசம் இருந்தால், நீங்கள் சற்றும் எதிர்பார்க்காத நேரத்தில் அந்த ஆதாரம் உங்களுக்குக் கிடைக்கும்.

சுயமேம்பாட்டிற்கான அடுத்த நடவடிக்கையைப் பற்றி இப்போது நாம் பார்க்கலாம். அறிவு மட்டுமே போதுமானது அல்ல. ஏனெனில், நேர்மறையான மாற்றத்தை நோக்கி எடுத்து வைக்கப்படுகின்ற முதல் அடிதான் அது. அடுத்தது, குறைபாடுகளை ஒப்புக் கொள்ளுதல்.

ஆன்மீக அறிவு மற்றும் மாற்றத்தின் சுழற்சியைப் பின்வரும் படம் எடுத்துக்காட்டுகிறது:

ஆன்மீக அறிவு

↓

குறைபாடுகளை ஒப்புக் கொள்ளுதல்

↓

நடவடிக்கை (மாற்றம்)

↓

ஞானம் கைவரப் பெறுதல்

அறிவு, ஆவியுலகிலிருந்து பூமிக்கு வரும் விதத்தைக் கீழ்நோக்கிய அம்புக்குறிகள் எடுத்துக்காட்டுகின்றன. இந்த அறிவு, கடவுள் கொடுத்தது. அது முதலில் கடவுளிடம் இருந்து ஆவியுலக ஆன்மாக்களுக்கு வருகிறது. பிறகு, புவியுலக ஆன்மாக்களுக்கு அது வருகிறது. பூமியில் ஆன்மாக்கள் இந்த அறிவைப் பயன்படுத்திக் கொள்கின்றனர். ஓர் இருண்ட காலகட்டத்தில் ஒளியைப் பரப்புவதற்காக இந்த ஆன்மாக்கள் பூமியில் மறுபிறவி எடுக்கின்றனர். நீங்கள் இந்த ஆன்மாக்களை அடையாளம் கண்டுகொள்ள வேண்டும். ஏனெனில், அவர்களிடமிருந்துதான் உண்மையான அறிவை நீங்கள் பெறுவீர்கள். ஒருவன் உண்மையிலேயே ஆழ்விருப்பம் கொண்டிருந்தால், அதாவது, உண்மையான அறிவைக் கைவசப்படுத்துவதற்கு அவன் தயாராக இருந்தால், அவன் ஆன்மீகரீதியாக மேம்படுவதற்கு அவனுக்கு உதவுவதற்கு ஒரு குரு தோன்றுவார். இந்த ஆன்மீக அறிவு உங்கள் வசமானவுடன், நீங்கள் எதைச் சரியாகச் செய்து கொண்டிருக்கிறீர்கள் என்பதையும், எங்கு தவறிழைத்துக் கொண்டிருக்கிறீர்கள் என்பதையும் புரிந்து கொள்ள நீங்கள் அந்த அறிவைப் பயன்படுத்திக் கொள்ள வேண்டும். குறைபாடுகளை ஒப்புக் கொள்வது அடுத்த நடவடிக்கையாகும். அனைத்து மனிதர்களிடமும் குறைபாடுகள் இருக்கின்றன. அவற்றைக் களையும் நோக்கத்துடன் அவற்றை ஆய்வு செய்யுங்கள். அவை குறித்து நடவடிக்கை எடுப்பதுதான் அவற்றைக் களைவதற்கான ஒரே வழி.

நீங்கள் எடுத்து வைக்க வேண்டிய மூன்றாவதும் மிக முக்கியமானதுமான அடி, நடவடிக்கை மேற்கொள்வது. தங்களிடம் உள்ள சில குறிப்பிட்டக் குறைபாடுகளைப் பற்றி ஒருவர் அறிந்திருக்கக்கூடும், ஆனால் தன்னை மாற்றிக் கொள்வதில் அவர் ஆர்வமின்றி இருக்கக்கூடும். தன் குறைபாடுகளை அவர் ஒப்புக் கொள்ளவில்லை என்பதையே இது உணர்த்துகிறது. அக்குறைகள் அகற்றப்படும் அளவுக்கு அவர் தன்னை மாற்றிக் கொள்வதுதான் அவர் தன்னுடைய குறைகளை ஒப்புக் கொண்டுள்ளார் என்பதற்கான அடையாளமாகும். இந்த வகையான ஆன்மீக நடவடிக்கைதான் அவசியம். மற்றவர்களுக்கு உதவுவதற்கு, முதலில் உங்களுக்கு நீங்களே உதவிக் கொள்ள வேண்டும். இன்னொருவர்மீது ஒரு நேர்மறையான தாக்கம்

விளைவிக்கக்கூடிய அளவுக்கு நீங்கள் அதிக ஆன்மீக வலிமை வாய்ந்தவராக இருக்க வேண்டும். உங்கள் அன்புக்குரிய ஒருவரோ அல்லது உங்களுடைய நண்பர் ஒருவரோ பணிவு கொண்டவராக இருக்க வேண்டும் என்று நீங்கள் விரும்பியிருந்து, அவர்களுடைய குறைகளை நயமாக நீங்கள் அவர்களுக்குச் சுட்டிக்காட்டினால், அதில் எந்தத் தவறும் இல்லை. ஆனால், நீங்கள் கர்வம் கொண்ட ஒருவராக இருந்தால், அடுத்தவர் மாறுவார் என்று எதிர்பார்க்காதீர்கள். நீங்கள் ஓர் எடுத்துக்காட்டாக இருந்து மற்றவர்களை வழிநடத்துங்கள். நீங்கள் மாறுவதற்கு முன்பாக மற்றவர்கள் மாற வேண்டும் என்று காத்திருக்காதீர்கள். பணிவு இல்லாமல் எந்த மாற்றமும் சாத்தியமில்லை என்பதை நினைவில் கொள்ளுங்கள். நீங்கள் தகுந்த நடவடிக்கை மேற்கொண்டவுடன், முன்பு கூறப்பட்டச் சுழற்சியை நீங்கள் நிறைவு செய்கிறீர்கள். பிறகு அச்சுழற்சி மீண்டும் தொடங்குகிறது. உங்களை நீங்களே ஆய்வு செய்து கொள்வதற்கும் அதிக நடவடிக்கைகளை மேற்கொள்வதற்கும் உங்களுக்கு அதிக ஆன்மீக அறிவு வழங்கப்படும். இச்சுழற்சி, பல பிறவிகளாகத் தொடரும்.

சில சமயங்களில், உங்களால் மேம்பட முடியவில்லை என்ற உணர்வு உங்களுக்கு ஏற்படக்கூடும். நீங்கள் மாற விரும்புகிறீர்கள், ஆனால் மேம்படுவதற்கு பதிலாக, நீங்கள் ஒரு புதைகுழியில் சிக்கிக் கொண்டிருப்பதுபோல நீங்கள் உணரக்கூடும். உங்களிடம் சிறிதளவு ஆன்மீக அறிவு இருக்கிறது, ஆனால் நீங்கள் உங்கள் குறைகளை ஒப்புக் கொண்டிருக்கவில்லை என்பதுதான் நீங்கள் அவ்வாறு உணர்வதற்குக் காரணம். நீங்கள் எந்த நடவடிக்கையும் எடுத்திருக்காததால், கடவுளின் விதிகளைப் பற்றிய உங்கள் புரிதலும் மட்டுப்படுத்தப்பட்டுள்ளது. அறிவு என்பது வெறும் தகவல்தான். அத்தகவல் பகிர்ந்து கொள்ளப்படும்போதுதான் அது அறிவாக மாறுகிறது. அந்த அறிவை நீங்கள் உங்கள் அன்றாட வாழ்வில் செயல்படுத்தி, உங்கள் ஆன்மீகப் படிப்பினைகளை நீங்கள் கற்றுக் கொள்ளும்போது, ஞானம் உங்கள் வசப்படும். அப்போதுதான் ஆவியுலக ஆன்மாக்கள் உங்களுக்கு அதிக அறிவைக் கொடுப்பார்கள். அதை நீங்கள் உங்கள் அனுபவத்தின் வாயிலாக ஞானமாக மாற்றிக் கொள்ளலாம். உங்கள் ஆன்மா முன்னேற வேண்டும் என்றால் நீங்கள் இப்படித்தான் வாழ வேண்டும். அறிவு

கைவரப் பெறுதல், குறைகளை ஒப்புக் கொள்ளுதல், நடவடிக்கை எடுத்தல் ஆகிய மூன்றும் சுயமேம்பாடு என்ற உங்கள் முதல் குறிக்கோளை நீங்கள் நிறைவேற்றுவதற்கு உங்களுக்கு உதவும்.

தன்னலமற்றச் சேவைதான் உங்களுடைய இரண்டாவது குறிக்கோள்.

சேவைதான் மனநிறைவுக்கான முக்கிய அம்சம். ஆனால், உங்களுடைய லௌகீக உலகில் மக்கள் இதைப் புரிந்து கொள்வதில்லை. தன்னலமற்றச் சேவையிலிருந்துதான் உண்மையான மனநிறைவு கிடைக்கிறது. பூமியில் பலர் நல்ல ஆன்மாக்களாக இருக்கின்றனர். அவர்கள் யாருக்கும் தீங்கிழைப்பதில்லை; தங்கள் குடும்பங்களோடு ஓர் எளிய மற்றும் அமைதியான வாழ்க்கையை அவர்கள் வாழ்கின்றனர்; அவர்கள் தங்கள் கடமைகளை நிறைவேற்றுகின்றனர். தங்களுக்கும் மற்றவர்களுக்கும் தீங்கிழைத்துக் கொண்டு, மேலும் அதிக இருளை ஏற்படுத்துகின்ற ஆன்மாக்களைவிட இவர்கள் சிறந்தவர்கள்தான், ஆனால் தங்களுடைய உண்மையான ஆற்றல் இவர்களுக்குத் தெரிந்திருப்பதில்லை.

நீங்கள் உங்கள் கடமைகளை நிறைவேற்றிவிட்டால், ஆன்மீகரீதியாக நீங்கள் முன்னேறிவிடுவீர்கள் என்று அர்த்தமில்லை.

துரதிர்ஷ்டவசமாக, தன் கடமைகளை ஒழுங்காக நிறைவேற்றிவிட்டு, மற்றவர்களுக்குத் தீங்கு எதுவும் ஏற்படுத்தாத ஒருவன் கடவுளின் மனிதன் என்று கருதப்படுகின்ற அளவுக்கு உலகம் ஓர் எதிர்மறையான நிலையில் இருக்கிறது. அப்படிப்பட்ட ஒருவன் இன்னும் பாதி தூரத்தைக்கூடக் கடந்திருக்கவில்லை. நீங்கள் மற்றவர்களுக்கு உதவ வேண்டும், தன்னலமற்றச் சேவை செய்ய வேண்டும். மற்றவர்களுக்கு அமைதியாக உதவுவதற்காகக் கடவுளின் ஒரு கருவியாக பூமியில் நீங்கள் செயல்பட்டுக் கொண்டிருக்கிறீர்கள். அங்கீகாரத்திற்காகக் காத்திருக்காமல் உங்கள் வேலையைச் செய்யுங்கள். கடவுளின் கருவியாக இருக்கின்ற ஒருவன், வெறுமனே சரியான விஷயங்களைச் செய்வான். தன்னுடைய நற்காரியங்கள் மூலம் இருளிலிருந்து அவன் மீள்கிறான். தான் செய்த நல்ல காரியங்களைப் பற்றி அவன் பேசுவதில்லை. அவன் அவற்றை ஆய்வு செய்வதுகூட இல்லை. ஏனெனில், அது கர்வத்திற்கு வழி

வகுக்கும். கடவுளின் தூதர்கள் உங்களை கவனித்துக் கொண்டிருக்கிறார்கள், உங்கள் நடவடிக்கைகளைக் கண்காணித்துக் கொண்டிருக்கிறார்கள் என்பதை எப்போதும் நினைவில் வைத்திடுங்கள். இதை நீங்கள் அறிந்திருந்தால், அங்கீகாரத்திற்காக உங்கள் ஆன்மா ஒருபோதும் ஏக்கம் கொள்ளாது என்பது உங்களுக்குப் புரியும். உங்கள் அகங்காரம் மட்டுமே அங்கீகாரத்தை விரும்பும். நீங்கள் செய்துள்ள ஏதோ ஒரு நல்ல காரியத்தைப் பற்றி நீங்கள் பேசும்போது அல்லது அதைப் பற்றி அளவுக்கதிகமாகச் சிந்திக்கும்போது, அதன் மதிப்பு அழிந்துவிடுகிறது. உதவி தேவைப்பட்ட நபருக்கு உங்கள் உதவி கிடைத்திருக்கிறது என்பது உண்மைதான், ஆனால் தன்னலமற்றச் சேவையின் உண்மையான அர்த்தத்தை நீங்கள் புரிந்து கொண்டிருக்காததால் நீங்கள் முன்னேறத் தவறிவிட்டுள்ளீர்கள். 'தன்னலமின்மை' என்றால் மற்றவர்களுக்கு நீங்கள் செய்துள்ள நல்ல காரியங்களைப் பற்றிக் குறைவாகச் சிந்தித்தல் என்று பொருள். கடவுள்மீதான உண்மையான அர்ப்பணிப்பின் பொருள் இதுதான். மற்றவர்களுக்குச் சேவை செய்வதன் மூலம் நீங்கள் கடவுளுக்குச் சேவை செய்கிறீர்கள்.

அர்ப்பணிப்பு என்றால் என்ன?

பூமியில், கடவுள்மீதான அர்ப்பணிப்பு என்பது சம்பிரதாயங்களோடும் சடங்குகளோடும் விழாக்களோடும் தொடர்புபடுத்தப்பட்டுள்ளது. ஏராளமான பணத்தைச் செலவிட்டு, ஆடம்பரமான விழாக்களையும் சடங்குகளையும் செய்வதற்குப் பெயர் சேவை அல்ல. கடவுள்மீது நீங்கள் கொண்டிருக்கும் அர்ப்பணிப்பானது நற்காரியங்களுக்காகவோ அல்லது விழாக்களுக்காகவோ நீங்கள் எவ்வளவு பணத்தைச் செலவிடுகிறீரக்ள் என்பதன் அடிப்படையில் அமைவதில்லை. அமைதியான, தன்னலமற்றச் சேவையில்தான் கடவுள்மீதான உங்கள் அர்ப்பணிப்பு அமைந்துள்ளது. நீங்கள் மற்றவர்களுக்கு உதவும்போது, எந்தவிதமான எதிர்பார்ப்புகளும் இல்லாமல் அதைச் செய்யுங்கள். ஒருவருக்கு உதவுவதன் மூலம் உங்களுக்கு என்ன லாபம் கிடைக்கும் என்ற யோசனை உங்களுக்குள்

முளைத்தால், உங்கள் நோக்கம் தூய்மையற்றதாகும். நீங்கள் செய்துள்ள நற்காரியத்தைப் பற்றி மறந்துவிட்டு, அடுத்துச் செய்யப்பட வேண்டியதைப் பற்றிச் சிந்தியுங்கள். நீங்கள் ஒரு நற்காரியத்தைச் செய்யும்போது நீங்கள் மகிழ்ச்சியாக உணர்வீர்கள். இன்னொருவரின் வாழ்வில் நீங்கள் ஒரு வித்தியாசத்தை ஏற்படுத்தி இருப்பதால், நீங்கள் மகிழ்ச்சியாக உணர்வது இயல்பானதுதான். ஆனால் அந்த உணர்வு உங்களுக்கு கர்வத்தை ஏற்படுத்த அனுமதித்துவிடாதீர்கள். கடவுள் தன் வேலையைச் செயல்படுத்துவதற்காக உங்களை ஒரு கருவியாகப் பயன்படுத்தியுள்ளது குறித்து நீங்கள் நன்றியுணர்வு கொள்ள வேண்டும். கடவுளின் ஒரு கருவியாகச் செயல்பட்டதன் மூலம் நீங்கள் ஆசீர்வதிக்கப்பட்டுள்ளீர்கள். அந்த ஆசீர்வாதத்தை, அந்த நல்லுணர்வை, மற்றவர்களுக்கு உதவுவதற்குப் பயன்படுத்திக் கொள்ளுங்கள். நீங்கள் வெறுமனே அந்த உணர்வை உடும்புப் பிடியாகப் பிடித்துக் கொண்டு, உங்கள் சேவையைத் தொடராமல் இருந்தால், அந்த மகிழ்ச்சியான உணர்வு விரைவில் உங்களிடமிருந்து மறைந்துவிடும். ஆன்மீக முன்னேற்றத்தைப்போலவே சேவையும் ஒரு முடிவற்றச் சுழற்சிதான். உங்கள் வேலை முடிந்துவிட்டதாக நினைத்து நீங்கள் ஓய்வெடுக்க விரும்பும்போது, தயவு செய்து சற்று நிதானியுங்கள். உங்கள் வேலை ஒருபோதும் செய்து முடிக்கப்படுவதில்லை. நீங்கள் செய்வதற்கு இன்னும் அதிகமான வேலைகள் எப்போதும் இருந்து கொண்டே இருக்கும். உங்களுக்குப் புத்துணர்ச்சி ஊட்டிக் கொள்ளுங்கள், ஆனால் ஒருபோதும் ஓய்ந்து போகாதீர்கள். தனிப்பட்ட வேதனையை நீங்கள் எதிர்கொள்ளும்போது, அந்த வேதனையைச் சேவையாக மாற்ற முயற்சி செய்யுங்கள். நீங்கள் செய்யக்கூடிய மிகத் தன்னலமற்றக் காரியம் அதுவாகத்தான் இருக்க முடியும்.

கடவுள் உங்களுக்குக் கொடுத்திருக்கும் பரிசுகளையும் திறமைகளையும் பயன்படுத்துவதன் மூலம் உங்கள் வேதனையைச் சேவையாக உங்களால் மாற்ற முடியும். மற்றவர்களின் வளர்ச்சிக்காக உங்கள் பரிசுகளையும் திறமைகளையும் பயன்படுத்துவதுதான் உங்களுடைய மூன்றாவது குறிக்கோள். சுயமேம்பாடு, தன்னலமற்றச் சேவை ஆகிய முதல் இரண்டு குறிக்கோள்களும் எல்லோருக்கும் பொதுவானவை. எல்லோருக்கும் ஒரு மூன்றாவது குறிக்கோள் இருக்கிறது, ஆனால் அதன் இயல்பு

வேறுபடுகிறது. உங்கள் மூன்றாவது குறிக்கோள் உங்களிடம் இருக்கும் பரிசோடு தொடர்புடையது. ஒரு பரிசு என்பது உங்களுக்குள் இருக்கும் ஒரு திறமையாக இருக்கலாம். எடுத்துக்காட்டாக, பாடுதல், ஆடுதல், எழுதுதல், நடித்தல், விளையாட்டுக்களில் திறன் பெற்றிருத்தல் போன்றவற்றைக் கூறலாம். முதியவர்களுடன் உங்களுக்கு இருக்கும் ஒரு சிறப்புப் பிணைப்பு, குழந்தைகள் அல்லது விலங்குகளுடன் நீங்கள் கொண்டிருக்கும் ஒரு தொடர்பு ஆகியவைகூட உங்களுக்குக் கிடைத்திருக்கும் பரிசாக இருக்கலாம். நீங்கள் ஓர் அற்புதமான சமையல் கலைஞராகவோ, தோட்டக்கலையில் கைதேர்ந்தவராகவோ, அல்லது தச்சு வேலைகளில் திறன் பெற்றவராகவோகூட இருக்கலாம். நீங்கள் எதில் திறமை படைத்தவராக இருக்கிறீர்களோ, அதுதான் உங்களுக்குக் கிடைத்திருக்கும் பரிசு. அதை நீங்கள் பல பிறவிகளின் ஊடாகப் பெறுகிறீர்கள். பூமியில் உள்ள ஒவ்வொரு மனிதனிடமும் ஒரு பரிசு இருக்கிறது என்பதை எப்போதும் நினைவில் வைத்திடுங்கள். கடவுள் தன்னுடைய எந்தவொரு குழந்தையையும் தன்னுடைய ஆசீர்வாதம் இல்லாமல் ஒருபோதும் பூமிக்கு அனுப்பி வைக்க மாட்டார்.

உங்களுடைய எதிர்மறை நடவடிக்கைகள் எப்படி மோசமான கர்மவினையை உருவாக்குகின்றனவோ, அதேபோல, உங்களுடைய நேர்மறை நடவடிக்கைகள் நல்ல கர்மவினையை உருவாக்குகின்றன. இந்த நல்ல கர்மவினை, ஓர் ஆன்மீகப் பரிசின் வடிவில் உங்களை வந்தடைகிறது. உங்களுக்கு மனநிறைவையும் மற்றவர்களுக்கு உதவியையும் வழங்கக்கூடிய ஒரு திறமை அது. நீங்கள் இயல்பாகவே ஏதோ ஒன்றில் திறமை பெற்றவராக இருந்தால், உங்கள் ஆன்மா அப்பரிசைப் பல பிறவிகளின் ஊடாகச் சம்பாதித்துள்ளது, ஆனால் உங்கள் வெளிமனம் இப்பிறவியில் முதன்முறையாக அதை உணர்ந்து கொள்கிறது. உங்களுக்குக் கிடைத்திருக்கும் பரிசு என்ன என்பதை நீங்கள் இப்போது முதன்முதலாகக் கண்டுபிடித்துக் கொண்டிருக்கவில்லை, ஆனால் அதை மீண்டும் கண்டுபிடிக்கிறீர்கள். உங்கள் பரிசு எதுவானாலும் சரி, உலக நலனுக்காக அதை நீங்கள் பயன்படுத்த வேண்டும். திறமைகள் கைவரப் பெற்றுள்ள பலர், அத்திறமைகளைக் கொண்டு பணம் ஈட்டுவதிலும் புகழைச் சம்பாதிப்பதிலுமே கவனம் செலுத்துகின்றனர். ஆனால் அது உங்களுடைய உச்சகட்ட நோக்கம் அல்ல. மனிதகுலத்திற்கு ஒரு

நேர்மறையான பங்களிப்பாக அமையக்கூடிய ஏதோ ஒன்றை உருவாக்குங்கள். புகழ்பெற்ற ஒருவராக இருப்பதற்கான அதிர்ஷ்டம் உங்களுக்கு வாய்த்திருந்தால், அதை ஒரு களமாகப் பயன்படுத்தி ஆன்மீக அறிவைப் பரப்புங்கள். மக்களை குணப்படுத்துவதற்கும், அவர்களை மகிழ்ச்சிப்படுத்துவதற்கும், அவர்களைக் கைதூக்கிவிடுவதற்கும் உங்கள் நிலையைப் பயன்படுத்துங்கள். நீங்கள் உங்கள் பரிசை அறிவார்ந்த முறையில் பயன்படுத்த வேண்டும். கடவுளின் ஒரு கருவியாக விளங்குவதன் மூலம் அப்பரிசுக்கு நீங்கள் மதிப்புச் சேர்க்க வேண்டும். உங்கள் தொழில்வாழ்க்கையில் நீங்கள் உச்சத்தை அடையுங்கள், ஆனால் லௌகீக விஷயங்களுக்கு மட்டுமே பயன்படுத்துவதன் மூலம் உங்கள் பரிசை மட்டுப்படுத்திவிடாதீர்கள். உங்களுடைய உயரிய நோக்கம் என்ன என்பதைக் கண்டுபிடியுங்கள்.

ௐ எங்களுடைய மூன்றாவது குறிக்கோள் எது என்பதை நாங்கள் கண்டுபிடிக்க ஏதேனும் ஒரு வழி இருக்கிறதா?

நீங்கள் இயல்பாக எதை நோக்கிக் கவர்ந்திழுக்கப்படுகிறீர்களோ, எதை நீங்கள் பெரிதும் நேசிக்கிறீர்களோ, அதுதான் உங்கள் மூன்றாவது குறிக்கோளாக இருக்கும். நீங்கள் தினமும் ஓர் அலுவலகத்திலோ அல்லது ஒரு தொழிற்சாலையிலோ வேலை செய்து உங்கள் வாழ்க்கையை வாழலாம், ஆனால் நீங்கள் எங்கு இருந்தாலும் சரி, ஒரு நேர்மறையான தாக்கத்தை உருவாக்குவதற்கு உங்கள் வலிமைகளைப் பயன்படுத்துங்கள். ஒரு நேர்மறைத் தாக்கம் என்பது ஒருவருக்கு உத்வேகமூட்டுவதையும், அவரை உற்சாகப்படுத்துவதையும், சிறுசிறு அன்பான காரியங்கள் மூலம் அவருக்கு நம்பிக்கையூட்டுவதையும் பற்றியது. நீங்கள் கர்வமோ, பயமோ, அல்லது லௌகீக ஆசைகளோ கொண்டிருந்தால், உங்களை உங்கள் குறிக்கோளிலிருந்து விலக்கிக் கூட்டிச் செல்ல உங்கள் வெளிமனம் முயற்சிக்கும். பூமியில் நீங்கள் உங்கள் ஆன்மீகக் குறிக்கோளை நிறைவு செய்யாவிட்டால், நீங்கள் எவ்வளவு சாதித்திருந்தாலும் சரி, உங்கள் வாழ்க்கை வீணானதாகவும் உங்கள் பயணம் முழுமையற்றதாகவும் கருதப்படும்.

ௐ **பூமியில் தங்கள் குறிக்கோள் என்ன என்பது சிலருக்குத் தெரிந்திருப்பதும், மற்றவர்களுக்குத் தெரிந்திருக்காததும் ஏன்?**

1. *உங்கள் குறிக்கோள் என்ன என்பதை நீங்கள் அறிந்திருக்க வேண்டும் என்றால், நீங்கள் ஒரு நல்ல ஆன்மீக நிலையில் இருக்க வேண்டும். நீங்கள் தவறான பாதையில் சென்று கொண்டிருந்தால், சுயமேம்பாடு என்ற முதல் குறிக்கோளிலிருந்து நீங்கள் அதிகத் தொலைவில் இருப்பீர்கள். எனவே, சேவை பற்றிய கேள்வியே அங்கு எழுவதில்லை.*
2. *உங்கள் குறிக்கோள் என்ன என்பதை நீங்கள் உணர்ந்து கொள்வதற்கு உங்கள் ஆழ்மனம் திறந்திருக்க வேண்டும். நீங்கள் மிகவும் தர்க்கரீதியாகச் செயல்பட்டு, உங்கள் உள்ளுணர்வைப் புறக்கணித்தால், நீங்கள் உங்களுடைய உண்மையான நோக்கத்தில் இருந்து விலகி ஓடுகிறீர்கள் என்று பொருள். உங்கள் வெளிமனம் அளவுக்கதிகமாக ஆய்வு செய்யுமேயானால், அது ஒரு தொந்தரவாக ஆகிவிடும்.*
3. *உங்கள் குறிக்கோளுக்கு நீங்கள் தயாராக இருக்கும்போது மட்டுமே உங்கள் குறிக்கோள் உங்களுக்கு வெளிப்படுத்தப்படும். அது மிக விரைவாக உங்களுக்குத் தெரிய வந்தால், அது உங்களைத் திணறடிக்கக்கூடும் அல்லது உங்களை கர்வம் கொள்ளச் செய்யக்கூடும். அந்தக் குறிக்கோளின் பொறுப்பை ஏற்றுக் கொள்ள நீங்கள் தயாராக இருக்க வேண்டும், அதைக் கையாள்வதற்கான திறன் உங்களுக்கு இருக்க வேண்டும்.*
4. *உங்கள் அர்ப்பணிப்பு நிலை மிகவும் முக்கியம். ஆன்மீகப் பாதையில் பயணிக்க நீங்கள் எவ்வளவு அர்ப்பணிப்புக் கொண்டிருக்கிறீர்கள்? நீங்கள் எப்போதும் சீராக நடந்து கொள்பவராகவும், ஆன்மீகம் உங்கள் வாழ்வில் முன்னுரிமை பெற்றிருப்பதாகவும் இருந்தால், உங்களுடைய உண்மையான நோக்கத்தை நோக்கி நீங்கள் வழிநடத்தப்படுவீர்கள். சில சமயங்களில், தங்களுடைய குறிக்கோள்களைப் புரிந்து கொள்வதற்கு மனிதர்கள் மேற்கொள்கின்ற முயற்சிகள் அரைகுறை மனத்துடன் மேற்கொள்ளப்படுவதால், அவர்கள் எவ்விதத்திலும் மேம்படுவதில்லை, அவர்களுக்கு எந்த முன்னேற்றமும் ஏற்படுவதில்லை.*

பூமியில் கடவுளின் வேலையைச் செய்வதற்கான ஓர் ஊடகமாக நீங்கள் இருக்கிறீர்கள். தவறான பாதையைப் பின்பற்றுவதன் மூலம் உங்களை நீங்கள் மாசுபடுத்தினால், உங்கள் குறிக்கோளை நிறைவேற்றுவதற்கான வாய்ப்பை நீங்கள் நிராகரிக்கிறீர்கள், உங்கள் பரிசை நீங்கள் இழந்துவிடுவீர்கள். நீங்கள் ஒரு தூய்மையற்ற ஊடகமாக இருந்தால், உங்களை உங்கள் குறிக்கோளுக்கு இட்டுச் செல்வதற்கும் இறுதியில் நீங்கள் அதை நிறைவேற்றுவதற்கும் ஆவியுலகிலிருந்து உங்களுக்குக் கிடைக்கக்கூடிய வழிகாட்டுதலை உங்களால் பெற முடியாமல் போய்விடும். ஒவ்வோர் ஆன்மாவும் ஒரு நோக்கத்திற்காகவே பிறக்கிறது. ஆனால் நீங்கள் உங்கள் ஆன்மீகப் பயணத்தைத் தொடங்கிய பிறகுதான் அந்த நோக்கம் என்ன என்பது வெளிப்படுத்தப்படுகிறது. அந்த நோக்கம் என்ன என்பதை நீங்கள் கண்டறிந்து, உங்கள் குறிக்கோளை நீங்கள் நிறைவேற்றத் தொடங்கும்போது, நீங்கள் உண்மையிலேயே மகிழ்ச்சியாகவும் மனநிறைவோடும் இருப்பீர்கள்.

ஊடகங்கள் தங்களைத் தாங்களே மாசுபடுத்திக் கொள்வதாக நீங்கள் கூறுகிறீர்கள். நல்ல ஊடகங்களாலும் தவறான பாதையில் செல்ல முடியுமா?

ஆமாம். எடுத்துக்காட்டாக, புலன் கடந்த அறிவு கொண்ட பல திறமைசாலிகள் பூமியில் இருக்கின்றனர். ஆனால் அவர்கள் தங்கள் வேலைக்கு எப்போதும் பொருள்ரீதியான வெகுமதிகளையே தொடர்ந்து நாடினால், அவர்களுடைய சொந்த முன்னேற்றம் மட்டுப்படுத்தப்படும். அவர்கள் ஒரு நல்ல வேலையைச் செய்கின்றனர், ஆனால் அவர்கள் செல்வத்தை விரும்புவதால், தன்னலமற்றச் சேவை செய்தால் அவர்களுக்குக் கிடைத்திருக்கக்கூடிய முன்னேற்றம் இப்போது அவர்களுக்கு ஏற்படுவதில்லை. அவர்கள் ஒரு நல்ல வேலையைச் செய்து கொண்டிருக்கின்றனர் என்பதில் சந்தேகமில்லை. அவர்களுடைய ஆழ்மனம் அவர்களுடைய குறிக்கோளை அடையாளம் கண்டுகொள்கிறது. ஆனால் நீங்கள் வெற்றி பெற்றவுடன், அந்த வெற்றி ஒரு சோதனையாக ஆகிறது. நீங்கள் தவறான பாதையைத் தேர்ந்தெடுக்க அது வழிவகுத்துவிடக் கூடாது. பரிசுகள் என்பவை நாம் அவற்றை எப்படிப் பயன்படுத்துகிறோம் என்பதைப் பார்ப்பதற்கான சோதனைகளே.

ॐ கடமையும் சேவையும் ஒன்றா?

இல்லை. அவை இரண்டுக்கும் இடையே ஒரு வேறுபாடு உள்ளது. உங்களுடைய சொந்த ஆரோக்கியத்தைப் பேணுவதுதான் உங்களுடைய முதல் கடமை. உங்கள் உடல்தான் உங்கள் ஆன்மாவின் ஆடை. கடவுள் அதை உங்களுக்குக் கொடுத்திருக்கிறார். அதை நீங்கள் அக்கறையோடு பேணிப் பாதுகாக்க வேண்டும், போற்ற வேண்டும். நீங்கள் உங்கள் குறிக்கோளை நிறைவேற்றுவதற்கு உங்களுக்கு உதவுவதற்கு உங்கள் ஆன்மாவுக்கு மிகவும் இன்றியமையாத ஒரு கருவி அது. ஆரோக்கியமற்ற ஓர் உடல் ஒரு குழப்பமான மனத்திற்கு வழி வகுக்கும். அதேபோல, ஒரு குழப்பமான மனம், ஆரோக்கியமற்ற ஓர் உடலுக்கு இட்டுச் செல்லும். இது உங்கள் ஆன்மாவின் மகிழ்ச்சியைச் சீர்குலைக்கும். எந்த வேலையைச் செய்வதற்காக உங்கள் ஆன்மா இந்த பூமியில் பிறந்திருக்கிறதோ, அந்த வேலையை உங்கள் ஆன்மாவால் செய்ய முடியாமல் போய்விடும். உங்கள் உடல் ஒரு கோவில், எனவே அதை நீங்கள் மதிக்க வேண்டும்.

உங்கள் பெற்றோரையோ அல்லது அவர்களுடைய பெற்றோர்களையோ கவனித்துக் கொள்வது, உங்கள் குழந்தையைச் சிறப்பாக வளர்த்தெடுப்பது உட்பட, மற்றவர்களை அக்கறையோடு பார்த்துக் கொள்ள வேண்டியது உங்கள் கடமை. நீங்கள் ஒரு தியாகம் செய்திருக்கிறீர்கள் என்ற உணர்வு உங்களுக்கு ஏற்படாமல் நீங்கள் அக்கடமையைச் செய்ய வேண்டும். யாரேனும் தங்களுக்கு ஓர் அன்பான காரியத்தைச் செய்தால், அதைக் கண்டு ஆச்சரியப்படும் அளவுக்கு மனிதர்கள் சுயநலவாதிகளாக ஆகியுள்ளனர். நீங்கள் இயல்பாகவே அன்பும் பரிவும் அற்றவராக இருந்தால், நீங்கள் எங்கே தவறிழைத்துள்ளீர்கள் என்று உங்களை நீங்களே கேட்டுக் கொள்ளுங்கள். உங்களுடைய குடும்பத்தினருக்கும் நண்பர்களுக்கும் உதவுவதற்கான ஒரு வாய்ப்பைத் தவறவிடுவது நீங்கள் வாக்குத் தவறுவதற்குச் சமம்.

பின்வருவோர் குறித்து ஒவ்வொருவருக்கும் ஒரு கடமை இருக்கிறது:

1. குழந்தைகள்
2. பெற்றோர்கள்
3. வாழ்க்கைத்துணைவர்
4. குடும்ப உறுப்பினர்கள்
5. நண்பர்கள்

மக்கள் சரியான பாதையில் சென்று கொண்டிருந்தால் மட்டுமே நீங்கள் அவர்கள் குறித்த உங்கள் கடமையைச் செய்ய வேண்டும் என்பதை நினைவில் வைத்திடுங்கள். அவர்கள் பாதை மாறிச் சென்றால், அவர்களுக்கு வழிகாட்டுங்கள். ஆனால், அவர்கள் தெரிந்தே தவறான பாதையில் தொடர்ந்து சென்றால், நீங்கள் உங்கள் அறிவைப் பயன்படுத்தித் தீர்மானம் மேற்கொள்ள வேண்டும். மக்கள் உங்களைத் தங்களுக்குச் சாதகமாகப் பயன்படுத்திக் கொள்ள ஒருபோதும் அனுமதிக்காதீர்கள். மற்றவர்களுக்கு உதவுவது உங்கள் கடமை என்பதை மறந்துவிடாதீர்கள். ஆனால், 'உதவி' என்ற ஒன்று உண்மையில் கிடையாது. 'உதவி' என்ற ஒரு கோட்பாட்டை நீங்கள் உருவாக்கியுள்ளதற்கான ஒரே காரணம், அது இன்று ஓர் அரிய விஷயமாக இருக்கிறது என்பதுதான். முன்பு, உதவி என்பது வெறுமனே கடமையாக இருந்தது. 'உதவி' என்று தனியாக எதுவும் இருக்கவில்லை. பெற்றோர்கள், குழந்தைகள், நண்பர்கள் என்ற முறையில், தேவையானவற்றைச் செய்வது உங்கள் கடமையாகும். இது ஓர் இயல்பான நடவடிக்கையாக இருக்க வேண்டுமே அன்றி, கவனமாக ஆய்வு செய்யப்பட்டுத் தீர்மானிக்கப்பட வேண்டிய ஒன்றாக அது இருக்கக்கூடாது. துரதிர்ஷ்டவசமாக, இன்று நீங்கள் எச்சரிக்கையாக இருக்க வேண்டியுள்ளது. ஏனெனில், உதவியைப் பெறும்போதும் சரி, உதவியை வழங்கும்போதும் சரி, சில சமயங்களில், மக்கள் கணிக்கப்பட முடியாதபடி நடந்து கொள்கின்றனர். ஆனாலும், கடமை என்பது மனிதர்கள் அனைவருக்கும் இயல்பாக வர வேண்டிய ஒரு விஷயமாகும்.

சேவையும் உதவியும் ஒருவருடைய கடமைதான், ஆனால் இன்று மக்கள் அவற்றை வேறுபடுத்திப் பார்க்கின்றனர். ஏனெனில், அவர்களுக்கு அவற்றைப் பற்றிய விழிப்புணர்வு இல்லை. மனிதர்கள் சுயநலவாதிகளாக ஆகியுள்ளனர். ஆவியுலக ஆன்மாக்கள் மற்றவர்களுக்கு உதவுவதிலிருந்து

உத்வேகம் பெறுகின்றனர். கடவுளின் விதிகளைப் பற்றிய விழிப்புணர்வைப் புவிவாழ் மக்களிடம் ஏற்படுத்துவதுதான் அவர்களுடைய குறிக்கோள். கடவுளின் விதிகளைப் பற்றிய தகவல்களைப் புவிவாழ் ஆன்மாக்கள் மற்றவர்களிடம் பகிர்ந்து கொள்வார்கள், தங்களை மாற்றிக் கொள்ள அவற்றைப் பயன்படுத்திக் கொள்வார்கள் என்ற நம்பிக்கையில் ஆவியுலக ஆன்மாக்கள் இப்படிச் செய்கின்றனர்.

ௐ தன்னுடைய குறிக்கோளுக்கு ஒருவர் தன்னைத் தயார்படுத்திக் கொள்வதற்கு ஏதேனும் வழி இருக்கிறதா?

நீங்கள் ஆன்மீகப் பாதையில் சென்று கொண்டிருந்தால், இது இயல்பாக நிகழும். சோதனைகளும் பயிற்சிகளும்தான் உங்களை உங்கள் குறிக்கோளுக்கு இட்டுச் செல்கின்றன. அவைதான் உங்களைத் தயார்படுத்தவும் செய்கின்றன. எடுத்துக்காட்டாக, நீங்கள் ஆவியுலகில் இருந்தபோது, நியாயம் வழங்குவது என்ற ஒரு குறிக்கோளை நீங்கள் தேர்ந்தெடுத்தீர்கள். பூமியில், உங்கள் குறிக்கோளை நிறைவேற்ற உங்களை நீங்கள் தயார்படுத்திக் கொள்வதற்காகவும், உங்கள் குறிக்கோள் என்ன என்பதை உணர்ந்து கொள்வதற்காகவும், சோதனைகளுக்கும் பயிற்சிகளுக்கும் நீங்கள் உட்பட்டாக வேண்டும். உலகில் ஏகப்பட்ட அநியாயங்கள் இருக்கின்றன என்பதை உங்களுக்கு உணர்த்துவதற்காக, உங்களுடைய குழந்தைப்பருவத்தின்போதோ அல்லது விடலைப்பருவத்தின்போதோ பல அநியாயங்கள் உங்களுக்கு வெளிப்படுத்தப்பட்டு இருக்கலாம் அல்லது நீங்களே பல அநியாயங்களை அனுபவித்திருக்கலாம். இச்சூழ்நிலைகள் உங்களுக்குப் பயிற்சியளிப்பதற்காக வருகின்றன.

ஆனால் உங்களுக்கான சோதனை இது: நியாயமின்மை உங்கள் அகங்காரத்தை அதிகமாக பாதிக்கிறது; உங்களுக்கு நியாயம் கிடைக்கும்படி செய்வதற்காக, சட்டத்திற்குப் புறம்பான அல்லது அறநெறிக்குப் புறம்பான வழிகளை நீங்கள் தேர்ந்தெடுப்பீர்களா? நீங்கள் ஒரு காவல்துறை அதிகாரியாகவோ, ஒரு வழக்கறிஞராகவோ, அல்லது ஒரு நீதிபதியாகவோ ஆன பிறகு, நீங்கள் ஓர் ஊழல் பேர்வழியாக ஆகிவிடுவீர்களா? நீங்கள் உங்கள் ஆழ்மனம்

சொல்வதைக் கேட்டால், இந்த எதிர்மறை அனுபவத்தை ஒரு கற்றல் அனுபவமாக நீங்கள் பயன்படுத்திக் கொள்வீர்கள். அது உங்களை உங்கள் குறிக்கோளுக்கு இட்டுச் செல்லும். சட்ட ஒழுங்கைப் பாதுகாக்கின்ற ஒரு நேர்மையான நபராக ஆவதுதான் உங்களுடைய அந்தக் குறிக்கோளாகும்.

உங்கள் சோதனைகளும் பயிற்சிகளும் எவ்வளவு தீவிரமானவையாக இருக்கும் என்பது உங்கள் குறிக்கோளின் இயல்பைச் சார்ந்துள்ளது. ஏனெனில், நீங்கள் உங்கள் குறிக்கோளை நிறைவேற்றுவதற்கு உங்களுக்குச் சில குறிப்பிட்டப் பண்புநலன்கள் தேவைப்படுகின்றன. அனைத்துச் சோதனைகளும் பயிற்சிகளும் அகங்காரத்தை நசுக்கி ஒடுக்குவதை உள்ளடக்கியுள்ளன. ஏனெனில், உங்கள் அகங்காரம் உங்களை ஆட்டுவித்துக் கொண்டிருந்தால், உங்கள் ஆன்மாவை உங்களால் பயிற்றுவிக்க முடியாது.

நீங்கள் ஆன்மீகப் பயிற்சியில் ஈடுபட்டிருக்கும்போது, கற்றல் என்ற ஓர் உயரிய நோக்கத்திற்காகவே அது நிகழ்ந்து கொண்டிருக்கிறது என்பதை நீங்கள் உணர்ந்து கொள்வதுதான் நீங்கள் உங்கள் நினைவில் வைத்துக் கொள்ள வேண்டிய முதல் விஷயமாகும். நீங்கள் எதற்காகப் பயிற்றுவிக்கப்பட்டுக் கொண்டிருக்கிறீர்கள் என்பதைப் புரிந்து கொள்ளுங்கள். நீங்கள் எதிர்கொண்டுள்ள கடினமான சூழ்நிலையை ஆய்வு செய்து, எந்த பலவீனம் உங்களை எதிர்மறையானவராக ஆக்குகிறது என்பதையும், எது உங்களை நிலைதடுமாறச் செய்கிறது என்பதையும் தீர்மானியுங்கள். நீங்கள் நேர்மறையாக இருப்பதிலிருந்தும், அக்கடினமான சூழ்நிலையிலிருந்து விடுபடுவதற்குத் தேவையான நடவடிக்கைகளை எடுப்பதிலிருந்தும் எது உங்களைத் தடுத்துக் கொண்டிருக்கிறது என்று உங்களை நீங்களே கேட்டுக் கொள்ளுங்கள். அதுதான் உங்கள் பலவீனம். அந்தப் பகுதியில்தான் உங்கள் ஆன்மாவுக்குப் பயிற்சி தேவைப்படுகிறது. நீங்கள் கற்றுக் கொள்ள வேண்டிய பாடம் அதுதான். எனவே, இவ்விஷயத்தில்தான் நீங்கள் சோதிக்கப்படுவீர்கள்.

புவியிலுள்ள மனிதர்கள் ஒவ்வொருவரும் ஒரு முக்கியமான விஷயத்தில் சோதிக்கப்படுகின்றனர். விசுவாசத்திற்கான சோதனை அது. அதுதான் நீங்கள் உட்படக்கூடிய மிகப் பெரிய சோதனையாகும். விசுவாசத்திற்கான சோதனை

என்பது கடவுள்மீதான உங்கள் நம்பிக்கையைக் குறிக்கிறது. கடவுளை உங்களால் பார்க்க முடியாவிட்டாலும், அவர்மீது நம்பிக்கை கொள்வதற்கான பணிவும் துணிச்சலும் உங்களுக்கு இருக்கின்றனவா? நீங்கள் இந்தச் சோதனையில் தோற்றுப் போனால், உண்மையான ஆன்மீகப் பயணம் எதுவும் உங்களுக்கு இருக்காது. கடவுள்மீது நம்பிக்கை இல்லாத, ஆனால் சரியான விஷயங்களைச் செய்கின்ற பலர் பூமியில் இருக்கின்றனர். கடவுள்மீது நம்பிக்கை இருப்பதாகக் கூறிக் கொண்டு, கடவுளின் பெயரில் மற்றவர்களுக்கும் உங்களுக்கும் தீங்கு விளைவிப்பதைவிட அது எவ்வளவோ சிறந்தது. நீங்கள் கடவுள்மீது நம்பிக்கை கொள்ளத் தவறும்போது, விசுவாசம் எனும் மாபெரும் சோதனையில் நீங்கள் தோற்றுவிட்டீர்கள் என்று பொருள். கடவுள் தன்னைத் தங்களிடம் வெளிப்படுத்திக் கொண்டாலோ, அல்லது தான் இருப்பதற்கான ஆதாரத்தைத் தங்களுக்குக் கொடுத்தாலோ, கடவுள்மீது தங்களால் நம்பிக்கை கொள்ள முடியும் என்று பலர் கூறுகின்றனர். ஆனால் இது ஒரு சோதனை. அதனால்தான் ஆவியுலகைப் பற்றிய நினைவுகளை உங்கள் ஆழ்மனம் உங்கள் வெளிமனத்திடம் வெளிப்படுத்துவது இல்லை.

விசுவாசம் எனும் சோதனையில் நீங்கள் வெற்றி பெற வேண்டும் என்றால், வெளிமனத்தை விட்டுவிட்டு ஆழ்மனத்தை நீங்கள் தேர்ந்தெடுக்க வேண்டும். நீங்கள் உங்கள் ஆழ்மனத்தைத் திறக்கும்போது, கடவுள் இருக்கிறார் என்பதை நீங்கள் உணர்ந்து கொள்வீர்கள். ஏனெனில், கடவுள் இருக்கிறார் என்பதை உங்கள் ஆழ்மனம் அறியும். உங்கள் வெளிமனம்தான் எப்போதும் ஆதாரங்களைத் தேடிக் கொண்டிருக்கிறது. நீங்கள் உங்கள் வெளிமனத்தை மட்டுமே வளர்த்தெடுத்தால், விசுவாசம் எனும் சோதனையில் நீங்கள் தோற்றுவிடுவீர்கள்.

உங்களுடைய சபலங்கள்தான் உங்கள் பலவீனங்களாகும்.

உங்களுடைய பலவீனங்கள் சோதனைக்கு உட்படுத்தப்படும் என்பதை மனத்தில் வைத்திடுங்கள். சபலங்கள் என்றவுடன், உடலுறவு, போதை மருந்துகள், உணவு, மது, பணம், மற்றும் பிற லௌகீக விஷயங்களைப் பற்றியே பெரும்பாலான மக்கள் நினைக்கின்றனர். இவையெல்லாம் சபலங்கள்தான் என்பதில் சந்தேகமில்லை, ஆனால் சபலங்கள் இன்னொரு நிலையிலும் நிலை கொண்டிருக்கின்றன. எடுத்துக்காட்டாக,

கர்வம், சந்தேகம், கோபம், பழியுணர்வு, பொறாமை ஆகியவையும் சபலங்கள்தான். கடவுளின் நல்வழிப் பாதையிலிருந்து உங்களை விலக்கிக் கூட்டிச் செல்கின்ற உங்கள் எதிர்மறை ஆன்மப் பண்புநலன்கள் அனைத்துமே உங்கள் சபலங்கள்தான். உங்கள் குறைபாடுகளை உங்களுக்கு உணர்த்துவதற்காக நீங்கள் இவ்விஷயங்களில் மீண்டும் மீண்டும் பயிற்றுவிக்கப்படுவீர்கள், சோதிக்கப்படுவீர்கள். நேர்மையோடும் துணிச்சலோடும் தொடர்ந்து உங்களுக்குள் சென்று பாருங்கள், உங்களுடைய குறைபாடுகளைத் துணிச்சலோடு ஒப்புக் கொள்ளுங்கள். எது தவறு என்பது உங்களுக்குத் தெரியாவிட்டால், அதை எப்படி உங்களால் சரி செய்ய முடியும்?

மேலும், ஒரு குறையைக் கட்டுப்படுத்துவத்தைப் பற்றி மட்டுமே சிந்திக்காதீர்கள். அக்குறையை நீக்கிவிட்டு, ஓர் உயரிய இயல்பு கொண்ட ஏதோ ஒன்றை அதனிடத்தில் குடியமர்த்துங்கள். எனவே, உங்களிடம் கர்வம் இருந்தால், அதைக் கட்டுப்படுத்துவதோடு கூடவே, பணிவாக இருப்பதற்கும் பழகிக் கொள்ளுங்கள். அதோடு, உங்களுக்குள் இருக்கும் நல்ல விஷயங்களை அங்கீகரியுங்கள். சுயமதிப்பு, சுயஅன்பு ஆகியவை மிகவும் முக்கியம். அதாவது, ஒருவர் தன்னுடைய ஆன்மாவின்மீது அன்பும் மதிப்பும் கொண்டிருக்க வேண்டியது அவசியம். உங்கள் பலவீனங்கள் உங்களை ஆட்டுவிக்க அனுமதிப்பதற்கு பதிலாக, உங்கள் வலிமைகளைப் பயன்படுத்திக் கொள்ளுங்கள். உங்களிடம் இருக்கும் எதிர்மறைகளைக் களைவதற்கு, உங்களுக்குள் இருக்கும் நல்ல விஷயங்களையும் நேர்மறையான ஆன்மப் பண்புநலன்களையும் நீங்கள் பயன்படுத்த வேண்டும்.

தற்கொலை

"உயிரை மாய்த்துக் கொள்வது என்பது கடவுளின் விதிகளுக்கு முற்றிலும் புறம்பானது."

"கடவுள் உங்களுக்கு உயிரைக் கொடுத்திருக்கிறார். அதை மாய்த்துக் கொள்வதற்கான உரிமை உங்களுக்கு இல்லை."

"நீங்கள் உங்கள் பிரச்சனைகளை எதிர்கொண்டாக வேண்டும். தீமையை எதிர்த்து நீங்கள் போராடத்தான் வேண்டும். நீங்கள் உங்கள் ஆன்மாவைத் தூய்மைப்படுத்த வேண்டும்."

ஃ பூமியில் பலர் தங்கள் உயிரை மாய்த்துக் கொள்கின்றனர், குறிப்பாக இளம் வயதினர். இந்த ஆன்மாக்களுக்கு என்ன நிகழ்கிறது?

இந்த ஆன்மாக்கள் ஆவியுலகிற்கு வரும்போது மிகவும் மனமொடிந்து போயிருக்கின்றனர். ஏனெனில், தாங்கள் ஒரு தவறான தீர்மானத்தை மேற்கொண்டுவிட்டோம் என்பதை அவர்கள் உணர்கின்றனர். பூமியில் தங்கியிருந்து தங்களுடைய பயணத்தை நிறைவு செய்வதற்கு பதிலாக, தங்கள் உயிரை மாய்த்துக் கொள்வதன் மூலம் அவர்கள் தங்கள் பயணத்தைச் சுருக்கிக் கொள்கின்றனர். பூமியில் நீங்கள் மேற்கொள்ளக்கூடிய மிக மோசமான தேர்ந்தெடுப்பு இதுதான். உங்கள் சொந்த உயிரை மாய்த்துக் கொள்வது உங்கள் ஆன்மாவுக்கு நீங்கள் செய்யக்கூடிய மிகப் பெரிய தீங்காகும்.

தேர்ந்தெடுப்பதற்கான சுதந்திரம் மனிதர்களுக்கு உள்ளது என்பதுதான் மக்கள் கூறுகின்ற காரணம். அப்படி இருக்கும்போது, எங்கள் சொந்த வாழ்க்கையை முடித்துக் கொள்வதற்கான சுதந்திரம் எங்களுக்கு இல்லையா?

உங்கள் வாழ்க்கையை முடித்துக் கொள்வதற்கான தேர்ந்தெடுப்பு உங்களுடையதுதான், ஆனால் நீங்கள் தொடர்ந்து கடவுளின் விதிகளின் கீழ்தான் இயங்குவீர்கள். நீங்கள் அவ்விதிகளை மீறும்போது, அதன் பின்விளைவுகளை நீங்கள் எதிர்கொண்டாக வேண்டும். உங்கள் உடல்தான் உங்கள் கோவில். உங்கள் ஆன்மாவுக்கான ஓர் ஆரோக்கியமான வாகனமாக இருப்பதற்காகக் கடவுள் அதை உங்களுக்குக் கொடுத்திருக்கிறார். நீங்கள் அக்கோவிலைப் பாழாக்கும்போது, படைப்பின் மையமான வாழ்க்கையை நீங்கள் நிராகரிக்கிறீர்கள். தற்கொலை உங்கள் ஆன்மாவைத்தான் பெரிதும் பாதிக்கிறது. ஆன்மீகரீதியாக நீங்கள் ஒரு முழுத் தளம் கீழே விழுந்துவிடுகிறீர்கள், உங்கள் ஆன்மாவுக்கு ஏகப்பட்ட எதிர்மறைக் கர்மவினையைச் சேர்க்கிறீர்கள். நீங்கள் பூமிக்குத் திரும்பி வந்து, அதே சூழ்நிலைகளை இருமடங்கு அதிகத் தீவிரத்துடன் நீங்கள் எதிர்கொண்டாக வேண்டும். உங்களுடைய சோதனைகளும் பயிற்சிகளும் இரண்டு மடங்கு அதிகக் கடினமாகின்றன. ஒருவர் தற்கொலை செய்து கொள்ளும்போது, கடவுளுக்குத் தான் கொடுத்துள்ள சத்தியத்தை அவர் மீறுகிறார்.

சில சமயங்களில், மனிதர்கள் அனுபவிக்கின்ற வேதனைகள் அவர்களால் தாங்கிக் கொள்ள முடியாதவையாக உள்ளன. நம்முடைய கர்மவினையைத் தீர்ப்பதற்கும், நம்முடைய ஆன்மாவின் வளர்ச்சிக்காகப் பல்வேறு சோதனைகளுக்கும் பயிற்சிகளுக்கும் உட்படுவதற்குமே பூமிக்கு நாம் வருகிறோம். சில சமயங்களில், நாம் ஏகப்பட்டக் கர்மவினையைத் தீர்க்க வேண்டியுள்ளது அல்லது நாம் சில கடினமான சோதனைகளைத் தேர்ந்தெடுக்கிறோம். நாம் அனுபவிக்கின்ற வேதனைகளும் நாம் எதிர்கொள்கின்ற சூழ்நிலைகளும் மிகத் தீவிரமானவையாகவும் கடினமானவையாகவும் இருக்கும். ஆனால், என்ன ஆனாலும் சரி, நாம் நம் பயணத்தை நிறைவு செய்தாக வேண்டும். தாங்கிக் கொள்ள முடியாத அளவு வேதனையைத் தாங்கள் அனுபவித்துக் கொண்டிருந்தாலும், தற்கொலை செய்து கொள்வதன் மூலம் மற்றவர்களுக்குத்

தாங்கள் ஏற்படுத்தக்கூடிய வேதனையும் பொறுத்துக் கொள்ளப்பட முடியாததாகவே இருக்கிறது என்பதை மனிதர்கள் உணர்வதில்லை. தற்கொலையும் ஒரு சுயநலமான நடவடிக்கைதான்.

ஒருவர் வேதனையில் இருக்கும்போது, அவர் மற்றவர்களைப் பற்றிச் சிந்தித்துக் கொண்டிருப்பதில்லை. நீங்கள் அனுபவிக்கின்ற வேதனை, நீங்கள் உங்களைப் பற்றி மட்டுமே சிந்திக்கும்படி செய்துவிடுகிறது. ஆனால் உங்கள் அன்புக்குரியவர்களின் நிலை என்னவாகும்? நீங்கள் விட்டுச் செல்கின்ற மக்களின் கதி என்னவாகும்? நீங்கள் உங்கள் சொந்த ஆன்மாவுக்குத் தீங்கு விளைவிப்பதோடு கூடவே, மற்றவர்களுடைய ஆன்மாக்களுக்கும் தீங்கு விளைவிப்பதன் மூலம் உங்கள் கர்மவினையை அதிகரிக்கிறீர்கள். தங்களுக்கு யாரும் இல்லை என்றும் தாங்கள் தங்கள் உயிரை மாய்த்துக் கொள்வதற்கு அதுதான் காரணம் என்றும் சிலர் கூறுவர். ஆனால் ஒருவேளை அது அவர்களுடைய கர்மவினையாக இருக்கக்கூடும். அல்லது, இந்தத் தனிமையைப் பொறுத்துக் கொண்டு அவர்கள் எவ்வளவு வலிமையாக இருக்கிறார்கள் என்று அவர்கள் சோதிக்கப்பட்டுக் கொண்டிருக்கலாம். சுயநலம் உங்கள் பிரச்சனைகளை அதிக பூதாகரமாகத் தோன்றச் செய்கிறது.

ஃ தனிமை இன்று ஒரு மிகப் பெரிய பிரச்சனையாக இருக்கிறது. மக்களுக்குக் குடும்பங்கள் இருந்தும்கூட, அவர்கள் தனிமையை உணர்கின்றனர். பூமியில் ஏன் இவ்வளவு தனிமை நிலவுகிறது?

மக்கள் தனிமையை உணர்வதற்கு இரண்டு காரணங்கள் இருக்கின்றன. முதலாவதாக, பூமியில் நீங்கள் ஒரு முழுமையான ஆன்மாவாக இருப்பதில்லை. இரட்டை ஆன்மாக்கள் பற்றி இப்போது நீங்கள் அறிந்திருப்பதால், நீங்கள் ஒரு பாதி ஆன்மாதான் என்பதை நீங்கள் உணர்வீர்கள். நீங்கள் உணர்கின்ற தனிமை, உங்களுடைய மறுபாதி குறித்து நீங்கள் கொண்டிருக்கும் ஏக்கம்தான். ஆனால் நீங்கள் இதைப் புரிந்து கொண்ட பிறகு, பூமியில் நீங்கள் முழுமை உணர்வைப் பெறுவதை உறுதி செய்தாக வேண்டும். ஏனெனில், இது உங்களுக்கான ஒரு சோதனை.

உங்களுடைய ஆன்மீகக் குறிக்கோளை நிறைவேற்றுவதன் மூலம் பூமியில் உங்களால் முழுமையை உணர முடியும். உங்கள் வாழ்வின் உண்மையான நோக்கத்தை நீங்கள் கண்டுபிடித்துவிட்டால், நீங்கள் மன அமைதி பெறுவீர்கள். பூமியில் நீங்கள் உங்கள் குறிக்கோளை நிறைவேற்றிக் கொண்டிருக்கவில்லை என்று உங்கள் ஆழ்மனம் உங்களிடம் கூறும்போதுதான் ஒருவித வெறுமை உணர்வு உங்களுக்குள் தலைதூக்குகிறது. இரண்டாவதாக, பூமி உங்கள் உண்மையான வீடு அல்ல என்பதை உங்கள் ஆழ்மனம் அறிந்துள்ளது. அது ஆவியுலகம் குறித்தும், அங்கிருக்கும் உயர்ந்த தளங்களில் நிலவும் அமைதி குறித்தும், உங்களுடைய குழு ஆன்மாக்கள் குறித்தும், உங்களுடைய அன்புக்குரியவர்கள் குறித்தும் ஏங்குகிறது. நீங்கள் மனநிறைவை உணராததற்கு இதை ஒரு சாக்குப்போக்காக நீங்கள் பயன்படுத்தக்கூடாது. மனநிறைவை அடைவது பூமியில் நீங்கள் எதிர்கொள்ள வேண்டிய மாபெரும் சோதனைகளில் ஒன்று. அதில் நீங்கள் ஒருக்காலும் தோற்றுவிடக்கூடாது. மரணம் உங்களுக்கு மனஅமைதியைக் கொண்டுவருவதற்காகக் காத்திருக்காதீர்கள். ஆவியுலகில் நீங்கள் மனஅமைதியோடு இருப்பதற்கு, முதலில் பூமியில் மனஅமைதியோடு இருக்க நீங்கள் கற்றுக் கொள்ள வேண்டும். தனிமை என்பது போராட்டத்தின் ஒரு பகுதி. அது சரியாகக் கையாளப்பட வேண்டும்.

ௐ அப்படியானால், பூமியில் நாங்கள் எப்போதும் தனிமையாக இருப்பதாக உணர்வோமா?

இல்லை. பூமியில் உங்களால் மகிழ்ச்சியாக இருக்க முடியாது என்பதோ, நீங்கள் எப்போதும் தனிமையாகவே உணர்வீர்கள் என்பதோ உண்மையல்ல. ஆனால், தனிமை என்பது மகிழ்ச்சியின்மைக்கும் உளச்சோர்வுக்கும் இட்டுச் செல்லக்கூடிய விஷயங்களில் ஒன்று என்பதை மறுப்பதற்கில்லை. இந்த உளச்சோர்வு தொடருமேயானால், அது உங்களுக்குத் தற்கொலை எண்ணத்தைக் கொடுக்கும்.

ॐ ஒருவர் தன் உயிரை மாய்த்துக் கொள்வதற்கு அவருக்கு வலிமையும் துணிச்சலும் தேவை என்பது உண்மைதானா?

அது உண்மையல்ல. உங்கள் வாழ்க்கையை முடித்துக் கொள்ள வேண்டும் என்ற உணர்வு உங்களுக்கு ஏற்படுகிறது என்றால், நீங்கள் உங்கள் ஆன்மாவை வலிமைப்படுத்த வேண்டும் என்று பொருள். இந்த வலிமை உங்களுக்குள் இருக்கிறது என்று நம்புங்கள். உங்களால் கையாள முடியாத ஒரு சூழ்நிலையை நீங்கள் எதிர்கொள்வதற்குக் கடவுள் ஒருபோதும் அனுமதிக்க மாட்டார் என்பதை அறிந்திடுங்கள். உங்களுக்கு வலிமை இருக்கிறது, எனவே அதைப் பயன்படுத்துங்கள். சில சமயங்களில் தற்கொலை ஒரு கௌரவமான விஷயமாக இருக்கிறது என்ற இன்னொரு தவறான கருத்தும் நிலவுகிறது. உங்கள் உயிரை மாய்த்துக் கொள்வதில் எந்த கௌரவமும் இல்லை. உங்கள் ஆன்மா பூமியில் தன்னுடைய கடமைகளையும் குறிக்கோளையும் நிறைவேற்றுவதற்குத் தேவைப்படுகின்ற உங்கள் உடலெனும் வாகனத்தை அழிப்பதன் மூலம் உங்கள் ஆன்மாவுக்கு அநியாயம் விளைவித்துவிடாதீர்கள். தற்கொலை செய்து கொண்ட பலர் ஏதோ அழுத்தத்தின் காரணமாக அப்படிச் செய்தனர். மற்றவர்களுடைய பொய்யான நம்பிக்கைகளையும் சமுதாயத்தின் பொய்யான நம்பிக்கைகளையும் அவர்கள் ஏற்றுக் கொள்ளக் கட்டாயப்படுத்தப்பட்டதால்தான் அவர்கள் தற்கொலை செய்து கொண்டனர். இதில் என்ன கௌரவம் இருக்கிறது? மாறாக, ஓர் ஆன்மீக வாழ்க்கையை வாழ்ந்து, கடவுளை கௌரவப்படுத்துங்கள். உண்மையில் அவருடைய அபிப்பிராயம் மட்டுமே முக்கியம். சில சமயங்களில், பூமியில் ஓர் ஆன்மாவால் தன் உடலில் இருக்க முடியாத ஒரு நிலை ஏற்படத்தான் செய்கிறது, ஆனால் மாற்றத்திற்கான ஒரு காலம் வந்திருப்பதைத்தான் அது உணர்த்துகிறது. உங்களை நீங்களே கொல்வது அதற்கான விடையல்ல.

ॐ ஆனால், நாங்கள் எங்கள் வாழ்வில் அதளபாதாளத்தில் விழும்போது, நாங்கள் என்ன செய்ய வேண்டும்?

நீங்கள் உங்கள் வாழ்வில் அதளபாதாளத்தில் விழும்போது, கடவுள் உங்கள் வலிமையைச் சோதித்துக் கொண்டிருக்கிறார்.

நீங்கள் செய்ய வேண்டியதெல்லாம் ஒரு நேர்மறையான அடியை எடுத்து வைத்து, உங்களுக்குத் துணிச்சல் இருக்கிறது என்பதையும், நீங்கள் ஒருபோதும் உங்கள் முயற்சியைக் கைவிட மாட்டீர்கள் என்பதையும் உணர்த்துவதுதான். நீங்கள் உங்கள் கர்மவினையைத் தீர்த்துவிட்டு, உங்கள் சோதனைகளில் வெற்றியடைந்த பிறகு, உங்கள் சூழல்கள் மாறும். உங்களுக்கு உதவுவதற்குக் கடவுள் தன்னுடைய தூதர்களை அனுப்பி வைக்கிறார். தற்கொலை எண்ணம் கொண்ட மனிதர்களுக்கு உதவுவதைத் தேர்ந்தெடுத்துள்ள சிறப்பு ஆவியுலக ஆன்மாக்கள் இவர்கள். இவர்களுக்குப் பிரத்யேகப் பயிற்சி வழங்கப்பட்டுள்ளது. தற்கொலை எண்ணம் கொண்ட ஒரு நபரின் ஆவியுலக வழிகாட்டியுடன் இணைந்து அவர்கள் செயல்படுகின்றனர். எண்ணப் பதிவுகள் மற்றும் பிரார்த்தனைகளின் வாயிலாக, பூமியில் உள்ள அந்த நபர் தற்கொலை செய்து கொள்வதை அவர்கள் தடுக்க முயற்சிக்கின்றனர். உயிரோடு இருப்பதற்குத் தேவையான வலிமையை அவருக்குக் கொடுப்பதற்கு ஆழ்மனத்தின் வாயிலாக அவர்கள் செய்திகளை அனுப்புகின்றனர். தற்கொலை நடவடிக்கையின் பின்விளைவுகள் மிகத் தீவிரமானவையாக இருக்கும் என்பதால், புவிவாழ் மனிதர்கள் தங்கள் உயிர்களை மாய்த்துக் கொள்கின்ற தவறைச் செய்வதைக் கடவுள் விரும்புவதில்லை. இவ்விஷயத்தில் மனிதர்களுக்கு உதவுவதற்காகவே இந்தச் சிறப்பு ஆன்மாக்கள் இருக்கின்றனர். உங்கள் கண்களைத் திறந்து வைத்துக் கொண்டு, பூமியில் நீங்கள் வாழ வேண்டியதற்கான காரணங்களைப் பற்றிச் சிந்தித்துப் பாருங்கள். உங்கள் ஆன்மீகக் குறிக்கோள், சேவை, வளர்ச்சி ஆகியவையே அக்காரணங்கள். மேலும், சில சமயங்களில், நீங்கள் தற்கொலை செய்து கொள்வதற்கான காரணங்கள் முற்றிலும் நகைப்புக்குரியவையாக இருக்கின்றன என்பதைப் புரிந்து கொள்ளுங்கள். எடுத்துக்காட்டாக, பரீட்சையில் தாங்கள் தோற்றுவிட்டதால் தங்கள் பெற்றோரை எதிர்கொள்ள அச்சப்பட்டு, இளம் வயது மாணாக்கர்கள் தற்கொலை செய்து கொள்கின்றனர். இன்றைய காலகட்டத்தில், ஏராளமான பெற்றோர்கள் தங்கள் குழந்தைகளிடம் மிகக் கடுமையாக நடந்து கொள்கின்றனர், அக்குழந்தைகள் தவறான விஷயங்களைச் செய்வதற்கு அவர்கள் வழி வகுக்கின்றனர். சில குழந்தைகள் சித்திரவதை செய்யப்படுகின்றனர், கற்பழிக்கப்படுகின்றனர், அச்சுறுத்தப்படுகின்றனர்,

காயப்படுத்தப்படுகின்றனர். அப்படிப்பட்ட நேரங்களில், உண்மையை மனம்விட்டுப் பேசுவதற்கு ஒரு குழந்தைக்கு யாரும் இல்லாமல் போகும்போது, தற்கொலை போன்ற ஒரு மோசமான தீர்மானத்தை அக்குழந்தை மேற்கொள்ள நேரிடுகிறது. பெற்றோரின் வழிகாட்டுதல் என்பது கண்டிப்புடன் நடந்து கொள்வதைப் பற்றியது அல்ல. மாறாக, தன் குழந்தையைப் புரிந்து கொண்டு, அக்குழந்தையின் ஆன்மாவுக்கு எது சிறந்ததோ அதைச் செய்வதுதான் பெற்றோர்கள் தங்கள் குழந்தைகளுக்குக் கொடுக்கக்கூடிய உண்மையான வழிகாட்டுதல் ஆகும். சில சமயங்களில், ஒரு பெற்றோரின் அறியாமை, கொடூரம், புரிதலின்மை ஆகியவை ஒரு குழந்தையைத் தற்கொலைக்குத் தூண்டுகின்றன.

தங்களுடைய பெற்றோரின் நச்சரிப்பைக் கையாள முடியாமலும் அவர்கள் இழைக்கும் கொடுமைகளைத் தாங்கிக் கொள்ள முடியாமலும் சில குழந்தைகள் சன்னல் வழியாகக் கீழே குதித்துத் தற்கொலை செய்து கொள்ள விரும்புகின்றனர். அப்படிப்பட்ட நேரங்களில், அக்குழந்தையின் உடலில் நீடித்திருப்பது அதன் ஆன்மாவுக்கு முடியாத காரியமாகிவிடுகிறது. ஏராளமான குழந்தைகள் அற்ப விஷயங்களுக்காகத் தங்கள் உயிரை மாய்த்துக் கொள்கின்றனர். அவர்கள் ஆவியுலகிற்குப் போகும்போது, தங்களுடைய நடவடிக்கைகள் எவ்வளவு பொறுப்பற்றவையாக இருந்தன என்பதையும், தங்களுடைய பயங்கள் அபத்தமானவை என்பதையும் அவர்கள் புரிந்து கொள்கின்றனர். அப்படிப்பட்ட மக்கள், தோல்வி என்பது தற்காலிகமானது என்பதையும், வெற்றிக்கான ஒரு படிக்கட்டுதான் அது என்பதையும் அறிந்து கொள்ள வேண்டியது அவசியம். மகிழ்ச்சியை உணர்வதற்கு வருத்தத்தை அனுபவிக்க வேண்டியிருப்பதுபோல, வெற்றி பெறுவதற்கு நீங்கள் தோல்வியை அனுபவித்தாக வேண்டும். தோல்வி என்பது ஒரு கற்றல் அனுபவம் மட்டுமே. பயத்திற்கு பதிலாகத் தங்கள் குழந்தைகளுக்கு அன்பைக் கற்றுக் கொடுக்க வேண்டியதும், அவர்களுக்கு ஆன்மீக அறிவை வழங்க வேண்டியதும் அனைத்துப் பெற்றோர்களின் கடமையாகும். இந்த ஆன்மீக அறிவு ஒரு குழந்தைக்குக் கிடைத்துவிட்டால், அக்குழந்தை மனம்விட்டுப் பேசத் தொடங்கும். ஒரு நல்ல மனிதனாக இருப்பதுதான் எல்லாவற்றையும்விட முக்கியமானது என்பதைப் பெற்றோர்கள் மறந்துவிடுகின்றனர்.

மாறாக, புவியுலகில் சாதனைகள்தான் முக்கியம் என்று கற்றுக் கொடுப்பதன் மூலம் தவறான திசையில் அவர்கள் தங்கள் குழந்தைகளைத் தள்ளிவிடுகின்றனர். வெற்றி பற்றிய தவறான கண்ணோட்டங்களைக் கொடுப்பதன் மூலம், அவர்கள் தங்கள் குழந்தைகளைத் தவறான விதத்தில் வழிநடத்துகின்றனர்.

✺ இந்த ஆன்மாக்களுக்கு எவ்வாறு ஒருவர் உதவுவது?

சில சமயங்களில், ஒருவரை அவருடைய உளச்சோர்விலிருந்து மீட்பதற்கு அன்பான ஒரு சிறு காரியம் மட்டுமே தேவைப்படுகிறது. அக்காரியம், அவர் தன்னிடத்திலும் மற்றவரிடத்திலும் மீண்டும் நம்பிக்கை கொள்ளும்படி செய்கிறது. ஒருவர் ஒரு கடினமான காலகட்டத்தை அனுபவித்துக் கொண்டிருப்பது உங்களுக்குத் தெரிய வந்தால், அவருக்கு உதவ முயற்சி செய்யுங்கள். அவர் தன்னுடைய வேதனையைக் கையாள்வதற்கு உங்களால் உதவ முடிந்தால் நீங்கள் ஆசீர்வதிக்கப்படுவீர்கள். மற்றவர்களைத் தற்கொலைக்குத் தள்ளுகின்ற எதிர்மறை ஆன்மாக்களின் தலைவிதி உங்கள் கற்பனைக்கு அப்பாற்பட்டதாக இருக்கிறது. இன்னொருவரைத் தற்கொலை செய்து கொள்ளத் தூண்டுகின்ற ஒருவர், கொலைக்கு ஈடான ஒரு பாவத்தைச் செய்கிறார்.

மக்கள், சில சமயங்களில், உணர்ச்சிரீதியாக ஒருவரை மிரட்டுவதற்குத் தற்கொலையை ஒரு கருவியாகப் பயன்படுத்துகின்றனர். ஒருவருடைய கவனத்தைப் பெறுவதற்கோ, தன்னுடைய ஒரு கருத்தை நிரூபிப்பதற்கோ, அல்லது ஒருவரைப் பழி வாங்குவதற்கோ, மக்கள் தற்கொலை செய்து கொள்ள முயற்சிக்கின்றனர். அடுத்தவர் குற்றவுணர்வு கொள்ளும்படி செய்வதற்கு அவர்கள் அவ்வாறு செய்கின்றனர். இது அவர்களை மேலும் கீழே தள்ளிவிடுகிறது, அவர்களுடைய கர்மவினையும் பெருமளவு அதிகரிக்கிறது.

எதிர்மறை எண்ணங்களோ அல்லது தற்கொலை எண்ணங்களோ உங்கள் மனத்தில் தோன்றும்போது, நீங்கள் உங்கள் நினைவில் வைத்துக் கொள்ள வேண்டிய ஒருசில

விஷயங்கள் இவை. இந்த எண்ணங்கள் உடனடியாகத் தடுத்து நிறுத்தப்பட வேண்டும். ஏனெனில், அவை இறுதியில் உங்களைத் தவறான பாதைக்கு இட்டுச் சென்றுவிடும்:

1. ஓர் எதிர்மறை எண்ணம் வரும்போது, அதை உடனடியாகக் களைந்துவிடுங்கள். உங்கள் மனத்தைத் திசை திருப்பி, ஏதேனும் ஒரு நேர்மறை நடவடிக்கையை மேற்கொள்ளுங்கள். நீங்கள் அந்த எதிர்மறை எண்ணத்தை எவ்வளவு அதிகமாக ஆய்வு செய்கிறீர்களோ, அவ்வளவு அதிக சக்தியை நீங்கள் அதற்குக் கொடுக்கிறீர்கள். உங்கள் மனத்தை வேறு எதிலேனும் செலுத்துவதன் மூலம் அப்படிப்பட்ட எதிர்மறை எண்ணங்களை உங்களிடமிருந்து விடுவித்துவிடுங்கள். உடல்ரீதியான வேலை எதையேனும் செய்யுங்கள். மாறுவதற்குக் காலம் இன்னும் கடந்துவிடவில்லை.

2. படியுங்கள். ஆன்மீக அறிவைப் பெறுங்கள். உங்கள் வாழ்வில் ஏன் சில குறிப்பிட்ட விஷயங்கள் நிகழ்கின்றன என்பதை நீங்கள் புரிந்து கொள்ளும்போது, அவற்றை ஏற்றுக் கொள்வதும் கையாள்வதும் உங்களுக்கு சுலபமாகிவிடுகிறது. எடுத்துக்காட்டாக, கர்மவினை என்ற கோட்பாட்டைப் பற்றி நீங்கள் புரிந்து கொள்ளும்போது, கடினமான சூழ்நிலைகளைக் கையாள்வது சுலபமானதாக ஆகிவிடுகிறது.

3. உங்களுடைய ஆழ்மனத்தில்தான் உங்களுடைய உண்மையான வலிமை அடங்கியுள்ளது என்பதால் உங்கள் ஆழ்மனத்தைத் திறந்து வையுங்கள். கடினமான சமயங்களின்போது, ஆழ்மனம் உங்களுக்கு வழிகாட்டுதலையும் வலிமையையும் வழங்குகிறது.

4. மக்கள் கூறுகின்றவற்றைப் பெரிதாக எடுத்துக் கொள்ளாதீர்கள். அவர்கள் உங்களை ஊக்கமிழக்கச் செய்ய ஒருபோதும் அனுமதிக்காதீர்கள். நீங்கள் செய்வது நல்ல காரியமாகவும் சரியான காரியமாகவும் இருந்தால், நீங்கள் கடவுளின் நல்வழியில் நடந்து கொண்டிருந்தால், உங்கள் பெற்றோர் உங்களுக்கு எதிராக இருந்தால்கூட உறுதியாக இருங்கள்.

ஆனால் நீங்கள் உண்மையிலேயே கடவுளின் நல்வழியில் சென்று கொண்டிருப்பதை உறுதி செய்து கொள்ள வேண்டியது முக்கியம். உங்களை நீங்களே ஏமாற்றிக் கொள்ளாதீர்கள், கர்வத்தோடு நடந்து கொள்ளாதீர்கள்.

5. நீங்கள் ஒரு தவறு செய்திருந்தால், அதை ஒப்புக் கொள்ளுங்கள், பிறகு நீங்கள் மாறுங்கள். ஆனால் குற்றவுணர்வு உங்களை ஆட்கொண்டுவிடாமல் பார்த்துக் கொள்ளுங்கள். தவறுகள் செய்வது மனித இயல்பு. ஆனால் அத்தவறுகளிலிருந்து பாடங்களைக் கற்றுக் கொண்டு, மீண்டும் அத்தவறுகளைச் செய்யாமல் இருப்பதுதான் இங்கு முக்கியமான விஷயம். மேலும், உங்கள் தவறை மறைக்க ஒருபோதும் முயற்சி செய்யாதீர்கள். நீங்கள் அதை மறைக்க முயன்றால், அது இன்னும் அதிகத் தவறுகளுக்கு வழி வகுக்கும். உங்கள் தவறுக்கான பொறுப்பை ஏற்றுக் கொள்ளுங்கள்.

6. கடினமாகவும் உண்மையாகவும் பிரார்த்தனை செய்து, உங்களுக்கு உதவுவதற்குத் தன்னுடைய தேவதூதர்களை அனுப்பி வைக்கும்படி கடவுளிடம் கேளுங்கள். கடவுளிடம் வழிகாட்டுதலையும் பாதுகாப்பையும் கேட்க வேண்டியது முக்கியம்.

7. இயற்கையான ஒளிச்சுடர் ஒன்றை தினமும் இருபத்து நான்கு மணிநேரமும் ஏற்றி வையுங்கள். ஒளியானது எதிர்மறை ஆற்றலை உறிஞ்சி, உங்களைச் சுற்றிலும் இருக்கும் அதிர்வுகளைத் தூய்மையாக்குகிறது.

8. எதிர்மறையான மக்களிடமிருந்தும் உங்களைத் தவறான பாதையில் அழைத்துச் செல்கின்ற நபர்களிடம் இருந்தும் விலகியே இருங்கள்.

9. உங்களுக்கு ஒரு பிரச்சனை இருந்தால், நீங்கள் நம்புகின்ற ஒருவரிடம் அது குறித்துப் பேசுங்கள். இன்னொருவருடைய கண்ணோட்டம் உங்களுக்குத் தேவையான தெளிவை உங்களுக்குக் கொடுக்கும். பூமியில் உங்கள் நம்பிக்கைக்குரிய ஒருவர்கூட இல்லை என்றால், நீங்கள் பேசக்கூடிய மிக அழகான நபர் உங்கள் சொந்த ஆழ்மனம்தான். உங்கள் ஆழ்மனம் ஆவியுலகத்துடன் இணைக்கப்பட்டுள்ளது.

10. வலி என்பது தற்காலிகமானது என்பதை நினைவில் கொள்ளுங்கள். நல்ல நேரங்கள்கூட நீண்டகாலம் நீடிப்பதில்லை. உங்கள் பிரச்சனைகள் கடந்து போகும்.

11. உங்கள் வெளிமனத்தை எப்போதும் சுறுசுறுப்பாக வைத்திடுங்கள். ஆக்கப்பூர்வமான எதையேனும் செய்யுங்கள். ஏனெனில், நீங்கள் எந்த வேலையும் செய்யாமல் வெறுமனே ஓய்ந்திருக்கும்போது, உங்கள் வெளிமனம் உங்களைத் தவறான பாதைக்கு அழைத்துச் செல்லும். நல்ல மனிதர்கள் உங்களைச் சூழ்ந்திருக்கும்படி பார்த்துக் கொள்ளுங்கள்.

12. சிறிது உடற்பயிற்சி செய்யுங்கள். சுறுசுறுப்பாக இருங்கள். சிறிது நேரம் நடந்துவிட்டு வாருங்கள். புத்துணர்வூட்டும் காற்றை சுவாசியுங்கள். எல்லா நேரங்களிலும் வீட்டிற்குள்ளேயே முடங்கிக் கிடக்காதீர்கள். மனத்திற்கும் உடலுக்கும் ஆன்மாவுக்கும் யோகாசனம் ஓர் அற்புதமான மருந்தாகும்.

13. மருத்துவ உதவியை நாடுவதற்கு பயப்படாதீர்கள். பிரார்த்தனைகள் மிகவும் சக்தி வாய்ந்தவை. ஆனால், சில சமயங்களில், உங்களுக்கு மருத்துவ உதவியும் தேவைப்படுகிறது. எனவே, அது குறித்து அவமானப்படாதீர்கள். அதை ஒரு தோல்வியாகப் பார்க்காதீர்கள். உங்கள் பிரச்சனை தீர்ந்து, நீங்கள் இன்னும் அதிக வலிமை பெற்றவுடன், உங்கள் வாழ்க்கையைப் பின்னால் திரும்பிப் பார்த்து அதிக ஞானத்துடன் உங்களால் அலசி ஆய்வு செய்ய முடியும், உங்களை மாற்றிக் கொள்ள முடியும். ஆனால், மருந்துகளுக்கு ஒருபோதும் அடிமையாகிவிடாதீர்கள்.

14. உங்கள் உடல்நலனை கவனித்துக் கொள்ளுங்கள். பூமியில் உள்ள பலர், மதுவாலும் போதை மருந்துகளாலும் சிகரெட்டுகளாலும் தங்கள் உடலை மெல்ல மெல்லப் பாழாக்கிக் கொண்டிருக்கின்றனர். அளவுக்கதிகமாகச் சாப்பிடுவதும் ஆபத்தானது. இவை அனைத்தும் உங்களை மெதுவாகக் கொன்று கொண்டிருக்கின்றன, உங்கள் வாழ்நாளைக்

குறைத்துக் கொண்டிருக்கின்றன, உங்கள் ஆன்மா தன் பயணத்தை நிறைவு செய்வதிலிருந்து அதைத் தடுத்துக் கொண்டிருக்கின்றன என்பதால், மேற்கூறப்பட்ட அனைத்துப் பழக்கங்களும் தற்கொலையின் பிற வடிவங்கள் என்று கூறுவது பொருத்தமானதே. நீங்கள் மதுவுக்கோ அல்லது போதைப் பொருட்களுக்கோ அடிமையாகி இருக்கும்போது, உங்களுடைய சீர்தூக்கிப் பார்க்கும் திறன் மழுங்கடிக்கப்பட்டுவிடுகிறது, நீங்கள் மிகவும் பலவீனமாக ஆகிறீர்கள். எதிர்மறை ஆற்றல்களும் எதிர்மறை எண்ணப் பதிவுகளும் உங்களை பாதிக்கின்றன. நீங்கள் உள்ளுணர்வுரீதியாகச் செயல்படுவதற்கு பதிலாக, வெளியில் இருந்து உங்கள்மீது தாக்கம் ஏற்படுத்துகின்ற எதிர்மறை அம்சங்களுக்குக் கட்டுப்பட்டு நீங்கள் நடக்கிறீர்கள். பூமியில் நீங்கள் தீவிரமாக எடுத்துக் கொள்ள வேண்டிய இன்னொரு விஷயம் முறைகேடான பாலுறவு. ஒரே ஒரு கணம் நீங்கள் நிதானம் தவறிவிட்டால், அது நீங்கள் உங்கள் வாழ்நாள் முழுவதும் வேதனையை அனுபவிக்கும்படி செய்துவிடும். மனிதர்கள் தங்கள் ஆசைகளுக்கு உடனடியாகப் பணிந்துவிடுகின்றனர். தங்கள் உடலை கவனித்துக் கொள்வது என்று வரும்போது, அவர்கள் மிகவும் கவனக்குறைவாக இருக்கின்றனர். முறைகேடான பாலுறவும் ஒருவிதமான தற்கொலைதான். ஏனெனில், உங்கள் உயிரைப் பறிக்கக்கூடிய ஏதோ ஒரு நோய் உங்களுக்கு ஏற்படுவதற்கான ஆபத்து அதில் எப்போதும் இருக்கிறது. அது மற்றவர்களின் உயிரையும் பறிக்கக்கூடும். இது உங்கள் கர்மவினை அல்ல. ஒரு பொறுப்பற்ற முறையில் நடந்து கொள்வதை நீங்களாகத் தேர்ந்தெடுக்கிறீர்கள். அதனால் ஏற்படும் பின்விளைவுகளும் உங்கள் சொந்தத் தேர்ந்தெடுப்பினால் ஏற்படுகின்றவையே.

15. நீங்கள் வேதனையை அனுபவித்துக் கொண்டிருந்தாலும், இன்னொருவருக்கு மனமுவந்து உதவ முயற்சி செய்யுங்கள். நீங்கள் துன்புற்றுக் கொண்டிருந்தாலும், மற்றவர்கள்மீது இரக்கவுணர்வு

கொள்வதன் மூலம் உங்களுக்கு நீங்களே வலுவூட்டிக் கொள்கிறீர்கள். அப்போது கடவுள் நிச்சயமாக உங்களுக்கு உதவுவார். ஆனால் உங்கள் உள்நோக்கம் தன்னலமற்றதாக இருக்க வேண்டும்.

மனித உடல் மதிக்கப்பட வேண்டியது, போற்றப்பட வேண்டியது. நீங்கள் உங்கள் வாழ்க்கையைச் சிறப்பாக வாழ்வதற்கும் மற்றவர்களுக்குச் சேவை செய்வதற்கும் உங்களுக்கு ஒரு மனமும் உடலும் ஆன்மாவும் கொடுக்கப்பட்டுள்ளன. பூமியில் மனிதர்கள் பல சமயங்களில் ஏராளமான துன்பத்தை அனுபவிக்கின்றனர், குறிப்பாக, அவர்கள் தங்கள் அன்புக்குரியவர்களை இழக்கும்போது. "எனக்கு ஏன் இப்படி நிகழ்ந்தது?" என்று கேட்டுக் கடவுளைக் குறை கூறுவதற்கு பதிலாக, துணிச்சலோடு வாழ்வின் பிரகாசமான பக்கத்தைப் பாருங்கள். தற்கொலை உங்கள் பிரச்சனைக்கான தீர்வு அல்ல. நீங்கள் ஆவியுலகிற்குச் சென்று உங்கள் வாழ்க்கையை மறுபரிசீலனை செய்யும்போது, உங்களால் அதிகப்படியான விஷயங்களைக் கையாண்டிருக்க முடியும் என்பதையும், தற்கொலை உங்கள் பிரச்சனைகளுக்கான தீர்வு அல்ல என்பதையும் நீங்கள் உணர்வீர்கள். உங்கள் வாழ்க்கை என்பது கடவுளுக்குச் சொந்தமானது. அதை முடிவுக்குக் கொண்டுவருவதற்கான உரிமை யாருக்கும் இல்லை. தற்கொலை என்பது ஆன்மாவுக்கு ஒரு சீரழிவாக அமைகிறது.

வாழ்க்கை எனும் பரிசோடு கூடவே, ஓர் அழகான ஆழ்மனத்தையும் ஓர் ஆன்மீக வழிகாட்டியையும் கடவுள் உங்களுக்குக் கொடுத்திருக்கிறார். அறிவைக் கைவசப்படுத்துகின்ற ஒரு வெளிமனத்தையும் அவர் உங்களுக்குக் கொடுத்துள்ளார். எது சரி, எது தவறு என்பதை நீங்கள் புரிந்து கொள்வதற்கு உங்களுக்கு உதவக்கூடிய விதத்தில் உங்கள் ஆழ்மனத்தோடு இசைந்து செயல்படுவதற்கு உங்கள் வெளிமனத்தை உங்களால் பயிற்றுவிக்க முடியும். உங்களுக்கு ஏகப்பட்ட உதவிகளும் எக்கச்சக்கமான பாதுகாப்பும் கொடுக்கப்பட்டுள்ளது. எனவே, உங்கள் வழியில் எந்தத் தடை ஏற்பட்டாலும் சரி, உங்களால் அதைக் கையாள முடியும் என்று நீங்கள் உண்மையிலேயே நம்ப வேண்டும்.

கடவுள்

"கடவுள் நம்மிடம் தன்னை நிரூபிக்க வேண்டியதில்லை. நாம்தான் நம்மைக் கடவுளிடம் நிரூபித்தாக வேண்டும்."

"நீங்கள் ஆதாரத்தைக் கேட்டால், அது உங்களுக்குக் கிடைக்காது. ஆனால் அதை நீங்கள் கேட்காமல் இருந்து, நீங்கள் விசுவாசம் கொண்டிருந்தால், அப்போது உங்களுக்கு அந்த ஆதாரம் கிடைக்கும்."

"கடவுள் உங்களைத் தண்டிப்பதில்லை; உங்கள் சொந்த ஆழ்மனம்தான் உங்களைத் தண்டிக்கிறது."

"உங்கள் சக மனிதர்களை உங்களால் ஏமாற்ற முடியும், உங்களை உங்களால் ஏமாற்றிக் கொள்ள முடியும், ஆனால் சர்வ வல்லமை படைத்தக் கடவுளை ஒருபோதும் உங்களால் ஏமாற்ற முடியாது."

"ஒருமித்தக் கவனமின்றிச் செய்யப்படுகின்ற மணிக்கணக்கான பிரார்த்தனையையும், மக்களையும் கடவுளையும் ஏமாற்றுவதற்காக தர்ம காரியங்களுக்காகக் கொடுக்கப்படுகின்ற ஆயிரக்கணக்கான ரூபாய் பணத்தையும்விட, ஓர் எளிய, நேர்மையான, அன்பான, தன்னலமற்றச் செயல் அதிக முக்கியமானது."

"ஆவியுலகில் எந்த மதமும் இல்லை. நாங்கள் ஒரே ஒரு கடவுளைத்தான் வழிபடுகிறோம்," என்ற ஒரு செய்தி, முன்பு எங்களுக்குக் கொடுக்கப்பட்டது. அப்படியானால், பூமியில் ஏன் பல்வேறு மதங்கள் உள்ளன?

பல்வேறு மதங்கள் இருந்தாலும், இறுதியில் அவை அனைத்தும் ஒரே கடவுளை நோக்கித்தான் நம்மை வழிநடத்துகின்றன. நல்லது, மோசமானது, நல்லது, மோசமானது என்று உங்கள்

பூமி பல சுழற்சிகளை அனுபவிக்கிறது. பூமியில் இவ்வளவு அதிக அளவில் எதிர்மறைத்தன்மை நிலவும்போது, மக்களை வழிநடத்துவதற்காக, ஓர் உயர்ந்த பிரபஞ்சத்திலிருந்து ஓர் உயர்ந்த ஆன்மாவைக் கடவுள் பூமிக்கு அனுப்பி வைக்கிறார். அவர் ஒரு தீர்க்கதரிசி என்று அழைக்கப்படுகிறார். மக்கள் தங்களை மேம்படுத்திக் கொண்டு நல்ல ஆன்மாக்களாக ஆவதற்கு அவர் அவர்களுக்கு ஞானத்தை வழங்குகிறார். ஒவ்வொரு தீர்க்கதரிசியையும் பின்பற்றுகின்ற மக்கள் பல்வேறு பெயர்களில் அழைக்கப்படுகின்றனர். துரதிர்ஷ்டவசமாக, பல நூற்றாண்டுகளின் ஊடாக, தீர்க்கதரிசிகள் பலரின் போதனைகளை மனிதர்கள் திரித்து வந்துள்ளனர். ஆனால், ஆவியுலகில் எந்த மதமும் கிடையாது.

கடவுள் என்ற ஒருவர் இருக்கிறார் என்று நம்புவது மனிதர்களுக்கு ஏன் அவ்வளவு கடினமான காரியமாக இருக்கிறது?

கடவுளைப் பற்றிய உங்கள் கண்ணோட்டம் உங்கள் வாழ்க்கைப் பயணத்தின் ஊடாக மாறுகிறது. இளம் வயதினராக இருக்கும்போது பலருக்குக் கடவுள்மீது ஒரு வலிமையான நம்பிக்கை இருக்கிறது, ஆனால் அவர்கள் வளரும்போது அந்த நம்பிக்கை மறைந்துவிடுகிறது. ஏதோ ஒன்றைக் குறித்து நீங்கள் தீவிரமாகப் பிரார்த்தனை செய்தும் அப்பிரார்த்தனை பலிக்காமல் போனால், கடவுள்மீதான நம்பிக்கை ஒருவரிடமிருந்து மறையக்கூடும். இது ஒரு காரணம். ஏனெனில், கடவுள் உங்கள் பிரார்த்தனைக்குச் செவிசாய்க்கவில்லை என்றும், எனவே கடவுள் என்ற ஒருவர் இல்லை என்றும் நீங்கள் அனுமானிக்கிறீர்கள். ஆனால், ஒரு பிரார்த்தனை இன்னும் பலிக்காமல் இருக்கிறது என்றால், நீங்கள் எது குறித்துப் பிரார்த்தனை செய்தீர்களோ, அது உங்கள் ஆன்மீக வளர்ச்சிக்கு நல்லதாக இருக்கவில்லை என்பதுதான் உண்மை. உங்களுக்கு ஏதோ அநீதி இழைக்கப்படும்போதும் கடவுள்மீதான நம்பிக்கையை நீங்கள் இழந்துவிடுகிறீர்கள். கடவுள் ஏன் உங்களுக்கு நியாயம் வழங்கவில்லை என்று நீங்கள் கேட்கிறீர்கள். அந்த அநீதி உங்கள் கர்மவினையாகவோ, சோதனையாகவோ, அல்லது பயிற்சியாகவோ இருக்கலாம். சில சமயங்களில், உங்கள் உடல் ஆரோக்கியம் மிக மோசமான நிலையில் இருக்கும்போது,

நீங்கள் நலமடைய வேண்டும் என்று நீங்கள் பிரார்த்தனை செய்கிறீர்கள். ஆனால் உங்கள் ஆரோக்கியத்தில் எந்த மாற்றமும் ஏற்படவில்லை என்றால், அப்போது நீங்கள் கடவுள்மீதான நம்பிக்கையை இழக்கிறீர்கள். ஆனால், உடல்நலப் பிரச்சனைகளை அனுபவிப்பதன் மூலம் நீங்கள் உங்கள் எதிர்மறைக் கர்மவினையைத் தீர்த்துக் கொண்டிருக்கக்கூடும் என்பதை நீங்கள் உணர்ந்து கொள்ளத் தவறிவிடுகிறீர்கள்.

சிலர் தங்களுடைய இளமைப் பருவத்தில் கடவுள்மீது நம்பிக்கை இல்லாதவர்களாக இருந்துவிட்டு, காலப்போக்கில் பல அனுபவங்களின் வாயிலாக அவர்கள் கடவுள்மீது நம்பிக்கையை வளர்த்துக் கொள்கின்றனர். உங்கள் அனுபவங்கள் எவையாக இருந்தாலும் சரி, கடவுள்மீது நம்பிக்கை கொள்வதும் கொள்ளாததும் உங்கள் விருப்பத்தேர்வுதான். அந்த விருப்பத்தேர்வுதான் நீங்கள் மேற்கொள்ளக்கூடிய மிக முக்கியமான ஒன்றாகும். நீங்கள் பூமியில் இருக்கும்போது, ஆவியுலகைப் பற்றிய நினைவு உங்கள் வெளிமனத்திடமிருந்து தடுக்கப்பட்டுவிடுகிறது. ஆனாலும், உங்கள் ஆழ்மனத்தின் மூலமாக ஆவியுலகுடன் உங்களுக்கு ஒரு தொடர்பு இருக்கிறது. உங்கள் ஆழ்மனம்தான் பூமியில் உங்களை வழிநடத்துகிறது, கடவுள் இருக்கிறார் என்று நீங்கள் நம்புவதற்கு உங்களுக்கு உதவுகிறது.

இன்றுள்ள மிகப் பெரிய பிரச்சனை என்னவென்றால், கடவுள் இருக்கிறார் என்பதற்கான ஓர் அறிவியல்ரீதியான விளக்கத்தை அல்லது ஆதாரத்தை மக்கள் எப்போதும் தேடிக் கொண்டிருக்கின்றனர். ஆழ்மனம் முடிவற்றது. ஆனால் அறிவியல் என்பது மட்டுப்படுத்தப்பட்ட மனித அறிவிலிருந்து பிறந்திருக்கும் ஒன்று. மனிதர்களிடம் இருக்கும் அறிவு, கடவுளைப் புரிந்து கொள்வதற்கான திறன் அற்றது.

கடவுள் தன்னை நம்மிடம் நிரூபிக்க வேண்டியதில்லை. நாம்தான் நம்மைக் கடவுளிடம் நிரூபித்தாக வேண்டும்.

அதனால்தான் நாம் பூமியில் இருக்கிறோம். நாம் இங்கு இருப்பது கடவுளைச் சோதிப்பதற்காக அல்ல. வெளிமனத்தின் வழிகாட்டுதலை விட்டுவிட்டு ஆழ்மனத்தின் வழிகாட்டுதலை நாம் தேர்ந்தெடுக்கிறோமா என்று பார்ப்பதற்காக நாம்தான் இங்கு சோதிக்கப்பட்டுக் கொண்டிருக்கிறோம். சிலர் எல்லாவற்றையும் ஆய்வு செய்வதில் தீவிரமாக இருக்கின்றனர்.

எல்லாவற்றுக்கும் தர்க்கரீதியான விடைகள் அவர்களுக்குத் தேவைப்படுகிறது. விசுவாசத்திற்கும் உள்ளுணர்வுக்கும் அவர்களுடைய அன்றாட வாழ்வில் எந்தப் பங்கும் இல்லை. இத்தகைய மக்கள் தங்கள் வெளிமனத்திலிருந்து செயல்படுகின்றனர், அதாவது, அவர்கள் தங்கள் அறிவு சார்ந்து செயல்படுகின்றனர். இவர்களுக்கு நேர்மாறாக, எல்லாவற்றுக்கும் தர்க்கரீதியான விடைகளை எதிர்பார்க்காத மக்களும் இருக்கின்றனர். பூமியின் தர்க்கரீதியான தத்துவங்களுக்குள் அடைபட்டுக் கிடக்காமல், அவர்களால் எளிதாக ஆன்மீக உலகிற்குள் நுழைய முடிகிறது. உங்கள் ஆழ்மனத்தின் மூலமாக மட்டுமே கடவுளை உங்களால் உணர்ந்து கொள்ள முடியும். பூமியில் கடவுளை உங்களால் ஒருபோதும் முழுமையாகப் புரிந்து கொள்ள முடியாது. ஆனால் நல்லவற்றைத் தேர்ந்தெடுப்பதன் மூலம் அவரை உங்களால் உணர்ந்து கொள்ள முடியும். அறிவு என்பது ஒரு மாபெரும் பரிசு, ஆனால் ஆழ்மனம் கொண்டுவருகின்ற பரிசுகளான விசுவாசம் மற்றும் ஞானத்துடன் இசைவாக அது பயன்படுத்தப்பட்டால் மட்டுமே அறிவு ஒரு பரிசாக இருக்க முடியும்.

கடவுளை உங்களால் பார்க்க முடியாது என்பதால் கடவுள் இல்லை என்று அர்த்தமாகிவிடாது. உண்மை நம் கண்களுக்குப் புலப்படாமல் இருப்பதால், அது இல்லை என்று ஆகிவிடாது. நம்மால் பார்க்க முடியாத ஒன்றை, நம்முடைய உட்குரலை உன்னிப்பாகச் செவிமடுப்பதன் மூலம் நம்புவதுதான் பூமியில் நாம் உட்படுத்தப்படுகின்ற சோதனையாகும்.

சில சமயங்களில், மனிதர்களுக்குக் கடவுள்மீது ஒரு வலிமையான நம்பிக்கை இருக்கிறது. ஆனால் ஒருவருக்கு ஏதோ ஒரு வேதனைகரமான விஷயம் நிகழும்போது, அவர் கடவுளைக் குறை கூறுகிறார், கடவுள்மீதான நம்பிக்கையை இழக்கிறார். தன் குழந்தையோ அல்லது வாழ்க்கைத்துணைவரோ இறக்கும்போது, அல்லது தனக்கு ஒரு பெரிய அநீதி இழைக்கப்படும்போது ஒருவர் இவ்வாறு நடந்து கொள்கிறார். இது உங்களுக்கு வேதனையூட்டும் ஒன்றுதான், ஆனால் அந்த வேதனையின் காரணமாகக் கடவுள்மீது நம்பிக்கை இழப்பதற்கு பதிலாக, நீங்கள் அந்த வேதனையிலிருந்து மீள்வதற்கு உங்களுக்கு உதவும்படி கடவுளிடம் கேளுங்கள். பூமி என்பது அநியாயங்கள்

நிரம்பிய ஓர் இடமாகும். நல்ல மனிதர்கள் துன்புறுகின்றனர், மோசமான மனிதர்கள்தான் பெரும்பாலும் அதிகாரத்தில் இருக்கின்றனர். அவர்கள்தான் மகிழ்ச்சியாக இருப்பதுபோலத் தெரிகிறது. பூமியில் இக்கணத்தில் பெருமளவு சமநிலையின்மை நிலவுகிறது, ஆனால் அந்தச் சமநிலையின்மைதான் நம்முடைய சோதனை, அதுதான் நம்முடைய முரண்பாடு, அதுதான் நம்முடைய ஆசிரியர். நீங்கள் எவ்வளவு அநியாயங்களைப் பார்த்தாலும் சரி, கடவுள்மீது நம்பிக்கை கொள்வதற்கும் அவருடைய நியாயத் தீர்ப்பில் விசுவாசம் கொள்வதற்குமான துணிச்சல் உங்களுக்கு இன்னும் இருக்கிறதா?

நல்லவை தீயவற்றைத் தோற்கடிக்கின்ற ஒரு நாள் வரத்தான் போகிறது. ஆனால் அதுவரை, இருள் ஒரு சவாலாக அமைகிறது. நல்ல ஆன்மாக்களைச் சோதிப்பதற்கும் அவர்களுக்குப் பயிற்சி அளிப்பதற்கும் இருள் நிலவுவதற்குக் கடவுள் அனுமதிக்கிறார். இறுதியில், பூமியில் நல்ல விஷயங்கள் அபரிமிதமாக இருக்கும்போது, கடவுள்மீது நம்பிக்கை கொள்வது சுலபமானதாக ஆகிவிடுகிறது. அந்த நேரத்தில் கடவுளின் இருத்தலை நீங்கள் அபரிமிதமாக உணர்வீர்கள். ஆனால் இக்கணத்தில் கடவுளை நீங்கள் நம்பத் தவறினால், நீங்கள் உங்கள் சோதனையில் வெற்றி பெற்றிருக்க மாட்டீர்கள்.

உங்கள் வாழ்வில் நீங்கள் பல விஷயங்களைப் பார்ப்பீர்கள். குழந்தைகள் துன்புறுவது, அப்பாவி மக்கள் யுத்தங்களில் பலியாவது, கொலைகாரர்கள் சுதந்திரமாக அலைவது, அப்பாவி மக்கள் சிறையில் அடைக்கப்படுவது போன்றவற்றை நீங்கள் பார்க்கக்கூடும். மிக மோசமான குற்றங்களையும், மிக மோசமான அநியாயங்களையும் நீங்கள் காணக்கூடும். அப்போது, "கடவுள் எங்கே இருக்கிறார்? கடவுள் என்ற ஒருவர் இருந்தால், அவர் ஏன் எதுவும் செய்யாமல் இருக்கிறார்? கடவுள் ஏன் இதைத் தடுத்து நிறுத்துவதில்லை?" என்று உங்களை நீங்களே கேட்பீர்கள்.

கடவுள் இதைத் துவக்கவில்லை. மனிதர்கள்தான் இதைத் துவக்கினர். தேர்ந்தெடுப்பதற்கான சுதந்திரத்தைக் கடவுள் மனிதர்களுக்குக் கொடுத்துள்ளார். ஆனால், மக்கள் அந்த சுதந்திரத்தைப் பயன்படுத்தி எதிர்மறையான விஷயங்களைத் தேர்ந்தெடுக்கின்றனர். எனவே, இக்கணத்தில் எதிர்மறைகள் அதிகரித்துக் கொண்டிருக்கின்றன, நல்ல ஆன்மாக்கள்

சோதிக்கப்பட்டுக் கொண்டிருக்கின்றனர். அவர்களுடைய விசுவாசம் தடுமாறிக் கொண்டிருக்கிறது. அவர்கள் பயமும் கோபமும் கொள்கின்றனர். தவறான பாதையில் செல்ல அவர்கள் சபலப்படுத்தப்படுகின்றனர். இயற்கையானது தானாகவே எதிர்மறைகளை அழிக்கக்கூடிய ஒரு காலகட்டம் நிச்சயமாக வரும். அந்த நேரத்தில், அதிக எண்ணிக்கையிலான ஆன்மாக்கள் ஆன்மீகத்தை நோக்கி இழுக்கப்படுவர். ஆனால் நீங்கள் அக்கணத்திற்காகக் காத்திருக்காதீர்கள். இப்போதே ஒரு நேர்மறையான தேர்ந்தெடுப்பை மேற்கொள்ளுங்கள். அப்போது, அந்தக் குறிப்பிட்ட நேரம் வரும்போது, நீங்கள் உங்கள் சோதனையில் வெற்றி பெற்றிருப்பீர்கள்.

ஒளி அபரிமிதமாக இருக்கும்போதும், சபலங்கள் மிகக் குறைவாக இருக்கும்போதும், அந்த ஒளியை நோக்கி உங்களால் சுலபமாக முன்னேறிச் செல்ல முடியும். ஆனால், பூமியில் ஒளி குறைவாக இருக்கும்போதும், உங்களை ஒளியிலிருந்து விலக்கிக் கூட்டிச் செல்வதற்கு எதிர்மறை ஆன்மாக்கள் தங்களால் இயன்ற எல்லாவற்றையும் செய்யும்போதும், அந்த ஒளியை அரவணைத்துக் கொள்வது மிகவும் கடினமாக இருக்கும்.

உங்களை ஒரு போர்வீரராகவும் உங்கள் பூமியை உங்கள் ஆன்மீகப் போர்க்களமாகவும் நினைத்துக் கொள்ளுங்கள்.

சுலபமாக இருக்கிறது என்ற ஒரே காரணத்திற்காக இருளுக்கு நீங்கள் அடி பணிகிறீர்களா? வலிமை, சக்தி ஆகிய மாயத்தோற்றங்களை அது உங்களுக்குக் கொடுக்கிறது என்பதற்காக நீங்கள் அதனிடம் சரணடைந்துவிடுகிறீர்களா? பயத்தினால் நீங்கள் அந்த இருளுக்கு முன்னால் மண்டியிடுகிறீர்களா? அல்லது, இருள் என்பது ஒரு சோதனை என்பதையும், அதை எதிர்த்துச் சண்டையிட்டுக் கடவுளையும் ஒளியையும் தேர்ந்தெடுப்பதற்கான துணிச்சல் உங்களுக்கு இருக்கிறது என்பதையும் புரிந்து கொள்வதற்கான ஞானம் உங்களுக்கு இருக்கிறதா?

உண்மையைத் தேடிச் செல்கின்ற ஓர் உத்தமனின் வலிமை அவனுடைய ஆழ்மனத்தின் வலிமையைச் சார்ந்துள்ளது. அதனால்தான், உங்கள் ஆழ்மனத்தை வளர்த்தெடுப்பதில் ஆவியுலகில் நீங்கள் ஏகப்பட்ட நேரத்தைச் செலவிடுகிறீர்கள். ஏனெனில், நீங்கள் எப்படிப்பட்ட இடத்திற்குப் போகப் போகிறீர்கள் என்பதும், எதற்காக நீங்கள் அங்கே போகிறீர்கள் என்பதும் உங்களுக்குத் தெரிந்திருக்கிறது.

அதனால்தான் நல்லவையும் தீயவையும் இருக்கின்றன. நீங்கள் தீயவற்றிலிருந்து விலகிச் சென்று, நல்லவற்றைத் தேர்ந்தெடுக்க வேண்டும்.

தேர்ந்தெடுப்பதற்கான உங்கள் சுதந்திரத்தைச் சோதிப்பதற்காகவே எதிர்மறைகள் இருக்கின்றன. எதிர்மறைகள் எதுவும் இல்லை என்றால், அங்கு சபலங்கள் எதுவும் இருக்காது. எனவே, தேர்ந்தெடுப்பதற்கான சுதந்திரத்தைப் பயன்படுத்துவதற்கு அங்கு எந்தவொரு வாய்ப்பும் இல்லாமல் போய்விடும்.

சரியான தேர்ந்தெடுப்பை மேற்கொள்ளுங்கள். முதலில் எதிர்ப்பும், அடுத்து நடவடிக்கையும் வருகின்றன. சபலத்தை எதிர்த்து நில்லுங்கள். கடவுள்தான் நம்மைப் படைத்தவர். அவர் மேன்மையானவர், அறிவார்ந்தவர், நியாயமும் அன்பும் நிரம்பப் பெற்றவர். நல்லவற்றின் ஊடாக அவரை உங்களால் புரிந்து கொள்ள முடியும். கடவுளை ஆய்வு செய்ய நீங்கள் எவ்வளவு அதிகமாக முயற்சிக்கிறீர்களோ, அவ்வளவு அதிகமாக நீங்கள் அவரிடமிருந்து விலகிப் போகிறீர்கள். கடவுளால் உங்களுக்குக் கிடைக்கக்கூடிய மன அமைதியை உணர்வதற்கான வாய்ப்பையும் நீங்கள் மறுக்கிறீர்கள். கடவுள் என்பவர் வெறுமனே ஒரு யோசனை அல்ல, அவர் ஒருவிதமான சிந்தனையும் அல்ல. அவருக்கு ஒரு வடிவம் இருக்கிறது. ஆனால் ஏதோ ஒரு காரணத்திற்காக பூமியில் அவர் யாருக்கும் புலப்படுவதில்லை. அதுதான் நம்முடைய சோதனை.

பரிவு கொண்ட, அறிவார்ந்த, நியாயமான ஒரு கடவுள் நம்மைப் பார்த்துக் கொள்கிறார். அவர் உண்மையிலேயே சர்வ வல்லமை வாய்ந்தவர். தன்னுடைய அனைத்துப் படைப்புகள்மீதும் அவர் அக்கறை கொண்டுள்ளார். நாம் எல்லோரும் சரியான பாதையைப் பின்பற்றி நடக்க வேண்டும் என்று அவர் விரும்புகிறார். அவருடைய ஆசீர்வாதம் கிடைக்கப் பெறுவதற்கு நம் எல்லோருக்கும் ஒரு வாய்ப்பு இருக்கிறது, ஆனால் அவருடைய ஆசீர்வாதம் நமக்குக் கிடைக்க வேண்டும் என்றால், நல்லவற்றைத் தேர்ந்தெடுப்பதன் மூலம் நாம் முதலடியை எடுத்து வைக்க வேண்டும். கடவுளை அறிந்திருப்பது என்பது நம்மை நாமே அறிந்திருப்பதாகும். நாம் யார் என்பதையும், நமக்குள் இருக்கும் கடவுளின் நல்லியல்புகளையும் நாம் கண்டுபிடிக்க வேண்டும்.

பிரார்த்தனை

"இன்னொரு மனிதனுடைய ஆன்மீக வளர்ச்சிக்காகச் செய்யப்படுகின்ற பிரார்த்தனைதான் மிகவும் சக்திவாய்ந்த பிரார்த்தனையாகும்."

"மற்றவர்களிடம் தம்பட்டம் அடித்துக் கொள்வதற்காகவும், தாங்கள் உண்மையிலேயே கடவுள் பக்தி உடையவர்கள் என்று பிறருக்கு நிரூபிப்பதற்காகவும் மக்கள் பிரார்த்தனை செய்கின்றனர். பிரார்த்தனைகள் சுருக்கமாகவும் இனிமையாகவும் இருக்க வேண்டும். அதோடு, நேர்மறையான, உண்மையான, முற்றிலும் தன்னலமற்ற உணர்வுகளை உள்ளடக்கியவையாக அவை இருக்க வேண்டும்."

ॐ பிரார்த்தனையின் நோக்கம் என்ன?

ஆன்மீகத்தின் மிக முக்கியமான அம்சங்களில் ஒன்று பிரார்த்தனை. பிரார்த்தனை இல்லாமல் உங்களால் வளர முடியாது. மனித உடலுக்கு உணவு எப்படி அவசியமோ, அதேபோல, ஆன்மாவுக்குப் பிரார்த்தனை அவசியம். கடவுளின் ஆசீர்வாதத்தைப் பெறுவதற்காகவும், பூமியிலும் ஆவியுலகிலும் நாம் ஆன்மீகரீதியாக முன்னேறுவதற்கான வலிமையையும் ஞானத்தையும் அவரிடமிருந்து பெறுவதற்காகவும் நாம் பிரார்த்தனை செய்ய வேண்டும். பூமியில் எதிர்மறை ஆற்றல் மிக வலிமையாக இருப்பதால், சரியான காரியங்களைச் செய்வது நல்ல ஆன்மாக்களுக்கு மேன்மேலும் கடினமாக ஆகிக் கொண்டே இருக்கிறது. எது சரி, எது தவறு என்று பிரித்துப் பார்ப்பதில் நல்ல ஆன்மாக்களுக்கு எந்தப் பிரச்சனையும் இருப்பதில்லை. ஆனால் சபலங்களுக்கு உட்படாமல் இருப்பதற்குரிய வலிமை அவர்களுக்கு இல்லாமல் போவதால்தான் அவர்கள் தவறான தேர்ந்தெடுப்புகளை

மேற்கொள்கின்றனர். எனவேதான், பிரார்த்தனை செய்ய வேண்டியது முக்கியமாகிறது. நம்முடைய ஆன்மீக அறிவை நடைமுறையில் செயல்படுத்துவதற்குப் பிரார்த்தனை நமக்கு உதவுகிறது. அது நம் ஆன்மீகத் தசையை வளர்த்தெடுக்கிறது. அந்த ஆன்மீகத் தசை உருவாக்கப்பட்டுவிட்டால், எவ்வளவு சபலங்களை நீங்கள் எதிர்கொண்டாலும், சரியான விஷயத்தைச் செய்வதற்குப் போதுமான வலிமை உங்களுக்குக் கிடைத்துவிடுகிறது. இறுதியில், ஆன்மீக அறிவை நடைமுறையில் நீங்கள் செயல்படுத்தியதன் விளைவாக உங்கள் ஆன்மா ஊட்டம் பெற்றுவிடுகிறது.

பிரார்த்தனை உங்கள் ஆன்மாவுக்கு ஊட்டமளிக்கிறது. பிரார்த்தனை உண்மையானதாகவும் நேர்மையானதாகவும் இதயத்திலிருந்து வருவதாகவும் இருக்க வேண்டும். பிரார்த்தனை உங்களுக்கு மன அமைதியைக் கொடுப்பதில்லை, உங்கள் ஆன்மா வளர உதவுவதில்லை. மாறாக, அப்பிரார்த்தனையின் மூலமாக நீங்கள் பெறுகின்ற வலிமையும், அந்த வலிமையைக் கொண்டு சரியான விஷயங்களை நீங்கள் செய்வதும்தான் உங்களுக்கு மன அமைதியைக் கொடுத்து, உங்கள் ஆன்மா வளர உதவுகிறது.

பிரார்த்தனை என்பது கண்களுக்குப் புலப்படாத ஒன்று என்று புவிவாழ் மக்கள் நினைக்கின்றனர். அது தவறு.

நீங்கள் பிரார்த்தனை செய்யும்போது, உங்களுடைய எண்ணங்களும் வார்த்தைகளும் உணர்வுகளும் ஓர் ஒளிக்கீற்றின் வடிவில் ஆவியுலகிற்குப் பயணிக்கின்றன. பூமியிலிருந்து எங்களை நோக்கி வருகின்ற கோடிக்கணக்கான ஒளிக்கீற்றுகளை ஆவியுலகில் உள்ள எங்களால் பார்க்க முடியும். ஒவ்வோர் ஒளிக்கீற்றின் பிரகாசமும் வலிமையும் ஒவ்வொரு பிரார்த்தனையின் உண்மைத்தன்மையையும் அவசரத்தையும் சார்ந்துள்ளன.

தன்னோடு இணைந்து வேலை செய்யவும் பிரார்த்தனைகளுக்கு விடையளிக்கவும் ஆவியுலகில் உள்ள நல்ல ஆன்மாக்களைக் கடவுள் தேர்ந்தெடுத்திருக்கிறார். மனிதர்களின் உதவிக் குரல்களுக்கு விடையளிப்பதற்கு இந்தச் சிறப்பு ஆன்மாக்களுக்குப் பிரத்யேகப் பயிற்சிகள் வழங்கப்படுகின்றன. ஒரு பிரார்த்தனைக்கு விடையளிப்பதற்கு, இந்த ஆன்மாக்கள், நேர்மறையான ஒளிக்கீற்றுகளை பூமியில் உள்ள அந்தக் குறிப்பிட்ட நபரை நோக்கி அனுப்புகின்றனர். பிரார்த்தனைகள் என்பவை அடிப்படையில் நேர்மறையான ஒளிக்கீற்றுகளே.

ஓ கடவுள் எங்களுடைய பிரார்த்தனைகளுக்குச் செவிசாய்க்கிறாரா?

நீங்கள் பிரார்த்தனை செய்யும்போது, கடவுள் அதை உன்னிப்பாகச் செவிமடுத்துக் கொண்டிருக்கிறார். ஆனால், அவர் தன் தேவதூதர்கள் மூலமாக இதைச் செய்கிறார். தேவதூதர்கள் உங்கள் பிரார்த்தனைகளைப் பெறுகின்றனர். சில சமயங்களில், மக்கள் தங்கள் உயிருக்காகவும் தங்கள் அன்புக்குரியவர்களின் உயிர்களுக்காகவும் பிரார்த்தனை செய்கின்றனர். அம்மக்கள் நல்ல ஆன்மாக்களாக இருந்தால், குணமாக்கும் ஆற்றல்கள் அவர்களுக்குக் கொடுக்கப்படுகின்றன. இந்த ஆற்றல்களைக் கொண்டு அவர்கள் தங்கள் நோயிலிருந்து குணமாவதற்கான வலிமையைப் பெறலாம் அல்லது உடல்வலியைத் தாங்கிக் கொள்ளலாம் அது அவர்களுடைய கர்மவினையாக இருக்கும்பட்சத்தில்! சில சமயங்களில், மக்கள் குழப்பத்தில் இருப்பதால் பிரார்த்தனை செய்கின்றனர். தங்களுக்கோ அல்லது தங்களுக்கு நெருக்கமான ஒருவருக்கோ எப்படி உதவுவது என்பது தெரியாமல் அவர்கள் குழம்பிப் போயிருக்கும்போது, ஒரு செய்தியின் வடிவிலோ அல்லது வழிகாட்டுதலின் வடிவிலோ அவர்களுடைய பிரார்த்தனைகளுக்கு விடையளிக்கப்படுகிறது. அச்செய்தியும் வழிகாட்டுதலும் அவருடைய ஆழ்மனத்தின் ஊடாக அனுப்பி வைக்கப்படுகின்றன. இச்செய்தி கிடைக்கப் பெற்றவுடன், அந்நபருக்குத் தெளிவு கிடைத்துவிடுகிறது. உதவி கேட்டு வரும் அழைப்புகளில் சில அவசரமானவையாக இருக்கும், சிக்கலானவையாகவும் இருக்கும். அப்போது, அவர்களுக்கு உதவ விரும்புகின்ற ஆவியுலக ஆன்மாக்கள் தங்கள் தளத்தின் பேரான்மாவிடம் கலந்தாலோசிக்க வேண்டும். ஆனால், பிரார்த்தனைகளுக்கு விடையளிக்கின்ற அனைத்து ஆன்மாக்களும் கடவுளின் வழிகாட்டுதலுடனும் ஆசீர்வாதங்களுடனும்தான் அவ்வேலையைச் செய்தாக வேண்டும் என்பதை நினைவில் வைத்திடுங்கள். எனவே, உங்கள் பிரார்த்தனைகள் உண்மையானவையாகவும் நியாயமானவையாகவும் இருந்தால், கடவுள் நிச்சயமாக அவற்றைச் செவிமடுக்கிறார்.

ௐ பல பிரார்த்தனைகளுக்கு ஏன் விடையளிக்கப்படுவது இல்லை? சிலர் தங்கள் மனத்தின் அடியாழத்தில் இருந்து உண்மையாகப் பிரார்த்தனை செய்திருந்தும்கூட, அவர்களுடைய பிரார்த்தனைகளுக்கு விடையளிக்கப்படவில்லை. இதற்கு என்ன காரணம்?

பின்வரும் நிபந்தனைகள் நிறைவேற்றப்பட்டால் மட்டுமே உங்கள் பிரார்த்தனைக்கு விடையளிக்கப்படும்:

1. நீங்கள் எந்த விஷயம் குறித்துப் பிரார்த்தனை செய்கிறீர்களோ, அது உங்களுக்கு நல்லதாக இருக்க வேண்டும்.

   பல சமயங்களில், தங்களுக்கு ஒரு விஷயம் நல்லது என்று நினைத்துக் கொண்டு மக்கள் தொடர்ந்து அது குறித்துப் பிரார்த்தனை செய்கின்றனர். உங்களுக்கு நல்லது என்று நீங்கள் நினைக்கின்ற விஷயங்களைப் பற்றி நீங்கள் சிந்திக்கும்போது, புவிவாழ்வின் கண்ணோட்டத்திலிருந்து நீங்கள் சிந்திக்கிறீர்கள். ஆனால், அவற்றை ஓர் ஆன்மீகக் கண்ணோட்டத்திலிருந்து நீங்கள் சிந்திக்க வேண்டும். நீங்கள் எது குறித்துப் பிரார்த்தனை செய்கிறீர்களோ, அது உங்கள் ஆன்மீக வளர்ச்சிக்கு எந்த விதத்திலாவது தடையாக இருக்குமானால், அந்தப் பிரார்த்தனைக்கு ஒருபோதும் விடையளிக்கப்பட மாட்டாது. எனவே, அடுத்த முறை நீங்கள் ஒன்றைக் குறித்துப் பிரார்த்தித்து, அப்பிரார்த்தனை நிறைவேறாமல் போகும்போது, நீங்கள் பிரார்த்தனை செய்த விஷயம் உங்கள் ஆன்மாவுக்கு நல்லதாக இருந்திருக்காது என்பதைப் புரிந்து கொள்ளுங்கள். மேலும், ஒரு பிரார்த்தனையானது சரியான நேரத்தில் விடையளிக்கப்படுகிறதா இல்லையா என்பது உங்கள் கைகளில் இல்லை. அது கடவுளின் கைகளில் இருக்கிறது. விடையளிக்கப்படாத ஒரு பிரார்த்தனையை நீங்கள் திரும்பிப் பார்க்கும்போது, உங்கள் விருப்பத்தை நிறைவேற்றுவதற்கு அது சரியான நேரமாக இருந்திருக்கவில்லை என்பதை நீங்கள் உணர்வீர்கள். சில சமயங்களில், மக்கள் எது குறித்துப் பிரார்த்தனை செய்கிறார்களோ, அதைக் கையாள்வதற்கு அவர்கள் தயாராக இருப்பதில்லை.

உங்களுக்கு எது சிறந்ததோ, அதைச் செய்யும்படி கடவுளிடம் கேளுங்கள். இவ்விதத்தில், உங்கள் வாழ்வில் எது நிகழ்ந்தாலும் அது உங்கள் ஆன்மீக வளர்ச்சிக்காகவே நிகழ்கிறது என்பதை நீங்கள் உறுதி செய்வீர்கள். உங்களுக்கு எது சிறந்ததோ அதைச் செய்யும்படி கடவுளிடம் நீங்கள் கேட்கும்போது, எல்லாம் அறிந்திருக்கின்ற ஓர் உயர்ந்த சக்தியிடம் நீங்கள் உங்கள் வாழ்க்கையை ஒப்படைக்கிறீர்கள். அது ஒரு சரணாகதிப் பிரார்த்தனையாகும்.

2. உங்கள் பிரார்த்தனை உண்மையானதாகவும் நியாயமானதாகவும் இருக்க வேண்டும்.

இது மிக மிக முக்கியமானது. உங்கள் பிரார்த்தனை உண்மையானதாக இருக்க வேண்டும். அது அரைகுறை மனத்துடனோ அல்லது இயந்திரத்தனமாகவோ செய்யப்படக்கூடாது. உங்கள் பிரார்த்தனையில் உள்ள உண்மைத்தன்மையும் விசுவாசமும்தான் அதற்கு சக்தியக் கொடுக்கின்றன. தேவதூதர்கள் உங்கள் பிரார்த்தனைகளுக்கு விடையளிக்கும் விதம், உதவி கேட்டு நீங்கள் விடுக்கின்ற குரலின் தூய்மையையும் உள்நோக்கத்தையுமே முழுக்க முழுக்கச் சார்ந்துள்ளது. உங்கள் பிரார்த்தனை நியாயமானதாக இருந்து, ஆனால் அதற்கு இன்னும் விடையளிக்கப்படாமல் இருந்தால், நீங்கள் பிரார்த்தனை செய்துள்ள விஷயம் உங்கள் ஆன்மீக வளர்ச்சிக்கு நல்லதல்ல என்று நீங்கள் உறுதியாக நம்பலாம்.

3. உங்கள் பிரார்த்தனை முற்றிலும் தன்னலமற்றதாகவும் லௌகீகரீதியானதாக இல்லாததாகவும் இருக்க வேண்டும்.

பூமியில் உயிர்வாழ்வதற்கு உங்களுக்கு உணவும் உடையும் உறைவிடமும் தேவை. ஆனால், ஆடம்பரங்கள் கேட்டுப் பிரார்த்தனை செய்வது தவறு. ஆடம்பரம் என்பது உங்கள் வளர்ச்சியைத் தடுக்கக்கூடிய ஒரு சமநிலையின்மையைத் தோற்றுவிக்கிறது. நீங்கள் சௌகரியமாக வாழ்வதற்குத் தேவையானவற்றை வழங்குமாறு கடவுளிடம் பிரார்த்தனை செய்யுங்கள். மேலும், வெறும் பொருளாதார விஷயங்கள் குறித்து

மட்டுமே நீங்கள் பிரார்த்தனை செய்தால், உங்கள் பிரார்த்தனைகளுக்கு விடையளிக்கப்பட மாட்டாது. மற்றவர்களின் ஆன்மீக வளர்ச்சிக்காக நீங்கள் பிரார்த்தனை செய்ய வேண்டும் என்பதுதான் நீங்கள் என்றும் உங்கள் நினைவில் வைத்திருக்க வேண்டிய மிக முக்கியமான விஷயமாகும். இதுதான் ஒரு பிரார்த்தனையைத் தன்னலமற்றதாக ஆக்குகிறது.

4. அது உங்கள் கர்மவினையுடன் குறுக்கிடாமல் இருக்க வேண்டும்.

பூமியில் நீங்கள் இருப்பதற்கான முக்கியக் காரணங்களில் ஒன்று உங்கள் கர்மவினையைத் தீர்ப்பதுதான். சில சமயங்களில், தாங்கள் இவ்வளவு கடுமையாகப் பிரார்த்தனை செய்தும்கூடக் கடவுள் ஏன் தங்களுக்கு உதவுவதில்லை என்று மக்கள் தங்களைத் தாங்களே கேட்டுக் கொள்கின்றனர். ஆனால், நீங்கள் பிரார்த்தனை செய்கின்ற விஷயம் உங்கள் கர்மவினையோடு தொடர்பு கொண்டது என்றால், நீங்கள் அந்தக் கர்மவினையை அனுபவித்தாகத்தான் வேண்டும். நீங்கள் பிரார்த்தனை செய்யாவிட்டாலோ அல்லது உங்கள் பிரார்த்தனைகளுக்கு விடையளிக்கப்படாமல் போகும்போது கடவுள்மீதான நம்பிக்கையை நீங்கள் இழந்துவிட்டாலோ, தேவதூதர்களால் ஒளியை உங்களுக்கு அனுப்பி வைக்க முடியாது. இந்த ஒளியின்றி, பூமியில் முட்டுக்கட்டைகளை எதிர்கொள்வது உங்களுக்கு மிகவும் கடினமானதாக ஆகிவிடும். பலர் ஏதோ மோசமான ஒரு காரியத்தைச் செய்துவிட்டு, பிரார்த்தனை செய்வதன் மூலம் தங்கள் பாவங்கள் அழிக்கப்பட்டுவிடும் என்று நம்பிக் கொண்டு பிரார்த்தனை செய்யத் தொடங்குகின்றனர். பிரார்த்தனையின் மூலம் உங்கள் கர்மவினையை ஒருபோதும் தீர்க்க முடியாது. உண்மையான பிரார்த்தனையானது, நீங்கள் உங்கள் கர்மவினையைச் சிறப்பாகக் கையாள்வதற்கான வலிமையை உங்களுக்குக் கொடுக்கும். ஆனால், பிரார்த்தனைகள் உங்களுடைய பாவங்களைக் களையாது.

5. நீங்கள் சரியான பாதையில் பயணித்துக் கொண்டிருக்க வேண்டும்.

பூமியில் பல ஆன்மாக்கள் தவறான பாதையில் பயணித்துக் கொண்டிருக்கின்றனர். ஆனால் தங்களுக்கு ஏதேனும் தேவைப்படும்போது, அவர்கள் பிரார்த்தனை செய்கின்றனர். அப்படிப்பட்ட ஆன்மாக்களின் பிரார்த்தனைகளுக்கு விடையளிக்க முடியாது. உண்மையில், தவறான பாதையில் சென்று கொண்டிருக்கின்ற ஆன்மாக்கள் பிரார்த்தனை செய்ய வேண்டிய ஒரே விஷயம், ஞானம் குறித்துத்தான். இந்த ஞானம் அவர்கள் வசமாகும்போது அவர்கள் மேம்படுவர். ஆன்மீகரீதியாக ஒரு தாழ்வான நிலையில் இருக்கின்ற மக்களுக்கு இந்த ஒரு பிரார்த்தனைக்கு மட்டுமே ஆவியுலக ஆன்மாக்கள் விடையளிப்பர். ஆனால் நீங்கள் கடவுளின் நல்வழியில் பயணித்துக் கொண்டிருந்தால், பாதுகாப்பிற்கும் பிணிநீக்கத்திற்கும் நீங்கள் தகுதி பெற்றுவிடுகிறீர்கள். அப்போது உங்கள் பிரார்த்தனைகளுக்கு விடையளிக்கப்படும்.

கடவுளின் தூதர்கள் உங்கள் பிரார்த்தனைகளைக் கேட்டுக் கொண்டிருக்கின்றனர் என்று நீங்கள் உண்மையிலேயே நம்பினால், முழு மனத்தோடு பிரார்த்தனை செய்வதில் உங்களுக்கு எந்தப் பிரச்சனையும் இருக்காது. உங்கள் தேவதூதர்கள் உங்கள் பிரார்த்தனைகளில் குறுக்கிட்டு, அவற்றுக்கு விடையளிப்பதற்கு, கடவுளின் விதிகளுக்கு உட்பட்டு அவர்கள் தங்களால் ஆன அனைத்தையும் செய்கின்றனர். எனவே, யாரோ ஒருவர் உங்கள் குரலை உன்னிப்பாகக் கேட்டுக் கொண்டிருக்கிறார் என்று நீங்கள் தாராளமாக நம்பலாம். அவர்கள் அறிவார்ந்தவர்கள் என்றும், ஒட்டுமொத்தப் படத்தை ஆவியுலகிலிருந்து அவர்களால் பார்க்க முடியும் என்றும், உங்களுக்கு எது சிறந்ததோ அதை அவர்கள் செய்வார்கள் என்றும் நீங்கள் நம்பிக்கை கொண்டாக வேண்டும். எல்லாவற்றையும்விட மேலாக, பிரார்த்தனையின் சக்தியை அறிந்து கொள்ளுங்கள். நம்புதற்கரிய ஒளியாற்றல் அது. மக்களின் வாழ்க்கையை மாற்றக்கூடிய சக்தி அதற்கு இருக்கிறது. அதை நீங்கள் உங்கள் இதயப்பூர்வமாக நம்ப வேண்டும்.

௵ மனிதர்கள் ஏன் தொடர்ந்து ஒழுங்காகப் பிரார்த்தனை செய்வதில்லை?

விஷயங்கள் நல்லவிதமாக நடந்து கொண்டிருக்கும்போது கடவுளை மனிதர்கள் மறந்துவிடுகின்றனர், தாங்கள் பிரார்த்தனை செய்ய வேண்டிய தேவை இல்லை என்று அவர்கள் நினைக்கின்றனர். அதனால்தான் அவர்கள் தொடர்ந்து ஒழுங்காகப் பிரார்த்தனை செய்வதில்லை. விஷயங்கள் தவறாகப் போகும்போதுதான் அவர்களுக்கு விழிப்பும் கடவுளைப் பற்றிய நினைப்பும் வருகின்றன. எதுவாக இருந்தாலும் சரி, தொடர்ந்து ஒழுங்காக ஒன்றைச் செய்வதில் மனிதர்களுக்குப் பிரச்சனை இருக்கிறது. நீங்கள் சரியான பாதையில் பயணிக்கவும், ஆன்மீகத்தை உங்கள் வாழ்வில் ஒரு முன்னுரிமையாக ஆக்கிக் கொள்ளவும் நீங்கள் விரும்புகிறீர்கள். ஆனால், உங்களுடைய ஆன்மீக வழக்கங்களை நீங்கள் முறையாகக் கடைபிடிப்பதில்லை. ஆனாலும், இதற்கு ஓர் எளிய தீர்வு இருக்கிறது. ஆன்மீகத்தின் மதிப்பையும் சக்தியையும் நீங்கள் அறிந்திருக்காததால்தான் நீங்கள் தொடர்ந்து பிரார்த்தனை செய்வதில்லை. பிரார்த்தனை கடினமாக இருப்பதாகவும், அது ஒரு வேலை என்றும், அது நேரத்தை விழுங்கிவிடுகிறது என்றும் நீங்கள் உணர்ந்தால், பிரார்த்தனையின் மதிப்பை நீங்கள் புரிந்து கொண்டிருக்கவில்லை என்று பொருள். பிரார்த்தனை என்றால், சர்வ வல்லமை வாய்ந்த கடவுளிடம் நீங்கள் பேசிக் கொண்டிருக்கிறீர்கள் என்று பொருள். கடவுளிடம் பேசுவதைவிட உங்களுக்கு அப்படியென்ன முக்கியமான விஷயம் இருந்துவிட முடியும்? இவ்விஷயம் உங்களுக்குத் தெரிய வந்திருப்பதே உங்களுக்கு ஆனந்தத்தைக் கொண்டுவர வேண்டும். நீங்கள் விசுவாசத்தோடு பிரார்த்தனை செய்து, கடவுள் உங்கள் பிரார்த்தனையை உன்னிப்பாகக் காதுகொடுத்துக் கேட்டுக் கொண்டிருக்கிறார் என்று நீங்கள் நம்பும்போது, பிரார்த்தனை செய்வதற்கு நீங்கள் ஒருபோதும் சோம்பேறித்தனம் கொள்ள மாட்டீர்கள். பிரார்த்தனையால் உங்கள் வாழ்வில் என்னவெல்லாம் நிகழ்த்த முடியும் என்பதை நீங்கள் அறியும்போது, இயல்பாகவே நீங்கள் பிரார்த்தனை செய்யத் தொடங்கிவிடுவீர்கள்.

ॐ பிரார்த்தனைகள் எங்களுக்கு எப்படி உதவுகின்றன?

பிரார்த்தனையின் நேர்மறையான விளைவுகள் இவை:
1. நீங்கள் மன அமைதியை உணர்வீர்கள்.

உங்களிடம் எவ்வளவு பொருட்செல்வம் இருந்தாலும் சரி, நீங்கள் எந்தப் பதவியை வகித்தாலும் சரி, அல்லது உங்கள் அந்தஸ்து எதுவாக இருந்தாலும் சரி, கடவுளின் நல்வழியில் நடப்பதன் மூலமாக மட்டுமே மன அமைதியை உங்களால் அடைய முடியும். இப்புவியுலகில், ஒரு மனிதன் பல மேடுபள்ளங்களை அனுபவிக்கிறான். ஆனால், பிரார்த்தனை உங்கள் வாழ்வின் ஒரு பகுதியாக ஆகும்போது, நீங்கள் உங்கள் ஆழ்மனத்தை முடுக்கிவிடுகிறீர்கள். இதையடுத்து, அந்த மேடுபள்ளங்களின் இயல்பை நீங்கள் புரிந்து கொள்வதற்கு உங்கள் ஆழ்மனம் உங்களுக்கு உதவுகிறது. ஒரு பிரச்சனை உங்களைத் திணறடிக்க நீங்கள் அனுமதிக்க மாட்டீர்கள். அதேபோல, உங்களுக்குக் கிடைக்கும் வெற்றி உங்களுக்கு கர்வத்தை ஏற்படுத்தவும் நீங்கள் அனுமதிக்க மாட்டீர்கள்.

பிரார்த்தனை உங்கள் மனத்தை அமைதிப்படுத்துகிறது. ஒரு பேரிடரின்போது அமைதி தேவைப்படுகிறது. நீங்கள் அமைதியாகவும் நேர்மறையாகவும் இருந்து, கடினமான சூழ்நிலைகளில் சரியான காரியங்களைச் செய்தால், நீங்கள் உங்கள் சோதனையில் வெற்றி பெற்றுக் கொண்டிருக்கிறீர்கள் என்று பொருள். நீங்கள் உங்கள் சோதனையில் வெற்றி பெற்றவுடன், உங்களுடைய கடினமான சூழ்நிலைகளும் கடந்து சென்றுவிடும். எனவே, உங்களுக்குள் இருக்கும் வலிமையின் (அமைதி) மூலமாகப் புறக் காரணிகளின் (கடினமான சூழல்கள்) இயல்பை நீங்கள் மாற்றுவீர்கள்.

நீங்கள் அமைதியாக இல்லாவிட்டால், அந்தக் கடினமான சூழ்நிலைகளும் எதிர்மறை ஆற்றல்களும் உங்களுக்குள் இருக்கும் அமைதியைச் சீர்குலைக்க நீங்கள் அனுமதித்துவிடுகிறீர்கள். அது உங்களுக்குப் பதற்றத்தையும் குழப்பத்தையும் ஏற்படுத்திவிடுவதால், ஆன்மீகச் சோதனையில் நீங்கள் வெற்றி பெறத்

தேவையான மன அமைதி உங்களிடமிருந்து மறைந்துவிடும். நீங்கள் அச்சோதனையில் வெற்றி பெறும்வரை, உங்கள் கடினமான சூழ்நிலைகள் அப்படியே நீடித்திருக்கும். உண்மையில், உங்கள் சோதனையில் வெற்றி பெற நீங்கள் எவ்வளவு அதிக காலம் எடுத்துக் கொள்கிறீர்களோ, உங்கள் சோதனை அவ்வளவு அதிகக் கடினமானதாக ஆகிறது. புற ஆற்றல்கள் உங்களுடைய உள்ளார்ந்த அமைதியைச் சீர்குலைக்க நீங்கள் அனுமதிப்பதால்தான் கடினமான சூழல்கள் மேலும் அதிகக் கடினமானவையாக ஆகின்றன.

2. உங்கள் அதிர்வுகள் மேம்படும்.

ஒவ்வொரு பிரார்த்தனைக்கும் ஓர் அதிர்வோ அல்லது ஓர் ஆற்றலோ உள்ளது. நீங்கள் பிரார்த்தனை செய்யும்போது, உங்கள் பிரார்த்தனைகள் நேர்மறையான ஆற்றலை உருவாக்குகின்றன. இந்த நேர்மறையான அதிர்வுகள் உங்களையும் உங்களைச் சுற்றி இருப்பவர்களையும் குணமாக்குகின்றன. எனவே, உங்களைச் சூழ்ந்திருக்கும் எதிர்மறை அதிர்வுகளை நீங்கள் களைகிறீர்கள். எதிர்மறையான மக்கள் உங்களைச் சூழ்ந்திருக்கும்போது, அவர்களுடைய ஆற்றல் உங்களை பாதிக்கிறது, உங்களுடைய ஆற்றலை உறிஞ்சிவிடுகிறது. எனவே, எதிர்மறை ஆற்றல் கொண்ட மக்களிடம் எச்சரிக்கையாகவும் விழிப்போடும் இருங்கள். நீங்கள் எதற்கெடுத்தாலும் அச்சமும் கர்வமும் கோபமும் மனச்சோர்வும் கொள்பவராக இருந்தால், நீங்கள் உங்கள் சொந்த அதிர்வுகளைத் தாழ்த்துகிறீர்கள், உங்கள் ஆன்மாவை பலவீனப்படுத்துகிறீர்கள். உங்களைச் சூழ்ந்திருக்கும் எதிர்மறை ஆற்றலை அகற்றிவிட்டு, அதனிடத்தில் ஒரு நேர்மறை ஆற்றலை உருவாக்குவதற்குப் பிரார்த்தனை உங்களுக்கு உதவுகிறது.

3. சீர்தூக்கிப் பார்ப்பதற்கான உங்கள் திறன் மேம்படுகிறது.

நீங்கள் பிரார்த்தனை செய்யும்போது, உங்கள் சொந்த அதிர்வுகள் தூய்மைப்படுத்தப்பட்டு, உங்களுடைய எதிர்மறைத்தன்மை துடைத்தெறியப்படுகிறது. உங்களைச் சூழ்ந்திருக்கும் எதிர்மறை எனும் கருநிற

மேகம் விலக்கப்படுகிறது. இதனால் உங்கள் ஆழ்மனம் விழிப்படைகிறது. நீங்கள் அமைதியடைகிறீர்கள், உங்கள் மனம் தெளிவடைகிறது, உங்களுடைய சீர்தூக்கிப் பார்க்கும் திறன் மேம்படுகிறது. அத்திறன் மேம்படும்போது, நீங்கள் அதிக நேர்மறையான விஷயங்களைத் தேர்ந்தெடுக்கிறீர்கள். இதனால், தன்னலமற்ற நற்காரியங்களைச் செய்யக்கூடிய ஒரு சிறந்த நிலையில் நீங்கள் இருக்கிறீர்கள். இதன் விளைவாக, ஆன்மீகரீதியாக நீங்கள் உயர்கிறீர்கள்.

4. ஆவியுலகிலிருந்து உங்களுக்குப் பாதுகாப்புக் கிடைக்கிறது.

பிரார்த்தனை என்பது உங்களைப் படைத்தவரைத் தொடர்பு கொள்வதைப் பற்றியது. கடவுளின் வழிகாட்டுதலையும் பாதுகாப்பையும் நீங்கள் கேட்க வேண்டும். அவற்றைக் கேட்காமல் உங்களால் அவற்றைப் பெற முடியாது. ஒன்று உங்களுக்கு நல்லது என்றாலும், அதற்கு நீங்கள் தகுதியானவர்தான் என்றாலும், நீங்கள் அதைக் கேட்காவிட்டால் ஆவியுலக ஆன்மாக்களால் அதை உங்களுக்குக் கொடுக்க முடியாது. அவர்கள் அப்படிக் கொடுத்தால், உங்கள் சுதந்திரமான தேர்ந்தெடுப்புக்கு எதிராக அவர்கள் செயல்படுவதுபோல ஆகிவிடும். எனவே, உங்களுக்கு எது சிறந்ததோ, அதைக் கொடுக்கும்படி கடவுளிடம் கேளுங்கள். நீங்கள் பாதுகாப்பை வேண்டும்போது, ஆவியுலக ஆன்மாக்கள் உங்களிடம் அனுப்புகின்ற பிணிநீக்க ஆற்றல்கள் உங்களுடைய சொந்தப் பிரார்த்தனையால் ஏற்படுகின்ற நேர்மறை அதிர்வுகளோடு சேர்ந்து உங்களைச் சுற்றி ஒரு பாதுகாப்புக் கவசத்தை உருவாக்கி, எதிர்மறை ஆற்றல்களிலிருந்து உங்களைப் பாதுகாக்கின்றன.

5. நோய்க்கான ஒரு தீர்வு உங்களுக்குக் கிடைக்கும்.

நீங்கள் நம்பிக்கையோடும் உண்மையோடும் பிரார்த்தனை செய்தால், அப்பிரார்த்தனையின் பிணிநீக்க சக்தியைக் கண்டு நீங்கள் ஆச்சரியப்படுவீர்கள். மருந்துகள் முக்கியம்தான், ஆனால் பிரார்த்தனையின் சக்திக்கு இப்புவியுலகில் எதுவும் ஈடாகாது. பிரார்த்தனையின் சக்தியில் உங்களுக்கு நம்பிக்கை இருந்து, குணமடைவதற்கான

தகுதி உங்களுக்கு இருந்தால், நீங்கள் குணமாக்கப்படுவீர்கள். உங்கள் வெளிமனம் அமைதியாகவும் தெளிவாகவும் இருப்பதை உறுதி செய்யுங்கள். உங்கள் ஆழ்மனத்தை அதிகமாகத் திறக்கக் கற்றுக் கொள்ளுங்கள். நீங்கள் நலம் பெறுவதற்கு இது உதவும்.

6. உங்கள் ஆன்மீக அறிவை நடைமுறையில் செயல்படுத்துவதற்கான வலிமையை நீங்கள் பெறுவீர்கள்.

ஆன்மீக அறிவைப் பெற்றிருப்பது மட்டும் போதாது. சரியான விஷயங்களுக்கும் தவறான விஷயங்களுக்கும் இடையேயான வேறுபாட்டை நீங்கள் அறிந்திருக்கக்கூடும், ஆனால் சபலத்திற்கு ஆட்பட்டு விடாமல் இருப்பதற்கும் சரியான தேர்ந்தெடுப்புகளை மேற்கொள்வதற்குமான வலிமை உங்களுக்குத் தேவை. பிரார்த்தனை இதைச் செய்கிறது. உங்கள் ஆழ்மனத்தின் விருப்பத்தை நிறைவேற்றுவதற்குத் தேவையான வலிமையை அது உங்களுக்குக் கொடுக்கிறது.

7. நீங்கள் விசுவாசத்தை வளர்த்தெடுப்பீர்கள்.

நீங்கள் எந்த அளவு விசுவாசத்தோடு பிரார்த்தனை செய்கிறீர்கள் என்பது மிக மிக முக்கியம் என்பதை நினைவில் கொள்ளுங்கள். நீங்கள் விசுவாசத்தோடு பிரார்த்தனை செய்தால், உங்கள் பிரார்த்தனை சக்திவாய்ந்ததாக இருக்கும். அப்பிரார்த்தனைக்கு நிச்சயமாக விடையளிக்கப்படும். இது நீங்கள் அதிக விசுவாசம் கொள்ள உதவும். இச்சுழற்சி இவ்வாறு தொடரும்.

8. பில்லி சூனியம், செய்வினை போன்ற தீய மாந்திரீக சக்திகளிலிருந்து நீங்கள் பாதுகாக்கப்படுவீர்கள்.

பூமியில் அதிர்வுகள் மிகத் தாழ்ந்த நிலையில் இருப்பதற்குக் காரணம், பல மனிதர்கள், பில்லி சூனியம், செய்வினை போன்ற தீய மாந்திரீக சக்திகளில் ஈடுபடுவதுதான். இது கடவுளின் விதிகளுக்கு முற்றிலும் எதிரானது. ஏனெனில், இது ஒருவருடைய சுதந்திரத் தேர்ந்தெடுப்புக்கு எதிராகச் செயல்படுகிறது. அதோடு, தனிப்பட்ட லாபங்களுக்காகவும்,

அடுத்தவரைக் கட்டுப்படுத்தவும், அவருக்குத் தீங்கு விளைவிக்கவும், அவரை ஏமாற்றவும் இருளை அது பயன்படுத்துகிறது. அளவுக்கதிகமான எதிர்மறை ஆற்றல்தான் இந்த வகையான மாந்திரீகம். இந்த மாந்திரீகம் வழக்கத்தில் இருக்கிறது என்பதை நம்புவது உங்களுக்குக் கடினமானதாக இருக்கலாம். இன்றைய தொழில்நுட்பக் காலகட்டத்தில் இப்படிப்பட்ட விஷயங்கள் இருப்பது சாத்தியமில்லை என்று தர்க்கரீதியான உங்கள் வெளிமனம் கூறக்கூடும். நாங்கள் பூமியில் இருந்திருந்தால், இதை நம்புவது எங்களுக்கும் கடினமாகத்தான் இருந்திருக்கும். ஆனால் இந்தத் தீய மாந்திரீகம் ஆபத்தானது. ஆயிரக்கணக்கான ஆண்டுகளாக அது இந்த பூமியில் இருந்து வந்துள்ளது. இதைப் பற்றிய விழிப்புணர்வு மக்களுக்கு இருந்தால், பிரார்த்தனை மற்றும் நேர்மறைச் சிந்தனையின் மூலமாக அவர்களால் தங்களைப் பாதுகாத்துக் கொள்ள முடியும். இத்தகைய தீய மாந்திரீக வழக்கங்கள் அனைத்தும் கடவுளின் விதிகளுக்கு முற்றிலும் புறம்பானவை. பிரார்த்தனை எப்படி அபரிமிதமான ஒளியை உருவாக்குகிறதோ, தீய மாந்திரீகம் அளவுக்கதிகமான எதிர்மறை ஆற்றலை உருவாக்குகிறது. நீங்கள் இது குறித்து பயப்படத் தேவையில்லை, ஆனால் இதைப் பற்றி நீங்கள் அறிந்திருக்க வேண்டும். இது போன்ற தீய சக்திகளில் இருந்து உங்களைப் பாதுகாத்துக் கொள்வதற்குப் பிரார்த்தனை இன்றியமையாதது என்பதையும், எனவே ஒருவர் முற்றிலும் நேர்மறையாகவும் பயமின்றியும் இருக்க வேண்டும் என்பதையும் நீங்கள் புரிந்து கொள்ள வேண்டியது அவசியம்.

ॐ ஒருவர் எவ்வளவு நேரம் பிரார்த்தனை செய்ய வேண்டும்?

நீங்கள் மணிக்கணக்காகப் பிரார்த்தனை செய்ய வேண்டியதில்லை. பிரார்த்தனைகள் சுருக்கமாகவும் உண்மையாகவும் இருக்க வேண்டும். நீங்கள் எவ்வளவு அதிக நேரம் பிரார்த்திக்கிறீர்களோ, நீங்கள் அவ்வளவு அதிகப் புனிதமானவர் என்று நினைப்பது ஒரு தவறான கருத்தாகும்.

நீங்கள் சிறிது நேரம் மட்டும் பிரார்த்தித்தால் போதும், ஆனால் நீங்கள் அதை உண்மையோடும் தொடர்ச்சியாகவும் செய்ய வேண்டும். அப்போதுதான், பிரார்த்தனையிலிருந்து கிடைக்கக்கூடிய வலிமையைக் கொண்டு உங்கள் அன்றாட வாழ்வில் சரியான தேர்ந்தெடுப்புகளை உங்களால் மேற்கொள்ள முடியும். சிலர் நீண்ட நேரம் பிரார்த்தனை செய்ய விரும்புகின்றனர், அதில் தவறேதும் இல்லை. ஆனால் அது உண்மையான பிரார்த்தனையாக இருக்க வேண்டும், அவ்வளவுதான். பிரார்த்தனை செய்யும்போது உங்கள் மனம் அலைபாயாமல் இருக்கும்படி பார்த்துக் கொள்ளுங்கள். நீங்கள் பிரார்த்தனை செய்யும்போது, ஆசுவாசமாகவும் ஒருமித்த கவனத்தோடும் மகிழ்ச்சியாகவும் இருங்கள். மனத்தில் பயத்துடன் பிரார்த்தனையில் ஈடுபடாதீர்கள்.

❀ ஒருவர் பிரார்த்தனை செய்வதற்கு ஏதேனும் ஒரு வழிபாட்டுக் கூடத்திலோ அல்லது ஆலயத்திலோ இருக்க வேண்டியது அவசியமா?

பிரார்த்தனை என்பது சடங்குகள் அல்லது சம்பிரதாயங்களைப் பற்றியது அல்ல. மக்கள் ஒரு குழுவாக இணைந்து, தங்கள் ஆழ்மனங்களின் மூலம் அதிக நேர்மறையான ஆற்றலை உருவாக்குவதற்காகக் கட்டப்பட்ட இடங்களே இந்த வழிபாட்டுக் கூடங்களும் தலங்களும் ஆகும். மேலும், மக்கள் ஒரு குழுவாக இணைந்து பிரார்த்தனை செய்யும்போது, அப்பிரார்த்தனையின் சக்தி அதிகரிக்கிறது. ஆனால் உங்களால் ஒரு வழிபாட்டுக் கூடத்திற்குச் செல்ல முடியாவிட்டால், அது குறித்துக் குற்றவுணர்வு கொள்ளாதீர்கள். வீட்டில் இருந்தபடி பிரார்த்தனை செய்வதும் உதவிகரமாக இருக்கும். ஏனெனில், வீட்டில்தான் நீங்கள் உங்கள் நேரத்தின் பெரும்பகுதியைச் செலவிடுகிறீர்கள். எனவே, அந்த இடத்தில் இருந்து பிரார்த்தனை செய்வது, அங்கிருக்கும் அதிர்வுகளைத் தூய்மைப்படுத்துகிறது. ஆகவே, வீட்டிலோ, காரிலோ, அலுவலகத்திலோ, பள்ளிக்கூடத்திலோ, அல்லது வேறு எங்கு வேண்டுமானாலும் நீங்கள் பிரார்த்தனை செய்யலாம். ஆனால் நீங்கள் வீட்டில் இருந்தபடி பிரார்த்தனை செய்யும்போது, தினமும் ஒரு குறிப்பிட்ட

இடத்தில் அமர்ந்து பிரார்த்தனை செய்ய முயற்சி செய்யுங்கள். அந்த இடத்தை உங்கள் கோவிலாக ஆக்கிக் கொள்ளுங்கள். வழிபாட்டுப் பொருட்களைக் கொண்டு வழிபடுவதற்கு பதிலாக, வலிமையான விசுவாசத்தையும் தூய்மையான நோக்கத்தையும் கொண்டு பிரார்த்தனை செய்யுங்கள். உங்கள் பிரார்த்தனைதான் உங்கள் வழிபாட்டுக் கூடத்தை உருவாக்குகிறது.

ஒரு வினோதமான விஷயத்தை நாங்கள் இங்கு உங்களுடன் பகிர்ந்து கொள்ள விரும்புகிறோம்:

நீங்கள் அதிகாலையில் கண்விழித்தவுடன், படுக்கையைவிட்டுக் கீழே இறங்குவதற்கு முன்பாகப் பிரார்த்தனை செய்ய வேண்டியது முக்கியம். அதாவது, உங்கள் பாதங்கள் நிலத்தைத் தொடுவதற்கு முன்பாக நீங்கள் பிரார்த்திக்க வேண்டும். அப்போதுதான், உங்களுடைய ஒளியாற்றல் தளம், அந்த முதல் காலைப் பிரார்த்தனையை கிரகித்துக் கொண்டு, அன்றைய நாள் முழுவதும் அதைத் தக்க வைத்துக் கொள்ள முடியும். உங்கள் பாதங்கள் நிலத்தைத் தொட்டவுடன், உங்கள் பாதுகாப்பு, நிலத்திற்குள் உறிஞ்சப்படுகிறது. ஏனெனில், பூமியின் அதிர்வுகள் எதிர்மறையானவை. உங்கள் பாதங்கள் நிலத்தின்மீது படுவதற்கு முன்பாக, உங்கள் பிரார்த்தனையானது உங்களைச் சுற்றி ஒரு பாதுகாப்புக் கவசத்தை உருவாக்குகிறது. உங்கள் பிரார்த்தனையால் உருவாக்கப்படுகின்ற சக்திவாய்ந்த அதிர்வு, அன்றைய நாள் முழுவதும் உங்கள் ஒளியாற்றல் தளத்தில் தக்க வைத்துக் கொள்ளப்படுகிறது. நீங்கள் உங்கள் நாளை இவ்விதத்தில் துவக்க வேண்டியது முக்கியம்.

அதேபோல, இரவில் நீங்கள் தூங்குவதற்கு முன்பாக, பாதுகாப்பும் மனஅமைதியும் வேண்டிப் பிரார்த்தனை செய்யுங்கள். உங்களுடைய ஒளியாற்றல் தளம் அந்தப் பிரார்த்தனையையும் தக்க வைத்துக் கொள்ளும். தினமும் நாள் முழுவதும் சிறுசிறு பிரார்த்தனைகளைச் செய்யுங்கள். அவை உண்மையான பிரார்த்தனைகளாக இருக்கட்டும். அவசரப்படாமல் மெதுவாகப் பிரார்த்தியுங்கள். ஒவ்வொரு வார்த்தையையும் உண்மையிலேயே உணர்ந்து கூறுங்கள். கடவுளிடம் நீங்கள் என்ன கூறிக் கொண்டிருக்கிறீர்கள், எதைக் கேட்டுக் கொண்டிருக்கிறீர்கள், உங்களுக்கு

எதைச் செய்யும்படி அவரிடம் வேண்டுகிறீர்கள் என்பதைப் புரிந்து கொள்ளுங்கள். பிரார்த்தனைகள் தன்னலமற்றவையாக இருக்க வேண்டும் என்பதை எப்போதும் நினைவில் வைத்திடுங்கள். இன்னொரு நபரின் ஆன்மீக வளர்ச்சிக்காகச் செய்யப்படுகின்ற ஒரு பிரார்த்தனைதான் மிக அதிக சக்திவாய்ந்த பிரார்த்தனையாகும்.

உங்களுக்குப் பாதுகாப்பையும் அமைதியையும் வழங்கக்கூடிய ஒரு சிறிய, எளிய பிரார்த்தனை இது. ஆவியுலகில் எந்த மதமும் கிடையாது என்பதை நினைவில் கொள்ளுங்கள். எனவே, பின்வரும் பிரார்த்தனையை யார் வேண்டுமானாலும் கூறலாம்.

இப்பிரார்த்தனை தினமும் மூன்று வேளைகள் செய்யப்பட வேண்டும். ஒவ்வொரு முறையும் மூன்று தடவை அது கூறப்பட்ட வேண்டும்.

என் அன்புக்குரிய இறைவா,

அனைத்துத் தீமைகளையும் தவிர்க்க தயவு செய்து எங்களுக்கு உதவிடுக,

தீய சக்திகள் அனைத்திலிருந்தும் எங்களைக் காத்தருள்க.

தயவு செய்து எங்களை உன் கரங்களில் ஏந்தி வழிநடத்திடுக.

எங்கள் இறைவா, நாங்கள் உன்னுடையவர்கள்,

நாங்கள் எப்போதும் உன்னுடையவர்களாகவே இருப்போம்.

என்றென்றைக்கும் உன் ஆசீர்வாதம் எங்களுக்குக் கிடைத்திடும் விதத்தில், உன் ஒருவரால் மட்டுமே வழிநடத்தப்படும் விதத்தில், உன் உதவி மட்டுமே எங்களுக்குக் கிடைக்கும் விதத்தில் எங்களை நிரந்தரமாக உன்னுடனேயே வைத்திடுக.

சர்வ வல்லமை வாய்ந்த இறைவா, உனக்கு என் நன்றி.

இப்பிரார்த்தனையில் 'நான்' என்ற வார்த்தை இல்லை. ஏனெனில், நாம் நம்முடைய குடும்பத்திற்காகவும் நண்பர்களுக்காகவும் பூமியில் உள்ள நல்ல ஆன்மாக்களுக்காகவும் பிரார்த்தனை செய்ய வேண்டியது முக்கியம்.

"தயவு செய்து எங்களை உன் கரங்களில் ஏந்தி வழிநடத்திடுக" என்ற வரி, கடவுளிடம் நாம் மனமுவந்து சரணாகதி அடைகிறோம் என்பதை உணர்த்துகிறது. நாம் நம் சொந்த விருப்பத்தின் பேரிலும் முழு விசுவாசத்துடனும் கடவுளின் கைகளில் நம்மை ஒப்படைக்கிறோம்.

பிரார்த்தனை போன்ற ஒரு நேர்மறையான விஷயத்தில் 'தீமை' என்ற வார்த்தை ஏன் குறிப்பிடப்பட்டுள்ளது என்று நீங்கள் கேட்கக்கூடும். பூமியில் நாம் ஆன்மீகப் பாதையில் செல்லாதபடி எதிர்மறை ஆற்றல்கள் நம்மைத் தடுத்து நிறுத்துகின்றன. தீய சக்திகள் நம்மை வளர்ச்சிப் பாதையிலிருந்து விலக்கிக் கூட்டிச் சென்றுவிடுகின்றன. இந்த எதிர்மறை ஆற்றல்களிலிருந்து நம்மைக் காப்பாற்றும்படி இறைவனிடம் நாம் கேட்க வேண்டும்.

இறுதியாக, நம்மைத் தன்னோடு 'நிரந்தரமாக' வைத்திருக்கும்படி இறைவனிடம் நாம் கேட்கிறோம். இப்பிறவியிலும் இனிவரும் பிறவிகளிலும் நம்மைக் கண்காணித்து வழிநடத்தும்படி நாம் மனப்பூர்வமாக அவரிடம் கேட்கிறோம்.

இப்பிரார்த்தனையின் முடிவில், சரியான விஷயங்களைச் செய்வதற்குரிய வலிமையையும் ஞானத்தையும் கொடுக்கும்படி கடவுளிடம் கேளுங்கள். பிறகு, உங்கள் குடும்பத்தினருக்காகவும் நண்பர்களுக்காகவும் பிரார்த்தனை செய்யுங்கள். இறுதியில், உங்கள் குடும்பத்தினராகவோ அல்லது நண்பராகவோ இல்லாத, ஆனால் உதவி தேவைப்படுகின்ற நிலையில் உள்ள எளிய மக்களுக்காகப் பிரார்த்தனை செய்யுங்கள். ஆனால் பிரார்த்தனையின் பொன்விதியை ஒருபோதும் மறவாதீர்கள். நீங்கள் யாருக்காகப் பிரார்த்தனை செய்கிறீர்களோ, அவருக்கு எது சிறந்ததோ அதைச் செய்யும்படி கடவுளிடம் கேளுங்கள். பூமியில் ஒருவருடைய கர்மவினையையும் சோதனைகளையும்

பயிற்சிகளையும் பற்றி உங்களுக்குத் தெரியாது. எனவே, அவருக்கு எது சிறந்ததோ அதைச் செய்து கொடுக்கும்படி இறைவனிடம் நீங்கள் பிரார்த்தனை செய்வதன் மூலம், அந்நபருடைய கர்மவினையையும் சோதனைகளையும் பயிற்சிகளையும் உள்ளடக்கிய அவருடைய பாதையில் குறுக்கிடாமல், நேர்மறை ஆற்றலை அவரை நோக்கி அனுப்புவதன் மூலம் நீங்கள் அந்நபருக்கு உதவுகிறீர்கள். இதை நீங்கள் உங்கள் நினைவில் வைத்துக் கொள்ள வேண்டியது மிகவும் முக்கியம். எப்படியானாலும் சரி, இன்னொருவருடைய பயணத்தை உங்களால் ஒருபோதும் முழுமையாகப் புரிந்து கொள்ள முடியாது. எனவே, நீங்கள் யாருக்காகப் பிரார்த்தனை செய்கிறீர்களோ, அவருக்கு எது சிறந்ததோ, அதைக் கொடுக்கும்படி கடவுளிடம் கேளுங்கள். நீங்கள் பிரார்த்திக்கும்போது, விசுவாசத்தோடு அதைச் செய்யுங்கள். எதிர்பார்ப்பு உங்களைக் கீழே தள்ளிவிடும், ஆனால் விசுவாசம் உங்களை முன்னோக்கி அழைத்துச் செல்லும். உங்களுக்கு எது சிறந்ததோ, அதைக் கடவுள் நிச்சயமாகச் செய்வார் என்பதை அறிந்திடுங்கள். அதனால்தான், முன்கூட்டியே நீங்கள் அவருக்கு நன்றி கூற வேண்டும். ஏனெனில், அவர் உங்கள் பிரார்த்தனையைச் செவிமடுத்துள்ளார் என்பதையும், அவர் ஒருபோதும் உங்களைக் கைவிட மாட்டார் என்பதையும் நீங்கள் அறிந்திருக்கிறீர்கள். மோசமான சமயங்களில் மட்டும் பிரார்த்திக்காமல், எல்லா நேரங்களிலும் தொடர்ந்து பிரார்த்தனை செய்யுங்கள். நல்ல நேரங்களிலும் கடவுளிடம் பிரார்த்தனை செய்து அவருக்கு உங்கள் நன்றியைத் தெரிவிக்க வேண்டியது அவசியம். உங்களால் இயன்ற அளவு கடுமையாகப் பிரார்த்தனை செய்யுங்கள், ஆனால் கடவுளின் திட்டத்திற்கு எப்போதும் இடம் கொடுங்கள். உங்கள் வழியைவிட்டு விலகி நில்லுங்கள், சொர்க்கம் உங்களுக்கு உதவ அனுமதியுங்கள்.

நேர்மறைச் சிந்தனை

"நேர்மறையாக இருங்கள்."

"ஒத்தவை ஒத்தவற்றை ஈர்க்கும்."

"உங்கள் மனத்தைக் கட்டுப்படுத்திக் கொண்டு, எல்லா நேரங்களிலும் அமைதியை அடைய முயற்சி செய்யுங்கள். ஆசுவாசமாக இருங்கள். நன்றாகத் தூங்குங்கள்."

ॐ எண்ணங்கள் எந்த விதத்தில் சக்திவாய்ந்தவையாக இருக்கின்றன?

நீங்கள் சிந்திக்கும் விதம் உங்கள் ஆன்மாவின் வளர்ச்சிக்கு இன்றியமையாததாக இருக்கிறது. உங்கள் எண்ணங்கள், வார்த்தைகள், மற்றும் செயல்களின் மொத்த உருவம்தான் நீங்கள். நேர்மறை எண்ணமோ அல்லது எதிர்மறை எண்ணமோ, எண்ணங்கள்தான் முதலில் வருகின்றன. பிறகு அந்த எண்ணங்களிலிருந்து வார்த்தைகளும் செயல்களும் முளைக்கின்றன. எனவேதான், நேர்மறையாகச் சிந்திக்க வேண்டியது மிகவும் முக்கியம். இறுதியில், அனைத்து எண்ணங்களுமே ஆற்றலை உருவாக்குகின்றன. எனவே, நீங்கள் எந்த வகையான ஆற்றலை உருவாக்கிக் கொண்டிருக்கிறீர்கள் என்பது குறித்து விழிப்போடு இருங்கள்.

முதலில், புவிவாழ் மக்கள் ஏன் எதிர்மறையானவர்களாக மாறுகின்றனர் என்பதைப் புரிந்து கொள்ளுங்கள்.

எதிர்மறைத்தன்மை என்பது ஓர் ஆன்மப் பண்புநலனாகவோ அல்லது இப்பிறவியில் கிடைக்கின்ற மோசமான பயிற்சியின் ஒரு விளைவாகவோ இருக்கலாம். ஆனால் முக்கியமாக, தாங்கள் விரும்புவது தங்களுக்குக் கிடைக்காதபோதுதான் மனிதர்கள் எதிர்மறையானவர்களாக மாறுகின்றனர்.

நேர்மறையாகச் சிந்திப்பதற்கு ஒருவர் எடுத்து வைக்க வேண்டிய முதல் அடி, வாழ்க்கை என்றால் அதில் பிரச்சனைகள் இருக்கும் என்ற உண்மையை ஒப்புக் கொள்வதுதான். பிரச்சனைகள் எதுவும் இல்லாத நபர்களாகத் தெரிபவர்கள், ஒன்று, தங்கள் பிரச்சனைகளைச் சிறப்பாகக் கையாண்டு கொண்டிருக்கலாம் அல்லது அவற்றிலிருந்து ஓடிக் கொண்டிருக்கக்கூடும். பலர் தங்கள் ஆன்மீகப் பயணத்தில் சிக்கித் தவிப்பதற்கு முக்கியக் காரணம் எதிர்மறைச் சிந்தனைதான்.

எதிர்மறைத்தன்மை என்பது ஒரு பொதுவான ஆன்மப் பண்புநலன். தவறான புரிதல் மற்றும் ஒரு பலவீனமான, கட்டுப்படுத்தப்படாத, பயிற்றுவிக்கப்படாத மனத்தின் விளைவுதான் அது. மேலும், பூமியின் அதிர்வுகள் அதிக எதிர்மறையானவையாக மாறியிருப்பதால், மனிதர்களிடம் உள்ள எதிர்மறைத்தன்மை பூதாகரமாக்கப்படுகிறது. இதை எதிர்ப்பதற்கு நேர்மறையாகச் சிந்திப்பது உங்கள் கையில்தான் இருக்கிறது. ஏனெனில், உங்கள் எண்ணங்கள் இறுதியில் உணர்ச்சிகளாக வடிவம் பெறுகின்றன. அதனால்தான், எண்ணங்கள் சக்திவாய்ந்தவையாக இருக்கின்றன. அவை உடல்ரீதியாகவும் உணர்ச்சிரீதியாகவும் தம்மை வெளிப்படுத்திக் கொள்கின்றன. அவை உங்கள் ஆன்மாவை வடிவமைக்கின்றன.

ௐ தான் எதிர்மறையானவராக இருக்கிறோம் என்பதை ஒருவர் எப்படி அறிந்து கொள்வது?

ஒருவரிடம் எதிர்மறைப் போக்கு இருக்கிறது என்பதற்கான அறிகுறிகள் இவை:

1. பயம்

   எதிர்மறைச் சிந்தனை, விசுவாசமின்மை, புரிதலின்மை ஆகியவற்றால் பயம் தலைதூக்குகிறது. கடவுள்மீது உங்களுக்கு முழுமையான நம்பிக்கை இருந்தால், நீங்கள் எதற்கும் பயப்படத் தேவையில்லை. நீங்கள் ஒரு மனிதப் பிறவி என்பதால், கடினமான சூழ்நிலைகளை நீங்கள் எதிர்கொள்ளத்தான் செய்வீர்கள். ஆனால், உங்களிடம் விசுவாசம்

இருந்தால், இச்சூழ்நிலைகளைக் கையாள்வதற்கான துணிச்சலை நீங்கள் பெறுவீர்கள். பயத்திலிருந்து மீள்வதற்கு நீங்கள் செய்ய வேண்டிய முதல் காரியம் உங்கள் விசுவாசத்தை அதிகரித்துக் கொள்வதுதான். பயம் இப்போது மனித இருத்தலின் ஒரு பெரும் பகுதியாக இருப்பதற்கு ஒரு காரணம் இருக்கிறது. பூமியிலுள்ள அதிர்வுகள் எதிர்மறையானவையாக இருப்பதால் நல்ல ஆன்மாக்கள் பயப்படுகின்றனர். இந்த எதிர்மறை அதிர்வுகள் உங்களை அசௌகரியமாக உணரச் செய்கின்றன. ஏனெனில், உங்களுடைய ஆற்றலிலிருந்து வேறுபடுள்ள ஓர் ஆற்றலால் நீங்கள் சூழப்பட்டிருக்கிறீர்கள். நீங்கள் தவறான பாதையில் செல்லக்கூடும் என்ற பயமும் உங்களுக்கு ஏற்படுகிறது. உங்கள் ஆழ்மனம் இந்த பயத்தைப் புரிந்து கொள்கிறது, ஆனால் உங்கள் வெளிமனத்திற்கு அது புரிவதில்லை. பயப்படுவது மட்டுமே அதற்குத் தெரியும். ஆனால், உங்கள் ஆழ்மனம் ஒருபோதும் பயம் கொள்வதில்லை. ஏனெனில், விஷயங்கள் அதற்குத் தெரிந்திருக்கின்றன.

நேர்மறையான அதிர்வுகள் இருக்கின்ற ஓர் இடத்தில் நீங்கள் வாழ்ந்து கொண்டிருந்தால், பய உணர்வு உங்களுக்குள் எழாது. உங்கள் வீட்டை எளிமையாகவும் தூய்மையாகவும் வைத்துக் கொள்ளுங்கள். சூரிய ஒளியும் தாவரங்களும் நேர்மறை அதிர்வுகளை உருவாக்க உதவுகின்றன. உங்களுக்கு பயம் ஏற்படுவதிலிருந்து இவை தடுக்கின்றன. பாதுகாக்கும் உள்ளுணர்வுகளின் வடிவிலும் பயம் வரக்கூடும். இந்த உள்ளுணர்வுகள் உங்கள் சொந்தப் பாதுகாப்பிற்கு அவசியமாகும். எடுத்துக்காட்டாக, உங்கள் கையை ஒரு நெருப்புக்குள் விடுவதற்கு நீங்கள் நிச்சயமாக பயப்படுவீர்கள். இது உங்கள் உயிர் சார்ந்த உள்ளுணர்வாகும்.

சிலர் நேர்மறையாக இருக்க பயப்படுவது உங்களுக்கு வினோதமானதாகத் தோன்றலாம். கடந்தகாலத்தில் அவர்களுக்கு ஏதேனும் மோசமான அனுபவங்கள் ஏற்பட்டிருக்கக்கூடும். அதன் விளைவாக அவர்கள் நம்பிக்கை இழந்திருக்கக்கூடும். எனவே, வாழ்க்கை நல்லதல்ல என்றும், தங்கள் வாழ்வில்

நேர்மறைத்தன்மைக்குத் தாங்கள் தகுதியானவர்கள் அல்ல என்றும் அவர்கள் முடிவு செய்துவிடுகின்றனர், அவ்வாறே நம்பத் தொடங்குகின்றனர். ஏமாற்றத்திற்கு அவர்கள் தங்களைத் தயார்படுத்திக் கொள்கின்றனர். தாங்கள் யதார்த்தமாக நடந்து கொள்வதாக அவர்கள் அதற்கு நியாயம் கற்பிக்கின்றனர், ஆனால் அவர்கள் யதார்த்தமாக இருப்பதில்லை. வாழ்வில் மேடுபள்ளங்கள் இருக்கும் என்பதை அறிந்திருப்பதுதான் ஒரு யதார்த்தமான போக்கு. எனவே நல்ல காலம் பிறக்கும் என்று நம்புவதுதான் இயற்கையான நடத்தையாக இருக்கும். உங்களுடைய கடந்தகால அனுபவங்கள் எப்படிப்பட்டவையாக இருந்தாலும் சரி, மனிதர்கள் பிழைத்திருப்பதற்கு நம்பிக்கை மிகவும் இன்றியமையாதது. சில சமயங்களில், எதிர்மறைச் சூழ்நிலையில் இருப்பதில் மக்கள் பாதுகாப்பாக உணர்வதால், மாறுவதற்கு அவர்கள் பயப்படுகின்றனர்.

2. கவலை

நிரந்தரக் கவலை உங்களைப் படுகுழிக்குள் தள்ள மட்டுமே செய்யும். மக்கள் தங்கள் நம்பிக்கையை இழந்திருப்பதாலும், விளைவுகள்மீது அதீதப் பற்றுக் கொண்டவர்களாக இருப்பதாலும் அவர்கள் பயப்படுகின்றனர். விளைவுகள் உங்கள் கைகளில் இல்லை, ஆனால் செயல்முறை உங்கள் கைகளில்தான் இருக்கிறது. எனவே, உங்களால் இயன்ற அளவு சிறப்பாக முயற்சி செய்யுங்கள், பிறகு கடவுளிடம் சரணடைந்துவிடுங்கள். நீங்கள் உங்களால் இயன்ற அளவு சிறப்பாக முயற்சி செய்த பிறகு, உங்களுக்கு எது சிறந்ததோ அதைக் கடவுள் செய்வார் என்று அறிந்திருப்பதுதான் முழுமையான சரணாகதியாகும். விளைவைக் கடவுளிடம் ஒப்படைத்துவிடுங்கள், முழுமையாகச் சரணடைந்துவிடுங்கள். கடவுள்மீதும், உங்கள் தேவதூதர்கள்மீதும், உங்கள் அன்புக்குரியவர்கள்மீதும், உங்கள்மீதும் நீங்கள் விசுவாசம் கொள்ள வேண்டியது இன்றியமையாதது. விசுவாசம் என்ற ஆற்றல்தான் உங்களை முன்னோக்கி உந்தித் தள்ளுகிறது, உங்களுக்கு மனஅமைதியைக் கொண்டுவருகிறது. விசுவாசம் இல்லாமல் இருப்பது

எரிபொருள் இல்லாமல் ஒரு கார் ஓட வேண்டும் என்று எதிர்பார்ப்பதைப் போன்றது. உங்களால் இயன்றதைச் செய்துவிட்டு, மற்றவற்றைக் கடவுளிடம் ஒப்படைத்துவிடுங்கள்.

3. சந்தேகம்

உங்களையும், உங்கள் ஆன்மீக ஆசானையும், மிக முக்கியமாக, கடவுளையும் நீங்கள் தொடர்ந்து சந்தேகித்துக் கொண்டே இருந்தால், நீங்கள் எதிர்மறையாக இருக்கிறீர்கள் என்று அர்த்தம். கேள்விகள் கேட்பதில் தவறில்லை, ஆனால் நீங்கள் ஆன்மீகப் பாதையில் சென்று கொண்டிருக்கும்போது, சந்தேகத்தை நீக்கிவிட்டு அதனிடத்தில் நம்பிக்கையை விதைக்க வேண்டும். உங்களுடைய வழிகாட்டிகளை நீங்கள் நம்ப வேண்டும். அவர்கள் உங்களுக்கு ஆன்மீக அறிவையும் புரிதலையும் கொடுத்தப் பிறகும்கூட நீங்கள் தொடர்ந்து அவர்களை சந்தேகித்துக் கொண்டும், ஆதாரங்களைக் கேட்டுக் கொண்டும் இருந்தால், நீங்கள் எதிர்மறையாக இருக்கிறீர்கள் என்று பொருள்.

ஒருவன் தினமும் இரவில் கடுமையாகப் பிரார்த்திக்கிறான். அவன் தன் பிரார்த்தனையின் முடிவில், தனக்கு எது சிறந்ததோ அதைச் செய்யும்படி கடவுளிடம் கேட்கிறான். ஆனால் ஏதோ காரணத்தால் அவனுடைய வாழ்வில் விஷயங்கள் சரிவர நடைபெறவில்லை. கடவுள் ஏன் தன்னுடைய பிரார்த்தனைகளுக்கு விடையளிக்கவில்லை என்பது அவனுக்குப் புரியவில்லை. ஒருநாள், ஒரு தேவதூதர் அவன்முன் தோன்றி, "நான் உனக்கு ஒரு பரிசு கொண்டு வந்திருக்கிறேன்," என்று கூறினார். இதைக் கேட்டு அவன் பெரிதும் மகிழ்ந்தான். அவனுடைய உள்ளங்கைகளைக் காட்டும்படி அந்த தேவதூதர் அவனிடம் கூறினார். தனக்கு ஏதோ கொடுக்கப்படவிருக்கிறது என்பதுபோல அவன் உள்ளங்கைகளைக் காட்டினான். அந்த தேவதூதர் அவற்றை உற்றுப் பார்த்துவிட்டு, அவற்றின்மீது தன் வாயால் ஊதிவிட்டார். பிறகு, "நன்றி," என்று அவர் கூறியபோது, தன்னுடைய உள்ளங்கைகள் இன்னும்

வெறுமையாக இருந்ததைக் கண்டு அம்மனிதன் குழம்பிப் போனான். "என் பரிசு எங்கே?" என்று அவன் கேட்டான். "அது ஏற்கனவே உனக்குக் கொடுக்கப்பட்டுவிட்டது," என்று அந்த தேவதூதர் கூறினார். "உன் கைகள் நிறைய சந்தேகங்கள் நிரம்பியிருந்தன. நான் அவற்றை அகற்றிவிட்டேன். சில சமயங்களில், உனக்குக் கொடுக்கப்படுகின்ற ஏதோ ஒன்றைவிட உன்னிடமிருந்து எடுக்கப்படுகின்ற ஏதோ ஒன்று ஒரு மாபெரும் பரிசாக அமைகிறது," என்று அவர் கூறினார்.

நீங்கள் கடவுள்மீது சந்தேகம் கொள்ளாதீர்கள், அவரை முழுமையாக நம்புவதை உறுதி செய்யுங்கள். நீங்கள் தொடர்ந்து சந்தேகிக்கும்போது, உங்கள் ஆன்மா பலவீனமடைகிறது. ஏனெனில், கடவுள்மீதான விசுவாசத்தில்தான் உங்கள் ஆன்மா பிழைத்திருக்கிறது.

4. நச்சரித்தல்

நச்சரித்தல் என்பது ஆன்மீகரீதியாகத் தவறானது. அது ஒரு வகையான உளச் சித்திரவதை. வார்த்தைகளைக் கொண்டு நடத்தப்படுகின்ற ஒருவழித் தாக்குதல் அது. அது அகங்காரத்திலிருந்தும் புரிதலின்மையில் இருந்தும் வருகிறது. அது ஒரு சுயநலமான நடத்தை. ஏனெனில், எது எப்படி இருந்தாலும், நீங்கள் கூறுவதை மற்றவர்கள் கேட்க வேண்டும் என்றும், உங்கள் விருப்பம்தான் முக்கியம் என்றும் நீங்கள் நினைக்கிறீர்கள். பெற்றோர்கள் தங்கள் குழந்தைகளை நச்சரிப்பது அவர்களுக்கு உதவும் நோக்கத்தில்தான் என்றாலும்கூட, அவர்கள் அவ்வாறு நச்சரிக்கும்போது, அது அக்குழந்தைகளுக்குத் தீங்கு விளைவிக்கிறது. நீங்கள் நச்சரிக்கும்போது, கடவுளின் விருப்பத்திற்கு எதிராக நீங்கள் செயல்படுகிறீர்கள். நீங்கள் நச்சரிக்கின்ற நபர் நீங்கள் கூறுவதைக் காதுகொடுத்துக் கேட்பதற்கு பதிலாக, நீங்கள் கூறும் எதையும் தன் காதில் போட்டுக் கொள்ளாமல் இருந்துவிடுகிறார். நீங்கள் அப்படியும் தொடர்ந்து நச்சரித்தால், நீங்கள் கேட்பதற்கு நேரெதிரானதை அவர் செய்துவிடுவார்.

5. தொடர்ச்சியாகக் குறை கூறுதல் மற்றும் புலம்புதல்

மகிழ்ச்சிக்கான அர்த்தம் ஓர் எதிர்மறையான நபருக்குப் புரியாது. நீங்கள் உங்கள் வாழ்நாள் முழுவதும் புலம்பிக் கொண்டும் முனகிக் கொண்டும் இருந்தால், நீங்கள் துயரத்தைத்தான் கவர்ந்திழுப்பீர்கள். சிலர் மற்றவர்கள்மீது இரக்கம் கொள்வதன் மூலம் அவர்களிடம் இப்பழக்கத்தை ஊக்குவிக்கின்றனர். நீங்கள் உங்களுடைய ஆசீர்வாதங்களைக் கணக்கிட வேண்டியது இன்றியமையாதது. நேர்மறையான விஷயங்கள்மீது அக்கறை காட்டுங்கள். எதிர்மறையானவற்றைக் கண்டுகொள்ளாதீர்கள்.

6. தேவையானதைவிட அதிகமான பிரச்சனைகளைக் கையில் எடுத்தல்

சிலர், தாங்கள் எவ்வளவு அதிகமான வேலைகளைச் செய்து கொண்டிருக்கிறோம், எவ்வளவு துன்பப்பட்டுக் கொண்டிருக்கிறோம் என்று உலகிற்கு வெளிக்காட்ட விரும்புகின்றனர். இவ்வாறு செய்வதன் மூலம் அவர்கள் தங்களுக்குத் தாங்களே தீங்கு மட்டுமே விளைவிக்கின்றனர். உதவி கேட்கத் தவறுவது என்பது நீங்கள் கர்வம் கொண்டிருக்கிறீர்கள் என்றும், எதிர்மறைப் போக்குடன் நடந்து கொள்கிறீர்கள் என்றும் பொருள்படுகிறது. மற்றவர்களோடு சேர்ந்து இணக்கமாக வாழ்வதற்காகவே நீங்கள் பூமியில் இருக்கிறீர்களே அன்றி, எல்லாவற்றையும் நீங்களாகவே கையாள்வதற்காக அல்ல. விஷயங்களை உங்களால் சொந்தமாகக் கையாள முடியும் என்று மற்றவர்களுக்கு நிரூபிப்பதற்கான தேவை உங்கள் அகங்காரத்தினால் தூண்டப்படுகின்ற ஒன்று. அது இயற்கைக்குப் புறம்பானது. நீங்கள் ஒரு சூப்பர்மேனாக இருக்க வேண்டும் என்று யாரும் எதிர்பார்க்கவில்லை.

7. பொறாமை

மக்களின் மகிழ்ச்சியைப் பறிக்கின்ற விஷயங்களில் ஒன்று பொறாமை. நீங்கள் உங்கள் பயணத்தை எப்போதும் இன்னொருவரின் பயணத்துடன் தொடர்ந்து ஒப்பிட்டுக் கொண்டே இருந்தால், அது உங்களை முன்னேறவிடாமல் தடுத்துவிடும். உங்களுக்குக் கொடுக்கப்பட்டிருக்கும் பரிசுகள் குறித்து மனநிறைவு கொள்ளுங்கள், மற்றவர்களின்

சாதனைகளிலிருந்து மகிழ்ச்சியையும் உத்வேகத்தையும் பெறக் கற்றுக் கொள்ளுங்கள். ஆவியுலக ஆன்மாக்கள் அப்படித்தான் வாழ்கின்றனர். அத்தகைய வாழ்க்கை எங்களுக்கு மகிழ்ச்சியைக் கொண்டுவருகிறது. உங்களிடம் இருப்பவை குறித்துக் கடவுளுக்கு நன்றி கூறுங்கள். எவ்வாறு மனநிறைவோடு வாழ்வது என்பதைக் கற்றுக் கொள்ளுங்கள்.

8. மற்றவர்களைக் குறைகூறுதல்

எப்போதும் உங்களுக்குள் சென்று பாருங்கள், அப்போது உங்கள் வேதனையின் மூலாதாரத்தை நீங்கள் அடையாளம் கண்டுகொள்வீர்கள். வேதனை என்பது உங்களுக்குள் ஏற்கனவே இருக்கும்போது, யாரோ ஒருவரால் அதைத் தூண்டிவிட முடியும். எனவே, உங்கள் வேதனைக்கான மூலகாரணத்தைக் கண்டுபிடியுங்கள். அடுத்தவர்மீது கவனம் செலுத்தாதீர்கள். முதலில் உங்களுக்குள் இருக்கும் சமநிலையின்மையைச் சரி செய்துவிட்டு, உங்களை மேம்படுத்திக் கொள்ளுங்கள். பிறகு, மற்றவர்கள் மாறுவதற்கு அவர்களுக்கு உதவுங்கள்.

9. எதிர்மறை எண்ணங்களுக்கு அடிமைப்பட்டுக் கிடத்தல்

எதிர்மறையாக இருக்கின்ற மக்கள் காலப்போக்கில் அப்போக்கிற்குப் பழக்கப்பட்டுவிடுவதால், ஒரு காலகட்டத்தில் அந்த உணர்வு இல்லாமல் தங்களால் வாழ முடியாது என்ற நிலையை அவர்கள் அடைந்துவிடுகின்றனர். அவர்களுக்கு எந்தப் பிரச்சனையும் இல்லை என்றால், அவர்கள் ஏதாவது பிரச்சனைகளை உருவாக்குவர், நாடகங்களை அரங்கேற்றுவர். பலருக்கு சுயபச்சாதாபமும் உளச்சோர்வும் பழக்கங்களாகவே ஆகிவிடுகின்றன. அவை முதலில் சிறிய அளவில் தொடங்குகின்றன. பிறகு அவை பூதாகரமாக வளர்ந்துவிடுகின்றன.

10. பொறுமையின்மை

பொறுமையை வளர்த்தெடுக்க நீங்கள் கற்றுக் கொள்ளும்போது, நீங்கள் அதிக மனஅமைதியை உணர்வீர்கள். பொறுமையின்மை உங்களை நிலைதடுமாற வைத்துவிடும். விஷயங்கள் சரியான

நேரத்தில்தான் நிகழ்கின்றன, அந்த நேரம் கடவுளின் கைகளில் உள்ளது என்பதை உங்கள் நினைவில் கொள்ளுங்கள். நீங்கள் பொறுமையின்றி இருக்கும்போது, கடவுளுக்கு நீங்கள் கட்டளையிட்டுக் கொண்டிருக்கிறீர்கள். அவர் தன்னுடைய திட்டத்தை ஒதுக்கி வைத்துவிட்டு, உங்களுடைய திட்டத்தைச் செயல்படுத்த வேண்டும் என்று நீங்கள் அவரைக் கட்டாயப்படுத்துகிறீர்கள். உங்கள் திட்டம் எப்போதும் மட்டுப்படுத்தப்பட்டுள்ள ஒன்று. கடவுளின் திட்டம் எல்லையற்றது.

எதிர்மறைத்தன்மை எவ்விதத்தில் எங்களை உடல்ரீதியாகவும் உணர்ச்சிரீதியாகவும் ஆன்மீகரீதியாகவும் பாதிக்கிறது?

பலருக்கு எதிர்மறைத்தன்மை ஒரு பழக்கமாகவும் ஒரு வாழ்க்கைமுறையாகவும் ஆகிவிடுகிறது. அவர்களுடைய வாழ்வில் எந்தப் பிரச்சனையும் இல்லாவிட்டாலும், எப்போதும் நம்பிக்கையற்றும் சந்தேகத்தோடும் ஏகப்பட்டக் கசப்புணர்வோடும் தோல்வியுணர்வோடும் இருந்து அவர்கள் பழக்கப்பட்டுவிட்டதால், அவர்கள் தொடர்ந்து அந்த எதிர்மறை ஆற்றலையே வெளியே அனுப்பிக் கொண்டிருக்கின்றனர். ஒத்தவை ஒத்தவற்றை ஈர்க்கின்றன. எனவே, எதிர்மறையான மக்கள் மற்ற எதிர்மறையான மக்களையும் சூழ்நிலைகளையும் தங்களை நோக்கிக் கவர்ந்திழுக்கின்றனர். இப்போக்கு அவர்களுடைய ஆன்மாக்களுக்குப் பெரும் தீங்கு விளைக்கும். இப்போக்கை நீக்கிவிட்டு, அதனிடத்தில் நேர்மறைப் போக்கைக் குடியமர்த்துங்கள். எதிர்மறைப் போக்கினால் ஏற்படக்கூடிய விளைவுகள் இவை:

1. உங்கள் கணிப்பு தவறாகப் போகிறது

நீங்கள் எதிர்மறையாக நடந்து கொள்ளும்போது, உங்கள் கணிப்பு தவறாகப் போகிறது. உங்கள் அன்றாட வாழ்வில் நீங்கள் மேற்கொள்ளும் தேர்ந்தெடுப்புகளை இது பாதிக்கும். நீங்கள் ஆன்மீகரீதியாகக் கீழ்நிலைக்குத் தள்ளப்படுவீர்கள்.

2. *சிறு பரிசுகளை நீங்கள் இழக்கிறீர்கள்*

வாழ்க்கையில் பல பரிசுகள் உங்களுக்காகக் காத்திருக்கின்றன. நீங்கள் எதிர்மறையாக இருக்கும்போது, இவை உங்கள் கண்முன் இருந்தாலும், அவற்றை பார்க்கவும் ஏற்றுக் கொள்ளவும் நீங்கள் தவறிவிடுகிறீர்கள். உங்கள் ஆழ்மனம்தான் அப்பரிசுகளை நோக்கி உங்களை வழிநடத்துகிறது. நீங்கள் எதிர்மறையானவராக இருந்தால், ஆழ்மனம் உங்களுக்குக் கொடுக்கின்ற வழிகாட்டுதல்களை உங்களால் கேட்க முடியாது. காலப்போக்கில், உங்கள் ஆற்றல் மிகவும் இருளடைந்துவிடுவதால், ஒளிமயமான அப்பரிசுகள் உங்களிடம் வர இயலாமல் போய்விடும். ஒத்தவை ஒத்தவற்றை ஈர்க்கின்றன. எனவே, பரிசுகளுக்கு பதிலாகப் பிரச்சனைகளை நீங்கள் கவர்ந்திழுக்கிறீர்கள்.

3. *உங்களுடைய சமநிலையின்மையை மக்கள் உணர்ந்து கொள்கின்றனர்*

பணிவைப்போலவே, நேர்மறைத்தன்மையும் ஓர் இயல்பான நிலையாகும். நல்ல மக்கள் உங்களைச் சூழ்ந்திருக்கும் ஓர் எதிர்மறை அதிர்வை உணர்ந்து கொள்வர். அது அவர்களுக்கு அசௌகரியத்தை ஏற்படுத்துவதால், அவர்கள் உங்களுடன் மிகக் குறைவான நேரத்தையே செலவிடுவர். உங்கள் கணிப்பும் குழப்பமானதாக இருப்பதால், ஏன் இப்படி நிகழ்ந்து கொண்டிருக்கிறது என்பதைப் புரிந்து கொள்ள நீங்கள் தவறிவிடுகிறீர்கள். இதன் விளைவாக, உங்களுக்குள் இருக்கும் சமநிலையின்மையைப் புரிந்து கொள்வதற்கு பதிலாக, நீங்கள் மற்றவர்களுடன் எதிர்மறையாக நடந்து கொள்வீர்கள்.

4. *உங்கள் ஆரோக்கியம் பாதிக்கப்படுகிறது*

எண்ணங்கள் மிகவும் சக்திவாய்ந்தவை. உங்கள் எண்ணங்களும் உணர்வுகளும் எப்போதும் உங்கள் உடல்ரிதியாக வெளிப்படுத்தப்படும். எதிர்மறை எண்ணங்களும் உணர்வுகளும் ஒரு நோயின் வடிவிலோ அல்லது ஏதோ காயத்தின் வடிவிலோ வெளிப்படும். உங்களுக்குள் கசப்புணர்வும் கோபமும் இருந்தால், அவை உங்கள் உடலில் வெளிப்படும்.

உங்களையோ அல்லது இன்னொருவரையோ உங்களால் மன்னிக்க முடியாமல் போகும்போது, அது உங்கள் உடல்நிலையை முற்றிலுமாகச் சீரழித்துவிடும். மன்னித்தல் உங்கள் பிணிகளை நீக்குகிறது. அது உங்களுக்கு நல்லது, உங்கள் வளர்ச்சிக்கு இன்றியமையாதது.

5. நீங்கள் உங்கள் சோதனையில் தோற்றுப் போகிறீர்கள்

ஒரு கடினமான சூழ்நிலையில் ஒருவரால் நேர்மறையாக நடந்து கொள்ள முடிகிறதா என்று பார்ப்பதுதான் பெரும்பாலான மக்களுக்குக் கொடுக்கப்படும் ஓர் அடிப்படைச் சோதனையாகும். அச்சூழ்நிலை அவர்களுடைய கர்மவினையாக இருக்க வேண்டியதில்லை, ஆனால் அது அவர்களுடைய ஆன்மாவுக்கான ஒரு சோதனையாகவோ அல்லது ஒரு பயிற்சியாகவோ இருக்கக்கூடும். அவர்கள் எதிர்மறையாக எதிர்வினையாற்றி, அச்சூழ்நிலை நெடுகிலும் குறை கூறிக் கொண்டும் தங்கள்மீது கழிவிரக்கப்பட்டுக் கொண்டும் இருந்தால், அச்சூழ்நிலை மீண்டும் மீண்டும் ஏற்படும். அவர்கள் அதிலிருந்து பாடம் கற்றுக் கொள்ளும்வரை அது தொடர்ந்து கொண்டே இருக்கும். அச்சூழ்நிலை அவர்களுக்குரிய சோதனை அல்ல. மாறாக, கடினமான சூழ்நிலைகளில் நேர்மறையாக இருப்பது எப்படி என்பதைக் கற்றுக் கொள்வதே அவர்களுடைய சோதனையாகும்.

அந்தச் செயல்முறையை நீங்கள் எவ்வாறு கையாள்கிறீர்கள் என்பது முக்கியம். எடுத்துக்காட்டாக, நோயுற்றிருக்க யாரும் விரும்புவதில்லை. ஆனால், நீங்கள் உடல்நலம் சரியில்லாமல் இருக்கும்போதெல்லாம் குறை கூறுபவராகவும், உங்களைச் சுற்றி இருக்கும் மக்களுக்குத் தொல்லைகள் கொடுப்பவராகவும் இருந்தால், நீங்கள் நோயுற்றிருக்கும்போது நேர்மறையாக இருப்பது எப்படி என்பதும், மற்றவர்கள் உங்களுக்கு வழங்கும் உதவிகளுக்கு நன்றியுடன் இருப்பது எப்படி என்பதும்தான் நீங்கள் கற்றுக் கொள்ள வேண்டிய பாடங்களாகும். நீங்கள்

நோய்வாய்ப்பட்டிருக்கும் சமயத்தில் நேர்மறையாக இருப்பதுதான் உங்களுக்கான சோதனை. இன்னொரு சோதனை, பயம் தொடர்பானதாக இருக்கலாம். உங்களுடைய மருத்துவ அறிக்கைகள் குறித்து நீங்கள் மிகவும் பயந்து போயிருந்தால், மீண்டும் மீண்டும் மருத்துவப் பரிசோதனைகளுக்கு உட்பட வேண்டிய சூழ்நிலைகளை நீங்கள் எதிர்கொள்வீர்கள். மருத்துவப் பரிசோதனைகளுக்கு உட்படும் நேரங்களில் பயமின்றி இருப்பதுதான் இங்கு உங்கள் சோதனை.

6. **நீங்கள் அளவுக்கதிகமாக ஆய்வு செய்கிறீர்கள்**

உங்களுக்குள் சென்று ஆய்வு செய்வது ஒரு நல்ல விஷயம்தான், ஆனால் நீங்கள் அளவுக்கதிகமாக ஆய்வு செய்யும்போது, நீங்கள் தேக்கமடைந்துவிடுகிறீர்கள். நீங்கள் தொடர்ந்து சிந்தித்துக் கொண்டே இருக்கிறீர்கள், ஆனால் நடவடிக்கை எடுக்கத் தவறிவிடுகிறீர்கள். ஒரு சூழ்நிலையை அப்படியே ஏற்றுக் கொண்டு, அது குறித்து நடவடிக்கைகள் மேற்கொண்டு, தொடர்ந்து முன்னோக்கிச் செல்வதற்கு பதிலாக, நீங்கள் அச்சூழ்நிலையை அளவுக்கதிகமாக ஆய்வு செய்துவிட்டு 'ஏன்' என்று கேட்டுக் கொண்டே இருப்பீர்கள்.

7. **நீங்கள் உங்கள் ஆழ்மனத்தை பலவீனப்படுத்திக் கொண்டிருக்கிறீர்கள்**

வெளிமனத்திலிருந்துதான் எதிர்மறை எண்ணங்கள் வருகின்றன. மிகக் கடினமான சூழல்களில்கூட, ஆழ்மனம் எல்லா விஷயங்களையும் ஒரு நேர்மறையான கண்ணோட்டத்தில் மட்டுமே பார்க்கும். எனவே, நீங்கள் எதிர்மறை எண்ணங்களுக்கு முன்னுரிமை கொடுக்கும்போது, ஆழ்மனத்தை ஒதுக்கிவிட்டு வெளிமனத்தை நீங்கள் தேர்ந்தெடுக்கிறீர்கள். வெளிமனம் தன் விருப்பத்தை நிறைவேற்றிக் கொள்கிறது. எனவே, நீங்கள் அதைக் கெடுத்துக் கொண்டிருக்கிறீர்கள். அதே சமயத்தில், உங்கள் ஆழ்மனம் புறக்கணிக்கப்படுகிறது.

ஓ எதிர்மறையான ஒருவர் எப்படி நேர்மறையானவராக மாறுவது?

உங்கள் வாழ்வின் எந்தவோர் அம்சத்திலும் நீங்கள் தவறு இழைக்காமல் இருப்பதற்கு உங்களுக்கு உதவக்கூடிய ஒரு வார்த்தை இருக்கிறது. 'கட்டுப்பாடு' என்பதுதான் அது. உங்கள் வெளிமனத்தைக் கட்டுப்படுத்துவதன் மூலமும் அதைப் பயிற்றுவிப்பதன் மூலமும் உங்கள் எண்ணங்களைக் கட்டுப்படுத்துங்கள். ஓர் எதிர்மறை எண்ணம் உங்கள் மனத்திற்குள் நுழையும்போது, அதை ஆய்வு செய்யாதீர்கள். அதை உடனடியாக வெளியேற்றிவிடுங்கள். பழக்கத்தின் காரணமாக நீங்கள் அந்த எண்ணத்தை ஊக்குவிக்கக்கூடும், ஆனால் அப்பழக்கத்தை முறிக்கக் கற்றுக் கொள்ளுங்கள். துவக்கத்தில் அது கடினமான காரியமாக இருக்கும். எதிர்மறை எண்ணங்களைக் களையும்போது ஒருவிதமான பயத்தையும் நீங்கள் உணரக்கூடும். "ஒருவேளை இதை நான் ஆய்வு செய்ய வேண்டியிருந்தால் என்ன செய்வது? இது நிகழ்ந்தால் என்னவாகும்? அது நிகழ்ந்தால் என்னவாகும்?" என்று நீங்கள் சிந்திக்கக்கூடும். ஆனால் கவலை உங்களுக்கு என்ன நன்மையைச் செய்துவிடும்? அதனால் எந்தப் பயனும் இல்லை. எனவே, எதிர்மறை எண்ணத்தைக் கட்டுப்படுத்துங்கள். அதுதான் நீங்கள் எடுத்து வைக்க வேண்டிய முதல் அடி. அடுத்த அடிதான் மிகவும் முக்கியமானது. உங்களுக்குள் தோன்றும் ஓர் எதிர்மறை எண்ணத்தை அகற்றிவிட்டு, அதனிடத்தில் நீங்கள் ஒரு நேர்மறையான எண்ணத்தை விதைக்க வேண்டும். நேர்மறையாக இருப்பது என்றால், விஷயங்களின் உயரிய இயல்பைப் புரிந்து கொள்வது என்று பொருள். உங்கள் பாதை எதுவாக இருந்தாலும் சரி, ஓர் ஆன்மீகக் கண்ணோட்டத்திலிருந்து அதைப் பார்க்கக் கற்றுக் கொள்ளுங்கள். பிரச்சனைகளச் சமாளிப்பதற்கு இது உங்களுக்கு உதவும். ஏனெனில், பிரச்சனைகள் மதிப்புவாய்ந்தவை என்பதை நீங்கள் புரிந்து கொள்வீர்கள். நீங்கள் பிரச்சனைகளை எதிர்கொள்ளும்போது, உளரீதியாகவும் உடல்ரீதியாகவும் ஏதேனும் ஒன்றில் சுறுசுறுப்பாக இருங்கள்.

பிரச்சனைகள் உங்கள் பாதையைத் தடுப்பதில்லை. அவைதான் உங்கள் பாதை.

ஆசீர்வாதங்களும் பிரச்சனைகளும் பயணத்தின் ஒரு பகுதியே.

ஏமாற்றங்களை எதிர்கொண்டிருக்கும்போது ஒருவரால் எப்படி நேர்மறையாக நடந்து கொள்ள முடியும்? ஏமாற்றங்கள் என்பவை கற்றல் செயல்முறையின் ஒரு பகுதி என்பதை அறிந்து கொள்வதன் மூலம் உங்களால் நேர்மறையாக நடந்து கொள்ள முடியும். எனவே, எதிர்பார்ப்பு எதுவும் இல்லாமல் விஷயங்களைச் செய்யுங்கள். நம்பிக்கை என்பது ஓர் அழகான விஷயம். அது தொடர்ந்து உயிர்ப்புடன் வைத்திருக்கப்பட வேண்டிய ஒன்று. ஆனால் எதிர்பார்ப்பு என்பது ஒரு கட்டாயமான கோரிக்கை. அது உங்கள் அகங்காரத்திலிருந்து வருகிறது. நம்பிக்கை என்பது விளைவைப் பற்றியது அல்ல. நம்பிக்கை என்பது நீங்கள் எதிர்கொண்டிருக்கும் சூழ்நிலை நெடுகிலும் நேர்மறையாக இருப்பதும், உங்களுக்குக் கிடைக்கும் விளைவு உங்கள் வளர்ச்சிக்குச் சிறந்ததாக இருக்கும் என்று நம்புவதும்தான். விளைவை நாம் கடவுளிடம் ஒப்படைத்துவிட்டு, நம் சூழ்நிலை நெடுகிலும் தொடர்ந்து நேர்மறையாகவும் நம்பிக்கையோடும் நாம் இருக்க வேண்டும். நம்பிக்கைதான் உங்கள் ஆன்மாவை உயிர்த்துடிப்போடு வைத்திருக்கிறது. எதிர்பார்ப்பு உங்கள் ஆன்மாவைக் கீழே இழுத்துப் பிடிக்கிறது.

உங்களுக்கு விருப்பமில்லாத ஒரு வேலையில் நீங்கள் இருந்தால், அங்கு எப்படி நீங்கள் நேர்மறையாக நடந்து கொள்வது? இது உங்களுக்கான சோதனை என்றும், நீங்கள் ஒரு கர்மவினையைத் தீர்த்துக் கொண்டிருக்கிறீர்கள் என்றும் புரிந்து கொள்வது அதற்கு உதவும். அல்லது, உங்கள் வாழ்வில் தோன்றுகின்ற ஏதோ ஒரு நல்ல விஷயத்தை மெச்சக் கற்றுக் கொள்வதற்காகவோ, அல்லது மற்றவர்களுக்கு உதவுவதற்காக ஒரு குறுகிய காலத்திற்கு நீங்கள் அங்கு தங்க வைக்கப்பட்டிருக்கிறீர்கள் என்பதை உணர்ந்து கொள்வதற்காகவோ நீங்கள் அந்த வேலையில் இருக்கக்கூடும் என்று நினைத்துக் கொள்வதும் உங்களுக்கு உதவும்.

உங்களுக்கு நெருக்கமான ஒருவரை இழப்பது நிச்சயமாக உங்களுக்கு ஒரு பேரிடியாக இருக்கும். அது உங்களை நிலைகுலையச் செய்யக்கூடும். அது இயல்பானதுதான். ஆனால், நீங்கள் தங்களுக்காக துக்கம் அனுசரிக்க வேண்டும்

என்று ஆவியுலக ஆன்மாக்கள் விரும்புவதில்லை. அவர்கள் நல்ல ஆன்மாக்களாக இருந்தால், அவர்கள் ஒரு நல்ல இடத்தில்தான் இருப்பார்கள். எனவே, நீங்கள் உங்கள் துக்கத்திலிருந்து விடுபட்டு நலமடையலாம். உங்களை நீங்கள் குணப்படுத்திக் கொள்ள வேண்டும் என்பது உங்கள் நோக்கமாக இருக்க வேண்டும். ஏனெனில், உங்கள் அன்புக்குரியவர்களின் விருப்பம் அதுதான். தங்களைக் குறித்து உங்கள் வாழ்நாள் முழுவதும் நீங்கள் துக்கப்படுவதை அவர்கள் விரும்புவதில்லை. உங்கள் விரலில் ஒரு வெட்டுக் காயம் ஏற்பட்டால், அதிலிருந்து ரத்தம் வழியும். ஆனால் சிறிது நேரத்தில் அக்காயம் ஆறிவிடும். துக்கமும் அப்படிப்பட்டதுதான். துக்கம் அனுசரிப்பதற்கு ஒரு நேரம் இருக்கிறது, குணமாவதற்கும் ஒரு நேரம் இருக்கிறது.

நாங்கள் ஆவியுலகிற்கு வரும்போது, நாங்கள் மகிழ்ச்சியடைகிறோம். நாங்கள் உயிரோடு இருக்கிறோம். எல்லாவற்றையும்விட முக்கியமாக, நாங்கள் இன்னும் உங்களோடு இருக்கிறோம். நீங்கள் அதை நம்ப வேண்டும் என்று நாங்கள் விரும்புகிறோம். உங்கள் வேதனை உங்களால் பொறுத்துக் கொள்ள முடியாத நிலையை எட்டும்போது, இந்த உண்மையின்மீது கவனம் செலுத்தி, அதை உடும்புபோலப் பிடித்துக் கொள்ளுங்கள். ஒரு கொடூரமான இழப்பின்போது நேர்மறையாக இருப்பது என்றால் இதுதான். நாங்கள் இன்னும் உங்களோடுதான் இருக்கிறோம், நீங்கள் அனுமதித்தால் எங்களால் உங்களுக்கு வழிகாட்ட முடியும் என்பதை உணர்ந்து கொண்டு, அதிலிருந்து வலிமை பெறுங்கள். எங்கள் தாயும் தந்தையும் சில சமயங்களில் நாங்கள் இல்லாமல் முற்றிலும் நம்பிக்கையிழந்தும் துயரத்திலும் இருந்தனர். ஆவியுலகத் தொடர்பு இல்லாமல் போயிருந்தால் அவர்களை சாந்தப்படுத்துவதும் உற்சாகப்படுத்துவதும் எங்களுக்குக் கடினமாக இருந்திருக்கும். அவர்கள் வருத்தப்பட்டபோதெல்லாம் அது எங்களுக்கும் வருத்தத்தை ஏற்படுத்தியது என்பதை நாங்கள் அவர்களுக்கு விளக்கினோம். மிக முக்கியமாக, பூமியில் இருந்தபோது நாங்கள் அவர்களுக்கு எவ்வளவு அருகே இருந்தோமோ, இப்போது அதைவிட அதிக அருகில் நாங்கள் இருக்கிறோம் என்பதையும், நாங்கள் அவர்களைப் பெரிதும் நேசித்தோம் என்பதையும் நாங்கள் எங்கள் பெற்றோருக்குத் தெரியப்படுத்தினோம்.

விஷயங்கள் சிறப்பாகச் சென்று கொண்டிருக்கும்போது நேர்மறையாக நடந்து கொள்வது சுலபமான காரியம். ஆனால், வாழ்க்கை மிகவும் கடினமாக இருக்கும்போதும், விஷயங்கள் உங்கள் விருப்பப்படி நிகழாதபோதும் நேர்மறையாக இருப்பதுதான் உண்மையான சோதனை. ஒரு மனிதராக நீங்கள் இப்படித்தான் வளர்கிறீர்கள். சூழ்நிலை எதுவாக இருந்தாலும் சரி, நேர்மறையாக இருப்பது என்பது ஒருவருடைய விருப்பத்தேர்வுதான்.

சில சமயங்களில் உங்கள் மனத்தை உங்களால் கட்டுப்படுத்த முடியாமல் போகிறது, அல்லது நீங்கள் அதை வெற்றிகரமாகக் கட்டுப்படுத்தக்கூடும், ஆனால் எப்படி நேர்மறையாக இருப்பது என்பது உங்களுக்குத் தெரியாது. இதற்கு ஓர் எளிய காரணம் இருக்கிறது. தேர்ந்தெடுப்புடன் சம்பந்தப்பட்டது அது. மாற்றத்திற்கு நீங்கள் உங்களை முழுமையாக அர்ப்பணிக்க வேண்டும், தேர்ந்தெடுப்பதற்கான உங்கள் சுதந்திரத்தை நீங்கள் பயன்படுத்த வேண்டும். எனவே, வெளிமனமும் உங்களுடன் ஒத்துழைக்க வேண்டியுள்ளது. மக்களின் அர்ப்பணிப்பு மிகவும் பலவீனமாக இருப்பதால்தான் அவர்கள் தோற்றுப் போகின்றனர். அவர்கள் அரைகுறை மனத்துடன் முயற்சிகள் மேற்கொள்கின்றனர், மாற்றத்திற்கு அவர்களிடம் முழுமையான அர்ப்பணிப்பு இல்லை. நேர்மறையாக இருப்பதை நீங்கள் தேர்ந்தெடுக்கிறீர்கள். ஒருவரை மன்னிப்பதை நீங்கள் தேர்ந்தெடுக்கிறீர்கள். பணிவாக இருப்பதை நீங்கள் தேர்ந்தெடுக்கிறீர்கள். மனநிறைவோடு இருப்பதை நீங்கள் தேர்ந்தெடுக்கிறீர்கள். வெற்றியும் தோல்வியும் உங்களுடைய தேர்ந்தெடுப்புகளின் வலிமையைச் சார்ந்துள்ளன. உங்களுக்குப் பெரும் மனவேதனையை ஏற்படுத்திய ஒருவரை மன்னிப்பது உங்களுக்குக் கடினமாக இருப்பதாக வைத்துக் கொள்வோம். ஆன்மீக அறிவு கைவரப் பெற்றப் பிறகும் உங்களால் அவரை மன்னிக்க முடியவில்லை என்றால், எப்படி மன்னிப்பது என்பது உங்களுக்குத் தெரியவில்லை என்பது அதற்கான காரணம் அல்ல. மாறாக, நீங்கள் அவரை மன்னிக்க விரும்பவில்லை என்பதுதான் உண்மையான காரணம்.

விஷயங்கள் மோசமாகப் போய்க் கொண்டிருக்கும்போது துணிச்சலாக இருப்பதும் ஒரு நேர்மறை மனப்போக்கைக் கொண்டிருப்பதும்தான் நேர்மறைத்தன்மையின்

உண்மையான பொருளாகும். சூழல்கள் எவ்வளவு மோசமாக இருந்தாலும் சரி, ஒருபோதும் நம்பிக்கை இழந்துவிடாதீர்கள். நேர்மறையாகச் சிந்திப்பதற்கான முக்கிய யோசனைகள்:

1. கடவுள்மீது முழுமையான நம்பிக்கை கொள்ளுங்கள். உங்களுக்கு எது சிறந்ததோ, அவர் அதைச் செய்வார் என்பதை அறிந்திடுங்கள்.

2. உங்கள் கர்மவினையையும் சோதனைகளையும் பயிற்சிகளையும் ஏற்றுக் கொள்ளுங்கள். இவற்றை எதிர்க்காதீர்கள்.

3. கடவுளிடம் பிரார்த்தனை செய்யுங்கள். அவரிடம் வலிமை கேட்டு வேண்டுங்கள். ஒரு குறிப்பிட்டச் சூழ்நிலையில் நேர்மறையாக இருப்பதற்கு உங்களுக்குத் தேவையான வலிமை உங்கள் பிரார்த்தனையில் இருந்துதான் வருகிறது. நீங்கள் கேட்டால் மட்டுமே அந்த வலிமை உங்களுக்குக் கொடுக்கப்படுகிறது. உங்களுடைய பிரார்த்தனை உங்களைச் சுற்றி நேர்மறையான அதிர்வுகளை உருவாக்குகின்றது. அது உங்கள் கணிக்கும் திறனை மேம்படுத்துகிறது, நீங்கள் சரியான நடவடிக்கை மேற்கொள்ள அது உங்களுக்கு உதவுகிறது.

4. ஆழ்மனத்தை முடுக்கிவிடுங்கள். பிரச்சனைகளைக் கையாளும்போது அதைப் பயன்படுத்துங்கள். வெளிமனத்தின் மட்டுப்படுத்தப்பட்டப் புரிதலைப் பயன்படுத்தாதீர்கள்.

5. பிரச்சனைகளை நீங்கள் வளர்வதற்கான ஒரு வாய்ப்பாகப் பாருங்கள்.

6. உடற்பயிற்சி செய்யுங்கள். யோகா (ஒரு நல்ல ஆசிரியரைக் கண்டுபிடிக்க வேண்டியது அவசியம்), நடனம், நீச்சல் போன்ற உடற்பயிற்சிகள் மிகவும் இன்றியமையாதவை. மனம், உடல், ஆன்மா ஆகிய மூன்றும் ஆரோக்கியமாக இருக்க வேண்டும்.

7. கடவுளிடம் சரணடையுங்கள். சரணடைவது என்றால் கடவுளின் நல்வழியைப் பின்பற்றி நடப்பதும், உங்கள் திறனுக்கு உட்பட்ட அனைத்தையும் செய்வதும், பிறகு விளைவைக் கடவுளிடம் ஒப்படைத்துவிடுவதும் ஆகும்.

8. நீங்கள் விரும்புகின்ற விஷயங்களைச் செய்யுங்கள். எப்போதும் எதிலாவது சுறுசுறுப்பாக இருங்கள். அவை உங்கள் மனத்திற்கு அமைதியைக் கொண்டுவருகின்ற எளிய விஷயங்களாக இருக்க வேண்டும். புத்தகங்கள் வாசித்தல், இசையைச் செவிமடுத்தல், சமைத்தல், தோட்ட வேலை செய்தல், நீச்சலடித்தல், அல்லது உங்கள் இதயத்திற்கும் ஆன்மாவுக்கும் ஊட்டமளிக்கின்ற எதையேனும் செய்தல் போன்றவை உங்கள் மனத்தை அமைதிப்படுத்தும்.

9. இணக்கமாக இணைந்து வாழக் கற்றுக் கொள்ளுங்கள். உங்கள் நேரத்தையும் அனுபவங்களையும் உங்கள் நம்பிக்கைக்குரிய மக்களுடன் பகிர்ந்து கொள்ளுங்கள். உங்களுக்கு உத்வேகமூட்டுகின்ற நபர்களுடனும் நேர்மறையான தாக்கங்களை ஏற்படுத்தக்கூடிய மக்களுடனும் நீங்கள் நேரம் செலவிடுவதை உறுதி செய்து கொள்ளுங்கள்.

10. வேறொருவருக்கு உதவுங்கள். சில சமயங்களில், நீங்கள் வேதனையில் இருக்கும்போது, நீங்கள் செய்யக்கூடிய மிகச் சிறந்த காரியம் இதுதான். உங்கள் கவனத்தை வேறொன்றின்மீது திருப்புவது உங்கள் சொந்த வேதனையிலிருந்து உங்கள் மனத்தைத் திசை திருப்புகிறது. தன்னலமின்றி இருப்பது எப்படி என்பதையும் நீங்கள் கற்றுக் கொள்கிறீர்கள்.

11. சிரியுங்கள். எப்போதும் லேசான மனத்துடன் இருங்கள்.

உங்கள் வாழ்க்கையை மகிழ்ச்சியாக அனுபவியுங்கள். உங்களுக்கோ அல்லது மற்றவர்களுக்கோ தீங்கு விளைவிக்காமல் உங்கள் வாழ்க்கையை மகிழ்ச்சியாக அனுபவிப்பதற்குத்தான் நீங்கள் பூமியில் இருக்கிறீர்கள். எது உங்களை மகிழ்ச்சிப்படுத்துகிறது, எது உங்களுக்கு வருத்தத்தைக் கொடுக்கிறது என்பதை அறிந்திடுங்கள். துன்புறுவதற்காகவே நீங்கள் இந்த பூமியில் இருக்கிறீர்கள் என்ற கண்ணோட்டத்தைத் தூக்கி எறியுங்கள். நீங்கள் உங்கள் கர்மவினைக் கடன்களைத் தீர்க்க வேண்டியது உண்மைதான், ஆனால் உங்கள் புவியுலகப் பயணம் மகிழ்ச்சிகரமானதாக இருக்க வேண்டும். வாழ்க்கையை மிகத் தீவிரமாக எடுத்துக் கொள்ளாதீர்கள். நகைச்சுவை உணர்வுடன் இருங்கள்.

மனத்தைத் தளர்த்திக் கொள்ளுங்கள். சமநிலைதான் இங்கு முக்கியமான வார்த்தை. சூழ்நிலைகள் குறித்து அதிகத் தீவிரம் காட்ட முயற்சிக்காதீர்கள். அதே சமயத்தில், எப்போதும் விளையாட்டுத்தனமாக இருக்காதீர்கள், பொறுப்புகளைத் தவிர்க்காதீர்கள்.

உங்கள் புவியுலகப் பயணத்தை உங்களால் இயன்ற அளவு சிறப்பாகப் பயன்படுத்திக் கொள்ளுங்கள். நகைச்சுவை உணர்வும் விளையாட்டு மனப்போக்கும் முக்கியம்தான். ஆவியுலகில் எல்லோருக்கும் நகைச்சுவை உணர்வு இருக்கிறது. நாங்கள் செய்கின்ற வேலைகள் எங்களுக்குப் பிடித்திருக்கின்றன, எங்கள் இருத்தலை நாங்கள் நேசிக்கிறோம், நாங்கள் ஏராளமாகச் சிரிக்கிறோம். ஆவியுலகில் பாட்டும் நடனமும் கொண்டாட்டமும் நிலவுகின்றன. நீங்கள் ஆவியுலகிற்கு வரும்போது, கொண்டாட்டத்தின் அர்த்தத்தை நீங்கள் புரிந்து கொள்வீர்கள். நீங்கள் கடவுளால் படைக்கப்பட்டவர் என்பதையும், நீங்கள் அவருடைய வேலையைச் செய்து கொண்டிருக்கிறீர்கள் என்பதையும், இன்னும் ஏராளமான விஷயங்கள் உங்களுக்குத் தெரியாது என்பதையும் அறிந்திருப்பதுதான் கொண்டாட்டமாகும். எங்களுக்கும்கூடச் சில விஷயங்கள் தெரிந்திருப்பதில்லை. ஆனால், எங்களுக்காகக் காத்திருக்கின்ற எங்கள் பயணத்தின் எஞ்சிய பகுதியான, எங்களுக்குத் தெரியாத அந்த அம்சத்தை நாங்கள் கொண்டாடுகிறோம். நாங்கள் இப்போது ஆனந்தமாக இருக்கிறோம். ஏனெனில், எங்கள் இருத்தலின் இந்தக் காலகட்டத்தில் எங்களால் மகிழ்ச்சியாக இருக்க முடிகிறது என்றால், நாங்கள் கடவுளிடம் அதிகமாக நெருங்கிச் சென்று ஏழாவது பிரபஞ்சத்தை அடையும்போதும் அங்கு நாங்கள் எவ்வளவு மகிழ்ச்சியாக இருப்போம் என்பதை நாங்கள் கற்பனை செய்து பார்க்கிறோம். இது நிச்சயமாகக் கொண்டாட்டத்திற்கான ஒரு காரணம்தான்.

கர்வமும் பணிவும்

"உங்கள் கர்வத்தை உங்கள் சட்டைப்பைக்குள் தூக்கிப் போடுங்கள்."

"பணிவு கொண்டவர்போலப் பாசாங்கு செய்யாதீர்கள். உண்மையிலேயே பணிவாக இருங்கள்."

ॐ மனிதர்களிடம் ஏன் கர்வமும் அகங்காரமும் இருக்கின்றன?

மனிதர்களிடம் உள்ள மிகப் பொதுவான குறைபாடுகளில் ஒன்று கர்வம். ஒவ்வொரு நபரிடமும் ஏதோ ஒரு வகையான கர்வமோ அல்லது அகங்காரமோ இருக்கிறது. இதை உடனடியாகக் கட்டுப்படுத்தாவிட்டால், அது ஆபத்தானதாக அமைந்துவிடும். பணிவு இல்லாமல் எந்தவிதமான ஆன்மீகப் பயணமும் சாத்தியமில்லை. மனிதர்கள் தங்கள் வாழ்வில் ஏதோ ஒரு காலகட்டத்தில் கர்வம் கொள்கின்றனர். சிலருக்குப் பணம் காரணமாக கர்வம் இருக்கலாம், சிலருக்கு அவர்களுடைய வசீகரமான தோற்றங்களினால் கர்வம் ஏற்படலாம், மற்றவர்களுக்கு அறிவால் கர்வம் விளையக்கூடும். ஆனால், கர்வம் கொள்வதற்கு உண்மையிலேயே தங்களிடம் எதுவும் இல்லாதபோதுதான் பெரும்பாலான மக்கள் கர்வம் கொள்கின்றனர் என்பது வினோதமானது. பாதுகாப்பின்மை உணர்வாலும் தாழ்வு மனப்பான்மையாலுமே அவர்களுக்கு கர்வம் ஏற்படுகிறது. தங்களைப் பற்றித் தாங்கள் உருவாக்கி வைத்துள்ள பொய்யான பிம்பத்தைப் பாதுகாப்பதற்காக அவர்கள் தங்களைச் சுற்றிச் சுவர்களை எழுப்பியுள்ளனர். அவர்கள் உண்மையாக நடந்து கொள்வதில்லை, உண்மையின் பாதையிலிருந்து அவர்கள் விலகிச் சென்றுவிடுகின்றனர். இன்றைய உலகில், கர்வம்தான்

பலருடைய வீழ்ச்சிக்குக் காரணமாக இருக்கிறது. ஏனெனில், தாங்கள் செய்து கொண்டிருப்பதுதான் சரி என்று எல்லோரும் நம்புகின்றனர். மக்கள் தங்களுடைய கர்வத்தைக் கட்டுப்படுத்தாவிட்டால், அவர்களுடைய கணிப்பு மிகத் தவறாகப் போகும். ஏனெனில், உண்மையான புரிதலை அவர்களால் ஒருபோதும் அனுபவிக்க முடியாது. ஒரு சாதாரணமான நபர், உங்கள் புவியுலகில் எந்த அந்தஸ்தும் இல்லாமல் இருக்கக்கூடும், ஆனால் அவர் பணிவாக இருந்தால், ஆவியுலகில் அவர் பெரிதும் மதிக்கப்படுவார். அபரிமிதமான பொருட்செல்வத்தைப் பெற்றிருக்கின்ற ஒரு கர்வமான மனிதர் மதிக்கப்படுவதைவிட அதிகமாக அவர் மதிக்கப்படுவார். ஒரு பணிவான நபர், முகஸ்துதி செய்கின்ற நபர்களைக் கவர்ந்திழுப்பதில்லை; மாறாக நல்ல மக்களையே அவர் தன்னிடம் கவர்ந்திழுப்பார். உண்மையான அறிவுரை வேண்டி மக்கள் உங்களிடம் வருவர். ஆனால், கர்வம் கொண்டிருக்கும் மக்கள் எப்போதும் தனிமையில் உழல்வர். தங்களைச் சுற்றி இருக்கின்ற மக்களை அவர்கள் எப்போதும் சந்தேகிப்பர். மற்றவர்கள் அவர்களை ஒருபோதும் உண்மையிலேயே விரும்ப மாட்டார்கள்.

மக்கள் தங்களுக்குள் கர்வத்தை வளர்த்துக் கொள்வதற்கான இன்னொரு காரணம், புகழ் மற்றும் வெற்றியாகும். சில சமயங்களில், சம அளவு திறமை கொண்ட மக்கள் வெவ்வேறு அளவில் வெற்றி பெற்றிருக்கின்றனர். இது அவர்களுடைய சோதனைகள், பயிற்சிகள், மற்றும் கர்மவினையுடன் தொடர்பு கொண்டுள்ளது. தோல்வி ஒரு சோதனை என்பதுபோல, வெற்றியும் ஒரு சோதனைதான். நீங்கள் இவ்விரண்டையும் எவ்வாறு கையாள்கிறீர்கள் என்பதைக் கண்டுபிடிப்பதற்கான ஒரு சோதனை அது. வெற்றியும் தோல்வியும் உங்களை மேன்மையானவராகவோ அல்லது தாழ்வானவராகவோ ஆக்குவதில்லை. சரியான விதத்தில் எடுத்துக் கொள்ளப்பட்டால், தோல்வி உண்மையில் ஓர் ஆசீர்வாதமே. ஏனெனில், அது உங்கள் அகங்காரத்தைத் தவிடுபொடியாக்கி உங்களுக்குப் பணிவைக் கற்றுக் கொடுக்கிறது. மேலும், அந்தக் குறிப்பிட்ட நேரத்தில் வெற்றி உங்களுக்கு நல்லதாக இல்லாமல் போயிருக்கலாம். பணிவாக இருப்பது எப்படி என்பதை நீங்கள் கற்றுக் கொள்ளும்போது, உங்கள் வாழ்வில் வருகின்ற வெற்றிகளை உங்களால் கையாள முடியும். எனவே, நீங்கள் சில

குறிப்பிட்ட இலக்குகளை அடையும்போது, கர்வம் உங்களுக்குள் வேரூன்ற அனுமதித்துவிடாதீர்கள். மாறாக, நீங்கள் இப்போது இருக்கும் இடத்தை அடைவதற்கு ஓர் உயர்ந்த சக்தி உங்களுக்கு உதவியுள்ளது என்பதை உணர்ந்து கொள்ளுங்கள். நீங்கள் ஒன்றைச் சாதிக்கும்போது, உங்களிடம் நல்ல பெயர் எடுக்க வேண்டும் என்பதற்காகச் சிலர் உங்களுக்கு அளவுக்கதிகமான முக்கியத்துவம் கொடுப்பர் என்பதை நினைவில் கொள்ளுங்கள். வெற்றி உங்களுக்குக் கொடுக்கப்பட்டிருக்கும்போது, அது எப்போதும் ஒரு சோதனைதான் என்பதை ஒருபோதும் மறந்துவிடாதீர்கள். சில சமயங்களில், அதிக முயற்சி இல்லாமல் விரைவாகக் கிடைக்கும் வெற்றி, நீங்கள் தோற்கடிக்கப்பட முடியாதவர் என்று உங்களை நம்ப வைத்துவிடும். இந்த விரைவு வெற்றி ஒரு சோதனையாகும். அது உங்களுக்குள் கர்வம் தலைதூக்க வழிவகுத்துவிடக் கூடாது. எனவே, வெற்றி எனும் ஏணியில் மெதுவாகவும் சீராகவும் படிப்படியாக ஏறுவதுதான் ஒரு பாதுகாப்பான வழியாகும். ஆன்மீக வெற்றிதான் உண்மையான வெற்றியே அன்றி, பொருள்ரீதியான வெற்றி அல்ல. நீங்கள் ஒரு லௌகீக உலகில் வாழ்ந்து கொண்டிருந்தாலும், ஆன்மீகரீதியாக வளர்வதுதான் உங்கள் நோக்கம். எனவே, பொருள்ரீதியான வெற்றி உங்களுக்குக் கிடைக்கும்போது, ஆன்மீகரீதியாக வளர்வதில்தான் உங்கள் கவனம் இருக்க வேண்டும். பொருள்ரீதியாக உங்களுக்குக் கிடைக்கும் வெற்றி, மனிதகுல நன்மைக்காகப் பயன்படுத்தப்பட வேண்டும்.

பூமியில் இவ்வழியில்தான் ஒரு சமநிலையான வாழ்க்கையை உங்களால் வாழ முடியும். அகங்காரத்தின் விளைவாக மனிதர்களிடத்தில் ஏற்படுகின்ற குறைகளுக்கு முடிவே இல்லை. ஆனால் நீங்கள் ஓர் அறிவார்ந்த மனிதராக இருந்தால், இக்குறைபாடுகள் அனைத்தும் ஆபத்தானவை என்பதை நீங்கள் உணர்வீர்கள். ஏனெனில், அவை மெல்ல மெல்ல உங்கள் ஆன்மாவைக் கொன்றுவிடும். நீங்கள் தோற்கடிக்கப்பட முடியாதவர் என்ற ஓர் உணர்வை உங்கள் அகங்காரம் உங்களுக்குக் கொடுக்கின்ற ஒவ்வொரு முறையும், நீங்கள் ஒரு மனிதப் பிறவி என்பதையும், ஒரு கணத்தில் உங்கள் வாழ்க்கை முற்றிலுமாக மாறக்கூடும் என்பதையும் உங்களுக்கு நீங்களே நினைவுபடுத்திக் கொள்ளுங்கள். பெருமிதம் கொள்வதற்கு பதிலாக நன்றியுணர்வு கொள்ளுங்கள்.

கர்வம் எவ்விதத்தில் தீங்கு விளைவிக்கிறது?

கர்வம், பின்வருவனவற்றுக்கு வழி வகுக்கிறது:

1. சீர்தூக்கிப் பார்க்கும் திறன் இழப்பு

    நீங்கள் கர்வம் கொண்டிருக்கும்போது, நீங்கள் முழுக்க முழுக்க உங்கள் வெளிமனத்திலிருந்து இயங்குகிறீர்கள். சரியான ஆன்மீகத் தேர்ந்தெடுப்புகளை மேற்கொள்வதற்கு வெளிமனம் துளிகூட உதவாது. நீங்கள் உங்கள் ஆழ்மனத்தைப் பயன்படுத்தாமல் போவதாலும், வேறு யாரும் கூறுவதைக் காதுகொடுத்துக் கேட்க உங்கள் அகங்காரம் உங்களை அனுமதிப்பதில்லை என்பதாலும், ஆன்மீகரீதியாகச் சீர்தூக்கிப் பார்க்கும் உங்கள் திறன் மட்டுப்படுத்தப்படுகிறது. உங்கள் கண்ணோட்டம் மட்டுமே ஒரே கண்ணோட்டம் என்று அது உங்களை நம்ப வைத்துவிடுகிறது. மேலும், மற்றவர்கள் உங்களைப் பற்றி என்ன நினைக்கின்றனர் என்பது குறித்தும், அவர்கள் உங்களை எந்தக் கண்ணோட்டத்தில் பார்க்க வேண்டும் என்பது குறித்தும் நீங்கள் அதீத அக்கறை கொள்வதால், இறுதியில், நீங்கள் அவர்களுடைய சிந்தனைப்படி தேர்ந்தெடுப்புகளை மேற்கொள்கிறீர்கள். உங்களுடைய தேர்ந்தெடுப்புகளுக்கும் உண்மைக்கும் எந்தத் தொடர்பும் இல்லாமல் போகக்கூடும்.

2. ஆன்மீகரீதியான சறுக்கல்

    கடவுளை அங்கீகரிப்பதிலிருந்து கர்வம் உங்களைத் தடுத்துவிடுகிறது. ஓர் உயர்ந்த சக்தி எதுவும் இல்லை என்று அது உங்களை நம்ப வைக்கிறது. நீங்கள் ஓர் அறிவார்ந்த பிறவி என்றும், கடவுளை நம்புவதற்கு அறிவுரீதியான காரணங்கள் உங்களுக்குத் தேவை என்றும் அது உங்களை நம்ப வைக்கிறது. கர்வமானது அறிவுக்கு அளவுக்கதிகமான முக்கியத்துவம் கொடுக்கிறது; ஆனால், கடவுள் இருக்கிறார் என்பதை அறிந்துள்ள ஆழ்மனத்திற்கு அது எந்த முக்கியத்துவத்தையும் கொடுப்பதில்லை. உண்மையிலேயே சமநிலையுடன் இருக்கின்ற ஒரு நபரின் அறிவும் ஆழ்மனமும் ஒத்திசைவாக இயங்கும்.

3. தாழ்வான அதிர்வுகள்

நீங்கள் ஏதேனும் எதிர்மறையான காரியத்தைச் செய்தால், அதன் விளைவும் எதிர்மறையானதாகவே இருக்கும். இந்த எதிர்மறை ஆற்றலானது, உங்கள் தலையைச் சுற்றி இருக்கின்ற ஓர் இருண்ட மேகம் என்று நினைத்துக் கொள்ளுங்கள். அந்த இருண்ட மேகத்தை ஒளியால் ஊடுருவ முடியாது. ஞானம் எனும் ஒளி அதன் ஊடாக வர முடியாமல் போகும்போது, சீர்தூக்கிப் பார்ப்பதற்கான உங்கள் திறன் மேன்மேலும் பலவீனமடைகிறது. இது ஒரு சுழற்சியை உருவாக்குகிறது. அதாவது, நீங்கள் பலவீனமான தேர்ந்தெடுப்புகளை மேற்கொள்கிறீர்கள். தவறான நடவடிக்கைகள் எதிர்மறை அதிர்வுகளை உருவாக்குகின்றன. உங்களுடைய தாழ்வான அதிர்வுகள் உங்களையும் உங்களைச் சுற்றி இருப்பவர்களையும் பாதிக்கின்றன. உங்களைச் சூழ்ந்திருக்கும் இந்த எதிர்மறை மேகத்தை அவர்கள் உணர்ந்து கொண்டு, உங்களிடமிருந்து விலகி இருப்பர். மேலும், உங்களைச் சூழ்ந்துள்ள எதிர்மறை ஆற்றல், அதிகமான எதிர்மறை ஆற்றலைக் கவர்ந்திழுக்கிறது.

4. அநியாயம்

எது எப்படியானாலும் சரி, நீங்கள் கூறுவதும் செய்வதும் மட்டும்தான் எப்போதும் சரி என்று உங்கள் அகங்காரம் உங்களை நம்ப வைக்கிறது. எனவே, திறந்த மனத்துடன் இருப்பதற்கு பதிலாக, சூழ்நிலைகளைப் பற்றிய உங்கள் புரிதல் மட்டுப்படுத்தப்படுகிறது, நீங்கள் உங்கள் அபிப்பிராயங்களை மற்றவர்கள்மீது திணிக்கிறீர்கள். அவர்களுடைய சுதந்திரமான தேர்ந்தெடுப்பில் நீங்கள் குறுக்கிடுவீர்கள். இது ஒரு மிகப் பெரிய அநியாயம். துரதிர்ஷ்டவசமாக, உங்கள் அகங்காரம் உங்கள் கண்களைக் குருடாக்கிவிடுவதால், உங்களால் அந்த அநியாயத்தைப் பார்க்க முடியாமல் போய்விடுகிறது.

5. பொறாமை

உங்கள் அகங்காரம்தான் உங்கள் பயணத்தை இன்னொருவருடைய பயணத்துடன் ஒப்பிடுகிறது.

உங்களுக்குக் கொடுக்கப்பட்டுள்ள பரிசுகளை நீங்கள் நன்றியோடு ஏற்றுக் கொள்வதற்கு பதிலாக, உங்கள் அகங்காரம், உங்களிடம் இல்லாதவற்றின்மீது நீங்கள் கவனம் செலுத்தும்படி செய்துவிடும். அது மட்டுமல்லாமல், மற்றவர்களுடைய பரிசுகளையும் சாதனைகளையும் நீங்கள் வெறுக்கும்படியும் அது செய்துவிடும். உங்கள் அகங்காரம் உங்களுக்குப் பாதுகாப்பின்மை உணர்வைக் கொடுத்து, உங்களுக்குள் பொறாமையை வளர்த்துவிடும்.

6. மனநிறைவின்மை

பூமியில் ஒரு நபர் கற்றுக் கொள்ள வேண்டிய மிக முக்கியமான பாடங்களில் ஒன்று மனநிறைவு. அகங்காரம் என்பது வெளிமனத்தின் ஒரு விளைவு. இன்னும் அதிகமாக வேண்டும் என்ற உணர்வை அது உங்களுக்குக் கொடுக்கிறது. உங்களிடம் அகங்காரம் இருந்தால், நீங்கள் உங்கள் வெளிமனத்தைப் பயன்படுத்துகிறீர்கள், அதற்கு அளவுக்கதிகமான சக்தியைக் கொடுக்கிறீர்கள். வெளிமனமானது, தேவைகளைத் தாண்டி ஆசைகளை உருவாக்குகிறது. பிறகு நீங்கள் அந்த ஆசைகளுக்கு அடிபணிந்து, செல்வத்தையும் அதிகாரத்தையும் புகழையும் தேடிச் செல்கிறீர்கள். இவற்றையெல்லாம் கைவசப்படுத்திய பிறகும், உங்களுக்குத் திருப்தி ஏற்படுவதில்லை, உங்களுக்கு மனநிறைவு ஏற்படுவதில்லை. அதிகமான பொருட்கள் வேண்டும் என்ற எண்ணத்தை உங்கள் அகங்காரம் உருவாக்குகிறது. ஆனால் அவை உங்களுக்குக் கிடைத்தப் பிறகு, புதிய ஆசைகளை அது உங்களுக்குள் தோற்றுவிக்கிறது. நீங்கள் அந்த ஆசைகளுக்குத் தீனி போடுகிறீர்கள், அவற்றுக்கு அதிக முக்கியத்துவத்தையும் சக்தியையும் கொடுக்கிறீர்கள். ஆனால் நீங்கள் பணிவானவராக இருந்தால், நீங்கள் உங்கள் வெளிமனத்தைப் பயன்படுத்திக் கொண்டிருக்கிறீர்கள் என்று பொருள். ஆழ்மனத்தின் தேவை மிகவும் எளியது: ஆன்மீகரீதியாக எது சரியோ, அதைச் செய்வதைப் பற்றி மட்டுமே அது அக்கறை கொள்கிறது. மேலும், ஆழ்மனத்தின் அறிவுரையைப் பின்பற்றக்கூடிய

அளவு நீங்கள் பணிவானவராக இருந்தால், பதிலுக்கு அது உங்களுக்கு மனஅமைதியைக் கொடுக்கிறது. மனநிறைவு என்பது ஆழ்மனத்தின் அறிவுரையைப் பின்பற்றுவதன் விளைவாக ஏற்படுவதாகும்.

ஆழ்மனம் உங்களுக்கு அறிவுரை வழங்குகிறது

↓

நீங்கள் பணிவு கொண்டவராக இருப்பதால், நேர்மறையான ஆன்மீக நடவடிக்கைகளை மேற்கொள்வதன் மூலம் நீங்கள் அந்த அறிவுரையைப் பின்பற்றுகிறீர்கள்

↓

அந்த நேர்மறை நடவடிக்கைகளின் விளைவாக, ஆழ்னமனம் உங்களுக்கு மனஅமைதியைக் கொடுக்கிறது

↓

அந்த அமைதியுணர்வு, ஆழ்மனம் கூறுவதை நீங்கள் மீண்டும் கேட்டு, அதிக ஆன்மீக நடவடிக்கைகளை மேற்கொண்டு, ஆன்மீகரீதியாக உயர்வதற்கான வலிமையை உங்களுக்குக் கொடுக்கிறது

7. எதிரிகள்

அவசரத்தனமான மற்றும் அறிவுக்குப் புறம்பான நடவடிக்கைகள் மூலம் நீங்கள் எதிரிகளை உருவாக்குகிறீர்கள். அந்த நேரத்தில், "எனக்கு அதைப் பற்றிக் கவலையில்லை," என்று உங்கள் அகங்காரம் கூறுகிறது. ஆனால், காலம் கடந்த பிறகு, நீங்கள் அது குறித்துப் பின்வருத்தம் கொள்வீர்கள்.

8. உறவுகள் இழப்பு

இணக்கமாக இணைந்து வாழ்வதைப் பற்றியதே உறவுகள். ஆனால் கர்வம் நம் உறவுகளுக்கு எதிராகச் செயல்படுகிறது. ஏனெனில், நீங்கள்தான் உயர்ந்தவர் என்ற எண்ணத்தை அது உங்களுக்குள் தோற்றுவிக்கிறது. கர்வம் எப்போதும் தடைகளை ஏற்படுத்துவதால், ஆரோக்கியமான உறவுகளைப் பெற்றிருப்பது சாத்தியமற்றதாக ஆகிவிடுகிறது.

9. எதிர்பார்ப்புகள்

அகங்காரமானது எதிர்பார்ப்புகளை உருவாக்குகிறது. அகங்காரம் தனக்கென்று ஒரு திட்டவட்டமான நோக்கத்தைக் கொண்டுள்ளது. 'என்ன ஆனாலும் சரி, இது செய்யப்பட்டாக வேண்டும்; இது என் விருப்பப்படி செய்யப்பட்டாக வேண்டும்,' என்ற ரீதியில் அது சிந்திக்கிறது. துயரத்திற்கான உண்மையான காரணம் இதுதான். ஏனெனில், தன்னுடைய விருப்பம் நிறைவேறாவிட்டால், அகங்காரத்தால் அதைக் கையாள முடியாது. அது தன் பொறுமையை இழந்துவிடுகிறது. ஒரு விஷயம் நடைபெறுவதற்கான நேரம், கடவுள் எனும் ஓர் உயர்ந்த சக்தியிடம்தான் இருக்கிறது என்பதை அது புரிந்து கொள்ளத் தவறிவிடுகிறது. மேலும், எதிர்பார்ப்புகள் தேவையற்ற அழுத்தத்தை உருவாக்குவதால், அவை உங்களுக்குக் கவலையை வரவழைக்கின்றன. நீங்கள் உங்களிடமிருந்தும் மற்றவர்களிடம் இருந்தும் அதிகமாக எதிர்பார்க்கும்படி உங்கள் அகங்காரம் செயல்படுகிறது. மற்றவர்களுடைய எதிர்பார்ப்புகளுக்கு ஏற்றபடி நீங்கள் வாழ வேண்டும் என்ற ஒரு பொய்யான தேவையையும் அது உங்களிடத்தில் உருவாக்குகிறது. எதிர்பார்ப்புகளை உருவாக்காமல் இருக்க முயற்சி செய்யுங்கள், ஆனால் எப்போதும் நம்பிக்கையுடன் இருங்கள். நம்பிக்கையின் அர்த்தம் அகங்காரத்திற்குத் தெரியாது. ஏனெனில், நம்பிக்கை என்பது நீங்கள் உங்களுக்கு வெளியே உள்ள ஒன்றைச் சார்ந்திருப்பதைப் பற்றியது. அதாவது, கடவுளின் திட்டத்திற்கு இடம் கொடுத்து, முடிவைக் கடவுளின் கைகளில் நீங்கள் ஒப்படைத்துவிடுகிறீர்கள். அகங்காரத்தால் இதைக் கையாள முடியாது. ஏனெனில், உங்களையும் மற்றவர்களையும் கட்டுப்படுத்துவது மட்டுமே அதற்குத் தெரிந்த ஒரே விஷயமாகும்.

நம்பிக்கையுடன் இருப்பது என்றால் உண்மையில் என்ன பொருள்?

நம்பிக்கை என்பது ஒன்றை உடும்புபோலப் பிடித்திருப்பதைப் பற்றியது அல்ல; பிடியைத் தளர்த்துவதைப் பற்றியது அது. இது உங்களுக்கு ஒரு வினோதமான கோட்பாடாக இருக்கலாம். ஏனெனில், 'நம்பிக்கையை உடும்புபோலப் பிடித்துக் கொள்ளுங்கள்' என்றுதான் நீங்கள் கேள்விப்பட்டிருப்பீர்கள். நம்பிக்கையோடு இருப்பதில் தவறில்லை, ஆனால் விளைவின்மீது பற்றுக் கொண்டிருக்காதீர்கள். நம்பிக்கை என்பது திட்டவட்டமான எதிர்பார்ப்புகளைக் கொண்டிருப்பதைப் பற்றியது அல்ல. மாறாக, உற்சாகத்தோடும் துடிப்போடும் உங்கள் சூழ்நிலையைக் கையாள்வதைப் பற்றியதுதான் அது. ஒரு விதத்தில் பார்த்தால், நம்பிக்கை என்றால் ஒரு நபர் தினந்தோறும் நேர்மறையாக வாழ்ந்து கொண்டு, எதிர்காலத்தின்மீது நம்பிக்கை கொண்டிருக்கிறார் என்று அர்த்தம் கொள்ளலாம். 'நம்பிக்கையை உயிர்ப்போடு வைத்திருப்பது' என்றால் எந்தவொரு சூழ்நிலையையும் உங்களால் இயன்ற அளவு நேர்மறையாகக் கையாள்வது என்றும், உங்களுக்கு எது சிறந்ததோ அதைக் கடவுள் உங்களுக்குக் கொடுப்பார் என்று நீங்கள் அறிந்திருப்பது என்றும் பொருள்படும். இவ்வழியில், விளைவின்மீது நீங்கள் பற்றுக் கொண்டிருக்க மாட்டீர்கள். மாறாக, அந்த ஒட்டுமொத்தச் செயல்முறையின் முக்கியத்துவத்தை நீங்கள் புரிந்து கொண்டிருப்பீர்கள். விளைவின்மீது எப்படிப் பற்றுக் கொண்டிருப்பது என்பது மட்டுமே அகங்காரத்திற்குத் தெரியும். ஆனால், சரணாகதிதான் ஆழ்மனத்தின் இயல்பான செயல்பாடாகும்.

அகங்காரத்தை ஒருவர் எவ்வாறு கையாள்வது?

அகங்காரத்திற்கும் ஆழ்மனத்திற்கும் இடையேயான சண்டை வாழ்நாள் முழுவதும் நீடிக்கும், ஆனால் உங்கள் அகங்காரத்தை முற்றிலுமாக நீக்குவதற்கு நீங்கள் ஒரு வலிமையான முயற்சி மேற்கொள்ளாவிட்டால், உங்களால் ஓர் ஆன்மீகப் பயணத்தில் அடியெடுத்து வைக்க முடியாது.

1. *உங்களை நீங்களே ஆய்வு செய்து கொள்ளுங்கள்*

கர்வத்தின் அளவு நபருக்கு நபர் வேறுபடுகிறது. சிலருக்கு அது அதிகமாக இருக்கும், சிலருக்குக் குறைவாக இருக்கும். ஆனால், எல்லா மனிதர்களிடத்திலும் சிறிதளவு கர்வம் இருக்கத்தான் செய்யும். செல்வ வளங்கள், புகழ், அதிகாரம், அழகு, பரிசுகள், திறமைகள் போன்ற விஷயங்கள் அனைத்தும் கர்வத்திற்கு இட்டுச் செல்லும் என்பது வெளிப்படை. ஆனால் ஆன்மீக கர்வம் எல்லாவற்றையும்விட மிக மோசமான கர்வம். 'நான்' என்ற வார்த்தைதான் இங்கு ஒரு பெரிய பிரச்சனையாக இருக்கிறது. "நான் செய்வதுதான் சரி," "நான் பணிவானவன்," "இது என்னால்தான் நிகழ்ந்தது," "உதவியும் வழிகாட்டுதலும் கேட்டுப் பலர் என்னிடம் வருகின்றனர்," "நான் ஏராளமான சமூகச் சேவைகள் செய்கிறேன்," "நான் ஒரு தலைசிறந்த பிணிநீக்குனர்," "பலர் என்னை நோக்கிக் கவர்ந்திழுக்கப்படுகின்றனர்," "பல மருத்துவமனைகளையும் பள்ளிகளையும் மக்களுக்காக நான் கட்டிக் கொடுத்திருக்கிறேன்," "நான் சமயப் பற்று மிக்கவன்," "எனக்குத் தெரியும்," "நான் ஏகப்பட்டவற்றைச் சாதித்திருக்கிறேன்," "நான் என் தொழிலில் திறமையாகச் செயல்படுகிறேன்," என்று சிந்திப்பது ஆன்மீக கர்வமாகும்.

'நான்' என்ற வார்த்தை வரும்போது, அது கர்வத்திற்கான ஓர் அறிகுறி என்பதை உணர்ந்து கொள்ளுங்கள். உங்கள் ஆன்மீகரீதியான வீழ்ச்சிக்கான முதல் அடி அது. அனைத்து வெற்றிகளும் திறமைகளும் கடவுளிடமிருந்துதான் வருகின்றன. நாம் அவருடைய கருவிகள். நமக்குக் கொடுக்கப்பட்டிருக்கும் பரிசுகளை மனிதகுலத்துடன் பகிர்ந்து கொண்டு, அவர்களுக்குச் சேவை செய்ய வேண்டும் என்பதுதான் கடவுளின் விருப்பம். கடவுள் நமக்குக் கொடுத்துள்ள எல்லாவற்றுக்காகவும் நாம் நன்றியுடன் இருக்க வேண்டும், இந்த அனைத்து ஆசீர்வாதங்களையும் நாம் பணிவோடு ஏற்றுக் கொள்ள வேண்டும். "நான்தான் எல்லாவற்றையும் செய்தேன்" என்ற உணர்வு உங்களுக்கு ஏற்படகூடாது.

இப்போது உங்களை நீங்களே ஆய்வு செய்து, நீங்கள் கர்வம் கொண்ட ஒருவர் என்ற உண்மையை ஒப்புக் கொள்ளுங்கள். சில சமயங்களில், நீங்கள் அதைப் பற்றி முறையாகச் சிந்தித்துப் பார்க்கும்போது, நீங்கள் கர்வம் கொண்டிருப்பது குறித்து முட்டாள்தனமாக உணர்வீர்கள். கடவுளிடம் பிரார்த்தனை செய்து, அவருடைய வழிகாட்டுதலைக் கேளுங்கள். நீங்கள் கர்வம் மிக்கவர் என்பதை உணர்ந்து கொள்வதும், மாறுவதற்கு உண்மையிலேயே விருப்பம் கொள்வதும்தான் மிகக் கடினமான காரியம். ஆன்மீகப் பாதையில் நடக்கத் தொடங்குவது கடினமாக இருக்கும். ஏனெனில், நீங்கள் அதற்கு உங்களை மாற்றிக் கொண்டாக வேண்டும். உங்கள் அகங்காரத்திற்கு இது தெரியும். இறுதியில் தான் தூக்கியெறியப்படுவோம் என்பதை அது அறிந்திருக்கிறது. இதை அது விரும்புவதில்லை. எனவே, நீங்கள் மாற்றத்தை எதிர்க்கும்படி அது செயல்படும். இதைக் கையாள்வதற்கு, உங்கள் அகங்காரத்தைவிட உங்கள் மனஉறுதி அதிக வலிமையானதாக இருக்க வேண்டும்.

2. உங்கள் கர்வத்தைக் கட்டுப்படுத்திக் கொள்ளுங்கள்

கர்வம் என்பது ஓர் எண்ணம் என்பதைப் புரிந்து கொள்ளுங்கள். நீங்கள் ஏதோ ஒரு நல்ல காரியத்தைச் செய்யும்போது அல்லது ஏதோ ஒன்றைச் சாதிக்கும்போது, ஒருவிதமான கர்வ உணர்வு உங்களுக்குள் முளைக்கும். ஆனால், கர்வத்தோடு சிந்திக்கவும் செயல்படவும் செய்யாதீர்கள். முற்றிலும் வித்தியாசமான ஒன்றைச் சிந்திப்பதன் மூலம் உங்கள் மனத்தைத் திசை திருப்புங்கள். முதல் ஒருசில முறைகள், உங்களைக் கட்டுப்படுத்திக் கொள்வது உங்களுக்குக் கடினமாக இருக்கும். எடுத்துக்காட்டாக, உங்களுக்குப் பழக்கமாகிவிட்ட ஒரு மோசமான பழக்கத்திலிருந்து விடுபடுவதைக் கூறலாம். உங்கள் வெளிமனம் இந்த மோசமான பழக்கத்திற்கு அடிமையாகிவிட்டதால், அப்பழக்கம் இல்லாமல் உங்களால் செயல்பட முடியாது என்று நீங்கள் நம்பத் தொடங்குகிறீர்கள்.

இந்த எண்ணங்கள் மெல்ல மெல்ல மறைந்துவிடும். சபலம் இருக்கும், ஆனால் அதற்கு நீங்கள் இணங்கிவிடாமல் இருப்பதுதான் சோதனையே. முதல் ஒருசில முறை நீங்கள் தோற்றுவிட்டாலும், கோபப்படாதீர்கள், எதிர்மறையாகச் சிந்திக்காதீர்கள். மாறாக, துவக்கத்தில் நீங்கள் தோற்கக்கூடும் என்பதை ஏற்றுக் கொள்ளும் அளவுக்குப் பணிவாக நடந்து கொள்ளுங்கள். நீங்கள் வெற்றி பெறும்வரை தொடர்ந்து முயற்சிப்பதுதான் முக்கியம். நீங்கள் நேர்மறையாகவும் சீராகவும் முயற்சித்தால், நீங்கள் நிச்சயமாக வெற்றி பெறுவீர்கள். விஷயங்கள் மேலும் எளிதாவதையும் தெளிவாவதையும் நீங்கள் காண்பீர்கள். நீங்கள் சரியான பாதையில் நடக்கத் தொடங்குவீர்கள். மிக முக்கியமாக, உங்கள் கட்டுப்பாட்டை விட்டுக்கொடுக்காதீர்கள்.

3. கர்வமான எண்ணங்களை அகற்றிவிட்டு, அவற்றின் இடத்தில் பணிவான எண்ணங்களை வளர்த்திடுங்கள்

விஷயங்கள் பற்றிய தெளிவற்ற எண்ணங்களையும் புரிதலையும் ஒரு தாளில் எழுதிக் கொள்ளுங்கள். பிறகு, அவற்றைத் தெளிவாகப் புரிந்து கொள்ளுங்கள். இவ்வழியில், சிறிய கர்வ எண்ணங்கள் முழு அகங்காரமாக வளர்வதை நீங்கள் தடுத்துவிடுகிறீர்கள். கர்வ எண்ணங்கள் அவ்வப்போது முளைக்கத்தான் செய்யும், ஆனால் உங்கள் மனத்தை எவ்வாறு கட்டுப்படுத்த வேண்டும் என்பதை நீங்கள் அறிந்திருப்பீர்கள். தொடர்ந்து முயற்சி செய்யுங்கள்.

ௐ பிறக்கும்போதே மக்கள் கர்வத்துடன் பிறக்கின்றனரா அல்லது அப்பண்புநலனை அவர்கள் காலப்போக்கில் கைவசப்படுத்துகின்றனரா?

மனிதர்களுக்கு ஒரு வெளிமனம் இருக்கிறது என்ற யதார்த்தம், பூமியில் ஒரு பெரும் அகங்காரத்தை வளர்த்துக் கொள்வதற்கான மிக வலிமையானதொரு சாத்தியக்கூறு அவர்களுக்கு இருக்கிறது என்று அர்த்தமாகிறது. சிலர் மற்றவர்களைவிடக் குறைவான கர்வம் கொண்டுள்ளனர்,

சிலர் அதிக கர்வம் கொண்டுள்ளனர். ஏனெனில், சில ஆன்மாக்கள் தங்களுடைய முந்தைய பிறவிகளில் கடினமாக உழைத்துத் தங்கள் அகங்காரத்தை வேரோடு பிடுங்கி எறிந்துவிட்டு இப்போது பணிவாக இருக்கின்றனர். ஆனால் மற்றவர்கள், பணிவைக் கற்றுக் கொள்ளத் தவறிவிட்டு, அகங்காரத்தை வேரறுப்பதற்காக இப்போது மீண்டும் பூமியில் பிறப்பெடுத்துள்ளனர். துரதிர்ஷ்டவசமாக, பூமியில் அவர்களுடைய அகங்காரம் பூதாகரமாக வளர்ந்து, இறுதியில் அந்த அகங்காரத்தின் காரணமாக அவர்கள் மேலும் பல குறைபாடுகளைக் கைவசப்படுத்துகின்றனர்.

ஓர் எளிய எடுத்துக்காட்டை இங்கு கொடுக்கிறேன்:

பழி வாங்குதல் என்பது ஒரு திட்டமிடப்பட்டச் செயல் என்பதால், அது மாபெரும் பாவங்களில் ஒன்றாக ஆகிறது. எதிர்மறையான நோக்கத்தோடு அது செய்யப்படுகிறது. ஆன்மீகரீதியாக 4வது தளத்தின் 5வது நிலையில் ஒருவர் இருப்பதாக வைத்துக் கொள்வோம். அவர் பழி வாங்கும் போக்குக் கொண்டவராக இல்லாமல் போகலாம். அதாவது, பழி வாங்கும் இயல்பு அவருடைய ஆன்மாவுக்கு இல்லை என்று அர்த்தம். ஆனால் எப்படியோ அவர் கர்வம் கொண்டுவிடுகிறார். அவருடைய புறவுலகில் நிகழ்கின்ற ஏதோ ஒன்று அவருடைய அகங்காரத்திற்குத் தீனி போடுகிறது. உலகரீதியான ஏதேனும் ஒரு சாதனையாக அது இருக்கலாம். அவருக்குள் கர்வம் உருவாகிக் கொண்டிருக்கிறது என்ற தகவலை அவருடைய ஆழ்மனம் அவருக்குக் கொடுக்கிறது, ஆனால் அவர் தன் ஆழ்மனத்தின் அறிவுரையைக் கேட்க மறுக்கிறார். ஏனெனில், அவர் தன் கர்வ உணர்வை ரசிக்கிறார். கர்வத்தினால் ஏற்படும் பிரச்சனை அதுதான். நீங்கள் சக்திவாய்ந்தவர் என்ற உணர்வை அது உங்களுக்குக் கொடுக்கிறது. நீங்கள் அந்த உணர்வுக்குப் பழக்கப்பட்டுவிடுகிறீர்கள். காலப்போக்கில் இந்த கர்வம் மேன்மேலும் வளர்ந்து, இறுதியில், உங்கள் அகங்காரம் விசுவரூபம் எடுக்கும்படி செய்கிறது. தன்னைச் சுற்றி இருக்கின்ற எல்லாவற்றையும் அது தன் கவனத்தில் வைத்திருக்க விரும்புகிறது. குறிப்பாக மற்றவர்களின் சாதனைகளை அது கவனிக்கிறது. யாரேனும் ஏதேனும் நல்லது செய்யும்போது, அவருடைய அகங்காரம் பூதாகரமாகிறது. ஏனெனில், தான்தான் எப்போதும் முதலிடத்தில் இருக்க வேண்டும் என்று அது விரும்புகிறது. தான் தனிச்சிறப்புடன்

திகழ வேண்டும் என்று அது விரும்புகிறது. கடவுள் எல்லோரையும் தனிச்சிறப்புக் கொண்டவர்களாகவும் சமமானவர்களாகவும் படைத்துள்ளார் என்பதை அது உணர்வதில்லை. அதனால்தான் ஒன்றை இன்னொன்றோடு ஒப்பிடுவது தவறு என்று கூறப்படுகிறது. அகங்காரம் ஒப்பீடு செய்யத் தொடங்கும்போது, பொறாமை அங்கு தலைதூக்குகிறது. தினந்தோறும் ஒப்பீடு தொடரும்போது, அந்நபர் உள்ளூர வயிற்றெரிச்சல் கொள்ளத் தொடங்குகிறார், அவருக்குள் கோபம் உருவாகிறது. அந்தத் தீவிரமான எதிர்மறை உணர்வு ஒரு காட்டுத்தீயைப்போலப் பரவி, இறுதியில் வெறுப்பாக மாறுகிறது. உங்களுக்குள் வெறுப்பு ஏற்பட்டுவிட்டால், உங்கள்மீது எந்தத் தாக்கமும் விளைவிக்க முடியாத அளவுக்கு உங்கள் ஆழ்மனத்தை நீங்கள் செயலிழக்க வைத்துவிட்டீர்கள் என்று பொருள். தர்க்கரீதியான காரணம் எதுவும் உங்களை அப்போது சமாதானப்படுத்தாது. உங்களுக்குள் இருக்கும் அந்த வெறுப்புணர்வு உங்கள் பார்வையை மழுங்கடித்துவிடும், பழி வாங்குவதற்கு நீங்கள் தூண்டப்படுவீர்கள். ஒருவரை நீங்கள் பழி வாங்கிவிட்டால், உடனே உங்கள் ஆழ்மனம் மூடிவிடுகிறது. அதிலிருந்து மீள்வதற்கு உங்களுக்கு வாய்ப்புக் கிடைப்பது அரிது. எனவே, 4வது தளத்தின் 5வது நிலையில் உள்ள அந்த ஆன்மாவிடம், துவக்கத்தில் பழிவாங்கும் இயல்பு இல்லாமல் இருந்திருக்கலாம். ஆனால், அவர் தன் கர்வத்தைக் கட்டுப்படுத்தத் தவறியது அவருடைய ஆன்மீகரீதியான வீழ்ச்சிக்கு வழி வகுத்துள்ளது.

கர்வம்

↓

பொறாமை

↓

கோபம்

↓

வெறுப்பு

↓

பழி வாங்குதல்

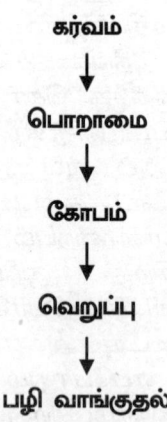

பழி வாங்குதல் என்பது மிகவும் கீழ்த்தரமான மனிதப் பண்புநலன்களில் ஒன்று. பழி வாங்கும் போக்கைக் கொண்ட மக்களை ஆன்மீக விதி ஒருபோதும் சகித்துக் கொள்வதில்லை. எனவே, கர்வம் குறித்து எச்சரிக்கையாக இருங்கள். ஏனெனில், அதை உடனடியாக நீங்கள் அறுத்தெறியாவிட்டால், அது மிகவும் சக்திவாய்ந்த ஓர் எதிர்மறை ஆற்றலாக மாறி உங்கள் ஆன்மாவுக்குத் தீங்கு விளைவிக்கும். ஒருவரால் பல்வேறு வழிகளில் பழி வாங்க முடியும். பழி வாங்குதல் என்பது உடல்ரீதியாக ஒருவரைக் காயப்படுத்துவதைப் பற்றியது அல்ல. அதன் நேரடியான அர்த்தம் அதுதான். ஆனால், ஒருவரை இகழ்ந்து பேசுவது, அவருக்குள் தாழ்வு மனப்பான்மையை ஏற்படுத்துவது, தவறான செயல்களைச் செய்ய வஞ்சகமாக அவரை ஊக்குவிப்பது ஆகியவற்றின் மூலம் உங்களால் அவரைப் பழி வாங்க முடியும். தெரிந்தே ஒருவரை உடல்ரீதியாகவோ, உளரீதியாகவோ, உணர்ச்சிரீதியாகவோ அல்லது ஆன்மரீதியாகவோ நீங்கள் காயப்படுத்தும்போது, நீங்கள் அவரைப் பழி வாங்குகிறீர்கள் என்று அர்த்தம்.

பணிவாக இருப்பது என்றால் என்ன?

1. நீங்கள் ஓர் உயர்ந்த சக்தியால் படைக்கப்பட்டு இருக்கிறீர்கள் என்பதை அறிந்திருப்பது

   உண்மையைத் தேடிக் கொண்டிருக்கின்ற, ஆன்மீகப் பாதையில் சென்று கொண்டிருக்கின்ற ஒருவர்தான் ஒரு பணிவான நபர். அப்படிப்பட்ட ஒருவர், படைப்பு என்றால் என்ன என்பதை மிகத் தெளிவாகப் புரிந்து வைத்திருக்கிறார். கடவுள்தான் தன்னைப் படைத்திருக்கிறார் என்பதை அவர் அறிந்திருக்கிறார். பணிவாக இருப்பது என்றால் இந்த உண்மையை ஒருபோதும் மறக்காமல் இருப்பது என்று பொருள். நாம் எல்லோருமே கடவுளால் படைக்கப்பட்டிருக்கிறோம், நாம் எல்லோரும் அவருக்குச் சொந்தமானவர்கள். அறிவார்ந்த, நியாயமான, இரக்கம் கொண்ட ஒரு கடவுளின் உடமைகளாக நாம் இருப்பது நமக்குக் கிடைத்திருக்கும் ஓர் ஆசீர்வாதம். பணிவாக

இருப்பதன் மூலம் அத்தொடர்பைத் தக்க வைத்துக் கொள்வது நம் கைகளில்தான் இருக்கிறது.

2. கர்வம் என்பது சுயத்தைப் பற்றியது என்றால், பணிவு என்பது தன்னலமின்மையைப் பற்றியது

கடவுளையும் அவருடைய பண்புநலன்களையும் நீங்கள் அறிந்திருக்க வேண்டும் என்றால், நீங்கள் அந்தப் பண்புநலன்களைக் கடைபிடித்து வாழ வேண்டும். கடவுளின் முதல் பண்புநலன் பணிவு. பணிவு என்பது இருத்தலின் ஓர் இயற்கையான வடிவம். இயற்கையை நீங்கள் கூர்ந்து கவனித்துப் பார்த்தால், கடவுள் அழகைப் படைத்திருப்பதை நீங்கள் புரிந்து கொள்வீர்கள். அவருடைய படைப்புகளுக்கு அழகைக் கொடுப்பது அவற்றின் தோற்றம் மட்டுமல்ல, மாறாக, இயற்கை என்பது பணிவு கொண்டது என்ற உண்மைதான். இயற்கை நமக்குத் தேவையான எல்லாவற்றையும் வழங்குகிறது. அது முற்றிலும் தன்னலமற்றது. இந்தத் தன்னலமற்றப் பண்புநலன்தான் ஆன்மீகத்தின் மையமாகும். மேலும், இயற்கை இணக்கமாக இணைந்து வாழ்கிறது. நீரோடைகள் ஆறுகளாக ஆகின்றன, ஆறுகள் கடல்களாக ஆகின்றன, கடல்கள் பெருங்கடல்களாக ஆகின்றன. இயற்கையில் சமநிலையும் ஒற்றுமையும் இணக்கமும் இருக்கின்றன. எல்லாவற்றையும்விட மேலாக, இயற்கையில் பணிவு இருக்கிறது. தான் ஒரு பெருங்கடலாக ஆக விரும்புவதாக ஒரு நீரோடை ஒருபோதும் கூறுவதில்லை. பிரபஞ்சத்தில் தன்னுடைய இடம் எது என்பதை அது அறிந்திருக்கிறது. அது தன் வேலையைப் பணிவோடும் மகிழ்ச்சியோடும் ஏற்றுக் கொண்டு, தொடர்ந்து தன் பங்கை ஆற்றுகிறது. மனிதர்கள் இப்படித்தான் வாழ வேண்டும் என்று கடவுள் விரும்புகிறார். தன்னலமற்றச் சேவைதான் உண்மையான ஆன்மீகக் கலையாகும். இப்பண்புநலன் இயற்கையிடம் அபரிமிதமாக இருக்கிறது.

3. பணிவு கொண்டவர்போலப் பாசாங்கு செய்யாதீர்கள், உண்மையிலேயே பணிவு கொண்டவராக இருங்கள்

கர்வம் என்பது எப்படி எண்ணத்தில் இருக்கிறதோ, பணிவும் அதுபோலத்தான். தூய்மையற்ற

நோக்கங்களைச் சரியான, நல்ல நோக்கங்களாக வேடமிட்டுக் காட்டுவதில் அகங்காரம் திறமை பெற்றுள்ளது. நீங்கள் செய்து கொண்டிருப்பது சரியான காரியம் என்று அது உங்களை நம்ப வைத்துவிடுகிறது. ஏனெனில், அகங்காரம் சுயநலமானது. அது எந்த விலை கொடுத்தேனும் தன்னுடைய விருப்பத்தை நிறைவேற்றிக் கொள்ளும். அந்த விலை உங்கள் சொந்த ஆழ்மனமாகவும் ஆன்மாவாகவும் இருக்கக்கூடும். எனவே, பணிவெனும் முகமூடியை மனிதர்கள் அணிந்திருக்கின்றனர். அவர்களுடைய வார்த்தைகளும் செயல்களும் அவர்கள் பணிவானவர்கள் என்ற அபிப்பிராயத்தை நமக்குக் கொடுக்கும், ஆனால் அவர்களுடைய எண்ணங்கள் முழுவதும் கர்வம் நிரம்பியிருக்கும். தாங்கள் எல்லோரையும்விட மேன்மையானவர்கள் என்று அவர்கள் நினைப்பர். மக்களைச் சில காலம் அவர்கள் ஏமாற்றக்கூடும், ஆனால் இந்த ஆன்மாக்கள் இறுதியில் எப்போதும் வெளிச்சம் போட்டுக் காட்டப்பட்டுவிடுகின்றனர்.

4. நீங்கள் ஆன்மீகப் பாதையில் சென்று கொண்டிருக்கிறீர்கள் என்றால், ஒருபோதும் கர்வம் கொள்ளாதீர்கள்

நீங்கள் ஆன்மீகப் பாதையில் சென்று கொண்டிருக்கிறீர்கள் என்றால், அது குறித்து ஒருபோதும் கர்வம் கொள்ளாதீர்கள். பூமியில் உங்கள் வாழ்க்கையை வாழ்வதற்கான அனைத்து அறிவும் உங்களுக்குக் கிடைத்தப் பிறகும் நீங்கள் தவறு செய்வதைத் தேர்ந்தெடுத்தால், ஆன்மீகரீதியாக நீங்கள் வேகமாக வீழ்ச்சியடைவீர்கள், அந்த வீழ்ச்சி அதிகத் தீவிரமானதாக இருக்கும். தாங்கள் கடவுளின் வேலையைச் செய்து கொண்டிருப்பதாக பூமியில் பலர் நினைக்கின்றனர். மக்களிடம் அறிவைப் பரப்புவதன் மூலமும், அவர்கள் தங்கள் வாழ்க்கையை எப்படி வாழ வேண்டும் என்று அவர்களுக்கு எடுத்துக்கூறுவதன் மூலமும் தாங்கள் அவர்களுக்கு ஒளியை வழங்குவதாக அந்த ஆன்மாக்கள் நினைக்கின்றனர். தங்களை ஆன்மீகத் தலைவர்கள் என்று அழைத்துக் கொள்கின்ற பலர்,

தங்களிடம் ஆன்மீக அறிவு இருப்பது குறித்து கர்வம் கொள்கின்றனர். இந்த ஆன்மீக கர்வம்தான் மிக மோசமான வகையான கர்வமாகும். ஆன்மாவுக்கு ஏற்படக்கூடிய மிகப் பெரிய சீரழிவு இதுதான். நீங்கள் ஆன்மீக அறிவைப் பெற்று உங்களை மேம்படுத்திக் கொள்ள விரும்பினால், சரியான குருவைத் தேர்ந்தெடுப்பது மிக முக்கியமான நடவடிக்கையாகும். பல குருமார்கள் அதிகாரப் பசியுடன் இருக்கின்றனர். மாணவர்களை ஏமாற்றி எப்படித் தங்களுக்குச் சாதகமாக அவர்களைப் பயன்படுத்திக் கொள்வது என்பதை அவர்கள் அறிந்திருக்கின்றனர். அவர்கள் தங்கள் மாணவர்களின் அகங்காரத்திற்குத் தீனி போடுவர், அவர்களுடைய சொந்த பயங்களைக் கொண்டு அவர்களைத் தங்கள் பக்கம் இழுப்பர். ஆன்மீகப் பாதை சுலபமானது அல்ல. கடினமான உண்மைகளை உள்ளடக்கியது அது. நீங்கள் உங்களுக்குள் சென்று பார்த்து, உங்களை ஆய்வு செய்து, உங்களிடம் இருக்கும் குறைபாடுகளை ஒப்புக் கொள்ள வேண்டும் என்று அது எதிர்பார்க்கிறது. ஒரு தவறான குரு, நீங்கள் கேட்க விரும்புகின்றவற்றை மட்டுமே உங்களிடம் கூறுவாரே தவிர, உங்களுக்குத் தேவையானதை அவர் கூற மாட்டார். ஓர் உண்மையான குரு எப்போதும் ஒரு மாணவனாகவும் இருக்கிறார். ஒரு குருநாதர் பணிவானவராக இருக்கிறாரா இல்லையா என்பதை உணர்த்தக்கூடிய முதல் அறிகுறி அதுதான்.

5. **நீங்கள் கடவுளின் ஒரு குழந்தை என்பதை எப்போதும் நினைவில் வைத்திடுங்கள்**

உங்கள் வசமுள்ள அனைத்து அறிவும், நீங்கள் பெற்றுள்ள அனைத்துத் திறமைகளும், உங்களுக்குள் இருக்கும் அனைத்து நல்லவையும் உங்களுடையவை அல்ல. அவை உங்கள் ஊடாகப் பாய்ந்தோடுகின்றன. நல்லவை பாய்ந்தோடுவதற்கான ஓர் ஊடகமாக இருப்பதற்கு உங்கள் மனமும் உடலும் ஆன்மாவும் அதிர்ஷ்டம் செய்திருக்கின்றன. இந்த ஓட்டம்தான் உங்களைச் சரியான பாதையில் வைத்திருக்கிறது. ஆனால் அந்த ஓட்டத்திற்கு நீங்கள் உரிமை

கொண்டாடத் தொடங்கும்போதும், நீங்கள்தான் அதன் இருத்தலுக்குப் பொறுப்பு என்று நீங்கள் நம்பத் தொடங்கும்போதும், நீங்கள் மெல்ல மெல்ல அந்த ஓட்டத்தைக் குறைக்கிறீர்கள். இறுதியில் ஒருநாள், அது வெறும் சொட்டுச் சொட்டாக ஓடி, விரைவில் அந்த ஓட்டம் முழுவதுமாக நின்றுவிடும். அந்த ஓட்டம் உங்களைவிட்டு விலகவில்லை, மாறாக நீங்கள் அதைவிட்டு விலகிவிட்டீர்கள். கர்வமாக இருப்பதன் மூலம் அந்த ஓட்டத்தைவிட்டு நீங்கள் விலகிவிட்டீர்கள். ஆன்மீக விதிப்படி, அந்த ஓட்டம் பணிவை நோக்கிக் கவர்ந்திழுக்கப்படுகிறது. ஆன்மீகரீதியாகச் சரியாக இருக்கின்ற, சேவை என்ற கோட்பாட்டைப் புரிந்து கொள்ளும் அளவுக்குத் திறந்திருக்கின்ற இன்னோர் ஊடகத்தை அந்த ஓட்டம் நாடுகிறது. ஊடகங்கள் என்ற முறையில் நீங்கள் சேவகர்களாகச் செயல்படுகிறீர்கள். சேவை செய்வதன் மூலம் நீங்கள் சகபடைப்பாளியாக ஆகிறீர்கள். ஆனால் நீங்கள் கர்வம் கொள்ளும் கணத்தில், நீங்கள் தனியாக இயங்குவதைத் தேர்ந்தெடுக்கிறீர்கள், கடவுளுடனான தொடர்பைத் துண்டித்துக் கொள்வதைத் தேர்ந்தெடுக்கிறீர்கள். இப்போது உங்கள் மனமும் உடலும் மட்டுமே உங்களுடன் இருக்கின்றன. அவை மட்டுப்படுத்தப்பட்டுள்ளன என்பதை மறந்துவிடாதீர்கள். உங்கள் மனத்தையும் உடலையும்விட அதிக வேகமாக உங்கள் ஆன்மா தொடர்ந்து மறைந்து கொண்டிருக்கும். ஏனெனில், கடவுள் இல்லாமல் அதனால் வாழ முடியாது.

நீங்கள் மதிப்புவாய்ந்த ஒருவராக இருக்க விரும்பினால், ஆன்மீகச் செல்வமும் வலிமையும் உங்களுக்குத் தேவை. ஆனால் அகங்காரம் ஆட்சி செய்ய விரும்புகிறது. நீங்கள் கடவுளை அங்கீகரிப்பதன் மூலம் சக்தியற்றவர்களாக ஆகிவிடுகிறீர்கள் என்று அது உங்களிடம் கூறுகிறது. கடவுளிடமிருந்து விலகிச் செல்வதன் மூலம், உங்களுக்கு சக்தி கிடைத்திருப்பது போன்ற ஒரு மாயையை உங்கள் அகங்காரம் உங்களிடத்தில் ஏற்படுத்துகிறது. பொருட்செல்வத்தையும் புகழையும் அடைவதை நோக்கி அது உங்களை உந்தித் தள்ளும். இது ஒரு நேர்மறையான

உந்துதல் என்று நீங்கள் தவறாக நம்பி, உங்கள் பௌதீக உலகில் மேன்மேலும் அதிகமானவற்றை அடைவதற்கு நீங்கள் முயற்சி செய்வீர்கள். உங்கள் அகங்காரத்தை ஊக்குவிப்பதன் மூலமும், ஆழ்மனத்தைவிட உங்கள் வெளிமனத்திற்கு அதிக முக்கியத்துவம் கொடுப்பதன் மூலமும், நீங்கள் உங்கள் ஆன்மாவை முற்றிலுமாக உதாசீனப்படுத்திக் கொண்டிருக்கிறீர்கள், கர்வம் எனும் ஆபத்தான தசையை வலிமைப்படுத்திக் கொண்டிருக்கிறீர்கள். நீங்கள் இறந்து போகும்போதுதான் அந்த மாயை விலகுகிறது. உங்கள் ஆன்மா மதிப்பிடப்படும்போது, நீங்கள் உங்கள் மாயையிலிருந்து விடுபடுகிறீர்கள். ஆனால் அதற்குள் காலம் கடந்துவிடுகிறது. நிரந்தரமான உங்கள் ஆன்மா ஒன்றுதான் உண்மையான மதிப்புக் கொண்டது என்பதை நீங்கள் உணர்கிறீர்கள். தற்காலிகமானவற்றின்மீது நீங்கள் உங்கள் ஒட்டுமொத்த வாழ்க்கையையும் செலவிட்டுவிட்டீர்கள். பௌதீகரீதியான மற்றும் பொருள்ரீதியான அதிகாரத்தைக் கைப்பற்றுவதில்தான் உங்கள் ஆற்றல் முழுவதையும் நீங்கள் குவித்தீர்கள். அதிகாரத்தைப் பற்றி நினைக்காதீர்கள், மாறாக, ஆன்மீக வலிமையைப் பற்றிச் சிந்தியுங்கள். உங்களால் பார்க்க முடிகின்ற அனைத்தும் தற்காலிகமானவை. உங்கள் கண்களுக்குப் புலப்படாத பொருட்கள் அனைத்தும் நிரந்தரமானவை. இந்த உண்மையை உங்கள் மனத்தில் இருத்தி நீங்கள் உங்கள் வாழ்க்கையை வாழ்ந்தால், பொருட்செல்வம் மற்றும் புகழ் குறித்து நீங்கள் பேராசை கொள்ள மாட்டீர்கள். உண்மையில், செல்வமும் புகழும் உங்களை வந்தடையும்போது, நீங்கள் அவை குறித்து நன்றியுணர்வு கொள்வீர்கள். மற்றவர்களுக்கு உத்வேகமூட்டவும் கடவுளின் வேலையைச் செய்வதற்குமான ஒரு நிலையில் நீங்கள் இருத்தப்பட்டிருக்கிறீர்கள் என்ற உண்மையை நீங்கள் அறிவீர்கள். கடவுளின் வேலையைச் செய்வது என்றால், உங்கள் வலிமையான பதவியைப் பயன்படுத்தி அடுத்தவர் வளர்வதற்கு உதவுவது என்று பொருள். ஒருவருடைய ஆன்மாவை குணப்படுத்துவதும், வலிமைப்படுத்துவதும், இறுதியில் அந்த ஆன்மா உயர்நிலையை எட்ட அதற்கு உதவுவதும்தான் ஒவ்வொரு மனிதனின் உச்சகட்ட இலக்காக இருக்க வேண்டும்.

ॐ சிலர் ஏன் பணிவை ஒரு பலவீனமாகப் பார்க்கின்றனர்?

பணிவின் உண்மையான அர்த்தத்தை அவர்கள் புரிந்து கொள்ளாததுதான் அதற்குக் காரணம். சுயமதிப்பும் பணிவும் இணைந்தே செல்கின்றன. அதாவது, என்ன நிகழ்ந்தாலும் சரி, உங்களுடைய ஆன்மாவையும் மற்றவர்களுடைய ஆன்மாவையும் ஒருபோதும் காயப்படுத்தாத தேர்ந்தெடுப்புகளையே நீங்கள் மேற்கொள்வீர்கள் என்பது அதன் பொருள். சரியாகச் சீர்தூக்கிப் பார்க்கும் திறனைப் பெற்றிருப்பது, உங்களுடைய வரம்புகளை அறிந்திருப்பது, அடுத்தவருக்குத் தீங்கு விளைவிக்காமலும் அவரை மதிப்புக் குறைவாக நடத்தாமலும் இருப்பது ஆகியவை பணிவின் அம்சங்கள். பணிவை ஒரு பலவீனமாகப் பார்க்கக்கூடாது. உண்மையில், கர்வம்தான் நீங்கள் உங்கள் குறைபாடுகளை ஒப்புக் கொள்வதைத் தடுக்கின்ற ஒரு பலவீனமாக இருக்கிறது. நீங்கள் உங்கள் ஆழ்மனத்திலிருந்து இயங்குவதற்குப் பணிவு உங்களுக்கு உதவுகிறது. ஆழ்மனம் தோற்றங்கள்மீது அக்கறை கொள்வதில்லை. அது உங்கள் அகங்காரத்தைக் குழிதோண்டிப் புதைத்துவிட்டு, எது சரியோ அதைச் செய்யும். சில சமயங்களில் நீங்கள் உங்கள் குறைபாடுகளை ஒப்புக் கொள்வீர்கள், ஆனாலும் உள்ளூர நீங்கள் மிகவும் கோபமாக இருப்பீர்கள். குறைபாடுகளை ஒப்புக் கொள்வது உங்களுக்கு மன அமைதியைக் கொண்டுவர வேண்டுமேயன்றிக் கோபத்தை அல்ல. தாங்கள் செய்வது தவறு என்பதை ஒப்புக் கொள்வதற்குச் சிலருக்கு நெடுங்காலம் தேவைப்படுகிறது. அவர்களுடைய அகங்காரம் அங்கு கோலோச்சிக் கொண்டிருக்கிறது என்பதற்கான ஒரு வலிமையான அறிகுறி அது. பணிவு மிகவும் மதிப்பு வாய்ந்தது. ஏனெனில், உங்களுக்குள் இருக்கின்ற அறநெறிசார்ந்த உண்மையை நீங்கள் உணர்ந்து கொள்ளவும், நீங்களே உங்களுடைய வழிகாட்டியாக இருக்கவும் அது உங்களுக்கு உதவுகிறது. எனவே, பணிவு எப்படி ஒரு பலவீனமாக ஆகும்? நீங்கள் உங்களிடம் நேர்மையாக நடந்து கொள்வதற்குப் பணிவு உதவுகிறது. உங்கள் அகங்காரம் காயப்பட்டுள்ளதா அல்லது நீங்கள் வெறுமனே உங்கள் நம்பிக்கைகளில் உறுதியாக இருக்கிறீர்களா என்பதை ஒரு நொடியில் உங்களால் சீர்தூக்கிப் பார்த்துவிட முடியும். அறநெறிக்கு உட்பட்டு நடந்து கொள்ளப் போவதாகத் தீர்மானிப்பது

ஒரு நல்ல விஷயம்தான், ஏனெனில், நீங்கள் உங்கள் ஆன்மீகத் தளத்திலிருந்து இயங்கிக் கொண்டிருக்கிறீர்கள். தீமையைப் பொறுத்துக் கொள்வது பணிவு அல்ல. ஏராளமான மக்கள், கோழைகளாக இருப்பதற்குப் பணிவை ஒரு சாக்குப்போக்காகப் பயன்படுத்துகின்றனர். அப்போது அது ஒரு பலவீனமாக ஆகிறது. பணிவு என்றால் தீமையை ஊக்குவிக்காமல் அதை எதிர்த்துப் போராடுவது என்று அர்த்தம். அப்படிச் செய்வதற்கான வலிமையைக் கடவுளிடமிருந்து நீங்கள் பெறுகிறீர்கள் என்பதை நீங்கள் அறிந்திருக்க வேண்டும்.

ஃ தான் கர்வம் கொண்டிருக்கிறோமா என்பதை ஒருவர் எவ்வாறு தெரிந்து கொள்வது?

பின்வருபவை, கர்வத்திற்கான அறிகுறிகளாகும்:

1. கடவுள் இருக்கிறார் என்பதில் உங்களுக்கு நம்பிக்கை இல்லை.
2. உங்களுடைய குறைபாடுகளை ஏற்றுக் கொள்வது உங்களுக்கு மிகக் கடினமாக உள்ளது.
3. நீங்கள் தவறு செய்துள்ளீர்கள் என்பதையும், இன்னொருவர் செய்ததுதான் சரி என்பதையும் நீங்கள் கண்டுபிடிக்கும்போது, அதை உங்களால் கையாள முடியவில்லை.
4. உண்மையிலிருந்து நீங்கள் விலகி ஓடுகிறீர்கள்.
5. மற்றவர்களைவிட நீங்கள் உயர்ந்தவர் என்று நீங்கள் நினைக்கிறீர்கள்.
6. நீங்கள் மட்டுமே ஆசீர்வதிக்கப்பட்டிருப்பதாக நீங்கள் நினைக்கிறீர்கள்.
7. நீங்கள் தவிர்க்கப்பட முடியாதவர் என்று நீங்கள் நம்புகிறீர்கள்.
8. உங்களுக்கு எல்லாம் தெரியும் என்றும், ஆன்மீக அறிவைக் கைவசப்படுத்த உங்களுக்கு விருப்பமில்லை என்றும் நீங்கள் உணர்வீர்கள்.

9. உங்களுடைய கண்ணோட்டம் மட்டுமே ஒரே கண்ணோட்டம் என்று நீங்கள் நினைப்பீர்கள்.

10. மக்களை நீங்கள் எப்போதும் மட்டம் தட்டிக் கொண்டும் சிறுமைப்படுத்திக் கொண்டும் இருப்பீர்கள்.

11. நீங்கள் ஒருவருடைய உணர்வுகளைக் காயப்படுத்தினால், அது பற்றி நீங்கள் கவலைப்பட மாட்டீர்கள்.

12. உங்களுக்கு நிகழ்கின்ற அனைத்து நல்ல விஷயங்களுக்கும் நீங்கள்தான் காரணம் என்று நீங்கள் நினைக்கிறீர்கள்.

13. ஏதோ ஒன்றில் மற்றவர்கள் உங்களைவிட அதிகத் திறமையானவர்களாக இருக்கின்றனர் என்ற உண்மையை ஏற்றுக் கொள்ள நீங்கள் தவறிவிடுகிறீர்கள்.

14. பிரார்த்தனை முக்கியமற்றது என்று நீங்கள் நினைக்கிறீர்கள்.

15. எல்லோரிடமும் குறைபாடுகள் இருக்கின்றன என்பதையும், எல்லோரும் தவறுகள் செய்கின்றனர் என்பதையும் நீங்கள் புரிந்து கொள்வதில்லை.

16. நீங்கள் உங்களைப் பற்றி மட்டுமே சிந்திக்கிறீர்கள்.

17. நீங்கள் பொறுமையின்றியும் எரிச்சலோடும் பிடிவாதமாகவும் இருக்கிறீர்கள். மக்களுடைய குறைபாடுகள் உங்களுக்கு எரிச்சலூட்டுகின்றன.

18. மாற்றத்தை நீங்கள் எதிர்க்கிறீர்கள்.

19. ஒருவர் உங்களோடு உடன்பட மறுத்தால், அதை உங்களால் கையாள முடிவதில்லை.

ஒருவர் எவ்வாறு பணிவைக் கைவசப்படுத்துவது?

1. உங்கள் ஆழ்மனத்தைத் திறந்துவிடுங்கள். நீங்கள் உங்கள் ஆழ்மனத்திலிருந்து இயங்கும்போது, பணிவு உங்களுடைய இயல்பாக ஆகிவிடும்.

2. பிரார்த்தனை செய்யுங்கள். நீங்கள் தினந்தோறும் முறையாகவும் உண்மையாகவும் பிரார்த்தனை செய்யும்போது, நீங்கள் கடவுளால் படைக்கப்பட்டவர் என்ற உண்மையை நீங்கள் எப்போதும் நினைவில் வைத்திருக்கிறீர்கள். இது உங்களைப் பணிவோடு இருக்க வைக்கும்.

3. இணக்கமாக இணைந்து வாழ்வதையும் ஒற்றுமையையும் புரிந்து கொள்ளுங்கள். கடவுள் எல்லோரையும் சமமானவர்களாகப் படைத்தார். எனவே, நீங்கள் இன்னொருவரைவிட உயர்ந்தவர் என்ற எண்ணம் உங்களிடத்தில் தோன்றும் கணத்தில், உங்கள் சிந்தனையில் ஒரு குறைபாடு இருக்கிறது என்று அர்த்தமாகிறது. நாம் எல்லோரும் நம் சொந்தச் சோதனைகளுக்காகவும் பயிற்சிக்காகவும் குறிக்கோள்களுக்காகவும் வெவ்வேறு பரிசுகளோடு பூமிக்கு வருகிறோம். எனவே, ஒருவர் இன்னொருவரைவிட மேன்மையானவர் என்ற பேச்சுக்கே அங்கு இடமில்லை.

4. மற்றவர்களுக்கு எப்படிச் சேவை செய்வது என்பதைக் கற்றுக் கொள்ளுங்கள். தன்னுடைய சொந்த விருப்பங்களை நிறைவேற்றிக் கொள்ளவே அகங்காரம் விரும்புகிறது. ஆனால், பணிவு என்ற பண்புநலன், சேவைக்கான பாதையில் உங்களை அழைத்துச் செல்கிறது.

5. திறந்த மனத்துடன் இருங்கள். அடுத்தவருடைய கண்ணோட்டத்தைப் புரிந்து கொள்ளுங்கள்.

6. உங்களுடைய குறைபாடுகளை ஒப்புக் கொள்ளுங்கள். அப்போதுதான் உங்களால் மாற முடியும்.

7. ஆன்மீக அறிவுக்காக உங்கள் மனக்கதவை எப்போதும் திறந்து வைத்திடுங்கள். ஒரு பணிவான நபர் எப்போதும் ஒரு மாணவராக இருக்கிறார். ஆனால் ஆன்மீகத்திற்குள் மிக ஆழமாகச் சென்றுவிடாதீர்கள். நாங்கள் கூற வருவது இதுதான்: கோட்பாட்டிற்குள் எப்போதும் சிக்கிக் கிடக்காதீர்கள். ஒரு மாணவர் என்ற முறையில், நீங்கள் கற்றுக் கொண்டுள்ள விஷயங்களைப் படிப்படியாகப் பயிற்சி செய்யுங்கள். அப்போது நீங்கள் உங்கள்

ஆன்மாவை வலிமைப்படுத்துகிறீர்கள். ஆனால் நீங்கள் வெறுமனே அறிவைப் பெறுவதோடு நிறுத்திவிட்டு, நீங்கள் உள்ளிருந்து மாறுவதற்கு எந்த நடவடிக்கையும் எடுக்காமல் போகும்போது, உங்கள் அகங்காரத்தை நீங்கள் பலப்படுத்திக் கொண்டிருப்பீர்கள்.

8. இரக்கவுணர்வுடன் இருங்கள். அடுத்தவர்களுடைய உணர்வுகளையும் மனத்தில் வைத்திடுங்கள். அவர்கள்மீது கரிசனம் கொண்டு, அவர்களுடைய சூழ்நிலைகளைப் புரிந்து கொள்ளுங்கள்.

9. பொறுமையாக இருங்கள். மக்கள், ஆன்மீக வளர்ச்சியின் பல்வேறு நிலைகளில் இருக்கின்றனர் என்பதையும், அவர்களுடைய சோதனைகளும் பயிற்சியும் கர்மவினைகளும் வேறுபட்டிருக்கின்றன என்பதையும் நினைவில் வைத்திடுங்கள். அவர்களுடைய ஆன்மீக அறிவின் நிலைகளும் வெவ்வேறாக இருக்கின்றன. அவர்களை எடைபோடாதீர்கள். மாறாக, அவர்கள் வளர்வதற்கு உதவுங்கள்.

10. உங்களுக்கு ஏதேனும் நல்லது நடக்கும்போதோ அல்லது உங்கள் புவியுலகில் நீங்கள் ஏதேனும் ஒன்றைச் சாதித்திருந்தாலோ, எப்போதும் கடவுளுக்கு நன்றி கூறுங்கள். அதோடு, உங்களுக்கு உதவியுள்ள உங்கள் சக மனிதர்களுக்கும் ஆவியுலக ஆன்மாக்களுக்கும் நன்றி கூறுங்கள்.

11. ஒரு விஷயம் குறித்து நீங்கள் உறுதியற்று இருக்கும்போது, உங்கள் நம்பிக்கைக்குரிய ஒருவரிடம் அறிவுரை கேளுங்கள். இன்று, உதவியோ அல்லது அறிவுரையோ கேட்பதற்கு மக்களின் கர்வம் இடம் கொடுப்பதில்லை என்பது ஒரு முக்கியமான பிரச்சனையாகும். அவ்வாறு கேட்பதை பலவீனத்தின் ஓர் அறிகுறியாக அவர்கள் பார்க்கின்றனர். உங்களுக்கு உதவி தேவை என்பதை வெளிப்படையாகக் கூறுவதற்கு வலிமை தேவைப்படுகிறது. ஆனால், உதவி கேட்காமல் இருப்பதும், பிரச்சனைகளை யாருடைய உதவியும் இல்லாமல் உங்களால் சமாளித்துவிட முடியும் என்று

உங்களை நீங்களே நம்ப வைப்பதும் கர்வத்திற்கான ஓர் அறிகுறியாகும்.

12. கடவுளிடம் சரணடையுங்கள். சரியான பாதையில் பயணிப்பதற்கு உங்களால் இயன்ற அளவு சிறப்பாக முயற்சி செய்யுங்கள், ஆனால் விளைவு இறைவனின் கைகளில் உள்ளது என்பதை அறிந்திடுங்கள். கடவுளின் திட்டம் உங்கள் மனத்திலுள்ள திட்டத்தைவிட மிகவும் உயர்ந்த தன்மை கொண்டது.

ஆன்மீகம் என்பது உங்கள் அகங்காரத்தை முற்றிலுமாக வேரறுப்பதை உள்ளடக்கியிருப்பதால், கர்வம் கொண்டிருக்கும் மக்களுக்கு இது ஒரு பயங்கரமான விஷயமாக இருக்கும். எனவே, நீங்கள் மிகுந்த கர்வம் கொண்டிருந்தால், ஓர் ஆன்மீகப் பயணத்தில் அடியெடுத்து வைப்பது உங்களுக்குக் கடினமாக இருக்கும். கர்வம் கொண்ட ஒருவர் மாறுவது சாத்தியம்தான், ஆனால் அவர் அந்த மாற்றத்திற்காகக் கடினமாக உழைக்க வேண்டும். ஏனெனில், நீங்கள் மாறுவதைத் தடுப்பதற்கு உங்கள் அகங்காரம் இன்னும் அதிகக் கடினமாக உழைக்கும். உங்கள் அகங்காரத்தின் காரணமாக, பலப்பல ஆண்டுகளாக நீங்கள் லௌகீக உலகில் வேரூன்றிப் போயிருக்கிறீர்கள். ஆன்மீகம் என்பது அந்த வேர்களை அறுத்துவிட்டு, ஓர் உயர்ந்த புரிதலின் அடிப்படையில் புதிய வேர்களை வளர்த்தெடுப்பதைப் பற்றியதாகும். அகங்காரம் உங்களை எந்த உயரத்திற்கும் அழைத்துச் செல்லாது. ஆனால் பணிவு, நீங்கள் உயரே பறப்பதற்கும், அதே சமயத்தில் அடக்கத்தோடு இருப்பதற்கும் உங்களுக்கு உதவுகிறது.

பூமி அச்சின் இடப்பெயர்ச்சி

"இந்த இடப்பெயர்ச்சி முழுக்க முழுக்க மனிதனால் ஆனது. மனிதனின் நடவடிக்கைகளால் உருவாக்கப்பட்ட ஆற்றல்தான் இந்த இடப்பெயர்ச்சிக்குக் காரணம். அவன் எவ்வளவு அதிக எண்ணிக்கையிலான குற்றங்களையும் பாவங்களையும் செய்கிறானோ, இடப்பெயர்ச்சி அவ்வளவு விரைவாக நிகழும்."

"இடப்பெயர்ச்சியை சமாளிப்பதற்கான ஒரே வழி, கடவுளின் நற்பாதையில் தொடர்ந்து நீடிப்பதுதான்."

ௐ பூமி அச்சின் இடப்பெயர்ச்சி என்றால் என்ன?

இயற்கை என்பது உயிர்த்துடிப்புக் கொண்ட ஒன்று. எனவே, ஆற்றல் அதன்மீது ஒரு தாக்கத்தை ஏற்படுத்துகிறது. மனிதர்கள் தவறான பாதையில் பயணிக்கும்போது, அவர்களுடைய நடவடிக்கைகள் எதிர்மறையான அதிர்வுகளை உருவாக்குகின்றன. இயற்கை நடுநிலையானதாக இருப்பதால், அது இந்த எதிர்மறை அதிர்வுகளை உள்வாங்கிக் கொள்கிறது. இயற்கையின் போக்கை நல்லவிதமாகவோ அல்லது மோசமானதாகவோ ஆக்குவதற்கான திறன் மனிதர்களுக்கு இருக்கிறது. அவர்கள் தொடர்ந்து தவறான பாதையில் செல்லும்போதும், கடவுளுக்கும் சக மனிதர்களுக்கும் இயற்கைக்கும் மதிப்புக் கொடுக்கத் தவறும்போதும், ஏராளமான எதிர்மறை ஆற்றல் உருவாகிறது. அதன் விளைவாக, இயற்கை ஓர் எதிர்மறையான விதத்தில் செயல்விடை அளிக்கிறது. இதனால், பூகம்பம், வெள்ளம், சூறாவளி, எரிமலை வெடிப்பு, நெருப்பு போன்ற இயற்கைப்

பேரழிவுகள் அதிகரிக்கின்றன. மனிதர்கள் சற்று நிதானித்து, சிந்தித்து, தங்களை மாற்றிக் கொள்ள வேண்டும் என்று இயற்கை இவ்விதத்தில் மனிதர்களிடம் எடுத்துரைக்கிறது. தொழில்நுட்பரீதியாக மனிதர்கள் முன்னேற்றம் அடைந்துள்ளனர், ஆனால் அது உண்மையான முன்னேற்றம் அல்ல. அதிகாரம் மனிதகுல நலனுக்காகப் பயன்படுத்தப்பட வேண்டுமே தவிர, தனிப்பட்ட லாபத்திற்காகவோ அல்லது எதிர்மறையான நோக்கங்களுக்காகவோ ஒருபோதும் பயன்படுத்தப்படக்கூடாது. நல்லியல்பு, அன்பு, தன்னலமின்மை, நட்பு போன்ற அடிப்படை அடித்தளங்கள் பூமியிலிருந்து கிட்டத்தட்ட மறைந்து போயுள்ளன. இது முன்னேற்றத்திற்கான ஓர் அறிகுறி அல்ல, மாறாக, வீழ்ச்சிக்கான ஓர் அறிகுறியே.

இயற்கை என்பது மனிதர்களின் ஒரு பிரதிபலிப்பு. உங்களுக்குள் என்ன இருக்கிறதோ அதை இயற்கை வெளிக்காட்டுகிறது. உங்கள் உலகில் நிகழ்ந்து கொண்டு இருக்கின்ற கொந்தளிப்புகள் அனைத்தும் மனிதர்களுக்குள் இருக்கின்ற அமைதியின்மையை உணர்த்துகின்றன. மேலும், உங்களிடமிருந்து வெளிப்படுகின்ற விஷயங்களை இயற்கை கிரகித்துக் கொள்கிறது. நீங்கள் நேர்மறை ஆற்றலை வெளியே அனுப்பினால், இயற்கை அதை அமைதியின் வடிவிலும் இணக்கத்தின் வடிவிலும் பிரதிபலிக்கும். நீங்கள் ஓரிடத்தில் அணுகுண்டுப் பரிசோதனை நிகழ்த்தினால், அதன் விளைவாக இன்னோர் இடத்தில் பூகம்பம் ஏற்படும். துரதிர்ஷ்டவசமாக, நம்முடைய ஒட்டுமொத்தக் கோளும் நம் வீடு என்பதையும், நாம் எல்லோரும் பிணைக்கப்பட்டு இருக்கிறோம் என்பதையும் நாம் மறந்துவிடுகிறோம். இக்கணத்தில், சரியான பாதையிலிருந்து மனிதர்கள் வெகுதூரம் விலகிப் போயுள்ளதால், இயற்கை நமக்கு ஓர் அறிகுறியைக் கொடுத்துக் கொண்டிருக்கிறது. கடவுளைப் பற்றிப் பேசுவதற்கும் ஆன்மீகப் பாதையில் நடப்பதற்கும் மக்கள் பயப்படுகின்ற அல்லது தர்மசங்கடமாக உணர்கின்ற ஓர் உலகில் நீங்கள் வாழ்ந்து கொண்டிருக்கிறீர்கள். வேறு சிலர், கடவுள்மீது தாங்கள் நம்பிக்கை கொண்டிருப்பதாகக் கூறிவிட்டு, ஆனால் ஒரு கணம்கூட அவருடைய போதனைகளுக்கு இசைவாக வாழாதவர்களாகவும், கற்பனைக்கு எட்டாத மோசமான காரியங்களைச் செய்யும் அளவுக்குக் கடவுளுடனான தொடர்பிலிருந்து துண்டிக்கப்பட்டும் இருக்கின்றனர். தங்களுடைய

N
EQUATOR
S

N
EQUATOR
S

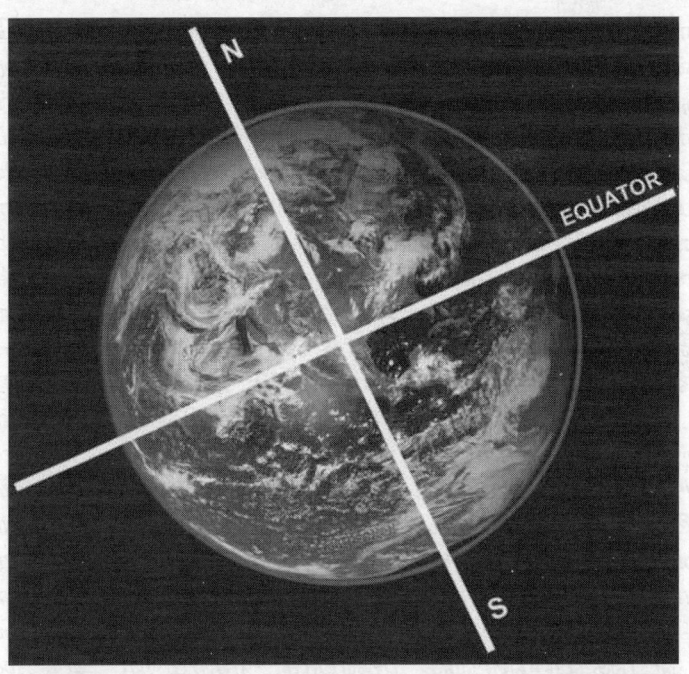

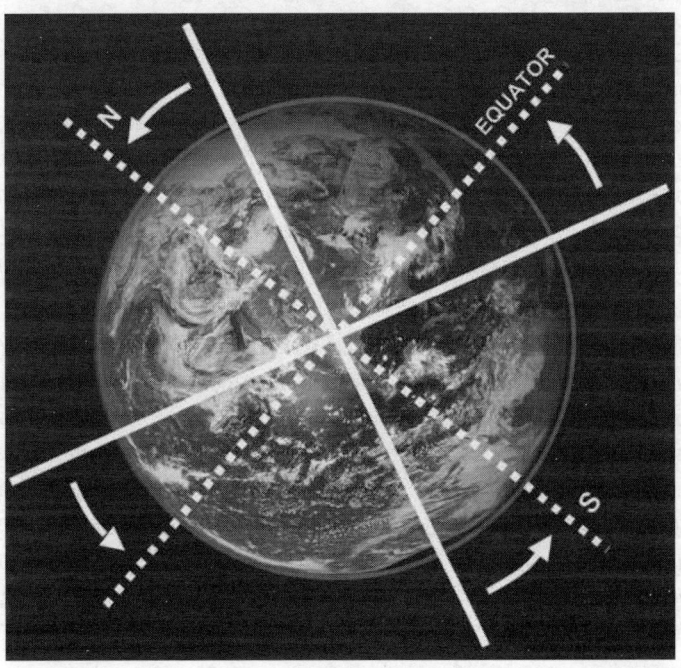

சொந்த அகங்காரத்திற்குத் தீனி போடுவதற்காக ஏதோ ஆன்மீகப் பயணத்தில் அடியெடுத்து வைக்கின்ற சிலரும் இருக்கின்றனர். தாங்கள் கடவுளை அடையச் சென்று கொண்டிருப்பதாகக் கூறிவிட்டு, உண்மையில் தங்களுடைய கடமைகள் மற்றும் பொறுப்புகளிலிருந்து அவர்கள் விலகி ஓடிவிடுகின்றனர். மனிதர்கள் ஒரு குறிப்பிட்ட வரம்பைத் தாண்டிச் செயல்படும்போதும், நல்லவற்றுடன் முற்றிலுமாக முரண்பட்டு நிற்கும்போதும், ஒரு பெரிய சமநிலையின்மை உருவாகிறது. அப்போது அவர்கள் ஒரு தவறான பாதையில் சென்று கொண்டிருக்கின்றனர் என்று இயற்கை அவர்களைக் கடுமையாக எச்சரிக்கும் விதத்தில் கடவுளின் விதிகள் வடிவமைக்கப்பட்டு இருக்கின்றன. மனிதர்கள் தங்களை மாற்றிக் கொள்ளாவிட்டால், இயற்கை ஒரு துப்புரவுச் செயல்முறை மூலம் அந்தச் சமநிலையின்மையைச் சரிசெய்தாக வேண்டும். ஏனெனில், இறுதியில், கடவுளின் படைப்புகளான மனிதர்களும் இயற்கையும் தூய்மையான, தயாள குணம் கொண்ட, அமைதியான படைப்புகளாக ஒத்திசைவோடு இயங்க வேண்டும். ஆனால் அமைதி மீட்டெடுக்கப்படுவதற்கு முன்பாக, எதிர்மறை ஆற்றல்கள் முற்றிலுமாக அகற்றப்பட வேண்டும். துப்புரவுச் செயல் ஏற்கனவே துவங்கிவிட்டது, ஆனால் இம்முறை, பூமி மீண்டும் தூய்மையாகும்வரை இயற்கை ஓயப் போவதில்லை. மக்கள் இணக்கத்தோடு வாழ்கின்ற ஓர் இடமாகவும், அவர்கள் கடவுளின் உண்மையான கருவிகளாகச் செயல்படுகின்ற ஓர் இடமாகவும் பூமி மாறும்வரை, இயற்கை தன் வேலையைச் செய்து கொண்டே இருக்கும். கடவுளின் உண்மையான கருவியாகச் செயல்படுவது என்றால், கடவுள்மீது முழு நம்பிக்கையோடு, மனிதகுலத்தின் நன்மைக்காகத் தன்னலமற்ற வாழ்க்கையை வாழ்வது என்று பொருள்.

மனிதன் இயற்கையோடு சமநிலையில் இருக்க வேண்டும், சரியான பாதையில் செல்ல வேண்டும், ஆன்மீகரீதியாக முன்னேற வேண்டும். ஆனால், பூமியில் சில சமயங்களில் நல்லவை அதிகப் பரவலாகவும் எதிர்மறையானவை மட்டுப்படுத்தப்பட்டும் இருக்கின்றன. மற்ற சமயங்களில், இதற்கு நேரெதிரானது நிலை கொண்டிருக்கிறது. இந்த வாழ்க்கைச் சுழற்சி தொடர்ந்து ஒவ்வொரு முறையும் இப்படியே தொடர்கிறது. ஒரு குறிப்பிட்டக் காலகட்டத்தில், எதிர்மறைகள் அளவுக்கதிகமாகப் பெருகி நம்மைத்

திணறடிக்கின்றன. இந்த அதிகரிப்பு, ஒரு துப்புரவுச் செயல்முறையைக் கொண்டுவருகிறது. ஏனெனில், இந்த எதிர்மறைகளின் பெரும்பகுதி துடைத்தெறியப்பட்டாக வேண்டும். அந்தத் துப்புரவுச் செயல்முறையை இயற்கைதான் கொண்டுவந்தாக வேண்டும் என்பதால், இயற்கைப் பேரழிவுகளின் வீச்சானது ஒரு ‘துருவ இடப்பெயர்ச்சி’யை உருவாக்குகிறது. பூமியின் அச்சு இடம்பெயரும். தொடர்ச்சியாக ஏற்படுகின்ற கடுமையான பூகம்பங்கள் பூமியின் சமநிலையைச் சீர்குலைக்கின்றன. இதைத் தொடர்ந்து, வெள்ளங்கள், கடல் கொந்தளிப்புகள், நெருப்புப் பிடித்தல், அதிக பூகம்பங்கள், எரிமலை வெடிப்புகள் போன்றவை அதிக அளவில் நிகழ்கின்றன. இவை அனைத்தும் எதிர்மறைகளின் ஒரு பெரும்பகுதியை அழித்துவிடுகின்றன. உங்களை அச்சுறுத்துவதற்காக நாங்கள் இத்தகவலைக் கொடுக்கவில்லை. நீங்கள் மாறுவதற்கு உங்களுக்கு விழிப்பூட்டுவதற்காகவே நாங்கள் இத்தகவலைக் கொடுத்திருக்கிறோம்.

ௐ அச்சு இடமாற்றம் கடவுளால் நிகழ்கிறதா அல்லது மனிதனால் நிகழ்கிறதா?

தேர்ந்தெடுப்பதற்கான சுதந்திரத்தை மனிதனுக்குக் கடவுள் கொடுத்திருக்கிறார். எனவே, இந்த இடப்பெயர்ச்சி முற்றிலும் மனிதனால் நிகழ்த்தப்படுவதுதான். ஏனெனில், மனிதனின் நடவடிக்கைகள் உருவாக்குகின்ற எதிர்மறை ஆற்றல்தான் இந்த இடப்பெயர்ச்சிக்குக் காரணம். இந்த இடப்பெயர்ச்சி, காரணமும் அதன் விளைவும் என்ற கோட்பாட்டின் அடிப்படையில் அமைந்த ஒன்று. மனிதர்களுடைய நடவடிக்கைகளுக்குக் கிடைக்கின்ற ஓர் இயற்கையான செயல்விடை அது. அது முழுக்க முழுக்க மனிதனின் கைகளில்தான் இருக்கிறது. ஆழ்மனத்தின் வழிகாட்டுதல்களைப் புறக்கணிப்பதன் மூலம், மனிதர்கள் தங்கள் ஆன்மீகப் பாதையிலிருந்து முழுவதுமாக விலகிப் போய்விடுகின்றனர். அச்சு இடப்பெயர்ச்சி விரைவாக ஏற்படுவதற்கான முக்கியக் காரணம் இதுதான். இயற்கையின் அற்புதமான, நுண்ணியச் சமநிலையை நீங்கள் சீர்குலைக்கும்போது, மிகத் தீவிரமான பின்விளைவுகளை நீங்கள் சந்திக்க நேரிடும்.

இடப்பெயர்ச்சி எவ்வளவு காலம் நீடிக்கும்?

பேரழிவின் பெரும்பகுதி ஒருசில மணிநேரங்களில் நிகழும். அது மிக வேகமாக நடைபெறும். பலர் தங்கள் அன்புக்குரியவர்களை இழந்திருக்கின்ற அந்த நேரத்தில், நல்லவர்கள் அவர்களுக்கு வழிகாட்டுதலையும் ஆறுதலையும் வழங்கி, வாழ்வதற்கும் நம்பிக்கையைக் கைவிடாமல் இருப்பதற்குமான வலிமையையும் அவர்களுக்குக் கொடுப்பர்.

அச்சு இடப்பெயர்ச்சி எப்போது நிகழும்?

அது நிகழ்கின்ற நேரம் மனிதர்களின் கைகளில்தான் இருக்கிறது. எவ்வளவு அதிகக் குற்றங்களும் பாவங்களும் நிகழ்கின்றனவோ, இடப்பெயர்ச்சி அவ்வளவு விரைவாக நிகழும்.

இந்த இடப்பெயர்ச்சியின்போது யார் பிழைத்துக் கொள்வார்கள்?

அது முற்றிலும் உங்களைச் சார்ந்தது. துப்புரவுச் செயல்முறையானது எதிர்மறைகளின் ஒரு பெரும் பகுதியைத் துடைத்தெறிந்துவிடும். நீங்கள் உயிர் பிழைத்திருக்க விரும்பினால், அகற்றப்பட வேண்டிய எதிர்மறையின் ஒரு பகுதியாக நீங்கள் இல்லாமல் இருப்பதை உறுதி செய்து கொள்ளுங்கள், ஆன்மீகரீதியாக உயருங்கள்.

உலக மக்கட்தொகையில் எவ்வளவு சதவீதத்தினர் பிழைத்திருப்பர்?

உலக மக்கட்தொகையில் 25% பிழைத்துக் கொள்வர்.

ௐ இடப்பெயர்ச்சி எங்கே தொடங்கும்?

இடப்பெயர்ச்சியானது உலகம் நெடுகிலும் ஒரே சமயத்தில் ஒரு கடுமையான பூகம்பத்துடன் தொடங்கும். அது ஒரு சங்கிலித் தொடர்போல நிகழும். துப்புரவுச் செயல்முறை நிறைவடையும்வரை அது தொடர்ந்து நீடிக்கும். நிலம் கடலால் ஆட்கொள்ளப்படும், பல இடங்களில் தீப்பிடிக்கும், அணு ஆயுதங்கள் சேமித்து வைக்கப்பட்டிருக்கும் இடங்களில் பெரும் வெடி நிகழ்வுகள் நடைபெறும். இந்தப் பேரழிவுகள் மிகப் பெரிய அளவில் நிகழும்.

ௐ இடப்பெயர்ச்சியின்போதும் அதற்குப் பிறகும் உலகின் எந்தப் பகுதிகள் பாதுகாப்பாக இருக்கும்?

நேர்மறை அதிர்வுகள் இருக்கின்ற இடங்கள் பாதுகாப்பாக இருக்கும். எடுத்துக்காட்டாக, கனடா, நியூசிலாந்து, ஆஸ்திரேலியா ஆகிய நாடுகளின் பல பகுதிகள் பாதுகாப்பாக இருக்கும். எதிர்மறை அதிர்வுகள் இருக்கின்ற இடங்களில் தப்பிப் பிழைப்பதற்கான சாத்தியக்கூறு மிகவும் குறைவு.

ௐ இடப்பெயர்ச்சிக்குப் பிறகு, பாதுகாப்பான பகுதிகளில் மருந்துகள் தேவைப்படுமா?

துவக்கத்தில் மருந்துகள் தேவைப்படும். எனவே, வீட்டில் சில மருந்துகளை வாங்கி வைத்துக் கொள்வது நல்லது. முதலுதவிப் பயிற்சியும் பேரிடர் மேலாண்மைப் பயிற்சியும் பெற முயற்சி செய்யுங்கள். யாரேனும் காயப்பட்டால் என்ன செய்ய வேண்டும் என்பது அப்போது உங்களுக்குத் தெரிந்திருக்கும்.

ௐ அச்சு இடப்பெயர்ச்சிக்கும் எங்களுடைய ஆன்மீக வளர்ச்சிக்கும் இடையே என்ன தொடர்பு உள்ளது?

நீங்கள் எல்லோரும் இந்தக் காலகட்டத்தில் பூமியில் பிறந்திருப்பது, சிறந்த நபர்களாக மாறுவதற்குத்தான். பூமியில் ஏராளமான எதிர்மறைகளால் மாற்றம் கடினமாக இருக்கின்ற ஒரு நேரத்தில் நீங்கள் மறுபிறவி எடுத்திருக்கிறீர்கள். இவ்வழியில் முன்னேறுவதைத்தான் நீங்கள் தேர்ந்தெடுத்தீர்கள். அதாவது, கடினமான காலகட்டங்களில் பூமிக்கு வந்து, ஒரு நேர்மறையான ஆன்மீக வாழ்க்கையை வாழ்வதை நீங்கள்தான் தேர்ந்தெடுத்தீர்கள். நீங்கள் விரைவாகச் செய்ய வேண்டிய முதல் காரியம் மாறுவதுதான். அச்சு இடப்பெயர்ச்சி நிகழ்வதற்கு முன்பு விரைவாக இதை நீங்கள் செய்தாக வேண்டும். ஏனெனில், இது உங்கள் சோதனை. இச்சோதனையை நீங்கள்தான் தேர்ந்தெடுத்தீர்கள். இந்த இடப்பெயர்ச்சி நடந்தவுடன், துப்புரவுச் செயல்முறை தொடங்கிவிடும், பூமியின் அதிர்வுகள் மாறும். ஆகவே, சபலத்திற்கு அங்கு அவ்வளவு இடம் இருக்காது. எனவே, இக்கணத்தில் மாறுவதுதான் உங்கள் சோதனை. நீங்கள் மாறுவதற்கு ஆவியுலக ஆன்மாக்கள் உதவ விரும்புகின்றனர், ஆனால் அதற்கு உங்களுடைய ஒத்துழைப்பு எங்களுக்குத் தேவைப்படுகிறது. மேம்பட வேண்டும் என்ற விருப்பம் உங்களுக்கு இல்லை என்றால், எங்களால் உங்களைக் கட்டாயப்படுத்த முடியாது. ஆன்மீக முன்னேற்றத்தைப் பற்றிச் சிந்திப்பதற்கு உங்களுக்கு நேரமில்லை என்று ஒருபோதும் கூறாதீர்கள். வெறுமனே உயிரோடு இருப்பதிலேயே நீங்கள் மும்முரமாக இருந்துவிட்டால், நீங்கள் பூமிக்கு வந்திருப்பதற்கான காரணத்தை நீங்கள் மறந்துவிடுவீர்கள். கடினமான காலகட்டங்களின்போது நீங்கள் பிறந்திருப்பது நீங்கள் செய்த அதிர்ஷ்டம் என்று நினைத்துக் கொள்ளுங்கள். நீங்கள் ஆன்மீகரீதியாக முன்னேறும்போது, பௌதீகப் பொருட்களுக்கு நீங்கள் அவ்வளவு முக்கியத்துவம் கொடுக்க மாட்டீர்கள். நீங்கள் உங்கள் கடமைகளைச் செய்து முடிப்பீர்கள், பூமியில் உங்கள் நோக்கத்தை நிறைவேற்றுவீர்கள். இறுதியாக, எதிர்மறைகள் உச்சகட்டத்தில் இருக்கின்ற இந்தக் காலகட்டத்தில் தன்னலம் கருதாமல் நீங்கள் செய்கின்ற ஒரு நல்ல காரியம், அச்சு இடப்பெயர்ச்சி முடிந்த பிறகு அதிர்வுகள் நேர்மறையாக

இருக்கின்ற நேரத்தில் நீங்கள் செய்கின்ற ஒரு தன்னலமற்ற நல்ல காரியத்தைவிட அதிக விரைவாக நீங்கள் முன்னேற உதவும் என்பதைப் புரிந்து கொள்ளுங்கள்.

ஃ அச்சு இடப்பெயர்ச்சியைப் பொருத்தவரை, ஆவியுலக ஆன்மாக்கள் புவியுலக ஆன்மாக்களுக்கு உதவுவதற்கு என்ன செய்து கொண்டிருக்கின்றனர்?

தற்போது, அச்சு இடப்பெயர்ச்சியின்போது புவிவாழ் ஆன்மாக்கள் உயிர் பிழைத்திருப்பதற்கு உதவுவதற்காக அவர்களை மேம்படுத்த நாங்கள் கடினமாக முயற்சி செய்து கொண்டிருக்கிறோம். நல்ல ஆன்மாக்களைப் பாதுகாப்பான இடங்களுக்கு அழைத்துச் செல்லவும் நாங்கள் செயல்பட்டுக் கொண்டிருக்கிறோம். இது தொடர்பாக உலகம் நெடுகிலும் ஏராளமான வேலைகள் நிகழ்ந்து கொண்டிருக்கின்றன. அவற்றைப் பற்றி உங்களுக்கு எதுவும் தெரியாது. நாங்கள் இக்கணத்தில் மிகவும் விழிப்போடும் எச்சரிக்கையோடும் இருக்கிறோம். பூமியில் ஏற்படும் ஒவ்வொரு மாற்றத்தையும் நாங்கள் கண்காணித்துக் கொண்டிருக்கிறோம். இந்த இடப்பெயர்ச்சி ஓர் அவசியமான துப்புரவுச் செயல்முறையாகும். இது உங்கள் பூமியின் வரலாற்றில் முறையான இடைவேளைகளில் நிகழ்ந்து வந்துள்ளது. ஆனால் இம்முறை, எந்த பூமி தங்களுக்கு ஒரு வாழ்க்கையைக் கொடுத்து, ஆதரவைக் கொடுத்து, தாங்கள் வளர்வதற்கு உதவியைக் கொடுத்துள்ளதோ, அதே பூமியை முற்றிலுமாக அழிக்கும் நிலைக்கு வெகு அருகில் மனிதர்கள் வந்துவிட்டிருக்கின்றனர். இயற்கையோடு ஒற்றுமையாகவும் இணக்கமாகவும் வாழ்வது எப்படி என்பதை மனிதர்கள் கற்றுக் கொள்ள வேண்டியுள்ளது. எனவே, உங்கள் வாழ்க்கையை எளிமையாக்கிக் கொண்டு, சரியான பாதையில் செல்வது உங்களைச் சார்ந்தது. நீங்கள் நல்லவிதமாக மாறி, சரியான பாதையைப் பின்பற்றி வாழ்வதுதான் நீங்கள் பிழைத்திருப்பதற்கான ஒரே வழி.

இடப்பெயர்ச்சியின்போது மனிதர்கள் எவ்வாறு வழிநடத்தப்படுவர், எவ்வாறு அவர்களுக்கு உதவி கிடைக்கும்?

உயர்ந்த தளங்களில் உள்ள மக்கள் காப்பாற்றப்படுவர். ஆபத்தான இடங்களில் சிக்கிக் கொண்டுள்ள நல்ல ஆன்மாக்களை அங்கிருந்து அப்புறப்படுத்துவதற்காக, பறக்கும் தட்டுக்கள் சில ஒளிக்கற்றைகளைக் கீழே அனுப்பி அந்த நல்ல ஆன்மாக்களை மேலே கொண்டுவரும். எல்லோரும் இந்த ஒளிக்கற்றைகளைப் பார்ப்பார்கள், அவர்கள் அவற்றைக் கண்டு பயப்படுவார்கள். ஆனால், உயர்வான தளங்களில் உள்ள நல்ல ஆன்மாக்கள் இக்கற்றைகளைப் புரிந்து கொள்வர், தாங்கள் என்ன செய்ய வேண்டும் என்பது குறித்து வழிநடத்தப்படுவர். நல்ல ஆன்மாக்கள் இடிபாடுகளுக்கு இடையே சிக்கிக் கொண்டிருந்து, மனிதக் கண்களுக்குப் புலப்படாமல் போனாலும், அவர்கள் 'பார்க்கப்படுவர்,' பிறகு காப்பாற்றப்படுவர். இந்த ஆன்மாக்கள் அந்த ஒளிக்கற்றைகளை நோக்கி வழிநடத்தப்படுவர். அந்த ஒளிக்கற்றைகள் அவர்களை மேலே தூக்கிச் சென்று விண்கலன்களுக்குள் கூட்டிச் செல்லும். உயர்வான தளங்களில் இல்லாத, மோசமான அதிர்வுகளைக் கொண்டிருக்கின்ற ஆன்மாக்கள்தான் இந்த ஒளிக்கற்றைகளைக் கண்டு பயப்படுவர். அவர்கள் விரும்பினால்கூட அவர்களால் அந்த ஒளிக்கற்றைகளைத் தொட முடியாது, அவற்றுக்குள் போக முடியாது. விண்கலன்களுக்குள் நுழைந்த பிறகு, உயிர் பிழைத்திருப்பதற்கான உத்திகள் அந்த நல்ல ஆன்மாக்களுக்குக் கற்றுக் கொடுக்கப்படும். பிறகு, கடலுக்குள் இருந்து முளைக்கின்ற தீவுகளில் அவர்கள் குடியமர்த்தப்படுவர். மக்கள் எதிர்கொள்ள வேண்டிய மிகக் கடினமான சோதனைகளில் ஒன்று இது. இடப்பெயர்ச்சிக்கு முன்பும் பின்பும் அவர்களுக்கு ஏராளமான வலிமையும் நேர்மறை மனப்போக்கும் தேவைப்படும். நீங்கள் வேகமாக மேம்பட வேண்டும் என்று நாங்கள் உங்களைக் கேட்டுக் கொள்வதற்கான காரணம் இப்போது உங்களுக்குப் புரிகிறதா?

☬ இடப்பெயர்ச்சிக்குப் பிறகு ஒரு குடும்பம் சேர்ந்து இருக்குமா?

ஒரு தனிநபர் எவ்வளவு நல்லவராக இருக்கிறார் என்பதைப் பொருத்தது அது. இடப்பெயர்ச்சியின்போது உங்கள் தளம் மட்டுமே கணக்கில் எடுத்துக் கொள்ளப்படும். உங்கள் தளத்தைப் பொருத்து, நீங்கள் உங்கள் குடும்பத்தினருடன் சேர்ந்து இருப்பீர்கள் அல்லது அவர்களிடமிருந்து பிரிக்கப்படுவீர்கள்.

☬ கருவுற்றிருக்கும் ஒரு தாய், தாழ்வான அதிர்வுகளைக் கொண்டிருக்கிறார் என்றும், வயிற்றில் இருக்கும் அவருடைய குழந்தை ஒரு நல்ல ஆன்மா என்றும் வைத்துக் கொள்வோம். அவர்கள் இருவருக்கும் என்ன ஆகும்?

இடப்பெயர்ச்சியின்போது, ஒரு தீய தாயாரின் மூலமாக எந்தவொரு நல்ல ஆன்மாவும் மறுபிறவி எடுக்காது.

ரத்தூ (இடது பக்கம்) ஒரு நண்பருடன்

கோர்ஷெத் (இடது புறத்திலிருந்து இரண்டாவது) மற்றும் ரூமி (வலது கடைசியில்) அவர்களுடைய ஆரம்ப காலகட்டங்களில்

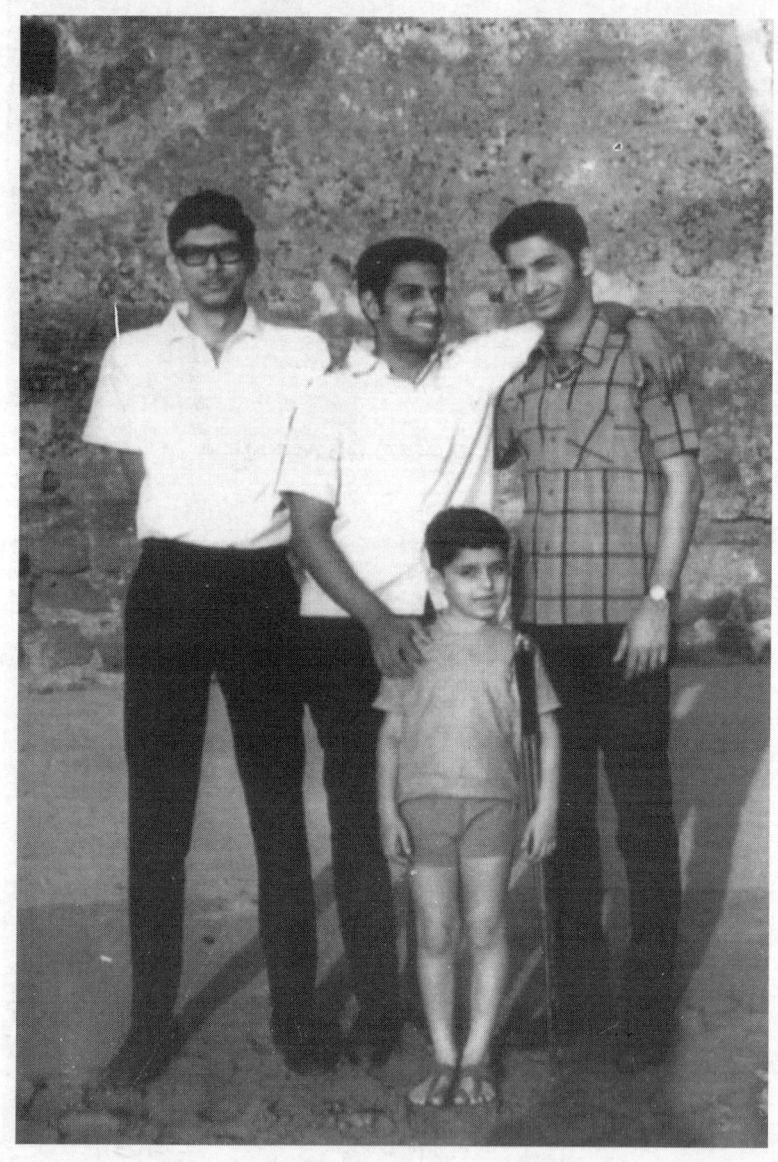

ரத்தூ (நடுவில்) தன் நண்பர்களுடன்

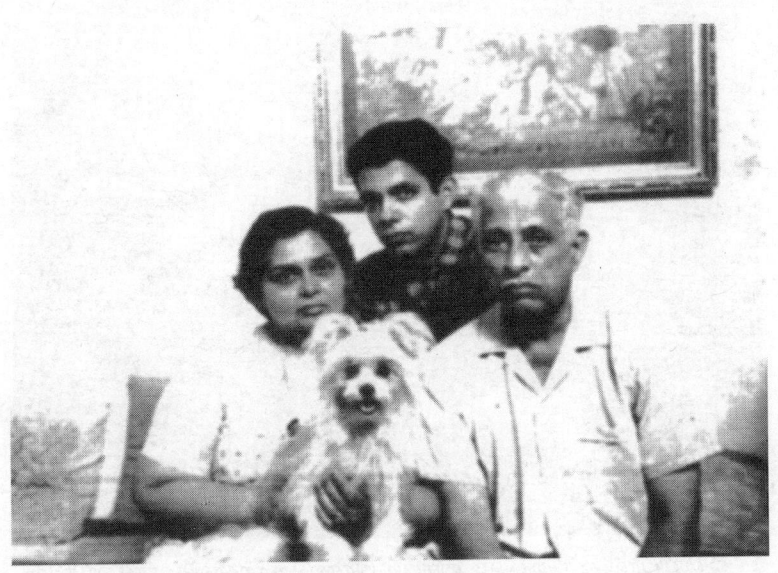

கோர்ஷெத், விஸ்பி மற்றும் ரூமி
தங்களுடைய செல்லப்பிராணி சூ-சூவுடன்

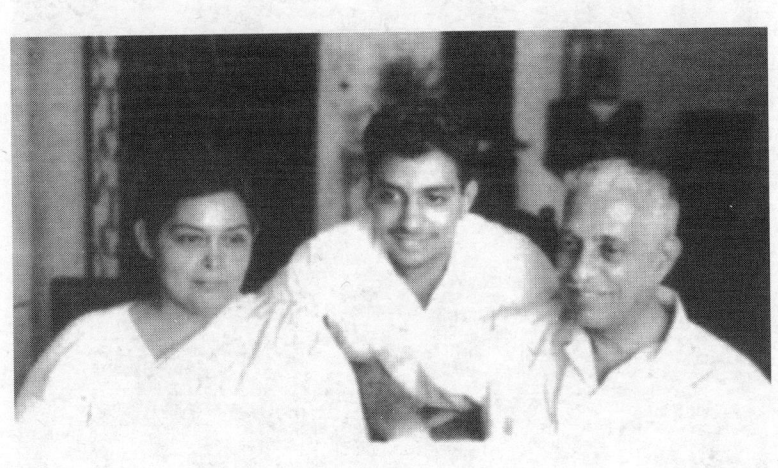

கோர்ஷெத், ரத்தூ மற்றும் ரூமி

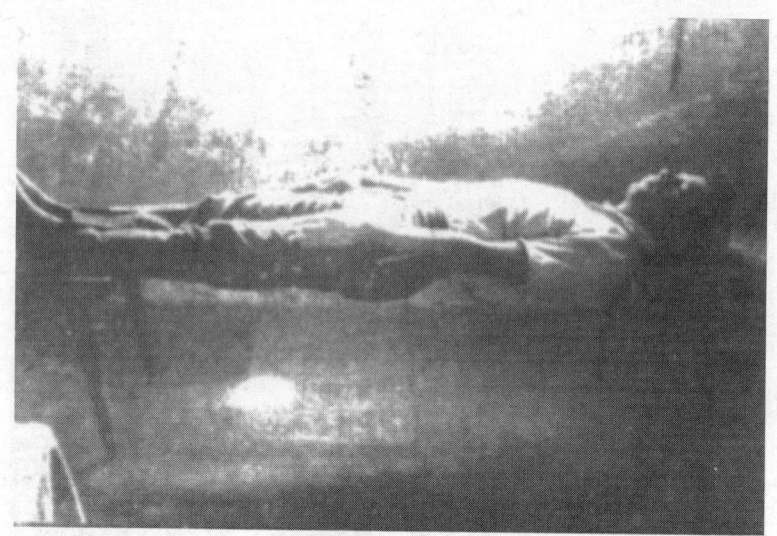

விஸ்பியால் தன் முழு உடலையும் இரண்டு நாற்காலிகளுக்கு நடுவில், தன் குதிகால்களின் விளிம்பையும் தலையின் பின்புறத்தையும் மட்டுமே கொண்டு தாங்கிப் படுக்க முடியும்

அதிர்ஷ்டமில்லாத கார் எம்ஆர்எஃப் 207

1959ம் ஆண்டு ஏப்ரல் 1 அன்று ரத்தூ தன்னுடைய நவ்ஜோத் பண்டிகை முடிந்தவுடன்

1959ம் ஆண்டு ஏப்ரல் 1 அன்று விஸ்பி தன்னுடைய நவ்ஜோத் பண்டிகை முடிந்தவுடன்

ரூமி மற்றும் கோர்ஷெத் தங்களுடைய
திருமண நாளான 1949ம் ஆண்டு அக்டோபர் 6 அன்று

கோர்ஷெத்தும் ரூமியும் விலங்குகள்மீது
மிகுந்த பாசம் வைத்திருந்தனர், குறிப்பாக நாய்கள்மீது

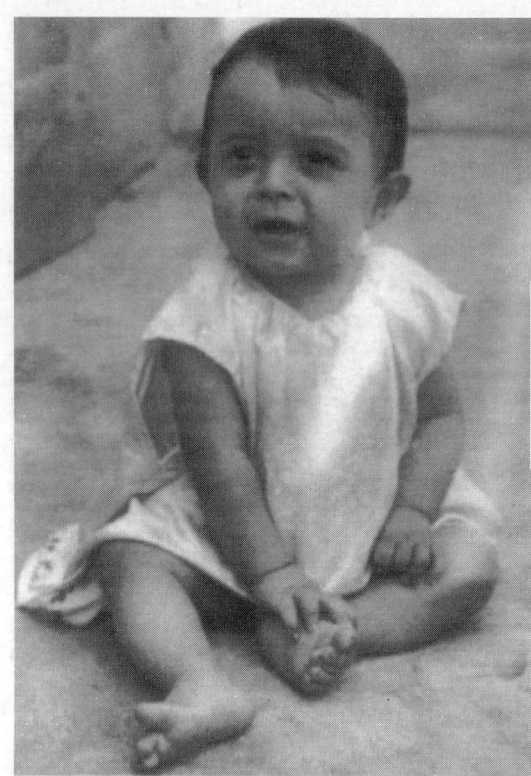

விஸ்பி பாவ்நகரி
பிறப்பு:
9 ஆகஸ்ட் 1950

ரத்தூ பாவ்நகரி
பிறப்பு:
13 டிசம்பர் 1951

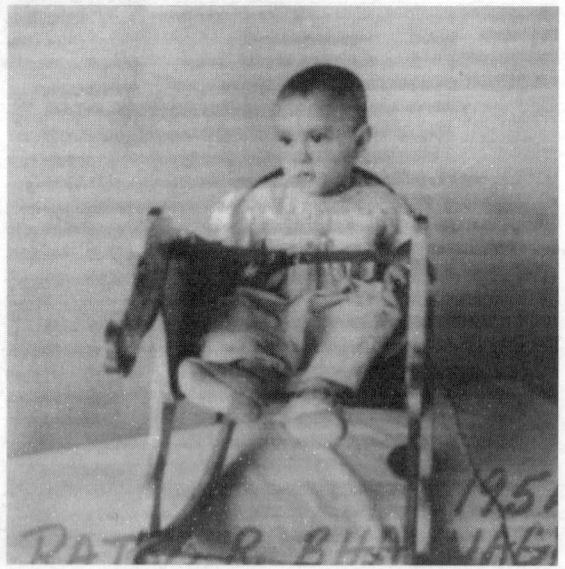

கோர்ஷெத் ரூமி பாவ்நகரியுடன் ஒரு நேர்காணல்

மக்களுக்கு நீங்கள் எவ்வாறு உதவத் தொடங்கினீர்கள்?

என் மகன்கள் இறந்தபோது, என் கணவரும் நானும் மிகுந்த துயரத்தை அனுபவித்தோம். வாழ்க்கையை நாங்கள் எப்படி எதிர்கொள்வோம் என்று எங்களுக்குத் தெரியவில்லை. எங்கள் மகன்கள் எங்களோடு தொடர்பு கொண்டு பேசி எங்களுக்கு உதவினர். அவர்கள் எங்களுக்கு நம்பிக்கையும் துணிச்சலும் ஊட்டும் செய்திகளைக் கொடுத்தனர். பின்னாளில், தன்னிச்சையாக எழுதும் திறன் என்னுள் சிறப்பாக வளர்ந்தபோது, எங்கள் மகன்கள் எங்களிடம் இப்படிக் கூறினர்: "புவிவாழ் மக்களுக்கு உங்கள் இருவரின் மூலமாகவும் ஆவியுலகிலிருந்து உதவுவதுதான் எங்கள் குறிக்கோள்."

உங்கள் மகன்களின் செய்திகளை நீங்கள் பெற்றபோது முதலில் எப்படி உணர்ந்தீர்கள்? ஆவிகளைப் பற்றிய விஷயங்களில் உங்களுக்கு நம்பிக்கை இருந்ததா?

நாங்கள் மிகவும் உற்சாகமடைந்தோம். ஆமாம், ஆவிகளைப் பற்றிய விஷயங்களை நாங்கள் எப்போதும் நம்பி வந்துள்ளோம். எங்கள் மகன்கள் இறப்பதற்கு முன்பு, இறப்புக்குப் பிந்தைய வாழ்க்கையைப் பற்றியும் மறுபிறவியைப்

பற்றியும் விஸ்பியும் நானும் அடிக்கடிக் கலந்து பேசினோம். எனக்கு ஏழு வயதாக இருந்த சமயத்தில் இருந்தே, இந்த வகையான அறிவைக் கைவசப்படுத்த வேண்டும் என்ற ஒரு தீவிரமான தாகம் எனக்கு இருந்தது. முன்பொரு சமயம் எனக்கு ஏற்பட்ட ஓர் அனுபவம் இப்போதும் என்னுடன் தங்கியுள்ளது. ரூமியும் நானும் எங்கள் குழந்தைகளுடன் வெளியூர்ப் பயணம் ஒன்றை மேற்கொண்டிருந்தோம். எங்கள் உறவினர்கள் சிலரைப் பார்ப்பதற்காக நாங்கள் சென்று கொண்டிருந்தோம். நான் எப்போது வெளியே பயணித்தாலும் என்னுடன் இனிப்புகளைக் கொண்டு செல்வது வழக்கம். ஆனால் இம்முறை நான் இனிப்புகளை எடுத்துக் கொள்ள மறந்துவிட்டேன். எனவே, காரை நிறுத்திவிட்டு ஏதேனும் இனிப்புகள் வாங்கி வரும்படி ரூமியிடம் நான் கூறினேன். ரூமியும் எங்கள் மகன்களும் இறங்கிச் சென்ற பிறகு, அவர்கள் வருவதற்காகக் காரில் நான் தனியாகக் காத்திருந்தேன். அப்போது, அழுது கொண்டிருந்த ஒரு காளை மாட்டை நான் பார்த்தேன். அதன் கண்களிலிருந்து கண்ணீர் வழிந்தோடிக் கொண்டிருந்ததைக் கண்ட நான், ஏன் இது நிகழ்ந்து கொண்டிருந்தது என்று யோசித்தேன். அது துன்புற்றுக் கொண்டிருந்ததா? அந்த மாடு தன் தலையை என்னை நோக்கித் திருப்பி, என் சன்னலுக்கு அருகே தன் தாடையைக் கொண்டு வந்தது. நான் என் கையை அங்கே வைத்திருந்தேன். அந்தக் காளை, "நான் ஏன் துக்கப்பட்டுக் கொண்டிருக்கிறேன் என்பது உனக்குத் தெரியும். நான் அதிகமாகத் துன்புற்றுக் கொண்டிருக்கிறேன்," என்று கூறுவதுபோல என்னைப் பார்த்தது. அக்கணத்தில், ரூமியும் என் குழந்தைகளும் திரும்பி வந்தனர். நான் ஒரு காளை மாட்டுடன் பேசிக் கொண்டிருந்ததைக் கண்டு அவர்கள் ஆச்சரியம் அடைந்தனர் (எதிர்மறை ஆன்மாக்கள் வேகமாக முன்னேற விரும்பினால், சுமை தாங்கும் விலங்குகளாக பூமியில் அவர்கள் மறுபிறவி எடுக்கின்றனர் என்று விஸ்பி எங்களுடனான உரையாடல் ஒன்றின்போது என்னிடம் கூறினான்). சுமை தாங்கும் விலங்குகள் எக்கச்சக்கமாகத் துன்புறுகின்றன என்பதை இந்த அனுபவத்திலிருந்து நான் கற்றுக் கொண்டேன். ஆனால் வெகுகாலம் கழித்தே அது எனக்குப் புரிந்தது.

உங்கள் மகன்கள் இறந்து ஒரு மாதத்திற்குப் பிறகு நீங்கள் எப்படி உணர்ந்தீர்கள். விஸ்பி எப்படி உங்களுடைய உளச்சோர்வையும் துயரத்தையும் போக்கினான்? நீங்கள் உங்கள் மகன்களுடன் பேசிக் கொண்டிருந்தீர்கள் என்று எது உங்களை நம்ப வைத்தது?

அவர்கள் எங்களுடன் தொடர்பு கொண்டு பேசியபோது, தனக்கு மட்டுமே தெரிந்த விஷயங்களை விஸ்பி என்னிடம் கூறினான். அன்னியர்கள் சிலருடைய பெயர்களை என்னிடம் கொடுத்து, அவர்களைத் தொடர்பு கொண்டு அவர்களுக்குச் சில செய்திகளைக் கொடுக்கும்படி அவன் என்னிடம் கேட்டுக் கொண்டான். நாங்கள் அந்த அன்னியர்களைத் தேடிக் கண்டுபிடித்து அச்செய்திகளை அவர்களிடம் கொடுத்தபோது, அவர்கள் மிகவும் உற்சாகம் அடைந்தனர். விஸ்பி கொடுத்தச் செய்திகள் துல்லியமானவையாக இருந்தன. எங்கள் மகன்கள் எங்களுடன் பேசினர் என்பதற்கான ஆதாரம் இதுதான். நாங்கள் உளச்சோர்வுடன் இருந்தபோது, நகைச்சுவைத் துணுக்குகளைக் கூறி அவர்கள் எங்களை மகிழ்ச்சிப்படுத்தினர். நாங்கள் எங்கள் வாழ்க்கையை எப்படி மகிழ்ச்சியாக வாழ வேண்டும் என்பதை அவர்கள் எங்களுக்குக் காட்டினர். அவர்கள் எங்களைச் சிரிக்க வைத்தனர்; நாங்கள் என்ன செய்ய வேண்டும், அதை எப்படிச் செய்ய வேண்டும் என்று கூறி அவர்கள் எங்களை வழிநடத்தினர்.

இறந்து போனவர்களை நீங்கள் ஏன் தொந்தரவு செய்து கொண்டிருந்தீர்கள் என்று மக்கள் அடிக்கடி உங்களிடம் கேட்டனரா?

ஆமாம். அவர்கள் அடிக்கடி அப்படிக் கேட்டனர். எங்கள் மகன்களைத் தொடர்பு கொண்டு பேசியதன் மூலம் நாங்கள் அவர்களுடைய முன்னேற்றத்திற்கு இடையூறு ஏற்படுத்திக் கொண்டிருந்தோமா என்று விஸ்பியிடம் நான் அடிக்கடிக் கேட்டேன். நாங்கள் அவர்களுக்கு எந்த விதத்திலாவது தீங்கு விளைவித்துக் கொண்டிருந்தோமா, அவர்களுடைய முன்னேற்றத்தைத் தடுத்து நிறுத்திக் கொண்டிருந்தோமா

என்று நான் கேட்டேன். அது உண்மை என்றால், நாங்கள் இவ்வாறு தொடர்பு கொள்வதை நிறுத்திவிடுவதாக அவர்களிடம் நான் கூறினேன். அதற்கு விஸ்பி, "நீங்கள் நினைப்பதற்கு மாறாக, எங்களால் உண்மையில் வேகமாக முன்னேற முடியும். ஏனெனில், நம்முடைய கருத்துப் பரிமாற்றத்தின்போது ஒருசில நொடிகளில் உங்களை எங்களால் வழிநடத்த முடியும். ஏனெனில், எப்படியாவது உங்களுக்கு நாங்கள் உதவி செய்தாக வேண்டும். நாங்கள் கூறுவதைச் செவிமடுப்பதற்கு உங்களுக்குப் பல நாட்களோ அல்லது பல மாதங்களோ ஆகக்கூடும். அப்படியும் சரியான காரியத்தை நீங்கள் செய்யாமல் போகக்கூடும். ஆனால் இந்த இருவழிக் கருத்துப் பரிமாற்றத்தின் மூலம் அது மேம்படும்," என்று கூறினான். எதுவும் தங்களுடைய முன்னேற்றத்திற்குப் பாதகமாக அமையாது என்று விஸ்பி எங்களுக்கு உத்தரவாதம் கொடுத்தான். நான் அவனை நம்பினேன். எனவே, தொடர்ந்து என் மகன்களோடு நான் தொடர்பு கொண்டு பேசினேன். பூமியில் நாம் எப்படி வாழ்கிறோம் என்பதைப் பொருத்து, ஆவியுலகில் ஆன்மீகரீதியாக உயர்வதைவிட அதிக வேகமாகவும் அதிகச் சுலபமாகவும் புவியுலகில் நம்மால் ஆன்மீகரீதியாக உயர முடியும் என்றும் அவன் கூறினான்.

மற்றவர்களுக்காகச் செய்திகளைப் பெறுவது குறித்து நீங்கள் எப்படி உணர்கிறீர்கள்? அது ஒரு பெரிய பொறுப்பு இல்லையா?

நிச்சயமாக. அதனால்தான், மக்களுக்கு உதவுவதற்கு அதிக ஆன்மீக அறிவைப் பெறுவது அவசியமாகிறது. துவக்கத்தில், தவறான செய்தியை ஒருவருக்குக் கொடுத்துவிடுவோமோ என்று நான் மிகவும் பயந்தேன். நான் கொடுத்தச் செய்திகளைச் சிலர் நம்பவில்லை. நான் கூறியவற்றை அவர்கள் செவிமடுக்கவில்லை. பின்னாளில், தாங்கள் அச்செய்திகளை கவனிக்காமல் போனது குறித்து அவர்கள் வருந்தினர். எனக்குக் கிடைத்துக் கொண்டிருந்த செய்திகள் துல்லியமானவை என்பதற்கு அதுதான் எனக்குத் தேவைப்பட்ட ஆதாரமாக இருந்தது. முதலில், விஸ்பி என்னுடைய பேனாவை நகர்த்தினான். நான் ஓரளவு

முன்னேறியவுடன், தொலை நுண்ணுணர்வு மூலமாக அவனிடமிருந்து செய்திகளைப் பெறத் தொடங்கினேன். இப்போது நான் அவற்றை என் மனத்தில் கேட்கிறேன்.

ஒருவர் நல்லவரா அல்லது கெட்டவரா என்பதை எடைபோடுவதற்கு நாம் யார்?

'எடைபோடுதல்' என்ற வார்த்தையைப் பயன்படுத்துவது தவறு. நான் யாரையும் எடைபோடவில்லை, ஆனால் விஸ்பி மற்றும் ரத்தூவின் வழிகாட்டுதலுடன், ஒருவருடைய அதிர்வு நல்லதா அல்லது மோசமானதா என்பதையும், அவர் ஒரு தாழ்வான நிலையில் இருக்கிறாரா என்பதையும் உள்ளுணர்வுரீதியாக என்னால் தெரிந்து கொள்ள முடியும். நீங்கள் ஆன்மீகரீதியாக உயர்ந்து, அதிக அறிவைக் கைவசப்படுத்தும்போது, உங்கள் ஆழ்மனம் உங்களை அதிகமாக வழிநடத்தும். அப்போது நீங்கள் உங்களுடைய சொந்த உள்ளுணர்வுகளை அதிகமாக நம்பத் தொடங்குவீர்கள். எதிர்மறையான மக்களுடன் இருப்பது உங்களுக்கு அசௌகரியத்தை ஏற்படுத்தும். நீங்கள் அவர்களிடம் இருந்து விலகிச் செல்ல விரும்புவீர்கள். தங்களை மேம்படுத்திக் கொள்வதற்குக் கடுமையாக முயற்சித்துக் கொண்டிருக்கின்ற நல்லவர்களை நோக்கி உள்ளுணர்வுரீதியாக நீங்கள் ஈர்க்கப்படுவீர்கள்.

சிலருக்கு ஏன் ஆவியுலகின்மீது நம்பிக்கை இருப்பதில்லை? அப்படி நம்புகின்றவர்கள் பைத்தியக்காரர்கள் என்று ஏன் அவர்கள் நினைக்கின்றனர்?

ஆவியுலகம் குறித்து மக்களுக்கு நம்பிக்கை இல்லாததற்கு ஏகப்பட்டக் காரணங்கள் இருக்கின்றன. தங்களால் பார்க்க முடியாத மற்றும் புரிந்து கொள்ள முடியாத விஷயங்கள் குறித்துச் சிலர் பயப்படுகின்றனர். இன்னும் சிலர், கடவுள் இருக்கிறார் என்பதைத் தாங்கள் நம்பவில்லை என்பதுபோலப் பாசாங்கு செய்கின்றனர்; சிலருக்கு அந்த நம்பிக்கை இருந்தாலும், தங்களுடைய குடும்பத்தினரும் நண்பர்களும்

தங்களை எள்ளி நகையாடக்கூடும் என்ற பயத்தில் தங்களுக்கு அந்த நம்பிக்கை இருப்பதை மறுக்கின்றனர்; சிலர் குற்றவாளிகளாக இருப்பதால் இந்த நம்பிக்கையை ஏற்றுக் கொள்வதில்லை; சிலர் பலவீனமாக இருப்பதால், தவறான பாதையில் தொடர்ந்து பயணிப்பது அவர்களுக்குச் சுலபமானதாக இருக்கிறது. என்னிடம் உதவி கேட்டு வருகின்ற மக்களில் பெரும்பாலானோர் பருவ வயது இளைஞர்கள் மற்றும் யுவதிகளாவர். தங்களுடைய இருபதுகளிலும் முப்பதுகளின் துவக்கத்திலும் இருக்கின்றவர்களும் என்னிடம் வருகின்றனர். முதியவர்கள் ஒருசிலரே வருகின்றனர். முதியவர்கள் சில திட்டவட்டமான கருத்துக்களைக் கொண்டுள்ளனர். இறப்புக்குப் பிந்தைய வாழ்க்கை ஒன்று இருக்கிறது என்பதை அவர்கள் மறுக்கின்றனர். ஆவியுலகம் குறித்தும் அவர்களிடம் ஒரு பொதுவான பயம் நிலவுகிறது. குற்றம் செய்தவர்கள் என்னிடம் வர மாட்டார்கள். ஏனெனில், தாங்கள் செய்துள்ள தவறு என்னவென்று அவர்களுக்குத் தெரிந்திருப்பதால் தங்களுடைய குற்றத்தை ஒப்புக் கொள்ள அவர்கள் பயப்படுகின்றனர். அவர்கள் தொடர்ந்து மோசமான விஷயங்களைச் செய்கின்றனர். மற்றவர்கள் அவற்றைக் கண்டுபிடித்துவிடக்கூடாது என்று அவர்கள் நினைக்கின்றனர். எனவே, அவர்கள் இந்த அறிவைத் தவிர்த்துவிடுகின்றனர்.

விஸ்பி, ரத்தூ, மற்றும் அவர்களுடைய தாத்தாவின் பொழுதுபோக்குகள் எவை?

எங்கள் குடும்பம் எப்போதும் இசையிலும் காரோட்டுவதிலும் நாட்டம் கொண்டிருந்தது. ஆண்களுக்கு விளையாட்டுக்கள் மிகவும் பிடிக்கும். விஸ்பியும் நானும் புத்தக வாசிப்பில் ஆர்வம் கொண்டிருந்தோம். விஸ்பிக்கு இசை மிகவும் பிடிக்கும். குறிப்பாக, ஜிம் ரீவ்ஸ், நேட் கிங் கோல் ஆகியோரின் இசை அவனுக்கு மிகவும் பிடித்தமானவை. கார்களைப் பழுது பார்ப்பதையும், கப்பல் 'மாதிரி'களை உருவாக்குவதையும் அவன் மிகவும் நேசித்தான். அவன் தன்னுடைய சொந்த ஒலிபெருக்கிகளையும் உருவாக்கினான். அவன் செய்த இசைப் பதிவுகள் தனித்துவமானவையாக இருந்தன. அவற்றில் சிலவற்றை இப்போதும் நான் வைத்திருக்கிறேன்.

நாங்கள் எல்லோரும் விலங்குகளை மிகவும் நேசித்தோம். குறிப்பாக, நாய்கள் எங்களுக்கு மிகவும் பிடிக்கும். கோலீ, பொமரேனியன், அல்சேஷியன், லாசா அப்ஸோ ஆகிய பல்வேறு வகையான நாய்கள் எங்களிடம் இருந்தன. லாசா அப்ஸோவிற்கு விஸ்பி நன்றாகப் பயிற்சி அளித்திருந்தான்.

ரத்தூவைவிட விஸ்பியைப் பற்றி ஏன் அதிகமாகக் கேள்விப்படுகிறோம், அவனைப் பற்றி ஏன் அதிகமாகப் பேசப்படுகிறது?

ரத்தூவைவிட விஸ்பிதான் புவிவாழ் ஆன்மா பலருக்கு உதவிக் கொண்டும் அவர்களுக்குச் செய்திகளைக் கொடுத்துக் கொண்டும் இருக்கிறான். எனவே, நாங்கள் விஸ்பியைப் பற்றி அதிகமாகக் கேள்விப்படுகிறோம். ஆவியுலகிற்கு அப்போதுதான் வந்து சேர்ந்திருக்கும் ஆன்மாக்களுக்கு உதவுவதும் அவர்களை வழிநடத்துவதும் ரத்தூவின் வேலை. புவிவாழ் ஆன்மாக்களைத் தொடர்பு கொண்டு அவர்களுடன் பேசுவதன் மூலம் விஸ்பியோடும் அவன் இணைந்து வேலை செய்கிறான்.

வேறொருவருக்காக எப்போது முதன்முறையாக ஆவியுலகை நீங்கள் தொடர்பு கொண்டீர்கள்?

1981ல் நான் என் சொந்தக்காரர்கள் சிலருக்காக அப்படிச் செய்தேன்.

மக்கள் உங்களிடம் எந்த வகையான பெரிய விஷயங்களுக்காக வருகின்றனர்?

செய்திகள் மூலமாக ஆன்மீக வழிகாட்டுதலையும் சௌகரியத்தையும் பெறுவதற்காகவே ஐம்பது சதவீத மக்கள் என்னிடம் வருகின்றனர். மீதி ஐம்பது சதவீதத்தினர், குடும்பத்தில் அமைதியின்மை, பெற்றோருக்கும் குழந்தைகளுக்கும் இடையே தீவிரப் பிரச்சனைகள்,

திருமணப் பிரச்சனைகள் போன்றவற்றுக்குத் தீர்வு கேட்டு என்னிடம் வருகின்றனர். அடுத்தவர்களை நோக்கி எதிர்மறைகளை ஏவிவிடுகின்ற தீய மக்களால் ஏற்படுகின்ற பிரச்சனைகளோடு பலர் என்னிடம் வருகின்றனர். வாழ்வின் அனைத்துத் தரப்புகளையும் சேர்ந்த மக்கள் வழிகாட்டுதல் வேண்டி வருகின்றனர். நான் அவர்கள் அனைவருக்கும் உதவ முயற்சிக்கிறேன். ஆனால், அந்த வழிகாட்டுதலை ஏற்றுக் கொள்வதற்கும், கற்றுக் கொள்வதற்கும், முன்னேறுவதற்கும் அவர்கள் தயாராக இருக்க வேண்டும்.

வாசகர்களுக்கு நீங்கள் ஒரே ஒரு செய்தியைக் கொடுப்பதாக இருந்தால், அது என்னவாக இருக்கும்?

பூமியில் பல நல்ல ஆன்மாக்கள் தங்கள் அன்புக்குரியவர்களை இழக்கும்போது, அந்த வேதனையை எப்படிக் கையாள்வது என்று தெரியாமல் தவறான பாதையைப் பின்பற்றிச் செல்கின்றனர். அவர்கள் மட்டும் இதில் தனியாக இல்லை என்பதை நாங்கள் அவர்களுக்கு உறுதியாகக் கூறிக் கொள்ள விரும்புகிறோம். அவர்களுடைய அன்புக்குரியவர்கள் ஆவியுலகிலிருந்து அவர்களைக் கண்காணித்துக் கொண்டும் பாதுகாத்துக் கொண்டும் இருக்கின்றனர், எப்போதும் அவர்களோடு இருக்கின்றனர். பல வருடங்களுக்கு முன்பு விஸ்பி என்னிடம் கூறிய பின்வரும் செய்தியை எப்போதும் நினைவில் வைத்துக் கொள்ளுங்கள்: "உண்மையான அன்பு ஒருபோதும் சாவதில்லை. பூமியில் நீங்கள் இறந்த பிறகுகூட அந்த அன்பு மட்டும் மடிவதில்லை. அன்பு என்பது மரணத்தைவிடப் பெரியது. அன்பு நிரந்தரமானது. ஓர் ஆன்மா, ஓர் உலகிலிருந்து இன்னோர் உலகிற்கும், ஓர் உடலிலிருந்து இன்னோர் உடலுக்கும் செல்வதுதான் மரணம். மரணம் அப்படியொரு மிகப் பெரிய விஷயம் அல்ல, ஆனால் அன்பு அசாதாரணமானது."

அருஞ்சொற்பொருள் பட்டியல்

ஆகாயப் பதிவேடு

ஆகாயப் பதிவேடு என்பது நினைவுகள் அரங்கம் என்றும், நூல்கள் அரங்கம் என்றும் அழைக்கப்படுகிறது. நீங்கள் செய்கின்ற ஒவ்வொரு நல்ல காரியமும் மோசமான காரியமும் அந்நூலில் உங்கள் ஆன்மப் பெயரின்கீழ் பதிவாகின்றன. பூமியில் நீங்கள் வாழ்ந்துள்ள அனைத்து வாழ்க்கையையும் பற்றிய நினைவுகள் அந்த ஆகாயப் பதிவேட்டில் இடம்பெற்றுள்ளன. புவிவாழ் ஆன்மாக்கள் ஓர் ஆழ்ந்த, கனவற்ற உறக்கத்தில் இருக்கும்போது, அவர்களுடைய ஆழ்மனம் இந்த ஆகாயப் பதிவேட்டில் பதிவுகளை ஏற்படுத்துகின்றது.

தேவதூதர்கள்

தேவதூதர்கள் என்பவர்கள் 5வது தளத்தின் 7வது நிலையையும் அதற்கு மேற்பட்டத் தளங்களையும் சேர்ந்த நல்ல ஆன்மாக்கள். அதிசயங்களை நிகழ்த்துவதற்கான சக்தியும் திறனும் அவர்களுக்கு இருக்கின்றன. நெருக்கடியான நேரங்களில் புவிவாழ் மக்களுக்கு உதவுவதற்காக அவர்களால் பூமிக்கு இறங்கி வர முடியும். மகாபேரான்மாவின் அனுமதியைப் பெற்றப் பிறகு அவர்கள் அதை மேற்கொள்கின்றனர். கீழ்த்தளங்களைச் சேர்ந்த ஆன்மாக்களால் தேவதூதர்களாக இருக்க முடியாது. ஏனெனில், புவியுலக ஆன்மாக்களை வழிநடத்துவது எப்படி என்பதற்கு அவர்கள் பயிற்சி எடுத்துக் கொள்ள வேண்டியிருக்கும், அது குறித்த அதிக அறிவையும் பெற்றிருக்க வேண்டும்.

அரூபத் தளம்

அரூபத் தளம் என்பது பூமியைவிட உயர்ந்த, ஆனால் ஆவியுலகத் தளத்தைவிடத் தாழ்வான ஒரு பரிமாணம். அந்த வகையில் பார்த்தால், பூமிக்கும் ஆவியுலகிற்கும் இடையே அது அமைந்திருக்கிறது. ஆருப ஆன்மாக்கள் அங்கு வாழ்கின்றனர். இவர்களால் அத்தளத்திலிருந்து பூமியைப் பார்க்க முடியும், ஆனால் ஆவியுலகத்தையோ அல்லது அதன் தளங்களையோ அவர்களால் பார்க்க முடியாது.

அரூப ஆன்மாக்கள்

தங்கள் ஆழ்மனத்தின் அறிவுரையை நிராகரித்துவிட்டு, ஆவிகளாக மாறுவதற்கு மறுத்துவிட்டிருக்கின்ற, திசை மாறிப் போன ஆன்மாக்கள் இவர்கள். இவர்கள் தங்கள் ஸ்தூல உடலைத் துறந்துவிட்டவர்கள், ஆனால் இன்னும் ஆவிகளாக ஆகியிருக்காதவர்கள். மரணத்தின்போது அவர்கள் எந்த மனித வடிவில் இருந்தனரோ, அதே வடிவத்தில் அவர்கள் காட்சியளிக்கின்றனர்.

ஒளியாற்றல் தளம்

ஓர் ஒளியாற்றல் தளம் என்பது ஒவ்வோர் உயிரினத்தையும் சூழ்ந்துள்ள ஓர் ஆற்றல் தளமாகும். அதன் நிறமும் பிரகாசமும் அந்த உயிரினத்தின் தற்போதைய மனநிலையையும், உணர்ச்சி நிலையையும், ஸ்தூல நிலையையும் பிரதிபலிக்கின்றன. ஒளியாற்றல் தளங்களைப் பார்க்கக்கூடிய திறன் சில மனிதர்களுக்கு இருக்கிறது.

தன்னிச்சையாக எழுதுதல்

தன்னிச்சையாக எழுதுதல் என்பது ஆவிகள் புவியுலக மக்களுடன் தொடர்பு கொண்டு பேசுகின்ற ஒரு செயல்முறையாகும். நீங்கள் எந்த ஆவியைத் தொடர்பு கொண்டு பேசிக் கொண்டிருக்கிறீர்களோ, அந்த ஆவி, ஒரு காகிதத்தின்மீது நீங்கள் உங்கள் கையில் லேசாகப் பிடித்திருக்கும் பேனாவை நகர்த்தும். காலப்போக்கில், மெல்ல மெல்ல வார்த்தைகளும் வாக்கியங்களும் உருவாகும்.

தன்னிச்சையாக எழுதுதுதலை நீங்களாக ஒருபோதும் செய்ய முயற்சிக்காதீர்கள். ஒரு பாதுகாப்பு இணைப்பு இல்லாமல் நீங்களாகவே இதைச் செய்யத் தொடங்குவது மிகவும் ஆபத்தானதாக அமையும்.

பில்லி சூனியம் போன்ற தீய மாந்திரீக சக்திகள்

இது கடவுளின் விதிகளுக்கு முற்றிலும் எதிரான ஒரு வழக்கமாகும். இதில், மனிதர்கள், எதிர்மறையான அரூப ஆன்மாக்களையும் தங்கள் சொந்த எதிர்மறை எண்ணங்களையும் சுய லாபத்திற்காகவும் மற்றவர்களுக்குத் தீங்கு விளைவிப்பதற்காகவும் பயன்படுத்துகின்றனர்.

ஊடகம்

புவிவாழ் மக்களுடன் கருத்துப் பரிமாற்றத்தில் ஈடுபடுவதற்கு ஆவியுலக ஆன்மாக்கள் பயன்படுத்துகின்ற ஒரு வழிதான் இந்த ஊடகம்.

மனசாட்சி

இது ஆழ்மனம் என்றும் அழைக்கப்படுகிறது. ஆழ்மனம் பற்றிய விளக்கத்தைப் பாருங்கள்.

புலன் கடந்த அறிவு

புலன் கடந்த அறிவு என்பது தொடுதல், ருசித்தல், கேட்டல், பார்த்தல், முகர்தல் ஆகிய ஐம்புலன்களுக்கும் அப்பாற்பட்ட விஷயங்களை உணர்ந்து கொள்ளக்கூடிய திறனாகும்.

பேய்கள்

அரூப ஆன்மாக்கள் பற்றிய விளக்கத்தைப் பாருங்கள்.

குழு ஆன்மாக்கள்

கடவுள் ஒரு குறிப்பிட்ட எண்ணிக்கையிலான ஆன்மாக்களை ஒரே நேரத்தில் படைத்தார். இவர்கள் ஒவ்வொரு பிறவிதோறும் ஒரே குழுவில் பூமியில் ஒன்றாக மறுபிறவி எடுக்கின்றனர். தங்களுடைய கர்மவினைகளைத் தீர்ப்பதற்கும், பூமியில் தங்கள் குறிக்கோளை நிறைவேற்றுவதற்கும், ஆன்மீகரீதியாக உயர்வதற்கும் பரஸ்பரம் ஒருவருக்கொருவர் உதவிக் கொள்வதற்காக அவர்கள் இவ்வாறு சேர்ந்து பிறவி எடுக்கின்றனர். குழு ஆன்மாக்கள் ஆன்மத் துணைவர்கள் என்றும் அழைக்கப்படுகின்றனர்.

நூலரங்கம்

ஆகாயப் பதிவேடு பற்றிய விளக்கத்தைப் பாருங்கள்.

கற்றல் அரங்கம்

ஆவியுலக ஆன்மாக்கள் தகவல்களைத் தெரிந்து கொள்வதற்குச் செல்லக்கூடிய ஓர் இடம் இது. ஆன்மீக உண்மைகள் நிரம்பிய ஒரு நூலகத்தைப் போன்றது இது. கடவுளின் விதிகள், பிரபஞ்சத்தின் இயல்பு, கடவுளின் படைப்பின் அம்சங்கள் ஆகியவற்றைப் பற்றிய உண்மைத் தகவல்கள் இந்தக் கற்றல் அரங்கில் இடம்பெற்றுள்ளன. ஆனால், ஓர் ஆன்மாவின் புரிந்து கொள்ளும் திறனுக்கு ஏற்பவே தகவல்கள் அவருக்கு வெளிப்படுத்தப்படுகின்றன.

நினைவுகள் அரங்கம்

ஆகாயப் பதிவேடு பற்றிய விளக்கத்தைப் பாருங்கள்.

ஓய்வரங்கம்

பூமியில் ஒரு நபரின் மரணம் எதிர்பாராத ஒன்றாக அமைந்தாலோ அல்லது திடீரென்று நிகழ்ந்தாலோ, அந்த ஆன்மா ஓய்வரங்கிற்குக் கொண்டு செல்லப்படுகிறார். இந்த ஆன்மாக்கள் அதிர்ச்சி அடைந்திருப்பதால், அவர்களை ஆசுவாசப்படுத்துவதற்காக, குணமாக்கும் ஒளிக்கதிர்கள் அவர்கள்மீது பாய்ச்சப்படுகின்றன.

பேரான்மாக்கள்

6வது தளத்தின் 7வது நிலையையும் அதற்கு மேற்பட்டத் தளத்தையும் சேர்ந்த ஆன்மாக்கள் பேரான்மாக்கள் என்று அழைக்கப்படுகின்றனர்.

ஒரு தளத்தின் பேரான்மா

ஒவ்வொரு தளத்தின் ஆட்சியாளர், அரசர், அல்லது தலைவர்தான் அத்தளத்தின் பேரான்மா என்று அழைக்கப்படுகிறார். அடுத்தப் பிரபஞ்சத்தைச் சேர்ந்த ஒரு முழுமையான ஆன்மா அவர்.

மகாபேரான்மா

7வது தளம் மற்றும் பிற அனைத்துத் தளங்களின் தலைவர் இவர். அடுத்தப் பிரபஞ்சத்தைச் சேர்ந்த ஒரு முழுமையான ஆன்மா இவர்.

உள்ளுணர்வு

உள்ளுணர்வு என்பது கடவுள் கொடுத்துள்ள ஓர் உணர்வு. அது உங்கள் ஆழ்மனத்திலிருந்து வருகின்ற ஓர் உறுதியான உணர்வு. அது உங்களுடைய பாதுகாப்பிற்கும் உங்களைச் சுற்றி இருப்பவர்களுடைய பாதுகாப்பிற்கும் உரியது.

கர்மவினை

கர்மவினை என்பது ஓர் ஆன்மாவின் எண்ணங்கள், வார்த்தைகள், அல்லது செயல்களால் ஏற்படுகின்ற பின்விளைவு ஆகும். நீங்கள் எதை விதைக்கிறீர்களோ, அதையே அறுவடை செய்கிறீர்கள் என்ற கோட்பாட்டின் அடிப்படையில் அமைந்தது அது. கர்மவினை என்பது நீங்கள் தீர்க்க வேண்டிய ஒரு கடனாகவோ அல்லது நீங்கள் பெறக்கூடிய ஓர் ஆசீர்வாதமாகவோ இருக்கலாம்.

இணைப்பு

தன்னிச்சையாக எழுதுதல் செயல்முறையின்போது, புவியுலக ஆன்மாக்களும் நல்ல ஆவிகளும் பாதுகாப்பாகக் கருத்துக்களைப் பரிமாறிக் கொள்வதற்காக, பிரார்த்தனைகள் மற்றும் நேர்மறை ஆற்றலின் வாயிலாக உயர்வான ஆவியுலக ஆன்மாக்கள் உங்களுக்குப் பாதுகாப்பை வழங்குகின்றனர். அனுபவம் வாய்ந்த, அதிகாரம் படைத்த ஒருவரால்தான் இந்த இணைப்பை உருவாக்கித் தர முடியும். ஆவியுலகிலிருந்து அதற்கு அனுமதி கிடைக்க வேண்டும்.

ஆசான்

ஓர் ஆன்மீக குருவைக் குறிக்கின்ற ஒரு சொல் இது. ஆன்மீக அறிவை பூமியில் பரப்ப வேண்டும் என்ற குறிக்கோளுடன் ஆவியுலகின் உயர்ந்த தளங்களிலிருந்து பூமிக்கு வருகின்ற, நன்றாகப் பக்குவமடைந்த ஓர் ஆன்மா இவர்.

உள்நோக்கம்

ஒருவருடைய எண்ணங்கள், வார்த்தைகள், மற்றும் செயல்களுக்குப் பின்னால் உள்ள உண்மையான நோக்கம், காரணம், அல்லது உந்துசக்தி இது.

குறிக்கோள்

ஒரு மனிதனுக்குள் இருக்கும் உண்மையான ஆர்வம், நியாயம் அல்லது ஊக்க சக்தி இவற்றின் மூலம் வெளிப்படும் எண்ணங்கள், வார்த்தைகள் மற்றும் செயல்கள்.

கடந்தகால நினைவு

ஓர் ஆன்மாவின் முந்தைய பிறவியின்போது நிகழ்ந்த ஒரு சம்பவத்தின் நினைவுகூர்தல் இது.

தீர்க்கதரிசி

பூமியில் அதீத அளவில் எதிர்மறைத்தன்மை ஏற்படும்போது, புவிவாழ் மக்களை வழிநடத்துவதற்காக, ஓர் உயர்ந்த பிரபஞ் சத்தைச் சேர்ந்த ஓர் உயர்ந்த ஆன்மாவைக் கடவுள் பூமிக்கு அனுப்பி வைக்கிறார். புவியுலக ஆன்மாக்கள் தங்களை ஆன்மீகரீதியாக மேம்படுத்திக் கொள்வதற்கு அவர்களுக்கு உதவும் விதமாக இந்தத் தீர்க்கதரிசி அவர்களுக்கு ஆன்மீக அறிவைக் கொடுக்கிறார். தீர்க்கதரிசிகள் அரிதாகவே பூமிக்கு வருகின்றனர். பூமி ஓர் ஆன்மீக நெருக்கடியை எதிர்கொண்டிருக்கும்போது மட்டுமே அவர்கள் வருகின்றனர்.

தளங்கள்

ஆவியுலகில் ஏழு தளங்கள் இருக்கின்றன. 1வது தளம்தான் கீழ்மட்டத் தளமாகும். 7வது தளம் மிக உயர்ந்த தளமாகும்.

ஆவியுலகத் தொடர்புக் கூட்டம்

காலமாகிவிட்டத் தங்கள் அன்புக்குரியவர்களுடன் தொடர்பு கொண்டு பேச விரும்புகின்ற மக்கள் ஒரு குழுவாகக் கூடி நடத்துகின்ற ஒரு சந்திப்புக்கூட்டம் இது. இக்குழுவினருக்கும் ஆவிகளுக்கும் இடையே ஓர் ஊடகமாக இருந்து ஒருவர் செயல்படுகிறார்.

பூமி அச்சின் இடப்பெயர்ச்சி

மனிதர்கள் ஒரு குறிப்பிட்ட வரம்பைத் தாண்டிச் செயல்படும்போதும், நல்லவற்றுடன் முற்றிலுமாக முரண்பட்டு நிற்கும்போதும், ஒரு பெரிய சமநிலையின்மை உருவாகிறது. அப்போது அவர்கள் ஒரு தவறான பாதையில் சென்று கொண்டிருக்கின்றனர் என்று இயற்கை அவர்களைக் கடுமையாக எச்சரிக்கும் விதத்தில் கடவுளின் விதிகள் வடிவமைக்கப்பட்டு இருக்கின்றன. மனிதர்கள் தங்களை மாற்றிக் கொள்ளாவிட்டால், இயற்கை ஒரு துப்புரவுச் செயல்முறை மூலம் அந்தச் சமநிலையின்மையைச் சரிசெய்தாக வேண்டும். அந்தத் துப்புரவுச் செயல்முறையை இயற்கைதான் கொண்டுவந்தாக வேண்டும் என்பதால்,

இயற்கைப் பேரழிவுகளின் வீச்சானது ஒரு 'துருவ இடப்பெயர்ச்சி'யை உருவாக்குகிறது.

வெள்ளி வடம்

ஒரு வெள்ளி வடம் என்பது ஓர் ஒளிக்கற்றையாகும். உங்கள் ஆவிக்கும் ஸ்தூல உடலுக்கும் இடையேயான ஓர் இணைப்பு இது.

ஆன்மா

உங்கள் ஆன்மாதான் உங்களுடைய நிரந்தரமான ஆவியுடல். பூமியில் ஒரு ஸ்தூல மனத்தால் கட்டுப்படுத்தப்படுகின்ற ஒரு ஸ்தூல உடல் உங்களுக்கு இருப்பதைப்போல, ஆன்மா என்பது அழிவற்ற உங்கள் ஆவியுடலாகும். அது உங்கள் ஆழ்மனத்தால் வழிநடத்தப்படுகிறது.

ஆன்மப் பண்புநலன்கள்

ஆன்மப் பண்புநலன்கள் என்பவை ஓர் ஆன்மா பல பிறவிகளின் ஊடாகச் சேகரிக்கின்ற நேர்மறையான மற்றும் எதிர்மறையான பண்புநலன்களாகும்.

ஆன்மத் துணைகள்

குழு ஆன்மாக்கள் பற்றிய விளக்கத்தைப் பாருங்கள்.

ஆன்மப் பெயர்

ஓர் ஆன்மா படைக்கப்படும்போது ஓர் ஆன்மப் பெயர் அவருக்குக் கொடுக்கப்படுகிறது. ஓர் ஆன்மா இரண்டாகப் பிரிக்கப்படுவதைப்போல, அவருடைய பெயரும் இரண்டாகப் பிரிக்கப்படுகிறது. நீங்கள் இருக்கும்வரையிலும் அப்பெயர் தொடர்ந்து அப்படியே இருக்கும். நீங்கள் செய்யும் செயல்கள் உங்கள் ஆன்மப் பெயரின்கீழ் ஆகாயப் பதிவேட்டில் பதிவு செய்யப்படுகின்றன.

ஆவி

ஆவி என்பது உங்கள் ஆன்மாவையும் உங்கள் ஆழ்மனத்தையும் உள்ளடக்கியது.

ஆவியுலக வழிகாட்டிகள்

பூமியில் உள்ள ஒவ்வோர் ஆன்மாவையும் பிறப்பிலிருந்து இறப்புவரை வழிநடத்துவதற்கு ஆவியுலகில் ஒரு வழிகாட்டி இருக்கிறார். இவர் உங்களுடைய ஆவியுலக வழிகாட்டி என்று அழைக்கப்படுகிறார். ஆன்மீகரீதியாக உங்களை வழிநடத்துவது இவருடைய வேலை.

ஆவியுலகம்

இதுதான் நம்முடைய உண்மையான வீடு. இது ஏழு வெவ்வேறு தளங்களாகப் பிரிக்கப்பட்டுள்ளது. ஒவ்வொரு தளத்திலும் பத்து நிலைகள் இருக்கின்றன.

ஆழ்மனம்

இது மனசாட்சி என்றும், உயரிய மனம் என்றும், உட்குரல் என்றும் அழைக்கப்படுகிறது. இதுதான் உங்களுடைய உண்மையான ஆன்மீக மனம். இது உங்கள் ஆன்மாவை வழிநடத்துகிறது.

தொலை நுண்ணுணர்வு

எண்ணப் பதிவுகள் மூலமாக ஆவியுலக ஆன்மாக்களிடமிருந்து செய்திகளைப் பெறுவதற்கான உங்கள் திறன் இது. இந்த எண்ணப் பதிவுகள் உங்கள் ஆழ்மனத்தின் வாயிலாகப் பெறப்படுகின்றன.

இரட்டை ஆன்மாக்கள்

ஓர் ஆன்மா, 4வது தளத்தின் 5வது நிலையில் தன் மனிதப் பயணத்தைத் துவக்கும்போது, அவர் ஓர்

ஆண் ஆன்மா என்றும் ஒரு பெண் ஆன்மா என்றும் இரண்டாகப் பிரிக்கப்படுகிறார். இவ்விரு ஆன்மாக்களும் தனித்தனியாக இருந்து, இறுதியில் 7வது தளத்தின் 9வது நிலையை அடையும்வரை தங்கள் புவியுலகப் பயணத்தைத் தனித்தனியாகவே தொடர்கின்றனர். 7வது தளத்தின் 9வது நிலையில் அவர்கள் மீண்டும் ஒன்றிணைந்து ஒரு முழுமையான ஆன்மாவாக மாறி, அடுத்தப் பிரபஞ்சத்திற்கு முன்னேறுகின்றனர்.

அதிர்வுகள்

உயிரோடு இருக்கின்ற மற்றும் உயிரற்றப் பொருட்கள் ஒவ்வொருன்றும் ஓர் அதிர்வைக் கொண்டிருக்கின்றன. ஓர் அதிர்வு என்பது வெவ்வேறு வேகங்களில் பாய்ந்து செல்கின்ற ஓர் ஆற்றல் அலைவரிசையாகும். அதிர்வுகள் நல்லவையாகவோ அல்லது மோசமானவையாகவோ இருக்கக்கூடும். ஒரு நல்ல அதிர்வு உங்களை சௌகரியமாகவும் நேர்மறையாகவும் உணரச் செய்யும். ஒரு மோசமான அதிர்வு உங்களை அசௌகரியமாகவும் எதிர்மறையாகவும் உணரச் செய்யும். (நீங்கள் ஒரு நல்ல ஆன்மாவாக இருந்து, உங்கள் ஆழ்மனம் திறந்திருந்தால் மட்டுமே உங்களால் இதை அடையாளம் கண்டுகொள்ள முடியும்.)

ஆவி உட்புகுதல்

பூமியில் நீங்கள் சரியான பாதையில் பயணித்துக் கொண்டிருந்தும், நீங்கள் எதிர்கொண்டிருக்கும் சூழ்நிலை உங்களால் கையாளப்பட முடியாத அளவுக்குக் கடினமானதாக ஆகிவிட்டால், ஆவியுலகில் உள்ள ஒரு நல்ல ஆன்மா உங்கள் உடலுக்குள் நுழைந்து கொண்டு, உங்கள் சூழ்நிலை கடந்து செல்லும்வரை தற்காலிகமாக உங்கள் உடலில் தங்கியிருப்பார். இது அரிதாகவும் நெருக்கடியான நேரங்களிலும் மட்டுமே நிகழ்கிறது.

இது தொடர்பாக மேலும் படிக்க

A Search for the Truth: Ruth Montgomery

Here and Hereafter: Ruth Montgomery

A World Beyond: Ruth Montgomery

The World Before: Ruth Montgomery

Strangers Amongst Us: Ruth Montgomery

Born to Heal: Ruth Montgomery

Threshold to Tomorrow: Ruth Montgomery

Companions Along The Way: Ruth Montgomery

Heralds of the New Age: Ruth Montgomery

Aliens Among Us: Ruth Montgomery

The World to Come: Ruth Montgomery

Do the Dead Suffer?: Lawrence Burt

Teachings of Silver Birch: Silver Birch

Guidance from Silver Birch: Silver Birch

Philosphy of Silver Birch: Silver Birch

Mystery of Life, Death and the Beyond: F. Rustomjee

Life after Life: Raymond Moody Jr., MD

Death and Its Mystery Before Death: Camille Flammarion

You Will Survive After Death: Sherwood Eddy

Life in the World Unseen: Anthony Borgia

A Life After Death: Dr. S. Ralpha Harlow

Twenty Cases Suggestive Of Reincarnation: Ian Stevenson, MD

Faith is the Answer: Norman Vincent Peale

Many Lives, Many Masters: Brian Weiss, MD

Messages from the Masters: Brian Weiss, MD

Edgar Cayce: The Sleeping Prophet: Jess Stearn

Many Mansions: The Edgar Cayce Story of Reincarnation: Gina Cerminara

On Atlantis: Edgar Cayce

Earth Changes Update: Hugh Lynn Cayce

We the Arcturians: Dr. Norma Milanovich (with Betty Rice and Cynthia Ploski)

முடிவுரை

"ஆன்மீகம் என்பது 'ஒளி' தொடர்பானது. அதனுள் ஒருபோதும் அதிக ஆழமாகச் சென்றுவிடாதீர்கள்," என்று கோர்ஷெத் அத்தை எப்போதும் கூறி வந்தார். ஆன்மீகம் என்பது மலைகளுக்குள் ஓடிவிடுவதைப் பற்றியது அல்ல. மக்களிடையே வாழ்ந்து கொண்டும், உங்கள் பிரச்சனைகளை எதிர்கொண்டும், உங்கள் கடமைகளையும் பொறுப்புகளையும் நிறைவேற்றிக் கொண்டும் இருப்பதைப் பற்றியது அது. பூமியில் உங்கள் ஆன்மீகப் பயணத்தை நிறைவு செய்வதைப் பற்றியது அது. இந்த நுண்ணியச் சமநிலையை நீங்கள் புரிந்து கொள்ளும்போது, உங்கள் வாழ்க்கை மகிழ்ச்சிகரமானதாக ஆகிவிடும்.

ஆன்மீகத்தைப் பற்றிய ஆயிரக்கணக்கான நூலைகளைப் படிப்பதாலோ அல்லது ஓர் ஆன்மீகக் குழுவில் சேர்வதாலோ ஒருவர் ஆன்மீகவாதியாக ஆவதில்லை. ஏனெனில், அவர்கள் அவ்வாறு செய்தாலும், தன்னலமற்றச் சேவை, உண்மையான நடவடிக்கை ஆகிய முக்கிய நோக்கங்களை அவர்கள் நிறைவேற்றத் தவறிவிட்டால், அவர்களால் ஓர் உண்மையான ஆன்மீகவாதியாக ஆக முடியாது. அறிவை நீங்கள் அலசி ஆராய வேண்டும். எது சரி, எது தவறு என்பதைத் தீர்மானிக்க உங்கள் உள்ளுணர்வு உங்களை வழிநடத்துவதற்கு நீங்கள் அனுமதிக்க வேண்டும். புத்தகங்களிலிருந்து ஆன்மீக அறிவைப் பெற்றுவிட்டு, ஆனால் அவற்றை நடைமுறையில் செயல்படுத்தத் தவறிவிட்டு, உங்களுக்கு எல்லாம் தெரியும் என்று நினைக்க உங்கள் அகங்காரத்தை நீங்கள் ஒருபோதும் அனுமதிக்கக்கூடாது. பலர் இப்பொறிக்குள் சிக்கிக் கொள்கின்றனர். தாங்கள் போதிக்கின்ற விஷயங்களைத் தங்கள் வாழ்வில் கடைபிடிக்காமல், தங்களை ஆன்மீக ஆசான்கள் என்று அவர்கள் கூறிக் கொள்கின்றனர். அவர்களுடைய அகங்காரம் அவர்களுடைய கண்களைக்

கட்டிப் போட்டுவிடுவதால், அவர்கள் பல வருடங்கள் ஆன்மீக அறிவைப் பெற்றிருந்தும்கூட, அவற்றை அவர்கள் செயல்படுத்தாமல் போவதால் அந்த அறிவு வீணாகிவிடுகிறது. எனவே, அவர்களுக்கு எந்த ஆன்மீக வளர்ச்சியும் ஏற்படுவதில்லை. ஆன்மீக கர்வம்தான் இவற்றுக்கெல்லாம் காரணம். அந்த கர்வம்தான் மனிதனைப் படுகுழிக்குள் தள்ளிவிடுகிறது. உங்களுடைய ஆன்மீக நடவடிக்கைதான் உங்களை ஆன்மீகவாதியாக ஆக்குகிறது. உண்மையான, தன்னலமற்ற நடவடிக்கைதான் உண்மையான மாற்றத்தைக் கொண்டுவருகிறது.

அன்பான சிறுசிறு காரியங்களைக் கோர்ஷெத் அத்தை எப்போதும் விரும்பினார். எந்தவொரு பிரச்சனையையும் அணுகும்போது,முழுமையானவிசுவாசத்துடன்படிப்படியாக முன்னோக்கிச் செல்ல அவர் எங்களை எப்போதும் ஊக்குவித்தார். ஆன்மீகம் என்பது ஒரு மெதுவான, ஆனால் உறுதியான ஏற்றமாகும். நம் எல்லோரிடமும் குறைபாடுகள் இருக்கின்றன, நாம் எல்லோரும் தவறுகள் செய்கிறோம். ஆனால், நாம் நம்மையும் மற்றவர்களையும் மன்னித்துவிட்டு, தொடர்ந்து மேம்படவும் நம்முடைய இலக்குகளை அடையவும் நம்மால் இயன்றதைச் சிறப்பாகச் செய்ய வேண்டும். கடவுள் மற்றும் அவருடைய தேவதூதர்களின் உதவியுடன் நம்மால் அதைச் சாதிக்க முடியும்.

ஒரு பட்டுப்புழு எப்படித் தன் கூட்டை உடைத்துக் கொண்டு வெளியே வந்து ஒரு பட்டாம்பூச்சியாக மாறிப் பறக்கத் தொடங்குகிறதோ, அதேபோல, உங்கள் ஆன்மாவும் தன்னுடைய ஸ்தூல நிலையிலிருந்து விடுபட்டு, வளர்ச்சியின் உயர்ந்த தளங்களை நோக்கி உயர்ந்து, கடவுளுடன் ஐக்கியமாகிவிடுகிறது.

கடவுள் உங்களை ஆசீர்வதிக்கட்டும்!

ஷியாமக் தாவர்

நூலாசிரியர் குறிப்பு

கோர்ஷெத் பாவ்நகரி ஸ்குருவாலா, 1925ம் ஆண்டில் மும்பையில் பிறந்தார். ஓர் ஆசிரியராகவோ, ஓர் உளவியலாளராகவோ, அல்லது ஒரு துப்பறிவாளராகவோ ஆவதுதான் இளமைப்பருவத்தில் அவருடைய கனவாக இருந்தது. தோட்ட வேலை, சமையல், இசை ஆகியவற்றை அவர் பெரிதும் விரும்பினார். ஹவாய் நாட்டு கித்தார் இசை அவருக்குக் குறிப்பாகப் பிடித்திருந்தது. கிரிக்கெட் போட்டிகளை அவர் அதிகமாகக் கண்டுகளித்தார். 1949ல் அவர் ரூமி பாவ்நகரியைத் திருமணம் செய்து கொண்டு, விஸ்பி, ரத்தூ ஆகிய இரண்டு மகன்களுக்குத் தாயானார். அவருடைய குடும்பத்தினருக்குக் கார்களிலும் அவற்றை ஓட்டுவதிலும் பேரார்வம் இருந்தது. அதே பேரார்வம் தனக்கும் இருந்ததை அவர் கண்டுபிடித்தார். 1980ல் ஒரு கார் விபத்தில் அவருடைய இரண்டு மகன்களும் காலமான பிறகு, தன்னிச்சையாக எழுதுதல் செயல்முறை வாயிலாக அவர் தன் மகன்களுடன் தொடர்பு கொண்டு பேசத் தொடங்கினார். பூமியில் ஆன்மீக அறிவைப் பரப்புவதுதான் அவருடைய குறிக்கோள் என்று அவருடைய மகன்கள் அவரிடம் கூறினர். 1998ல், தன்னுடைய 72வது வயதில், கனடா நாட்டிலுள்ள வான்கூவர் நகருக்கு அவர் இடம்பெயர்ந்தார். அங்கு அவர் தன் குறிக்கோளை நிறைவேற்ற அயராமல் உழைத்தார். 2007ம் ஆண்டு ஆகஸ்டு மாதம் அவர் காலமாகும்வரை அவருடைய பணி தொடர்ந்தது. இப்புத்தகம் எண்ணற்றோரைச் சென்றடைய வேண்டும் என்பது திருமதி பாவ்நகரியின் ஆசையாகும்.

பொறுப்புத் துறப்பு

இப்புத்தகத்தில் இடம்பெற்றுள்ள தகவல்கள், எண்ணங்கள், அபிப்பிராயங்கள், நம்பிக்கைகள், வெளிப்படையாக அல்லது மறைமுகமாக வெளிப்படுத்தப்பட்டுள்ள கண்ணோட்டங்கள் அனைத்தும் 'தன்னிச்சையாக எழுதுதல்' மூலம் பெறப்பட்டவை. இவை பதிப்பாளர், காப்புரிமையாளர் அல்லது இருவரின் எண்ணங்களையோ, அபிப்பிராயங்களையோ, நம்பிக்கைகளையோ அல்லது கண்ணோட்டங்களையோ நேரடியாகவோ அல்லது மறைமுகமாகவோ எந்தவிதத்திலும் பிரதிபலிக்கவோ அல்லது பிரதிநுதப்படுத்தவோ இல்லை.

இப்புத்தகத்தில் இடம்பெற்றுள்ள தகவல்களில் உள்ள விஷயங்களின் துல்லியம், முழுமை, அவற்றின் நேரப் பொருத்தம் ஆகியவை குறித்தோ அல்லது வேறு காரியங்களுக்கு இவற்றின் பொருத்தம் குறித்தோ, பதிப்பாளரோ அல்லது காப்புரிமையாளரோ அல்லது இருவருமோ எந்தவிதமான உத்தரவாதங்களும் கொடுக்க மாட்டார்கள், பொறுப்பேற்றுக் கொள்ளவும் மாட்டார்கள்.

இந்தப் பொறுப்புத் துறப்பைப் படிப்பதன் மூலம், இப்புத்தகத்தைப் படிக்கும் வாசகர்கள் மேற்குறிப்பிடப்பட்டுள்ள மறுப்பை அப்படியே ஏற்றுக் கொள்கின்றனர். புத்தகத்தைப் படித்துவிட்டுத் தாங்கள் எடுக்கும் அனைத்து விதமான நடவடிக்கைகளுக்கும் தாங்கள் முழுப்பொறுப்பேற்றுக்கொள்வதையும் அவர்கள் இதன் மூலம் உறுதி செய்கின்றனர். இப்புத்தகத்தில் இடம்பெற்றிருக்கும் விஷயங்களுக்கோ அல்லது அவற்றின் அடிப்படையில் வாசகர்கள் எடுக்கும் நடவடிக்கைகளின் விளைவுகளுக்கோ, வாசகர்களோ அல்லது அவர்களது பிரதிநிதிகளோ பதிப்பாளரையோ அல்லது காப்புரிமையாளரையோ அல்லது இருவரையுமோ பொறுப்பேற்க வைக்க முடியாது.

இங்கு பிரசுரிக்கப்பட்டுள்ள தகவல்கள், மதரீதியான அறிவுரைகளை வழங்குவதை நோக்கமாகக் கொண்டவை அல்ல. இதில் இடம்பெற்றுள்ள கூற்றுகள், சான்றுகளின் பகுத்தறிவுரீதியான மதிப்பீட்டின் அடிப்படையில் அமைந்த மத உரிமைக் கோரல்களை மதிப்பிடுவதற்கான உங்களுடைய சொந்தத் திறனுக்கான மாற்றாகக் கருதப்படக்கூடாது. இதில் இடம்பெற்றுள்ள தகவல்கள் மற்றும் ஷரத்துகளால் தூண்டப்பட்டு நீங்கள் எடுக்கின்ற நடவடிக்கைகளால் நேரடியாகவோ அல்லது மறைமுகமாகவோ ஏற்படுகின்ற அல்லது ஏற்பட்டதாக கூறப்படுகின்ற சேதங்கள் அல்லது காயங்களுக்குப் பதிப்பாளரோ அல்லது காப்புரிமையாளரோ அல்லது இருவருமோ பொறுப்பல்ல.

மேலும், இங்கு கொடுக்கப்பட்டுள்ள தகவல்கள் மற்றும் இதில் விவரிக்கப்பட்டுள்ள கதைகள் வெறுமனே விளக்குவதற்காகப் பயன்படுத்தப்பட்டவை என்பதும், இவை ஆக்கபூர்வமான அர்த்தத்தைக் கொடுப்பதை நோக்கமாகக் கொண்டவை என்பதும் இதன் மூலம் வாசகர்களுக்கு மேலும் தெரியப்படுத்தப்படுகிறது.

தன்னிச்சையாக எழுதுதல் என்ற செயல்முறை நூலாசிரியரின் வெளிமனத்திலிருந்து வந்த ஒன்றல்ல, அது ஆவி உலகிலிருந்து வந்தது என்பதையும் நாங்கள் தெளிவுபடுத்திக் கொள்கிறோம். அதற்குப் பயிற்சி, கட்டுப்பாடு, வழிகாட்டுதல், மேற்பார்வை ஆகியவை தேவை. நீங்களாகவே ‘தன்னிச்சையாக எழுதுதலைத்’ துவக்கும் முயற்சியில் ஒருபோதும் இறங்காதீர்கள். மேலும், எவராவது தாங்கள் விஸ்பி, ரத்தூ, ரூமி, கோர்ஷெத் பாவ்நகரி ஆகியோருடன் தொடர்பு கொள்வதாகத் தெரிவித்தால், காப்புரிமையாளரால் அதை உறுதிப்படுத்தவோ அல்லது மறுக்கவோ முடியாது என்பதும் தெரிவித்துக் கொள்ளப்படுகிறது.

இப்புத்தகம் குறித்தக் கூடுதல் தகவல்களுக்கு:
www.vrrpspirituallearning.com

JAICO PUBLISHING HOUSE

Elevate Your Life. Transform Your World.

1946ல் தோற்றுவிக்கப்பட்ட ஜெய்கோ பப்ளிஷிங் ஹவுஸ் நிறுவனம், பரமஹம்ச யோகானந்தா, ஓஷோ, தலாய் லாமா, ஸ்ரீ ஸ்ரீ ரவிசங்கர், சத்குரு ராபின் ஷர்மா, தீபக் சோப்ரா, ஜாக் கேன்ஃபீல்டு, ஏக்நாத் ஈஸ்வரன், தேவ்தத் பட்னாயக், குஷ்வந்த் சிங், ஜான் மேக்ஸ்வெல், பிரையன் டிரேசி, ஸ்டீபன் ஹாக்கிங் போன்ற, உலகம் மேன்மையடைய உதவிய நூலாசிரியர்களின் படைப்புகளை வெளியிட்டு வந்துள்ளது.

காலம் சென்ற எங்களுடைய நிறுவனரான திரு. ஜமன் ஷா, ஜெய்கோவை முதன்முதலில் ஒரு புத்தக வினியோக நிறுவனமாகத்தான் தோற்றுவித்தார். இந்தியாவின் சுதந்திரம் எந்த நேரத்திலும் வந்துவிடும் என்பதை அவர் உணர்ந்தபோது, அவர் தன் நிறுவனத்திற்கு ஜெய்கோ என்று பெயர் சூட்டினார் (ஜெய் என்றால் இந்தியில் வெற்றி என்று பொருள்). வளர்ந்து வந்து கொண்டிருக்கும் ஒரு நாட்டில் எல்லோருக்கும் கட்டுப்படியாகும் விலையில் புத்தகங்கள் கிடைக்க வேண்டும் என்ற தேவையை நிறைவேற்றுவதற்காக, திரு ஷா அவர்கள், பின்னர் ஜெய்கோவின் சொந்தப் பதிப்பு நிறுவனத்தைத் துவக்கினார். இந்தியாவில் ஆங்கில மொழியில் 'பேப்பர் பேக்' புத்தகங்களைப் பதிப்பித்த முதல் நிறுவனம் ஜெய்கோதான்.

சுயமுன்னேற்றம், சமயம், தத்துவம், மனம்/உடல்/ஆன்மா, மற்றும் வணிகம் தொடர்பான நூல்களை நாங்கள் அதிகமாக வெளியிட்டு வந்தாலும், பயணம், நடப்பு நிகழ்வுகள், வாழ்க்கை வரலாறுகள், பிரபல அறிவியல் நூல்கள் ஆகியவற்றை உள்ளடக்கிய பலதரப்பட்ட நூல்களையும் நாங்கள் வெளியிடுகிறோம். பிரபலமான புதினங்கள்மீது இப்போது நாங்கள் குறிப்பிடத்தக்க கவனம் செலுத்தி வருகிறோம். இந்தியா மற்றும் வெளிநாடுகளைச் சேர்ந்த புதிய இளம் எழுத்தாளர்களின் பல்வேறு நூல்களை நாங்கள் வெளியிட்டிருப்பது இதற்குச் சான்று பகரும். மொழிபெயர்ப்புப் பிரிவு ஒன்றையும் சமீபத்தில் நாங்கள் துவக்கியிருக்கிறோம். சிறந்த ஆங்கில நூல்களை ஒன்பது இந்திய மொழிகளில் நாங்கள் மொழிபெயர்த்து வெளியிட்டு வருகிறோம்.

தன்னுடைய சொந்த நூல்களைப் பதிப்பிக்கின்ற மற்றும் வினியோகிக்கின்ற ஒரு நிறுவனமாக இருப்பதோடு கூடவே, சர்வதேச அளவிலும் இந்திய அளவிலும் முன்னணி வகிக்கின்ற பிற பதிப்பாளர்களின் படைப்புகளை இந்திய அளவில் வினியோகிக்கின்ற ஒரு பெரிய நிறுவனமாகவும் ஜெய்கோ திகழ்கிறது. மும்பையைத் தலைமையகமாகக் கொண்டு செயல்படுகின்ற ஜெய்கோவிற்கு, அகமதாபாத், பெங்களூர், போபால், புபனேஷ்வர், சென்னை, தில்லி, ஹைதராபாத், கொல்கத்தா, லக்னோ ஆகிய நகரங்களில் கிளைகளும் விற்பனை அலுவலகங்களும் இருக்கின்றன.

SINCE 1946